శ్రీమదాంధ్ర మహాభారత కధలు

Part - 4

OrangeBooks Publication

1st Floor, Rajhans Arcade, Mall Road, Kohka, Bhilai, Chhattisgarh 490020

Website: **www.orangebooks.in**

First Edition, 2025

ISBN: 978-93-7426-785-1

శ్రీమదాంధ్ర మహాభారత కధలు

Part-4

Stories from the Mahabharata in Telugu

శల్య, సౌప్తిక, స్త్రీ, శాంతి, అనుశాసనిక, అశ్వమేధ,
ఆశ్రమ, మౌసల, మహాప్రస్థాన, స్వర్గారోహణ పర్వాలు

Smt. K.V. Satyavathi

OrangeBooks Publication
www.orangebooks.in

శ్రీమదాంధ్ర మహాభారత కథలు

చతుర్థ భాగం

శల్య, సౌప్తిక, స్త్రీ, శాంతి, అనుశాసనిక, అశ్వమేధ, ఆశ్రమ, మౌసల, మహాప్రస్థాన, స్వర్గారోహణ పర్వాలు

కూర్పు - శ్రీమతి కె.వి.సత్యవతి

బి.ఎ. మ్యూజిక్ మరియు తెలుగు, ఆంధ్ర విశ్వ విద్యాలయం

అంకితం

శ్రీమదాంధ్ర మహాభారత కథలు

ఆ సర్వాంతర్యామికి

భయ భక్తులతో

కూర్పు - శ్రీమతి కె.వి.సత్యవతి

బి.ఎ. మ్యూజిక్ మరియు తెలుగు, ఆంధ్ర విశ్వ విద్యాలయం

కృతజ్ఞతలు

7-7-2021

శ్రీకృష్ణ, వేదవ్యాస భగవానులకు

వేదవ్యాసమహర్షి సదనుగ్రహం వలన, శ్రీకృష్ణ పరమాత్ముని దయ, ప్రేమలతోను నేను యెన్నో సంవత్సరాలక్రితం సంకల్పించిన పురాణం, ధర్మశాస్త్రం, మహాకావ్యం, నీతిశాస్త్రం, ఇతిహాసం అని పిలువబడే మహాభారతాన్ని '*శ్రీమదాంధ్ర మహాభారత కథలు*' గా సంక్షిప్తంగా పాఠకులకు అందజేయాలన్న నా ప్రయత్నం ఇప్పటికి సంపూర్ణ మయింది. నాఈ ప్రయత్నానికి అడు గడుగునా దోహదపడుతూ ఆశీర్వదించిన దైవశక్తికి నేను శిరస్సువంచి నమస్క రిస్తున్నాను. అదే విధంగా ఆ వ్యాసభగవానుడు, శ్రీకృష్ణపరమాత్ముడు నాకథా సంపుటిలను ప్రజాబాహుళ్యం లోకి పరిగెత్తించాలని కోరుకుంటూ ప్రార్థిసున్నాను

పాదాభివందనాలతో

కూర్పు- శ్రీమతి కె.వి.సత్యవతి

బి.ఎ. మ్యూజిక్ మరియు తెలుగు, ఆంధ్ర విశ్వవిద్యాలయం

మానవ సహాయానికి కృతజ్ఞతలు

15-11-2015 సంవత్సరంలో ప్రారంభించి, 17-7-2021 కి పూర్తిచేయగలిగిన ఈ "శ్రీఆంధ్రమహాభారత కథలు" అనే వ్యాసంగాన్ని వ్రాసేటప్పుడు కావలసిన వస్తు సామగ్రికి ఆర్థిక సహాయం, వెల్లంకి లక్ష్మీ విజయ సింహ, తప్పొప్పుల సవరణ శ్రీమతి రత్నగారు, శ్రీమతి.చి.లక్ష్మీ.సౌ. వెల్లంకి చెన్నకేశ్వరి, గొప్ప కృషి చేశారు. పెద్దలకు పాదాభి వందనాలు. అజ్ఞాతంగా వుండి సహాయం చేసిన వారందరికీ కృతజ్ఞతలు. చిరంజీవులకు, పెద్దలకు ఆ వ్యాసభగవానుల, శ్రీకృష్ణుల శుభాశీస్సులు అందించాలని నా కోరిక.

కూర్పు - శ్రీమతి కె.వి.సత్యవతి

బి.ఎ. మ్యూజిక్ మరియు తెలుగు, ఆంధ్ర విశ్వ విద్యాలయం

పీఠిక

పాఠకులకు నమస్కారాలు,

భారతం అంటే అందరికీ భక్తి, భయం వుంటాయి. వాటితోపాటు చదవాలనే ఆసక్తి కూడా వుంటుంది. సంస్కృత భారతం నుంచి తెలుగులోకి క్రీ.శ 1053 ప్రాంతంలో రాజమహేంద్ర వరంలో చాళుక్య రాజుగారి కోరికతో కవిత్రయంలో మొదటివారైన నన్నయగారు భారత కావ్య రచనకు శ్రీకారం చుట్టారు. ఆదిపర్వం నుంచి అరణ్యపర్వంలో.....అజగరోపాఖ్యానం వరకు తెనిగించారు. చాలా కాలం తరువాత క్రీ.శ 1205 లేక 1210-1288 మధ్యకాలంలో కవిత్రయంలో రెండవ వారైన తిక్కన సోమయాజిగారు విరాటపర్వం నుంచిమిగిన భారతం అంతా తెనిగించారు. క్రీ.శ 1280-1364 కవిత్రయంలో మూడవ వారైన ప్రబంధ పరమేశ్వరుడు ఎఱ్ఱాప్రగడ గారు మిగిలిన అరణ్యపర్వ అనువాదాన్ని పూర్తి చేశారు. ఆతరువాత వచన భారతం వచ్చింది. గొప్పగొప్ప పండితులు భారతాన్ని సులభతర భాషలో రాశారు. విచిత్రమేమిటంటే కాలానుగుణంగా మాట్లాడే భాషలో తేడాలొచ్చేశాయి.

“18 పర్వాలు, చాలామందికి తెలియని సంస్కృతం శ్లోకాలు, అవన్నీ యెవరు చదివి అర్థం చేసుకుంటారు? పండితులు తప్ప!“ అనే అభిప్రాయంతో చాలామంది ఆపుస్తకాల జోలికే పోరు. అందువలన పుస్తకం చదవటం వచ్చిన ప్రతివారూ భారతాన్ని చదివి ఆనందించా లనేది నా తపన. చదువుకొనే కాలంలో చదువులు, ఆపైన ఉద్యోగాలు, పెండ్లి, పిల్లలు, కుటుంబ బాధ్యతలు, ఆంగ్ల భాష ప్రభావంవలన బ్రతుకు తెరువు కోసం తప్పనిసరైన పరభాషాచదువుల వలన తెలుగుభాష సరిగ్గా అర్థం చేసుకోలేని పరిస్థితి వల్ల, భాషమీద పట్టు వున్న వారికిమాత్రమే ఆవిలువైన పుస్తకాలు చదవటం కుదురుతోంది.

ఈకారణాలన్నింటినీ దాటి భారతంలోని కథలన్నిటినీ విడివిడిగా తెలుగు చదవటం వచ్చిన వారందరూ, (వారపత్రికలు, పేపర్లు మొదలైనవి చదవటం వచ్చినా చాలు)

చదువుకొనే విధంగా, మనం మాట్లాడుకొనే విధంగా రాశాను. అన్ని వయసుల వారు, సాధారణ ప్రజలు కూడా, మన పురాణకథలు చదివాలి, ఆనందించాలని ఈ "శ్రీమదాంధ్ర మహాభారత కథలు" రాయటం జరిగింది.

భారతాన్ని పురాణం అని, ఇతిహాసం అని, చరిత్ర, వేదం అని కూడా అంటారు. అసలు వేదం అంటే యేమిటి? ఇతిహాసం యేమిటి? చరిత్ర అంటే యేమిటి? తెలుసుకోవాలి.

పురాణాలుః భూమికి, మానవాళికి సంబంధంలేని దేవ, యక్ష, కిన్నెర, గంధర్వ మొదలైన జాతులవారి సృష్టి, ఆసృష్టి, కొనసాగింపు విషయాలు, విశేషాలు మాత్రమే వివరిస్తాయి.

ఇతిహాసంః దేవతా గణాలందరూ వారి వారి కర్మల ప్రభావంచేత సృష్టియొక్క పరంపర యదేఛ్ఛగా కొనసాగటానికి జరిగే ప్రక్రియలో భాగంగా తమవంతు శక్తిని ధారపోస్తూ మానవ వికాసానికై నడిపించే వ్యవస్థలో భాగంగా భూమిపై అవతరించే విశేషాలు, ఆతరువాత జరిగిన పరిణామాలను (మార్పులను) వివరించేదే ఇతిహాసం.

చరిత్ర: దైవ పంబంధమైన మానవ అభ్యున్నతి, వికాసం, వారి వారి కర్మానుసారంగా, పూర్తిగా ధృవపడి మానవాళి తమకై తాము వ్యవహరించే ఘట్టం, సమయం, సందర్భం, ఏఒక్కటైనా ఆసన్నమైన వేళ దేవతాగణాలు లేక దైవ శక్తులు మానవాళితో మమేకమై కలసి చరించ వలసిన కర్మబధ్ధమైన బంధాన్ని పరిత్యజించి (విడచిపెట్టి) తరలి వెళ్ళ పోయిన తదుపరి (తరువాత) మానవ లోకంలో జరిగిన ఇతివృత్తాన్ని వివరించి చెప్పేది చరిత్ర.

వేదాలుః పైన చెప్పబడ్డ విషయాలకంటే ఎంతో నిగూఢమైనవి, (రహస్యమైనవి), సృష్టిప్రారంభ ఘడియల వివరాలు, తదుపరి సృష్టి యేవిధంగా సాగింది, శీత, ఉష్ణాది సంగతులు, నక్షత్ర మండలి, పాలపుంతలు, గ్రహాలు, సకల జీవరాసుల విషయాలు వివరించి చెప్పేవే వేదాలు.

పైన నేను చెప్పిన విశిష్టమైన వివరాలను దృష్టిలో వుంచుకొని మీరు "*శ్రీమదాంధ్ర మహాభారత కథలు*" చదివి అర్ధంచేసుకొని, సూచించిన మంచి మార్గాలలో మీనడవడికను (ప్రవర్తన) మలచుకొని మంచి ఫలితాలను పొంది, మీతల్లి తండ్రులను, అన్నదమ్ములను, అక్క చెల్లెళ్ళను, మీపిల్లలను, ఆప్తమిత్రులను, ఆదర్శవంతంగా చూసుకుంటూ, వారిని ప్రేమిస్తూ, అభిమానిస్తూ, గౌరవిస్తూ, మీరుకూడా వారినుంచి మంచి అనుభూతులన్నీ పొందతూ, ఆనందం పొందండి. శ్రీమదాంధ్ర మహాభారతంలో పైన చెప్పబడిన పురాణం, ఇతిహాసం, చరిత్ర, వేదం, అన్నీవున్నాయి. అంటే "*శ్రీమదాంధ్ర మహాభారత కథలలో* " కూడా అన్నీవున్నాయి.

మీరు మీకుటుంబాలను అందంగా, ఆనందంగా, ఆదర్శవంతంగా, తీర్చిదిద్దుకొని మంచి ఫలితాలని పొందితే నాశ్రమకు ఫలితం వుటుంది. ఇందులోని పాత్రలను గుర్తు పెట్టుకోవటా నికి అనుకూలంగా పాత్రల పేర్లు కూడా ప్రత్యేకించి వ్రాశాను. నీతి కూడా పేర్కొన్నాను. ఈ కొద్దిపాటి తెలివి నా తల్లిదండ్రుల వలన, ఆభగవంతుడు ప్రసాదించటం వలన నాకు ప్రాప్తించాయి. వారిదయ వుంటేమ ఈ గ్రంథం ప్రజల మధ్యకు వెడుతుంది.

మీ అభ్యుదయాన్ని అభివృద్ధిని అభిలాషించే
మీ
కె.వి. సత్యవతి

శ్రీమదాంధ్ర మహాభారత కథలు

శ్రీమదాంధ్ర మహాభారత కథలు

శ్రీమదాంధ్ర మహాభారత కథలు

శ్రీమదాంధ్ర మహాభారత కథలు

శ్రీమదాంధ్ర మహాభారత కథలు

చతుర్థ భాగం

శల్య పర్వం

కూర్పు - శ్రీమతి కె.వి. సత్యవతి

బి.ఎ. మ్యూజిక్ మరియు తెలుగు, ఆంధ్ర విశ్వ విద్యాలయం

శ్రీమదాంధ్ర మహాభారత కథలు

శల్యుడి మరణం 1

దుశ్శాశనుడు నిండు సభలోకి ద్రౌపదిని ఏకవస్త్రను అని చెపుతున్నా ఆవిడ జుత్తు పట్టుకొని లాక్కువచ్చి, చీరకొంగు పట్టుకొని బలవంతంగా లాగి బాధించగా, సభలో దుష్టచతుష్టయం గేలిచేసి నవ్వినపుడు, పెద్దలందరూ ధర్మసందేహానికి సమాధానమీ యలేని సంధిగ్ధంలో మౌనం వహించినపుడు......

“అందరి యెదురుగా నిన్ను నా పరాక్రమంతో ఓడించి, నీ గుండెను చీల్చి రక్తాన్ని దోసిటిలోకి తీసుకొని దాని రంగు, వాసనను ఆస్వాదించి, జుర్రి తాగుతా!“ అని ప్రతిజ్ఞ చేసిన ప్రకారంగా భీముడు దుశ్శానుని చంపిన విధానం, అర్జునుడు, కర్ణుడు, వారిద్దరు మాత్రమే (ద్వంద యుద్ధం) చేసిన యుద్ధంలో కర్ణుడివలన రెండు మూడు సార్లు ఆతడు ప్రయోగించిన ఆయుధాలనుంచి ప్రమాదాన్ని తప్పించుకొనటం (కృష్ణుడివలన) కర్ణుడికున్న బ్రాహ్మణుడి శాపం వల్ల ఆతడి రధచక్రాలు భూమిలో క్రుంగిపోతాయని, ఆతడికి కాలం సమీపించిందని, ఆకాశవాణి అందరూ వినేలా హెచ్చరించటం, ఆవిధంగానే జరగటం, చివరకు అర్జునుడు మహిమాన్విత బాణాన్ని ప్రయోగించటం, కర్ణుడు దివంగతుడయి ఆత్మజ్యోతి శ్రీకృష్ణునిలో లీనమవటం, అన్నీ ధృతరాష్ట్రుడికి విపరించి చెప్పాడు సంజయుడు. ఆ తరువాత చాలాసేపు ధృతరాష్ట్రుడు చనిపోయిన కుమారులందరి పరాక్రమం, ప్రపర్తన, నడక మొదలైనవన్నీ తలచుకుంటూ, కర్ణుడితో గల అనుబంధం, ఆతడి దానధర్మాల గురించి, కర్ణుడు దుర్యోధనుడికి ఎంత అంకిత భావంతో వుండేవాడో, పరాక్రమం, అన్నీ తలచుకొని, ఇటువంటివాడినా నా కొడుకు నమ్మింది! అనే నిష్టూరపు మాటకూడా మాట్లాడి, ఇంక భీముడివలన దుర్యోధనుడికి

రాబోయే ప్రమాదం గురించీ భయపడుతూ, దుఃఖపడుతూ, సంజయుడి ఓదార్పు, హెచ్చరికలు, సుయోధనుడి ఆశలగురించి మాట్లాడుకుంటూ, చాలాసేపటివరకు ఇద్దరూ దుఃఖపడుతూ వుండిపోయారు. కొంతసేపయాక సంజయుడు చెప్పటం
మొదలు పెట్టాడు. కర్ణుడి మరణం తరువాత దుర్యోధనుడు దుఃఖిస్తూ మిగిలిన 2
సైనికులు, పెద్దలు తోడురాగా, తన శిబిరానికి చేరి, సమయానుకూల కార్యక్రమాలు జరిపాక, బంధుమిత్ర సపరివారంగా ఆరుబయటి ప్రదేశంలో కొలువు తీరాడు.
ఆ సమయంలో కృపాచార్యుడు దుర్యోధనుడితో......
"దుర్యోధనా! మీవంటి వారికి యుద్ధం వేదహిత కర్తవ్యం. నిజం. అప్పుడే మీకు కీర్తి లభిస్తుంది. అదీ నిజమే కానీ క్షత్రియధర్మానికి విరుద్ధంగా నేనోమాట చెపుతాను. కోపగించుకోకుండా విను. భీష్మ, ద్రోణ, కర్ణులు చాలా గొప్పవారు. యుద్ధవిద్యలో సాటి లేనివారు. మిగిలిన భూపతులు, చుట్టాలు, స్నేహితులుకూడా గొప్ప ప్రతిభావంతులే. వారందరినీ పాండవులు భుజబలంతోపాటు దైవానుకూలం కూడా వున్నది కనుక చంపగలిగారు. దుర్యోధనా! వారి అస్త్ర, శస్త్రాల వలన ఉపాయం, బలం, వీరత్వం కల్గిన వీరులు గడచిన పదిహేడు దినములలో గతించిపోగా, మన బలం, బలగం బలహీనమయ్యింది. భీష్ముడు అంపశయ్యమీదున్నాడు. పాండవులైదుగురిని శ్రీకృష్ణుడు కంటికి రెప్పలాగా కాపాడుతున్నాడు గనుక గాయాలుకూడా లేకుండా హాయిగా వున్నారు. అర్జునుడనే మహాగ్నిజ్వాలకు శ్రీకృష్ణుడనే మహావాయువు తోడై శతృసైన్యమనే అడవిని కాల్చటానికి అభ్యంతరమేముంటుంది? నేను, ద్రోణుడు, శల్యుడు, కర్ణుడు, నీవు, నీ తమ్ములు, ఇంతమంది రక్షిస్తున్నా సైంధవుడిని కాపాడలేకపోయాము. ఆలోచించగా, ఇదంతా మనుష్యులవల్ల అయేపనేనా? ఎంతోమందిని నష్టపోయి మనం క్రుంగిపోయి వున్నాం. వారు శతృసంహారంలో గెలుపుపొంది సంతోషంలోవున్నారు. ఇపుడున్న సేనను సంహరించటం అర్జునుడికేమీ కష్టంకాదు. శ్రీకృష్ణుడి తమ్ముడు సాత్యకి, భీముడు, అర్జునుడి రథానికిరుప్రక్కలా వుండి విజృంభించి యుద్ధం చేస్తుంటే వారికి లోటేమిటి? అర్జునుడి బలం ఓ యెత్తు. మేమందరం ఓ యెత్తు. భీముడు తన శపథాన్ని ఒకటి

నెరవేర్చుకున్నాడు. మరొకదానికి ప్రయత్నించకుండా వుండడు. ఇప్పుడు కూడా ధర్మ
రాజు మృదు స్వభావాన్ని ఆధారం చేసుకొని సంధి చేసుకుందాం. ఈ విధంగా చెపుతు
న్నందుకు నా మీద కోపం పెంచుకోకు. పాండవుల మీదకూడా కోపం పెంచుకోకు.
మీఇద్దరిదీ కారణంలేని శతృత్వంతో భరతవంశంలోని శ్రేష్టులందరూ మరణించారు. 3
ఎవరికైనా దీర్ఘక్రోధం, కారణంలేని వీరణం పనికిరాదు. శక్తి, సామర్ధ్యాలున్నపుడు
యుద్ధం తగినదే. శతృవులదే పైచేయిగా వున్నపుడు సంధి తప్పదు. తప్పనిసరి కూడా.
ఈ మాట నేనే కాదు పెద్దల కాలంనుంచీ చెప్పుకొనే మాట. కనుక సంధికి వప్పుకో.
ఆత్మవిశ్వాసం కూడా అధికంగా వుండకూడదు. అత్యాశకలవాడు తప్పక నాశనమౌతాడు.
నిన్ను నీవు రక్షించుకో. ధర్మరాజుకు నేనే రాచరికం చేయాలనే కోరికను మనస్సులోకి
రానీయడు. అందువల్ల సంధికి వప్పుకుంటాడు. నీవు వప్పుకో. నేను మాట్లాడతాను.
నీవు బ్రతికివుంటే సంపదలను పొందచ్చు. నీకు తమ్ములు లేరన్న లోటును వారందరూ
తీరుస్తారు. అందుకు నేనే సాక్ష్యం. ధర్మరాజు మాటను కృష్ణుడు, అర్జున, భీమ, నకుల,
సహదేవులు మీరరు. సంధి జరిగి తీరుతుంది.ఈ విధంగా చెప్పటానికి నాకు నా ప్రాణ
భయంవల్ల కాదు. నీక్షేమం కోరి చెపుతున్నాను" కృపాచార్యుడు దుఃఖపడుతూ ప్రేమతో
వణుకుతున్న గొంతుతో చెప్పాడు.

అప్పటిదాకా తలవంచుకొని కూర్చున్న దుర్యోధనుడు నెమ్మదిగా తలెత్తి......

"నేను చెడిపోవటం ఇష్టం లేక నీవీ ప్రకారంగా చెపుతున్నావు. నాకు అర్ధమవుతోంది.
ఇప్పటి పరిస్థితిని బట్టి ఎవరైనా చేసేదదే. నా మీదున్న ప్రేమ, స్నేహం, గౌరవం నిన్నీ
విధంగా మాట్లాడించాయి. రాజులందరూ చేసేపనదే కూడా. నాకు తెలుసు. కానీ నాకది
నచ్చని పని. నన్ను బలవంతం చేయద్దు. చిన్నతనంనుంచి వారితో రాజ్యాన్ని పంచుకో
వటం ఇష్టంలేక వారిని నానా కష్టాలపాలుచేశాను. ఒకటికిరెండుసార్లు మాయాజూదా
న్నాడి ధర్మరాజును క్రుంగదీసి, సమస్త సంపదలు లాగేసుకొని, నిండు కౌరవ సభలో
ఏకవస్త్రను, రజస్వలనని చెపుతున్నా వినకుండా ద్రౌపది జుట్టుపట్టి ఈడ్చి, అవమానించి,
అందరిని కారడవుల పాలుచేసి, ఘోషయాత్ర వంకన పోయి వారిని ఏడిపించబోయి,

గంధర్వుల చేత చిక్కి, వారు చేసిన సహాయంతో బ్రతికి బయటపడి, చివరకు రాయబారానికని వచ్చిన కృష్ణుని మాట వినక... ఇంతదూరం వచ్చాక నాప్రాణాలు నిలుపుకోవటం కోసం సంధి చేసుకోవటమా! ఈనాడు నాతమ్ముడి గుండెచీల్చి రక్తం త్రాగటం చూశాకనా సంధి? తరువాత భీముడు, అర్జునుడు నన్ను యెంత చిన్నచూపు చూస్తారు? నేను 4
బ్రతికుండి అదంతా భరించాలా? అదంతా జరిగేదికాదు. రాజులందరూ సేవిస్తుంటే సమస్త భూమండలాన్నీ పరిపాలిస్తూ, నాకిష్టమైనవారిని ఆదరిస్తూ, శత్రువులను అణస్తూ వుండాల్సిన నేను, నాకిష్టం లేనివారితో ప్రేమ నటిస్తూ బ్రతకాలా? ఏం పరవాలేదు, ఇప్పుడువున్న బలగంతోనే నేనే నీకు ఆనందం కలిగించేలాగా పాండవులను తరిమి తరిమి చంపుతాను!" నిబ్బరంగా అన్నాడు దుర్యోధనుడు.

దుర్యోధనుడి మాటలు విన్నాక అక్కడున్న రాజులందరికీ ఆతడి మాటలు నిజమేననిపించి. ఆతడిని పొగిడి అందరూ యుద్ధం చేయటానికే సిద్ధపడ్డారు. కర్ణుడు చనిపోయిన దుఃఖాన్ని మరిచారు. మరుసటి రోజు కార్యక్రమం గురించి ప్రణాళికను తయారు చేసుకొని, ఆ రాత్రికి ఆ శిబిరంలో వుండటం మంచిది కాదన్న శల్యుడి సలహాను పాటించి రెండామడల దూరంలో వున్న సరస్వతీ నదీ తీరానికి సమస్త సౌకర్యాలతో చేరి, ఆనందంగా కాలం గడిపి, భోజనానంతరం మిగిలివున్న నీ కుమారులు, కర్ణుడి కుమారుడు సత్యసేనుడు, దుర్యోధనుడితో......

"మహారాజా! ఇప్పుడు మనకు పరాక్రమం, ధైర్యం, ఉపాయం, వ్యూహం పన్నే సామర్ధ్యం, సైన్యాన్ని యుద్ధోన్ముఖులను చేసే సామర్ధ్యం వున్న సైన్యాధ్యక్షుడు కావాలి" అన్నారు.

"శివుడి వరం వలన పుట్టిన వాడా, దివ్యాస్త్రాలు కలవాడా, భయంకరమైన పరాక్రమం కలిగినవాడా, అశ్వద్ధామా! నీవు మాకు ద్రోణాచార్యులవంటి వాడవు, నా క్షేమాన్ని, శుభాన్ని, కోరుకొనేవాడవు. కనుక నీవే సైన్యాధ్యక్షుడిని నిర్ణయిస్తే బాగుంటుంది" అన్నాడు దుర్యోధనుడు.

"కౌరవేశ్వరా! దుర్యోధనా! యుద్ధనైపుణ్యం కలవాడు, ఎవరి శక్తి యెంతటిదో చెప్పే నేర్పరితనం కలవాడు, యెదుటివారి శక్తి తెలుసుకొని బాధించగలవాడు, శల్యుడిని

నియమిస్తే బాగుంటుంది. ఆతడు నీకోసం తన మేనళ్ళులను (పాండవులు) వదిలి వచ్చేసిన గొప్పవాడు. ఆతడు లోకపూజ్యుడు. దేవతలు కుమారస్వామిని సేనాధిపతిగా యెంచుకొని రాక్షసులను నాశనం చేసినట్లు శల్యుడిని సేనాధిపతిగా మనం పాండవులను జయించుదాము!" అన్నాడు అశ్వత్థామ.

సమస్త రాజలోకానికి అశ్వత్థామ ఆలోచన నచ్చింది. వారంతా తమ అంగీకారం ఆనందంగా ప్రకటించారు. దుర్యోధనుడు తన ఆసనం దిగి శల్యుడిని కౌగలించుకొని, యుద్ధోత్సాహం పెంచుకొని, కోపం లేని స్నేహంతో నన్ను ఆపదలో ఆదుకొనే మహనీయుడికి నమస్సుమాంజలులు. నీ భుజబలంతో విజృంభించి గొప్ప విజయాన్ని సాధించి నన్ను కృతార్ధుడిని చేయగల నీవు వుండగా నాకు విజయాలు రాక యేమవుతాయి! నేను, నన్ను నమ్మినవారు, నీ సేవకులమై నీవెంట నడుస్తాము. అందరం కలసి యుద్ధం చేద్దాము. శతృసంహారము చేద్దాము!" అన్నాడు దుర్యోధనుడు.

"సార్వభౌమా! నన్నింతగా బ్రతిమలాడాల్సిన పనిలేదు. నేను యెపుడైతే నీ పక్షాన చేరానో అప్పుడే నా మనఃప్రాణాలు, సైన్యం అన్నీ సర్వస్వం నీకు సమర్పించాను. నీవు యేపని చెపితే అది చేస్తాను. కురుసైన్యాన్నంతటని రక్షిస్తాను. అంతేకాదు ఆ కృష్ణుడు, అర్జునుడు నాకున్న పరాక్రమానికి సరిగారు. నేను ధృడనిర్ణయంతో యుద్ధం చేస్తే దేవతలు కూడా భయపడి పారిపోతారు. ఇక వీరెంత? దివినుంచి చూసే దేవతలు కూడా భయపడేలా యుద్ధం చేస్తాను. పాండవులను పారిపోయేలా చేస్తాను. ఇంకా మూర్ఖంగా యుద్ధంలో నిలబడితే చంపేస్తాను కూడా. భీముడిని, ద్రోణుడిని కాదని కర్ణుడిని హీనంచేసి మాట్లాడిన శల్యుడేనా! అని ఆశ్చర్యపడేలా చేస్తాను" అంటూ శపథం చేశాడు శల్యుడు.

వెంటనే దుర్యోధనుడు బంగారు చెంబులతో సరస్వతీ నదీజలాలను తెప్పించి, శాస్త్రోక్తంగా శల్యుడిని సర్వసైన్యాధ్యక్షుడుగా వేదపద్ధతుల ప్రకారం అభిషేకించి, సైన్యాధికారి చిహ్నాన్ని అతనికి అలంకరించి, మంగళవాద్యాల మధ్యలో ఆనందోత్సాహాలతో సింహనాదాలు చేసి, చాలాసేపటికి విశ్రాంతి తీసుకున్నారు. ఆ సమయానికి

ధర్మరాజాదులు తమ గుడారాలు చేరకుండా ఓచక్కని అందమైన ప్రదేశంలో విశ్రాంతిగా కూర్చొని విజయోత్సాహాన్ని అనుభవిస్తూ, కౌరవ శిబిరంలో జరుగుతున్న సంగతులను గూఢచారుల వలన తెలుసుకున్నారు.

పాండవుల గుడారంలో...... 6

"కృష్ణా! మద్రరాజైన శల్యుడిని సర్వసైన్యాధ్యక్షునిగా నిర్ణయించారుట. ఇప్పుడు మనమే మిచేయాలి"? అడిగాడు ధర్మరాజు.

"శల్యుడికి పరాక్రమ, శౌర్య, ధైర్యాలు చాలా యెక్కువ. భీష్మ, ద్రోణ, కర్ణులను మించిన వాడు. ఈనాడు సైన్యాధ్యక్షుడయాడు కనుక గర్వంతో విజృంభించి యుద్ధం చేస్తాడు. ఆతడిని సాత్యకి, అర్జునుడు, భీముడు, యెవ్వరూ ఎదరించి నిలబడలేరు. ఆతడిని నీవు తప్ప యెదుర్కొని యుద్ధం చేయలేరు. నీవు తప్ప మరెవరు ఆతడితో యుద్ధం చేసినా ఒక్కరోజులోనే సర్వసైన్యాన్ని అంతం చేస్తాడు. అదే నీవయితే ఒక్కరోజులో ఆతడిని అంతం చేగలవు. అంతటితో కురుపతి పని పూర్తవుతుంది. నీవు విజయాన్ని పొందుతావు" అన్నాడు కృష్ణుడు.

"కృష్ణా! నీవు చెప్పినట్లే చేస్తాను. సంజయ రాయబారమప్పుడు శల్యుడిని నేనే చంపుతా నన్నాను. ఆ మాట నిలబెట్టుకుంటాను" అన్నాడు ధర్మరాజు.

ఆ తరువాత పాండవులందరూ శ్రీకృష్ణుడితోసహా తమతమ నెలవులకుపోయి హాయిగా నిద్రపోయారు. పదునెనిమిదవ రోజు తెల్లవారింది.....

కౌరవసైన్యం గజ, తురగ, అశ్వ, కాల్బలు యుద్ధానికి సంపూర్ణంగా సిద్ధమయి యుద్ధ భూమికి చేరాయి. శల్యుడు సర్వతోభద్రవ్యూహం సిద్ధం చేశాడు. ముఖం వుండాల్సిన చోట తాను, తన చుట్టూ కర్ణుడి కొడుకులను యేర్పాటు చేసుకున్నాడు. కుడిచేతివైపు శక, యవన సమేతుడై కృపాచార్యుడు, ఎడమవైపు అనేక వీరులతో కృతవర్మ, వెనుక వైపు కాంభోజరాజులు, అశ్వత్థామ నిలిచారు. నడుమ భాగంలో కురువీరులతో దుర్యోధ నుడు వున్నాడు. దుర్యోధనుడికి ముందు గజసమూహం వున్నది. దానికిపైన చతురంగ బలాలతో శకుని వున్నాడు. ఈవిధంగా సర్వతోభద్రవ్యూహం యేర్పాటు చేసుకొని అత్యు

త్సాహంతో సమరానికి సిద్ధమయారు. పాండవులు కూడా మూడు భాగాలుగా వ్యూహాన్ని సిద్ధం చేసుకున్నారు. దృష్టద్యుమ్నుడు, శిఖండి, సాత్యకులు ముగ్గురు మూడుముఖాల సేనలకు అగ్రభాగంలో క్రమంగా నిలిచారు. ధర్మరాజుకు ముందుభాగంలో భీమార్జును
లున్నారు. శల్యుడి కేతనం రంగు పసుపుపచ్చ" సంజయుడు చెప్పటం ఆపాడు....... 7

"సంజయా! యుద్ధ సమయానికి ఇరుపక్షాల సైన్యం యెంతుంది?" అడిగాడు ధృతరాష్ట్రుడు.

"కౌరవసేనలో పదకొండువేల రథాలు, పదివేల ఏడువందల ఏనుగులు, లక్ష గుఱ్ఱాలు, మూడుకోట్ల కాల్బలం వుండగా... పాండవులసేన ఆరువేల రథాలు, పదివేల మూడు వందల ఏనుగులు, లక్ష గుఱ్ఱాలు, కోటి కాల్బలం వున్నారు. ఇరుపక్షాలవారు విజయం సాధించాలనే ఉత్సాహంతో యుద్ధం ప్రారంభించారు. ఒకడు పలువురిని, పలువురు కలసి ఒక్కరిని, చంపుకుంటూ పోతున్నారు. పదాతిదళం వారు అశ్వదళం మీదకు పోతున్నారా? గజదళంవారు పదాతిదళం మీదకు పోతున్నారా? ఎవరు యెవరి మీదకు పోతున్నారో తెయకుండా ఆవేశంగా యుద్ధం చేయటమే లక్ష్యంగా రకరకాల ఆయుధాలతో యుద్ధం చేస్తూనే వున్నారు. ఆ యుద్ధం దొమ్మీ యుద్ధంలాగా అయిపోయింది.

ఆ యుద్ధంలో నీతి నియమాలు లేవు. ఎక్కడ పట్టినా ఆ రెండు సైన్యాలు కలసి చేసే యుద్ధంలో అల్లైతాటి ధ్వనులు, రథాల చక్రాల ధ్వనులు, గుఱ్ఱాల డెక్కల చప్పుళ్ళు, ఏనుగుల ఘీంకారాలు, కత్తుల రాపిడి ధ్వనులు, మనుష్యుల ఆర్తనాదాలు. అంతా భయంకరంగా తయారయ్యింది. తలనుంచి బయటకు వచ్చిన మెదడులే బురదలాగా. విరిగి పొడైన ఎముకలపొడి ఇసుక లాగా, విరిగిన ఎముకలు తెల్ల తామరల లాగా కనిపించసాగాయి. వీరులు వీర విహారం చేశారు. భీమార్జునులు, పౌండ్ర, దేవదత్తాలను మాటిమాటికి పూరించి కౌరసైనికుల ధైర్యం పోగొడుతున్నారు. నకుల సహదేవులు, దృష్టద్యుమ్నుడు, శిఖండి, ధర్మరాజును ముందుంచుకొని యుద్ధం చేయసాగారు. పాండవుల పరాక్రమానికి కౌరవసైన్యం వెనుతిరగ సాగింది. అప్పుడు శల్యుడు సైన్యాన్నంతటిని ఓచోట చేర్చి యుద్ధోన్ముఖులను చేసి.....

"అక్కడ తెల్లని గుఱ్ఱాలతో, తెల్లని గొడుగుతో అందంగా రథంమీద నుంచొని వున్నాడే, ఆ ధర్మరాజును తీవ్రంగా యెదుర్కొని ఆతడి పొగరు దించాలి. త్వరగా అటు పోనీ!" సారథిని హెచ్చరించాడు శల్యుడు. తన గురించి, తన పరాక్రమం గురించి బాగా చెప్పు కున్నాడుకూడా. రథసారథి అతివేగంగా రథాన్ని పాండవుల రథాల దగ్గరకి తీసుకు 8
వెళ్ళాడు. ఇరు వర్గాలవారూ విజృంభించి యుద్ధం చేయసాగారు. యుద్ధంలో నకులుడు కర్ణుడి మనుమడు చిత్రసేనుడు కలియబడి అస్త్ర, శస్త్ర ప్రయోగాలు చేస్తున్నపుడు, నకులుడి విల్లుని ఖండించి, ఆతడి నుదుట మూడు బాణాలు వేశాడు. రథసారథిని సంహరించి, నకులుడి కత్తి, డాలు, లాక్కోబోగా, నకులుడు చిత్రసేనుడి రథంమీదకు దూకి పరాక్రమంతో ఆతడి మెడను ఖండించగా, చిత్రసేనుడి సోదరులు సత్యసేన, సుశర్మలు నకులుడి పైబడి యెదుర్కోగా, నకులుడు మరో రథమెక్కి బలమైన ధనువుతో యముడివలె వికృతాకారందాల్చి సత్యసేన, సుశర్మలిద్దరి రథాలను కూల్చి, ఆ ఇద్దరన్న దమ్ములనూ గాయపరిచాడు. సత్యసేనుడు, సుశర్మ, నకులుడు, చిత్రసేనుడు, ఈ నలుగురు ఒకరిపై ఒకరు బలమైన అస్త్ర, శస్త్రాలను ప్రయోగించుకొన్నారు. రథసారథు లను చంపుకున్నారు. రథంలేని నకులుడు భయంకరమైన పాముపంటి 'శక్తి' ఆయు ధాన్ని ప్రయోగించి సత్యసేనుడిని సంహరించాడు. అది చూసిన సుశర్మ (సుసేనుడు) దుఃఖం, కోపం పొంగిరాగా, నకులుడిపై బాణాలవర్షం కురిపించాడు. అదంతా చూసిన భీముడు-ద్రౌపదిల కొడుకు శ్రుతసోముడు సుశర్మను వెంబడించి, నకులుడిని తన రథం యెక్కించుకొని దూరంగా తీసుకుపోతూండగా, సుశర్మ శ్రుతసోముడి వక్షస్థలాన్ని చీల్చగా నకులుడు అర్ధచంద్రాకార బాణంతో సుశర్మ (సుసేనుడి) తలను ఖండించాడు. కర్ణుడి కొడుకులిద్దరూ నకులుడిచేత చంపబడటం చూసి కౌరవ సైన్యం చెల్లాచెదరు కాగా, శల్యుడు.....

"ఆగండి!" అని సింహంలాగా గర్జించగానే సైన్యమంతా యుద్ధానికి సిద్ధమయ్యారు. మరల ఇరుపక్షాల సైన్యం యుద్ధరంగంలోకి దిగింది. ఇరుపక్షాలవారు ఆవేశం తగ్గ

కుండా విజృంభించి, ఆకాశచరులైన యక్ష, గంధర్వ, కిన్నెర, కింపురుషాదులకు ఆనందం కలిగించేలాగా యుద్ధం చేయసాగారు. యుద్ధవీరుల గర్జనలు, ఏనుగుల ఘీంకారాలు, కత్తుల ఖణ, ఖణలు, గుఱ్ఱపు డెక్కల చప్పుళ్ళు, సకిలింతలు, గాయపడిన వారి
హాహాకారాలు మిన్నుముట్టాయి. శ్రీకృష్ణుడి చేత రక్షించబడుతున్న పాండవులకు శక్తి, 9
సామర్థ్యాలు పెరుగుతున్నాయి. దృష్టద్యుమ్నుడు, శిఖండి మొదలైనవారంతా విజృంభించి యుద్ధంచేయగా కౌరవసైన్యం నాశనమవసాగింది. శల్యుడు చెదిరిపోతున్న సైన్యాన్ని ఓచోట చేర్చి విజృంభించే సమయంలో ఆకాశంలో ఉల్కలు రాలటంవంటి అపశకునాలు కనిపించగా, శల్యుడు మరల సైన్యానికంతటికీ ధైర్యం చెప్పి యుద్ధాన్ని ప్రారంభించాడు. యుద్ధం చేసే సమయంలో ఆ వ్యూహనియమాలను అతిక్రమించి శల్యుడు దృష్టద్యుమ్న, శిఖండి, నకుల, సహదేవులను దాటుకొని ధర్మరాజు దగ్గరకు చేరి, వాడైన పది బాణాలను ఆతనిపై ప్రయోగించి బాధించగా, పాంచాల దేశపు క్షత్రియులైన ప్రభద్రకదళాలు శల్యుడిని చుట్టుముట్టారు. వారంతా పరాక్రమంతో యుద్ధం చేయగా అనేక అశ్వ, గజ, కాల్బలాలు నాశనం అయాయి. అందులో దుర్యోధనుడు సంతోషపడేటట్లు పాండవ సైన్యమే యెక్కువ. పాండవసైన్యం ధర్మరాజు దరికి చేరాయి. అప్పుడు ధర్మరాజు శల్యుడిని తీవ్రంగా యెదుర్కొన్నాడు. శల్యుడు కోపంతో వాడైన బాణం ప్రయోగించగా ధర్మరాజు శరీరాన్ని చీరుకుపోయింది. అప్పుడు వ్యూహనియమం తప్పి బయటకువచ్చి శల్యుడిని ఏడు బాణాలతో భీముడు, సహదేవుడు ఐదు, నకులుడు తొమ్మిది, ప్రతివింద్యాది ద్రౌపదీ పుత్రులు అనేక బాణాలతో కొట్టారు. అపుడు కృపాచార్యుడు, కృతవర్మ, శకుని, ఆతని కొడుకు ఉలూకుడు, దుర్యోధనుడు, అశ్వత్థామ, పాండవులమీద విరుచుకు పడ్డారు. ఆ సందర్భంలో కృపాచార్యుడు, దృష్టద్యుమ్నుడు, వారివారి బల పరాక్రమాలు విపరీతంగా ప్రదర్శించుకున్నారు. అశ్వత్థామ పాండుపుత్రులనందరినీ ఒక్కొక్కరిని ఐదేసి బాణాలతో బాధించాడు. శల్యుడు భీముడి రథానికికూర్చిన గుఱ్ఱాలను రూల్చాడు. భీముడు రథం దిగి గదతో గదాశక్తిని చూపించాడు. ఆ సమయంలో సహదేవుడు శల్యుడిపై బాణాల వర్షం కురిపించాడు. పైగా పాండవసైన్యం కూడా శల్యుడిని

ఆక్రమించాయి. అప్పుడు శల్యుడి కుమారుడు (రుక్మాంగదుడు) సహదేవుడిని యెదు
ర్కొన్నాడు. సహదేవుడు కత్తిచేతపట్టి శల్యుడి కొడుకు వేసే శరపరంపరలను యెదుర్కొ
ంటూనే అతని రథంపైకెక్కి అతని తలను ఖండించి, మరో రథంపైకి వెళ్ళిపోయాడు.
కొడుకు చనిపోయాడని తెలుసుకొని శల్యుడు దుఃఖ ఆవేశాలతో పాండవులందరిపైనా 10
బాణాల పరంపరను ప్రయోగించాడు. ధర్మరాజు మీద అధికంగా గురిచేసుకుంటూ
అధికమైన, కౄరమైన బాణాలను కురిపిస్తు, ధర్మరాజు మీదకు రథాన్ని పోనిచ్చాడు
శల్యుడు. ఆ సమయంలో భీముడు కోపంతో ఎఱుపెక్కిన కండ్లతో వజ్రాయుధంతోను,
మహాసర్పంతోను, సమానమైన ఎనిమిది కోణాలు కలిగియున్న భయంకరమైన గదా
దండాన్ని యెత్తి శల్యుడి రథానికున్న గుఱ్ఱాలను చితకగొట్టాడు. శల్యుడు తోమరంతో
భీముడి గుండెలమీద నాటుకొనేలాగా కొట్టాడు. భీముడు దానిని ఎడమ చేతితో పెరికి
విసిరేసి శల్యుడి రథ సారథిని లాగి నేలకేసి కొట్టాడు. శల్యుడు రథం లేనివాడయాడు.
కానీ ఆతడి కోపం, కసి తగ్గలేదు. పైగా ఇంకా పెరిగింది. రౌద్రాకారం దాల్చాడు.
భీముడు శల్యుడిపై విజృంభించాడు. యుద్ధభేరులు తీవ్రంగా మ్రోగాయి. గదాయుద్ధం
లో శల్యునికి సాటి భీముడు తప్ప మరొకరు లేరు అని అనుకుంటూ ఆశ్చర్యంగా
చూస్తూ వుండగా ఆ ఇద్దరూ వలయాకారంగా తిరుగుతూ గదను తిప్పుతూ సింహగర్జ
నలు చేస్తూ, అంకెలు వేస్తూ, రెండు ఆబోతులు కుమ్ముకున్నట్లు, రెండు పర్వతాలు
కదులుతున్నట్లున్నది వారి యుద్ధం. ఆ గదలు చేసే శబ్దాలు ఆకాశాన్నికూడా బద్దలు
చేసేలా వున్నాయి. ఆ రెండు గదల రాపిడికి మెరుపులు మెరుస్తున్నట్లు కాంతులు
వస్తున్నాయి. ఇద్దరూ బలం, వేగం ఉపాయాలతో యుద్ధం చేస్తునారు. ఆ గదల వల్ల
యెంతటి దెబ్బలు తగిలినా ఇద్దరూ లెక్కచేయటంలేదు. ఏ వొక్కరూ వెనుతిరగటం
లేదు. ఒక్కొక్కరు ఎనిమిదేసి అడుగులు వెనుకకు వేసి, ముందుకు వురికి యెదుర్కొం
టున్నారు. ఆవిధంగా కొంతసేపయాక ఇద్దరికీ ఒకేసారి మెడపక్కన ఒకరి గదతో
మరొకరికి దెబ్బలు తగిలి ఒకేసారి నేలమీద పడి మూర్ఛపోయారు. అది చూసి ఇరు
పక్షాల సైనికులు, రథులు, అతిరథులూ హాహాకారాలు చేశారు. శల్యుడిని కృపాచార్యుడు

తన రథం యెక్కించుకొని దూరంగా తీసుకువెళ్ళాడు. కొద్ది నిముషాలకే భీముడు తెప్పరిల్లి లేచి శల్యుడిని......

“శల్యా! వెళ్ళిపోయావేమిటి? రా!“ గర్జించాడు.

అది విని దుర్యోధనుడు ఆవేశంగా ముందున్న భీముడిని, ఇతర రథికులను, 11
చేకితాసుడిని దాటి ఆవేశంగా ధర్మరాజును యెదుర్కొన్నాడు. మరి కొద్దిసేపటిలో తనకు సులభంగా దొరికిన ప్రతాపవంతుడైన చేకితానుడిని వజ్రంవలె వున్న ఈటెతో సంహరించాడు సుయోధనుడు. చేకితానుడు వృష్టి వంశస్తుడు. గొప్ప వీరుడు. ఆతడి మరణంతో పాండవులందరికీ కూడా దుఃఖం, ఆవేశం, పెరిగిపోయాయి. అందరూ కలిసి కౌరవ సైన్యంపై వాడైన బాణాలు ప్రయోగించసాగారు. ధర్మరాజును శల్యుడు, దుర్యోధనుడు దృష్టద్యుమ్నుడిని, అశ్వత్థామను, త్రిగర్తులు మూడువేల రథాలతో అర్జునుడిని యెదుర్కొన్నారు. రెండు సేనలూ విజృంభించి యుద్ధం చేస్తుంటే రక్తం ఏరులై పారింది.

“కొట్టండి! చంపండి! నరకండి!“ మొదలైన కేకలతో ఆ ప్రాంతం మార్మ్రోగుతోంది.

శల్యుడు పాండవ ప్రథముడైన ధర్మరాజుమీద, ధర్మరాజు శల్యునిమీద వాడైన బాణాలను వదులుకుంటూనే వున్నారు. తీవ్రంగా గాయపడిన ధర్మరాజు శల్యుడి రథచక్ర సంరక్షకుని శిరస్సును ఖండించి, రథసారధిని తీవ్రంగా గాయపరిచాడు. అప్పుడు సాత్యకి, భీముడు, శల్యుడిని వేగంగా ఢీకొన్నారు. శల్యుడు ఇరువది ఏడు బాణాలతో సాత్యకిని బాధించి, ఇరువది ఐదు మంది చేది వీరులను సంహరించాడు. మరోవైపు నుంచి నకుల, సహదేవులు తనను ఎదిరించగా బాణాలతో వారిని బాధించాడు.

ధర్మరాజు శల్యుడి దేహంనిండా వాడైన బాణాలను నింపి, జెండాను విరిచేయగా, శల్యుడు నకుల, సహదేవ, భీమ, సాత్యకులను కూడా బాణాలతో బాధించి, ఆనందంతో ధర్మరాజును మూర్ఛపోగొట్టి బాణాలతో బంధించాడు. అది చూసి, నకుల, సహదేవ, భీమ, సాత్యకులు శల్యుడిపై బాణాల వాన కురిపించగా, వాటిని మధ్యలోనే వారించి, వారందనీ బాణపీడితులను చేశాడు. అపుడు భీముడు మహిమాన్విత బాణాల్ని ఏడు, సాత్యకి నూరు, నకులుడు ఐదు, సహదేవుడు పదునాల్గు, శల్యుడి అంగాలపై ప్రయోగి

ంచారు. శల్యుడు వారందరిమీద వరుసగా డెబ్బదిమూడు, ఇరువదిఐదు, ఐదు, మూడు
బాణాలతో కొట్టి, సహదేవుడి వింటిని ఖండించగా, తిరిగి శల్యుడు వారందరిని మంత్ర
పూరిత బాణాలతో బాధించి, ధర్మరాజు వింటిని, అమ్ముని కూడా విరిచేశాడు. ధర్మరాజు
మరో బాణాన్ని తీసుకొని శల్యుని రథసారథిని చంపి, గుఱ్ఱాలదేహాలు చిల్లులు పడేట్టుగా 12
శల్యుడిశరీరంలోని ఎముకలు విరిగేట్టుగా బాణాలను వదిలాడు ధర్మరాజు. శల్యుడు
పిచ్చ కోపంతో కఠినమైన బాణాలను ప్రయోగించగా ధర్మరాజు రథంమీదనే మూర్ఛ
పోయాడు. వెంటనే సాత్యకి విజృంభించి గొప్పగొప్ప బాణాలను ప్రయోగించి, శల్యుడిని
కప్పివేయగా, శల్యుడు సాత్యకి ధనస్సును ఒక బల్లెంతో చిన్నచిన్న ముక్కలుగాచేశాడు.
అంతేకాదు. నకుల, భీమ, సహదేవులను మూడేసి బాణాలతో తన పరాక్రమం ప్రదర్శిస్తూ
బాధించాడు. అంతలో ధర్మరాజు మూర్ఛనుంచి కోలుకొని శల్యుడిని ముద్గరంతో కొట్టాడు.
సాత్యకి తోమరాన్ని, భీముడు బల్లాన్ని, నకులుడు శక్తిని, సహదేవుడు శక్తిని, శల్యుడిపై
ప్రయోగించారు. దానితో శల్యుడికి కోపం పెరిగి తన దగ్గరకు వస్తున్న ఆయుధాలను
తానో గొప్ప బాణాన్ని వదిలి చిన్నచిన్న ముక్కలు చేసి, పెద్దగా పెడబొబ్బ పెట్టాడు.
పెరిగిన కోపంతో శల్యుడి సారథిని మూడు బాణాలతోను, శల్యుడిని రెండు బాణాలతోనూ
బాధించాడు. దాంతో శల్యుడు కసిగా ఆ ఐదుగురినీ మూర్ఛపోయేలా చేశాడు. అది
చూసిన దుర్యోధనుడు, పాండుసుతులు శల్యుడివలన చచ్చారని ఆనందపడిపోయి
శల్యుడి దగ్గరకు వచ్చేసరికి, మూర్ఛపోయిన వారంతా తిరిగి శల్యుడిపైకి యుద్ధానికి
దూకారు. శల్యుడు ఒక్కడు, వీరు నలుగురు, ప్రాణాలకు తెగించి పోరాడసాగారు.
ఆసమయంలో ధర్మరాజు శల్యుడి రెండవ చక్రరక్షకుడు ద్యుమస్సేనుడి తల నరికాడు.
శల్యుడు జూలు పీకినందుకు కోపించిన సింహంలాగా భీమాదులకు, వారి వాహనాలు,
సారథులు, రథాలు, అన్నీ నష్టపోయేలాగా వాడైన బాణాలను ప్రయోగించాడు. అంతట
ధర్మరాజు మనస్సులో చాలా దుఃఖపడ్డాడు.
"శ్రీకృష్ణుడి మాటలు అబద్ధమవుతాయా? శల్యుడి పరాక్రమం భీమాదులను ఇబ్బందుల
పాలు చేస్తాయా? లేదు లేదు, ఆ విధంగా జరగదు" అని ధైర్యం తెచ్చుకొని ధర్మరాజు

చేయి వూపగానే, చతురంగబలాలూ శల్యుడిమీదకు తిరగబడ్డారు. అపుడు శల్యుడు చతురంగబలాలు బెదిరిపోయేలాగా యుద్ధం చేశాడు. దృష్టద్యుమ్నుడు మొదలైన వారం దరికీ పరిసరాలు కనపడకుండా చిమ్మచీకటి అయేలాగా బాణాలతో యుద్ధం చేసి
ఆకాశంలోని కిన్నెర కింపురుషులు, సిద్ధ, సాధ్యులు, వివిధ ప్రక్రియలతో వచన, రచనా 13
ప్రక్రియలతో స్తుతించారు. మరో ప్రక్కన అశ్వథ్థామ, సంశప్తకులు కలిసి కృష్ణుడిని, అర్జునుడిని కూడా విశ్రాంతి లేకుండా చేశారు. అయినా కూడా అర్జునుడు విజృంభించి బల్లాలు, అర్థచంద్రాకార ఇనుప బాణాలు, మరెన్నో రకాల బాణాలను ప్రయోగించి కౌరవ సేనల గుఱ్ఱాలను కూల్చి, జెండాలను ముక్కలు చేసి, బాణాలను ఖండించి, ధనస్సులు విరుగకొట్టి, సూతులను చంపి, రథాలను,బాణాలను ముక్కలు చేసి, కవచాలను ఛేధించి, కాళ్ళను, చేతులను, కిరీటాలను పడేసి,గుండెలు చీలి, తలలను నరికి, రుద్రుడిని తలపించాడు. ఆ సమంయలో రెండువేల మంది రథిక, అతిరథులు సంహరింపబడ్డారు. అపుడు అశ్వథ్థామ ఆవేశంతో దూసుకువచ్చి అర్జునుడిని ఎదుర్కొన్నాడు.

వీరిద్దరూ ఒకరినొకరు బాధించుకొనే స్థాయి తీవ్రమైనసమయంలో సంశప్తకులు అర్జున ుడిని చుట్టుముట్టారు. ఇంతలో సురథుడనే పాంచాల రాకుమారుడు అశ్వథ్థామ రథాన్ని తన రథంతో గట్టిగా ఢీకొన్నాడు. అశ్వథ్థామ అతడిని ఒకేవొక్క బాణంతో సంహరించి, మరల అర్జునుడిని యెదుర్కొని, సంశప్తకులను సంతోషపరిచాడు. అదే సమయంలో దుర్యోధనుడు దృష్టద్యుమ్నుడిని ఎదుర్కొన్నాడు. ఇద్దరూ ఒకరినొకరు వాడైన బాణాలతో బాధించుకున్నారు. మహిమాన్విత అస్త్రశస్త్రాలు ప్రయోగించుకొని ఒకరికొకరు తీసిపోరనిపించారు. దృష్టద్యుమ్నుడు దుర్యోధనుని తమ్ములను కూడా బాణాలతో బాధించాడు. శిఖండి ప్రభద్రకులు, కృపాచార్యుడితో ఢీకొన్నాడు.కృతవర్మ ప్రభద్రకులతో పోరాడే సమయంలో, శల్యుడు, ధర్మరాజు, భీమ, నకులసహదేవుడు, సాత్యరులతో యుద్ధం చేస్తూ వున్నాడు. నకులుడి ధనువును ఖండించాడు. నకులుడు మరోవిల్లు తీసుకొని శల్యుడికి సమాధానమిచ్చాడు. శల్యుడిపై భీముడు అరువది బాణాలు ప్రయోగించగా సాత్యకి తేజోవంతమైన తొమ్మిది బాణాలు, ధర్మరాజు పది, సహదేవుడు పది బాణాలు ప్రయోగిం

చారు. శల్యుడు డెబ్బది తొమ్మిది బాణాలను సాత్యకిపై ప్రయోగించి ఆతని విల్లుని
ఖండించి, గుఱ్ఱాలను నేలకూల్చి, నూరు బలమైనబాణాలు సాత్యకి పైకి ప్రయోగించాడు
ఈవిధంగా శల్యుడు పాండుపుత్రులు, సాత్యకినికూడా కొంతసేపు బాణప్రయోగాలను
చేయనీకుండా చేశాడు. ముందుగా సాత్యకి మరో రథం చూసుకొని శల్యుడిని ఎదిరిం 14
చాడు. పాండవులు కూడా వేరే రథాలు, ఆయుధాలుతీసుకొని శల్యుడిని ఎదుర్కొన్నారు.
ఏవిధంగా చూసినా శల్యుడి వలన పాండునందనులుచాలా ఇబ్బంది పడ్డారు.ఆసమయం
లో అర్జునుడు, కృపాచార్యుడు, కృపవర్మలను, సహదేవుడు శకునిని, ఉపపాండవులు
కొంతమంది ఇతర రాజులను, శిఖండి అశ్వత్థామను,భీముడు సుయోధనుడితోను,
ధర్మరాజు, నకులుడు కలసి శల్యుడితోను మిగిలినవారు మిగిలిన కౌరవ సైనికుల
తోను, యుద్ధం చేస్తూనేవున్నారు. ఆ యుద్ధం భయంకరంగా మారింది. శల్యుడు అధిక
కోపంతో రథాన్ని యెవ్వరూ వూహించనన్ని విధానాలతో నడిపి, వూహించని బాణాలు
వేసి, మిట్టమధాహ్న సమయంలో ఆకాశం చీకట్లు కమ్మేటంతగా బాణాలు కప్పేశాడు.
యుద్ధం చేసేకొద్దీ శల్యుడికి పరాక్రమం పెరుగుతూనే వుంది. అప్పుడు ధర్మరాజు తన
తమ్ములను, దృష్టద్యుమ్నుని, ఇతర రాజులను,సైన్యాన్ని పిలిచి.....
“మీరందరూ భీష్మ, ద్రోణ, కర్ణాది వీరులను చంపారు. నేను మన విరోధి శల్యుడిని
చంపుతాను. అది జరగాలంటే నేను చెప్పినట్లు చేయండి. నా రథానికి కుడివైపున
నకులుడు, సాత్యకి, ఎడమవైపు సహదేవుడు, దృష్టద్యుమ్నుడు, వెనుకవైపు అర్జునుడు,
ముందు భీముడు, నడవాలి. ఈ రోజు శల్యుడిని నేను చంపాలి. లేదా ఆతడి చేతిలో
నేను చావాలి. అంతే! కృతవర్మ, కృపాచార్యుడు, అశథ్థామ, శకుని, దుర్యోధనుడు,
శకుని, ఆతడిని కాపాడేటందుకు చేసే ప్రయత్నం మీరు విఫలం చేయాలి“ ధృఢంగా
చెప్పాడు.అందరూ ఆతడు చెప్పిన పద్ధతికి మెచ్చుకొని వప్పుకున్నారు. చతురంగ బలా
లతో సహాఅందరూ యుద్ధానికి సిద్ధమయ్యారు. రణభేరులు మ్రోగాయి. దుర్యోధనుడు తన
సేనలకు ధైర్యం కలిగించగా శల్యుడు గర్వంగా, పరాక్రమంతో, భూమి కంపించేంత
వేగంగా పాండవ సైన్యాన్ని యెదుర్కొన్నాడు. ఇరుపక్షాల సైన్యం విజృంభించి

యుద్ధం చేయసాగారు. దుర్యోధనుడు భీముడి జెండా కొయ్యను విరగకొట్టి, విల్లును కూడా విరగకొట్టాడు.భీముడు శక్తి బాణం ప్రయోగించగా దుర్యోధనుడు మూర్ఛపోయాడు రధసారధి తలతెగి క్రింద పడ్డాడు. అంతటితో రధానికున్న గుఱ్ఱాలు రధాన్ని వాటిష్టం వచ్చినట్లు లాక్కుపోయాయి. అదిచూసి అశ్వత్థామ, కృపాచార్యుడు, కృతవర్మలు 15
పాండవ సైన్యాన్ని యెదుర్కొన్నారు. వారిని అర్జునుడు యెదుర్కొన్నాడు. అశ్వత్థామాదులు ధర్మరాజును చుట్టుముట్టారు. ఆ యుద్ధంలో ఏనుగులు, గుఱ్ఱాలు, రధాలు, పదాతిదళాలను ముక్కలు ముక్కలుగా చేస్తూ సరదాగా తిరిగారు. ఆ యుద్ధం లో సున్నిత హృదయుడన్న పేరున్న ధర్మరాజు కూడా కఠినుడైనాడు. శల్యుడు పరాక్ర మంతో వేసిన బాణాలను యెదుర్కొని చిరునవ్వుతో తన తీవ్రమైన బాణాలను ప్రయోగిం చాడు. ఇద్దరూ తమతమ శంఖాలను పూరించారు. ఒకరిపై ఒకరు తీవ్రమైన బాణాలు ప్రయోగించుకున్నారు. ఎవరు ఎవరిని చంపుతారో అని ఆదుర్దాగా చూస్తున్నారందరు. ఆ సమయంలో శల్యుడు ధర్మరాజు ధనస్సును విరిచేశాడు. ధర్మరాజు మరో ధనస్సు తీసుకొని శల్యుడి ధనస్సు విరిచేసి, మూడువందల బాణాలు ఆతనిపై ప్రయోగించి, రధానికున్న గుఱ్ఱాలను, సారధిని చంపేసి, జెండాను విరిచేసరికి, సైన్యం చెల్లాచెద రైంది. శల్యుడు చేయి కదపలేని స్థితిలో పడిపోయాడు. అటువంటి ఆతడిని తన రథం మీదకు మార్చి దుర్యోధనుడు శల్యుడిని తీసుకుపోయాడు. ధర్మరాజు పెడబొబ్బలు పెడుతూ కౌరవసైన్యాన్ని దూరం పారిపోయేలాగా చేశాడు. అంతలోనే శల్యుడు మరో రథం తీసుకొని ధర్మరాజుపై గురిపెట్టి బాణాలు వదులుతూ వచ్చేశాడు. అప్పుడు కౌరవ వీరులందరూ వచ్చి శల్యుడిని యెదుర్కొన్నారు. సాత్యకిని పది బాణాలతోను, భీమ, నకుల, సహదేవులను ఒక్కర్కరిని మూడేసి బాణాలతోను బాధించాడు. అప్పుడు ధర్మ రాజు తొమ్మిది వాడైన బాణాలను శల్యుడి దేహంలో గుచ్చుకొనేలాగా వేశాడు. ఈవిధంగా ఒకరిని ఒకరు బాధించుకుంటూ ఒకరికంటే ఒకరు నైపుణ్యంగా బాణాలు వేసుకుంటూ యుద్ధం చేశారు. శల్యుడు, ధర్మరాజు రెండు పెద్దపులులు పోట్లాడుకున్నట్లు యుద్ధం చేశారు. ఒకరి వక్షస్థలాలు మరొకరు గాయపరుచుకున్నారు. ఒకరినొకరు తీవ్రంగా

గాయపరచుకుంటున్నారు. మూర్ఛలు పోగొట్టుకుంటున్నారు, తేరుకుంటున్నారు, కవచాలు చీల్చుకుంటున్నారు. కృపుడు, భీముడు, దృష్టద్యుమ్నుడు, నకులుడు, సహదేవుడు, అందరూ ఒకరు యెదుటివారి రథాన్ని కూలిస్తే మరొకరు యెదుటివారి ధనస్సులు విరిచేస్తున్నారు. అంతా ఓ పద్ధతి లేకుండా దొమ్మీపద్ధతిలో జరుగుతోంది 16
యుద్ధం. ధర్మరాజు రథం లేనివాడయి.....

"నీవు శల్యుడిని చంపు!" అని యుద్ధానికి పంపాడు కృష్ణుడు. ఆ విధంగా జరగదా? ఒక్కక్షణం ఆలోచించి శ్రీకృష్ణుడి మాటలు అబద్ధం యెందుకవుతాయి, కావు! అని ధైర్యం తెచ్చుకొని, త్రినేత్రుడిని, సృష్టి, స్థితి లయాలకు కారకుడైన పరమాత్మను శరణు వేడుకుంటాను! ఆ కృష్ణపరమాత్మను వేడుకుంటాను! అంటూ.....పరమశివుడిని, శ్రీకృష్ణుని భక్తితో, శ్రద్ధతో ప్రార్థిస్తూ శల్యుడిపై బాణాలు ప్రయోగించాడు ధర్మరాజు. శల్యుడు ధర్మరాజుపై బాణప్రయోగం చేసే సమయంలో భీముడు శల్యుడి విల్లు ఖండించి, రెండు బాణాలతో శరీరాన్ని నొప్పించి, ఆతడి గుఱ్ఱాలను, సూతుడిని కూల్చి, కవచము, బల్లెములతో ఆతడిని నేలపై పడేశాడు. శల్యుడు రథం, కవచం లేనివాడై రెండు కళ్ళు ఎఱ్ఱబడగా, కాలినడకన యముడివలె విజృంభించి ధర్మరాజుపై దాడి చేయగా, భీముడు రణధ్వనులమధ్య శల్యుడి కత్తి, డాలులను ఖండించాడు. శల్యుడు అధైర్యపడక అనుచరులు అందిచిన మరో కవచం, గద, దండాలు తీసుకొని ధర్మ రాజును ఢీకొన్నాడు. ధర్మరాజుకు సాత్యకి, దృష్టద్యుమ్నుడు, శిఖండి, ఉపపాండవులు, నకులసహదేవులు వదిలిన బాణాలను లెక్కచేయకుండా, భీముడి గదాఘాతాలకు లెక్కచేయకుండా విజృంభించాడు శల్యుడు. ఆతడిని చూసి ధర్మరాజు పెరిగిన కోపంతో శ్రీకృష్ణుడు చెప్పిన "శల్యుడు నీ వంతు" అన్నమాటలు గుర్తుతెచ్చుకొని, కృష్ణుని మీద ధ్యానముంచి, "నన్ను అనుగ్రహించు!" అని కోరుకుంటూ, నమస్కరించి, శక్తి ఆయుధాన్ని తీసుకొని, నిప్పులు కురిపించే కళ్ళతో త్రిపురాసురులను చంపిన శివుడి లాగా, ప్రకాశిస్తున్న ఆ ఆయుధాన్ని శల్యుడిపైకి విసిరాడు. ఆ ఆయుధం శల్యుడి కవచాన్ని చీల్చుకొని, గుండెను చీల్చుకొని, వెన్నులోనించి బయటకు వచ్చి, భూమిలో

ప్రవేసించింది. ఆ ఆయుధం తాకిడికి శల్యుడు ముక్కునుంచి, చెవులనుంచి, కళ్ళ
నుండి, రక్తం కారుతూ చేతులు రెండూ చాచి ధర్మరాజుకభిముఖంగా నేలమీద బోర్లా
పడిపోయాడు. శల్యుడు ధర్మరాజువలన మరణించాడు. అన్న మరణంచూచి శల్యుడి 17
తమ్ముడు అతికోపంగా, అతివేగంగా ధర్మరాజుని యెదుర్కొన్నాడు. ధర్మరాజు ఆతడి
విల్లు నారిని తెంచేసి, ఒకే ఒక్క బల్లెపు దెబ్బతో ఆతడి తలను ఖండించాడు.
ఈ విధంగా తమ్ముడితోసహా శల్యుడిని చంపిన ధర్మరాజును పాండవ ప్రముఖులందరూ
త్రిపురాసురులను చంపిన ఆ పరమ శివుడిగానే భావించి పొగిడారు.

ॐ

శ్రీమదాంధ్ర మహాభారత కథలు

శకుని మరణం

18

ఎన్నోసార్లు ధర్మరాజుకంటే శల్యుడే శౌర్యవంతుడని ఇతరులు భావించే సందర్భాలు రావటం, ఒకరివల్ల మరొకరు మూర్ఛలు పోవటం, ధర్మరాజుకు కృష్ణుడన్న "శల్యుడు నీవంతుడు" అన్న మాట గుర్తువచ్చి మరల ధైర్యం, పరాక్రమం పెల్లుబికి రావటం, చివరికి ఈశ్వరుని, శ్రీకృష్ణుని మనసారా, భక్తితో, చిత్తశుద్ధితో ప్రార్థించి "శక్తి" ఆయుధాన్ని ప్రార్థించి, ధర్మం జయిస్తుందనే నమ్మకంతో శల్యునిపై ప్రయోగించాడు ధర్మరాజు. ఆయుధం శల్యుని కవచాన్ని, గుండెను, వెన్నును చీల్చుకొని భూమిలో దిగిపోయింది. శల్యుడు కళ్ళనుంచి, చెవులనుంచి, నోటినుంచి నెత్తురు కారుతూ, రెండు చేతులు చాచి, ధర్మరాజుకు అభిముఖంగా బోర్లా పడిపోయాడు. అన్న చావు చూచి ఆతని తమ్ముడు ధర్మరాజును ఎదుర్కొనగా, ఆతడి శిరస్సు కూడా ధర్మరాజు ఖండించాడు. అప్పుడు ధర్మరాజుని త్రిపురాసుర సంహారుడైన శివుడితో పోల్చి ఆనందించారు పాండవులు. అపుడు పాండవ సేనావ్యూహంలో విజయ భేరీలు మ్రోగాయి. కౌరవ సైన్యం పారిపోసాగారు. చెప్పటం ఆపాడు సంజయుడు.

ధృతరాష్ట్రుడు దీర్ఘంగా నిట్టూర్చి .....

"ఆతరువాత యేంజరిగింది?" అడిగాడు.

"పారిపోతున్న కౌరవ సైన్యాన్ని, సాత్యకిని వెంటపడి తరమటం చూసి సాత్యకిని కృతవర్మ ఎదుర్కొన్నాడు. సాత్యకికి తోడుగా యాదవ వీరులందరూ వచ్చారు. యుద్ధం భీకరంగా సాగింది. సాత్యకిని వాడైన బాణాలతో నొప్పించి రథాలకున్న గుఱ్ఱాలను గాయపరచి, ఆతని ధనస్సును విరిచేశాడు. సాత్యకి మరో బాణం తీసుకొని కృతవర్మను

వాడైన బాణాలకు గురిచేసి, గుఱ్ఱాలను, సారథిని చంపాడు. అశ్వత్థామ కృతవర్మను తన రథంమీద పక్కకు తీసుకు వెళ్ళాడు. ఆసమయంలో కృపాచార్యుడు ధర్మరాజును యెదుర్కోగా ధర్మరాజు కృపాచార్యుడి శరీరంలోని ఎముకలకు దెబ్బతగిలేలాగా బాణాలు వేశాడు. కృపాచార్యుడు పదహారు బాణాలతో ధర్మజుడిని, గుఱ్ఱాలను కొట్టాడు. ఇంతలో 19
శల్యుడి చుట్టాలు అనేకులు పెడబొబ్బలుపెడతూ పాండవుల మీదకు విజృంభించారు. అది చూసి దుర్యోధనుడు.......

"మీరు వెళ్ళకండి. నాదగ్గరకు రండి" అంటూ ఎంతగా పిలిచినా శల్యుడి బంధుగులు పాండవులను యెదుర్కొన్నారు. అర్జునుడు, భీముడు, నకులుడు, సహదేవుడు ఉప-పాండవులు, సాత్యకి, దృష్టద్యుమ్నుడు, శిఖండి చతురంగ బలలాలతో కూడి మద్రదేశ వీరులను యెదుర్కొన్నారు.

"పాండవులు వీరందరినీ వూరికేనే చంపేస్తారు. ఎంచేద్దాం?" అన్నాడు శకుని.

"నాతో ఒక్కమాట కూడా చెప్పకుండా పిలుస్తున్నా వినిపించుకోకుండా వెళ్ళిపోయారు. ఇప్పుడు నీ సలహా యేమిటి!" అడిగాడు దుర్యోధనుడు.

"శల్యుడు నిన్ను నమ్మి వచ్చాడు. అంటే ఆతని బలగమంతా నిన్ను నమ్మి వున్నట్లే కదా!" అన్నాడు శకుని.

వెంటనే సుయోధనుడు తన సైన్యాన్ని కూడదీసుకొని విజృంభించి పాండవుల మీదకు దూకాడు. కానీ అర్జునుడు, భీముడు మొదలైన యోధులందరూ శల్యుడి చతురంగ బలాలను యమపురికి పంపారు. పాండవులు శత్రువులను జయించి సంతోషంగావుండగా, దుర్యోధనుడి సైన్యం భయంతో కృంగిపోయారు. దుర్యోధనాదులకు భీష్మాదుల మరణాలు గుర్తువచ్చి దిగులేసింది.

"ఇంక పాండవులదే జయం. దృతరాష్ట్రునికి దుర్యోధనుని అంతం కూడా చూస్తాడు. ఈభూమండలానికంతటికీ రాజు ధర్మరాజేను. విష్ణు భక్తులకు సర్వసంపదలూ దొరుకుతాయి." అని పాండవ పక్ష పెద్దలు, పిన్నలూ ఓ నిర్ణయానికి వచ్చారు. అటువంటి సమయంలో దుర్యోధనుడు ......

"నేను ధైర్యం కలిగిస్తేగానీ ఈసైన్యానికి ధైర్యం రాదు." అని నిర్ణయించుకొని అందరినీ
గట్టిగా అరిచి, వారందరికీ యుద్ధమంటే ఉత్సాహం కలిగే మాటలు మాట్లాడాడు.
అందరం యెక్కడకు పారిపోతాం? ఎక్కడికి పోయినా మనను వారు వెంటాడి
వేటాడుతారు. అయినా యిప్పుడు కృష్ణుడు, అర్జునుడు, ధర్మరాజు, ఒకరేమిటి పాండవ 20
పక్షం వారంతా బాగా యుద్ధం చేయటమే కాక, గెలిచామన్న ఆనందంలో పరాకుగా
వుంటారు. ఇదే మనకు మంచి తరుణం. మీరంతా యుద్ధం చేసి, గెలవండి!" అంటూ
అరిచాడు. అందరూ మరల యుద్ధం చేయటం ప్రారంభించారు. భీముడు రథం దిగి
భయంకరంగా విజృంభించి, ఇరవైవేల మంది వీరులను సంహరించాడు. ఏనుగులు,
గుఱ్ఱాలు, రథాలు, అన్నీ అర్జునుడి గాండీవానికి బలైయ్యాయి. నకుల, సహదేవులు,
సాత్యకి, వాడి బాణాలతో శకునిపై కలియబడ్డారు. సాల్వుడు కూడా ఏనుగుపై వుండి
వీరత్వాన్ని ప్రదర్శిస్తూ పాండవుల ఏనుగుల గుంపులను, గుఱ్ఱాలను, కాల్బలాన్నీ
నాశనం చేయసాగాడు. దృష్టద్యుమ్నుడు ఆతడిని యెదుర్కొనగా, సాల్వుడు దృష్టద్యు
మ్నుని ఏనుగు చేత త్రొక్కించే ప్రయత్నంలో గజరాజును పురికొల్పగా, దృష్టద్యుమ్నుడు
తన బాణాల సమూహంతో ఏనుగు కుంభస్థలాన్ని కొట్టగా అది పారిపోయింది.
మరల మరో ఏనుగును ఉసిగొల్పాడు సాల్వుడు. ఆ ఏనుగు వచ్చి దృష్టద్యుమ్నుని
రథాన్ని తాకగానే ఆతడు ఎగిరి నేలమీదకు దూకాడు. ఏనుగు రథాన్ని పైకెత్తి కాస్సేపు
గిరగిరా తిప్పి నేలకేసి కొట్టింది. భీముడు, శిఖండి, సాత్యకి అతివేగంగా భయంకరమైన
బాణాలతో యెదుర్కొనారు. సాల్వుడు కూడా తగిన బాణాలతో సమాధానమిచ్చాడు.
దృష్టద్యుమ్నుడు సమయస్ఫూర్తిగా ఆ ఏనుగు దగ్గరకు చేరి గదతో దాని కుంభస్థలాన్ని
పగులగొట్టగా, ఆ గజం నేలకూలింది. ఆసమయంలోనే విశాలమైన, పదునైన బాణంతో
సాల్వుడి తలను నరికాడు సాత్యకి. కౌరవ సైన్యం భయంతో వెనుదిరిగారు. అంతలో
కృతవర్మ విజృంభించి పెద్దపెద్దగా బొబ్బలు పెట్టి పరాక్రమంతో సాత్యకిని యెదుర్కొ
న్నాడు. వారిద్దరూ చేసే యుద్ధం రెండు వైపుల సైన్యం భయపడి చూడసాగారు.
సాత్యకి వాడైన బాణాలతో కృతవర్మను నొప్పించాడు. కృతవర్మ సాత్యకి వింటిని

విరిచేయగా మరోవిల్లు తీసుకొని, కృతవర్మ గుఱ్ఱాలను, సారథిని చంపేశాడు. కృతవర్మ రథం లేనివాడై బల్లెంతో సాత్యకి శూలాన్ని ఖండించాడు. దుర్యోధనుడొక్కడే ప్రతివ్యక్తికీ ఓదుర్యోధనుడై పాండవసైన్యంతో యుద్ధం చేయసాగాడు. ధర్మరాజును నూరు బాణాల తోను, భీముడిని డెబ్బై బాణాలతోను, సహదేవుడిని ఐదు బాణాలతోను, నకులుడిని అరు 21
వదినాలుగు బాణాలతోను, దృష్టద్యుమ్నుని ఏడు బాణాలతోను, ఉపపాండవులను ఐదేసి బాణాలతోను, సాత్యకిని మూడు బాణాలతోను బాధించి సహదేవుని విల్లు ఖండించగా, సహదేవుడు మరొక విల్లు తీసుకొని మిగిలిన రథికులను తీసుకొని దుర్యోధనుడి దగ్గరకు వచ్చి ఒక్కొక్కడు అనేకబాణాలను ప్రయోగించగా, అన్నిటినీ ఆటలాగా తప్పించుకొని యుద్ధం చేస్తూ వుండగా, కౌరవ వీరులందరూ పాండవ వీరులను యెదుర్కొన్నారు. భీముడు, అశ్వత్థామ, తమ భుజబలం ప్రదర్శిస్తూ యుద్ధంచేశారు. శకుని కఠినమైన పరాక్రమంతో ధర్మరాజు గుఱ్ఱాలను నాలుగు బాణాలతో చంపేశాడు. వెంటనే సహదేవుడు ధర్మరాజును తన రథంమీద కూర్చోపెట్టి యుద్ధం మధ్యభాగంనుంచి ప్రక్కకు పంపాడు. కొంత సమయం జరిగాక ధర్మరాజు మరో రథంలో వచ్చి శకునిని యెదుర్కొనాడు. వారిద్దరి యుద్ధం చూసి దేవతలు, గరుడులు, ఆకాశసంచారులైన సిద్ధగణాలు, ఆశ్చర్యం పొందారు. శకుని పుత్రుడు ఉలూకుడు, నకులుడు, మహాపరాక్రమంతో పోరాడారు. సాత్యకి, కృతవర్మ, సాటిలేని పరాక్రమంతో పోరాడారు. దుర్యోధనుడు దృష్టద్యుమ్నుని ధనువును ఖండించి, మరికొన్ని బాణాలతో ఆతనిని బంధించాడు. ఆఇద్దరి యుద్ధం చాలా గొప్పగా వుంది. ఉపపాండవులు దుర్యోధనుడిని సమీపించి బాధించారు. దుర్యోధనుడు కూడా ఉపపండవులను కలతబడేటట్లు చేశాడు. ఆవిధంగా ఒకరినొకరు బాధించుకుంటూ, తమతమ పరాక్రమాలు ప్రదర్శించుకున్నారు. ఏపక్షం వారి సైన్యం బలహీనులైతే వారు వారి సైన్యాన్ని ప్రోత్సహించుకోవటం, యుద్ధం చేయటం, ఈవిధంగా జరుగుతూనే వున్నది. ధర్మరాజు కృపుని, కృతవర్మను నిరథులను చేయటం చూసి దుర్యోధనుడు ఏడువందల రథాలు ధర్మరాజును కమ్ముకొనేలా చేశాడు. అప్పుడు శిఖండి ఆ రథాల సమూహాన్ని వాడైన బాణాల సమూహంతో ఖండించాడు. అపుడు అనేక దుశ్శకునాలు కన్పించాయి. అప్పుడు శకుని....

“మీరంతా యుద్ధం చేస్తూ వుండండి. నేను వెనకనుంచి ముట్టడించి పాండవులనందరినీ చంపేస్తాను!“ ధృఢంగా చెప్పి ముందుకు సాగగా, శకుని పరాక్రమానికి పాండవసైన్యం వెనుదిరిగి పోతుండగా, ధర్మరాజు సహదేవుడిని చూచి...

“ఐదువేల అశ్వదళంతో నీవు, ఉపపాండవులు కలసి శకునిని యెదుర్కోండి!“ 22
ఆజ్ఞాపించాడు.

సహదేవుడు అన్నఆజ్ఞను అమలు చేశాడు. శకునికి సహదేవుడు, ఉపపాండవుల అశ్వికదళానికి కౌరవ సైన్యానికి యుద్ధం చాలా ఘోరంగా జరిగింది. ఆ యుద్ధంలో, బల్లాలు, ఈటెలు, యేది కనపడితే అది తీసుకొని దొమ్మీయుద్ధం చేశారు. సహదేవుడు రెండువేల గుఱ్ఱాలతోను, శకుని ఆరువేల గుఱ్ఱాలతోను విడిపోయారు. శకుని దృష్టద్యుమ్నుని సేనపై విరుచుకు పడ్డాడు. దృష్టద్యుమ్నుడి పరాక్రమంతో కౌరవుల మూడువేల ఐదువందల గుఱ్ఱాలు చనిపోయాయి. యుద్ధభూమిలోని చచ్చిన మానవ శరీరాలు, జంతువుల కళేబరాలు కుళ్ళిన వాసనలు పీల్చగా చాలామంది సైన్యానికి మత్తు కమ్మినట్టయింది. చావగా మిగిలిన ఏడువందల గుఱ్ఱాలతో శకుని తప్పించుకొని యుద్ధభూమిని వదిలి దుర్యోధనుడిని దగ్గరకు చేరాడు.

“నేను గుఱ్ఱాలను చంపాను. వీలైనంత త్వరగా పాండుపుత్రులను చంపాలి. మనమిప్పుడు మన ప్రాణం గురించి ఆలోచిస్తే అవతలి వారిని జయించలేము. ముందుగా ఏనుగులు, ఆతరువాత పదాతిదళాన్ని సంహరించాలి. ఆవేశంతో, పాండవులందరినీ చంపగలను.“ అనుకుంటూ నమ్మకంతో సేనాసమూహంతో అధిక వేగంగా రథం నడుపుకుంటూ పోయాడు. ఆ దుర్యోధనుడిని చూసి...

“కృష్ణా! మన రథాన్ని వేగంగా పోనీ. ఆ దుర్యోధనుడి సేనను నసింపచేద్దాం! ఈరోజుకు యుద్ధం మొదలయి పద్ధెనిమిది రోజులయింది. సముద్రమంత కౌరవసైన్యం ఇపుడు గోపాదమంత లేదు. అటువంటి దుర్యోధనుడు యుద్ధానికి ఉత్సాహంగా వస్తున్నాడు. వీరికి సరైన ఆలోచనలు రావా? సర్వసంపదలతో హాయిగా కూర్చొని తినక, యుద్ధానికి దిగాడు. భీష్ముడు యుద్ధభూమిలో అర్జునుడు. పడిపోయినప్పుడు కౌరవులు బుద్ధిగా సంధి చేసుకోవాలి. భీష్ముడు ఎంత ప్రయత్నించినా సుయోధనుడు వినలేదు.

యుద్ధానికే సిద్ధమయ్యాడు. దాంతో ఆతడు యెంత మూఢుడో అర్ధమవుతోంది.
భగదత్తుడు యుద్ధంలో తన ఏనుగు, ఆతను చనిపోవటం చూసి, సైంధవుడి మరణం
చూసి, ఆతడిని రక్షించటానికి బలైన రాజులను చూసి, నా శపథం, ద్రోణుడి మరణం,
దుశ్శాశనుడి మరణం, తమ్ములతో సహా కర్ణుడి, శల్యుడి మరణం చూసికూడా వివేకం 23
లేకుండా ప్రయత్నిస్తున్నాడు దుర్యోధనుడు. ఆతడి ప్రాణం వున్నంత వరకు ధర్మరాజుకు
రాజ్యాన్నివ్వడు. ఈమాటను రాయబారానికి వచ్చినప్పుడు విదురుడు చెప్పాడు. అదే
నిజమయింది. సుయోధనుడు పుట్టినపుడు కనిపించిన దుశ్శకునాల సంగతులన్నీ చెప్పి,
ఆతడి వలన సర్వరాజుల క్షయం తప్పదని మునులు చెప్పారట. అదే నిజమవుతోంది“
అన్నాడు కృష్ణుడు.

“నిజాలన్నీ తెలిసినా ఇంకా గర్వంతో యుద్ధానికి వస్తున్న ఆ మదాంధుని సైన్యంతోసహా చంపేస్తాను!“ అన్నాడు అర్జునుడు.

కృష్ణుడు రధాన్ని దుర్యోధనుడి వైపు పరిగెత్తించాడు. అర్జునుడు పరాక్రమంతో విజృంభించాడు. భయంకరమైన యుద్ధం జరిగింది. అది యేవిధంగానంటే, అర్జునుడితో కౌరవ సేన పడగొట్టబడి, విడగొట్టబడి, పారిపోయేలాగా జరిగింది. దుర్యోధనుడు మరల సైన్యాన్ని కూడగట్టటం, అర్జునుడు వారిని పారిపోయేలాగా చేయటం, అటువంటి సందర్భంలో దుర్యోధనుడు దృష్టద్యుమ్నుడి వక్షస్థలంలో కఠినమైన బాణాలు నాటాడు. దుర్యోధనుని రధం సారధిలతో సహా నాశనం కాగా దుర్యోధనుడు రధం దిగి, ఉత్తమాశ్వాన్ని ఎక్కి, మరోచోటకు పోయి, ఏనుగుల గుంపును అర్జునుడి మీదకు తోలాడు.

అపుడు అర్జునుడు బలమైన బాణాలను ప్రయోగించగా, భీముడు తన గదతో ఏనుగుల మీదకు కలియబడగా, వాటి తొండాలు, దంతాలు, ముక్కలైపోయాయి. అవి గాయాలతో రక్తం కారుతూ, బాధతో, యిష్టమొచ్చినట్లు పరిగిడుతుంటే, అది చూసి నకుల, సహదేవులు మొదలైన వీరులు ఆవైపు పరిగెత్తారు. ఆసమయంలో అశ్వథ్థామ, కృతవర్మ, కృపాచార్యులు, దుర్యోధనుడి సైన్యసమూహాలలో దుర్యోధనుడిని వెతుక్కుంటూ వెళ్ళారు. విరిగిపోయిన రధాలు, శవాలు, జంతువుల మృతకళేబరాలు, సజీవంగా వుండి యుద్ధం చేసే జనాలమధ్యలో దుర్యోధనుడు కనిపించక, కనిపించిన వారినల్లా అడుగుతూ,

దుర్యోధనుడు చనిపోయాడేమోననే భయంతో వెతుకుతుండగా... దుర్యోధనుడు శకుని వైపు వున్నాడని చెప్పారు. అందరూ ఆవైపు పరిగెత్తారు. దృష్టద్యుమ్నుడు మొదలైన వారంతా విజృంభించి కౌరవ సేనను ముంచేశారు. అపుడు సంజయుడు సాత్యకికి పట్టు
బడ్డాడు. అప్పుడు భీముడు ఏనుగుల సమూహాలను నాశనం చేస్తున్నాడు. దుర్యోధనుని 24
సోదరులు దుర్మర్షణ, శృతాంత, జైత్ర, భూరిబల, రవి, జయత్సేన, సుజాతుడు, దుర్విష, దురింవమోచన, అరిహ, దుష్ప్రధర, శృతపర్వ, మహాబాహు, సుదర్శనులు భీముడిని పౌరుషంగా యెదుర్కొన్నారు. భీముడు వారినందరినీ చిత్ర విచిత్రమైన ఆయుధాలతో చంపేశాడు. చావగా మిగిలిన మల్ల వీరుడు సుదర్శనుడు. భీముడు, ఆతడు, ఐదు వందల రథాలను, ఏడు వందల ఏనుగులను, ఎనిమిది వందల గుఱ్ఱాలను, పదివేల కాల్బలాన్ని అనేక విధాల విన్యాసాలతో అంతమొందించాడు. దానికి దుర్యోధనాదులు దుఃఖించారు. అపుడు శ్రీకృష్ణుడు అర్జునిడితో.....

"అర్జునా! శతృవులు తగ్గిపోయారు. సంజయుడిని సాత్యకి అవమానించి పట్టుకొచ్చాడు. మీరంతా కలసి వారి గుఱ్ఱాలను సంహరించాలి. ఆదుర్యోధనుడిని నీవైనా బాణాలతో భయంకరంగా చంపు. ధృతరాష్ట్రుడి కొడుకులందరూ భీమునిచేతిలో హతమయ్యారు. ఇంక ఒక తమ్ముడు సుదర్శనుడు, దుర్యోధనుడు మాత్రమే వున్నారు. ఇప్పుడు వారు చావాలి." అన్నాడు కృష్ణుడు.

"కృష్ణా! భీష్ముడిని, ద్రోణుడిని, కర్ణుడిని, దుశ్శాశనుడిని, చివరకు శల్యుడిని, అనేక సేనాసమూహంతోసహా నీ అనుగ్రహంతో, మహిమతో, మాచేత చంపించావు. ఇప్పుడున్న సేనా సమూహాన్ని అంతం చేయటం అంత కష్టం కాదు. అదికూడా నీదయతోనే. శకునితో వున్నవి రెండువందల రథాలు, రెండువేల కాల్బలం, ఐదువందల గుఱ్ఱాలు, ఇంతే కదా! అదికూడా కృప, కృతవర్మ, అశ్వథ్థామలు కలసి నిలబెడితే వున్నాయి. నేను కదిలానంటే వీరందరినీ తృటిలో సంహరిస్తాను. ఈరోజుతో పాండవుల బలపరాక్రమాలు ప్రపంచమంతటికీ తెలుస్తాయి!" అన్నాడు అర్జునుడు.

కృష్ణుడు అర్జునుడి మాటలు విని సంతోషంతో ఉత్సాహంగా రథాన్ని దుర్యోధనుడి వైపు నడపసాగాడు. సహదేవుడు, భీముడు, దుర్యోధనుడిని సంహరించే ప్రయత్నం గట్టిగా చేయసాగారు. శకుని తన మేనల్లుడిని రక్షించుకోటానికి శత్రువులను యెదుర్కొ
న్నాడు. శకుని, సుశర్మ, అర్జునుడిని యెదుర్కొన్నారు. అర్జునుడు సుశర్మను మూడు 25
బాణాలతో చంపాడు. ఆతడి గుఱ్ఱాలు వచ్చి మీదపడగా వాటన్నింటినీ చంపాడు. సుశర్మ కొడుకులను మూడేసి బాణాలతో మప్పైమందిని చంపాడు. చివరకు మిగిలిన దుర్యోధనుడి తమ్ముడు సుదర్శనుడు భీముడిని యెదిరించాడు. భీముడు ఆతడిని బాణ సముదాయంతో బంధించి, శిరస్సును ఖండించాడు. అపుడు సుదర్శనుడి సైన్యం భీముడిని చుట్టుముట్టగా, ఆసైన్యాన్నంతటినీ తుదముట్టించాడు భీముడు. ఇదంతా చూసిన దుర్యోధనుడు సహదేవుడిని యెదుర్కొన్నాడు. ఇద్దరూ చాలా పరాక్రమంతో యుద్ధం చేశారు. ఓసమయంలో భీముడు దుర్యోధనుడిని గాయపరిచాడు. దుర్యోధనుడు సహదేవుడి నుదుటిని గాయపరిచాడు. సహదేవుడు సొమ్మసిల్లి పడిపోయాడు. అంతలో భీముడు కోపంతో దుర్యోధనుడిని బాణాలతో బంధించి వేశాడు. మూర్ఛనుంచి కోలుకున్న సహదేవుడు శకునిపై పది బాణాలు వేసి, ఆతని విల్లు విరిచేశాడు. శకుని మరో ధనువు తీసుకొని, నకులుడిని, భీముడిని యెదుర్కొన్నాడు. శకుని కొడుకు ఉలూకుడు భీమ, సహదేవులను వాడైన బాణాలతో బాధించగా, ఉలూకుని అనేక బాణాలతో నొప్పించి, భీముడు శకుని సైన్యాన్ని భయపడి పారిపోయేలా చేశాడు. ఉలూకుడు సహదేవుడిని బాణాల వెల్లువలో ముంచగా, సహదేవుడు పదునైన బల్లెంతో ఉలూకుడి తలను ఖండించాడు. అదిచూసి శకునికి విపరీతమైన దుఃఖం వచ్చింది. ఒకప్పుడు విదురుడు చెప్పిన మాటలు గుర్తువచ్చాయి. అంతలోనే మరల కోలుకొని సహదేవుడిపై తిరగబడ్డాడు. సహదేవుడు మరల శకుని ధనస్సుని విరిచాడు. శకుని పరాక్రమంతో సహదేవుడి మీద ఓపెద్ద కత్తి, కట్టి, ఇనుప గద, శక్తి ఆయుధాన్ని కూడా ప్రయోగించగా, సహదేవుడు వాటన్నిటినీ నాశనం చేయగా, శకుని, అతని అనుచరులూ కూడా యుద్ధభూమినుంచి పారిపోయారు. పాండవపక్షం వారంతా చాలా ఆనందించారు. దుర్యోధనుడు దుఃఖించాడు.

శకుని పార్శ్వ రక్షకులు సహదేవుడిని కమ్ముకున్నారు. అపుడు శకుని కూడా మనస్సులో
ఓనిశ్చయం చేసుకొని అశ్వదళంతో మరల సహదేవుడిని కమ్ముకున్నాడు.
"రాజధర్మం విడిచి భయపడి పారిపోకూడదు. నీలాగే ధైర్యంగా వుండాలి. సరే మాయా
జూదమపుడు నీవు ధర్మరాజును యెన్నో రకాల మాటలన్నావు కదా! ఇప్పటికైనా మా 26
కోపం, బలం, పరాక్రమం, అన్నీ అర్థమయాయా? ఓమామా! మమ్మల్ని అనవసరంగా
అవమానించి, కష్టాలపాలు చేశావు. కురువంశాన్ని తగులబెట్టావు. ఇంక దుర్యోధను
డొక్కడే మిగిలాడు. ఆతడు చూస్తూండగానే నీ తలను నేలమీద దొర్లిస్తాను. పారిపోకు!"
అంటూ...... యెన్నో విధాల మాటలతో అవమానించి, పది బాణాలు ఆతడి దేహంమీద
నాటి, ఆతడి గుఱ్ఱాలు, ధ్వజం, గొడుగు, ధనువు, అన్నింటినీ ఖండించి, పెద్దగా
అరిచాడు. శకుని సహదేవుడిపై శక్తి ఆయుధాన్ని ప్రయోగించబోగా, సహదేవుడు కోపంతో
శకుని ప్రయోగించబోయిన శక్తి ఆయుధాన్ని ఖండించి, రెండు బల్లాలను ప్రయోగించి,
ఆతడి తలను మొండెంనుంచి వేరు చేశాడు. ఈ విధంగా కౌరవుల క్రూరత్వాన్ని పెంచి
పోషించిన శకునిని చంపిన తమ్ముడు సహదేవుడిని చూసి ధర్మరాజాదులు అత్యంత
ఆనందంతో తమ, తమ శంఖాలు పూరించగా, కృష్ణుడు కూడా తన పాంచజన్యాన్ని
పూరించాడు. అపుడు దుర్యోధనుడు, ఆతడి సైన్యమూ, శకుని సైన్యమూ, సహదేవుడిపై
అనేక అస్త్ర, శస్త్రాలను ప్రయోగిస్తూ కలియబడగా, అర్జునుడు, భీముడు, ఆ అస్త్ర
శస్త్రాలను నిరుపయోగంగా చేయగా, దుఃఖిస్తూ కూడా అర్జునాదుల మీద తిరగబడ్డాడు.
అర్జునుడి ప్రతాపంతో అంతా నాశనం కాగా దుర్యోధనుడొక్కడే మిగిలాడు. ఆతడు
అక్కడినుంచి తప్పుకున్నాడు." చెప్పటం ఆపాడు సంజయుడు.
"అప్పటికి కుంతీ కుమారులకు సైన్యమెంత మిగిలింది? నాకొడుకేమయ్యాడు?"
అడిగాడు ధృతరాష్ట్రుడు.
"రెండువేల రథములు, ఏడువందల ఏనుగులు, అయిదువందల గుఱ్ఱాలు, పదివేల
కాల్బలం, దృష్టద్యుముడు యుద్ధభూమిలో వున్నాడు. నీ కొడుకు మాత్రం ఏకాకిగా

నిలబడివున్నాడు. తరువాత ఆతడు గదను భుజాన వేసుకొని యుద్ధభూమినుంచి నడుచుకుంటూ వెళ్ళిపోయాడు.“ దుఃఖంతో పూడుకు పోయిన గొంతుతో చెప్పాడు సంజయుడు.

27

సాత్యకి - సాల్వుడిని,
అర్జునుడు - త్రిగర్తరాజులను, సత్యకర్మను, శర్మ, ఆతనికొడుకులు 30 మందిని,
భీముడు - దుర్యోధనుడి తమ్ములు 14 మందిని, చివరి తమ్ముడు సుదర్శనుడిని,
సహదేవుడు - శకుని, ఆతని కొడుకు ఉలూకుడిని చంపారు.

శ్రీమదాంధ్ర మహాభారత కథలు 28

మడుగులో దుర్యోధనుడు

సంజయుడు చెప్పగా శల్యుడు, అతని తమ్ముడు, బంధువులందరూ మరణించారనీ, సహదేవుడు శకునిని చంపినట్లు, దుర్యోధనుడు తన చివరి తమ్ముడిని కూడా పోగొట్టు కొని నిర్వీర్యుడై గదను భుజాన వేసుకొని వంటరిగా నడుచుకుంటూ వెళ్ళిపోయాడని విన్న ధృతరాష్ట్రుడు చాలాసేపు దుఃఖిస్తూ వుండిపోయాడు. కొంతసేపయాక కోలుకొని: “సంజయా! అపుడు నాకొడుకు యెక్కడికి వెళ్ళాడు? ఇపుడెక్కడున్నాడు?“ అడిగాడు. “పదకొండక్షౌహిణులకు సైన్యాధికారుడిగా వున్న ఆరాజు తనవెంట ఒక్క సైనికుడు కూడా లేక ఒక్కడే యుద్ధ భూమినుంచి బయలుదేరిన దుర్యోధనుడు అక్కడికి దగ్గరగా ఈశాన్యదిక్కున వున్న నీటిమడుగు దగ్గరకు పోయి తనకు వచ్చిన జలస్థంభన విద్యను వుపయోగించుకొని, మడుగులో సుఖంగా కూర్చొని, విదురిడి మాటలు మనసులో తలచుకుంటూ.....

“అయ్యో! నేను విదురుడి మాటలను మన్నించ లేకపోయాను. రాజ్యమిచ్చి కూడా వాళ్ళను బానిసలుగా చూడవచ్చని ఆలోచించలేకపోయాను. విదురుడు ఆవిధమైన అర్థం వచ్చేలాగా చెప్పాడు కూడా. వారందరినీ చంపి రాజ్యాన్ని పాలించాలనుకున్నాను. ఆ ఆలోచనే తమ్ముళ్ళను, బంధువులను,కొడుకులనందరినీ పోగొట్టుకొని వంటరినైనాను. ఈపరిస్థితికి కారణం పాండవులు, వారి పరాక్రమం, కీర్తి ప్రతిష్టలు.....అని భోరుమని ఏడుస్తూనే వున్నాడు. కొంతసేపటి తరువాత దుఃఖంనుంచి కోలుకొని.....

“నాదనుకున్న భూమండలాన్ని పాండవులను ఏలనిస్తానా? ఇక్కడ దాక్కొని వుండి

అదను చూసుకొని వారిని అంతమొందిస్తాను!" అంటూ తనదైన విధానంలో ఆలోచిం చటం ప్రారంభించాడు సుయోధనుడు. యుద్ధభూమిలో కృష్ణుడు రథం నడుపుతూ వుండగా తెల్లని గుఱ్ఱాలు, కపిధ్వజంతో వున్న అర్జునుడిని పాండవపక్షం వారంతా పొగుడుతున్నారు. అందరూ ఆనందంగా వున్నారు. కౌరవ పక్షపు వారంటూ కృపుడు, 29
అశ్వత్థామ, కృతవర్మ, సంజయుడు మాత్రమే మిగిలారు. సాత్యకి సంజయుడిని బంధిం చాడు. దృష్టద్యుమ్నుడు సంజయుడిని చూసి.....

"వీడినెందుకు పట్టుకున్నావు? ఇతడి వలన మనకేమీ నష్టం లేదు" అన్నాడు సాత్యకి.

"వీడినెందుకు వదలాలి? వీడు ద్రోహి. తల నరుకుతాను!" అంటూ కత్తి దూశాడు దృష్టద్యుమ్నుడు. అంతలో వ్యాసుడు ప్రత్యక్షమయి.....

"సంజయుడిని చంపటం న్యాయం కాదు" అన్నాడు.

"బతికిపోయావు! ఫో, ఎక్కడికైనా పోయి బ్రతుకు!" సంజయుడిని వదిలేసి అన్నాడు సాత్యకి. వ్యాసుడు అంతర్ధానమయ్యాడు.

మరోవైపునుంచి ఆడవారు కంటినుండి ధారగా కన్నీరు కారుస్తూ, కళ్ళు, ముక్కులు తుడుచుకుంటూ, విరబోసిన వెంట్రుకలు గాలికి యెగురుతుండగా రెండు చేతులతో నుదురు, నెత్తి బాదుకుంటూ, జారిపోతున్న పమిట చెంగులను విసురుగా సర్దుకుంటూ పెద్దపెద్దగా ఏడుస్తూ, ధారగా కారుతున్న కన్నీటిని ఓసారి గట్టిగా తుడుచుకుంటూ, ఏడ్చిఏడ్చి ఎక్కిలు పెట్టుకుంటూ, కాళ్ళకు తగిలిన వస్తువులేమిటో, వాటివల్ల తగిలిన దెబ్బలేమిటో లెక్కచేయకుండా నదిలో ఈదుతన్నట్టు రక్తం, తెగిన శరీరభాగాలు తమ వారివేమో చూసుకుంటూ, బ్రతికున్నవారు త్రోవన పడుతూ, లేస్తూ తోబుట్టువులను, తండ్రి, భర్త, అన్న, తమ్ముడు పేర్లుపెట్టి పిలుచుకుంటూ నడుస్తున్నారు. తమకు సంబంధించిన వారి జాడ కనపడగానే గట్టిగా రోదిస్తూ కూలబడుతున్నారు. వారందరిని అనుసరించి ధృతరాష్ట్రుడి కోమటి కొడుకు యుయుత్సుడున్నాడు. అదే సమయానికి కృష్ణుడు, ధర్మరాజు అక్కడికి చేరుకున్నారు.

కృష్ణుడి కనుసైగతో ధర్మరాజు యుయుత్సుడిని ఆదరంగా కౌగలించుకొని, అంతఃపుర కాంతలను, ఇతర కుటుంబ స్త్రీలనూ కూడా వారివారి నివాసాలకు చేర్చమని కోరాడు. యుయుత్సుడు కూడా మౌనంగా ధర్మరాజు కోరికను ఆచరించాడు. ధర్మరాజు కూడా 30
వారివెంట హస్తినకుపోయి, అనుకున్న పని పూర్తయాక వెనుదిరిగి కౌరవ గుడారాల దగ్గరకు చేరి, అక్కడ వున్న సైన్యానికి భయపడవద్దని ధైర్యం చెప్పి, తమ గుడారాల దగ్గరకు చేరాడు. యుయుత్సుడు అంతఃపురం చేరగానే విదురుడాతని చూచి, సమాచారాలడుగగా, యుయుత్సుడు దుఃఖపడుతూనే యుద్ధ భూమిలో జరిగిందంతా చెప్పి, ధర్మరాజు స్త్రీలను నగరంలో వదిలేవరకు హస్తినకు వచ్చివెళ్ళాడని కూడా చెప్పాడు.

"సమయానికి చేయాల్సిన సాయం చేశావని పొగిడి, ధృతరాష్ట్రుడు వారికి సంజయుడు ఈవిషయాలన్నీ చెపుతాడు. ఇంక నీవు పో!" అని పంపించేశాడు విదురుడు.

విషయాలు సంజయుడు చెపితే తప్ప ధృతరాష్ట్రుల వారికి, నగరంలోనూ కూడా తెలియ కుండా యుయుత్సుడు, విదురుడు, అన్నిఏర్పాట్లు చేశారు.

"తరువాత ఏంజరిగింది?" అడిగాడు ధృతరాష్ట్రుడు.

మడుగు దగ్గర.....

సంజయుడు దుర్యోధనుడిని వెతుక్కుంటూ క్రోసెడు దూరంలో వున్న ద్వైపాయన మడుగు దగ్గరకు వెళ్ళాడు. ఆతడిని చూశాడు. దుర్యోధనుడు కూడా సంజయుని చూసి మడుగు పైకి వచ్చి, తలదించుకొని దుఃఖపడ్డాడు. సంజయుడు కూడా దుఃఖపడి దుర్యోధనుడిని ఓదార్చి.....

"దుర్యోధనా, నేనుకూడా వ్యాసభగవానుని దయవలన బ్రతికిపోయాను." అన్నాడు సంజయుడు.

"మనవారెవరెవరున్నారు?" అడిగాడు సుయోధనుడు.

"కృపుడు, కృపాచారి, అశ్వత్థామ వున్నారు." అన్నాడు.

"పాండవుల బారిన పకుండా నేను తప్పించుకున్నాను. ఈ అదృష్టం చాలు. వారు నన్ను చేరదీసి, రాజ్యభాగమిచ్చి, ప్రేమగా చూసినా, ఆనికృష్టపు కూడు నాకొద్దు. నేను

అందరినీ పోగొట్టుకొని రాజ్యాన్ని వారికప్పగించి వారి ఆనందాన్ని చూచి భరించగలనా?
ఇక్కడే దాక్కొని, సమయం కలసిరాగానే వారినంతమొందిస్తాను. నీవుపోయి ఈవిషయం
దృతరాష్ట్రులవారికి చెప్పు." అని చెప్పి దుర్యోధనుడు మరల ఆ మడుగులో సుఖ పరిస్థి 31
తులలో దాక్కున్నాడు. మరి కొంతసేపటికి కృపాచార్యులు, కృతవర్మ, అశ్వత్థామ యుద్ధ
సమయంలో గాయపడిన శరీరాలతో, అలసిన గుఱ్ఱాలతో, దుర్యోధనుడిని వెతుక్కుంటూ
ఆ మడుగు దగ్గరకు చేరారు. సంజయుని చూసి పలుకరించి, దుర్యోధనుడిని గురించి
అడిగారు, తనకు తెలిసిన విషయాలు చెప్పాడు సంజయుడు.

"రారాజుకు మేము బ్రతికేవున్నామన్న సంగతి తెలియదు. తెలిసినా మాతో కలవగల నన్న ధైర్యం లేక, రాక, ఇక్కడ దాక్కొన్నాడేమో! భూమండలాన్నేలిన రాజుకు ఎంతటి దౌర్భాగ్యం పట్టింది!" అంటూ మాట్లాడుకుంటూ.....అశ్వత్థామ కొలను లోకి దిగి దుర్యోధనుడిని పిలవగా, ఆతడు మడుగులోంచి బయటకు వచ్చాడు. పలకరింపులు, ఆదరింపులు, ఓదార్పులు, అన్నీ అయాక కృపాదులు దుర్యోధనుని కూర్చోపెట్టుకొని...

"కురురాజా! లే! మా ముగ్గురి అండతో పాండవ సంహారానికి దీక్షపడదాం. తప్పకుండా పాండవ నాశనం జరిగి తీరుతుంది. క్షత్రియుడన్నవాడు భూమిని పాలించాలి, లేదా స్వర్గాన్ని అలంకరించాలి. అంతేకాని ఈవిధంగా దాక్కోకూడదు." చెప్పారు.

"నేను చాలా అలసిపోయాను. శరీరమంతా గాయాలతో చాలా బాధగా వున్నది. శరీరం పట్టుతప్పుతున్నది. మీరుకూడా బాగా అలసిపోయి వున్నారు. రేపు వారిని జయిద్దాం." అన్నాడు దుర్యోధనుడు.

"రాజా! నీకనుమానం వద్దు. ఈరోజే వాడి బాణాలతో పాండవులను చంపి, మరల యుద్ధమనేది లేకుండా చేస్తే కానీ నాకవచాన్ని విడువను. ప్రమాణం చేస్తున్నాను. నీకు, నీ తండ్రికి సంతోషం కలిగిస్తాను!" అన్నాడు అశ్వత్థామ.

ఇంతలో భీముడికి సంబంధించిన బోయలు వేటాడిన మాంసం మోసుకుంటూ, బరువెక్కువ అవటంతో దానిని మోయలేక బాగా దాహం అవటం మూలాన మూటను క్రింద

పడేసి, మడుగుదగ్గరకు పోతుండగా దుర్యోధనుడు వాళ్ళు మాట్లాడుకుంటున్న మాటలు
కొంచెం వినపడటంతో, వారు కొంతదూరంగా ఆగి, దుర్యోధనుడు అక్కడే వున్నాడని
తెలుసుకొని, దుర్యోధనుడి జాడ తెలిస్తే చెప్పమన్న ధర్మరాజు మాటలు గుర్తువచ్చి,
ఆ బోయవాడు ఆతనితో వచ్చిన తోటివారిని కూడా తొందరపెట్టి, విషయం చెపితే 32
ధర్మరాజిచ్చే బహుమతుల కోసం అందరూ కలసి మాంసం సంచులు వదిలేసి,
ధర్మరాజు దగ్గరకు పరుగులు తీశారు.

"దుర్యోధనా! పాండవులు వస్తున్నారు. ఇప్పుడే వారిని ఎదుర్కొని యుద్ధం చేసి అంత
మొందించుదామా? లేక ఇప్పటికి వదిలేసి యెక్కడైనా దాక్కొని, అదను చూసి దాడి
చేద్దామా?" అడిగారు కృతవర్మాదులు.

"ఇప్పుడుకాదు. రాత్రికి రండి మాట్లాడుదాం. వారంతా హస్తినకు వెడతారేమో! ఈ పక్కకు
రారు. వచ్చినా నన్ను చూడలేరు. నా విద్యతో నేను క్షేమంగా వుండగలను" సమాధన
మిచ్చి మడుగులోకి వెళ్ళిపోయాడు సుయోధనుడు. అనుకున్నట్లుగానే బోయలు
ధర్మరాజుకు దుర్యోధనుడి ద్వైపాయన మడుగులో దాగిన సంగతిచెప్పి, బహుమతులం
దుకొని, ఆనందంగా వెళ్ళిపోయారు. అతికొద్ది సమయంలోనే ధర్మరాజు విషయం
కృష్ణుడికి, మిగిలిన బంధువులతోను చెప్పి, చతురంగ బలాలతో కృష్ణుడు, అర్జునుడు,
భీముడు, అంతా అతివేగంగా అక్కడకు వచ్చి, మడుగు వైపు దూసుకు పోయారు.
ఆ కోలాహలం దూరంగా వినిపించగానే అశ్వత్థామ, కృతవర్మాదులు యింకేమీ చేయ
లేక దిగులుగా అక్కడనుంచి వెళ్ళిపోయారు. నేను కూడా వారితో కొంతదూరం అను
సరించి, మనస్సొప్పక రథం దిగి మడుగు కనపడేంత దూరంలో, నేను యెవ్వరికీ
కనపడనంత రహస్య స్థానం చూసుకొని కూర్చున్నాను. కృతవర్మాదులు కూడా
గుడారాలవైపుగానీ, నగరం వైపుగా పోకుండా, మడుగు దగ్గర యేమి జరిగినా కనపడే
టట్లుగా ఓ మఱ్ఱి చెట్టుక్రింద కూర్చొని విచారించ సాగారు. పాండవాదులు సంతోషంగా
పెద్దగొంతులతో మాట్లాడుకుంటూ కొలను దగ్గరకు వచ్చారు.

"కృష్ణా! మానవులెవ్వరూ రాలేని ఈ మడుగులోని నీరు మాయతో కప్పబడింది కనుక ఈ
మడుగులో దాక్కున్నాడు మన రారాజు. ఈతడికి దేవేంద్రుడు సాయంచేసినా నానుంచి
తప్పించుకోలేడు. మాయాజూదాలాడే వాడు, మాయతోనే బ్రతికేవాడు, మరి మాయలోనే
కదా బ్రతుకుతాడు! అటువంటి వారినెంతమందిని విష్ణువు, ఇంద్రుడు, మాయోపాయా 33
లతో జయించి, అంతమొందించ లేదు? హిరణ్యకశిపుడు, వృత్రాసురుడు, ఆ విధంగా
చంపబడినవారేగా! రావణాసురుడు ఎన్ని హెూమాలు, యాగాలు, మాయలు చేసినా
శ్రీరాముడిచేత చంపబడలేదా? నరకాసురుని చంపిన విధానం యెవరికి తెలిదు
దుర్యోధనా! నీకు ఇటువంటి పరిస్థితి తగునా? నీకోసం అనేకమంది రాజులు చనిపోవటం,
లెక్కలేనంత బంధుబలగం, మిత్రులు, నీకోసం ప్రాణాలు వదలగా చూశావు కదా!
ఇంకా నీవెందుకు నీటి మడుగులో దాగున్నావు? అంతమాత్రాన జరగాల్సింది ఆగు
తుందా? దుర్యోధనా! నిన్ను శూరుడంటారు కానీ నువ్వీవిధంగా కొలనులో దాక్కోవటం
బాగుందా? నీ అభిమానం, ఆభిజాత్యం ఏమయింది? యుద్ధంలో రాజులు వెనుకంజ
వేస్తారా? సాధారణమైన రాజువా? కౌరవ వంశంలో పుట్టావు. నీచమైన చావు తెచ్చుకు
న్నావు. రాజధర్మం వదిలితే ఇహపరాలుంటాయా? గొప్ప సభలో నీవు పేలిన ప్రేలాపన
నువ్వు మరచిపోయావేమో, మేము మరచి పోలేదు. గర్వం, అతిశయం నీప్రాణాలను
కాపాడతాయా? కొడుకులు, తమ్ములు, బంధువులు, స్నేహితులు, తాతలు, గురువులు
నీకోసం తమ పరాక్రమాన్ని, ప్రాణాలను త్యాగం చేశారు కదా! వారి చావు చూశాక కూడా
నీకు నీప్రాణంమీద మోజు పోలేదా? పాండురాజు కొడుకుల పరాక్రమానికి తట్టుకోలేక
పోయాడని ప్రజలు నవ్వుకోరా! శకుని, కర్ణుడి, దుశ్శాశనుడి పరాక్రమాలను నమ్ముకొని
కదా ఇంత చేశావు? మాకు చిక్కావు. ఇంకెక్కడికి పోతావు? బయటకురా! చావో రేవో
తేల్చు. నీవు గెలిస్తే ఈ భూమండలమంతా నీదే. లేదసుకో, వీరస్వర్గం నీదే. మామీద
పరాక్రమంతో యుద్ధం చేయటమే ఆ విధాత రాసిన రాత. నీధర్మం కూడా"
అన్నాడు ధర్మరాజు.
"ఓరాజా! ప్రాణభయం కలగటం నేరమా? యేమీలేని నేను దెబ్బల బాధ, అలసట

వల్ల బాధపడుతున్నాను. రథం, సారథి, సైన్యం, అస్త్ర, శస్త్రాలు యేమీలేవు. అందుకని తప్పుకున్నాను. మీరుకూడా కొంత విశ్రాంతి తీసుకొనిరండి బలాబలాలు చూసుకుందాం." మడుగులోంచే సమాధానం చెప్పాడు దుర్యోధనుడు.

"కురు రాజకుమారా! మా విశ్రాంతి పూర్తయింది. నీవుకూడా తీసుకున్న విశ్రాంతి చాలు. 34
రా బయటకు!" అన్నాడు ధర్మరాజు.

"ఎవరికోసం రాజ్యాన్ని కోరుకున్నానో, భోగాలు కోరుకున్నానో, ఆకుమారులు, తమ్ముళ్ళు, వారి పిల్లలు, చతురంగ బలాలు లేవు. ఇంకెదుకు నేను యుద్ధం చేయటం? ద్రుపదుడు మొదలైన వారి పరాక్రమాలతో, ప్రాణత్యాగాలతో నీవు విజయం పొందావు గనక నీకు ఆనందం. భీష్ముడు, ద్రోణుడు, కర్ణుడు, మొదలైన వారి ప్రాణత్యాగాలు నాకు వేదననే మిగిల్చాయి. తనవారితో కలసి అనుభవించని సుఖం సుఖంకాదు. ఎవరూలేని రాజ్యం రాజ్యమూ కాదు. నీకు అందరూ బ్రతికే వున్నారుగా. ఈ లోకమంత టిని నీవే పరిపాలించు, అనుభవించు. నాకింక యుద్ధంవద్దు. ఈభూమి నీకిచ్చేశాను. అడవులకు పోయి తపస్సు చేసుకుంటాను. ఓడిపోయిన నాకు గర్వం యెందుకుంటుంది? ఈ బీడును నీనెత్తిన పెట్టుకో, ఏలుకో!" కసిగా అన్నాడు దుర్యోధనుడు.

"కొడుకులు, తమ్ముళ్ళు, ఆప్తజనులు, మిత్రులు, సహాయకారులు, అందరూ పోయాకనే కదా శల్యుడిని తీసుకువచ్చావు! యుద్ధంలో మమల్ని జయించి భూమండలాన్నంతా పాలించాలనే కదా? ఇప్పుడీ మాటలేమిటి? ధర్మంగా యుద్ధంచేయటానికిరా! నువ్వు మాకు దయతో దానమిస్తావా? భూమిని దానమివ్వటానికి నీవెవరు? కృష్ణుడు రాయ బారానికివచ్చినపుడు వాడి సూది మోనంత భూమికూడా యివ్వనన్నావుకదా! నీవు మమ్మల్నెంత కష్టపెట్టినా మమ్మల్ని జయించలేక ఈవిధంగా మాట్లాడుతున్నావు. రా! నిన్ను ఓడించి, చంపి మాత్రమే నేను సింహాసనమెక్కుతాను. నేనో, నీవో ఈరోజు తేలి పోవాలి. చిన్ననాటినుంచి భీముడిని పాములచేత కరిపించావు, నీటిలో కట్టేసి మరీ ముంచావు. లక్కఇంట్లో నా తల్లితోసహా అందరినీ అంతమొందించాలని చూశావు. ఆఖరికి నీవు, మీమామ, కలిసి మోసపు జూదంలో మా స్వంతసంపాదనలు కూడా

కాజేసి, పన్నెండు సంవత్సరాలు అడవుల పాలుచేసి, ఓరాజు కొలువులో వూడిగం చేసే ఖర్మ పట్టించి, ఐదూళ్ళివ్వమంటే, ససేమిరా అని, కృష్ణుని అవమానించి, భీష్మాదులు మంచి మాటలను కాలదన్నావు. వ్యాస, మైత్రేయ మహర్షులు అగ్రహించినా వారినీ అవమానించి, అందరూ పోయేదాకా యుద్ధాన్ని కొనసాగించి, ఇప్పుడు వేదాంతం 35
చెపుతావా? ఇంక నీ మోసాలు చెల్లవు. ఇంక బయటకు రా. ఇంతకంటే మంచి మార్గం లేదు.“ అన్నాడు ధర్మరాజు.

మిగిలిన వారంతా కూడా ధర్మరాజు మాటలను సమర్థించి మాట్లాడారు.

“మీఐదుగురు సేనలతో అస్త్ర, శస్త్రాలతో సంతోషంతో వున్నారు. నేనేమో ఒక్కడిని. సైన్యం లేరు, ఏవిధంగా యుద్ధం చేయను? సంతోషమనే బలం లేనివాడిని. మీ అంద రితో నేనొక్కడినే యుద్ధం చేయటం న్యాయమా? మీలో ఒకరొకరు వచ్చి పోరాడండి. ఆవిధంగా అయితే ఇప్పుడే బయటకు వస్తాను. ఒక్కొక్కరే నాతో యుద్ధం చేసి బతక లేమనుకుంటే మీ ఇష్టం. మీఅందరినే కాదు, ద్రుపదరాజు కొడుకులను కూడా చంపుతాను. నాకాధైర్యం, బలం వున్నాయి. ధర్మరాజా! నీకుగానీ, కృష్ణునికి గానీ, భయపడి చెప్పటం లేదు. యుద్ధనీతిని దాటకూడదని ఒకొక్కరినే రమ్మంటున్నాను. ఈరోజు మీ అందరినీ చంపి, భీష్మ, ద్రోణ, కర్ణ, భగదత్త, మాహ్లీక, జయద్రధ, శకుని, దుశ్శాశన, బంధు, మిత్రులకు ఋణం తీర్చుకుంటాను.“ ఆవేశంగా అన్నాడు దుర్యోధనుడు.

“ఓరాజా! యుద్ధధర్మాలను తెలిసి విరోధులను గెలవటానికి ఉత్సాహ పడుతున్నావు చూడు, ఇది నాకు చాలా నచ్చింది. అందరినీ ఎదుర్కొంటానన్నావు. ఇది కూడా బాగున్నది. కానీ నేనేవిధంగా వప్పుకుంటాను? వప్పుకోను. దుర్యోధనా! నీకవసరమైన అస్త్రాలు, ఆయుధాలు, కవచాలు, వాహనాలు, అన్నీ ఇస్తాను. తీసుకో! మా పక్షంనుంచి ఒక్కడే నిన్ను ఎదిరిస్తాడు. అతడిని నీవు ఓడించగలిగితే ఈ రాజ్యాన్నంతా నీవే తీసుకో, అను భవించు! ఆతడు తప్ప మిగిలినవారంతా మీ యుద్ధాన్ని చూస్తారు. మీ యుద్ధం ఇప్పుడే యిక్కడే జరుగుతుంది.“ అన్నాడు ధర్మరాజు.

"సరే! రధాలమీద, అస్త్రశస్త్రాలతో యుద్ధాలు చేయటం ఇంతకుముందు చేసాం కదా! ఓరాజా! ఇప్పుడు నేను ఓ కొత్తరకంగాను, నాకు సంతోషదాయకమైనది చెపుతాను విను. భయంకరమైన గదను చేతపట్టుకొని నేలపై నిలిచి పరాక్రమంతో యుద్ధం చేయాలని 36
నిర్ణయించుకున్నాను. ఈ యుద్ధంలో నిన్ను, నీతమ్ములను జయించటం కాదు, అంతమొందిస్తాను!" ధృఢంగా అన్న దుర్యోధనుడు.

పొగరుబోతు గుఱ్ఱంలాగా జలస్థంభన స్థితిని వదిలేసి నీటిమడుగును అల్లకల్లోలం చేసి, శిలకంటే కఠినంగా బరువైన, పొడవైన, గదాదండాన్ని భుజం మీద పెట్టుకొని, ద్వైపాయన మడుగులోంచి బయటకు వచ్చాడు దుర్యోధనుడు. ఆతడిని చూసి పాండవులందరూ తమసంతోషాన్ని ప్రదర్శించారు.

అది చూసి దుర్యోధనుడు కోపంతో కనుబొమ్మలు ముడిపడ్డాయి. కళ్ళు ఎఱ్ఱబడ్డాయి. ఎదుటనున్నవారినందరినీ కోపంగా చూసి....

"మీకు ఆ సంతోషం యెంతసేపు? నా గదాయుద్ధ కౌశలం రుచి చూసేవరకే కదా! మీ ఆనందం! నవ్వులు నవ్వండ!!" అని అందరూ కలసి ఒకేసారి తనమీదకు దాడి చేస్తారని అనుమానించిన దుర్యోధనుడు ధర్మరాజును చూసి....

"మరల చెపుతున్నాను. ఒక్కరే ముందుకు రండి." అన్నాడు.

"పసివాడని చూడక ప్రౌఢులైన మీరందరూ అభిమన్యుని ఏవిధంగా చంపారు? ఇపుడు అంతే కదా!" అన్నాడు ధర్మరాజు.

దుర్యోధనుడు మౌనంగా వుండిపోయాడు.

"నీలాగా కాదు మేము. న్యాయం, ధర్మం, యుద్ధధర్మాలు పాటిస్తాం. నాసేనను నీమీదకు రానీయను. భయం వద్దు. తల జడను గట్టిగా కట్టుకొని యుద్ధానికి వచ్చి నిలువు. నీకు నచ్చిన నీ తలకు, వంటికి, సరిపడే కవచాలను తీసుకో. నీ మనస్సుకు ఆనందం కలిగించే విషయం నిజంగా చెపుతున్నాను విను. మా ఐదుగురిలో ఏ ఒకరినైనా ఎన్నుకొని యుద్ధం చేయి. వాడిని చంపి నీవీరాజ్యాన్ని యేలుకో. మావాడే నిన్ను అంతం

చేయగలిగితే నీవు దేవలోక సుఖాలని పొందు. ఇది ప్రమాణపూర్తిగా చెపుతున్నాను.“
అని చెప్పి ధర్మరాజు వివిధ రకాలైన కవచాలను అతనిముందు పెట్టాడు.
“ఈయుద్ధంలో నీకేది కావలన్నా యిస్తాను. యుద్ధం చేసుకున్నంత మాత్రాన అన్న
దమ్ములం కాకపోతామా!“ అన్నాడు ధర్మరాజు. 37
దుర్యోధనుడు తనకు కావలసిన కవచాలు తీసుకొని, ధరించి, గద చేతపట్టుకొని....
“మీలో ఏఒక్కరైనా నాతో యుద్ధం చేయండి. ఒక్కడొక్కడే నా గదకు బలికండి!“
అంటూ గొంతు ధ్వనిని పెంచి ఇష్టం వచ్చినట్లు మాట్టాడసాగాడు.
ఆ సమయాన్ని సౌకర్యంగా తీసుకొని...
“ధర్మరాజా! నీవెంత తెలివి తక్కువగా మాట్లాడావో నీకు తెలుస్తోందా? పదమూడు సంవత్సరాలు అనేకానేక కష్టాలు పడి, కష్టపడి ఇంత యుద్ధం చేసి, అయిన వారినంద రినీ పోగొట్టుకొని, ఆ మోసగాడిని మనలో ఒకడిని ఓడించి చంపితే రాజ్యం వాడిదేనని చెప్పావు. ఇదేం న్యాయం? ఆనాడు జూదమాడి సమస్తాన్ని పదమూడు సంవత్సరాలు వాడినే అనుభవించమని వదిలేయటానికి, దీనికి, తేడా ఏమీలేదు.“ చిరాకుగా, బాధగా అన్నాడు కృష్ణుడు.
“నా చేతిలో గద వున్నంతవరకు పదునాల్గు లోకాలలో నన్నెవరూ జయించలేరు. ఆ దురహంకారి నాతో పోరాగలడా? ఇంతమాత్రానికే ధర్మరాజును బాధిస్తావెందుకు? దుర్యోధనుడి గదాభారానికి బాధపడకుండా నేను ఆతడిని నేలగూల్చి నీకు సంతోషం కలిగిస్తాను. నీ మెప్పుకూడా పొందుతాను.“ అన్నాడు భీముడు.
భీముడి మాట వినగానే కృష్ణుడి ముఖం సంతోషంతో విప్పారింది.
“భీమా! బకుడిని నాశనం చేశావు. హిడింబాసురుడిని సంహరించావు. జరాసంధుని శరీర భాగాలు స్వేచ్ఛగా పడేశావు. మనుష్యుడు చేసేపనులేనా? అవన్నీ గుర్తురాక ఆ మాట మాట్లాడాను. ఆతడు గొప్పమాయగాడు కదా! నాకే భయమేస్తోంది. కళింగాది రాజులను, కురురాజ కుమారులను, మత్తెక్కిన ఏనుగుల గుంపును నేలరాసినవాడివి!“
అంటూ.....దుర్యోధనుడివైపు చూసి నెమ్మదిగా.....

"భీమా! దుశ్శాశనుడి రొమ్మును చీల్చి రక్తం తాగుతున్నపుడు చూస్తూ వూరుకున్నాడు గానీ ఆ దుర్యోధనుడు నీమీదకు రాలేదు. ఆతడి మాటలకు, ధర్మరాజు ఆతడిని చంప కుండా మరో ప్రతిజ్ఞ యెందుకు చేశాడని కోపగించాను, అంతే. నీవు, నీ పరాక్రమం, గుర్తురాగానే ఆనందమయ్యింది. తుంటరితనంతో సభలో ద్రౌపదిని జుట్టుపట్టుకొని లాగి 38
బాధించినపుడు నీవు చేసిన మొదటి ప్రతిజ్ఞను నెరవేర్చుకున్నావు. ఆ రెండవ ప్రతిజ్ఞ కూడా నెరవేర్చుకో. త్వరపడు. ధర్మరాజును భూమండలానికి రాజును చేయి. మిగిలిన బంధువులను సంతోషపరుచు. మీకోసం ధన, మన, ప్రాణాలర్పించిన బంధువులకు, మిత్రులకు, ఋణం తీర్చుకో. మీఅన్నదమ్ములందరూ సుఖంగా వుండండి. నేను నిన్ను ఆశీర్వదిస్తున్నాను." పెద్దగా అన్నాడు కృష్ణుడు.

"భీమా! జాగ్రత్త! దుర్యోధనుడు గదాయుద్ధంలో పెద్ద వీరుడు. ప్రత్యేక బోధన, సాధన చేసినవాడు. కష్టపడి నిపుణతతో యుద్ధం చేయి" అన్నాడు.

"రాజా! నేను అర్జునుడు, కృష్ణుడు కలసి ఖాండవదహనం చేసినట్టుగా చేస్తాను. శకుని, కర్ణుడి సలహాలవలన ఈవిధంగా నాశనమయానని దుఃఖిస్తూ ప్రాణాలు వదులుతాడు. ఆ తండ్రికూడా దుఃఖిస్తాడు. ఇది నిజం" అంటూ గదను తీసుకొని యుద్ధోత్సాహంతో దుర్యోధనుడి వైపు నడుస్తూ.....

"దుర్యోధనా! ఇది ఎటువంటి పని? మంచా? చెడా? మనవంటి వారికి తగునా? అని ఆలోచించకుండా చిన్నప్పటినుంచి నన్ను విషం పెట్టి, పాములచేత కరిపించి, చంపాలని చూశావు. కుదరలేదు. మా తల్లిగారితోసహా అందరినీ చంపాలని లక్కఇంట్లో నిప్పు పెట్టించావు. మా తండ్రి రాజ్యభాగమే కాకుండా మా అందరి కష్టార్జితాలనికూడా మాయాజూదంలో కొల్లగొట్టావు. మమల్ని మాయా జూదంతోనే బానిసలని చేసుకున్నావు. ఇంకా చాలదన్నట్లు తల్లివంటి ద్రౌవదిని రజస్వలను అంటున్నా, వినిపించుకోకుండా, దాసి...దాసి అని సంబోధిస్తూ నిండుసభలోకి మీతమ్ముడి చేత జుత్తు పట్టుకొని ఈడ్పించి, రప్పించి, తొడమీదకు వచ్చి కూర్చోమని సైగ చేశావు. వాటన్నింటి ఫలితాన్ని అనుభవించు. నీవు చేసిన తప్పులకు ఫలితంగా భీష్మ, ద్రోణ, కర్ణ, శల్యాదులు, మాకొడుకులే

కాక మీఅందరి కొడుకులు, తోబుట్టువులు, మిత్రులు, సాటివారు, వారి వంశస్తులు, వీరు-వారు అని చెప్పటానికి వీలులేనంత మంది వీరస్వర్గమలంకరించారు. నీ రాజ్య కాంక్షకు, నీ కారణంలేని పగలకు, ఇరవై అక్షౌహిణుల సైన్యం బలికావాలా?
అన్నదమ్ములతో సఖ్యతతో బ్రతుకలేని వారికి భవిష్యత్తులేదని చెప్పటానికి నీ జీవితమే 39
ఓ నిదర్శనం!“ ఆవేశంగా అన్నాడు భీముడు.

“వ్యర్థమైన ఈమాటలెందుకు? నీ బలం యుద్ధంలో చూపించు. నా పరాక్రమాన్ని ఎదుర్కొని మాట్లాడు. అనవసరపు మాటలు వద్దు. ధర్మంతప్పకుండా యుద్ధం చేయి. ఈ యుద్ధంలో నేనే నీప్రాణాలు తీయటం అనివార్యం!“ గంభీరంగా అన్నాడు దుర్యోధనుడు.

అంతట దుర్యోధనుని, భీముడిని కూడా అందరూ యుద్ధోన్ముఖులను చేసే విధంగా పొగిడారు. దుర్యోధనుడు, భీముడు, యుద్ధానికి సిద్ధమయ్యారు. ఇంతలో యాదవ కులదీపకుడు బలరాముడు తన శిష్యులైన దుర్యోధన, భీములు యుద్ధం చేయబోతు న్నారని తెలుసుకొని, చూడాలని అతివేగంగా వచ్చాడు. ధర్మరాజు ఆతడు రాగానే నమస్కరించి, ప్రేమతో కౌగలించుకొని, ఆహ్వానం పలికాడు. అర్జునుడు, నకులుడు, సహదేవుడు, అందరూ బలరాముడికి నమస్కరించి ఆశీర్వచనాలు తీసుకున్నారు. శ్రీకృష్ణుడు, సాత్యకి వినయంగా నమస్కరించారు. బలరాముడు వారిద్దరిని కౌగలించుకొని ఆశీర్వదించాడు. అందరూ ఆతని యోగక్షేమాలు అడిగి తెలుసుకున్నారు. నా శిష్యుల ద్వంద్వయుద్ధం చూడటానికి వచ్చానని చెప్పాడు. భీముడు, దుర్యోధనుడు తమ గదల తోసహా వచ్చి బలరాముడికి నమస్కరించగా, వారిని ప్రేమగా చూశాడు బలరాముడు. ధర్మరాజు ద్వంద్వయుద్ధం ఏవిధంగా నిర్ణయించబడింది, నియమాలేంటి, అన్నీ వివరంగా చెప్పగా విని.....“సరే“ అని అనుమతిచ్చాడు బలరాముడు.

శ్రీమదాంధ్ర మహాభారత కథలు 40

భీముడి విజయం

కురుక్షేత్రయుద్ధం పదునెనిమిదవ రోజున శల్యుడు, ఆతని తమ్ముడు, బంధువులు, ధర్మరాజుచేత, సహదేవుడి చేత, గాంధారరాజు శకుని, చనిపోయాక దుర్యోధనుడు కృంగిపోయి, తన గదతోసహా విదురుడి మాటలు, చెప్పిన నీతులు, భీష్ముడు, చెప్పిన మాటలు, నీతులు గుర్తుతెచ్చుకుంటూ క్రోసెడు దూరంలో వున్న ద్వైపాయన మడుగు చేరాక, కృష్ణుడు వ్యాసమహర్షి దయతో బ్రతికి బయటపడ్డ సంజయుడు వచ్చి మాట్లాడాక, అశ్వత్థామ, కృపాచార్యుడు, కృపుడు, ఆమడుగు దగ్గరకు వచ్చి,మాట్లాడి దుర్యోధనుడిని యుద్ధం చేయమని ప్రోత్సహించగా, చీకటి పడ్డాక వారిని రమ్మని చెప్పి మడుగులోకి చేరి తనకు వచ్చిన క్షుద్రవిద్య జలస్థంభన విద్యతో సౌకర్యంగా కూర్చున్న తరువాత, భీముడికి సంబంధించిన బోయలు దుర్యోధనుడి జాడను తెలుసుకుని, ధర్మరాజుకు చేరవేయగా, పాండవులు శ్రీకృష్ణునితో సహా ద్వైపాయనమడుగు చేరి, దుర్యోధనుడిని కవ్వించి ద్వంద్వయుద్ధానికి వప్పించారు. ముందుగా విరక్తిగా మాట్లాడి తన రాజ్యాన్నేదో త్యాగం చేస్తున్నట్లుగా "నేనిస్తున్నాను ఏలుకోండి!" అంటాడు.

ధర్మరాజు గతాన్ని గుర్తుచేస్తూ మాట్లాడాక, ఒక్కొక్కరితో గదాయుద్ధం చేసి, అందరినీ చంపి, అఖండ సామ్రాజ్యాన్ని ఏలుతానని గర్వంగా చెప్పాడు సుయోధనుడు. అందరినీ గెలవనవసరం లేదనీ, ఏఒక్కరినైనా జయించి సామ్రాజ్యాన్నేలుకోమనీ, కావాల్సిన కవచాదులు సమకూర్చాడు ధర్మరాజు. దుర్యోధనుడు కవచ ధారణచేసి యుద్ధానికి సిద్ధమయాడు. జూదం జరిగిననాటిని గుర్తుతెస్తూ ఒక్కరిని జయిస్తే చాలన్న ధర్మరాజును కృష్ణుడు మందలించగా, భీముడు కృష్ణుని భయపడవద్దనీ, జూదంలో ఓడిపోయిన

రోజున చేసిన ప్రతిజ్ఞ ప్రకారం దుర్యోధనుడిని చంపుతానని సమాధాన పరిచాడు. కృష్ణుడు. భీముడిని ఆశీర్వదించాడు. కానీ సరిగ్గా ద్వందయుద్ధం ప్రారంభమయే సమయానికి యాదవ వంశోద్ధారకుడు బలరాముడు వచ్చాడు. పలకరింపులు, పరామర్శలు అయాక, తాను ద్వందయుద్ధం చూడటానికే వచ్చానని చెప్పి, 41
సుయోధనుడిని ఆశీర్వదించాక, ధర్మరాజు యుద్ధ నియమాలు చెప్పాక, మంచిదని వప్పుకున్నాడు బలరాముడు.

"ధర్మరాజా! శమంతపంచకం బ్రహ్మకు ఉత్తర దిక్కున ప్రఖ్యాతైన పుణ్యభూమి. అక్కడ చనిపోయిన వారికి సద్గతులు కలగటం నిశ్చయం అని విన్నాను. అక్కడకు పోదాం!" అన్నాడు దుర్యోధనుడు. అందరూ అందుకు వప్పుకొని యుద్ధభేరులతోసహా యుద్ధానికి సిద్ధమయి అక్కడకు చేరారు.

"నేను, భీముడు చేయబోయే యుద్ధం జరిగేటప్పుడు గుంపుగా మూగద్దు. అందరూ మాఇద్దరికీ దూరంగా వుండటమే మంచిది" చెప్పాడు దుర్యోధనుడు.

ధర్మరాజు తమపక్షం రాజులనందరినీ క్రమంగా కూర్చోమని ఆజ్ఞాపించాడు. కృష్ణుడు బలరాముడు ప్రక్కన కూర్చున్నాడు. ఆసమయంలో అందాల కొండలలాగా మెరిసిపోతున్న దుర్యోధనుడు, భీముడు, భయంకర గర్జనలతో ఒకరినొకరు కొరకొర చూస్తూ, దూషించు కుంటూ నిలబడ్డారు. సంజయుడు చెప్పటం ఆపాడు.....

"పదకొండు అక్షౌహిణుల సేనలను క్రమపద్ధతిలో వుంచుతూ వారందరూ భయభక్తులతో సేవలందుకుంటూ వుండేవాడు. ఇతర రాజులు కూడా ఈతడి ఆజ్ఞలకోసం ఎదురు చూస్తూ వుండేవారు. అటువంటి నా కొడుకు ఏకాకి అయ్యాడా? సమస్తభూమికీ రాజుగా, సమస్త సంపదలకు అధికారిగా నున్నవాడు దిక్కులేని వాడిలాగా గదచేత పట్టుకొని పాదచారిగా యుద్ధానికి సిద్ధమయాడా?" అంటూ దుఃఖిస్తూ కూర్చునాడు ధృతరాష్ట్రుడు. కొంతసేపటి తరువాత మరల సంజయుడు చెప్పటం మొదలుపెట్టాడు.

"దుర్యోధనుడు గట్టి కంఠధ్వనితో భీముడిని యుద్ధానికి ఆహ్వానించాడు. భూకంపం వచ్చినట్లుగా భూమంతా వణికింది. సూర్యగ్రహణం కనపడింది. కొండలు పగిలిన

ధ్వనులు వినిపించాయి. అన్నిదిక్కులనుంచి నక్కల కూతలు వినిపించాయి. పిడుగులు రాలాయి. వీటన్నిటినీ గమనించిన భీముడు.....

"నీతిమాలి అందరినీ పెట్టిన కష్టాలకు ఈ దుష్టుడికి తగిన విధంగా బుద్ధి చెపుతాను.
దుర్యోధనా! నిన్ను పడగొట్టటానికి నేనున్నాను. నాచేత చిక్కావు. ఇంక నీవెక్కడికి 42
పోతావు?" అన్నాడు భీముడు.

"మాటలతో బెదిరిస్తున్నావేమిటి? నాగురించి ఏమనుకుంటున్నావు! బలహీనుడను అనుకుంటున్నావా? గర్వంతో వున్న నిన్ను ఏ స్థితికి తెస్తానో చూడు. మీవారందరికీ దుఃఖమే మిగులుతుంది. నేను గదతో యుద్ధం చేయటం మొదలు పెడితే, ఈశ్వరుడు కూడా భయపడాల్సిందే. నీవేమి నన్ను గెలువగలవు? నీతో గదాయుద్ధం చేసే సమయం కోసం యెదురు చూస్తున్నాను. ఆఅదృష్టం నాకు ఇప్పుడు కలిగింది. అదృష్టవంతుడిని. నేను సిద్ధంగా వున్నాను. నీవుకూడా సిద్ధమేనా?" నవ్వుతూ అడిగాడు దుర్యోధనుడు. అక్కడున్న వారంతా దుర్యోధనుడికి వీరత్వం పెంపొందే మాటలతో పొగిడారు. అపుడు భీముడుకూడా తన గదతో యుద్ధానికై ముందుకు నడిచాడు. ఇద్దరూ గదలతో ఢీకొన్నారు. భయంకరమైన గదల తాకిడులతో ఆకాశంలో మంటలు రేగాయి. ఆ ఇద్దరి కళ్ళలో ఎఱ్ఱ జీఱలు వచ్చాయి. చక్రాకారంగా, అనేకరకాలగా, విచిత్రంగా గదలను తిప్పుతూ తమ బలాన్ని, వేగాన్ని, చూపించుకుంటూ, ఎదుటివారికి ఆశ్చర్యం కలిగేలాగా యుద్ధం చేయసాగారు. వారు చేసే యుద్ధానికి వారి కిరీటాలు విరిగి ముక్కలయి నేలమీద పడి దొర్లాయి. ఒకరిని మించి ఒకరు ఉపాయంగా, నిపుణతగా, ఎదుటివారి దెబ్బలను తప్పించుకుంటూ, ఎదుటివారిని బాధిస్తూ, గదను ఉపయోగిస్తూ, విజయంమీద దృష్టి పెట్టి యుద్ధం చేయసాగారు. తన గద ఎదుటి వ్యక్తికి తగిలితే వచ్చే ఆనందం, లేక ఎదుటి వ్యక్తి గద తనకు తగిలితే వచ్చే బాధ, ఓర్చుకోవటం ఇరుపక్షాలా జరుగుతూనే వున్నాయి. వీరి యుద్ధాలను ఆకాశంలో దేవతలు, యక్ష, కిన్నెరలు, గంధర్వులు, ఋషులు, మొదలైనవారంతా పదునెనిమిది రోజుల యుద్ధం చూసినట్లే బారులు తీరి నుంచొని చూస్తున్నారు. ఆకృతి దాల్చిన రౌద్రరూపం దాల్చటమంటే భీముడు,

దుర్యోధనుడు మాత్రమే అన్నట్లున్నారు. ఓసారి మేఘాల జతలాగా, ఓసారి రక్తంతో కూడిన కొండల జంటగా, ఎన్నోరూపాలగా కనిసిస్తూ, చూసేవారికి ప్రతిక్షణం ఎవరు గెలుస్తారనే ఆత్రుతను పెంచుతూ, యుద్ధం చేసే వారికంటే యెక్కువగా చెమటలు కక్కుతూ, స్థిరంగా కూర్చోలేక, నుంచోలేక అవస్తలు పడుతున్నారు. ఒకరినొకరు తీసి 43
పోకుండా యుద్ధంచేస్తున్నవారు... ఓసారి ఒకరి ప్రక్కటెముకలు వొకరు అదరగొడితే, మరోసారి రెండవ వారు మొదటివారి పక్కటెముకలు అదరగొట్టారు. ఒకరి దెబ్బనుంచి మరొకరు తప్పుకొంటూ విసురుకుంటూ అందరికీ ఆశ్చర్యం కలిగేలాగా చేస్తున్నారు యుద్ధం. ఇద్దరికీ తీవ్రమైన దెబ్బలు తగిలాయి. రక్తం ప్రవహిస్తోంది. ఐనా యుద్ధం చేస్తూనే వున్నారు.

“కృష్ణా! దుర్యోధన, భీములిద్దరిలో యెవ్వరు గెలుస్తారంటావు?“ అడిగాడు అర్జునుడు.

“గురోపదేశం ఇద్దరికీ ఒక్కరే. భీముడి దగ్గర అధిక బలమున్నది. దుర్యోధనుడి దగ్గర మూర్ఖపు పట్టుదల, ఉపాయమూ రెండూ వుండటం వలన ఏమవుతుందో చెప్పలేము. ఇది సాధారణంగా చెప్పే జవాబు. కానీ ఇక్కడ న్యాయమూ, అన్యాయము, రెంటికీ మధ్య జరుగుతున్నది. న్యాయం ముందు అన్యాయం ఓడాల్సిందే. మోసం చేసేవారిని మోసంతో చంపాల్సిందే. ఇంద్రుడు వృత్రుని చంపిన విధం వినలేదా? జూదమాడినపుడు భీముడు దుర్యోధనుడిని తొడలు విరగకొట్టి చంపుతానని శపథం చేయలేదా? అది అటుంచి బొడ్డు క్రింద భాగంలో గాయపరచటం ధర్మం కాదు. కాబట్టి వేరే రకంగా ఆతడిని చంపి, తొడలమీద నాటకీయంగా కొట్టి, భీముడు శపథం నెరవేర్చుకోవచ్చు. అంతకు తప్ప వేరే మార్గం లేదు. లేకుంటే ధర్మరాజు మాటలకు భయమేస్తోంది. భీష్మ, ద్రోణ, కర్ణ, శల్యాదులను జయించి, వధించి, కొడుకులను పోగొట్టుకొని, సాధించిన విజయం, అవన్నీ వృధా అయేటట్లు అందరనీ పోగొట్టుకొని వంటరివాడై, భయంతో మడుగులో దాక్కొన్న వాడిని బయటకు రప్పించటానికి ఒక్కడిని ఓడించి రాజ్యమంతా తీసుకోమని మీఅన్న అనేశాడు. అంత బుద్ధిహీనుడయాడేంటి? పదమూడు సంవత్సరాల నుంచి భీముడిని జయించటానికే కదా ప్రత్యేక సాధన చేస్తున్నాడు. భీముడికి చాలా

కాలంనుంచి గదా పరిశ్రమ లేదు. ఇంకొంతసేపటిలో ఆ దుర్మార్గుడిని చంపకపోతే భీముడే హతుడౌతాడు. ఆ ద్రోహి చావకపోతే ఆ పాపే రాజవుతాడు. ఇది మీకిష్టమా?" అడిగాడు కృష్ణుడు. అర్జునుడు మౌనంగా వుండిపోయాడు. కొంతసేపటకి భీముడు తన
వైపు చూస్తున్నప్పుడు, తన తొడలమీద చేతితోకొట్టి చూపించాడు అర్జునుడు. భీముడు 44
ఆ సంజ్ఞను గ్రహించి చిరునవ్వు నవ్వాడు.

"శ్రీకృష్ణుని అంగీకారం తెలిపాడు అర్జునుడు. ఇంక నాకు అవకాశం రావాలంతే!" మనస్సులో అనుకున్నాడు భీముడు.

భీముడు ఉత్సాహంగా గదతో దుర్యోధనుడిని ఓ దెబ్బవేశాడు. దుర్యోధనుడది తప్పించు కొని గదతో భీముడిని కొట్టగా, భీముడికి సొమ్మసిల్లినట్లయింది. దుర్యోధనుడది గమనిం చకుండా ఉత్సాహంగా పైకి ఎగిరి కిందకి దూకాడు. ఆ దూకుతున్నపుడు గిరగిరా రెండుమూడు చుట్లు తిరిగాడు. మూడవ గమనంలో భీముడి గద ఆతడి తొడలకు గట్టిగా తగిలి, వజ్రాయుధం దెబ్బకు కూలిన కొండలాగా నేలమీద పడిపోయాడు. ఆసమయంలో పెద్ద తోకచుక్కలు నేల రాలాయి. మాంసం ముక్కలతో కూడిన నెత్తుటి వాన పడింది. ఏనుగులు, గుఱ్ఱాలు, వివిధ రకాల జంతువులు, విషాదంగా అరిచాయి. దుర్యోనుడు ఆవిధంగా పడినందుకు పాంచాలురు, పాండవులు ఆకాశంలో తిరిగే దేవతలు కూడా ఉద్విగ్న మనస్కులైనారు. దేవతలు, యక్ష, కిన్నెర, గంధర్వాదులు ఆకాశంలో నిలబడి చూస్తున్నవారంతా దుర్యోధనుడు, భీముడు చేసిన గదాయయుద్ధాన్ని పొగుడుతూ తమ నెలవులకు వెళ్ళిపోయారు. గదాఘాతంతో తగలకూడని తొడ భాగంలో అతికఠినంగా దెబ్బతగిలి, కదలలేని స్థితిలోవున్న దుర్యోధనుడి దగ్గరకు వచ్చి.....

"నీచాత్ముడా! ఏకవస్త్రనని చెపుతున్నా ద్రౌపదిని నీతమ్ముడి చేత జుత్తుపటుకొని నిండు సభకీడ్పించి తెప్పించి ఆమెకు నీ తొడ చూపించి సంజ్ఞ చేస్తావా? సామాన్య మానవుడు కూడా చేయటానికి సందేహించే పని చేసి ఆనందిస్తావా! అనుభవించు!" అంటూ తన ఎడమకాలితో దుర్యోధనుడి తలను గట్టిగా తన్నిన భీముడు ఇంకా కోపం పెరిగి.....

"బంధుద్రోహీ! మమల్ని పశువులారా అని పిలుస్తావా? ఇప్పుడు మేమంతా నిన్ను

పిలుస్తాము పశువా అని. ఇది గొప్ప ఆడదగ్గ యుద్ధం. అంతేకానీ మోసపు జూదపు
ఆటకాదు. మోసంలో నీవూ, నీ మామ చూపిన నేర్పరితనమూ కాదు." అంటూ.....
దుర్యోధనుడిని మరో తన్ను తన్ని, పెద్దగా నవ్వి, ధర్మజ పాంచాలురను, అర్జునసాత్యకి, 45
నకులసహదేవులను చూచి.....

"కావాలని వదినగారిని మహా పతివ్రతను, దాసిగా సంబోధించుతూ ఏకవస్త్రను, రాలేను,
అని చెపుతున్నా వినకుండా జుత్తుపట్టుకొని, లాగి, వస్త్రాపహరణం చేయించి ఆమెకు
వచ్చికూర్చోమని తొడ చూపించిన నీచుడిని చూడండి. ద్రౌపది చేసుకున్న మంచి
నోముల ఫలితం ఇప్పుడు కనబడుతోంది. మమల్ని వ్యర్థజీవులనీ, పౌరుషం లేనివారనీ
తిట్టిన దుర్మార్గులను, ఆ ధృతరాష్ట్రుని కొడుకులను, బంధు, మిత్ర, సైన్య, సమూహాన్ని
యుద్ధం చేసి నసింపజేసినవారము మేము. ఇంక మాకు స్వర్గమైనా, నరకమైనా ఒకటే"
అంటూ భీముడు దుర్యోధనుడి మెడను అదిమి పట్టి మరల మరోసారి తన ఎడమ
కాలితో తన్నాడు.

"భీమా! తలను ఎందుకు తన్నుతున్నావు? అది అధర్మం. అందరూ నిన్ను అసహ్యించుకో
తగినది. అందరూ పోయినా రారాజు దుర్యోధనుడు సమరంలో పాల్గొని, ఆ సమరంలో
పడ్డాడు. అంతే కదా! నీవిటువంటి నీచమైనపని చేసి అపకీర్తి తెచ్చుకుంటావా?
ధర్మాన్ని తప్పవని పేరున్న నీకు ఇదంతా ముఖ్యమా?" కసురుకున్న ధర్మరాజు
దుఃఖంతో.....

"సుయోధనా! దైవం వ్యతిరేకించి నీకు మాపై శతృత్వం కలిగించాడు. ద్రోహబుద్ధితో
మమ్మల్ని దూరం చేసురున్నావు. నీ అధర్మం, అత్యాశ, గర్వం, అహంభావం, తెలియని
తనం, నాకే తెలుసనే మూర్ఖత్వం, నిన్నీ స్థితికి తెచ్చాయి. ఇదంతా విధి వ్రాత. అంతే.
నీ కారణంగా నాకుకూడా బంధునాశనం, పుత్రనాశనం జరిగింది. ఏమీ చేయులేని స్థితి"
అంటూ దుఖపడుతూ కూర్చున్నాడు.

"గదా యుద్ధంలో బొడ్డుకు దిగువ భాగాన బాధించటం న్యాయం కాదనే యుద్ధనీతి

వినలేదా? నేర్చుకోలేదా? మరచిపోయాడా? నీతిమాలిన ఈభీముడు!!" అంటూ కోపంగా అంకెలు వేస్తూ తన రథంమీద వున్న నాగలి తీసుకొని ఆవేశంగా భీముడి వైపు అడుగులు వేస్తున్న బలరాముడిని గమనించి......అన్నకు అడ్డంగా పోయి, ప్రేమగా ఆతడి దీర్ఘబాహువులను వినయంతో పట్టుకొని..... 46

"అన్నా తాను అభివృద్ధి చెందటం, తన మిత్రులనభివృద్ధి చెందటానికి సహకరించటం చాలా సహజం. మిత్రుడికి కష్టం వచ్చినపుడు ఆదుకోవటం ఈవన్నీ మామూలే. అందువలన మిత్రుడికి కష్టం కలిగినపుడు సమర్ధుడైన మిత్రుడు ఆదుకుంటాడు. ఆదుకోవాలి కూడా. ఇప్పుడదే జరిగింది. పాండవులు మనకు మంచి స్నేహితులే కాదు. మేనత్త కొడుకులు కూడా. నీతిలేని వారిచేత అవమానింపబడ్డారు. కనుక వారికి నీ సాయం అందాలి. రాజులకు ప్రతిజ్ఞ నెరవేర్చుకోవటం అనివార్యం. ఆనాడు సభలో వస్త్రాపహరణమప్పుడు ఈ సుయోధనుడు తొడగొట్టి, కన్నుగీటితేనే కదా యుద్ధంలో గదతో తొడపగలకొడతానని భీముడు శపథం పట్టింది. ఇందులో నీకు తెలియంది ఏముంది? ఆతడి శపథమేకాదు, మైత్రేయముని శాపం కూడా వున్నది కదా! ఇప్పుడదే జరిగింది. నీ కోపాన్ని తగ్గించుకో. కుంతీకుమారుల క్షేమం మనకు శుభాన్నిస్తుంది." అన్నాడు కృష్ణుడు.

"ఎంతైనా ధర్మాన్ని కాపాడవద్దా! అది చూడకుండా శాపం, గీపం అంటూ మాట్లాడతా వేంటి? భీముడు ధర్మాన్ని తప్పవచ్చా?" హుంకరించాడు బలరాముడు.

"బలరాముని మించిన ధర్మతత్పరుడెవ్వడూ లేడని లోకాలన్నింటిలో చెప్పుకుంటారు. ధర్మాన్ని తప్పినవారిని శిక్షించటానికి చేసిన ప్రతిజ్ఞను నెరవేర్చుకున్నాడు భీముడు. ఆవిధంగా ఆలోచిస్తే ధర్మవిరుద్ధం కాదు. ఆతడు పైకెగసి దూకినపుడు తన శపథం నెరవేర్చుకొనాలనుకున్నపుడు బొడ్డు క్రిందనా? పైనా? ఈవన్నీ ఆలోచించే విచక్షణ యెక్కడుంటుంది? పుట్టిన నాటినుంచి భీముడిని చంపాలని ఎన్ని ప్రయత్నాలు చేశాడా సుయోధనుడు! లాక్షాగృహ దహనం ఈవన్నీ నీకు తెలిసినవే కదా! ఏనాడైనా

సుయోధనాదులను ఒక్క చిన్నమాటైనా అన్నారా కుంతీ తనయులు? అదేవిధంగా
ఒక్కరోజైనా కుంతీ తనయులను సుయోధనాదులు నిశ్చింతగా వుండనిచ్చారా? మోసపు
జూదంలో వారి పిత్రార్జితం, స్వార్జితం, సకలసంపదలు దోచుకొని, వదినగారిని పందెంలో
పెట్టమని అనటం, ఓడినా, ఓడకపోయినా ఆమెను దాసి, దాసి అని సంబోధిస్తూ, 47
వస్త్రాపహరణం చేస్తూ, రమ్మని కనుసైగచేసి, తొడకొడతాడా? ఇక్కడ అధర్మమెవరిది?
మహారాజు కోడలికి దయతలచి రాజ్యం సంపదలిచ్చేస్తే మరల మాయాజూదం,
పన్నెండు సంవత్సరాలు అరణ్యవాసం, అజ్ఞాతవాసం, ఇటువంటి నియమాలు ఏకాలం
లోనైనా ఎవ్వరైనా పెట్టారా? ఇక్కడ అధర్మం యెవ్వరిది? పన్నెండు సంవత్సరాలు
కఠిన అరణ్యవాసం. అక్కడైనా శాంతిగా వుండనిచ్చారా? ఘోషాయాత్ర పేరుచెప్పి
వారినవమానించటానికి వెళ్ళి, గంధర్వులతో గొడవపడి బందీలైతే ఈ భీముడు,
అర్జునుడు, ధర్మరాజే కదా ఈ మందనంతటినీ రక్షించి హస్తినకు పంపింది! ఇంత
చేసినా, వారిని వదిలిపెట్టారా? అజ్ఞాతవాసం పేరున తమ సామంతులకు వూడిగాలు
చేసి వచ్చినవారికి, వారి రాజ్యం వారికివ్వవద్దా? కనీసం ఐదూళ్ళివ్వమంటే, సూదిమొన
మోపినంత భూమినివ్వనన్నాడా సుయోధనుడు! ఇక్కడ ఎవ్వరిది అధర్మం? యాదవ
వంశ దీపకుడైన సుభద్రా తనయుడిని పసివాడిని యోధానుయోధులందరూ కలసి
చంపిన విధానం అందరికీ తెలిసిందే కదా? ఈ యుద్ధం మొదలు పెట్టినపుడే ఆ వంశ
నాపకుడికి భీముడి శపథం గుర్తువచ్చి జాగ్రత్తగా వుండాలి. అతడికున్న అహంభావం
అతడికి తన తప్పునుగుర్తు రానీయలేదు. ఈవన్నీ నీకు వొకేసారి గుర్తుకుపస్తే భీముడు
చేసింది అధర్మం అనిపించదు“ మృదువుగా అన్న మనస్సుకు నచ్చేలా చెప్పాడు
కృష్ణుడు.

అన్నీ విన్న బలరాముడు మోహం చిన్నబుచ్చుకొని.....

“ధర్మం తప్పిన భీముడికీ ప్రశంశలు, యుద్ధధర్మం తప్పకుండా యుద్ధం చేసిన దుర్యోధనుడికి పుణ్యలోకాలు కలుగుతాయి“ అని కృష్ణుడికి మాత్రమే చెప్పి, రథమెక్కి తన రాజ్యానికి వెళ్ళిపోయాడు బలరాముడు. ధర్మరాజు, భీముడు, అర్జునుడు,

నకులుడు, సహదేవుడు మొదలన వారంతా దీనంగా, దుఃఖపడుతూ నుంచున్నారు.
“బంధునాశనానికి కారకుడూ, పాపాత్ముడు, పాపకర్ముడూ అయిన ఈ దుర్యోధనుడిని తొడమీద కొట్టి పడగొట్టి కాలితో తన్నాడు. అంతేకదా! అది అధర్మమా? దీనికి నీవింత ఆలోచించాలా?“ ఓదార్పుగా అన్నాడు కృష్ణుడు. 48

కురు వంశం నాశనమైనందుకే నా మనస్సుకు చాలా కష్టంగా వుంది. భీముడు ధర్మం తప్పగానే దుఃఖం వచ్చింది. దుర్యోధనుడు పెట్టిన కష్టాలకు గుండెలు మండి తనకు తోచిన న్యాయం చేశాడు. కృష్ణా! జరిగినదానికి చింతయెందుకు?“ అన్నాడు ధర్మరాజు.

అర్జునుడు నవ్వుతూ నుంచుండి పోయాడు. భీమసేనుడు సంతోషంగా కృష్ణుడికి చేతులు జోడించి నమస్కరించి, ధర్మరాజు దగ్గరకు వచ్చి.....

“కులనాపకుడు, యుద్ధరంగంలో చనిపోయాడు. శతృత్వాన్ని పెంచి, పాపకార్యాలు చేయించే శకుని, కర్ణుడు, దుశ్శాశనుడు ముందే యుద్ధంలో పోయారు. కనుక ఈ భూలోకానికంతటికీ నీవే రాజువు!“ అన్నాడు భీముడు.

“శ్రీకృష్ణుడు మనకు అందించిన సహాయసహకారాలే మన విజయాలన్నింటికీ కారణం“ అన్నాడు ధర్మరాజు.

భీముడిని అక్కడవున్న, సాత్యకి, పాంచాలులు మొదలైన వారంతా దుర్యోధనుడిని తొడలు విరగ కొట్టి చంపినందుకు పొగడ్తలతో ఆకాశానికెత్తారు. మొత్తాన అందరూ ఆనందంలో మునిగిపోయారు.

కృష్ణుడు మటుకు దుర్యోధనుడి మీద యేఒక్కరి మనస్సులోనూ జాలి మిగలకుండా చేయాలనుకొని......

“దయ, జాలి, వదిన అనే గౌరవం, అభిమానం లేకుండా హోమగుండంనుంచి జన్మించిన పవిత్రురాలిని, పతివ్రతను జుత్తుపట్టి లాగి కొంగు లాగినా, తొడకొట్టి రమ్మని కనుసంజ్ఞ చేసినా, ఆవేశంలో యేదో ప్రతిజ్ఞ చేశానులే అని దానాని వదిలేసి, తండ్రి ఆస్తి యివ్వమని ధర్మజుడు అడిగితే ఇవ్వనన్నాడు. ఐదూళ్ళు చాలంటే ఒక్కసూదిమొన మోపినంత కూడా ఇవ్వనన్నాడు. భీష్ముడు, విదురుడు యెంత చెప్పినా వినలేదు.

చివరకు....అంటూ .....చాలాసేపు చెప్పి.....ఇంక పదండి.
మీరథాలు తీసుకొని బయలుదేరండి!" అన్నాడు కృష్ణుడు.
కృష్ణుడు తనను ఆక్షేపిస్తూ మాట్లాడుతుంటే వినలేక ఆవేశంతో దెబ్బల నెప్పుల నోర్చు
కుంటూ పాము లాగా తలను నిక్కబెట్టి మెల్లిగా కొంత కూర్చున్నట్లుగా శరీరాన్ని 49
సర్దుకొని ఆవేశం దుఖం పెనవేసిన కంఠంతో......
"ఓ కంసదాసుడి కొడకా! నీ తప్పులేమిటో నీవు తెలుసుకోవు. ఎదుటివారిని ఎత్తి
చూపుతావు. నీ సంజ్ఞతో భీముడు అధర్మంగా నా తొడలు విరగ కొట్టకపోతే మీఅందరినీ
అంతంచేసి వుండేవాడిని. శిఖండి బాణం వేశాడంటూ భీష్ముడిపై అర్జునుడిచే
పడగొట్టించావు. అశ్వత్థామ అనే ఏనుగు చస్తే ద్రోణాచార్యుని కొడుకు అశ్వత్థామ
చనిపోయినట్లు ధర్మరాజు చేత అబద్ధం చెప్పించావు. రథం భూమిలో క్రుంగిందన్న
నెపంతో కర్ణుని చంపించావు. అసురసంధ్యలో చీకటిని సృష్టించి సైంధవుడిని
అర్జునుడి చేత చంపించావు. నువ్వు పెద్ద మోసగాడివి. అటువంటి నీవు నాగురించి
నేరాలెంచుతావా? నీవే ఈ అన్యాయాలు చేయించకపోతే భీష్మ, ద్రోణ, కర్ణ, సైంధవులను
మీలో ఎవ్వరైనా గెలవగలరా? బ్రతుకగలరా? ఛీఛీ!" చీదరించుకున్నాడు దుర్యోధనుడు.
"చిన్నతనంలోనే తమ్ముడని చూడకుండా భీముడిని కట్టేసి పాములచేత కరిపించివు.
విషాన్నం పెట్టించావు. లక్క ఇంట్లో తల్లిని, కొడుకులను అగ్నికి ఆహుతి చేయాలని
చూశావు. ఉత్తమ ధర్మప్రవర్తనతో అజాతశత్రువని పేరొందిన ధర్మరాజును నీవు, నీమామ
కలసి మాయాజూదంలో ఓడించి, స్వార్జితాలు, పిత్రార్జితాలు అన్నీ దోచేశావు.
వదినగారిని, హోమజనితను, మహాపతివ్రతను నిండుసభలో రజస్వలను అని చెపుతున్నా
వినకుండా జుత్తు పట్టుకొని ఈడ్చి, తొడచూపి, కన్నుగీటుతావా? మీ తండ్రి ఏదో
భయంతో ద్రౌపదికి అన్నీ తిరిగిచ్చేస్తే మరల మోసపుజూదం, ఏకాలంలోనూ, ఏరాజులూ
పెట్టని ఆంక్షలు పెట్టి కట్టుగుడ్డలతో అరణ్యానికి పంపి, అక్కడకూడా వుండనీయక
ఘోషయాత్ర వంకన వారందరినీ కష్టపెట్టటానికి నీతమ్ములు, కర్ణుడు ఇంకా నీ
సమూహంతో, మంది, మార్బలంతో వెడతావా? అక్కడ వూరుకున్నావా? గంధర్వులతో

యుద్ధం చేస్తే వారు మీ అందరినీ బంధించి తీసుకుపోతుంటే ఆ కర్ణుడేమో నీ ఖర్మకు
నిన్నువదిలేసి పారిపోతే, నీవు చీదరించుకొనే భీమార్జునులే కాపాడగా ధర్మరాజు దయతో
నీవంశమంతా బతికి బయట పడ్డారు. అయినా నీకు బుద్ధిరాలేదు. నీకు పదవీకాంక్ష,
దాయాదిద్వేషం. అవే నిన్నీదశకు తీసుకు వచ్చాయి. రాజ్యంలో భాగం, కనీసం 50
ఐదూళ్ళిమన్నా సూదిమొన మోపినంతకూడా యివ్వనంటావు. ఆ సైంధవుడు వారి
మానాన వారుంటే, చెల్లెలు వరుస ద్రౌపదిని, మహాపతివ్రతను ఎత్తుకుపోతాడా?
ఈవన్నీ వారంతా సహిస్తూ వుండాలా? నీరాజ్యకాంక్షకు భీష్మాది మహామహులను
బలిచేశావు. చాలామందితో యుద్ధం చేసి అలసిన సాత్యకిని చంపబోతున్న భూరిశ్రవణు
డిని చంపకుంటామా? చంపి మేమెంత బాధపడ్డామో నీకుతెలుసా? భీష్మ, ద్రోణాదులతో
కలసి విరాటరాజుపై జరిపిన దక్షిణ, ఉత్తర గోగ్రహణాలపుడు ఏమైంది? ఆ రోజులలో
నేను లేనుగా! అర్జునుడు వేసిన సమ్మోహనాస్త్రంతో మీరంతా తెలివి తప్పి పడిపోతే
అర్జునుడు మిమ్మల్ని శిక్షించాడా? దండించాడా? లేదే. కొత్తగా పెళ్ళైన అభిమన్యుడిని
పద్మవ్యూహంలోకి పోవటం తప్ప రావటం రాదని తెలిసి ఆతడిని ఆవ్యూహంలో ఇరుక్కొనే
పరిస్థితులను కల్పించి, వంటరిని చేసి మోసపూరితంగా చంపిన కర్ణుడిని, సైంధవుడిని
చంపటం అన్యాయమా? కర్ణుడి రథం భూమిలోకి నేను దింపలేదు కదా! బ్రాహ్మణుడి
శాపం దింపింది. ధర్మరాజు శల్యుడిని చంపటంకూడా నేరమేనని మాట్లాడలేదు.
బతికించావు. ఆతడు నీబంధువు, ఇష్టుడు కాదు కదా! అందుకని వదిలేశావు. కురు
వంశాన్ని వేళ్ళతో సహా నాశనం చేసిన నీవు తప్పులెంచుతావా? అయినా నా భార్యకు
నీవు చేసిన అవమానానికి గదతో తొడలు విరగ కొడతానని చేసిన శపథం మరచి
పోయావా? లేక పోతే భీముడు ఆ శపథం మరచి గదతో కాకుండా పిడికిలితో గుద్దితే
నీవు ఆతడిని గదతో కొడదామనుకున్నావా? ఇంక మాట్లాడకు!" హేళనగా అన్నాడు
కృష్ణుడు.

"నేను అన్ని వేదాలను చదివాను. యజ్ఞయాగాలు విధివిధానాలతో చేశాను. గొప్ప సంప
దలతో బ్రతికాను. చాలామంది గర్వితులైన రాజులను యుద్ధంలో జయించాను.

చివరకు బంధు, మిత్రులతో స్వర్గానికి చేరుతున్నాను. నీ దృష్టిలో, మీ అందరి దృష్టిలో ఎటువంటి వాడినైనా నాకు కష్టం, నష్టం లేదు. ధర్మాన్ని తప్పి భీష్మ, ద్రోణాదులను చంపినందుకు మీరంతా పశ్చాత్తాపంతో దుఃఖంతో వుంటారు" ఠీవిగా అన్నాడు దుర్యోధనుడు. 51

అపుడు ఆకాశంనుంచి పూలవాన కురిసింది. దేవదుంధుభులు మ్రోగాయి. దుర్యోధనుడి మాటలకు దేవతలు కురిపించిన పూలవాన పాండవుల మనస్సులను అయోమయంలో పడేశాయి. అందరి ముఖలలో విషాదం అలుముకుంది.

అది చూసిన కృష్ణుడు......"ధర్మరాజా! భీష్మ, ద్రోణ, కర్ణ, దుర్యోధనాదులను సవ్యమైన రీతిలో చంపలేక పోయామని దుఃఖ పడకండి. వారి దగ్గరున్న అస్త్ర, శస్త్ర రహస్యాలు చాలా గొప్పవి. అందుకని ఉపాయాలతో వారిని చంపించాను. లేకుంటే అంతటి వీరులు తేలికగా సమసి పోతారా! అది జరిగే పని కాదు. అయినా వారికి మృత్యు ఘడియలు కూడా సమీపించాయి. దేవతలు రాక్షసులను గెలిచినట్లే ఇప్పుడు జరిగింది. అంతేకాదు వారంతా ఇప్పుడు మరణించిన విధానాలతోనే మరణించాలని విధి శాసించింది. ఈ సంతోష సమయంలో ఈ దుఃఖమెందుకు? చేయవలసిన పనిని చేశాము. పదండి సాయంకాల సమయమైంది. అందరము బాగా అలిసిపోయి వున్నాము. విశ్రాంతి అవసరం" అన్నాడు కృష్ణుడు.

పాండవుల ముఖాలు కృష్ణుడి మాటలతో కాస్త విప్పారాయి. అపుడు కృష్ణుడు తనశంఖం పాంచజన్యం పూరించగా, అర్జునుడు దేవదత్తాన్ని, ధర్మజుడు అనంత విజయాన్ని, భీముడు పౌండ్రాన్ని, నకులుడు సుఘోషాన్ని, సహదేవుడు మణిపుష్పకాన్ని, పూరించారు. సేనానాయకులందరూ తమతమ శంఖాలను పూరించారు. నగారాలు, తూర్యాలు, మ్రోగాయి. ఆ శబ్దాలతో భూమ్యాకాశాలు నిండిపోయాయి.

పాండవుల విజయం అందరికీ చాటింపయిపోయింది. చుట్టుప్రక్కల ప్రజలందరూ వచ్చి పాండవులకు జయజయ ధ్వానాలు చెప్పారు. పాండవులు, పాంచాలులు, సాత్యకి మొదలైన ముఖ్యులు తమ గుడారాలకు తమ రథాలలో బయల్దేరారు. ధర్మరాజు

అనుమతితో దృష్టద్యుముడు, ద్రుపదుడి దాయాదులు, ఉపపాండవులు, తక్కిన రాజులు, తమ గుడారాలకు చేరి, ఆ రాత్రి విశ్రాంతి తీసుకొని, మరుసటి రోజు ఉదయానికి హస్తినకు వెళ్ళిపోయారు. 52

శ్రీకృష్ణుడు, పాండవులు రథాలెక్కి హస్తినకు పోతూ పాండవులు దుర్యోధనుడుండే నగరాన్ని చేరారు. అందరూ రథం దిగే సమయంలో.....

"అర్జునా! గాండీవాన్ని, జత అమ్ములపొదులను తీసుకొని ముందుగా నీవు రథం దిగు. నేను తరువాత దిగుతాను" అన్నాడు కృష్ణుడు.

అర్జునుడు కృష్ణుని మాటను ఆచరించాడు. అప్పుడు శ్రీకృష్ణుడు రథపు పగ్గాలు తొట్టిలో పెట్టి క్రిందకు దిగగానే ధ్వజంమీద ఆంజనేయుడు భూత గణాలతో మాయమయ్యాడు. ఆతేరు రథం గుఱ్ఱాలతో సహా భగ్గున మండిపోయింది.

అక్కడున్న వారంతా ఆ సంఘటనను ఆశ్చర్యంగా కళ్ళు పెద్దవిచేసి చూస్తూ వుండి పోయారు. ముందుగా కోలుకున్న అర్జునుడు......

"కృష్ణా! ఇది చాలా వింతగా వున్నది. ఆ రథం ఇంత హటాత్తుగా కాలిపోయిందేమిటి?" అడిగాడు.

"ఈ రథం భీష్ముడు, ద్రోణుడు, కర్ణుడు ప్రయోగించిన మహిమాన్విత అస్త్రాలకు యెప్పుడో తగులబడిపోయింది. బాహాటంగా కాలకుండా యుద్ధం అయిపోయేవరకు నేనే ఆపాను!" చెప్పిన కృష్ణుడు ప్రసన్న వదనంతో ధర్మరాజును కౌగలించుకొని.....

"నేను ఉపప్లావ్యం వచ్చినపుడు నన్నుచూచి ప్రేమతో నాకు వస్త్రాలను యిచ్చి, అర్జునుడిని చూపించి, నీవు తప్పక కాపాడాల్సినవాడు. అంటూ ఆతడిని నాకు వప్పగించావు. నేను సరేనని వప్పుకున్నాను. ఇప్పుడు ఆతడేకాదు అందరినీ నీకు వప్ప చెపుతున్నాను. ఇంక మీదట యేంచేయాలన్నా నీదే!" చిరునవ్వుతో చెప్పాడు కృష్ణుడు.

"కృష్ణా! ద్రోణకర్ణుల దివ్యాస్త్రాలు భయంకరంగా మమ్ముకమ్మినప్పుడు నీవు కాపాడకపోతే బ్రతుకులేవిధంగా వుండేవో ఊహించటానికే భయంగా వుంది. ముందుగా వ్యాసమహర్షి నన్ను హెచ్చరించాడు, శ్రీకృష్ణుడేవైపుంటే అటే విజయమని!" అన్నాడు ధర్మరాజు.

"పరమశివుడు అర్జునుడికి పాశుపతాస్త్రమిచ్చినపుడు" నాతో సమానుడివి కావాలి" అని ఆశీర్వదించాడు. మరి నీ తమ్ముడు అంతటివాడు కాడా? అర్జునుడు దయగల శతృవు. ఎవ్వరినీ చంపటానికిష్టపడని వాడు. నేను క్రమంగా గీతోపదేశమిచ్చి, చంపేవాడను
నేనని, చూసేవారికి తానే చంపుతున్నట్లు కనపడి కీర్తిమంతుడౌవుతాడని నచ్చచెప్పాను. 53
యుద్ధోన్ముఖుడిని చేశాను. నే సూచించిన విధంగా భీష్మాదులను చంపాడు. ఇదీ అసలు సంగతి. అందువలన ఆతడికేపాపమూ అంటదు. నామీద గౌరవముంచి నేను చెప్పినట్లు చేశాడనే కాదు, ఆతడికి సమర్ధతున్నది. అర్జునుడు కోపం వస్తే నిముషంలో లోకాలను మసిచేయగలడు" ఆవిధంగా ఉన్న నిజాలే చెప్పి తాను ఆనందపడి పాండవులనందరినీ ఆనందపరిచాడు కృష్ణుడు.

"కృష్ణా! నీవిపుడు హస్తినకు పోవాలి" అన్నాడు ధర్మజుడు.

సరే అని కృష్ణుడు హస్తినాపురానికి బయలుదేరి వెళ్ళి, కోట బయటనే నిలబడి తాను వచ్చినట్లుగా ధృతరాష్ట్రుడికి ద్వారపాలకులచేత కబురు పంపాడు.

ధృతరాష్ట్రుడి అనుమతితో లోపలికి వెళ్ళాడు.

ధృతరాష్ట్రుడు, గాంధారి, వ్యాసభగవానుడు ఒకేచోట కూర్చొని వున్నారు.

కృష్ణుడు అందరికీ పాదాభివందనం చేసి.....ధృతరాష్ట్రుడిని ప్రేమగా పట్టుకున్నాడు.

ధృతరాష్ట్రుడు భోరున ఏడ్చేశాడు. గాంధారి కూడా దుఃఖపడింది. వారిద్దరినీ ఓదార్చే మాటలు చాలా మాట్లాడాడు. వారిద్దరూ కాస్త దుఃఖోపశమనం చెందాక.....

కృష్ణుడు ప్రక్కనే వున్న బంగారు చెంబులోంచి నీరు తీసుకొని మొహం కడుక్కొని.....

"రాజా! మీ వంశమంతా నిష్కారణంగా నాశనమయింది. బాల్యంనుండి సుయోధనుడు పాండవులను ఎన్ని కష్టాలుపెట్టినా నీమీది గౌరవం, ప్రేమతోనే కదా నాచేత రాయబారం పంపాడు! ఇంతకముందేరాజులు జూదాలాడలేదా? గెలవలేదా? ఓడలేదా? ఇంటి కోడలిని, పవిత్రురాలినీ, పతివ్రతను జుత్తుపట్టుకొని, ముట్టుకోకూడదు, రజస్వలను, అంటున్నా వినిపించుకోకుండా నిండుసభలోకి లాగి, చీరను లాగుతారా? ఇదెక్కడి సాంప్రదాయం? జూదంలో పిత్రార్జితం, స్వార్జితం అంతా లాగేసుకొని, సోదరులను

బానిసలగా చేయటమే కాకుండా పన్నెండు సంవత్సరాలు అరణ్యావాసం, సంవత్సరం పాటు అజ్ఞాతవాసం. అక్కడైనా సుఖంగా వుండనిచ్చారా? విరాటుడి కొలువులో చిన్న తనమనుకోకుండా చేసి, నీకొడుకు సృంష్టించిన గోగ్రహణాలలో అధికమాసాలతో గడువు తీరిందని వారికోసం యుద్ధాలు చేసి వచ్చి, వారి రాజ్యం, తండ్రి రాజ్యభాగం అడిగి, 54
కాదంటే ఐదూళ్ళైనాఇవ్వమంటే అదీ కాదన్నాడు నీకొడుకు. భీష్ముడు చెప్పినా, విదురుడు చెప్పినా, ఎవరు చెప్పినా వినక యుద్ధం కోరుకున్నాడు. నామాటకు కూడా విలువివ్వలేదు.పైగా నన్ను బంధించాలని చూసి నన్నవమానించాడు. ఇందులో నీకు తెలియని సంగతులేమీ లేవు. అంతా విధికృతం అంటూ చాలాసేపు మాట్లాడిన కృష్ణుడు ఆరోజు వారికి ఐదూళ్ళిస్తే ఈదుఃఖం వుండేది కాదు కదా!“ అన్నాడు.

గాంధారి తన పైటకొంగుని ముఖాన్ని వొత్తుకొని దుఃఖపడింది.

కృష్ణుడు ఆమెను కూడా అనునయించే మాటలు చెప్పి ఓదార్చాడు. పాపం చేయని మహారాజా! మీ యిద్దరికీ చేయాల్సిన విధులన్నీ ధర్మరాజు నిర్వర్తిస్తారు.

మీకు కొడుకులు లేనిలోటు తీరుస్తారు. మీకీవిధి తమవల్ల వచ్చిందని చాలా బాధ పడుతున్నారు. మహారాణీ! నీ అంతటి రాజవనితను చూడలేదు. రాజులందరూ వింటూండగా కుమారుడికి, భర్తకు ధర్మ మార్గాన్ని సూచించావు. నీ కొడుకు నీవు చెప్పిన మాట వినివుంటే ఇప్పటి పరిస్థితులు వేరుగా వుండేవి. పాండవుల తప్పు యేమీ లేదని నీకూ తెలుసు. వారిపైన ఆగ్రహించవద్దని నిన్ను వేడుకుంటున్నాను. నీవు కోపం తో చూస్తే మూడులోకాలూ బూడిదౌతాయి. నీవు అంతటి తపఃస్సంపన్నురాలివి.....

అంటూన్న కృష్ణుడికి హటాత్తుగా అశ్వత్థామ, ఆతడి స్వభావం అన్నీ జ్ఞాపకంవచ్చి, దిగ్గున లేచి......

“అశ్వత్థామ పాండవులమీద చాలా కోపంగా వున్నాడు. పాండవులకు అపకారం తల పెడతాడు. త్వరగా వారి దగ్గరకు చేరాలి. నేను వెళ్ళివస్తాను“ అని అన్నాడు.

“శీఘ్రంగా వెళ్ళవయ్యా కేశవా! నిన్ను వారు వేయివిధాలుగా నమ్ముకుని వున్నారు కదా. వారిని కాపాడటం నీ ధర్మం!“ గాంధారి, ధృతరాష్ట్రుడు అన్నారు.

కృష్ణుడు వేగంగా అక్కడినుంచి వెళ్ళిపోయాడు.
వ్యాసుడు కూడా మరికొంతసేపు ఆ దంపతులను ఓదార్చి.....
"కృష్ణుడు చెప్పినది చేయండి!" అని చెప్పి అంతర్ధానమయ్యాడు.
అందరూ వెళ్ళిపోయయాక గాంధారీదేవి శయన మందిరానికి వెళ్ళిపోయాక, సంజయుడు ధృతరాష్ట్రుడి దగ్గరకు వచ్చాడు. మరల కొంతసేపు ధృతరాష్ట్రుడిని దుఃఖము, సంజయుని ఓదార్పు అయాక..... 55

"సంజయా! నాకొడుకు తొడలు విరిగి నేలకూలినాక కొంత వాదోపవాదాలు జరిగాక కృష్ణుడు, పాండవులు విజయోత్సవాలు చేసుకుంటూ నాకొడుకును వంటరిగా వదిలి వెళ్ళిపోయారన్నావు. అప్పుడు, రారాజునని చెప్పుకొనే నాకొడుకు దుర్యోధనుడేమైనాడు?" దుఃఖిస్తూ అడిగాడు ధృతరాష్ట్రుడు.

"మహారాజా! నేను పొదలో దాగుకొని పైన నేను చెప్పిన సంఘటనలు చూశాను. అందరూ వెళ్ళిపోయాక నేను పొదల మాటునుంచి దుర్యోధనుడి దగ్గరకు పోయి ఆతడిని ప్రేమగా పిలిచాను. ముఖాన్ని కప్పుకొని వున్న జుత్తును అతికష్టంగా చేతితో సర్దుకొని నాముఖం చూసి గుర్తుపట్టి దుఃఖపడ్డాడు. ధర్మరాజాదులను బాగా దూషిస్తూ...
"నాలుగు దిక్కులకూ వ్యాపించిన విశాల సామ్రాజ్యాన్ని పాలిస్తూ భీష్మ, ద్రోణాదులను కూడా నాకనుసన్నలలో నడిపించుకుంటూ బ్రతికిన నాకు ఈగతి పట్టించారా పాండవులు. భీముడు ధర్మాన్ని తప్పి యుద్ధనియమాలను తప్పాడని లోకనిందకు కూడా వెరవ లేదనీ అందరికీ, లోకమంతా తెలిసేలాగా ప్రచారం చేయి. భీష్మ, ద్రోణ, కర్ణులను కూడా యుద్ధనీతికి విరుద్ధంగా చంపారని కూడా అందరికీ చెప్పు, కీర్తి కావాలనుకొనే వారీవిధంగా చేస్తారా? తొడలు విరిగిపడిన నన్ను, నాతలను ఎడంకాలితో తన్నాడు. అదికూడా అందరికీ అర్థమయేదాకా చెప్పు. రాణులకందరికీ చెప్పు. వారి శాపాలు పాండవులకు తప్పక తగుల్తాయి. నాకేమేటి? నా తప్పులన్నీ భీముడు చేసిన తప్పుతో పోయాయి. చివరిదశ వరకు నేను శత్రువులను ఆశ్రయించలేదు. శమంతపంచకం దగ్గర యుద్ధం చేసి పడిపోవటంవలన నేను పుణ్యలోకాలు పొందుతున్నాను. ఇప్పుడు వారే

మోసంతో రాజ్యాన్ని పొందినట్లయింది. ఈవిషయాలన్నీ అశ్వత్థామ, కృపాచార్యులు, కృతవర్మలకు చెప్పు.....అంటూ.....చెపుతూనే వున్నాడు. ఆ యుద్ధప్రాంతానికి దగ్గరలో వున్న గ్రామప్రజలు కొంతమంది వచ్చి దుర్యోధనుడి దుర్గతి చూసి, దుఖించి పోయారు. 56
వారందరితో కూడా పాండవులు మోసాలతో జయం పొందారని చెపుతూనేవున్నాడు. ఆవిధంగా వచ్చి పోతున్నవారివల్ల అశ్వత్థామ, కృపాచార్యులకు దుర్యోధనుడి స్థితి తెలిసి, ఆముగ్గురూ దుర్యోధనుడి దగ్గరకు పరిగెత్తుకొని వచ్చారు. ఒకరినొకరు పలక రించుకోవటాలు, జరిగిన అన్యాయం గురించి సుయోధనుడు చెప్పటం, దుఃఖించటం, ఓదార్పులు అన్నీ అయాక......

“ఇప్పుడైనా మించిపోయిందేమీ లేదు. ఇప్పుడు నేనేంచేయాలో చెప్పు! అన్నాడు అశ్వత్థామ.

“ఎన్ని ఆపదలు, ఎంతటి ఆపదలు వచ్చినా ధైర్యం వదలకుండా యుద్ధం చేశాను. తమ్ముళ్ళను, కొడుకులు, బంధువులు, స్నేహితులు, ఇష్టులు, గురువు, అందరనీ పోగొట్టుకొని నేనొక్కడినే వుండిపోతే యేంబాగుంటుంది? ఇప్పుడు కూడా నేపోయి వారిని కలుసుకోవాలి. దిగులు పడాల్సిందేమీ లేదు. నేనే పైస్థాయిలో వున్నాను. శతృవులు నన్ను మోసం చేసి రాజ్యాన్ని పొందారు. నేను పుణ్యగతులు పొందుతున్నాను. మృత్యువు రాకముందే మీరొచ్చారు. ఇది నా అదృష్టం. ఎదుటనున్నవాడు విష్ణువు అని తెలిసికూడా, మీ పరాక్రమాలను నమ్మి యుద్ధానికి సిద్ధమయ్యాను. మీరు కూడా పాపం మీ పరాక్రమం బాగా ప్రదర్శించారు. దైవ నిర్ణయానికి మీరేం చేయగలరు!“అన్నాడు సుయోధనుడు. కానీ అశ్వత్థామకు మాత్రం మోసపూరింతంగా యుద్ధధర్మాన్ని వదిలి దుర్యోధనుడిని భీముడు తొడలు విరగకొట్టి చంపినందుకు దానికి శ్రీకృష్ణుని సహకారం కూడా వున్నదన్న మాటకు, భీష్మాదులందరినీ యేదోవిధంగా మోసం చేసి చంపారన్న దుర్యోనుడి మాటలతో ఆతడికి అంతులేని ఆవేశం వచ్చింది. పాండవులంటే ఈర్ష్య, అసూయ తన్నుకొని వచ్చాయి. ఏవిధంగానైనా పాండవులకు అపకారం చేయ నిశ్చ యించుకున్నాడు.

"ఓరాజా! ఆనాడు నాతండ్రి విషయంలోనే నాకు వారిపై కోపం వచ్చి ప్రతీకారం చేయాలను కున్నాను. నీసంగతి విన్నాక నా నిర్ణయం సరైనదేనని నిశ్చయానికి వచ్చాను. ఆ శ్రీకృష్ణుడు చూస్తూండగానే పాండవులను బంధు, మిత్ర, పుత్ర, సమేతంగా అంతం
చేస్తాను. ఆజ్ఞాపించు!" అన్నాడు అశ్వథ్థామ. 57

దుర్యోధనుడు సంతోషించి, కృపాచార్యుడిని ఓచెంబునిండా నీరు తెప్పించమని కోరాడు. ఆయన అక్కడకు దగ్గరలో వున్న ముని ఆశ్రమాలలో అడిగి ఓ మట్టికలశంలో నీరు తీసుకు వచ్చాడు.

"వెంటనే ఈ అశ్వథ్థామను నా సేనానాయకుడిగా అభిషేకించు!" అని కృపాచార్యునితో చెప్పాడు దుర్యోధనుడు. కృపాచార్యుడు సంతోషంగానే అశ్వథ్థామను సేనాధిపతిగా అభిషేకించాడు.

అశ్వథ్థామ దుర్యోధనుడిని ప్రియమార కౌగలించుకొని జయజయ ధ్వానాలు పలుకుతూ అక్కడినుండి బయలుదేరాడు. మిగిలిన వారంతా ఆయనను అనుసరించారు"

చెప్పటం ఆపాడు సంజయుడు.

ధృతరాష్ట్రుడు భావం బయటపడకుండా ఓనవ్వు నవ్వాడు.

శల్య పర్వం సమాప్తం

ॐ

శ్రీమదాంధ్ర మహాభారత కథలు

చతుర్థ భాగం

సౌప్తిక పర్వం

కూర్పు - శ్రీమతి కె.వి. సత్యవతి
బి.ఏ. మ్యూజిక్ మరియు తెలుగు, ఆంధ్ర విశ్వ విద్యాలయం

శ్రీమదాంధ్ర మహాభారత కథలు 58

అశ్వత్థామకు శివుడి ఖడ్గం

సంజయుడు చెప్పగా సుయోధనుడు భీముడి వలన అధర్మ యుద్ధంతో, గదాఘాతంతో తొడలు విరిగి పడిపోయాక, భీముడు తన ఎడమ కాలితో సుయోధనుడి తలను రెండు సార్లు తన్నగా, బలరాముడు ఆగ్రహించి తన హలాయుధముతో దండించబోగా కృష్ణుడు అడ్డుకొని అన్నకు నచ్చచెప్పగా, బలరాముడు శాంతించి, ధర్మరాజాదులకు చెప్పకుండా అలిగి వెళ్ళిపోయిన తరువాత, పాండవులు, కృష్ణుడు, అక్కడున్న వారంతా సుయోధనుడిని అనాధగా వదిలేసి విజయోత్సవం చేసుకుంటూ వెళ్ళిపోయాక.....

అశ్వత్థామ, కృపాచార్యుడు, కృపుడు, దుర్యోధనుడి దగ్గరకువచ్చి, సుయోధనుని దీనమైన పరిస్థితి చూసి బాధపడి, అతడిని ఓదార్చి పాండవ వంశాన్ని నాశనం చేస్తానని శపథం చేయగా, సుయోధనుడు అశ్వత్థామకు మట్టికలశంతో సైన్యాధ్యక్షుడుగా అభిషేకం చేశాడని తెలుసుకున్న ధృతరాష్ట్రుడు.....

"పరాక్రమవంతులైన ఆ ముగ్గురు - అశ్వత్థామ, కృపాచార్యుడు, కృపుడు యేమయ్యారు? వారు సుయోధనుడికిచ్చిన మాట నిలబెట్టుకున్నారా లేదా?" ఆశగా అడిగాడు.

"దుర్యోధనుడికి శపథంచేసి ఓదార్చి అశ్వత్థామకు సర్వసైన్యాధ్యక్షుడిగా అభిషేకం జరిగాక ఆ ముగ్గురూ పాండవ శిబిరంవైపు నడిచారు. ఆ శిబిరంనుండి దూరానికే ఉపపాండవులు, దృష్టద్యుమ్నాదుల విజయోత్సవ కేరింతలు వినపడగా ఆగిపోయి ఆ ముగ్గురూ తూర్పుదిక్కుకు నడిచారు.

"సంజయా! నాపెద్ద కొడుకు ఈవిధంగా భీముడిచేత తొడలు విరిగకొట్టబడి దీనుడౌతా

డనుకోలేదు. నా నూర్గురు కొడుకులూ చనిపోయారని విన్నాకకూడా నా గుండె పగల లేదెందుకనీ? ఇప్పుడు దాసుడిలాగా పాండవుల దగ్గర వుండగలనా? భీముని నిందా వాక్యాలు వినగలనా? సర్వం మహాచక్రవర్తిగా బ్రతికిన నేను పరాన్నభుక్తుడుగా వుండాలి కదా!" ఘొల్లుమని ఏడ్చాడు ధృతరాష్ట్రుడు. సంజయుడు మౌనంగా వుండిపోయాడు. 59
కొంతసేపటికి ధృతరాష్ట్రుడు తేరుకొని......

"సంజయా! అశ్వత్థామ మొదలైన వారంతా ఏంచేశారు?" అడిగాడు ధృతరాష్ట్రుడు.

సంజయుడు చెప్పటం ప్రారంభించాడు.......

అశ్వత్థామ, రథిక శ్రేష్టులు, పాండవుల గుడారాల దగ్గరనుంచి అడవిలోకి ప్రవేశించి, ఓ మడుగు దగ్గరకు చేరి, వారి గుఱ్ఱాలకు నీళ్ళు త్రాగించి, వారు నీరు త్రాగి, కాస్త విశ్రాంతిగా భయపడుతూనే కూర్చున్నారు. సూర్యాస్తమానం అయింది. ముగ్గురూ సంధ్యావందన కార్యక్రమాలు నిర్వర్తించుకున్నారు. కొంతసేపటికి మఱ్ఱిచెట్టుక్రిందకు చేరారు. ముగ్గురి ముఖాలలోనూ దుఃఖం, బాధ, తాండవిస్తున్నాయి. ఏదోఒక దుష్ట కార్యక్రమం చేయమని ముగ్గురి మనస్సులూ తొందరపడుతున్నాయి. చీకటి ముసిరింది. ఆకాశమంతా నక్షత్రాలు వెలుగునిస్తున్నాయి. రాత్రి తిరిగే జీవరాసులు తిరుగసాగాయి. ఆ ముగ్గురూ పాండవులకు దుర్యోధనాదులు చేసిన దురన్యాయాలు మరిచిపోయి ఆ దోషాలను చిన్నవిగా చెప్పుకుంటూ భీముడు దుర్యోధనుడిని అధర్మంగా గాలిలో వున్న ఆతడి తొడలమీద గదతో కొట్టి, తొడ విరగకొట్టి, భీముడు ఎడమకాలితో తన్నటమే మహాపరాధం, గొప్ప అధర్మం అనీ, పాండవులు కష్టాలకలవాటైన వారే కానీ దుర్యోధను డావిధంగా కాదుకదా! రారాజుగా బ్రతికాడు కదా! అవమానాన్ని తట్టుకోలేడనీ, కౌరవ వంశాన్ని నాశనంచేసిన పాండవులను క్షమించకూడదనీ, అవమానానికీ ప్రతీకారం తీర్చటం తమ ధర్మమనీ, దానికి చేయాల్సిన కార్యక్రమాలేంటి? అంటూ ఆలోచిస్తూ, ఏమీ తేల్చుకోలేక మాట్లాడుకుంటూనే కృతవర్మ, కృపాచార్యుడూ నిద్రలోకి జారుకున్నారు. అశ్వత్థామకు నిద్ర రాలేదు. పడుకొని మఱ్ఱిచెట్టుమీదున్న పక్షిగూళ్ళను చూస్తూ

వుండిపోయాడు. ఇంతలో భయంకరంగా పెద్ద చప్పుడు చేస్తూ అతివేగంతో ఓ గుడ్లగూబ
వచ్చి చెట్టు కొమ్మను ఆధారంగా చేసుకొని గూడుకట్టుకొని దానిలో సుఖంగా నిద్రపోతున్న
పక్షిగూటిలోకి తన పెద్ద శరీరాన్ని చిన్నదిగా చేసుకొని దూరి, నిద్రపోతున్న కాకిపిల్లలను
కొన్నింటిని పీకలు కొరికి, కొన్నింటి కాళ్ళు విరగకొట్టి, కొన్నింటి పొట్టలు చీల్చి, కొన్నింటి 60
ఎముకలు విరిచేసి, అనేక రకాలుగా కాకిపిల్లలని చంపి వికృతంగా ఆనందించటం
చూసి చటుక్కున లేచి కూర్చున్నాడు అశ్వత్థామ.

"దిక్కుతోచని నాకు ఈ గుడ్లగూబ మార్గం చూపించింది. గర్వంతో శతృవులతో యుద్ధానికి పోవటం మంచిది కాదు. ఆ కృష్ణుడు నన్ను బ్రతకనీయడు. దుర్యోధనుడిని, భీష్మాదులను మోసంతో చంపిన పాండవులను నిద్రపోయేటప్పుడు అకస్మాత్తుగా చంపటం అన్యాయమేంకాదు. అందరినీ చంపితీరుతానని నా శపథం కూడా నెరవేరుతుంది.

గట్టిగా నిర్ణయించుకొని కృపాచార్యుడిని, కృతవర్మనూ నిద్రలేపి......

"సమయానికి మనం ముగ్గురం దగ్గరలేకపోవటంతో అందరూ కలిసి అన్యాయం చేశారు. దుర్యోధనుడిని భీముడు మోసంతో నేలకూల్చి రాజ్యాభిషేకం చేసుకున్న తలను ఎడం కాలితో తన్నాడు. ప్రాణం తీయటం కంటే యెక్కువగా అవమానించాడు. పరాక్రమం, శౌర్యం వున్న మహావీరులనేకులు అన్నిరోజులు పోరాడినా, ప్రాణాలను ధారపోసినా ఆతడిని గెలిపించ లేకపోయారు. ఎవరెంత చేసినప్పటికీ దైవం మరోవిధంగా తలిస్తే మంచి ఫలితం యేవిధందగా వస్తుంది? ఇపుడేం చేద్దాం?" అడిగాడు అశ్వథామ.

"నీ అభిప్రాయం ఏమిటో చెపితే అవునా కాదా నేను చెపుతాను. అశ్వత్థామా ఏవిషయానికైనా మానవ ప్రయత్నానికి దైవానుకూలత కూడా వుండాలి. ఏవిధంగా అంటే వానలు కురుస్తున్నప్పటికీ నేర్పుతో పొలం దున్నినా పొలంలో వాన తగినంత కురిస్తేనే పంట పండుతుంది. ఆవిధంగానే మంచి పనిని సంకల్పించి ధర్మం ప్రకారం ప్రవర్తిస్తే, వాటికి దైవం కూడా సాయం చేస్తుంది. చెడు పనికి కృషిచేస్తే చెడు ఫలితమే వస్తుంది. గౌరవమూ పోతుంది. నీతిమాలిన పనులు చేస్తే మొదట విజయం లభించినా నింద

మాత్రమే మిగులుతుంది. ప్రజలు, భగవంతుడు కూడా దండిస్తారు. అదిక బాధలు కూడా వస్తాయి. కోపం, దురాశ, భయం వున్నవాడు, దుర్మార్గుడు, మంచివారు యెంతగా వారించినా దుర్మార్గపు పనులు చేసినవారు ధనం, మానం అన్నీ పోగొట్టుకుంటారు. దుర్యోధనుడు అవివేకి. కోపం, దుఃఖం, దురాశ, అసూయ, గర్వం, చెప్పరాని దుర్లక్షణాలన్నీ వున్నాయి. కారణం లేకుండా పెద్దలు, పిన్నలూ, యెవరెంత చెప్పినా వినకుండా పాండవులకు చెయ్యరాని అపకారాలన్నీ చేశాడు. మరి నాశనం తప్పుతుందా? సరే అవన్నీ అట్లావుంచు. ఇప్పుడు మనకర్తవ్యం యేమిటి? ధర్మంప్రకారమైతే, మనం ధృతరాష్ట్రుడి దగ్గరకు పోయి, ఆయన, గాంధారి, విదురుడు, యేమి చెపితే అది చేయాలి. అందువలన మనకు అపకీర్తి రాదు" అన్నాడు కృపాచార్యుడు. 61

"ఎవరికి వారే తాను సరైన నిర్ణయం తీసుకోగలమనుకుంటారు. ఎదుటివాడికి తెలివి లేదనుకుంటారు. అయినా ఆనిర్ణయం కూడా వయస్సునుబట్టి మారటం గమనించడు. చిన్నప్పటి అభిప్రాయం యౌవ్వనం వచ్చాక వుండదు. ఆ అభిప్రాయం ముసలితనం వచ్చాక వుండదు. మానవుడు ఆపదలో వున్నప్పుడోవిధంగాను, సంతోషంలో వున్నపుడు మరో విధంగాను, సంపద వచ్చినపుడు ఓవిధంగానూ, పోయినపుడు మరోవిధంగాను ఆలోచిస్తాడు. ఆవిధంగానే పుట్టుక జరిగినపుడు ఓవిధంగానూ, మరణం సంభవించినపుడు మరోవిధంగాను ఆలోచిస్తాడు. ఇవన్నీ మీ అందరికీ తెలిసినవే. నేను చెప్పేది వినండి. నేననుకున్న విధంగా చేస్తే మనకందరికి ఆనందం, త్రుప్తి, కలుగుతాయి. బ్రహ్మ సృష్టి చేసేటపుడు బ్రాహ్మణుడికి ఇంద్రియ నిగ్రహం, క్షత్రియుడికి తేజస్సు, కోమటికి దక్షత, శూద్రుడికి త్రివర్ణానుకూలతా అనే గుణాలు నిర్ణయించబడ్డాయి. ఈ స్వభావాలు కులానుగతంగా లేకపోతే వారినందరూ నిందిస్తారు. బ్రాహ్మణుడనై పుట్టి కూడా క్షత్రియ ధర్మాలు ఆచరించాను. మరల బ్రాహ్మణ ధర్మాన్ని ఆచరించలేను. గొప్ప విల్లు, దివ్యాస్త్ర సంపద వుండి పరాక్రమంతో యుద్ధం చేస్తున్న మా తండ్రిని ఒకడు చంపాడు. వాడింకా బ్రతికే వున్నాడు. నేను వాడిని చంపకుండా వుండగలనా?

దుర్మార్గుడైన దృష్టద్యుమ్నుడు మొదలైన వారిని పరాక్రమంతో వధిస్తాను. నా కోపాన్ని, కసిని, తట్టుకోలేక ఓ ఉపాయం ఆలోచించాను. శత్రువుల వలన భయంలేదని ఆయుధాలు ప్రక్కన పడేసి హాయిగా నిద్రపోతూవుంటారు. వారందరినీ చంపటానికి ఇదే మంచి సమయం. యుద్ధంలో ఓడిపోయి అవమానంతో మనం ముగ్గురం దూరంగా 62
వెళ్ళిపోయామనుకుంటారు. విజయ గర్వంతో తేలిపోతూ నిద్రిస్తున్న కొందరిని బాణాలు ప్రయోగించి, కొందరిని బండలు, ఇనుప ఆయుధాలతోను, కొందరిని పిశాచాలమాదిరిగా కంఠం కొరికి చంపి, నా కసి తీర్చుకుంటాను. ఆ మహాశివుడిలాగా వారి నెలవులలో చేరి అందరినీ హతమార్చి మాతండ్రి రుణం తీర్చుకుంటాను!" ఆవేశంగా, కసిగా అన్నాడు అశ్వత్థామ.

"పగదీర్చుకోవటమనేది మంచిదే. మేము నీకు సహకరిస్తాం. కానీ బాగా అలసిపోయి వున్నావు. ముందర బాగా నిద్రపో. తెల్లవారగానే ముగ్గురం పోయి నీవు చెప్పినట్లే చేద్దాం" అన్నాడు కృపాచార్యుడు.

"కోపావేశంలో వున్నవాడికి, ధనాశాపరుడికి, రోగిష్టివాడికి, కామోద్రిక్తుడికి నిద్రవస్తుందా? ఇవన్నీ నీకు తెలియుదా? నాకుం నిద్రరారపోవటానికి కారణాలు నాలుగు. తండ్రి పరాక్రమ వంతుడైయుండికూడా మోసగింపబడి చంపబ్డాడు. శతృవుని తలచుకొని వాడిని యే విధమైన యుద్ధంచేసి చంపాలా అనే ఆలోచనలో ఆవేశంలో వున్నాను. దుర్యోధనుడికి యేవిధంగా సంతోషం కలిగించగలను? ఇన్ని ఆలోచనలలో నేను యేవిధంగా నిద్రపో గలను? నిద్రపోయి సమయాన్ని యెలా వృధా చేగలను? ఆ సుయోధనుడు నాకు మంచి చెలికాడు. నేను బ్రతికుండగానే ఆతడావిధంగా శతృవుచే ఘోరంగా అవమానింప బడ్డాడు. ఇదేమిటి అని అడిగేవారు లేరు. పైగా శతృవులకు పొగడ్తలు. నా మనస్సుకు చాలా కష్టగా వుంది. శ్రీకృష్ణుడు, అర్జునుడు వున్న చోటికిపోయి దండెత్తి యెవ్వరైనా గెలువగలరా? రాత్రివేళ పూనుకొని చేస్తే సునాయాసంగా పని పూర్తిచేసుకో కలుగుతాను. పాండవులను, దృపదరాజు సంతానాన్ని చంపి దుర్యోధనుడి కోరిక తీర్చి, అప్పుడు

విశ్రాంతి తీసుకుంటాను. నిద్రపోతాను. అన్ని సుఖాలు అనుభవిస్తాను. నన్ను దృష్టిని మరలించాలని చూడకు“ అన్నాడు అశ్వత్థామ.....

“ఆవేశంలో వున్నవాడు సరిగ్గా ఆలోచించలేడు. ఎదుటివాడు చెప్పినా వినడు. ధర్మస్థితి లో ఆలోచిస్తూ మిత్రుల మాటలు గర్వంవదిలి విని మంచి చెడులు ఆలోచించి చేస్తే 63
బాగుంటుంది. ఇప్పుడు నీకు బాగా కావాల్సినవారు దగ్గరుంటే బాగుండేది. నామాట విని, కోపం, ఆవేశం, కౄరత్వం వదిలిపెట్టి శాంతపడు. ఆ తరువాత యెంతగా చింతించినా ప్రయోజనముండదు. నిద్రపోయే వాడిని, ఆయుధం లేనివాడిని, వాహనం విరిగి పోయిన వాడిని వధించటం ధర్మం కాదు. నిద్ర.....అంటే సగం చచ్చినట్లే. చచ్చిన వారిని చంపుతానంటావేమిటి? అస్త్ర, శస్త్ర విద్యలలో నిపుణుడవైన నీకిది న్యాయమా? ఎటువంటి మచ్చాలేని నీవు అపకీర్తి తెచ్చుకోవటం అవసరమా? నీ పుట్టుకకు, నీ విజ్ఞానానికీ కీర్తి తెచ్చే పని చేయి!“ అన్నాడు కృపాచార్యుడు.

“నీవు చెప్పినవన్నీ నిజాలే. ఆజ్ఞాపించదగిన వాడివి. నేను చెప్పేది కూడా విను. రాజు లందరూ చూస్తూ వుండగా నా తండ్రిని, అస్త్రసన్యాసం చేసిన వాడిని, దృపదుడి కొడుకు పాప, పుణ్యాలు ఆలోచించకుండా సమాధి స్థితిలో వున్నవాడిని జుత్తుపటుకొని తలనరికాడు. అది న్యాయమా? భూమిలో రథచక్రం ఇరుక్కున్నది కాస్త ఆగమన్నా వినకుండా అర్జునుడు కర్ణుడిని చంపాడు. అర్జునుడు చేయి నరకగా పరాభవం చెంది, ప్రాయోపవేశ స్థితిలోనున్న భూరిశ్రవణుడిని కృష్ణుడి తమ్ముడు సాత్యకి నరికి చంపాడు. మరల అర్జునుడి సంజ్ఞతోనే భీముడు అధర్మంగా సుయోధనుడి తొడ పగులగొట్టాడు. మరి వారేకదా ముందు అధర్మాలు చేసింది, యుద్ధధర్మం దాటింది? ఏమైనా సరే, నేననుకున్నది చేయాలి, అంతే! అధర్మంతోనే వారందరినీ చంపాలి. అందువల్ల యెటువంటి గతులు పట్టినా పరవాలేదు“ అంటూ అశ్వత్థామ చటుక్కున లేచి తన రథాన్నెక్కాడు.

"పాపరహితుడా! అశ్వత్థామా! సుయోధనుని కోసం మనం ముగ్గురం ఇప్పటి వరకు ఒకే మాటమీదున్నాం. మమ్మల్ని వదిలేసి ఒక్కడివే పోవటం బాగాలేదు" అన్నాడు కృతవర్మ.
"మీయిష్టం! నేనుమటుకు చెప్పిందే చేస్తాను. అందరం కలసి కీర్తిని పొందుదాం.
తెలివిగా ప్రవర్తించండి" అన్నాడు అశ్వత్థామ. 64
"ధృతరాష్ట్ర మహారాజా! ఆవిధంగా ఆముగ్గురూ నిద్రావస్తలో వున్న పాండవుల గుడారాలను సమీపించారు" చెప్పాడు సంజయుడు.
"దుర్యోధనుని తొడ పగలగొట్టిన విజయం మత్తులో వారి దగ్గరకు వీళ్ళు ఏవిధంగా వెళ్ళారు?" ఆశ్చర్యంగా అడిగాడు ధృతరాష్ట్రుడు.
"అ పాండవులున్న శిబిరద్వారం దగ్గర అశ్వత్థామ అందరిని దాటి ముందుకు దూకపోగా, రక్తంకారే పులితోలును వస్త్రం గాను, పాములు జంద్యాలుగాను, భుజకీర్తులగాను, అతిపెద్దనోరు, దానిలో వాడైన కోరలు, వేలకొద్దీ కళ్ళు, అన్నింటిలోంచి మంటలూ శరీర కాంతిలోంచి శంఖం, చక్రం, గదలతో అనేకమంది విష్ణువులు వెలువడుతూ.....
భయంకరంగా పేద్దరూపంతో వున్న ఆకారాన్ని చూసికూడా భయపడకుండా పరాక్రమంతో బాణాలను సంధించగా, ఆ ఆకారం పెద్ద నోరు తెరిచి అశ్వత్థామ ప్రయోగించిన బాణాలను మ్రింగేశాడు. అశ్వత్థామ మరల బల్లాలను విసిరాడు. ఈవిధంగా అశ్వత్థామ ప్రయోగించిన ఆయుధాలన్నింటినీ మింగేస్తోంది ఆఆకారం. అశ్వత్థామ శక్తి ఆయుధాన్ని వుపయోగించగా, అది కూడా వ్యర్ధమయింది. భయంకరమైన ఖడ్గం తీసి ప్రయోగించగా అదికూడా ఆ భయంకరమైన శరీరాన్ని తాకి దూదిలా కాలిపోయింది. అశ్వత్థామ కోపావేశంతో తోమర సమూహాన్ని, చక్రసమూహాన్ని ప్రయోగించాడు. అవీ అంతమయ్యాయి. అశ్వత్థామ గదను ప్రయోగించగా అదీ మింగేసిందాకారం. అశ్వత్థామ నిరాశతో ఆకాశం చూడగా ఆకాశమంతా విష్ణువులు కనిపించారు......
"కృపాచార్యుడు యెంతగా చెప్పినా వినిపించుకోలేదు. నాకీశాస్తి జరగాల్సిందే. బ్రాహ్మణుడిని, బాలుని, ముసలివారిని, గుడ్డి, పిచ్చి, స్నేహితుని, సోదరుడిని, పరధ్యానంలో

వున్నవారిని, గురువుని, భయపడేవారిని, శరణన్నవాడిని, అస్త్ర, శస్త్రాలతో బాధించటం చేయతగిన పనులు కాదు. అటువంటి ప్రయత్నం చేస్తే యేవిధంగా ఫలిస్తుంది?" అనుకున్నాడు అశ్వత్థామ. కానీ ఆతని మనస్సు శాంతించలేదు. కొంతసేపు ఆలోచించి మరల తన దుర్మార్గపు ఆలోచనలను బ్రతికించుకొని ఓధృఢ నిర్ణయానికి వచ్చి, ఆ మహాదేవుని అతి భక్తితో సేవిస్తాను. అని నిర్ణయించుకొని ఆ శివుడిని, రుద్రుడిని, జఠాజూటుని, పార్వతీశుడిని పూజించి...... 65

"నేననుకున్నది జరగకపోతే ఆత్మబలిదానం చేస్తాను!" అని నిర్ణయించుకొనగానే, ఆతడి యెదుట వింత వెలుగులతో బంగారు అరుగు ప్రత్యక్షమయ్యింది. దానిపై అగ్ని వెలిగింది. ఆ అగ్నిలో మండే ముఖాలు కలవారు, వంటికాలువారు, మండే కళ్ళు కలవారు, అనేక ముఖాలు కలవారు, వంకర, పొడుగు, పొట్టి, లావుపాటి, సన్నిపాటి, మిక్కిలి సన్నం, మిక్కిలి లావుపాటివారు, కిరీటం ధిరించినవారు, జటలుధరించినవారు, ప్రమధగణాలు, గంధర్వులు, కిన్నెరలు, అనేకరకాలైన ఆభరణాలు, ఏనుగులు, గుఱ్ఱాలు, పూలదండలు, అనేకరకాల సంగీత వాయిద్యాలు, అనేకరకాల జంతువులు, అనేకరకాల ఆయుధాలు, వాయిద్యాలు, జంతువుల అరుపులు, శంఖధ్వనులు, ఈ విధంగా అనేకరకాలుగా అశ్వత్థామకు కనిపించసాగాయి.

అశ్వత్థామకు తాను చేయబోయే విలయాన్ని ఆనందంగా చూడటానికి ఈశ్వరుడు కుటుంబంతో సహా వచ్చారనిపించిందాతనికి. వెంటనే రథంమీదున్న గొప్పవిల్లు చేతితో పుచ్చుకొని గొప్పఉత్సాహంతో అగ్నిలో దూకటానికి హెూమగుండాన్ని సమీపించిన అశ్వత్థామ ఆఅగ్ని తనను పూర్తిగా దహించటానికి సరిపోదనిపించి, తన రథంమీదున్న విండ్ల కట్టను అగ్నిలో వేయబోయి.....

"పరమేశ్వరా! ఏంచేయాలనేది నాకు తోచటం లేదు. నీకు నేను ఆత్మబలిదానం చేస్తాను. అంగీరసుని వంశస్తుడిని. శత్రువులను సంహరించగల శక్తిని తప్ప నేనేమీ కోరను. అందుకు ప్రతిగా నీకు అనేకప్రాణాలను నైవేద్యంగా సమర్పిస్తాను" అంటూ వేదిక

మీదున్న అగ్నిమీదకు దూకాడు. కానీ అశ్వత్థామకు ఏమీ కాలేదు. పరమేశ్వరుడు ప్రత్యక్షమయాడు.

"బ్రాహ్మణోత్తమా! అశ్వత్థామా! నీపట్టుదలకు మెచ్చాను. నీకోరిక తీర్చటానికే వచ్చాను" 66
అన్నాడు. మెడలో పూలమాల పడగా, ఈశ్వరుని మాటలు వినపడగానే లేచి భక్తితో
పరమేశ్వరుడికి నమస్కరించాడు అశ్వత్థామ.

"సత్యమూ, ధర్మమూ, పవిత్రతా కలిగిన కృష్ణుడు కూడా సాటిలేని పూజచేస్తాడు. ఆతడి కోసం నిన్ను భయపెట్టటానికి భూతాకారంతో నీ ఆయుధాలన్నీ వృధా చేశాను. పాంచాలురమీదకు పోకుండా అడ్డగించాను. కానీ పాంచాలురకు ఈరోజు ఆయుర్దాయం తీరింది. నీచేతిలో చస్తారు!" అంటూ, అశ్వత్థామ చేతికి ఓ ఖడ్గాన్నిచ్చి, తాను అశ్వత్థామ శరీరంలో ప్రవేశించాడు. అశ్వత్థామ కళ్ళు తెరిచి చూస్తే రథంలోని ఆయుధాలు పూర్వం లాగే కనిపించాయి. తాను మటుకు విపరీతమైన శక్తితో వున్నానని తెలుసుకొని చేతిలో వున్న ఖడ్గంతో ముందుకు సాగగా కృపాచార్యుడు, కృపుడు భయపడుతూనే ఆతడిని అనుసరించారు.

ॐ

శ్రీమదాంధ్ర మహాభారత కథలు

67

దుర్యోధనుడు, ఉపపాండవుల మరణం

సుయోధనుడిని భీముడు గదాయుద్ధంలో తొడ విరగకొట్టటమేకాక ఆతడి శిరస్సును తన ఎడమ కాలితో మూడుసార్లు తన్నాడు. అధర్మంగా బొడ్డుక్రింద భాగంలో కొట్టటం, పైగా ఆతడి తలను ఎడమకాలితో తన్నే విషయాన్నీ నేరంగా పరిగణించి బలరాముడు తన హలాయుధంతో శిక్షించబోగా, కృష్ణుడు అన్నను ఆపి పాండవులకు జరిగిన అన్యాయాలన్నీ గుర్తుచేసి, పాండవులకు తమకు వున్న స్నేహం, బాంధవ్యం, అన్నీ గుర్తు చేసి, చివరిగా తమ మేనల్లుడు సుభద్రా తనయుడైన అభిమన్యుడి మరణాన్ని, నిండు సభలో ద్రౌపదీ వస్త్రాపహరణం, ఆనాడు సుయోధనుడి ప్రవర్తన, భీముడుచేసిన ప్రతిజ్ఞ, అన్నీ గుర్తుచేసి, భీముడు ఈనాడు అధర్మం చేయలేదు, అనే ఆలోచనను రప్పించాక, భీముడికి కీర్తి లభిస్తుందని, దుర్యోధనుడికి వీరస్వర్గం లభిస్తుందని ఆశీర్వదించి, కృష్ణుడితో మాత్రమే చెప్పి బలరాముడు వెళ్ళిపోతాడు. ఆతరువాత అశ్వత్థామ, కృపుడు, కృపాచార్యుడు రావటం, దుర్యోధనుడున్న స్థితికి బాధపడి, భీముడు చేసిన అధర్మయుద్ధానికి కోపంవచ్చి, తన తండ్రిచావుకు ధర్మరాజు చెప్పిన అబద్ధమే కారణమని, శల్యుడి మరణానికి కృష్ణార్జునులు కారణమని, అదేవిధంగా యుద్ధంలో మరణించిన ప్రతివారి చావుకి పాండవులు చేసిన అధర్మయుద్ధమే కారణమని, ఈవిషయాలన్నీ ప్రపంచమంతా తెలిసేలా చేయమనీ, పాండవులను తప్పక నాశనం చేయమని అశ్వత్థామ మనసుకు బాగా నచ్చేలాగా చెప్పాడు దుర్యోధనుడు. అశ్వత్థామకు ఆ దుర్బోధంతా తలకెక్కి తన పుట్టుక, ధర్మం అన్నీ మర్చిపోయి పాండవులను నాశనంచేసి మరల కనిపిస్తానని దుర్యోదనుడికి మాటివ్వగా, అశ్వత్థామ సర్వసేన్యాధ్యక్షుడుగా కృపాచార్యుడిచే అభిషేకం

చేయించుకొన్నాడు. కృపుడు, కృపాచార్యుడు, అశ్వత్థామ ఉపపాండవుల శిబిరానికి వెళ్ళగా అక్కడ అందరూ విజయోత్సాహంలో వుండటం చూసి ముగ్గురూ దూరంగా వెళ్ళి ఓ చెట్టుక్రింద చేరారు. ఓరాత్రివేళ ఆ చెట్టుమీద పక్షిగూటిలో వున్న కాకి పిల్లలను ఓ గుడ్ల
గూబ వచ్చి చిత్ర, విచిత్రాలుగా హింసించిచంపి ఆనందింటం చూసి, ఉపపాండవులను, 68
పాంచాలురను చంపాలని నిర్ణయించుకున్నాడు అశ్వత్థామ. కృపాచార్యుడు ధర్మాలు చెప్పి నివారించినా వినలేదు అశ్వత్థామ. తప్పని పరిస్థితులలో కృతవర్మ, కృపాచార్యుడు అశ్వత్థామను అనుసరించారు. అందరూ కలసి ఉపపాండవులున్న గుడారానికి చేరారు. అక్కడ అశ్వత్థామను గుడారంలోకి ప్రవేశించకుండా ఓశక్తి అడ్డుకొనగా దానిపై అశ్వత్థామ ఎన్నో ఆయుధాలు ప్రయోగించి, ఆవన్నీ నిరుపయోగం కాగా ఆత్మాహుతికి సిద్ధపడగా అపుడు ఆమహాశివుడే వచ్చి అశ్వత్థామకు అద్భుత ఖడ్గాన్నిచ్చి, అందరినీ అంతం చేయమన్నాడు. ఆతరువాత......సంజయుడు చెప్పటం ఆపాడు.

“అప్పుడేంజరిగింది? కృపి, కృపాచార్యుడు భయంతో అశ్వత్థామను అనుసరించ లేదా? అశ్వత్థామ ఉపపాండవులను, పాంచాలురను, అందరినీ ఆ పదునైనకత్తికి బలిచ్చి నేల తల్లిని రక్తంతో తడిపాడా లేదా? స్కందారావంలో నా కొడుకు కోరుకున్నటుగా జరిగిందా లేదా?“ కసిగా, ఆదుర్దాగా అడిగాడు ధృతరాష్ట్రుడు.

చెప్పటం మొదలు పెట్టాడు సంజయుడు......

“అనుకున్న విధంగా ముగ్గురూ స్కందారావం చేరారు. కానీ అశ్వత్థామ కృపుడిని, కృపాచార్యుడిని గుమ్మం బయటనే నిలిపివేసి......“చేయాల్సిందంతా నా పరాక్రమంతో నేనొక్కడినే అందరినీ సంహరిస్తాను. మీ పరాక్రమం కూడా అవసరమైతే పిలుస్తాను. వారందరికి నేనొక్కడినే చాలు!“ అని వారిద్దరినీ వాకిట్లోనే నిలిపేసి, తానొక్కడే విల్లులు, అమ్ములు, ఖడ్గాలతో శిబిరంలోకి ప్రవేశించాడు. ముందుగా దృష్టద్యుమ్నుడున్న ప్రదేశానికి చేరాడు.

“శివా! చాలా ప్రాణులను బలిస్తానని నీకు మాటిచ్చాను కదా నాకోరిక తీర్చు“ అని ఈశ్వరుడికి నమస్కరించి దృష్టద్యుమ్నుడిని కోపంతో ఎడంకాలితో తన్నాడు.

దృష్టద్యుమ్నుడు తటాలున లేచాడు. పిచ్చి కోరికతో పిచ్చబలంతో వున్న అశ్వత్థామ చేతిలోని విల్లును క్రిందపడేసి......దృష్టద్యుమ్నుని జుత్తు పట్టుకొని మెడను మెలితిప్పి ఈడ్చి నేలమీద పడేసి మోటుగా ఆతడి గుండెమీద మోకాలితో పొడిచి పిడికిళ్ళతో గుద్ది, నిద్రమత్తులో వున్న ఆతడిని మూర్ఛపోయేలా చేశాడు అశ్వత్థామ. వెంటనే విల్లుకున్న అల్లెతాటిని తీసి ఆతడి మెడకు ఉరితాడువలె వేసి అది చాలదన్నట్లు గుండెమీదకెక్కి రెండుకాళ్ళతో తొక్కసాగాడు. దృష్టద్యుమ్నుడు తన బలాన్నంతా వుపయోగించి, ఆతడి కాళ్ళను పట్టుకొని లాగి, నెట్టి, రక్కి, పక్కకు నెట్టలేక అతికష్టంమీద దుష్టద్యుమ్నుడు గొంతు పెగుల్చుకొని...... 69

"అశ్వత్థామా! నన్ను తొందరగా చంపేయి. అదే మంచిదికదా!" అన్నాడు.

"గురువుకు ద్రోహం చేసినవాడికి సద్గతి దొరుకుతుందా? అతి నీచమైన విధానంగా గురువుని చంపావు. నేనుకూడా నిన్ను అదేవిధంగా చంపుతాను" అంటూ ఇంకా దృష్టద్యుమ్నుని బాధింపసాగాడు. వీరిద్దరి మాటలకు, అరుపులకు చుట్టూరా వున్న వారంతా నిద్రలోంచి లేచారు. అంతా గోలగోలగా తయారయింది. కానీ అశ్వత్థామ అదేమీ పట్టించుకోకుండా దృష్టద్యుమ్నుని నేలన దొర్లించిదొర్లించి చంపి, ఉరివేసిన అల్లెతాటిని విల్లుకు బిగించి, దానిని తీసుకొని గుడారంనుంచి బయటకు వచ్చి, రథసారథిని చూసి చిరునవ్వు నవ్వి రథమెక్కాడు. శత్రువులని వాసాలను గుర్తు తెచ్చుకుంటూ వెడుతూంగా దృష్టద్యుమ్నుని శవాన్ని చూసి భయపడి వారంతా కాపలా దారులు, ఆడువారు భయపడి బిగ్గరగా ఎడవసాగారు. అందులో ఒకరు......

"వచ్చింది మనిషో, రాక్షసుడో తెలీదు. ఒక్కడే దృష్టద్యుమ్నుని భయంకరంగా చంపాడు. రథంమీద పోతున్నాడు. వెంబడించండి!" ఆదుర్దాగా అన్నాడు.

అందరూ అతివేగంగా చేతికందిన ఆయుధాలు పట్టుకొని, కనపడిన వాహనమెక్కి బయలుదేరి స్వల్పకాలంలోనే అశ్వత్థామను పట్టుకోగా, ఆతడు వింటిని సారించి పరాక్రమంతో తనను యెదిరించిన రాజులను, భటులను సంహరించి, అక్కడినుంచి

ఉత్తమౌజుడి గుడారంలో ప్రవేసించి, ఆతడిని కూడా దృష్టద్యుమ్నుడిలాగా చిత్ర
హింసలుపెట్టి చంపగా, ప్రక్కనున్న గుడారంలో వున్న యుధామన్యుడు ఆ వచ్చిన
వాడు రాక్షసుడని భావించి అశ్వథ్థామను గదతో కొట్టాడు. అశ్వథ్థామ ఆ దెబ్బకు
యింకా రెచ్చిపోయి యుధామన్యుడిని కూడా కౄరంగా చంపాడు. ఈవిధంగా ద్రుపద 70
రాజ సంతానాన్ని, పాంచాలురనందరినీ రాక్షసుడిలాగా కౄరంగా చంపాడు. అందరినీ
జంతువులను చంపినట్టు చేతులును, కాళ్ళను, తలలను విడివిడిగా నరికి పోగులు
వేశాడు. గుఱ్ఱాల శాలకు, గజశాలలుకు వెళ్ళి వాటన్నింటినీ కూడా ముక్కలుముక్కలుగా
కోసి పడేశాడు. మిగిలిన పెద్దపెద్ద శిబిరాలకు నడుస్తూ, అవసరాన్ని బట్టి, రధాన్ని,
గుఱ్ఱాన్ని యెక్కుతూ, దిగుతూ, కనిపించిన రాజులను, సైన్యాన్ని, గుఱ్ఱాలను, ఏనుగు
లను, చంపుకుంటూ, నరికి ముక్కలు చేస్తూ, ఆవేశాన్ని పెంచుకుంటూ, ఆ రక్తాన్ని
వంటికి గంధంలాగా రాసుకుంటూ, రాజమందిరంలో ప్రవేశించబోగా, అశ్వథ్థామ నర
కాండను చేసుకుంటూ తిరుగు తున్నాడన్న వార్త తెలిసి, శిఖండి, ఉపపాండవులు
ఉగ్రరూపుదాల్చి అశ్వథ్థామకోసం ఓవ్యూహం ప్రకారం నిలబడి ఆతడు రాగానే
పరాక్రమంతో అస్త్రశస్త్రాలను ప్రయోగించారు. అశ్వథ్థామ వాటన్నిటినీ ఛేధించి తన
కత్తి, డాలుతో అందరినీ యెదిరించి, ముందుగా ప్రతివింద్యుడిని రెండుముక్కలుగా
ఖండించాడు. భీముడి కొడుకు శ్రుతసోముడు గుఱ్ఱంమీద వచ్చి 'సబళం' అనే
ఆయుధాన్ని ప్రయోగించగా అశ్వథ్థామ దానిని చేతితో పట్టుకొని పడేసి, ఒక్కచిటికలో
ఆతడి చేతిని, గుఱ్ఱాన్ని ఆతడిని కూడా తెగనరికాడు. అప్పుడు నకులుడి కొడుకు
శతానీకుడు అశ్వథ్థామపై చక్రాయుధాన్ని ప్రయోగించి అశ్వథ్థామ రొమ్ముకు గాయ
మయేటట్లు చేయగా, అశ్వథ్థామ వాడిని నేలమీద పడేసి శిరస్సు ఖండించాడు.
అది చూసి అశ్వథ్థామవైపు కోపంతో చూసిన సహదేవుడి కొడుకు శృతసేసుడు
అశ్వథ్థామను గదతో గట్టిగా కొట్టగా, ఆతడినికూడా అశ్వథ్థామ యమపురికి పంపాడు.
అర్జునుడి కొడుకు శృతకీర్తి అశ్వథ్థామను బాణసమూహంతో ముంచేయగా, ఆతడి

కంఠం ఖండించాడు అశ్వత్థామ. ఈవిధంగా ఉపపాండవులందరినీ అంతమొందించిన అశ్వత్థామను ప్రబధ్ధకులు, శిఖండి అడ్డగించి బాణాలతో, తోమరాలతో, చక్రాలతో, కత్తులు మొదలైన వాటితో బాధించగా, అశ్వత్థామ వారందరినీ యెదుర్కొంటూ ముందుగా ప్రభద్రకులను ఖండించగా, శిఖండి అశ్వత్థామ నుదుటిమీద వాడైన బాణాన్ని ప్రయోగించాడు. అశ్వత్థామ ఖడ్గంతో శిఖండి తలను తెగనరికాడు. వీరందరినీ చంపుతూనే కళ్ళతో కృష్ణార్జునలకోసం వెతికిన అశ్వత్థామ వారిద్దరూ అక్కడ లేరని తెలుసుకొని, తనను యెదిరించిన వారిని, పారిపోయేవారినీ కూడా అందరినీ వెంటాడి, వేటాడి చంపుకుంటూ పోతున్నపుడు, ఆతనికి భయపడి దాక్కున్నవారు ఆతడిని అశ్వత్థామగా గుర్తుపట్టారు. అదేవిధంగానంటే ఆప్రాంతంలో వుండే ప్రజలకు యుద్ధం మొదలు పెట్టిన దగ్గరనుండి ప్రతిరోజూ ఓ కల వచ్చేది. అదేంటంటే, నల్లటి శరీరము, ఎఱ్ఱటి ముఖము, కళ్ళు, ఎఱ్ఱటి వస్త్రాలు ధరించి, ఎఱ్ఱటి పూలదండలు ధరించిన స్త్రీ నిద్రపోతున్న వారిని తెచ్చి అశ్వత్థామ దగ్గర పెట్టగా నిద్రపోతున్నవారిని ఆతడు ఖండిస్తూ అరుస్తూ వున్నట్టుగా కలకన్నారు. ఆ కలలకు ఈజరిగిన దానితో ప్రజలకు సారూప్యం దొరికింది. అర్ధరాత్రి శతృవెవడూ రాడు. కనుక ఆ వచ్చినవాడు అశ్వత్థామ అని నిశ్చయించుకున్నారు. ఈసమయంలో కృష్ణుడు, పాండవులు లేరుకనుక అశ్వత్థామ ఈవిధంగా చేయగలిగాడు. కౌరవ సంబంధీకులంతా అధర్మపరులే కదా అని అనుకున్నారు. ఇవన్నీ ఆలోచించిన వారెవరంటే ఈమహారథులకు చేతచిక్కకుండా వుండి, వారినుంచి మౌనంగా తప్పించుకోకలిగిన వారు. హత్యాక్రీడ ఆవిధంగా వుంటే బయట కాపలాగావున్న కృప, కృపాచార్యులు తప్పించుకొని పారిపోతున్న వారిని చంపవద్దని బ్రతిమలాడుతున్నా కసిగా చంపేశారు. కానీ వారు త్వరలోనే తమ తప్పును తెలుసుకొని తలలువంచుకొని పక్కకు తప్పుకున్నారు. చావు భయంలోకూడా నువ్వెవరివి అడిగిన వారికి...“నేను అశ్వత్థామను!“ అని ధైర్యంగా చెపుతూనే యెదుటివాడిని ఖండిస్తున్నాడు అశ్వత్థామ. 71

ఆ మారణకాండ జరుగుతూండగానే తెల్లవారింది. గుడారాలలో శ్మశాన నిశ్శబ్దం తాండవి స్తోంది. అశ్వత్థామ కృతవర్మ, కృపాచార్యులను కలిసి తాను చేసిన మారణకాండను వర్ణించి చెప్పిచెప్పి వుప్పొంగగా, ఆతడిని పొగడకపోతే యేమి ప్రమాదమోనని కొంచెం 72
పొగిడారు.

"పరాక్రమవంతులైన ఇంతమంది శత్రువులను కేవలం రెండు ఝాములలో అంత మొందించావు!" అంటూ ఆతడిని కౌగలించుకున్నారు.

సంజయుడు చెప్పటం ఆపాడు......

"దుర్యోధనుడికి విజయం లభించాలని కోరే అశ్వత్థామ ముందరే ఈవిధంగా యెందుకు చేయలేదు. సర్వం నాశనమయాక చేశాడెందుకు" అసంతృప్తిగా అడిగాడు ధృతరాష్ట్రుడు.

సంజయుడు ఆయన మాటలకు నవ్వి, అశ్వత్థామ స్వభావం అటువంటిది కాదు. తండ్రి ధర్మరాజు చేసిన మోసంతో చంపబడ్డాడనే బాధలో న్యాయాన్యాయాలు, పాప పుణ్యాలు, వివేకం, విచక్షణ అన్నీ మర్చిపోయాడు. దానికితోడు నీ కొడుకుస్థితి, ఆతడి దుర్బోధలు అన్నీ పనిచేశాయి. అయినా ఈ దుర్మార్గమంతా జరిగిన చోట ఆ సమయం లో అక్కడ కృష్ణుడు, బలశాలురు పంచపాండవులు లేరు కనుక ఆతడావిధంగా చేయ గలిగాడంతే. అయినా అంతా విధిరాత ప్రకారం జరగాల్సిందే కదా!" అన్నాడు సంజయుడు. "తరువాత యేంజరిగింది?" అడిగాడు ధృతరాష్ట్రుడు.

ఆ ముగ్గురూ అందరినీ నాశనం చేసిన ఆనందాన్ని ఆనందంగా పంచుకున్నాక దుర్యోధనుడి స్థితి గుర్తువచ్చి ఆతడికి శుభవర్తమానం అందించాలని త్వరత్వరగా బయలుదేరి రథంమీద ద్వైపాయన మడుగు దగ్గరకుచేరి, అక్కడ మరణంతో పోరాడు తున్న దుర్యోధనుడి దగ్గరకు చేరి, ఆతడిని తన వడిని చేర్చుకున్నాడు అశ్వత్థామ. దుర్యోధనుడి దుస్తితిని చూసి ముగ్గురూ ఘొల్లున ఏడ్చారు.

"భూమినంతటా నీ ఆజ్ఞలను జరిపిస్తూ బ్రతకాల్సినవాడిని ఆ భగవంతుడు ఎంత దీనస్థితికి తీసుకు వచ్చాడు? కురురాజా! మమల్ని గుర్తుపట్టావా?" ఏడుస్తూ అడిగాడు అశ్వత్థామ.

దుర్యోధనుడు మెల్లిగా కళ్ళుతెరవగా......
"రారాజా! ఎంతటి వీరులకైనా అపాయాలు తప్పవు. నీవు ఉత్తమ గతులకు చేరుతావు.
ఇంక రాజు, రాణి, అంతఃపుర స్త్రీల గతులేమిటనేదే నా దిగులు. ఆ బలరాముడెప్పుడూ
నిన్నే గొప్ప బలవంతుడుగా పొగుడుతూండేవాడు. కానీ ఈరోజు గెలుపు భీముడిదైంది. 73
విధికృతం. నిన్నీవిధంగా చేసినందుకు అన్నదమ్ములకు తగిన శిక్షలే వేస్తాడాభగవం
తుడు. నిన్ను సంతోషపట్టే అదృష్టం మాకు కలిగింది. పుణ్యలోకం చేరాక గురువులు
ద్రోణాచార్యులు కనపడగానే నిన్ను మోసంతో చంపిన దృష్టద్యుమ్నుని, భీష్ముని చంపిన
శిఖండిని, నీ కొడుకు అశ్వత్థామ అంతమొందించాడని చెప్పు. నా నమస్కారాలు చెప్పు.
మనవారినందరినీ క్షేమం అడిగానని చెప్పు. అసలు రాత్రి యేంజరిగిందో చెపుతాను
విను, అంటూ తాను రెండుఝాములలో ఉపపాండవులతో సహా అంతంచేసిన సర్వ
జనుల గురించి వివరించి చెప్పి......
"ఈకృప, కృతవర్మలవంటివారు తోడుంటే యెంత చేతకానివారైనా యెంతటి కార్యాన్నైనా
సులభంగా పూర్తిచేస్తారు" పిచ్చి ఆనందంతో అన్నాడు అశ్వత్థామ.
"భీష్ముడు, ద్రోణుడు, కర్ణుడూ ఈవిధంగా చేయగలిగారా? నా మనస్సుకు ఆనందం
కలిగించారా? సైంధవుడు చేయకలిగాడా? మీరు చేయగలిగారు. నాకు చాలా సంతోషంగా
వుంది. మీరూ సంతోషంగా వుండండి. స్వర్గంలో కలుద్దాం" చివరిమాట పలికి స్వర్గస్తు
డయ్యాడు సుయోధనుడు.
కృప, కృపాచార్య అశ్వత్థామ, మరణించిన దుర్యోధనుడికి ప్రదిక్షణాలు చేసి నమస్కారం
చేసి, కొంచెంసేపు దుఃఖపడి, అక్కడనుంచి కదిలి మాటిమాటికి వెనక్కి తిరిగి
చూసుకుంటూ అక్కడనుంచి వెళ్ళిపోయారు. చెప్పటం ఆపిన సంజయుడు ఓక్షణం
ఆగి......"మహారాజా! వ్యాసమహర్షివారిచ్చిన దివ్యదర్శనావకాశం నీ కుమారుడు సుయో
ధనునితోటే పోయింది" అన్నాడు సంజయుడు.

ॐ

శ్రీమదాంధ్ర మహాభారత కథలు

అశ్వత్థామకు గర్వభంగం 74

భీముడు అర్జునుడి చేతి సంజ్ఞతో కృష్ణుడి సందేశాన్ని అర్ధంచేసుకొని దుర్యోధనుడి గదాఘాతంతో స్ప్రుహకోల్పోయే స్థితిలో కూడా అదునును గమనించి దుర్యోధనుడి తొడపై గదతో గట్టిగా కొట్టాడు. ఆదెబ్బకు తొడవిరిగి క్రిందపడిపోయాడు సుయోధనుడు. అంతే కాకుండా భీముడు సుయోధనుడి జుత్తుపట్టుకొని ఎడమకాలితో మూడుసార్లు తన్నాడు. బలరాముడు అదిచూసి భీముడిని దండించబోగా కృష్ణుడు అన్నగారి మనసు కు నచ్చేలాగా చెప్పి అతని ఆవేశాన్ని తగ్గించాక, భీముడికి కీర్తి, దుర్యోధనుడికి వీర స్వర్గం పొందుతారని ఆశీర్వదించి, కృష్ణుడికి ఒక్కడికి మాత్రమే పోతున్నానని చెప్పి వెళ్ళిపోయాడు బలరాముడు. దుర్యోధనుడు, కృష్ణుడు వాగ్వివాదం జరిగాక జనులందరూ పాండవలూ విజయోత్సవాలు చేసుకుంటూ అక్కడినుంచి వెళ్ళిపోయారు. ఆతరువాత అశ్వత్థామ, కృపవర్మ, కృపాచార్యుడు వచ్చారు. దుర్యోధనుడి దుస్థితి చూసి ఏడ్చారు. అశ్వత్థామ మటుకు భీముడు దుర్యోధనుడు తొడమీద దెబ్బకొట్టి పడవేయటం చాలా అన్యాయంగాను, దుర్యోధనుడు పాండవులకు చేసిన నేరాలన్నీ చిన్నచిన్న తప్పులన్నీ... చాలాచాలా మాట్లాడుకొని, చివరకు పాండవులను, పాంచాలురనందరిని చంపి వస్తానని ప్రతిజ్ఞచేశాడు. దుర్యోధనుడు కృపాచార్యునిచేత అశ్వత్థామకు సకల సైన్యాధ్యక్షునిగా జలాభిషేకం చేయించాక, ఆ త్రయం మారణహోమానికి బయుల్దేరి మారణహోమం ప్రారంభించబోగా అశ్వత్థామను దృష్టద్యుమ్నాదులున్న శిబిర ప్రవేశద్వారం దగ్గర ఓ అదృశ్య శక్తి అడ్డుకుంది. అశ్వత్థామ ఆయుధాలన్నింటినీ నిర్వీర్యం చేసింది. అశ్వత్థామ అధిక ఆవేశంతో ఆత్మాహుతికి శిద్ధంకాగా శివుడే ప్రత్యక్షమై మారణకాండకు వప్పుకొని

ఖడ్గమిచ్చాడు. అంతే ముందుగా దృష్టద్యుమ్నుడిని ఘోరాతి ఘోరంగాను, ఆతరువాత కనిపించినవారిని అందరినీ అతిక్రూరంగా చంపి, యుద్ధగుడారాలన్నీ వెతికి చీల్చిచంపి, చివరకు ఉపపాండవులందరినీ సంహరించి, అశ్వశాల, గజసాలలకు కూడా పోయి వాటన్నిటినీ కూడా కాళ్ళు, మెడలు, తొండాలు నరికి హింసించి, హింసించి చంపాడు. 75
మారణకాండ ముగించి, దుర్యోధనుడికి గొప్ప శుభవార్తగా చెప్పాడు అశ్వత్థామ. మనస్సులోని కోరికైన పాండవ సంతాన నాశన వార్త విని చాలా ఆనందించి ఆ సంతోషంతో ఆఖరి ఊపిరిని వదిలాడు దుర్యోధనుడు. ఆతరువాత......

మరుసటిరోజు తెల్లవారింది.

ధర్మరాజు, భీముడు, అర్జునుడు, నకుల, సహదేవులు, కృష్ణుడు, సాత్యకి, మొదలైన వారంతా ఓచోట కూర్చొని మనసుకు ఆనందం కలిగించే మాటలు మాట్లాడుకుంటూ వుండగా, దృష్టద్యుమ్నుని రథసారథి దుఃఖపడుతూ వచ్చి ధర్మరాజు పాదాలు పట్టుకొని ఏడుస్తూ.....

"ధర్మరాజా! మన శిబిరంలోకి అర్ధరాత్రి అశ్వత్థామ ఒక్కడే వచ్చి జనం వళ్ళుతెలియని నిద్రలో వుండగా మొదటగా దృష్టద్యుమ్నునితో ప్రారంభించి అతని తమ్ములను, కొడుకులను, సంహరించి, యుద్ధశిబిరాలన్నీ వెతికి వెతికి యుద్ధంలో చావగా మిగిలిన రాజులను, ఉపపాండవులను, చివరకు, గుఱ్ఱాలను, ఏనుగులను అన్నింటినీ అతి క్రూరంగా కాళ్ళు, చేతులు, విడివిడిగా నరికి కుప్పలు పోశాడు. కొంతసేపు కృపుడు, కృపాచార్యులు కూడా గుడారాల బయట కాపలావుండి పారిపోయేవారిని తెగనరికారు. కొంతసేపటి తరువాత కాపలాగా వున్నారంతే. ఈ క్రూరచర్యతో సర్వం నాశనమయ్యింది. యుద్ధ గుడారాలన్నీ పీనుగుల కుప్పలయాయి. నాకు ఆయుర్దాయం యింకా మిగిలివుండి కృతవర్మ చేతికి దొరికినా ఆతడు దయదలిచి నన్ను విడిచిపెట్టాడు కనుక నేను మీ దగ్గరకు రాగలిగాను, ఈదుర్వార్తలను చెప్పగలిగాను" ఘొల్లున ఏడ్చాడు.

ఆతడి మాటలు వింటూనే ధర్మరాజు మూర్ఛపోయాడు. సాత్యకి, కృష్ణుడు మొదలైన వారి సేవలతో ధర్మరాజు మూర్ఛనుంచి కోలుకున్నాడు. అయినా ఆయన దుఃఖానికి

అంతులేకుండా వుంది. ఎంతటివారికైనా విధివిధానం తెలియదు కదా?
మంచి ఉపాయంతో పరాక్రమంతో, యెన్నోపాట్లుపడి, శత్రువులతోపాటు, చుట్టాలను, కొంతమంది కొడుకులను, మంత్రులను అందరినీ పోగొట్టుకొని, గెలిచిన ఫలితమేమిటి?
ఇదా కొడుకులనందరినీ పోగొట్టుకోవటమా? భీష్ముడనే అగ్నినుంచి, ద్రోణాగ్నినుంచి, 76
కర్ణుడి అస్త్రాలనుంచి, శల్యుడినుంచి తప్పించుకొని ఈనాడు అతి తక్కువరకపు శత్రువులచేత మా కొడుకులందరూ చనిపోయారు. తండ్రిపోయాడని బాధపడుతున్న ద్రౌపదికి తమ్ములు, కొడుకుల మరణవార్తలు యేవిధంగా...ధర్మరాజు మరల మూర్ఛపోయాడు.
తమ్ములు, సాత్యకి, సేవకులు, ధర్మరాజుకు సేవలు చేయగా కొంతసేపటికి కోలుకున్నాడు.
కొంతసేపు అన్నదమ్ములందరూ కొడుకుల గురించి, దృష్టద్యుమ్నాదుల గురించి తలచుకొని, తలచుకొని దుఃఖించారు. ద్రౌపది తండ్రి, విరాటరాజుల మరణవార్త విని ధర్మరాజు ఆజ్ఞతో మరుసటిరోజు ఉత్తర, సుభద్రలతో సహా విరాటనగరానికి వెళ్ళింది.
ఇపుడు వారందరినీ రప్పించాలని ధర్మరాజు నిర్ణయించి నకులుడిని పిలిచి.....
“నకులా! నీవు ఉపప్లావ్యానికి పోయి ద్రౌపదిని, మిగిలిన స్త్రీలను తీసుకొని ఉపపాండవులున్న చోటికి తీసుకురా. మేము అక్కడికి వస్తాము“ అని చెప్పాడు. నకులుడు దుఃఖపడుతూనే బయల్దేరాడు. మిగిలిన తమ్ములు, కృష్ణుడు, సాత్యకి, అందరూ దుఃఖిస్తూనే ఉపపాండవుల శిబిరానికి చేరారు. అక్కడ అశ్వత్థామ పదునైన కత్తిచేత ఖండించబడి పడివున్న శరీరభాగాలు ఏది చేయి, ఏది కాలో తెలియటంలేదు. ధర్మరాజు మరల మూర్ఛపోయాడు. అందరూ ధర్మరాజుకు సేవలు చేయగా ఆయన కోలుకున్నాడు.
అందరూ ఒకరినొకరు ఓదార్చుకుంటూ కొంత సమయం గడిచాక ధర్మరాజు కొడుకులకు, చుట్టాలకు, స్నేహితులకు, అందరికీ దహనకార్యక్రమాలు చేసి ద్రౌపది రాకకోసం యెదురు చూడసాగారు. కొంతసేపటి తరువాత నకులుడు ద్రౌపది చేయిపట్టుకొని రథం దింపగా, పరిచారికలు దగ్గరగా పొదివి పట్టుకొని తీసుకురాగా, నడవలేక తూలిపోతూ దుఃఖ పర్వతంలాగా వచ్చింది ద్రౌపది. ఆమె వెనుకనే ఉత్తర మొదలైన అంతఃపుర స్త్రీలందరూ తమతమ రథాలనుంచి దిగి ద్రౌపదిని అనుసరించారు. ధర్మరాజును

చూస్తూనే పెద్దగా ఘొల్లున ఏడుస్తూ మూర్ఛపోయింది ద్రౌపది. పరిచారికలు, నకులుడు, కృష్ణుడు, పరిచర్యలు చేయగా కొంతసేపటికి కోలుకుందామె. తరువాత నెమ్మదిగా భీముడు ద్రౌపదిని ధర్మరాజు దగ్గరకు చేర్చాడు. ఆమె డగ్గుత్తికతో....

"మీరు ఘనవిజయము సాధించారు. సంతోషమును, ఐశ్వర్యమును అనుభవించుటకు 77
మన కొడుకులేరి? అభిమన్యుడు కూడా లేడు. ఎవరూలేని మనకీసంపదలెందుకు? అశ్వత్థామ యుద్ధం చేసిన విధానం గుర్తువస్తే చాలా కోపం వస్తోంది. నా కొడుకులు మంచి నిద్రలో వుండగా దాడిచేసి చంపిన ఆ దుర్మార్గుడిని ఈలోకంలో పేరులేకుండా చేస్తే తప్ప నాకు మనశ్శాంతి వుండదు" కోపం, దుఃఖం నిండిన గొంతుతో అరుస్తూ అన్నది ద్రౌపది.

"మానినీ! రాచబిడ్డలు యుద్ధంలో మరణించటం సహజం కదా! నీ సోదరులు, కొడుకులూ, అందరూ వీరమరణం చెంది స్వర్గానికి చేరి, ఆనందమే లోకంగా బ్రతుకుతున్నారు. నీ కోపాన్ని తగ్గించుకో. బాధను, దుఃఖాన్ని కూడా తగ్గించుకో" అనునయంగా చెప్పాడు ధర్మరాజు.

"నీకు అన్నీ ధర్మంగానే అనిపిస్తాయి. కానీ అశ్వత్థామ చేసిన అకృత్యానికి ఆతనికి శిక్షపడాలి. అప్పుడు కానీ నాకు మనశ్శాంతి వుండదు" కోపంగా అన్నది ద్రౌపది.

"ఆతనెక్కడ దొరుకుతాడు? అడవులపట్టి పోయి వుంటాడు. చంపినట్లు నీకేవిధంగా తెలుస్తుంది?" అడిగాడు ధర్మరాజు.

"ఆ దుష్టుడికి పుట్టుకతోనే వున్నది కదా! శిరోమణి. అది తీసుకువచ్చి చూపిస్తే చాలు. నేను ప్రాణలతో వుంటాను. అప్పటి వరకు నేను ఆమరణ నిరాహారదీక్ష చేస్తాను!" అంటూ....భీముడి చేయి పట్టుకొని.....

"క్షత్రియ ధర్మంగా భావించి వెంటనే బయలుదేరి ఆ దుర్మార్గుడిని తాకి చంపు. నన్ను బ్రతికించుకో. లక్క ఇంటి దహనంనాటి పౌరుషం, హిడింబాసురుడిని చంపిననాటి కఠినత్వం, యక్షులను జయించినప్పటి పరాక్రమం, వందమంది కీచకులను నశింప

జేసిన నాటి వీరత్వం, దుశ్శాశనుని గుండెచీల్చిన ధీరత్వం, అన్నీ ఒక్కటి చేసికొని మనని గెలిచానని విఱ్ఱవీగుతున్న ఆ అధముని యేవిధంగానైనా చంపు!"

ఆవేశంగా భీముని రెచ్చగొడుతూ అన్నది ద్రౌపది.

భీముడికి కూడా కోపం పెరిగిపోయి ద్రౌపది చెప్పినది చేయటానికి సిద్ధమయి, తన 78
రధాన్ని సిద్ధం చేయమని నకులుడికి ఆజ్ఞ యిచ్చాడు. భీముడు, నకులుడు అన్నీ సిద్ధంచేయగా సకల ఆయుధాలను రథంలో సిద్ధం చేసుకొని నకులుడిని సారధిగా చేసుకొని గొప్ప యోధులు వెళ్ళే రథమార్గంలో కురుక్షేత్రం చేరి, అక్కడ ప్రజలను అశ్వత్థామ గురించి ప్రశ్నించగా కృతవర్మ, కృపాచార్యుడు, అశ్వత్థామ, ముగ్గురూ కలసి ముందు హస్తినవైపు పోయి, మరల గంగానది ఒడ్డుకు వచ్చారు. అక్కడినుంచి కృప, కృపాచార్యులు మాత్రమే ఓ దిక్కుపోగా, అశ్వత్థామ మటుకు వ్యాసుని ఆశ్రమానికి చేరి అక్కడే వుంటున్నాడని చెప్పగా, భీముడు రధాన్ని వ్యాసమహర్షి ఆశ్రమానికి పోనీయమన్నాడు.

భీముడు, నకులుడు తమ రధంతో బయలుదేరి పోగానే కృష్ణుడు ధర్మరాజు దగ్గరకు చేరి......"ధర్మజా! మనమిక్కడ ఓవిషయం గమనించలేదు. మనం వెంటనే బయల్దేరి భీముడిని అనుసరించాలి" అన్నాడు కృష్ణుడు.

అంతేకాదు వెంటనే రధాన్ని సిద్ధంచేయమని రధసారధికి చెప్పి......

"ధర్మజా! నీకోవిషయం చెప్పాలి. చాలా ముఖ్యమైనది.

ద్రోణాచార్యుడు బ్రహ్మశిరోనామకాస్త్రం అనే అస్త్రాన్ని కొడుకు అశ్వత్థామకు, శిష్యుడైన అర్జునుడికి కూడా ఇచ్చాడు. అశ్వత్థామకు కొడుకనే ప్రేమతో యిచ్చాడే కానీ ఆతడి ఈర్ష్యాస్వభావం తెలుసు కనుక......

"నాయనా! బ్రహ్మశిరోనామకాస్త్రం మనుష్యులమీద ప్రయోగించకూడదు. నామాట కాదని ప్రయోగిస్తే నీకు అపకారం జరుగుతుంది. నీకెన్ని కష్టాలువచ్చినా వేరే పద్ధతులు చూసుకో. ఆ అస్త్రం మటుకు ఉపయోగించుకోకు" అని చెప్పాడు.

అశ్వత్థామ తండ్రి మాటకు బాధపడ్డాడేకానీ ఆమాటలలోని మర్మాన్ని అర్థం చేసుకోలేదు. ఆ విషయం నాకేవిధంగా తెలిసిందో అదికూడా చెపుతాను విను. మీరు అరణ్యనివాసం

లో వుండగా ఆతడు మా నగరానికి వచ్చాడు. ఒకరోజు నేను యాదవ బాల బాలికలతో ఆటలాడుతూ వుండగా నాదగ్గరకు వచ్చి......

“కృష్ణా! మాతండ్రి చేసిన తపస్సుకు మెచ్చి ఈశ్వరుడు ఆయనకు బ్రహ్మశిరోనామకాస్త్రం ఇచ్చాడు. దానిని మాతండ్రి నాకిచ్చాడు. ఆ దివ్యాస్త్రం నీకిస్తాను. నాకు నీ చక్రమివ్వు“ 79
అని అడిగాడు. నేను సరేనని. నా భవనానికి తీసుకుపోయి, నందకమనే నా ఖడ్గం, శర్జమనే ధనస్సు, సుదర్శనచకం, అన్నీ చూపించి నీకేది కావాలంటే అది తీసుకో. నీ అస్త్రాన్ని నాకివ్వనవసరం లేదు“ అని చెప్పాను. ఆతడు చాలా సంతోషంతో తన ఎడమ చేతితో చక్రం పట్టుకొని తీసుకోబోయాడు. కదపలేకపోయాడు. రెండుచేతులతోను ప్రయత్నించాడు. కుదరలేదు. ఆతడు దిగాలు పడిపోయాడు.

“నేను ఎంతో నిష్టతో బ్రహ్మచర్యవ్రతంతో రుక్మిణితో కూడా హిమవత్పర్వతపు చరియ మీద పన్నెండేళ్ళు ఘోరతపస్సు చేసి సాధించినదది. దేవ, దానవాదులందరికంటె బలవంతుడై వుంటాను. ఈ అస్త్రాన్నీయమని నన్నెవరూ అడగలేదు. మా అన్న బలరాముడు, ప్రద్యుమ్నుడు, సాంబుడు, యెవ్వరూ అగలేదు. చివరకు ఈశ్వరుని మెప్పించి పాశుపతాస్త్రాన్ని పొందినవాడు, నా బావ, మిత్రుడైన అర్జునుడు కూడా అడగ లేదు. ఆతడడిగితే ప్రాణాలైనా యిస్తాను. అతడు అడగలేదు. నీవు దీనిని యెందుకు అడిగావు? తీసుకొని యేం చేయాలనుకున్నావు?“ అని అడిగాను.

“అన్నిలోకాలలోనూ ప్రసిద్ధిచెందిన ఈచక్రాన్ని తీసుకొని నీ పాదసేవ చేసి, యుద్ధం జరిగేటపుడు నిన్ను వప్పించి యుద్ధభూమిలో నీతో సమానంగా నిలబడదామని, అంతే అన్నాడు. ఆతడి అంతరంగం నాకర్ధమయ్యింది. నా చక్రం తీసుకొని నన్నే చంపాలను కున్నాడా అశ్వథ్థామ. ఇప్పుడు అశ్వత్థామ ఆవేశంలో వున్నాడు. ఆతడి ఆవేశానికి భీముడు కష్టపడకూడదు, అని కృష్ణుడు చెప్పటం పూర్తయేసరికి రథసారధి కృష్ణుడి రథానికి శైబ్య, సుగ్రీవ, మేఘపుష్ప అనే గుఱ్ఱాలను పూన్చి తీసుకు వచ్చాడు. సాత్యకిని, సహదేవుడిని, శిబిరంలోనే వుండమని చెప్పి అర్జునుడిని, ధర్మరాజును రమ్మని తాను రథసారధిగా కూర్చున్నాడు కృష్ణుడు. కృష్ణుడి సారథ్యంలో రథం పరుగులెత్త సాగింది.

అతి తక్కువ సమయంలోనే కృష్ణుని రథం భీముడి రథాన్ని కలుసుకుని ఆపబోగా, భీముడు తన రథాన్ని ఆపక ముందరికి పోయిచూడగా మునులచేత పూజింపబడుతున్న వ్యాసభగవానుడు కనిపించాడు. దూరంనుంచే ఆయనకు భక్తిగా నమస్కరించి,
పరిసరాలను పరీక్షించి చూడగా దూరంగా వడలంతా విభూతి పూసుకొని తపస్సు 80
చేస్తున్న అశ్వత్థామ కనిపించాడు. అశ్వత్థామను చూస్తూనే భీముడి కనుబొమలు ముడి పడ్డాయి. కోపం వెల్లువయింది.

"ఓరీ నీచబ్రాహ్మణుడా! క్రూరాత్ముడా! అధర్మపరుడా! నిన్నరాత్రి అంతులేని హత్యలుచేసి తెల్లవారేరికి మునివయావా? ఇక్కడకు వచ్చి దాక్కుంటే బ్రతికిపోతాననుకున్నావా? తపస్సు చేసినంతవరకు చాలు. ఇంక లే. యుద్ధం చేసి నువ్వో నేనో తేల్చుకుందాము! కఠినంగా పిలిచాడు భీముడు.

అశ్వత్థామ ఉలికిపడి ఎదురుగా భీముడిని, ధర్మరాజుని, కృష్ణుడిని చూసి వెంటనే పక్కనేవున్న గడ్డిపరకను చేతిలోకి తీసుకొని బ్రహ్మసిరోనామకాస్త్ర మంత్రం మనసులో చదివి.....

"అపాండవమగు గాక!" అన్నాడు.

వెంటనే ఆ దివ్యాస్త్రంనుంచి పుట్టిన అగ్నిజ్వాల అన్నివైపులా తానై పెరిగిపోసాగింది.

అప్పుడు కృష్ణుడు......

"అర్జునా! ఇది బ్రహ్మసిరోనామకాస్త్రం. దీనిని వేరే ఆయుధాలు, అస్త్రాలు తిప్పికొట్టలేవు. నీవుకూడా ఆ అస్త్రాన్ని ప్రయోగించి, దీనిని నిరోధించి, నీ అన్నదమ్ములను కాపాడుకో. త్వరపడు!" అన్నాడు.

అర్జునుడు వెంటనే రథంలోని విల్లును తీసుకొని భక్తిగా గురువైన ద్రోణాచార్యుని తలచుకొని నమస్కరించి, దేవీ, దేవతలను ప్రార్థించి, బాణాన్ని సంధించి మంత్రము ఛ్ఛరించి, ముందుగా అశ్వత్థామకు, తరువాత నాకు, నా సోదరులకు శుభం కావాలని కోరుతూ బాణాన్ని వదిలాడు అర్జునుడు. ఆ అస్త్రాల మహిమకు సముద్రాలు ఘోషించాయి. ఉల్కలు రాలాయి. సూర్యుడు కనపడకుండా పోయాడు. రాళ్ళవాన పడింది. భూమి

గిఱ్ఱున తిరిగినట్లయింది. ప్రజలు భయంతో గడగడలాడారు. అప్పుడు నారదుడు,
వ్యాసుడూ వచ్చి......

“ఓ అనఘులారా! ఎంతోమంది దివ్యాస్త్ర పండితులు చాలామంది వున్నరు. వారెవరూ
ఈ అస్త్రాన్ని మనుష్యుల మీద ప్రయోగించారా?“ ఆదుర్దాగా అడిగారు. 81

“ముందుగా అశ్వత్థామ ప్రయోగించాడు. అస్త్రం, అస్త్రంతో ఉపశమిస్తుందని దానిని
ఉపశమింప చేయటానికి కృష్ణుడు ఆజ్ఞనీయగా నేను చేశానంతే. నన్ను ఉపసంహరించ
మంటే ఉపసంహరిస్తాను. కానీ ఈ దుర్మార్గుడు తన అస్త్ర ప్రభావాన్ని పెంపుచేస్తాడు.
ఆవిధంగా కాకుండా చూడండి“ అని దివ్యాస్త్రాన్ని ఉపసంహరింపచేశాడు అర్జునుడు.
సహజంగా బ్రహ్మశిరోనామకాస్త్రం ప్రయోగించిన వారు ఉపసంహరిస్తే వారికే శిరఛ్ఛేద
మవుతుంది. గురుభక్తి, తపోశక్తికూడా అర్జునుడి దగ్గర అధికంగా వుండటం వలన
ఆ అస్త్ర ఉపసంహరణ వలన ప్రమాదాలేమీ జరుగ లేదు. అశ్వత్థామ తన అస్త్ర
ప్రయోగం నిరుపయోగమైనందుకు సిగ్గుపడికూడా......

“ఈ భీముడు సిగ్గులేకుండా దుర్యోధనుడిని అధర్మంగా నాభిక్రింద తొడ విరగకొట్టి
చంపాడు. అది చాలదన్నట్టు నన్ను చంపాలని వచ్చాడు. అందవల్ల అవమానంతోను,
ప్రాణభయంతోను నిరాలోచనగా మహాస్త్రాన్ని ప్రయోగించటం పాపమని తెలిసినా
చేశాను“ అన్నాడు అశ్వత్థామ.

“మీ తండ్రి శిష్యుడైన అర్జునుడిమీద ప్రేమతో ఆ అస్త్రాన్ని ఇచ్చాడు. ప్రయోగ ఉపసం
హరణలు చెప్పాడు. కేవలం నీవు ప్రయోగించిన అస్త్రంవల్ల లోకనాశనం కాకూడదని
ప్రయోగించమని కృష్ణుడు కోరితే ప్రయోగించాడు. ఉపసంహరించమనగానే ఉపసంహ
రించాడు. నిన్ను కూడా రక్షించాడు. లేకుంటే నీ శిరశ్చేదం అయేది. అటువంటి
అర్జునుడిని వధించటం నీ తరమా? ఈవిధంగా ఒకరిచేత ప్రయోగింపబడి మరొకరిచేత
ఉపసంహరింప బడితే ఆదేశంలో పన్నెండు సంవత్సరాలు అనావృష్టిచేత పాడిపంటలు
క్షీణిస్తాయి. ఇవన్నీ జరగకుండా అర్జునుడు పూనుకున్నాడు. ఇంకనైనా కోపం మాని

తపస్సు చేసుకో. అంతే కాదు. నీ శిరోమణిని ఈతడికివ్వు. అప్పుడు నిన్ను సంహరించామనుకొని సంతోషిస్తారు" అన్నాడు వ్యాసుడు.

"ఇపుడు పాండవులకు దుర్యోధనుడి ధనాగారంలో వున్న మణులన్నీ వారివేకదా! ఇదొక్కటి తక్కువైందా? దీనివలన నాకు సర్పభయము, చోరభయము, రాక్షస, పిశాచ భాధలుండవు. ఆకలి, దాహం, రోగం యేమీ వుండవు. దాన్నెవిధంగా వీరికిచ్చేది? సరే నీ మాట కాదనకుండా ఇస్తున్నాను. నా అస్త్రం పాండవేయుల గర్భాలకు హానికలిగించి ఉపశమిస్తుంది" అన్నాడు అశ్వత్థామ. 82

"సరే...ఇంకేమీ ఆసించకు!" అన్నాడు వ్యాసుడు.

"నేను పాండవుల సంతతికి చెందిన వారిని కూడా ఉద్దేసించి సంకల్పించాను. వీరంతా పాండవుల భార్యలకు మాత్రమే అనుకుంటున్నారు. నేను మౌనంగా వుంటాను" మనస్సులో అనుకున్నాడు అశ్వత్థామ.

"పాండురాజు మనుమలనందరినీ వధించావు. పాపం మూటకట్టుకొనావు. మనుమల భార్యల గర్భాలలోనున్న సంతానాన్ని కూడా చంపాలనుకుంటున్నావు. ఒక్కదాన్నైనా కాపాడుతాను. వాడు ధర్మనిరతిగా పాలనచేస్తూ పాండవ వంశాన్ని నిలబెడతాడు. అటువంటి ప్రాణిని నీవు వదిలిపెట్టు" అన్నాడు కృష్ణుడు.

"పాండవ పక్షపాతంతో ఆవిధంగా మాట్లాడుతున్నావు. నా గురి ఒకరిని తప్పించదు. ఉత్తర గర్భాన్ని గురించి నీవు మాట్లాడుతున్నావా? అదికూడా నాశనం అవుతుంది!" కోపం, ఆవేశంతో అన్నాడు అశ్వత్థామ.

"అభిమన్యుడి వీర్యం చాలా గొప్పదై ఉత్తర గర్భంలో వున్నది. నీవు దానిజోలికి పోయినా నేను రక్షించుకోగలను. దీర్ఘాయువును పోస్తాను "ధృఢంగా, నిశ్చయంగా చెప్పాడు కృష్ణుడు.

"అస్త్రంతో తగులబడిన వాడిని యేవిధంగా బతికిస్తావో నేనూ చూస్తాను" అని పెద్దల మాటలు లెక్కపెట్టకుండా పాండవుల మనుమల గర్భస్త శిశువులకు కూడా నశించాక ఉపశమించు, అని అస్త్రం ఉపసంహరణ మంత్రం చెప్పటం చూసి......

"ఓరీ అధమా! త్రికాలజ్ఞుడైన బ్రాహ్మణుడొకడు ఉపప్లావ్యం వచ్చి ఆమెను చూసి నీకు ప్రాణం క్షీణించిన బాలుడు పుడతాడు. నీ పుణ్యఫలంచేత బ్రతుకుతాడు. వాడికి పరీక్షిత్తు అనే పేరు పట్టుకో అని చెప్పాడు. ఆ మహానుభావుడి మాట అసత్యం కాదు. 83
ఆ పసివాడు పాండవ వంశోద్ధారకుడౌతాడు. పుట్టబోయే పిల్లలను కూడా చంపిన నీవు ఆహారంలేక, కంపుకొట్టే రక్తం కారుకుంటూ, శరీరం కాలిపోతూ మూడువేల సంవత్సరాలు తిరుగుతూ బ్రతుకు. నాచేత బ్రతికించబడ్డవాడు కృపాచార్యుడి దగ్గర ధనుర్విద్య నేర్చుకొని గొప్పగా వెలుగొందుతాడు. భరతవంశాన్ని ఉద్ధరిస్తాడు. నువ్వు చూస్తావు" ధృఢంగా అన్నాడు కృష్ణుడు.

"నీవు బ్రాహ్మణుడివైనా ఈవిధమైన దుర్మార్గంగా కౄరంగా నామాట కూడా లక్ష్య పెట్ట కుండా పాపాన్ని చేశావు. నీ విషయంలో కృష్ణుడన్నమాటే జరుగుతుంది. ఛీ! ఫో!" అన్నాడు వ్యాసుడు.

"మునీశ్వరా! నీవు మనుష్యులలో వుంటావు" అని తిరుగు శాపమిచ్చి.....

"నేను నీదగ్గరే వుంటాను. నీవూ, కృష్ణుడూ సత్యసంధులవుతారు" అంటూ తన శిరోమణిని ధర్మరాజుకిచ్చి తపోవనానికి వెళ్ళిపోయాడు అశ్వత్థామ.

కృష్ణుడు, పాండవులు వ్యాసమహర్షికి నమస్కరించి ఆయన దగ్గర శెలవు తీసుకొని ధర్మరాజు శిబిరానికి బయలుదేరారు. కృష్ణుడు పైవిధంగా మాట్లాడుతూనే ఉత్తరను, ఆమె గర్భంలోని బిడ్డకు యేమీ కాకుండా జాగ్రత్త పడ్డాడు. అర్జునుడు, కృష్ణుడు, భీముడు, ధర్మరాజు, తమ రథాలను అతి వేగంగా నడుపుకుంటూ శిబిరానికి చేరుకున్నారు. దుఃఖిస్తున్న ద్రౌపదికి చుట్టూరా రాజవనితలు, వారికి సేవలు చేస్తూ పరిచారికలు ఉన్న చోటుకు పోయి......

"ద్రౌపదీ! ఇదిగో అశ్వత్థామ శిరోమణి. శత్రువులను సాధించే కార్యక్రమం పూర్తయింది. రాచరికపు మర్యాదను గుర్తించి దుఃఖం మాను. నీ సంతోషమే కదా ధర్మరాజుకు ఆనందం. ధర్మరాజు కోరగా శ్రీకృష్ణుడు రాయబారంగురించి మాట్లాడుకుంటునపుడు

నీవు కృష్ణుడితో మాట్లాడిన మాటలు. రాజవనితలకు తగినట్లున్నాయి. అటువంటి నీకు ఈదుఃఖం యేమిటి? దానివలన ప్రయోజనం లేదుకదా! యుద్ధమన్నాక శత్రువులు బాణాలు వేయక, దొరికితే చంపక వూరుకుంటారా? పూలబాణాలు వేస్తారా? రాచరికపు లక్షణాల ప్రోగువు నీవు. నీకు చెప్పాలా? శ్రీకృష్ణుని దయతోను, అర్జునుడి పరాక్రమంతో 84
నేను నా శపథాలు నెరవేర్చుకున్నాను. దృతరాష్ట్రుడి వంశంలో వున్న శత్రువులను, గర్వాన్ని అణచి వేశాము. ఇపుడు నీ కోరిక మీద అశ్వత్థామను అవమానించి ఆతని శిరో మణిని తీసుకువచ్చి యిచ్చాను. ఆతడికున్న మంచికీర్తంతా పోయింది. మనమిపుడు సంతోషంగా వుండాలి“ అన్నాడు భీముడు.

ద్రౌపది మొఖంలో చిరునవ్వు కనిపించింది.

“నిజమే! ఇపుడు నా మనసు చల్లబడింది. ఈ మణిని అలంకరించదగిన వ్యక్తి ఈతడు మాత్రమే“ నవ్వుతూ ఆ మణిని ధర్మరాజు చేతిలో పెట్టింది ద్రౌపది.

ధర్మరాజు ఆ మణిని తన తలమీద పెట్టుకొని ద్రౌపదికి ఆనందం కలిగించాడు.

ఆతరువాత......

“ద్రౌపది కొడుకులందరూ బలసంపదలోను, శౌర్యసంపదలోను సాటిలేనివారు. అటువంటివారిని అశ్వత్థామ బలహీనులను చంపినట్లు చంపాడట. దృష్టద్యుముడు మంచి క్షాత్రధర్మదక్షుడు. ఎవ్వరూ జయించరాని పరాక్రమం కలవాడు. ఇంద్రుడి ప్రశంశలందుకున్నవాడు. అట్లాంటివాడు అశ్వత్థామను ఓడించలేక పోవటంయేమిటి? తక్కిన పాంచాలురను కూడా ఒక్కడే శిబిరంలో ప్రవేసించి హింసించి చంపటమే కాక అశ్వాలను, గుఱ్ఱాలను, ఏనుగులను హింసించి చంపటం ఆశ్చర్యంగా వున్నది“ అన్నాడు ధర్మరాజు.

“స్థిర భక్తితో ఆశ్రయించిన వారికి ఆ హరుడు, పరమేశ్వరుడు కరుణిస్తాడు కదా. తాత్కాలితంగా అశ్వత్థామకు అంతులేని శక్తినీయటం మూలాన ఆతడు ఆవిధంగా చేయగలిగాడు. శివుడు ప్రసన్నుడైతే యెవరికైనా లోటు వుంటుందా? భక్తుడు కోరుకొనేది ఐశ్వర్యం, పరాక్రమం, పదవి, కీర్తి, చిరంజీవిగా బ్రతకటం. అంతే కదా. ముక్తి కోరుకొనే

వారు చాలా తక్కువ. ఏది కోరినా ఇస్తాడు కదా! అశ్వత్థామ ఈశ్వరుని ప్రార్థించి, తన కోరిక తీరకపోతే ఆత్మాహుతి చేసుకుంటానని, అందుకు సిద్ధపడగా ఈశ్వరుడు కరుణిస్తే ఆవిధంగా చేయగలిగాడు. ధర్మరాజా! పరమేశ్వరుడి మానవాతీత లీలలు చెపుతాను విను.....బ్రహ్మ ప్రాణికోటిని సృష్టించాలని అనుకొని శివుడి దగ్గరకు వెళ్ళాడు. తన కోరిక 85
చెప్పాడు. ఏపని సాధనకైనా తపస్సే ముఖ్యసాధనం. కనుక నీళ్ళలో నిలబడి తపస్సు చేయసాగాడు. అనేక వేల సంవత్సరాల తరువాత దక్షుడు అనే నేర్పరిని పుట్టించి మరల తపస్సులోకి వెళ్ళిపోయాడు. బ్రహ్మ దక్షుడి చేత దేవతలను, రాక్షసులను, మనుష్యులను, పశుపక్ష్యాదులను సృజించాడు. ఆ ప్రాణులన్నీ ఆకలిచేత భరించలేక దక్షప్రజాపతిని తినటానికి పోగా, ఆతడు బ్రహ్మదగ్గరకు పరిగెత్తుకెళ్ళి మొరపెట్టుకోగా, బ్రహ్మ ఓషధులను, ఫలవృక్షాలు, మొదలైన ప్రాణులు తినటానికి పనికివచ్చే జాతులన్నీ సృష్టించి, అవీ చాలకపోతే బలమైన ప్రాణులకు బలహీనమైన జీవులు ఆహారమవుతా యని కూడా చెప్పాడు. ఆతరువాత శివుడు తపస్సు మాని నీటిలోంచి బయటకు వచ్చి పెరిగిన ప్రాణి సంపదనుచూచి ఆవేశంతో తన లింగాన్ని తీసి నేలకేసి కొట్టాడు. బ్రహ్మ శివుడిని అనేక రకాలుగా శాంతపరిచి,ఎందుకా విధంగా చేశావని అడిగాడు. భూతాలను పుట్టించేందుకు పనికివచ్చే లింగం నాకెందుకు అని అలిగి మాల్యవంత పర్వతం దగ్గ రకు పోయి తపస్సు చేయసాగాడు. కానీ ఈ లింగం బ్రహ్మ మొదలైన వారికి అందంగా కనపడింది. బ్రహ్మ, ఇంద్రాది దేవతలంతా పూజలు చేయసాగారు. ఆతరువాత ఒకసారి ఇంద్రాది దేవతలు ఓమహాయజ్ఞం చేయ సంకల్పించారు. కావాల్సిన వస్తుసామగ్రిని సవ ఎకూర్చుకొని యజ్ఞభాగానికి అర్హులైనవారిని పిలుచుకొని యజ్ఞాన్ని ప్రారంభించారు. కానీ వారు ఈశ్వరునికి యజ్ఞభాగాన్ని కేటాయించలేదు. అపుడు మహా శివుడు గొప్ప విల్లును సృష్టించి భయంకరమైన కోపంతో వచ్చి యజ్ఞాన్ని ధ్వంసం చేశాడు. దేవతలందరూ ఆశ్చర్యంగా చూస్తూనిలబడిపోయారు. యజ్ఞగుండం లేడిలా మారిపోయి పారిపోయింది. ఈశ్వరుడు ఆధనస్సుతో మరో దెబ్బ వేయగానే సవితృడి చేతులు తెగాయి. పూషుడి పండ్లు వూడిపోయాయి. భగుడి కళ్ళు ఫట్‌మని పగిలిపోయాయి. ముక్కంటి వింటి

కొనతో నేలను పొడవగా దేవతలందరూ యజ్ఞోపకరణాలతో పారిపోబోయారు. అపుడు
శివుడు వారందరూపారిపోకుండా వింటినారితో ఒకటే కట్టగా కట్టాడు. దేవతలందరూ
'వింటిత్రాడు ముక్కలవుగాక' అనగానే వారందరిని ఈశ్వరుడు కట్టేసిన వింటిత్రాడు
ముక్కలయ్యింది. వెంటనే దేవతలందరూ ఈశ్వరుని పాదాల మీద పడి ప్రార్థించి, 86
ఆయనకు యజ్ఞభాగంకల్పించారు.శివుడు శాంతించి కోపాన్ని సరసస్సులో వదలగా ఆ
వేడికి సరస్సులో నీరు ఇంకిపోయింది. ఈశ్వరుడు వారందరిపై దయతలచగా సవితృడికి
చేతులు, పూషుడి పండ్లు, భగుడికి కళ్ళు, అన్నీ మామూలుగా అమరాయి. ఆ ఈశ్వరుడి
దివ్యలీలలు అటువంటివి. కోపిస్తే లోకాలు అల్లకల్లోలమవుతాయి. అనుగ్రహమిస్తే
సౌఖ్యాలు పొందుతారు.అందువలన ఈశ్వరుడు అశ్వత్థామకు ప్రసన్నుడవటం మూలాన
ఆవిధంగా జరిగింది. అర్జునుడికి పరమేశ్వరుడు అనుగ్రహించి, పాశుపతాస్త్రమిచ్చి,
ఆతనికి ముందు అండగా వుండబట్టేకదా భీష్ముడు, ద్రోణుడు మొదలైన వారందనీ
అంతమొందించ గలిగాడు! దానికి ఆనందించు" అంటూ ధర్మరాజును ఓదార్చాడు
కృష్ణుడు. అశ్వత్థామ పాండవ వంశ నాశనానికి అస్త్రం వేశాడన్నమాట స్త్రీలెవరికీ
తెలియనీయలేదు కృష్ణుడు. ఆడవారిదాకా యెందుకీ విషయం. మనను రక్షించటానికి
కృష్ణుడున్నాడు కదా అని పాండవులుకూడా మౌనం వహించారు.

సౌప్తిక పర్వం సమాప్తం

ఓం

శ్రీమదాంధ్ర మహాభారత కథలు

చతుర్థ భాగం

స్త్రీ పర్వం

కూర్పు - శ్రీమతి కె.వి. సత్యవతి

బి.ఎ. మ్యూజిక్ మరియు తెలుగు, ఆంధ్ర విశ్వ విద్యాలయం

శ్రీమదాంధ్ర మహాభారత కథలు 87

ధర్మరాజు శోకం

యుద్ధ గుడారాలలో అశ్వత్థామ చేసిన మృత్యు విలయతాండవంలో బ్రతికున్న దృష్టద్యుమ్నుడి రథసారథి ధర్మరాజు దగ్గరకు వచ్చి గతరాత్రి అశ్వత్థామ చేసిన హత్యా కాండలో దృష్టద్యుమ్నాదులు, ఉపపాండవులు అశువులుబాశారన్న విషాదవార్తచెప్పటం, అందరూ దుఃఖించటం, అశ్వత్థామ శిరోమణిని తీసుకురమ్మని ద్రౌపది కోరటం, అహంకారైన అశ్వత్థామ "అపాండవం" కమ్మని బ్రహ్మశిరోనామకాస్త్రం ప్రయోగించటం, అన్ని లోకాల సంరక్షణార్థం కృష్ణుని కోరికపై అర్జునుడు అశ్వత్థాను, పాండవులను రక్షించమని కోరి బ్రహ్మశిరోనామకాస్త్రం ప్రయోగించటం, అభిమన్యుడి సంతానాన్ని వదిలేసి అస్త్రాన్ని ఉపసంహరించమని అశ్వత్థామను కృష్ణుడు కోరటం, అశ్వత్థామ అందుకు వప్పుకోకుండానే అస్త్రాన్ని ఉపసంహరించటం, అందుకు కోపించి వళ్ళంతా పుండ్లతో, ఆకలి బాధలతో మూడువేల సంవత్సరాలు బ్రతకమని అశ్వత్థామకు శాపమిచ్చి, ఉత్తర సంతానాన్ని భరతవంశ పురుషుడుగా అవుతాడని అది నీవు చూస్తావని కృష్ణుడు చెప్పటం, వ్యాసమహర్షి కృష్ణుని మాటలు సత్యమౌతాయని చెప్పి ఉపపాండవులను సంహరించినందుకు పరిహారంగా అశ్వత్థామ శిరోమణిని అర్జునుడికిప్పించాడు వ్యాసుడు. హస్తినలో వ్యాస మహర్షిచ్చిన దివ్యదర్శనావకాశం వలన పదునెనిమిది రోజులు జరిగిన భారతయుద్ధం యేవిధంగా జరిగిందో వివరంగా కనులకు కట్టినట్లుగా ధృతరాష్ట్రుడికి వివరించి చెపుతూన్న సంజయుడు అశ్వత్థామ, కృపవర్మ, కృపాచార్యుడు, తొడవిరిగిన దుర్యోధనుడిని చూసి ఆవేదనతో, కోపం, కసితో దృష్టద్యుమ్నాదులను, పాండవులను

నాశనం చేసి శుభవార్త తెస్తామని దుర్యోధనుడితో చెప్పి యుద్ధశిబిరాల దగ్గరకు పోయి,
అక్కడ వ్యతరేక పరిస్థితులను ఎదుర్కొని, శివుని శ్రద్ధా భక్తులతో కొలిచి, ఆయనను
ప్రసన్నుడను చేసుకొని, దృష్టద్యుమ్నాదులను, ఉపపాండవులను, శిఖండిని మిగిలిన
రాజులను గజ, తురగాది జంతువులను, యేవిధంగా చిత్రహింసలు పెట్టి చంపింది, 88
కృపవర్మ, కృపాచార్యుడు అశ్వత్థామకు సహకారంచేసిందీ, ఆ ముగ్గురూ కలిసి దుర్యోధ
నుడి దగ్గరకు పోయి సాధించిన శత్రునాశనాన్ని గురించి చెప్పి ఆనందింప చేయటం,
దుర్యోధనుడు ఆత్మతృప్తితో తనువు చాలించటం వరకు చెప్పి, ఇంకమీదట తాను ఏమీ
చెప్పలేననీ, వ్యాసమహర్షిచ్చిన దివ్యదర్శనావకాశం తనకిక లేదని చెప్పాడు సంజయుడు.
ఆతరువాత... సంజయుడి మాటలన్నీ విన్న ధృతరాష్ట్రుడు నూరుమంది కొడుకులలో
ఒక్కరుకూడా లేకుండా పోయినందుకు ఆయన గుండె బరువైపోయింది. కొంతసేపు
మాట్లాడటానికి మాటరాక, కంటివెంబడి నీరు కారుతూ కదలిక లేక వుండిపోయాడు.
“మహారాజా! నీవు జ్ఞానవంతుడివి. పామరుడిలాగా యెందుకేడుస్తున్నావు? అందరూ
పోయారు. ఇంకెవరికోసం ఏడుస్తున్నావు? దుఃఖాన్ని వదిలిపెట్టు. పద్దెనిమిది అక్షౌహిణుల
సైన్యమంతా నశించింది. తాతలు, తండ్రులు, కొడుకులు, అన్నదమ్ములు, మనుమలు,
సన్నిహితులు, పనివారు, సహచరులు, అందరూ చచ్చిపోయారు. ఎవరికోసం ఏడవ
కూడదు అంటావా? అందరూ తగినవారే. నిజమే. కానీ యేంచేద్దాం? కానీ ఏడుస్తూ
కూర్చుంటే యేవిధంగా జరుగుతుంది? చనిపోయినవారికి దహన సంస్కారాలు చేయాలి
బంధువులకు తిలోదకాలివ్వాలి. కాబట్టి సకుటుంబంగా యుద్ధభూమికి బయల్దేరండి“
అన్నాడు సంజయుడు. ధృతరాష్ట్రుడా మాట వినగానే దుఃఖబాధతో స్పృహకోల్పోయాడు.
చాలాసేపు కోలుకోలేదు. కొంతసేపటికి లేచి, తలబాదుకుంటూ ఏడవటం మొదలు
పెట్టాడు. “ఎంతకర్మ పట్టింది! కొడుకులంతా అతిదీనంగా చచ్చిపోయారు. నా బ్రతుకు
లోని వైభవం నశించిపోయింది. దిక్కు లేనివాడనయాను. ఈ ప్రాణంతోటి ఈ శరీరం
యెందుకు? పరుల మీద ఆధారపడి బ్రతకాలా? జాలితో మాట్లాడితే నేను భరించలేను“
సువర్ణష్ఠీవి కథ చెప్పాడు సంజయుడు. అయినా నీ కొడుకుకు, నీకు ముఖ్యులు ఆ

దుశ్శాశనుడు, కర్ణుడు, శకునే కదా! అంతా అయాక ఇప్పుడేం చేయగలం? నీ కొడుకు
యెప్పుడూ ఆపదలు తెచ్చుకొనటమే పని కదా! వాటన్నింటినీ నీవు ఆపగలిగావా? లేదే.
పుణ్యాత్ములు ఏసమయానికి ఏంచేయాలో అది చేసి మంచి ఫలితాన్ని పొందుతారు.
ఇప్పుడు నువ్వెంత ఏడ్చినా నిన్ను చూసి యెవ్వరూ జాలిపడరు. ఇంక ఏడుపు మాను. 89
నీ ఇంటికి నీవు, నీకొడుకులు కలిసి నిప్పు పెట్టుకున్నారు. ఇంక ఏడవటంయెందుకు?
అన్నాడు సంజయుడు. సంజయుడి మాటలతో మెల్లిగా కళ్ళుతెరిచి లేచి కూర్చున్న
ధృతరాష్ట్రుడు....."మీఇద్దరి మాటలవలన కొంత ఓదార్పు పొందాను" అన్నాడు.
"మహారాజా! పెరుగుట విరుగుట కొరకు అని, ఏ రుచి ఇష్టంగా వుంటుందో ఆ రుచి
మీద కోరిక పోతుందని దగ్గరవటం దూరమవటానికేనని పెద్దలు చెపుతారు కదా! ఇది
చాలా సహజం కదా! భరించాలంతే. ప్రాణాలు తీసేటపుడు యముడు వీడు అందగాడా
ధనవంతుడా? కురూపా? బిచ్చగాడా? వీరుడా? శూరుడా? దుర్మార్గుడా? గుణవంతుడా?
ఇవన్నీచూస్తాడా? ఎన్నో పుణ్యాలు చేస్తేనో, ఎన్నో దానధర్మాలు చేస్తేనో దొరకని స్వర్గం
లో వున్నారు నీ కొడుకులు, బంధు, మిత్రులు కూడా. కాబట్టి దిగులు మాను. నీవు
పండితుడి, విజ్ఞానివి. దిగులుపడుతూ కూర్చుంటే అనారోగ్యమే తప్ప ఫలితం యేమీ
వుండదు. బాగా దైవజ్ఞానం కలవారికి ప్రియాలు, అప్రియాలు అంటూ యేమీ వుండవు.
ఈ సంసారం అరటిచెట్టు లాంటిది. వట్టి బోలు. వూరికేనే విరిగిపోతుంది. తన శరీరం
అంటూ పరిపూర్ణతను పొందిన తరువాత కొత్త శరీరం పొందటం ఆశ్చర్యమేమీలేదు.
ఇది తెలిసిన వాడు దు:ఖ పడడు. దుఃఖం రాదు. మరణమంటే కట్టుకున్న బట్టలు
మార్చి కొత్తబట్టలు కట్టుకున్నట్లు. ఉన్న ఇల్లుమార్చి కొత్తింట్లోకి చేరినట్లు. కుండ
తయారు చేయుటానికి యెంతో కష్టపడాలి. మట్టి నాణ్యతగా వున్నా చేస్తున్నపుడు విరిగి
పోకూడదు. కాల్చాలి. అపుడూ విరగ కూడదు. ఇన్ని కష్టాలు పడినా కొన్నవాడి దగ్గర
యెంతకాలం మన్నుతుందో, ఎపుడు విరిగి పోతుందో తెలియదు. ఇటువంటిదే ఈ
శరీరం కూడా. ఎపుడో నశించాల్సిందే. ధృతరాష్ట్రుడికి ఓదార్పు మాటలు చెప్పగా,
చెప్పగా....."నీసుభాషితాలతో నా బాధ యెంతో తగ్గింది. ప్రాజ్ఞులు ప్రియమైన వస్తువుల

సంయోగాలవలన పుట్టే ఎటువంటి బాధ కలుగకుండా యేవిధంగా వుండవచ్చు?"
అడిగాడు ధృతరాష్ట్రుడు.
"అదే చెపుతున్నాను. పురుషుడు స్త్రీలో గర్భాన్ని ధరింపజేసిన సమయంలో, గర్భంలో
పిండం ఎదుగుతున్న సమయంలో, కాన్పు జరిగేటపుడు, బాల్యంలో, యౌవనంలో, 90
పెద్దవారయాక, ముసలితనంలో, శరీరంలో రావాల్సిన మార్పులు వస్తూనే వుంటాయి.
జ్ఞానులైన వారు ఇవన్నీ అనుభవిస్తూనే కష్టసుఖాలను ఓర్పుగా భరిస్తూ మోక్షంకోసం
ప్రయత్నిస్తారు. దానిని దాటటం యెందుకు కష్టమో కూడా చెపుతాను విను.....
"రాజా! వీర్యం, రజస్సు కలిపి ముద్దగా మురికి మధ్య పెరిగి, ఆ పిండం కాలక్రమంలో
అన్ని అవయవాలన్నీ రూపొంది, శిశువుగా మారి, ప్రాణం పోసుకొని, తల్లి గర్భంనుంచి
బయటకు రావటానికి కష్టపడి, స్త్రీ యోనిద్వారం నుంచి బయటపడే సమయంలో
గ్రహాలు, భూతాలు, వ్రాలి కష్టాలు కలిగిస్తాయి. ఈవిధంగా పుట్టి, బాల్యంలో వివేకంలేని
పనులు చేసి కాలాన్ని వృధాగా గడిపి, యౌవ్వనం రాగానే ఇంద్రియ సుఖాల కోసం
ఎన్నో పనులు చేస్తూ, దుఃఖపడుతూ, సంతోషిస్తూ గడపటం, కొంతమంది, దొంగతనం,
త్రాగుడు మొదలైన వ్యసనాలు నేర్చుకొని, అదే ఆనందమనుకొని, పెళ్ళి, పిల్లలు,
వారితో సమస్యలు, మొత్తంమీద అప్పుడూ బాధలే. ముసలితనం వస్తుంది. బలం
తగ్గుతుంది. మనిషికి పరాక్రమం తగ్గిపోతుంది. రకరకాల రోగాలొస్తాయి. యముడు
ఏదో రూపంలో ప్రాణాన్ని తీసేస్తాడు. ఈ జన్మను చాలిస్తాడు. ఈకాస్త బ్రతుకులో మనిషి
లోభ, క్రోధమోహ, మద, మాత్సర్యాలకు లోనయి, తన సుఖం కోసం, సంతోషం కోసం,
ఎదుటివారి జీవితంలో నిప్పులు పోస్తాడు, చివరకు హత్యలు చేయిస్తాడు, అవసరమైతే
చేస్తాడు కూడా. చివరకు తాను శాశ్వతమని పాపాలు చేసినవారు యముని చేతికు చిక్కి
చస్తాడు. ఓ కథ చెపుతాను విను. కాకులు దూరని కారడవి, చీమలు దూరని చిట్టడివి
అని చిన్నపిల్లలు చెప్పుకున్నట్లే ఓ భయంకరమైన అడవి వున్నది. అక్కడ సాధుజంతు
వులు, కౄర జంతువులు చాలా వున్నాయి. ఓ బ్రాహ్మణుడు దురదృష్టంవలన ఆడవిలోకి
చేరాడు. ఆ అడవి తొందరగా దాటాలని పరుగులు పెట్టి అలసిపోయాడు. అది చాలద

న్నట్లు ఓ దొంగల ముఠా ఆ బ్రాహ్మడికి యెదురయింది. అటుపోతే క్రూర జంతువులు, మరోవైపుకు పోతే దొంగల ముఠా. మరోవైపుకు పోతే సన్నని ఉచ్చులు, మరోవైపు పోతే భయంకరమైన స్త్రీ ఆ బ్రాహ్మడిని కావలించుకోవటానికి మీదకు వస్తోంది. అటు కాదని
ఇటు, ఇటు కాదని అటుయిటు పరిగెత్తిన ఆ బ్రాహ్మణుడు ఓ దిగుడు భావిలో పడ్డాడు. 91
చిత్రమేమిటంటే భావంతా తీగలు అల్లుకొని, ఓ పక్కన బయటనుంచి లోపలికి వచ్చిన పెద్ద కొమ్మపై పడి, అటు భావిలోపల పడి చావలేడు, ఇటు బావిపైకి చేరలేడు. ఇవన్నీ కాక కొమ్మకున్న తేనెతుట్టి కదలి, కందిరీగలు కదిలి, ఆతడిని ఇబ్బంది పెట్టసాగాయి. మరో వైపునుంచి కొండచిలువ పాక్కొంటూ వస్తోంది. చిత్రమేమంటే తేనె తుట్టెలోంచి తేనె కారుతుంటే ఆతృతగా ఆ తేనెను చప్పరించసాగాడు. ఇన్ని సమస్యలలోనూ ఆతడు చావాలనిమటుకు అనుకోలేదు“ చెప్పటం ఆపాడు విదురుడు.

“విదురా! హృదయం ద్రవించిపోయే విధంగా వున్న సమస్యలలోంచి యేవిధంగా బయట పడ్డాడు?“ ఆతృతగా అడిగాడు ధృతరాష్ట్రుడు.

“మనుష్యులకు 'మోక్షం' అంటే యేమిటో తెలియచేయటానికి జ్ఞానవంతులు జ్ఞానం కలగ చేయటంకోసం ఈ కథను కల్పించారు. నీవూ జ్ఞానివే కదా అర్థమయే వుంటుంది. ఆ అడవే సంసారం. ఆ ఉచ్చులే రోగాలు. ఆ భయంకరమైన స్త్రీ ముసలితనం. భావిలో పాము యమధర్మరాజు. చెట్టు, ఆయుష్షు, ఎలుకలు రేయింబవళ్ళు. తేనెపట్టు ఆయుష్షు, కారుతున్న తేనె బ్రతకాలని కోరిక. వివేకవంతులు ఉచ్చులో పడరు“ ఆపాడు విదురుడు.

“విదురా! నువ్వు అతిపవిత్ర మనస్తత్వం కలవాడివి. అందుకే నిన్ను అందరూ పొగుడుతారు. ఇంకొంచెంసేపు ఇలాగే చెప్పు“ అడిగాడు ధృతరాష్ట్రరాజు.

“మనిషి నిరంతరం విషయవాంఛలలో మునిగి తేలుతూ వుంటే చివరకు ముసలితనంతో శక్తి సన్నగిల్లి, తన పనులు కూడా తాను చేసుకోలేక అన్యాయపు చావు చస్తాడు. శరీరం ఒక రథం. కాలుచేతులు, ఇంద్రియాలే గుఱ్ఱాలు. ఆలోచనలే పగ్గాలు. పగ్గాలు సరిగ్గా వుపయోగించక పోతే అంతా నాశనమే. గుఱ్ఱాలను క్రమపద్ధతితో నడపగలిగిన వాడు వివేకం కలిగివున్నవాడని అర్థం. జీవిత రథాన్ని గతుకుల బాట కాకుండా రహదారిలో

నడిపి మృత్యువంటే కూడా భయపడరు. సహజమేకదా! అని చిరునవ్వుతో ఆహ్వానిస్తారు. సరే ఇంక చాలు. నీ పుత్రులకు ఉత్తర క్రియలు జరిపించు" అనగానే ధృతరాష్ట్రుడు మరల మూర్ఛపోయాడు. అప్పుడు వ్యాసమహర్షి అక్కడకు వచ్చాడు. అందరూ లేచి ఆయనకు తగిన మర్యాదలు చేశారు. ధృతరాష్ట్రుడి ముఖంమీద నీరు జల్లి, వ్యాసుని రాకను చెపుతూ ఆయనను లేపారు. ధృతరాష్ట్రుడు కళ్ళుతెరిచి వ్యాసుడికి భక్తిగా నమస్కరించి, "జ్ఞాన సంపన్నుడవైన వ్యాసమహర్షీ! ఈ మానవ జన్మలో మనస్సు నిశ్చలంగా వుండక, కష్టాలను కల్పింప చేస్తుంది. ఈ జన్మ నాకెందుకు? నా దౌర్భాగ్యం యేమని చెప్పాలి? సంతానమంతా పోయి, రాజ్యం పోయి, అన్నీ పోయినా నా గుండె యెంత బండరాయి! బ్రతికే వున్నాను. నేనిప్పుడు యేంచేయాలి?" దుఃఖపడుతూ వుండిపోయాడు ధృతరాష్ట్రుడు. 92

"కుమారా! ధర్మవిధి నీకు తెలుసు. గొప్ప విద్యావంతుడివి. నీ శోకాన్ని పోగొట్టాలని, శాంతిని ప్రసాదించాలని వచ్చాను. కొడుకుల మరణాలతో వచ్చిన దుఃఖాన్ని వదిలిపెట్టు. ఈ ప్రాణం అశాశ్వతమని తెలుసు కదా! అదే నిజమని గుర్తుంచుకో. ఎప్పుడైతే నీవో నిర్ణయానికి వస్తావో అపుడు నశిస్తుంది. నీకు తెలియకుండానే నీ కొడుకులు పాండవులకు చిన్నతనం నుంచి అపకారాలు చేస్తూ వచ్చారా? యుద్ధాలు జరిగినపుడు బందుగులు, కొడుకులు చనిపోవటం మామూలే కదా! ముందుకాలాన్ని తెలుసుకోగలిగిన విదురుడు, కృష్ణుడు, సంజయుడు కూడా నీకు నచ్చచెప్పాలని చూస్తే విన్నావా? రాయబారమపుడు కృష్ణుడు నారదాది మునులు వచ్చి చెప్పినా నీ కొడుకు విన్నాడా? కృష్ణుడినే బంధించ బోయారు నీ కుమారులు, కర్ణుడు, శకుని. ఇది దేవతల నిర్ణయం. ఓరోజు నేను దేవ సభకు వెళ్ళాను. ఇంద్రాది దేవతలు, నారదాది మునులు అందరూ ఆ సభలో వున్నారు. ఆ సభలోకి భూదేవి వచ్చి,.....

"దేవతలారా! మీరంతా ఒకప్పుడు బ్రహ్మ సన్నిధిలో భరింపరాని భూభారాన్ని తగ్గిస్తామని చెప్పారు. మరి మీరు యెందుకు ఆలస్యం చేస్తున్నారో తెలియటం లేదు. నా భారాన్ని యేవిధంగా తగ్గించుకొనేది?" అని అడిగింది......

"భూదేవీ! ధృతరాష్ట్రుడనే రాజుకు నూరుగురు కొడుకులు పుడతారు. పెద్ద కొడుకు దుర్యోధనుడు. ఆతడు నీ భారమంతా తగ్గిస్తాడు. అదికూడా త్వరలోనే జరుగుతుంది. బాధపడకు. ఆ దుర్యోధనుడిని చావకుండా కాపాడటానికి చాలామంది చేరతారు. ఆ యుద్ధంలో సకల రాజలోకమూ సైన్యాలతో పాటు ఘోరంగా మరణిస్తారు. 93
ధృతరాష్ట్రుడి నూరుమంది కొడుకులు, మనుమలు, వారి బంధువులు, అందరూ చని పోతారు, అని చెప్పారు. అంతట ఆమె తృప్తిపడి వెళ్ళిపోయింది. కలిపురుషుడి అంశతో దుర్యోధనుడు పుట్టాడు. ఆతడు ఎదుటి వారి గొప్పతనాన్ని సహించడు. ఎంత బల వంతుడో అంత కోపిష్టి. ఎంతటి ఘనుడు నీతులు చెప్పినా వినడు. వైరాన్ని వదిలి పెట్టడు. ఆతడికి కూడిన సహచరులు దుశ్శాశన, శకుని, కర్ణులు. మిత్ర రాజులు కూడా అలాంటి వారే. తప్పులు వద్దని వారిస్తున్నా చేశారు. అగ్నిలో కాలిపోయారు. అటువంటి వారికోసం దుఃఖపడటం యెందుకు! నీవు దుఃఖాగ్నిలో దహించుకుపోకు!" అన్నాడు వ్యాసమహర్షి. దృతరాష్ట్రుడి మనస్సులో ఓ అనుమానం మొదలైంది. అది గ్రహించిన వ్యాసుడు.....

"రాజా! విను. పాండవుల వలన నీకుగానీ, నీ కొడుకులకు గానీ అవమానం, ఆపద రాలేదు. నీ కొడుకుల దుష్టచేష్టల వలన ఈవిధంగా జరుగుతందని నాకు తెలుసు. వారించాను విన్నారా? నారదుడి వలన విషయం తెలుసుకొన్న ధర్మరాజాదులు సంధి కోసం ప్రయత్నించారు. అది నీకు తెలుసు. నేనుకూడా మీకు నచ్చచెప్పి అనర్థాన్ని ఆపలేక పోయాను. విధి బలీయమైనది. నీవు శోకంలో కాలిపోకుండా వుండటానికి చెప్పాను. పాండవుల మీద నీకు ప్రేమ కలగాలని, ఎవరి తప్పూ యేమీలేదనీ, దేవ రహస్యాలు కూడా చెప్పాను. నీవీ విధంగా బాధపడుతుంటే కుంతి, ఆమె కొడుకులు, నీకోసం యెంత బాధపడుతున్నారో తెలుసా? ధర్మరాజు అజాత శత్రువు. మనుష్యుల యందు పశు, పక్ష్య జాతులన్నింటి మీద ప్రేమ, దయ, జాలి సమానంగా వుంటాయి. అది నీకు తెలుసు. ధర్మరాజుకెప్పుడూ నీ మీద విముఖత లేదు. నీవు కూడా ఆతడి మీద స్నేహభావం పెంచుకో. వారంతా నీ కొడుకులవలె ప్రేమగా, గౌరవంగా చూసు

కుంటారు. వారు నీకు నూరుమంది సంతానంలా కాదు, వేయిమంది సంతానంలా అనుకో. నీ శోకం అనే మంటను జ్ఞానం అనే నీటితో చల్లార్చు" అన్నాడు వ్యాస మహర్షి.

ధృతరాష్ట్రుడు కొంతసేపు మౌనంగా వుండి.....

"మహర్షీ! మీ మాటలవలన నేను దుఃఖంనుంచి బయటకు వచ్చాను. పాండవులు 94
మానవోత్తములు. వారి యందు ప్రేమగా వుంటాను" అన్నాడు ధృతరాష్ట్రుడు.

"ఆవిధంగా చేయి నీకు శుభమవుతుంది" అని చెప్పి మాయమయ్యాడు వ్యాసుడు.

ధృతరాష్ట్రుడు కొంతసేపు మౌనంగా వుండి సంజయుడిని పిలిచి.....

"నీవు గాంధారిని, అంతఃపుర స్త్రీలను పిలుచుకువస్తే అందరం యుద్ధభూమికి పోదాం" అని చెప్పాడు ధృతరాష్ట్రుడు.

కొద్దిపేపటిలోనే దుఃఖభారంతో నడవలేక పరిచారికల ఆధారంతో నడచి వస్తున్న గాంధారిని, కోడండ్రను, ధృతరాష్ట్రుడి దగ్గరకు తీసుకు వచ్చాడు సంజయుడు. అందరూ కలసి రథాలపై యుద్ధభూమికి బయల్దేరారు. త్రోవలో సామాన్య ప్రజలు కూడా దుఃఖిస్తూ, రాజభక్తితో ధృతరాష్ట్రుని చుట్టుముట్టారు. వారి పద్ధతులలో వారు దృతరాష్ట్రుని దుఃఖాన్ని పంచుకొని, ఓదారుస్తూ ఓ క్రోసెడు దూరం పోయాక ప్రజలు మెల్లిగా వెనుతిరిగి పోయారు. కుంతీదేవి, మొదలైన అంతఃపుర స్త్రీలు, పరిచారికల సంరక్షణలో క్రమక్రమంగా అక్కడకు వచ్చారు. నెత్తి, నుదురు కొట్టుకుంటూ, పమిట కొంగుతో కళ్ళు, మొఖం తుడుచుకుంటూ దుఃఖపడుతున్నారు. యుద్ధంలో అశువులు బాసిన భర్త, కొడుకు, తండ్రి, అన్న తమ్ముడు వారి వారి పేర్లతో పిలుస్తూ, నోళ్ళు తడారిపోయి బాధపడుతున్నారు. ఈవిధంగా కురువంశ కోడళ్ళు, కూతుర్లు అక్కడికి చేరారు. ఏనాడూ ఎవరికీ కనిపించని కౌరవ కాంతలు కూడా సామాన్య జనుల ముందుకు జారిపోయిన జుత్తు, బొట్టుతో, పమిట సరిగ్గా వుందో, లేదో కూడా చూసుకోకుండా, దుఃఖిస్తూ వున్నారా అంతఃపుర స్త్రీలు. రాజభవనాలన్నీ దుఃఖఘోషతో నిండిపోయాయి. అశ్వత్థామ, కృపాచార్యుడు, కృతవర్మవారు దూరంగానే వారి రథాలు దిగి ధృతరాష్ట్రుడి దగ్గరకు చేరారు.

"మహారాజా! నీ కుమారుడు దుర్యోధనుడు తన భుజబలంతో, పరాక్రమంతో, గొప్ప యుద్ధం చేసి ఇంద్రాది దేవతలను మెప్పించి దేవలకు అతిథిగా వెళ్ళి, హద్దులు లేని ఆనందిన్ని పొందుతున్నాడు. మేము ముగ్గురం తప్ప సైన్యమంతా ఆయనకు తోడుగా 95
వెళ్ళారు" అంటూ గట్టిగా ఏడ్చారు.

కృపాచార్యుడు దుఃఖంతో వున్న గాంధారి దగ్గరకు వెళ్ళి......

"గాంధారీదేవీ! మీకుమారుడు శత్రుసైన్యం సమూహాలను అందరూ మెచ్చుకొనే విధంగా నాశనం చేశాడు. గర్వించదగిన విధంగానే స్వర్గానికి చేరాడు. అందుకు తగ్గట్టుగా మీరు అతనికోసం దిగులుపడక గర్వించండి. మీ కుమారులు ఆయుధాల బాధలకు గానీ, అస్త్ర, శస్త్రాలకు గానీ భయపడలేదు. వెనుతిరగలేదు. అందువలన వారు స్వర్గానికి చేరి హద్దులలేని ఆనందంలో మునిగి తేలుతున్నారు. యుద్ధంలో మరణించిన తరువాత స్వర్గానికి తప్పక చేరుతారని వేదాలు ఘోషిస్తున్నాయి. అందువలన మీరు దుఃఖం మాని గర్వించండి. విజయం సాధించిన పాండవులు కూడా యేమీ సుఖంగా లేరు. అదెలాగంటే..... అంటూ అశ్వత్థామ చేసిన మారణకాండతా చెప్పాడు. పాండవులను చంపటానికి మటుకు మా శక్తి చాలదు. ఇప్పుడు మేంముగ్గురం తప్పించుకోవాలి!"

అంటూ ఆముగ్గురూ భయం భయంగా నాలుగు దిక్కులా పరిశీలించి చూసుకుంటూ అశ్వత్థామ వ్యాస ఆశ్రమం వైపు, కృతవర్మ ద్వారకకు, కృపాచార్యుడు హస్తినకు చేరారు. అని చెప్పి అక్కడనుంచి వెళ్ళిపోయాడు.

(ఈ సంఘటన అశ్వత్థామ గర్వభంగానికి ముందుగానే జరిగింది).

వేగుల ద్వారా ధృతరాష్ట్రుడు, అంతఃపుర స్త్రీలు యుద్ధభూమికి వస్తున్నారని తెలిసి కృష్ణుని అనుజ్ఞతో పాండవులందరూ, కృష్ణుడు, అంతఃపుర స్త్రీలు, మత్య, పాంచాల, దేశాలరు చెందిన స్త్రీలు తమకు అండగా వుండే పరిచారికలతో సహా యుద్ధభూమికి తగిన వాహనాలలో బయలుదేరారు. సుయోధనుడు గదాఘాతంతో పడిపోయిన రాత్రి అతడు అభిమానించే స్త్రీలను హస్తినాపురం చేర్చిన యుయుత్సుడు, ధృతరాష్టుడు, యుద్ధభూమికి బయలుదేరాడని తెలిసి అతడు కూడా యుద్ధభూమికి వచ్చాడు. ఇంచు

మించుగా ఇరువర్గాలవారూ ఒకే సమయానికి యుద్ధభూమి చేరారు. ధర్మరాజును చూడగానే స్త్రీలందరూ ఘొల్లున ఏడ్చారు. కొంతమంది స్త్రీలు.....

"ఈరాజు దయలేనివాడు. తండ్రులను, తమ్ములను, విద్యనేర్పిన గురువులను, కొడుకులను, అందరినీ క్రూరంగా అంతంచేసి, ఈనాడు విజయం సాధించాడు. అదీ విజయమేనా? ఛీ!ఛీ!" అని చీదరించుకున్నారు. మరికొందరు అర్జునుడిని చూసి..... 96

"అర్జునా! పెంచిన తాతను చంపటానికి మనసెలా వప్పింది? గురువును పథకంతో యేవిధంగా చంపావు? చెల్లెలి భర్త అని చూడకుండా అంతమొందించావు కదా! అసురులను చంపావని విని గర్వించాము. ఆ ప్రతాపం చివరకు ఇల్లుకూల్చుకోవటానికి పనికి వచ్చిందా!" అంటూ యేమేమో మాట్లాడుతూ విమర్శిస్తూ పెద్దగా ఏడవసాగారు. ఆవన్నీ వింటూ కూడా శాంతంగా దుఃఖాన్ని ఆపుకుంటూ నూరుమంది కొడుకులను, మనుమలను, అల్లుని పోగొట్టుకుని దుఃఖ సముద్రంలో మునిగివున్న పెదతండ్రి ధృతరాష్ట్రుడి దగ్గరకు పోయి, ప్రక్కనున్న వారితో తమ రాకను ధృతరాష్ట్రుడికి తెలియ చేశాడు ధర్మరాజు. ధృతరాష్ట్రుడు రోదిస్తూ ధర్మరాజును కౌగలించుకున్నాడు. కొంతసేపు మౌనంగా గడిచిపోయాక అర్జునుడు, నకులుడు, సహదేవుడు ఒక్కొరుగా తమ రాకను తెలియచేసి ఆయనకు నమస్కరించారు. భీముడు అని చెప్పగానే ఆయన ముఖంలో శరీరం లోని అణువణువూ కోపంతో నిండిపోయింది. ఆయనలోని మార్పును గుర్తించిన కృష్ణుడు ఆయన దగ్గరకు పోబోతున్న భీముడిని చేయిపట్టుకొని ఆపి, ముందుగా రాబోయే ప్రమాదాన్ని వూహించి రహస్యంగా యుద్ధభూమికి తెచ్చి దాచిన ఇనుప భీమ విగ్రహాన్ని ధృతరాష్ట్రుడి ముందుకు జరిపాడు. వెంటనే ఆ విగ్రహాన్ని భీముడౌనా కాదా అనే విచక్షణ లేకుండా బిగియార కౌగలించుకొని, తన వేయి ఏనుగుల బలాన్ని వుపయోగించి, ముక్కలు ముక్కలుగా చేసేశాడు ధృతరాష్ట్రుడు. అక్కడ వున్న వారంతా ఆశ్చర్యంగా చూస్తూ వుండిపోయారు. ఈ చర్యతో ధృతరాష్ట్రుడికి భీముడి మీదున్న కసి, కోపం, పగ, అందరికీ అర్ధమయాయి. విగ్రహం పగలగా చిన్న ముక్కలు ధృతరాష్ట్రుడి రొమ్ములో, ముఖం, చేతులకు గుచ్చుకొని గాయమయి రక్తం కారసాగింది.

ధృతరాష్ట్రుడు....."ఇన్నిరోజులకు భీముడిని చంపగలిగాను. నా కొడుకుకు ఈనాటితో స్వర్గప్రాప్తి కలుగుతుంది" అంటూ అరుస్తూ పడిపోయాడు. అందరూ పరిచర్యలు చేయగా కొంతసేపటికి తెలివి తెచ్చుకొని.....

"భీమా! భీమా! ఎక్కడున్నావయ్యా!" అంటూ దొంగేడ్పులు ప్రారంభించాడు. 97

"మహారాజా! ఎందుకు యేడుస్తావు? భీముడు నీ కౌగిలిలో చావలేదు? నేను నీ ఆవేశాన్ని, దాని ఫలితాన్ని వూహించి నా యేర్పాట్లు నేను చేసుకున్నాను. నిన్ను సమీపించటానికి ఈ భూప్రపంచంలో ధైర్యం యెవరికున్నది? నీ భుజపరాక్రమం దగ్గర బ్రతికి బట్టకడతాడా? నూరుమంది కొడుకులు చనిపోయారు. నీకు దుఃఖం వున్నది నిజం. అయితే ధర్మాన్ని తప్పి తమ్ముడి కొడుకును చంపుతావా? చంపటమనేది నీ చేతిలో వుందా? ఇప్పుడు నీవే అపహాస్యం పాలయావు. భీముడొక్కడిని కాదు అన్నదమ్ములైదుగురినీ చంపినా నీకొడుకులు తిరిగి వస్తారా? నీవు చేసిన పని మహాపాపమే కాదు, నీకు శాశ్వతమైన అపకీర్తిని మిగిల్చింది!" అన్నాడు కృష్ణుడు.

పరిచారికలు ధృతరాష్ట్రుడికి తగిలిన గాయాల రక్తాన్ని తుడిచారు. మంచినీరు తెచ్చి శుభ్రం చేసుకోమనగా ఆయన శుభ్రం చేసుకున్నాడు.

"రాజా! నీవు వేదాలు, శాస్త్రాలు చదివావు. గోష్ఠులలో పాల్గొన్నావు. పురాణాలు చదివి వాటి సారాన్ని గ్రహించావు. అన్ని ధర్మాలను ఎరిగిన వాడివి. కానీ నీ తప్పును నీవు తెలుసుకోవు, సరిదిద్దుకోవు. భీష్మద్రోణాదులు ఎన్నిసార్లు నీకు వివరించి చెప్పారు? విన్నావా? ఆచరించావా? యుద్ధం అని మొదలు పెట్టాక పరాక్రమాన్ని దాచుకోగలరా? నీవు నీ మనసుతో అలోచించలేదు. స్వంత నిర్ణయం తీసుకోలేదు. కొడుకులు చెడు త్రోవలో నడుస్తున్నారని తెలిసినా వారిని కోప్పడలేదు. మార్గాన్ని సరిదిద్దలేదు. పైగా వారికి సహకరించావు. వారి తండ్రి భాగం వారికివ్వలేదు. పైగా మోసపుజూదంలో వారి తండ్రి భాగమే కాకుండా, వారందరి స్వార్జితాలు తీసేసుకున్నావు. పతివ్రతను, ఇంటి కోడలిని జుత్తుపట్టుకొని సభలోకి లాగి, కట్టుకున్న చీరను లాగేస్తుంటే అన్న కన్నుగీటి వచ్చి కూర్చోమని తొడ చూపించటం, ఆ చర్యను చూడకపోయినా నీవు వింటూ

వారించక పోవటం..... ఇది యెంత హేయం? ఆ సమయంలో యెవ్వరికైనా ఆవేశం రాదా? నిన్ను చూచే భీముడు యుద్ధంలో రక్తం తాగుతాను, తొడలు విరగకొడతాను, అని శపథాలు చేశాడు. అన్నమాటను మీరలేక అణిగి వున్నారుగానీ, నీలాంటి వారైతే వట్టి ప్రతిజ్ఞలు చేయరు. అనుకున్నది అప్పుడే చేసి చూపిస్తారు. వారు నీకుగాని, నీ కొడుకులకుగానీ, యెటువంటి అపకారం చేయకపోయినా నీ కొడుకులు వారిని పుట్టిన దగ్గరనుంచి పోయేవరకు అవమానిస్తూ, బాధిస్తూనే వున్నారు. మరి మీరు చేసిన దానికి దేవ, దానవులను జయించగల్గిన వారు మౌనంగా వుండాలా? సరే జరిగినదేదో జరిగింది. నీ కుటుంబంవల్ల పాండవులకు జరిగిన తప్పులన్నీ గుర్తు తెచ్చుకొని శాంతించి, వారిని నీ కొడుకులుగా స్వీకరించి దుఃఖాన్ని మరిచిపో!" అన్నాడు కృష్ణుడు. 98

"కృష్ణా! నీవు పురుషోత్తముడివి. నీవు చెప్పిన మాటలన్నీ నిజమే. నా దుఃఖంలో నేను విచక్షణ కోల్పోయాను. అధర్మం జరిగింది. నేనింక దుఃఖాన్ని వదులుతాను. నాతమ్ముడి కుమారులే నా కుమారులుగా చూస్తాను. వారు కోరుకొనే విధంగా నేనుంటాను" అన్నాడు ధృతరాష్ట్రుడు.

కృష్ణుడు చిరునవ్వుతో పాండవులైదుగురిని వరుసగా పేర్లు చెపుతూ ధృతరాష్ట్రుడి దగ్గరికి పంపాడు. వారంతా పెదతండ్రి పాదాలకు నమస్కరించారు. ధృతరాష్ట్రుడు కూడా ఒక్కొక్కరిని మృదువుగా కౌగలించుకొని ఆశీర్వదించాడు. చివరిగా యుయుత్సుడిని ధృతరాష్ట్రుడి దగ్గరకు పంపాడు కృష్ణుడు. ఆతడి పేరు వినగానే తనకో కొడుకున్నాడన్న ఆలోచన వచ్చి ఆనందంగా యుయుత్సుడిని ఆశీర్వదించాడు ధృతరాష్ట్రుడు. తరువాత "ధర్మరాజా! మీరంతా గాంధారిని చూడండి" అని చెప్పాడు.

అందరూ ధృతరాష్ట్రుని ఆజ్ఞ ప్రకారం గాంధారి దగ్గరకు వెళ్ళారు. వినయంగా ఆమెకు నమస్కరించారు.

"మహారాణీ! నన్ను నీవు క్షమించాలి" అంటూ వినయంగా నమస్కరించాడు భీముడు.

“స్త్రీని గౌరవించని వారికి అటువంటి చావులే న్యాయం. కానీ తమ్ముడి రక్తం తాగంటం తప్పుకాదా? అటువంటి పని, తోడేళ్ళు రాక్షసులు చేస్తారు. మనుష్యులు కాదు“ రోషంగా అన్నది గాంధారి.

“నిజమేనమ్మా! నేను కూడా తమ్ముడి రక్తం తాగలేదు. దోసిలి లోకి తీసుకొని పెదవుల 99
దగ్గరకు చేర్చి త్రాగినట్లు నటించి, పారపోశాను అంతే. అదీ యెందుకంటే ఆ సమయంలో నన్ను అంతం చేయటానికి కౌరవ వీరులు చాలామంది ఒకేసారి దూసుకు వచ్చారు. వారిని భయపెట్టి తప్పించుకొనటానికి ఆవిధంగా చేశాను. నా చర్యవల్ల వీరులందరూ పారిపోయారు“ అన్నాడు భీముడు.

అపుడు గాంధారికి ధర్మరాజు గుర్తొచ్చాడు. ధర్మరాజును శపించాలని గాంధారి ఆయన వైపు తిరిగే సరికి సర్వకాలజ్ఞుడు దివ్యదృష్టితో పరిస్థితిని తెలుసుకొని అక్కడ ప్రత్యక్ష మయ్యాడు. అక్కడున్న జనులందరూ హడివిడిగా లేచి భక్తి, శ్రద్ధలతో ఆయనకు నమస్కరించారు. ఆ మహాపురుషుడు అందరినీ ఆశీర్వదించి, గాంధారి దగ్గరకు చేరి....

“అమ్మా గాంధారీ! ధర్మరాజుని శపించకు. నీకింకా ఈ కోపాలు, తాపాలు యెందుకు? నీ కుమారుడు యుద్ధానికి పోతూ ఆశీర్వదించమని అడిగినపుడు నీ పుత్రప్రేమను ప్రక్కకుపెట్టి, నీవేమి అన్నావు? ధర్మమెక్కడుంటే విజయమక్కడ అనేకదా! ధర్మదీక్షతో గెలిచిన వీరిని క్షమించి, ప్రేమగా కొడుకులుగా మన్నించి, దగ్గరకు తీసుకో. నీవు విచక్ష ణాజ్ఞానం కలదానివి. ధైర్యవంతురాలివి. ధర్మపక్షం లోనే వుంటావు. నిన్ను యెప్పుడూ శాంతచిత్తురాలిగానే చూశాను. అటువంటి నీ మనస్సులో అసూయనా! ఆశ్చర్యంగా వుంది“ అన్నాడు వ్యాసుడు.

“మహర్షీ! నేను అసూయ కలదానను కాను. పాండవులు కుంతికి యెంతో నాకూ అంతే. దుర్యోధనుడి తుంటరితనం, దుశ్శాన, శకుని, కర్ణుల దుర్మార్గాలచేత కౌర కులం నాశన మయింది. యుద్ధ ధర్మాన్ని బట్టి పాండవులు అందరినీ చంపారు. సరే. శ్రీకృష్ణుడు చూస్తుండగా భీముడు గదాయుద్ధంలో దుర్యోధనుడికి బొడ్డుక్రింద గదతో మోది చంపటం

నాకు చాలా బాధగా వుంది. వీరులు యుద్ధంలో తమ ప్రాణాలు పోయే పరిస్థితి వచ్చినా అధర్మం చేయకూడదు. అధర్మాన్ని చూసిన వారికి కోపం రాదా?" అన్నది గాంధారి.

అపుడు భీముడు మాట్లాడటం మొదలు పెట్టాడు.....

"పరమ పవిత్ర చరిత్ర గల గాంధారీదేవీ! నేను చెప్పేది మనసుపెట్టి విని ఆలోచిస్తే 100
నేను చేసింది ధర్మమా అధర్మమా? మీకే అర్ధమవుతుంది. నీకొడుకు చాలా బలవంతుడు. చాకచక్యమున్నవాడు. అటువంటి వాడిని సక్రమమార్గంలో ఓడించటం సాధ్యం కాదు. ప్రాణ భయంతో ఆవిధంగా చేయవలసి వచ్చింది. అయినా జూదంలో ధర్మరాజుకు న్యాయం జరిగిందా? ఏమాత్రం దయ లేకుండా రజస్వలగా వున్నానని, సభలోకి రాకూడదని, ఏడుస్తూ చెపుతున్నా నీ కొడుకు దుశ్శాశనుడు జుట్టుపట్టుకొని సభలోకీడ్చుకొని వచ్చి కట్టుకొన్న చీరలాగటమనేది న్యాయమా? పైగా కనుసైగచేసి తొడకొట్టి వచ్చి కూర్చోమనటం ధర్మమా? అది చూసిన భర్తకు కోపం రాదా? మనస్సు దహించి వేస్తుంటే నా గదాదండంతో ఆ తొడమీద కొట్టి చంపుతానని శపథం చేశాను. క్షత్రియ ధర్మంలో ఆప్రతిజ్ఞను నెరవేర్చుకోవద్దా? అదేకదా చేశాను? అది అధర్మం యేవిధంగా అవుతుంది? అసలు నీకొడుకు ఆమాట అని, సంజ్ఞ చేసిన వెంటనేనే ఆ సభాస్థలిలోనే నా గదతో దుర్యోధనుని తొడ పగుల కొట్టాల్సింది. కానీ ధర్మరాజు మాట కాదనటానికి వీలు లేదు కనుక వూరుకున్నాను. ధర్మరాజు మాటను మీరకుండా ఆయన వప్పుకున్న విధంగా నియమాలన్నీ పాటించాము. ధర్మరాజు సంధి జరిగితేనే మంచిది అని కృష్ణుని హస్తినకు పంపుతున్నపుడు సంధి చేసుకొని ఎవరి రాజ్యాలు వారం పరిపాలించుకుంటూ అన్నదమ్ములం సఖ్యతగా బ్రతుకుదామని నామాటగా చెప్పి పంపాను. కానీ నీ కొడుకు వినలేదు. యుద్ధం జరగక పోతే నా శపథాలు వదిలేసేవాడిని. యుద్ధమంటూ జరిగాక అన్నీ జరుగుతాయి. నీ కొడుకులు ఆఖరి ఊపిరి వదిలేవరకు మమ్మల్ని రెచ్చగొట్టటం, అవమానపరచటం మానలేదు. వాటి పరిణామాలే ఈవన్నీ!" అన్నాడు భీముడు.

"అయ్యో! ఈ గుడ్డివారికి ఆసరాగా ఒక్కడినైనా బ్రతకనీయవద్దా. అంతమాత్రం చేత నీ

అన్న రాజ్యమేలలేక పోతాడా? నూరుమందిలో ఒక్కరైనా నీకు అపకారం చేయకుండా వున్నవాడు లేడా?" అన్న గాంధారికి ధర్మరాజు గుర్తు వచ్చాడు.

"ఆ మహారాజు యెక్కడ?" కోపం, కాఠిన్యం, దుఃఖం, వెటకారం అన్నీ పెనవేసుకున్న
కంఠంతో అరిచింది గాంధారి. ఆమె అరుపుకు ధర్మరాజు గడగడా వణుకుతూ గాంధారి 101
ముందు చేతులు కట్టుకొని నిలబడి.....

"నానా రాజుల రాణులచేత పాదాభివందనం చేయించుకొనే ఓమహారాణీ! నీ కొడుకుల నందరినీ చంపించినది నేనే. అతి కఠినాత్ముడిని. భూలోకంలోని రాజులు, బంధుగులు, అక్షౌహిణుల సేనలు, నశించటానికి నేనే కారణం. ద్రోహిని. నేను ప్రాణాలతో యెందు కుండాలి? ఈరాజ్యం, సంపదలు, వైభవం నాకెందుకు?" అంటూ దుఃఖించాడు.

ధర్మరాజు మాటలు విన్నాక యేమి మాట్లాడాలో ఆమెకు అర్థం కాలేదు. పెద్ద నిట్టూర్పు వదిలి మౌనం వహించింది గాంధారి. ధర్మరాజు తన చేతులను తన నొసటన చేర్చి వినయంగా ఆమెకు నమస్కరించాడు. ఆమె ఆశీర్వదించింది. ఆసమయంలో ఆ గాంధారి చూపు ఆమె కనులకు కట్టుకున్న గుడ్డ సందులోంచి దూరి ధర్మరాజు కాలి గోళ్ళను తాకింది. వెంటనే ఆతని కాలి వేళ్ళు కందిపోయాయి. అది చూసిన అర్జునుడు గబుక్కున కృష్ణుని వెనకకు దాక్కొన్నాడు. నకులుడు, సహదేవుడు కూడా పక్కకి తప్పు కున్నారు. కానీ గాంధారికి కోపం తగ్గిపోయి.....

"నాయనలారా! కుంతిని దర్శించుకోండి" అని ప్రేమతో చెప్పింది గాంధారి.

పాండవులందరూ కలిసి కుంతిదేవి దగ్గరకు చేరారు. కుంతీదేవి పాండవులను చూసి, అందరినీ కౌగలించుకొని, చనిపోయిన మనుమలను తలుచుకొని, తలచుకొని, దుఃఖ పడసాగింది. పాండవులందరూ తల్లి పాదాలపైపడి నమస్కరించి బాధపడసాగారు.

కుంతి ఒక్కొక్కరి శరీరాన్ని నిమిరి వారికి బాణాలు, అస్త్ర, శస్త్రాల వలన తగిలిన గాయా లను చూచి మరింత దుఃఖపడసాగింది. ఆమె దగ్గరకు ద్రౌపది పాలిపోయిన ముఖంతో, కన్నీరు మున్నీరుగా ఏడుస్తూ వచ్చి పాదాలకు చుట్టుకొని......

"అమ్మా! మీ మనుమలు, అభిమన్యుడు మొదలైన వారంతా మీదగ్గరకు రారేంటి?
ఇంకా యెప్పుడు వస్తారు. మిమ్మల్ని చూడటానికి వస్తే నేను వారిని చూసి వారితో వెళ్ళి
పోదమని వచ్చాను. మీకోసం కూడా రాలేదా?" అంటూ యేమిటేమిటో మాట్లాడుతూ
ఏడవసాగింది. అత్త, కోడలు ఒకరినొకరు కావలించుకుని ఏడుపులు, ఓదార్పులు చాలా 102
సేపు సాగాయి. "చూడమ్మా! ద్రౌపదీ! ఈవిధంగా బాధపడితే యేమి లాభం? ఇంకో
ప్రమాదం రావటం తప్ప! నీ కొడుకుల మరణాలు నాకు, నీ భర్తలకు, దుఃఖం రావటం
లేదా? నాలాగే నీ కోడలిని కూడా నీవు ఓదార్చు. పసిపిల్ల. నీ జీవితం, నా జీవితం
కూడా ఒకే విధంగా వున్నాయి. విధి మనతో ఘోరంగా ఆడుకుంది. ఏం చేయగలం?
ఈవిధంగా జరుగుతుందని తెలిసీ చేసిన యుద్ధం. యుద్ధమన్న తరువాత ఇరు పక్షాల
వారూ నష్టపోవాల్సిందే. అదే జరిగింది" అన్నది కుంతీదేవి.

ఈవిధంగా ధృతరాష్ట్రుడు గాంధారిని, కుంతీదేవి కోడలిని, కొడుకులను, ఉత్తరను, ఇతర రాణులను ఓదార్చుకుంటూ ఓదార్పు పొందసాగారు.

ॐ

శ్రీమదాంధ్ర మహాభారత కథలు

గాంధారి శాపం

అశ్వత్థామ తాను దృష్టద్యుమ్నాదులను, ఉపపాండవులను, ఇతర రాజులను, అశ్వ, గజ తురగాదులను, అతిక్రూరంగా చంపిన విధానాన్ని, యుద్ధ గుడారాలలో చేసిన మారణ కాండను వివరంగా దుర్యోధనుడికి వర్ణించి చెప్పాక, దుర్యోధనుడు పాండవ వంశం నాశనం అయ్యిందన్న తృప్తితో ఆతను తుదిశ్వాశ వదిలాక, అశ్వత్థామ వ్యాసుని ఆశ్రమానికి, కృపవర్మ ద్వారకకు, కృపాచార్యుడు హస్తినకు వెళ్ళారు.

కృపాచార్యుడు ధృతరాష్ట్రుడికి, గాంధారికి, అశ్వత్థామ చేసిన మారణకాండ గురించి చెప్పి తన నివాసానికి వెళ్ళిపోవటం, ఆతరువాత కృష్ణుడు ధృతరాష్ట్రుని ఓదార్చి, పాండవులను రక్షించాలని పరుగులెత్తటం, దృష్టద్యుమ్నాదులను అశ్వత్థామ ఊచకోత కోసిన విషయం తెలుసుకొని, ద్రౌపది కొడుకులు, అన్నదమ్ముల మరణాలవలన కలిగిన దుఃఖ-ఆవేశాలలో అశ్వత్థామ శిరోమణిని కోరటం, అపాండవం కావాలని పాశుపతాస్త్రాన్ని వదలటం, లోక రక్షణార్థం కృష్ణుని కోరికతో అర్జునుడు అశ్వత్థామ వదిలిన పాశుపతాస్త్రానికి బదులుగా పాశుపతాస్త్రాన్ని వదలటం, నారదుడు వచ్చి అర్జునుడు వదిలిన అస్త్రాన్ని ఉపసంహ రించమని కోరగా అర్జునుడు పాండవులు, అశ్వత్థామకూడా క్షేమంగావుండాలని ప్రపంచ శాంతికోసం పాశుపతాస్త్రాన్ని ఉపసంహరించటం, అశ్వత్థామను కూడా అస్త్రాన్ని ఉపసం హరింపమని కోరగా అపాండవం అయాకనే ఉపసంహరించమని నీళ్ళు వదిలాడు. ఉత్తర గర్భస్త శిశువును తాను రక్షిస్తానని, ఆ శిశువు భావి భారత వంశకర్త అవుతాడని, ఆ బాలుడి పేరు పరీక్షిత్తనీ, అశ్వత్థామను కురుపులు, పుండ్లతో మూడువేల సంవత్సరాలు బ్రతుకుతావని శపించటం, వేదవ్యాసుడు కూడా అంగీకరించటం, జరిగిన తరువాత

వ్యాసుడు హస్తినకు వచ్చి సుయోధనాదులు వీరమరణం చెందినందుకు ధృతరాష్ట్రుడిని ఓదార్చి, కొడుకులకు, బంధుగులకు ఉత్తర క్రియలను చేయమని బోధించగా కుటుంబ సమేతంగా యుద్ధభూమికి చేరాడు ధృతరాష్ట్రుడు. అటునుంచి పాండవులు, రాణివాస స్త్రీలు, ద్రౌపది కూడా వచ్చారు. ఆ సమయంలో ధృతరాష్ట్రుడు, గాంధారి వారివారి భావో 104
ద్రేకాలు బయటపడేసుకున్నారు. కుంతి, ద్రౌపది, గాంధారి ఒకరినొకరు ఓదార్చుకున్నారు. ఆ తరువాత.....

వ్యాసమహర్షి దయతో గాంధారీ దేవికి తాత్కాలికంగా దివ్యదృష్టి వచ్చింది. ఆ కారణంగా గాంధారీ దేవికి యుద్ధభూమిలో ఎంతో దూరాన వున్న వస్తుసముదాయాలన్నీ కళ్ళకు కట్టినట్టుగా కనిపించసాగింది. ఆ యుద్ధభూమిలో రథాలమీద ఉన్న గొడుగులు ముక్కలు ముక్కలై పెద్దపెద్ద రాశులుగా పడి వున్నాయి. ధ్వజాలు, ముక్కలై చెల్లాచెదరుగా పడి వున్నాయి. ఆవన్నీ చూసేసరికి గాంధారికి దుఃఖం యెక్కువయింది. ఆ యుద్ధంలో చనిపోయి, చిన్నాభిన్నమై పడివున్న సైనికుల శరీరాలు, విరిగిన రథాల భాగాలు, ముక్కలై పడివున్న రథసారథుల శరీరభాగాలు, గుఱ్ఱాల శరీరభాగాలు కనిపిస్తున్నాయి. వీటిని చూచి గాంధారి హృదయం తరుక్కుపోయింది. గుఱ్ఱాల రౌతుల శరీరాలు, తొండాలు తెగిన ఏనుగుల శరీరాలు, పేగులు, కండలు, గుట్టలుగుట్టలుగా కనిపించాయి. అంతేకాదు, రాజ్యపాలన చేసిన నిపుణుల శరీరాలు అనేకం కనిపించాయి. వారు ఇంకా బ్రతికేవున్నారేమో అన్నట్టువున్నాయి వారి ముఖాలు. వారు ధరించిన భుజకీర్తులు మొదలైన నగల వెలుగులలో వారి ముఖాలు గొప్పగా వెలిగిపోతున్నాయి. వారి శరీరాలకు రక్తపు బురద అంటుకొని వున్నది. అపుడామెకు అందరూ ఆత్మీయులే అన్నట్లు దుఃఖం పొంగింది. ఈ చనిపోయినవారి శరీరాలను పీక్కుతింటున్న రాక్షసులు కూడా కనిపించా రామెకు. శవాలను పీక్కుతింటున్న కుక్కలు, నక్కలు, తోడేళ్ళు, గద్దలు అన్నీ కనిపించి ఆమెకు వాంతి వచ్చినట్టయింది. అటువంటి సమయంలో వ్యాసమహర్షి పాండవులను పిలిపించి "మృతులైన బంధువుల శవాలకు తగిన ఆచారాలతో అగ్నిసంస్కారం చేయండి" అని చెప్పి ఆయన అంతర్ధానమయాడు.

పాండవులు ధృతరాష్ట్రుడిని చేయి పట్టుకొని నడిపించుకుంటూ శ్రీకృష్ణుడు ముందు నడుస్తూ వుండగా బంధువులకు దహన సంస్కారాలు చేయటానికి బయలుదేరారు. వారితో రాణివాస స్త్రీలను కూడా తీసుకుపోగా అక్కడ తమ భర్తలు, కొడుకులు,
అన్నలు, తమ్ములు, పినతండ్రులు, మనుమలు, మిత్రులు, పెదతండ్రుల మృతదేహాలను 105
చూసి, అంతా ఘొల్లుమన్నారు. కొంతమంది మూర్ఛ పోయారు. గుండెలు బాదుకొని ఏడ్వసాగారు. గాంధారి కృష్ణుని పిలిచి......

"కృష్ణా! అటు చూడు. మొండాల దగ్గర తలలులేక వాటికోసం పీనుగుల కుప్పలలో వెతుకుతూ, కనిపిస్తే పెద్దగా ఏడుస్తూ, కనిపించక పోతే కుళ్ళి, కుళ్ళి ఏడుస్తూ, కొంత మంది తమవారిని గుర్తించలేక... నేను గతజన్మలో యెంత పాపం చేశానో ఇటువంటి సన్నివేశాలు చూడాల్సి వస్తోంది!" అని అంటూ వుండగానే.....

ఆమెకు కొడుకు దుర్యోధనుడి శవం కనపడింది. వెంటనే వివశురాలై మొదలు నరికిన అరటిచెట్టులాగా పడిపోయింది. వెంటనే చెలికత్తెలను పిలిచాడు కృష్ణుడు. వారు వచ్చి గాంధారికి సేవలుచేసి దుర్యోధనుడి శవం దగ్గరకు మెల్లిగా నడిపించుకుంటూ తీసుకు వెళ్ళారు. ఆమె విశాలమైన కొడుకు గుండె మీద పడి ఏడ్వసాగింది. రాజులలో గొప్ప పేరుపొందావు. నాయనా! నీ సుందర దేహం ఈవిధంగా ఇంత నికృష్టంగా నేలమీద పడివుండటమేమిటి? నీ తల్లి నీ దగ్గకు వస్తే లేచి పలుకరించవేమిటి?.......అంటూ కొడుకును అనేక రకాలుగా పలుకరిస్తూ దుఃఖించసాగింది. అక్కడికి కృష్ణుడు వచ్చాడు.

"కృష్ణా! ఈ సుయోధనుడు యుద్ధానికి బయలుదేరి వెడుతూ నాదగ్గరకు వచ్చి నవ్వుతూ మాట్లాడి, నాకు నమస్కారం చేసి.....

"అమ్మా! నాకు విజయం సిద్ధించే లాగా ఆశీర్వదించు" అని అడిగాడు.

"ధర్మం ఏ పక్షంలో అధికంగా వుంటే ఆ పక్షానికే కదా దిగ్విజయం అన్నాను. ఎందుకు అంటే ఆనాడు జూదమాడే సమయంలో అక్కడ చేరిన జనమంతా ద్రౌపది మాన భంగాన్ని, భీముడి ప్రతిజ్ఞలు చూసి, అందరూ కౌరవ వంశ నాశనం తప్పదన్నారు కదా! నా బుద్ధికి కూడా అదే తోచింది. అంతే కాదు. ఇంకా యుద్ధంలో వెనుదిరిగి

వస్తే అపకీర్తి వస్తుంది. అపకీర్తికన్నా చావు నయం. నీవు యుద్ధవీరుడుగా జీవించు. పరలోక సౌఖ్యాన్ని పొందు. స్వర్గంలో తుదిలేని వైభవాన్ని పొందు అని కూడా అన్నాను. ఇప్పుడదే విధంగా జరిగింది. ఇపుడు నేనేడ్చేది గర్భశోకంతో మాత్రమే. వీరత్వంతో శత్రువులను సంహరించి, స్వర్గాన్ని పొందిన ఆతడికోసం దుఃఖపడటం యెందుకు? ఈ వయసులో ధృతరాష్ట్రునికి ఆసరాగా యెవరూ లేకపోయారే అన్న ఆలొచన నన్నెక్కువగా బాధిస్తున్నది. కృష్ణా! రాజ్యసంపదలతో విరాజిల్లుతూ, గొప్ప కీర్తిసంపదలతో, రాజులందరూ చుట్టూచేరి సేవిస్తూవుంటే, అందమైన స్త్రీలు వింజామరలు వీస్తూవుంటే, బంగారు సింహాసనంమీద ఇంద్రుడిలాగా వెలిగిపోయిన వాడిని పాపిష్ఠి దేవుడీనాడీవిధంగా దిక్కెవ్వరూ లేనట్లు చేశాడు. రాబందులకు గురయ్యాడు. భీముడి కౄరపరాక్రమంతో చేసిన గాయాలతో నేలమీద పడివున్నాడు. పదకొండు అక్షౌహిణుల సేనతో విరాజిల్లిన వాడు వంటరిగా పోరాడి వంటరిగానే ప్రాణాలు వదిలాడు. ఈ దుర్యోధనుడు అనుభవించినంత వైభవం మరి ఏరాజూ అనుభవించలేదు. అటువంటి వాడు ఈవిధంగా రాబందుల పాలబడ్డాడు. మహాజ్ఞాని విదురుడు, తాత భీష్మాచార్యులవారు, ఎంత చెప్పినా వినలేదు. చెడేకాలం దాపురిస్తే మంచిమాటలు చెవికెక్కవు. కృష్ణా! చూడు, నా కోడలు భానుమతి ఓసారి భర్తముఖాన్ని, మరోసారి కొడుకు ముఖాన్ని మార్చిమార్చి చూసి, ఓసారి కొడుకు శవంమీద పడి కొడుకును ముద్దులాడి, మరోసారి భర్త శరీరం మీద పడి మూర్ఛపోయి, అంతలోనే కోలుకొని, నుదురు, నెత్తి బాదుకుంటూ ఏడుస్తోంది. నేను చూసి భరించలేకపోతున్నాను. వేదాలలో చెప్పినట్లు స్వర్గానికి పోతాడు. కానీ ఈ ముసలివయసులో మాకు దిక్కెవ్వరు? కృష్ణా! అదిగో చూడు, అక్కడ ధృతరాష్ట్ర మహారాజుగారి కొడుకులందరినీ చూడు. అందరూ భీముడి గదాఘాతానికి మరణించిన వారే. వారందరి భార్యలు వారి వారి భర్తల దగ్గర ఏడుస్తున్నారు. ఇదంతా చూడాల్సిన దురదృష్టం పట్టింది నాకు. శ్రీగంధం పూసినందువల్ల తడిగా వుంటే అక్కడ నడవటానికి అసహ్యించుకొనే కురుకుమారులు, భార్యలు, విషాదం వలన పుట్టిన నిండు వేడిమిలో రక్తం గడ్డలుకట్టి గట్టిపడిన ఈ యుద్ధభూమిలో దొర్లుతున్నారు. వారి భార్యలు చిన్న 106

వయసువారు, మధ్యవయసువారు వున్నారు. రకరకాల మనస్తత్వాలవారు అందరూ వున్నారు. నా కుమారులందరూ పరాక్రమవంతులే. అందరినీ ఆ ధర్మరాజు పొట్టన పెట్టుకున్నాడు. కృష్ణా! అదిగో చూడు. భీముడు గుండెను చీల్చి తనివితీరా రక్తంతాగిన నా కొడుకు దుశ్శాశనుడు. ఆనాడు సభలోకి ద్రౌపదిని జుత్తుపట్టుకొని ఈడ్చుకొచ్చి, అన్న దుర్యోధనుడిని, కర్ణుని, శకునిని సంతోషపెట్టిన ఘనుడు. దాని పాప ఫలం ఇదిగో ఈవిధంగా అనుభవించాడు. ఏ స్త్రీనీ ఈవిధంగా కాదు, ఏవిధంగానూ అవమానించ కూడదని కోప్పడ్డాను. కృష్ణుడి రక్షణలో వున్న ఆమెను ఈవిధంగా చేస్తే మీ గతులు యేమవుతాయో ఆలోచించరా అని అడిగాను. ఆ శకుని స్నేహం వదిలిపెట్ట మన్నాను. పాండవులతో స్నేహంగా కలిసిమెలిసి వుండమన్నాను. నామాట ఏదీ వినలేదు. కృష్ణా! ఇదిగో వీడు వికర్ణుడు. వాడి చేతి వేళ్ళను కొరకాలని పదేపదే చేతుల మీద గద్దలు వాలుతుంటే, వాటిని తోలుతూ రోదిస్తున్నది ఆమె భార్య. చూడు నా కొడుకు శరీరం ఇప్పటికీ నిద్రపోతున్నట్లు మెరుస్తోంది. ఈవిధమైన దశలో కొడుకులను చూచే దురదృష్టం ఏతల్లికీ రాకూడదు. కృష్ణా! చూడు వాడు నా కొడుకు దుర్ముఖుడు. వీడిని యుద్ధంలో ఎవ్వరూ గెలువలేరు. అటువంటి వాడు భీముడి గదా దెబ్బలతో అంతమయ్యాడు. కృష్ణా! వాడు సూరసేనుడు. వాడి శరీరం గద్దలు పొడుచుకు తిని గుర్తుపట్టటానికి వీలులేకుండా వుంది. చుట్టూరా వాడి భార్యలు చేరి హాహాకారాలు చేస్తూ ఏడుస్తు న్నారు. కృష్ణా! వీడింకో కొడుకు వివింశతి. సుకుమారుడు, మంచి నేర్పరి. పరాక్రమం కలవాడు. స్త్రీలతో నిత్యసంతోషంగా వుండేవాడు, సుగంధ ద్రవ్యాలంటే చాలా ఇష్టం. ఎప్పుడూ సంగీతం వింటూ వుండేవాడు. ఇప్పుడు రక్తపు మడుగులో నక్కల ఊళల మధ్యలో వున్నాడు. అదిగో కృష్ణా! నీ మేనల్లుడు అభిమన్యుడు. అర్జునుడి కొడుకు శత్రుసైన్యం యెంత పెద్దదని ఆలోచించకండా నిర్భేద్యమైన పద్మవ్యూహంలో చొరబడి దుర్యోధనాదులు, ద్రోణుడు, కర్ణుడు, అశ్వత్థామ, శల్యుడు, కృపుడు, అందరూ మెచ్చు కొనేలాగా, భయపడేలాగా, పరాక్రమాన్ని చూపించి, ద్రోణుడు గుట్టువిప్పగా కర్ణుడు చేసిన మోసంతో దేవతలు మెచ్చుకుంటుండగా నేలతల్లిని చేరిన చిన్నారి వీరుడు. చూడు వాడి

ముఖం యెంత కాంతివంతంగా వున్నదో చూడు! అదిగొ ఉత్తర. భర్త గుండెల మీద తల చేర్చి ఏడుస్తోంది. భర్త కనపడగానే సిగ్గుతో తలవంచుకొనే ఉత్తర, భర్తను ముట్టుకుంటే అందరూ చూస్తారనే ఆలోచనే రాకుండా పెద్దగా గోలగోలగా ఏడుస్తోంది. ఇంక ఆమె జీవితమేమిటి? వాడేపాపమూ చేయలేదుకదా! అందుకని వాడిని ఏ జంతువూ దరిచేర లేదు. పుణ్యాత్ములైన నీ తల్లిదండ్రులను, భార్యను వదిలిపోవటానికి మనస్సెలా వచ్చిందయ్యా? ఓ నిముషంపాటు దుఃఖంతో ఊపిరాడలేదామెకు. ఉత్తర కూడా భర్త ప్రేమను తలుచుకుంటూ ఆతని మాటలు గుర్తుతెచ్చుకొని ప్రతి సన్నివేశాన్ని గుర్తుచేసు కుంటూ, చెలికత్తెలతో చెప్పుకుంటూ దుఃఖిస్తోంది. ఇంతలో ఆమె తల్లి మొదలైన బంధువులైన స్త్రీలు, చెలికత్తెలు, ఉత్తరను అక్కడినుంచి తీసుకుపోయారు. 108

ద్రోణాచార్యుల బాణాలవల్ల నేలకూలిన విరాటరాటరాజు శరీరం నెత్తురులో మునిగిపోగా, గాలికి మట్టి మరలమరల ఆయన శరీరాన్ని కప్పేస్తున్నాడు. కృష్ణా! ఆ ప్రక్కన విరాట రాజు కొడుకు లక్ష్మణ కుమారుడు అభిమన్యుని లాగానే వీరుడు, నిష్కల్మషుడు. నేలకొరిగినా పెళ్ళికొడుకులా మెరిసి పోతున్నాడు. కృష్ణా! ఏ వీరుడి అండతో దుర్యోధనుడు పాండవుల పరాక్రమాలకు భయపడక కుంతీకుమారుడైన ధర్మరాజు గుండెలో గుబులు పుట్టించిన కర్ణుడు అదిగో అక్కడ చూడు కృష్ణా! అర్జునిడి పరాక్రమంతో చంపబడ్డాడు. మహాయోధుడు. రోషమే ఆతనికి అలంకరారం. బాధ్యతతో యుద్ధం చేశాడు. స్నేహానికి ప్రాణాన్ని అర్పించాడు. కర్ణుడి శవం చుట్టూరా చేరి పెద్దగా ఏడుస్తున్న భార్యల గుంపు చూశావా? అతిదుఃఖంతో నేలమీద పడిలేస్తున్న ఆమె వృషసేనుడి తల్లి, కర్ణుడి ధర్మపత్ని. కర్ణుడి శాపాలగురించి, ఆతని దగ్గరవున్న అస్త్ర శస్త్రాల గురించి, దానగుణాన్ని గురించి మాట్లాడుతూ ఏడుస్తోందామె. కృష్ణా! ఇదిగో అక్కడచూడు. కురు వృద్ధులలో ఒకడైన బాహ్లికుడు. ఆయన ముఖం నిండుపున్నమినాటి చంద్రుడిలాగా వున్నది. మరణించిన తరువాత ఎవరి మొహమైనా అంత కాంతివంతంగా వుంటుందా? అదిగో అక్కడ, అర్జునుడు పరాక్రమంతో బాణాలు వేయగా మెడ తెగి తలలేని మొండెగా వున్న సైంధ వుడు. ఏనాడైతే పాండవుల అరణ్యవాసంలో ద్రౌపదిని యెత్తుకొని పోయాడో ఆనాడే

మృతుడైనాడు. ఆతడు చేసిన తప్పులు భరించలేక నిర్దాక్షిణ్యంగా చంపాడర్జునుడు. అభిమన్యుడు మరణించిన రోజున రాత్రి అర్జునుడు చేసిన ప్రతిజ్ఞ సంగతి వేగులద్వారా తెలుసుకున్న దుస్సల ధర్మరాజును క్షమార్పణ అడుగు, ఆయన దయతో రక్షిస్తాడు అని బ్రతిమలాడింది. ఆతడు వినలేదు. ఇప్పుడు చూడు చెల్లెలని దయలేకుండా నన్ను విధవరాలిని చేశారు. మీరు మటుకు బాగుపడ్డారా? కొడుకులందరూ పోయారుకదా! అంటూ ఏడుస్తూ, వింటున్నావా కృష్ణా! ద్రోణుడు, కర్ణుడు మొదలైన వారంతా కలిస్తేనే కదా అభిమన్యుని చంపటం కుదిరింది. కానీ శపథం మటుకు ఒక్క సైంధవుడినే గురిగా పెట్టుకున్నారు. అదిగో అటు చూడు. బోర్లా పడుకొని వున్నాడు. ఒక చెంప భూమికి ఆనుకొనివున్నది. గుర్తుపట్టావా? ఆతడే శల్యుడు. బావమరిది అని ఆలోచించ లేదు ఆ ధర్మరాజు. (ఆమె నవ్వి) అయినా రాచపుటుకలకు చుట్టరికాలుండవుకదా! ఆతడు అన్నింటికీ ధర్మరాజుతో సమానమని చెప్పుకుంటారు. కానీ యెక్కడ వుండని చ్చాడాధర్మరాజు! కృష్ణా! ఆతడు భగదత్తుడు. ఇంద్రుడితోనైనా యుద్ధం చేయగలవాడు. నరుడిమీద (అర్జునుడిమీద) బాణాల వాన కురిపించాడు. ఆతని పరాక్రమం చూసి ఓర్వలేక నీవే ఈతడిని చంపించావు. ఆతడి శరీర భాగాలన్నీ జంతువులపాలైనా ఆతడు తలలో అలంకరించుకున్న సంపెంగ పూల వాసన ఇప్పటికీ తగ్గటం లేదు. చూశావా! కృష్ణా! బలంలోకానీ, పరాక్రమంలోకానీ తనకు సాటిగా మరొకమానవుని పోల్చటానికి వీలులేని మహాపరాక్రమవంతుడు భీష్ముడే శతృవుల బాహుబలానికి బలై నేలకొరిగాడు. ఆయనను యెవ్వరూ జయించలేరు కదా! 'నన్ను చంపుకోండి!' అని ఆయన పాండవు లమీద ప్రేమతో తన మృత్యురహస్యం చెప్పాడు. అందువల్ల ఆయనకు ఆ పరిస్థితి వచ్చింది. లేకపోతే ఆయనను యెవ్వరు గెలవగలరు? కేవలం తండ్రి కోర్కె తీర్చటానికి బ్రహ్మచారిగా మిగిలాడు. సింహాసనాన్ని వదులుకున్నాడు. కౌరవ వంశం ఆగిపోయే పరిస్థితి వచ్చినపుడు ధార్మికమైన పద్ధతిలో వ్యాసమహర్షిద్వారా వంశాన్ని పెంచినవాడు ఆయనే, పెంచిన వంశస్థులతోనే ప్రాణాలకు ఆపద తెచ్చుకొన్నవాడూ ఆయనే. సాధారణ మానవుడు కాదు. కృష్ణా! అందుకే తాను కోరుకున్నప్పుడు మాత్రమే ప్రాణాలు

109

వదిలేటట్లుగా తన ప్రాణాలు నిలుపుకోగలిగాడు. ఈనాడు శరతల్పంలో వున్న ఆయనకు మహావీరుడు అర్జునుడు మూడు బాణాలు భూమిలో వేసి దిండుగా యేర్పాటు చేసి, భూజలాన్ని బాణాలతో పైకి తెప్పించి ఆయనకు దాహం తీర్చాడు. ధర్మసూక్ష్మాలను యెవరినడిగి తెలుసుకోవాలి? కృష్ణా! శతృసైన్యాలను పల్లేరు కాయను యేరినట్లు యేరి 110
పారేసే ద్రోణాచార్యులవారు అనే అగ్ని ఆరిపోయింది. దివ్యాస్త్రాలెన్నో తెలిసినవాడు. పరశురాముడితో సమానమైనవాడు. మహాధనుర్వేత్త. ఆయన శిక్షణ వల్లనే కదా! సాత్యకి కూడా మేటి వీరుడయ్యాడు. ఎంతోమంది మేటి వీరులను తయారుచేశాడాయన. ఆయనను నమ్మేకదా దుర్యోధనాదులు పాండవులను కవ్వించి యుద్ధానికి పిలిచింది. అటువంటి ఆయన తలనరికేవాడు అర్భకుడైన దృష్టద్యుమ్నుడా? అంత కౄరంగా యేవిధంగా చేయగలిగాడు? కృపి ముందు నడుస్తుండగా అందరిచేత పాదాభివందనాలు చేయించుకున్న ఆయన పాదాలను ముక్కలుచేసి నక్కలు తినేశాయి చూశావా? భగవంతుడు యెంత నిర్దయగలవాడు! చూడు, ద్రోణుడి భార్య, కృపాచార్యుని చెల్లెలు, కృపి భర్త దగ్గర కూర్చొని ఏడుస్తున్న ఆమెను చూడు. శిష్యులందరూ ఆయన అస్త్రాలను, బాణాలను, రథం, అవయవాలు, అన్నీ పోగుచేసి చితి పేర్చి సామవేదం చదువుతూ వుండగా అగ్ని దేవుడు సాక్షాత్తు సామవేదం పాడటం మొదలు పెట్టాడు. కృపి ముందు నడుస్తుండగా వారందరూ ఆ అగ్నికి అప్రదక్షంగా తిరిగి దుఃఖిస్తూ నదిలో స్నానాలు చేయటానికి వెళ్ళారు. ఇంక బాణ విద్య అనేది భూలోకంలో కనుమరుగైనట్లే. కృష్ణా! అటుచూడు. సోమదత్తుడి కొడుకు భూరిశ్రవణుడు. సాత్యకి నిర్దయగా తల నరకివేయగా ఆవిధంగా పడివున్నాడు. గద్దలు వంటిని కొరికి, కొరికి తింటున్నాయి. కొడుకు దుర్మరణాన్ని చూసిన సోమదత్తుడికి వచ్చిన కోపం, ఆవేశం, కసి, ఆయన ముఖంలో యింకా కనిపిస్తూనే వున్నాయి. కొడుకును, భర్తను మార్చిమార్చి చూస్తూ ఏడుస్తోంది భూరిశ్రవణుడి తల్లి. భూరిశ్రవణుడి భార్యలు కూడా కుమిలి, కుమిలి ఏడవటం చూస్తున్నావా? సాధువైన ఆతనిని చంపటానికి అర్జునిడికి మనసెలా వచ్చింది? ఆ విషయంలో అనేక రకాలుగా విమర్శిస్తూ ఏడుస్తున్నారు చూశావా? కృష్ణా! స్వంత మేనల్లుడైన సహదేవుడి

చేతిలో ప్రాణాలు వదిలి, నేలబడి రాబందుల చేతపాలైన నాతమ్ముడు శకునిని చూశావా? మాయలు పన్నడంలో మేటి. మోసపు జూదమాడి ధర్మరాజునుంచి సమస్తమూ దోచుకున్నాడు. ఈనాడు యుద్ధమనే జూదంలో ప్రాణాలు పోగొట్టుకున్నాడు. ఇప్పటికి వాడి
పాపం పండింది. జూదమాడటమనే ఆట విరామం లేకుండా కురువంశనాశనానికే కృషి 111
చేశాడు. 'నీకు మంచి చేస్తాను' అంటూ నా కొడుకులను తనకూడా తిప్పుకొని, చివరికి అందరి ప్రాణాలనూ తీసే ఉపకారం చేశాడు. తనూ చచ్చాడు. అస్త్రశస్త్రాలతో నసించిన దేహాలతో నా కొడుకుల వీరస్వర్గానికి చేరారు. ఈ నాశనానికంతటికీ కారకుడైన శకుని కూడా స్వర్గానికి చేరాడు. అసలే కౌరవులు అల్పజ్ఞానులు, అల్పబేధులు. అందువల్ల మంచి మాటలతో తన వశం చేసుకొని అన్నదమ్ముల మధ్య విరోధాన్ని కల్పించి, పెంచి, పోషించి, సర్వనాశనం చేశాడు. కృష్ణా! ఈతడు కళింగదేశాధిపతి. ఈతని వంటినిండా వున్న బాణాలను చూస్తే ఆతడు యెంత ప్రతాపవంతుడో అర్ధమవుతుంది. ఆతడి చుట్టూరా చాలామంది స్త్రీలు చేరి శోకిస్తున్నారు. అదిగో ఆతడు మగధ దేశాధిపతి జయత్సేనుడు. అదిగో ఆతడు కోసలాధిపతి బృమద్బలుడు. అభిమన్యుడి బాణాలకు బలైనాడు. ఇదిగో వీరు దృష్టద్యుమ్నుని కొడుకులు. ద్రోణుడి బాణాల వలన ప్రాణాలు వదిలారు. వీరంతా పెండ్లికి వచ్చినట్లు సర్వాలంరారాలతో వచ్చారు పాపం. వారి పరాక్రమం మీద వారికంత నమ్మకం. ఇదిగో ఈ ఐదుగురు కేకేయ రాజులు. ద్రోణాచార్యుని పరాక్రమానికి బలైపోయారు. ఇదిగో వీరు పాంచాల రాజులు. వీరి ప్రాణాలూ ద్రోణునికే సమర్పణం. ఇదిగో ఈ తెల్లని గొడుగు పాంచాలాధీశుడైన ద్రుపదరాజు రధానికున్న గొడుగు. యుద్ధధాటికి తట్టుకొని నిలబడింది. విచిత్రం!" అని మెల్లిగా నవ్వింది గాంధారి. "కృష్ణా! ఈతడు శిశుపాలుడి కొడుకు దృష్టకేతువు. ఈతడి కొడుకు సుకేతుడు. ఆతడే! గుర్తుపట్టావా? ఒకేసారి తండ్రి కొడుకుల మృతదేహాలను చూస్తే చూసేవారికి చాలా బాధగా వుంటుంది? కృష్ణా! అవంతీరాజపాలరులు విందానువిందులు. బహు బలవంతులు. సదా అధికంగా నగలు ధరించి తిరిగేవారు. ఆ నగలతో వారి శరీరాలు విరిగి పడిన పూలచెట్లమాదిరిగా వున్నారు. కృష్ణా! భీష్మ, ద్రోణ, కర్ణ, సైంధవ, కృతవర్మ,

భూరిశ్రవణుడు, అశ్వత్థామ, దుర్యోధనుడు మొదలైన అతిరథ, మహారథులు ఎదిరిస్తే దేవతలైనా నశిస్తారు. అటువంటిది నీవు, పాండవులు, నీతమ్ముడు సాత్యకి, యెటువంటి అపాయమూ జరగలేదు. విచిత్రం కదా! భీష్మాదులను గెలవటం కూడా అధ్భుతమే కదా! భగవంతుడేమైనా చేస్తాడులే. కృష్ణా! నీవు ఆనాడు రాయబారానికి వచ్చినపుడేంచెప్పావో అదే జరిగింది. కురువంశ క్షేమం గురించి శ్రధ్ధగా ధర్మసూక్తులు తెలిసినవారు, రాజ నీతులు, ఉపాయాలు నొక్కి నొక్కి చెప్పారు. వింటే కదా! మరల ఆమెకు దుఃఖం పొంగుకు వచ్చి దుఃఖాతిశయంతో తెలివితప్పి పడిపోయింది. కృష్ణుని పరిచర్యలతో కోలుకొని, గాంధారి కోపంతో మండిపడుతూ, పాండవులు కౌరవులు తమలో తాము అసూయతో యుధ్ధానికి సిధ్ధపడితే నీవు వారిని అడ్డుకోకుండా వూరుకున్నావు. భీష్మాదులు, నీవు, ఇంతమంది వున్నా ఈ మారణకాండ ఆగలేదు. సకల ధర్మశాస్త్రాలు తెలిసినవాడివి. కారణజన్ముడివి అంటారు. జరగబోయేది తెలుసుకొనే వాడివంటారు. ఏంచేశావు? దుర్యోధనుడిని నాశనం చేయటానికే ఆ రాయబారం చేశావు. రాజులను, సైన్యాన్ని పేరు లేకుండా చేశావు. అందరూ చచ్చారు. భూమంతా బీడయింది. చూస్తూ వూరుకున్నదానికి శిక్ష అనుభవించు. ఎంతో దీక్షగా పతివ్రతగా సుదీర్ఘ జీవితాన్ని గడిపిన పుణ్యానికి ఫలంగా నా మనస్సంతా లగ్నం చేసి చెపుతున్నాను, అనుభవించు. నీవు నీ దాయాదులు కూడా ఈవిధంగానే సరిగ్గా ముప్పది ఆరు సంవత్సరాలకు, చూడటానికి దిక్కు యెవ్వరూ లేని రీతిలో అతిక్రూరంగా చావబోతున్నారు. నామాట పొల్లుబోదు. ఈరోజు ఈ స్త్రీలందరూ ఏడ్చినట్లే మీ యాదవ కాంతలందరూ భర్తలను, కొడుకులను, అన్నతమ్ములను, పోగొట్టుకొని పేరుపేరునా తలుచుకొని కుమిలి కుమిలి ఏడుస్తారు ఫో!" అన్నది కసిగా. ఆమె శాపానికి ప్రతిగా శ్రీకృష్ణుడు మెల్లిగా మనోహరంగా నవ్వి.....

"గాంధారీదేవీ! నీకంటే ముందుగానే ఇదే శాపాన్ని యాదవులకు మునివరులిచ్చారు. ఇప్పుడు నీవు కొత్తగా నన్ను గాయపరిచిందేమీ లేదు. యాదవులకు నాశనం తప్పదు. వారిని దేవతలు కూడా చంపలేరు. కానీ కారణం లేకుండానే ఘోరమైన యుధ్ధంలో ఒకరినొకరు పొడుచుకొని చస్తారు!" అన్నాడు.

ఆమాటలు వినగానే పాండవులకు గుండెలు ఘుభేలుమన్నాయి. నిరాశ, నిస్పృహలు ఆవరించాయి.

"అమ్మా! చాలు. చనిపోయిన వారందరికీ అగ్నికార్యాలు నిర్వహించాలి. చూడమ్మా! నీ కొడుకు దుర్మార్గాలు నీకు తెలియదా? నేను, నువ్వు, భీష్ముడు, ద్రోణుడు ఎవ్వరూ ఆతడి దుర్మార్గాలు మాన్పలేకపోయాము. యుద్ధమూ మాన్పలేకపోయాం. భీష్మద్రోణాదులు తమ ప్రాణాలు అర్పించినా నీ కొడుకు యుద్ధం మానలేదు. కడవరకు సాగదీశాడు. ఇంక నీవైనా ఆవేశం తగ్గించుకొని నిజాన్ని గ్రహించు. ఆ మాటలు ఆమెకు కోపాన్నీ, కష్టాన్ని కలిగించాయే కాని ఆమె అభిప్రాయం మారలేదు. ఆతరువాత అందరూ ధృతరాష్ట్రుడి దగ్గరకు చేరారు. 113

"ధర్మరాజా! మన రెండు సైన్యాలలో మరణించినవారి సంఖ్య తెలిస్తే చెప్పు. వారు ఎవరెవరు ఏలోకానికి చేరుతారో చెప్పగలవా?" అడిగాడు ధృతరాష్ట్రుడు.

"మహారాజా! ప్రసిధ్ధులు, ఉన్నత వర్గాలవారు 76 కోట్ల 20 వేలమంది, ఇతరులు 24 వేలమంది చనిపోయారు. ఏ యోధులు అస్త్ర, శస్త్రాలను ధైర్యంగా యెదుర్కొని యుద్ధంలో మరణాన్ని ఆహ్వానించారో, వారు స్వర్గానికి వెళ్ళి అప్సరసలతో వైభవాన్ని అనుభవిస్తారు. అనేక అస్త్ర, శస్త్రాలు ఆయువు పట్టులో తగలగా భయపడి వచ్చిన వారు యక్షలోకానికి పోతారు. యుద్ధంలో చనిపోయిన వారెవ్వరూ నరకానికి మటుకు పోరు. స్వర్గానికే పోతారని పండితులు చెపుతారు" అన్నాడు ధర్మరాజు.

"ధర్మరాజా! ఈ చనిపోయిన వారిలో దిక్కున్నవారు, ఏదిక్కూ లేనివారు వున్నారు. వీరందరికీ విధి విధానంగా ఉత్తరక్రియలు చేయటంలో తప్పేమీ లేదుకదా?" అడిగాడు ధృతరాష్ట్రుడు.

"మహారాజా! ఈ యుద్ధంలో పాల్గొన్న సమస్త జనులు తమకోసం అగ్నిని సిద్ధంగా వుంచుకున్నవారే. అందుకని వేరే యజ్ఞం అవసరం లేదు. వీరందరికి జలతర్పణాలు, దహనం, చేయటానికి అర్హులు లేరు. మనం పూనుకొని సాధ్యమైనంత వరకు చేద్దాం" అని.....ధర్మరాజు ద్రౌపదీ స్వయంవరానికి ముందే తనకు ముఖ్యపురోహితుడుగా వున్న

ధౌమ్యులవారి సారధ్యంలో విదుర, సంజయ సహకారంతో భరత వంశస్థులకు తప్ప మిగిలిన వారందరికీ కర్మవిధి ప్రకారం దహన కర్మలు చేయండని నియమించాడు. వారికి సహాయంగా సూతజనులను, పురజనులలో ముఖ్యులను నియమించి ముందుగా తెప్పించి వుంచిన శ్రీగంధం, ఆగరు గడ్డి, దర్భలు, పట్టుబట్టలు, కస్తూరి, కుంకుమ, నెయ్యి మొదలైన వస్తువులన్నీ ధౌమ్యులు మొదలైన వారికి వప్పచెప్పాడు. దుర్యోధన, దుశ్శాశన, కర్ణ, శల్యాదులకు, అభిమన్య, ఘటోత్కజులకు, విరాట, దృష్టకేతుడు మొదలైన వారికి తప్ప మిగిలినవారందరికి విరిగిన రథ భాగాలు, జండాలు, పెద్దపెద్ద కఱ్ఱలు, అటువంటివన్నీ పోగేసి, శవాలన్నిటినీ పేర్చి యజుర్వేద శబ్దాలతో, కాలిన కఱ్ఱల చిటచిటలతో, బంధుబలగాల ఏడ్పులతో ఆకాశం దద్దరిల్లింది. దహనకాండ అయిన తరువాత ధర్మరాజు ధృతరాష్ట్రుని వినయంగా తీసుకొని నదీతీరానికి తీసుకు వెళ్ళాడు. వెనక కుంతితోసహా స్త్రీలందరూ రోదిస్తూ నదీతీరానికి చేరారు. అందరూ నదిలో స్నానాలు చేసి, ధృతరాష్ట్రుడు తన కొడుకులందరికీ శ్రద్ధగా తిలోదకాలిచ్చారు. స్త్రీలందరూ కూడా తమవారికి తిలోదకాలిచ్చారు. ఆసమయంలో కుంతీదేవి వచ్చే దుఃఖాన్ని ఆపుకుంటూ అందరూ వినేటట్లుగా.....

“ధర్మజా! నేను చెప్పేది శ్రద్ధగా విను. కౌరవ సమూహానికి తన విల్లును పెట్టని కోట లాగా నిలిపి యుద్ధంచేసి, మీసైన్యానికి, మీ ఐదుగురికీ కూడా అసామాన్యుడనిపించేలా యుద్ధంచేసి, అర్జునుడి అస్త్రానికి తలతెగిన కర్ణుడు ఎవరనుకుంటున్నారు? రాధేయుడని మీ అందరిచేతా పిలవబడే కర్ణుడు నా కుమారుడే. మీ ఐదుగురికి అన్న. నా పెండ్లికి ముందే ఓమునిచ్చిన మంత్రాన్ని, దాని మహిమ తెలియక ఉపాసనచేయగా సూర్యుని వర ప్రసాదంగా సహజ కవచ కుండలాలతో పుట్టాడు. ఆతడికి కూడా తిలోదక ప్రదానం చేయాలి“ అంటూ కర్ణుడి పుట్టుక గురించి వివరంగా చెప్పగా..... అన్నదమ్ములందరూ ఆశ్చర్యపడి దుఃఖంతో తల్లడిల్లారు.

“దుర్యోధనుడు యెవరి ఉత్సాహాన్ని, పరాక్రమాన్ని ఆసరగా తీసుకొని మా అందరినీ ఎదిరించటానికి సిద్ధమయ్యాడో, దేవతలు కూడా భయపడే దివ్యాస్త్రాలెన్నో కలిగివున్న

ఆ కర్ణుడిని, మాఅందరినీ యుద్ధంలో చికాకుపెట్టగల సమర్ధుడు నీకొడుకై వున్నప్పుడు కొడుకని యెందుకు చెప్పుకోలేకపోయావమ్మా! నీవు చెపితే కర్ణుడి మరణం ఆపగలిగే దానివి. ఉపపాండవులు ఇంక లేరని తెలిసినప్పుడు కూడా ఇంత బాధ కలగలేదు. ఎవరి మరణమూ నన్నింతగా బాధించలేదు. కర్ణుడు మా అన్నఅని తెలిసివుంటే కురు కుమారులకు, వారి సైన్యానికీ నష్టంకలుగకుండా చూసుకొనేవారం కదా!" అంటూ ఏడుస్తూ, వణుకుతున్న కంఠంతో, కర్ణుడి పేరు, గోత్రం అన్నీ చెపుతూ కర్ణుడికి తిలోదకాలు వదిలాడు ధర్మరాజు. కర్ణుడు పాండవులకు అన్న అని తెలియగానే కురు రాజు భార్యలు కూడా కుంతీదేవితో కలసి ఆతడికి తిలోదాకాలొదిలి దుఃఖపడ్డారు. ధర్మరాజు ఆ కర్ణుడిపట్ల సోదరభావంతో ఆతడి భార్యలను, పరిచారికలతో సహా రప్పించి గౌరవించి, కర్ణుడికోసం కొన్ని దానాలను అధికమైన దక్షిణలతో చేసి, సంపూర్ణ విధివిధానంగా పూర్తిచేశాడు. ధృతరాష్ట్రుడు, ధర్మరాజు, కుంతి, రాణివాసంలోని స్త్రీలు, బంధువులతో సహా తమ నివాసాలకు చేరారు.

115

స్త్రీ పర్వం సమాప్తం

ॐ

శ్రీమదాంధ్ర మహాభారత కథలు

చతుర్థ భాగం

శాంతి పర్వం

కూర్పు - శ్రీమతి కె.వి. సత్యవతి

బి.ఎ. మ్యూజిక్ మరియు తెలుగు, ఆంధ్ర విశ్వ విద్యాలయం

శ్రీమదాంధ్ర మహాభారత కథలు 116

స్త్రీజాతికి ధర్మరాజు శాపం

దుర్యోధనుడి మరణానంతరం పాండవులు దుర్యోధనాదులకు, బంధుమిత్రులందరికీ జలతర్పణాలను వదిలే సమయంలో కర్ణుడుకూడా కుంతీ పుత్రుడేనని చెప్పింది కుంతి. ధర్మజుడు కర్ణుడిని తన అన్నగా మనసారా స్వీకరించి ఆతడి మరణానికి దుఃఖించాడు. అర్జునుడు, భీమ, నకుల సహదేవులు కూడా అన్న ధర్మరాజు అభిప్రాయాన్నే అంగీక రించారు. అందరూ కలిసి మృతశౌచాన్ని(సూతకం) పోగొట్టుకోవటానికి గంగానదీ తీరం లో ఒక సమతల ప్రదేశంలో గుడ్డల గుడారాలు వేయించి, ధృతరాష్ట్రాదులను, విదురా దులను, భరత వంశీయుల భార్యలను, కూడా ఆ గుడారాలలో నివసింపచేశాడు ధర్మ రాజు. ఒక నెలరోజులు అందరూ అక్కడే నివసించారు. ఆ సమయంలో పాండువులను పలుకరించటానికి వ్యాసుడు, నారదుడు, దేవలుడు, దేవస్థాణుడు, కణ్వుడు మొదలైన మునీంద్రులెందరో శిష్యులతో సహా వచ్చారు. ధర్మరాజు వారందరికీ ఎదురుపోయి, నమస్కరించి, అర్ఘ్యపాద్యాది పూజావిధులతో సత్కరించి, వారిని సంతోషపెట్టాడు. శ్రీకృష్ణుడూ, సోదరులూ, ఎల్లపుడూ తనతో కలసి వుండగా ఆమహర్షులను సేవించాడు. వారందరూ ధర్మరాజును ప్రియవచనాలతో పలుకరించారు. మహాత్ములందరి పక్షాన ధర్మరాజును కుశల ప్రశ్నలతో మాట్లాడటానికి నారదుడు ముందుకు వచ్చాడు.

ఆ మహర్షి పెద్దలనందరినీ కలయజూచి ధర్మరాజుతో.....

“ధర్మరాజా! నీ అదృష్టమేమని చెప్పాలి? అటు శ్రీకృష్ణుడు సదా తన మనస్సులో నీకు మేలు కలగాలని కోరుతూవుండగా పార్థుడు తన గాండీవంతో కాపుకాయగా గెలిచిన ఈ రాజ్యాన్ని సగౌరవంగా పొందావు. కుటుంబంలో అందరూ ఒకేమాట మీద నిలబడటం ఓ గొప్పతనమే. కురువంశంలో ప్రసిద్ధుడైన ధర్మరాజా, లోకాలనన్నింటినీ భయపెట్టే

యుద్ధం జరుగుతున్నపుడు మదమాత్సర్యాలనూ ప్రదర్శించే, పట్టుదలగా వుండే సమయంలో కూడా ధర్మమార్గం నుండి యేమాత్రం తప్పుకోకుండా వుండటం నీ గుణాలన్నింటిలో గొప్ప గుణం. ధర్మాన్ని తప్పకుండా వుండటానికి ఎంతగా బాధపడ్డావు?" అన్నాడు నారదుడు. 117

"మునీంద్రా! శ్రీకృష్ణుడు మామీద సదా కృపాదృష్టితో చూడటం వలన బ్రహ్మజ్ఞానుల ఆశీర్వచనాల వలనా, భీమార్జునుల పరాక్రమం చేతా, ఈవిజయం లభించింది. కానీ జ్ఞాతులనందరినీ యుద్ధంలో అతిదారుణంగా చంపటం మూలానా, కుల భూషణుడు, గుణవంతుడు, అభిమన్యుడిని, ఉపపాండవులను పోగొట్టుకున్న దానితో పోల్చుకుంటే ఈ విజయానందం తగ్గిపోతుంది. అదే కాకుండా కౌరవులకు ఆధారమైన వాడూ, మమ్మల్నికూడా భయపెట్టిన కర్ణుడుకి జలతర్పణాలివ్వాలని మాకు మాతల్లి కుంతీదేవి స్వయంగా వచ్చి చెపుతేనే విన్నాను. ఆ కర్ణుడు మా అన్న అని అప్పటినుంచి నా మనస్సు నిప్పులతో కాల్చినట్లుంది. సూర్యప్రసాదంతో కని ఆ మహాతల్లి నీటిలో విడిచి పెట్టిన సంగతికూడా అప్పుడే తెలిసింది. కౌరవుల అండతో అంగరాజై వారికే అండగా నిలబడి ధర్మం నిలిపాడు. ఆ తల్లి ఇప్పుడు యుద్ధం మానమని, వచ్చి మాతో కలవమని కోరటం, ఆతడు కాదన్న తరువాత మా అందరనీ చంపవద్దని కోరగా అర్జునుడిని తప్ప అందరినీ వదిలేస్తానని మాటిచ్చాడని, రోజూ చెపుతూనే వుంది. నిజంగా కర్ణుడు యుద్ధంలో మేమెవరం కనిపించినా ఏడిపించి వదిలేశాడు. ఇంతకాలం కర్ణుడు కూడా మాకు అన్న అని తెలుసుకోలేక పోయాను. అందువల్లనే ఆతడిని పోగొట్టుకున్నాం. నిజం చెప్పాలంటే కర్ణుడు ఎప్పుడు మమ్మల్ని అవమానించి మాట్లాడినా నాకు కోపం యెక్కువగా వచ్చేది కాదు. ఎందుకని అని నన్నునేను ప్రశ్నించుకొనే వాడిని. సమాధానం దొరికేది కాదు. ఆతడిలో అమ్మ కుంతీదేవి పోలికలు కనిపించేవి. నేను భ్రమపడుతున్నానని మనస్సుకు సర్దిచెప్పుకొనే వాడిని. నా ఆఆలోచనలకు కారణం ఇప్పుడు కానీ తెలియలేదు. యుద్ధంలో కర్ణుడిని చంపకుండా యెందు కొచ్చావని అర్జునుడిని ఆతడు బాధపడేటట్లుగా తిట్టాను. అన్నను చంపిన దుర్మార్గుడిని.

కర్ణుడితో మేమందరం కలిస్తే దేవతాగణాలు కూడా మమ్మల్ని చూసి భయపడేవారు. నారదమునీ కర్ణుడికి రథచక్రం భూమిలో యెందుకు క్రుంగిపోయింది?“ అడిగాడు ధర్మరాజు.

“కుంతీదేవి కన్నెగా వున్న కాలంలోనే దుర్వాస మహర్షి ఈమె సేవలకు మెచ్చి 118
సంతానం కావాలన్నపుడు మంత్రం చదువుకోమని చెప్పగా, బాల్య చాపల్యంతో మంత్ర ఫలితాన్ని గురించి ఆలోచించే వయస్సులేక ఆ మంత్రాన్ని సూర్యుని తలచుకుంటూ చదివింది. ఫలితంగా సూర్యానుగ్రహంతో కర్ణుని ప్రసవించింది. అదే చిన్న వయస్సు ప్రభావం అంత పెద్ద విషయాన్ని తల్లితండ్రులతో చెప్పటానికి అడ్డం వచ్చింది. కొడుకుని కన్నాకూడా ఆమెకు కన్యాత్వం పోదన్న సూర్యుడి వరం వలన ఆమె ఉత్తమ గృహిణిగా కీర్తి సంపాదించుకోగలిగింది. ఇదంతా దేవరహస్యం. పసివాడిని పెట్టెలో పెట్టి నదిలో వదిలేసి దుఃఖించింది. తరువాత అందరికీ తెలిసిందే. ఆతరువాత నదిలో వదలబడిన కుంతీకుమారుడు ఆవల వడ్డున సూతుడు చూసి తన ఇంటికి తీసుకు పోయి భార్య చేతికిచ్చాడు. ఆ పిల్లవాడు వారింటనే పెరగటం వలన వారి కొడుకుగానే లోకం గుర్తించింది. ధర్మరాజు నేర్పరితనం, భీముడి బాహుబలం, అర్జునుడి ధనుర్విద్యా ప్రావీణ్యం, వీరందరితో కృష్ణుడి స్నేహం, నకుల సహదేవులకుండే నీతి, శాస్త్ర పాండిత్యం, వీరందరి తెలివితేటలను ప్రజలందరూ కూడా పొగడటం, ఈవన్నీఆతడిని బాధించేవి. ఆతడి పూర్తి స్వభావమిది. ఆ అసూయతో దుర్యోధనుడితో చేతులు కలిపాడు. ఓసారి ద్రోణుడిని.....నేను యుద్ధంచేయటంలో అర్జునుడితో సమానం కావాలని నాకోరిక. నీకు శిష్యులందరినీ సమానంగా చూసే గుణం వున్నదికదా, నాకు బ్రహ్మశిరోనామకాస్త్రం ఉపదేసించండని కర్ణుడు అడగగా, వేదోక్తంగా జీవితాన్ని గడిపే బ్రాహ్మణుడికి లేదా తపఃప్రభావంగల రాజుకు మాత్రమే చెప్పగలుగుతాను, అని ద్రోణుడు సమాధానమీయుగా, కర్ణుడు బయలుదేరి మహేంద్రపర్వతానికి వెళ్ళి పరశురాముడిని కలిసి, ఆయనకు వినయంతో నమస్కరించి, తాను బ్రాహ్మణుడనని చెప్పి, భృగువంశంలో పుట్టానని అస్త్ర విద్యను నేర్చుకుంటానని కోరాడు. పరశురాముడు కూడా ఆనందంగా కర్ణుడిని తన

శిష్యుడిగా చేరుకొని అస్త్రవిద్యను నేర్పించటం ప్రారంభించాడు. ఒకనాడు ఆశ్రమం దగ్గర విద్యసాధన చేస్తుండగా అతడి బాణం ఒక బ్రాహ్మణ శ్రేష్టుడి హోమధేనువు దూడకు తగలటంచేత అది చనిపోయింది. దానికి ఆబ్రాహ్మణుడు కోపించి, అవసరమైన యుద్ధంలో కర్ణుడి రథచక్రం భూమిలో దిగిపోతుందని శాపమిచ్చాడు. అందువలన 119
కురుక్షేత్ర సంగ్రామంలో అతడి రథచక్రం భూమిలో కృంగిపోయింది. పరశురాముడు కర్ణుడికి బ్రహ్మాస్త్రం కూడా నేర్పించాడు. ఒకరోజు పరశురాముడు కర్ణుడి తొడపై తల పెట్టుకొని నిద్రపోయాడు. ఆసమయంలో భయంకరమైన ఆకారంతో అళకం అనే పురుగొకటి కర్ణుడి తొడను (పరశురాముడు తలపెట్టుకొన్న కాలు తొడ) త్వరత్వరగా తొలిచేసింది. కర్ణుడు ఆ బాధను బలవంతంగా భరించాడు. ఆ పురుగు తొలిచిన గాయంనుండి విపరీతంగా రక్తంకారి మడుగయి ఆ తడి స్పర్శకు పరశురాముడికి నిద్ర మెలుకువ వచ్చింది.

"ఈరక్తపు మడుగేమిటి" అని అడిగాడు పరశురాముడు. జరిగిన సంగతి చెప్పాడు కర్ణుడు. ఆ పురుగు పరశురాముడి చూపుపడగానే చచ్చిపోయింది. ఓరాక్షసరూపం అక్కడ కనిపించింది. ఆ రాక్షసుడు పరశురాముడికి నమస్కరించి.....

"దయామయా! నాపేరు గస్త్రుడు. రాక్షసుడిని. భృగుమహర్షి భార్యను అపహరించి నందుకు ఆ మహర్షి కోపించి నన్నీ కీటకంగా బ్రతకమన్నాడు. నీ చూపు పడినప్పుడు నాకు శాపం పోతుందని శాపవిమోచనం కూడా చెప్పాడామహర్షి. ఇప్పుడదే జరిగింది. నేనింక బుద్ధిగా, సుఖంగా వుంటాను" అని చెప్పి సంతోషంగా వెళ్ళిపోయాడా రాక్షసుడు. ఆ తరువాత పరశురాముడు కర్ణుడి సహనానికి ఆశ్చర్యపడి కొంతసేపు ఆలోచించి.....

"బ్రాహ్మణుడికింత ఓర్పు వుండదు. నిజంగా నీ కులమేమిటో చెప్పమని వత్తిడి చేశాడు. తప్పని పరిస్థితులలో తన కులమేమిటో చెప్పాడు కర్ణుడు. పరశురాముడు కర్ణుడిపై కోపించి, నన్ను మోసంచేసి నాదగ్గర విద్యలన్నీ నేర్చుకున్నావుగనక నాదగ్గర నేర్చుకున్న ఏ అస్త్రవిద్యా నీకు ప్రాణావసరమైనపుడు పనిచేయవు!" అని శాపమిచ్చాడు. కాని దుర్యోధనుడి దగ్గరకు వచ్చి పరశురాముడి దగ్గర చాలా అస్త్ర, శస్త్రాలు చేర్చుకున్నాను. నాకు

సాటిగా ఏవీరుడూ లేడు అని చెప్పాడు. దుర్యోధనుడు అది నమ్మాడు. ఆవిధంగా
దుర్యోధనుడు, కర్ణుడు, ప్రాణమిత్రులయ్యారు. ఆవిధంగా జరుగుతూ వుండగా కళింగ
రాజు కూతురు శుభాంగికి స్వయంవరం ప్రకటించారు. ఆ స్వయంవరానికి శిశుపాలుడు,
నీలుడు, జరాసంధుడు, రుక్మి, దుర్యోధనుడు, కర్ణుడు మొదలైన వారందరూ వెళ్ళారు. 120
ఆ స్వయంవరంలో రాకుమారి శుభాంగి పరిచారికలు రాకుమారుల పేర్లు చెపుతూ
వుండగా పూమాలతో ముందుకు నడుస్తూ దుర్యోధనుని కూడా దాటి ముందుకు వెళ్ళింది.
వెంటనే సుయోధనుడు దిగ్గునలేచి రాకుమారిని పట్టుకొని ఆమెను రథంపై చేర్చమని
తనతో వచ్చిన వారినాజ్ఞాపించి, సభ బయటకు నడిచాడు. సభలోని మిగతా రాకుమారు
లు దుర్యోధనుని యెదుర్కొన్నారు. అప్పుడు గొప్ప యుద్ధం సాగింది. కర్ణుడు మిత్రుడికి
సాయంగా గొప్ప యుద్ధం చేసి, అనేకమంది రాకుమారులను, గజ, తురగాలను సంహ
రించి, శుభాంగిని హస్తినకు చేర్చారు. అప్పుడు జరాసంధుడు కర్ణుడిని ద్వంద్వయుద్ధానికి
పిలిచాడు. ఇద్దరూ ఒకరికంటే ఒకరు పోటీబడి యుద్ధం చేసుకున్నారు. ఒకరి అస్త్రాలను
ఒకరు నాశనం చేసుకున్నారు. మొత్తం మీద శిశుపాలుడు కర్ణుడి వీరత్వాన్ని మెచ్చుకొని
మాలినీ నగరాన్ని ఏలుకోమని ఇచ్చాడు. ఈసంగతులు కొంత నీకూ తెలిసేవుంటాయి.
ఇంద్రుడు అందుకోసమే కర్ణుడి కవచకుండలాలను భిక్షగా తీసుకున్నాడు. అందువలన
నీకు మేలే జరిగింది కదా! అర్జునుడు కర్ణుడిని చంపగలిగాడు. ఈవిధంగా బ్రాహ్మణుడి
శాపం, గురువు శాపం, ఇంద్రుడు కవచకుండలాలను తీసుకోవటం, నా కొడుకులను
చంపవద్దని కుంతి వరమడగటం, భీష్ముడు కర్ణుడిని అర్ధరథుడుగా నిర్ణయించటం,
శల్యుడు రథసారథ్యం చేసే సమయంలో అవమానకరంగా మాట్లాడటం, కృష్ణుడి
నిరాదరణ, ఇన్నింటి వలస అర్జునుడు కర్ణుడిని యుద్ధంలో చంపగలిగాడు. శివుడు,
ఇంద్రుడు, యముడు, వరుణుడు, ద్రోణుడు, కృపుడు ఇంకా ఎంతోమంది ఎన్నో దివ్యా
స్త్రాలు ఉపదేశించటం వలన అర్జునుడు కర్ణుడిని జయించ గలిగాడు" చెప్పాడు.
నారదుడు ఎంతగా ఓదార్చినా కర్ణుడిని తామే చంపుకున్నామన్న బాధపోక, ఏడుస్తూనే
వున్నాడు ధర్మరాజు. "కర్ణుడితో పుట్టుక రహస్యం చెప్పి మనతో కలిసిపొమ్మని చెప్పినపుడు

నేను చెప్పిన మాటలు నిజమేనని సూర్యభగవానుడు చెప్పాడు కూడా, అయినా మాట విననని ఆతడికోసం నీవెందుకు నాయనా చింతిస్తావు?" అన్నది కుంతి.

ఆ మాటలకు ధర్మరాజు తల్లి కుంతీదేవిని కోపంగా చూసి.....

"నీవు చేసిన రాచకార్యాన్ని రహస్యంగా వుంచటం మూలాన కదా ఇదంతా! ఈ క్షణం 121
నుంచి అన్నిలోకాలలో వుండే ఆడవారికి రహస్యాలను రహస్యంగా వుంచే శక్తి వారి మనస్సులకు వుండదుగాక!" అని శపించాడు ధర్మరాజు.

122

శ్రీమదాంధ్ర మహాభారత కథలు

ధర్మరాజుకు దుఃఖశాంతి

దుర్యోధనాదులకు జల తర్పణాలు వదిలినపుడు కర్ణుడుకూడా తన కొడుకేనని, ఆతడికి కూడా తర్పణాలు వదలమని కుంతి చెప్పటంవలన కర్ణుడు తమ అన్నేనని తెలుసుకున్న ధర్మరాజు అన్నను చంపుకున్నానని దిగులుపడటం ప్రారంభించాడు. సూతకం పోయే వరకు అందరూ కలసి గంగానదికి అవతల వడ్డున డేరాలువేసి ముఖ్యులైన అందరినీ నివాసముంచగా నారదుడు, వ్యాసమహర్షి మొదలైనవారంతా ధర్మరాజును ఓదార్చటానికి వచ్చారు. అపుడు మరల కర్ణుడి ప్రసక్తి వచ్చి కుంతీదేవి కర్ణుడి పుట్టుకను రహస్యంగా వుంచిన నేరానికి ప్రపంచంలోని యేస్త్రీకి రహస్యం దాచే సామర్ధ్యం వుండదని శపించాడు. ఆతరువాత అన్నదమ్ములకు, ద్రౌపదికి సంభాషణ ఈవిధంగా.....

“అర్జునా! కౌరవ, పాండవ పక్షాలలో తాతలు, కొడుకులు, అన్నలు, తమ్ములు, మామలు, మనుమలు, స్నేహితులు, హితులు, సాటి రాజుల పిల్లలకు ధనస్సిచ్చినవారు, వారి బందు గులు, అందరూ ఈయుద్ధంలో ప్రాణాలు పోగొట్టుకున్నారు. ఓరకంగా చెప్పాలంటే నేనే చంపేశాను. సగోత్రీకులనే వారిని లేకుండా చేశాను. మనకెందుకీ రాజ్యం? మనని గుర్తించని తావులకు పోయి బిచ్చమెత్తుకొని బ్రతుకుదాం“ అన్నాడు ధర్మరాజు. ఆ మాటలకు అందరూ ఆశ్చర్య పోయారు.

“ధృతరాష్ట్రుడు ధర్మాధర్మాలను ఆలోచించకుండా తమ కొడుకులకు, వంశానికి రాబోయే కీడును ఆలోచించకుండా కొడుకు చేసే ప్రతి దుర్మార్గపు పనినీ చూసీ చూడనట్లు వూరుకున్నాడు. తన కొడుకు వలన తన కోరికలు తీరుతున్నాయని అనుకున్నాడే కానీ కొడుకుల నాశనం జరగబోతోందని యెవ్వరు చెప్పినా వినిపించుకోలేదు.

వ్యాస భగవానుడు చెప్పినా, నారదాది మునులు చెప్పినా కొడుకు బలాన్ని, బలగాన్ని

నమ్ముకున్నాడు. దాయాది ద్వేషాన్ని పెంచి పోషించాడు. అందువల్ల వారంతా నాశన మయ్యారు. మనమేం చేయగలం? ఆ శకునే కురువంశ నాశనానికి చక్కని బాట వేశాడు. కర్ణుడు వారికి అగ్నికి ఆజ్యంలాగా తోడయ్యాడు. దానికి ఎవ్వరేమి చేయగలరు? వారు యెన్ని దుర్మార్గాలను చేసినా సహించి, అడవుల వెంబడి తిరిగి, దేవతలు, కృష్ణుడి సహాయ సహకారాలతో యుద్ధం చేసి గెలిచాం. ఇప్పుడు రాజ్యం వదిలేద్దాం, బిక్షాటనలో బ్రతుకుదాం అంటావేమిటి?“ అన్నాడు అర్జునుడు. 123

“అప్పుడు నాకు రాజ్యకాంక్ష వున్నది. యుద్ధమంతా అయితే కానీ నేను చేసిన పాప కార్యాలు తెలుసుకోలేక పోయాను. ఆ పాపాలన్నీ రాజ్యపరిత్యాగంతోగానీ పోదు. నేను రాజ్యం పాలించను. మీరు రాజ్యపాలన చేసి వర్ణాశ్రమ ధర్మాలను నిలబెట్టండి“ అన్నాడు ధర్మరాజు. ఆ మాటలతో అర్జునుడికి బాగా కోపం వచ్చింది. కానీ ఓర్పు వహించి, “నీకు ఈవిధమైన మాటలుకూడా మాట్లాడటం వచ్చా? ధర్మమార్గంలో రాజ్యం చేత చిక్కితే పరిపాలించకుండా వదిలేయటం న్యాయమా? నీవనుకున్నట్లే చేస్తే, నిన్ను చేతకాని వాడివని ఇతర రాజులందరూ నవ్వుకోరా? ఎగతాళీ చేయరా? పాపం చేశాను అని నీకు అనిపిస్తే అశ్వమేధాది యాగాలు చేయి. అప్పుడు దేవతలను, బ్రాహ్మణులను, పితృదేవతలను కూడా తృప్తి పరచగలవు. ఇవన్నీ నీదగ్గర డబ్బుంటూనే కదా చేయగలం. బీదవాడిని, పతితుడినీ, విశ్వాస ఘాతకుడిని, మూర్ఖుడిని ఒకేలా చూస్తారు జనం. ధనముంటేనే పురుషార్థాలు ఫలిస్తాయి. సంపదే చుట్టాలను, మిత్రులను, పౌరుషాన్ని ప్రతాపాన్ని, మంచి బుద్ధినిస్తుంది. ధనసంపాదన, పదవి వుంటేనే కదా మనమెవరికైనా సహాయ, సహకారాలు చేయగలుగుతాము. సగోత్రికులను చంపటానికి కూడా దేవతలు సాయం చేయటం జరిగింది కదా! ఇంకేమిటి ఆలోచన? పూర్వం దిలీపుడు, నృగుడు, సగరుడు, నహుషుడు, మొదలైన వారందరూ నడిచిన బాటన నడు. అశ్వమేధ యాగం చేసిన రాజులందరూ అవభృతస్నానంతో పవిత్రులౌతారు“ అన్నాడు అర్జునుడు.

“అర్జునా! నాకో మార్గం తోచింది. మునీంద్రులు మెచ్చుకొనేలాగా చెపుతాను. ఎవరు గౌర వించినా, అవమానించినా, పట్టించుకోకుండా ఎక్కడ యెవరు యేది పెడితే అది తిని

నాలుగు దిక్కులా తిరుగుతూ బతుకుతాను. మోక్షానికై ప్రయత్నిస్తాను" అన్నాడు ధర్మరాజు.

"అన్నా నీవు చెప్పేది జరిగేదేనా? ఇప్పుడు దుఃఖంలో విరక్తి కలిగిందేమో! నీకు ముందునుంచే ఇటువంటి విరక్తి వుంటే భూమిలోని రాజులందరూ హాయిగా వుండే వారు. మేమంతా ఆయుధాలొదిలేసి బిచ్చమెత్తుకోవటం ప్రారంభించే వాళ్ళం. అంత పెద్ద యుద్ధం చేసి, రాజ్యం వదిలి అడవులకు పోతున్నామంటే నిన్ను చూసి నవ్వరా? హేళన చేయరా? బావిని తవ్వి నీరు తాగాకుండా వుండే వాడిని, తేనె పట్టును పట్టి తేనె తీసి, దానిని తినని వాడిని, పెళ్ళాడిన భార్యను ప్రేమతో చూసుకోని వాడిని యేమనాలి? నీవు వంటరిగా పోతుంటే మేమూరుకుంటామా? మేమూ వస్తాము. అపుడు మనని చూసి, నిన్ను చూసి నవ్వుతారు. మమ్మల్ని చూసి చేతకానివారమనరా? కర్మరాహిత్యమే మోక్షమైతే కొండలు, బండలు కూడా మోక్షాన్ని సాధించాలి కదా!" అన్నాడు భీముడు. 124

అర్జునుడుః "రాజా! ఓ కథ ఉన్నది చెపుతాను విను...... బ్రాహ్మణ బ్రహ్మచారులు కొందరు కులాచారాలను వదిలిపెట్టి అడవులకు వెళ్ళారు. ఇంద్రుడు వాళ్ళను చూసి జాలిపడి పక్షిరూపం దాల్చి వారి దగ్గరకు వచ్చి......

"అయ్యా! మీరనురున్న మార్గం మంచిది కాదు" అన్నాడు.

వారంతా ఈ పక్షి ధర్మాలన్నీ తెలిసిన పక్షి అనుకొని, దానిని మాలిమి చేసుకొని.....

"పుణ్యాత్మా! అయితే సరైన మార్మమేమిటో చెప్పు" అని అడిగారు.

"నాలుగు కాళ్ళున్న జంతువులలో గోవు, అనంత శబ్దరాసిలో మంత్రం, లోహజాతిలో బంగారం, మానవులలో బ్రాహ్మణులు అధికుడు అని వేదకోవిదులు చెపుతారు. కనుక బ్రాహ్మణోత్తముడు ఉత్తమ మంత్రాలతో మంచి కార్యక్రమాలను చేయటంవల్ల రత్నానికి, బంగారానికి జతచేస్తే విలువ, అందం, పెరిగినట్లు గొప్పగా వుటుంది. బద్ధకంతోను, కోపంతోను, తాత్కాలిక శోరంతోను, యోగ్యములైన పనులను చేయకుండా వుండటం మహాపాపం. అన్నింటిలోను గృహస్తు ధర్మం పాటించి, అతిథులను, దేవతలను, పితృ దేవతలను సంతృప్తిపరుస్తూ, మితాహారాన్ని, సాత్వికాహారాన్ని సేవిస్తూ కుంటుబానికి

సంతోషంగా, బాధ్యతాయుతంగా, సదా ఆనందంగా గడుపుతూ, జీవనం సాగిస్తే, స్వర్గాది పుణ్యలోకాలు చేరటం అతి సులభం" అని చెప్పాడు పక్షిరూపులో వున్న ఇంద్రుడు. ఆ బ్రాహ్మణులు సరిగ్గా అర్థం చేసుకొని ఆ పక్షికి కృతజ్ఞతలు చెప్పి గృహస్థాశ్రమంలో నిర్వహించాల్సిన ధర్మాలను నిర్వహించటానికి ఉత్సాహంగా ఇళ్ళకు వెళ్ళారు. 125
ఈ సూత్రం అందరికీ వర్తిస్తుంది. కనుక నీవుకూడా రాజ్యాన్ని పాలించు. సత్కార్యాలు చేయి" అన్నాడు నకులుడు.

"న్యాయంగా సంపాదించి, దేవతలకు, బ్రాహ్మణులకు, పూజలకు సమర్పిస్తూ వాటి ఫలితాలను పొందటం నిస్సంగ ప్రవృత్తి అవుతుంది. అంతేకానీ కోపం, దుఃఖం, మొదలైనవాటివలన పరిత్యాగం సర్వసంగ పరిత్యాగం కాదు. రాజులకు అనురింపదగిన మార్గమూ కాదు. త్రాసులో బ్రహ్మచర్య, సన్యాస, వానప్రస్థ ఆశ్రమాలు ఓవైపు, గృహస్థాశ్రమాన్ని మరోవైపు పడితే, గృహస్తాశ్రమ ధర్మమే గొప్పదౌతుంది. ఈశ్వరుడి సృష్టే కదా! వర్ణాశ్రమ ధర్మాలు, వాటి నియమాలు, వాటి ఫలితాలు నిర్ణయించింది ఆయనే కదా! అవి దాటి పోవచ్చా? దానాలు యెన్ని రకాలున్నాయో ఆవన్నీ మేలైనవీ, నాణెమైనవి. దానం చేయి. ఫలితాలు కూడా అదేవిధంగా వుంటాయి. అయినా ఇంతక ముందు రాజలెవ్వరూ యుద్ధాలు చేయలేదా? ఒకరినొకరు చంపుకోలేదా? గెలిచిన వారు సింహాసనమెకి రాజ్యపాలన చేయలేదా? రాజా! నీవే నా తల్లితండ్రి, గురువు, దైవం. నేను చెప్పే మాటలు శాంతంగా విను. పై నియమాలను సాటిస్తూ శరీరసుఖాల మీద మమకారం మానుకొని రాజధర్మానికి తగ్గట్టుగా జీవనాన్ని గడుపు. తప్పుగా ఏమైనా చెపితే క్షమించు. ధర్మరాజు మౌనంగా వుండిపోయాడు.

ద్రౌపది:

"మీ తమ్ములందరూ చెప్పిన మాటలు విని ఆచరించితే బాగుంటుంది మహారాజా! శిక్షించదగిన వారిని శిక్షించావు. అవిధంగా చేయకపోతే దేవేంద్రుడికైనా మహాపాపమే వస్తుంది. రాజవంశస్థులకు ప్రజలను రక్షించటం ధర్మంకాదా? కోపావేశాలను,

అవమానాలను భరించటం న్యాయమా? నా లాగా కష్టాలు పడిన ఆడవారున్నారా ప్రపంచంలో? అటువంటి నేను నీకు ధర్మహాని కలుగకుండా వుండాలని విడవకుండా వున్నాను. కౌరవులు వారి పాపం పండి నశించారు. వారి చావుకు వారే కారణం. కనుక విచారాన్ని వదిలి పెట్టు. శుక్రాచార్యుడు, బృహస్పతి చూపిన యుద్ధనీతి నీకు, నీ తమ్ము 126
లకు తెలుసు. ఆవిధంగానే బ్రతకండి!“ అన్నది.

అర్జునుడు:

“అహింస అనుకుంటూ కూర్చుంటే ప్రతిదీ హింసే. వండుకుని తినే కూరలలో పురుగులుంటే తీసివేయమా? వాటిని జాగ్రత్తగా పెంచుతామా? యజ్ఞయాగాది క్రతువులలో జంతు బలులీయటం లేదా? యుద్ధంలో పగవారిని చంపటం మామూలేగా? దానికంత దిగులెందుకు? మాయాజూదంలో ఓడిపోయిన అవమానాన్ని, అరణ్యంలో రాక్షసుల వలన పడిన బాధలు, అవమానాలు, శోకాన్ని మరిచిపోవటానికి కృష్ణుడి ప్రోత్సాహంతో అందరినీ సంహరించావు. అంతే కదా! దానికింత బాధెందుకు?“ అన్నాడు.

ధర్మరాజు:

“కుళ్ళు, కుత్సితం, గర్వం, అహం ఈవన్నీ వుంటేనే కదా! రాజ్యపాలన చేయకలిగేది. చివరకు నాకు మిగిలేది నరకమే కదా!“ అన్నాడు.

అర్జునుడు:

“నీలాగా విరక్తిచెందిన జనకరాజుకు ఆయన భార్య చెప్పింది. రాజ్యపాలన వదిలేసి బిచ్చమెత్తుకొని బ్రతుకుతుంటే నీ ఇంట అతిథిపూజ, దేవతలకు, పితృదేవతలకు పూజలు, తర్పణాలు ఏవి? అన్నదానం చేయగలవా? నీవే బిచ్చమెత్తుకోవాలి కదా! ఇందులో యెవరు గొప్ప? అందరికీ అన్నం పెట్టేవాడా? ఎదుటి వారి దయతో తినేవాడా? నీవు రాజ్యయమేలుతావని ఆశతో వున్న కన్న తల్లికి, భార్యకు నిరాశ మిగులుస్తావా? మంచి కర్మలు ఎవరు చేస్తే వారికి స్వర్గం ఖాయం కదా! అంతవరకు నీకు కూడా

తెలుసు కదా! ఒక్కటి నిజం. నీవు యుద్ధవిద్యలో పండితుడివి. కానీ తత్వజ్ఞానంలో కాదు!

127

దేవస్థాన మునిః

"ధర్మరాజా! అర్జునుడి మాటలు నిజం. యోగసిద్ధి పొందటానికి చక్కని మెట్ల దారి వున్నది కదా! యజ్ఞయాగాది క్రతువులలో పాల్గొన్నా, ధనాన్ని ఖర్చుపెట్టినా మనస్సుకు యెంతో శాంతి దొరుకుతుంది. శివుడు కూడా సర్వమేధం అనే పేరుతో యాగాన్ని చేసి కీర్తిని గడించాడు. బ్రహ్మాది దిక్పాలకుకూడా అదేచేసి కీర్తిని పొందారు. హరిషడ్వర్గాలకు లొంగకుండా కామ, క్రోధ, మోహాలకు బానిస కాకుండా, దుఃఖంలో కూరుకుపోకుండా ప్రతిక్షణం అప్రమత్తుడై వుండి ప్రజలను పాలిస్తే మహత్తర గుణాలు వాటికవే వచ్చి చేరుతాయని బ్రహ్మ ఇంద్రుడికి చెప్పాడు. రాజా! కర్మలనాచరిస్తూ కర్మ ఫలితాన్ని పరమాత్మకు వదిలేస్తే అది మంచి ధర్మమవుతుంది. జయిస్తే పొంగిపోవటం, ఓడిపోతే క్రుంగిపోవటం వంటి మనోవికారాలు లేకుండా, ఎవరినీ మోసం చేయకుండా, చిత్తశుద్ధితో కులధర్మాలను పాటిస్తూ రాజ్యపాలన చేసి, కొడుకులకు రాజ్యమప్పగించి వానప్రస్త ఆశ్రమానికి పోవాలి. రాజులందరూ రాజధర్మానుసారం అదే కదా చేస్తారు!" అన్నాడు.

వ్యాసుడు:

"ధర్మజా! నీవు పెద్దల దగ్గర సరైన జ్ఞానం నేర్చుకోలేదా? వర్ణాశ్రమ ధర్మాలు తెలుసుకోలేదా! రాజులకు దండనీతిని మించిన ధర్మమేముంది? సుద్యుమ్నుడు అనేరాజు దండనీతిని ఆచరించటం వలననే కదా మోక్షం పొందాడు!" అన్నాడు.

"సుద్యుమ్నుడి కథ చెప్పండి" అడిగాడు ధర్మరాజు.

"బహుదా నదీతీరంలో శంఖుడు, లిఖితుడు అనే బ్రాహ్మణ సోదరులుండేవారు. ఇద్దరూ ధర్మమార్గంలో వున్నవారే. వారిద్దరి ఇండ్లలోనూ పూలు, పండ్ల చెట్లుండేవి. ఓరోజు

శంఖుడు ఇంట్లో లేనపుడు లిఖితుడు శంఖుడి ఇంటికి పోయి చెట్టున అరమగ్గిన పండ్లను చూసి నోరూరి తినాలనిపించి ఒకటి తినేశాడు. చేతిలో రెండు పండ్లు వుండగా లిఖితుడు వచ్చేశాడు. ఈ పండ్లెక్కడివని అడిగాడు. మీ చెట్టువేనని చెప్పాడు. నా అను మతి లేకుండా కోసుకు తింటావా? రాజు దగ్గరకుపోయి చేసిన దొంగతనం గురించి చప్పుకొని శిక్ష వేయించుకో అని వత్తిడి చేశాడు. లిఖితుడు శంఖుడు చెప్పినట్లు రాజు దగ్గరకు పోయి రాజద్వారం దగ్గర వుండగా, రాజు లిఖితుడున్న చోటికే మంత్రులతో సహా వచ్చి తగిన మర్యాదతో లిఖుతుడిని ఆయన తన దగ్గరకు వచ్చిన కారణం అడిగి నీవేం కావాలంటే అది చేస్తాను చెప్పు అన్నాడు. లిఖితుడు...... 128

"అయ్యా! నేను నాఅన్న అనుమతి లేకుండా వారి పెరటిచెట్టు పండు కోసుకు తిన్నాను. ఆవిధంగా చేయటం దొంగతనం చేయటమే కదా! అందుకని నన్ను దొంగలను శిక్షించే రీతిలో దండించి, నన్ను పాప విముక్తుడిని చేయండి. రాజదండన పొందిన వారికి యమదండన వుండదని పెద్దలు చెపుతారు. అప్పుడు నీవు కూడా దండధారివై కర్తవ్యం సక్రమంగా నిర్వర్తించిన వాడివవుతావు" చెప్పాడు.

అపుడు రాజు మనసులో బాధపడి లిఖితుడికి దండం పెట్టి, "నీవు పాప రహితుడివి. సన్నీవిధంగా కోరరు. నీకు దండన వేయులేను" అన్నాడు.

అదేమాట మంత్రులు కూడా చెప్పారు. ఎవరెన్ని చెప్పినా లిఖితుడు వినలేదు. చివరికి ఆ రాజు ఓ నిశ్చయానికి వచ్చి లిఖితుడికి రెండుచేతులూ ఖండించే శిక్ష వేశాడు. శిక్ష అనుభవించాక లిఖితుడు రాజును ఆశీర్వదించి, అన్న దగ్గరకు పోయి తన మొండి చేతులను చూపించాడు. అన్న సంతోషించి, "ధర్మ మార్గాన్ని యెవ్వరూ తప్పకూడదు. నీవల్ల మన వంశంకి కీర్తి లభించింది. పోయి బహుదారి నదిలో దేవతలకు, మునులకు పితృదేవతలకు తర్పణాలు వదలమన్నాడు. సురాపానం, గురుపత్నిని కలవటం, బ్రాహ్మణుల ధనం కాజేయటం, ఈ లక్షణాలు కలిగివున్నవారితో కలిసి వుండటం మహా పాతకాలు. ఈ ఐదు మహాపాతకాలలో ఏఒక్కటి చేసినా ఏకులస్తుడైనా దండనార్హుడే. దొంగకు శరీర దండన వలన పుణ్యమే వస్తుంది" అన్నాడు.

శంఖుడు అన్న చెప్పినట్లుగా బాహూనదిలో మునగగానే లిఖితుడికి చేతులు మామూలుగా వచ్చేశాయి. వెంటనే లిఖితుడు అన్నదగ్గరకు పోయి తన చేతులను చూపించాడు. “ఇది నా తపఃఫలం. భగవంతుడు నా తపఃశ్శక్తిని, నీ పవిత్రతను గుర్తించాడు. సుద్యుమ్నుడు, ఆతడి వంశస్తులంతా కూడా పవిత్రులయ్యారు. కనుక ధర్మరాజా! నీవు రాజ్యాధికారం తీసుకొని అతిథి ఋణం, పితృఋణం, దేవతల ఋణం తీర్చుకో. అశ్వమేధాది అనేక యాగాలు చేయి. అరణ్యావాసంలో నీకు ఉపకారం చేసిన వారికి ఋణం తీర్చుకో. ప్రజల ఆదాయంలో ఆరవవంతు మాత్రమే పన్నుగా తీసుకో. ప్రజలను ప్రేమతో, దయతో పాలించు. న్యాయశాస్త్రం బాగా తెలుసుకొని, ప్రజల అభిప్రాయాలు, అవసరాలు, సత్యాసత్యాలు తెలుసుకొని ప్రవర్తించు. ధర్మరాజా! ఈవిధంగా కాకుండా కామ, క్రోధాలతో, పద్ధతి తప్పి నడిస్తే ప్రజలు చేసే పాపాలలో నాలుగోవంతు పాపం రాజుకు చెందుతుంది. నెమ్మది నెమ్మదిగానైనా, ఒకేసారిగానైనా శత్రువులను మట్టుపెట్టాలి. ఇది తప్పనిసరి. దుర్మార్గులైన శత్రువులతో రాజీ చేసుకోకూడదు. రాజీ కుదుర్చుకొవట మనేది (కొంతభూమి మాకు, కొంతభూమి మీకు) అని అనుకోవటం మంచిది కాదు. రాజ్యాన్ని గెలిచి పరిపాలించటమంత సులువైన పని మరొకటి లేదు. హయగ్రీవుడనే పేరుగల రాజు విశాల సామ్రాజ్యాన్ని ఏర్పాటు చేసుకొని ప్రజలను ఆపదలలో రక్షిస్తూ, తప్పులు చేస్తూన్నవారిని శిక్షిస్తూ, శత్రువులను దరిచేరనీకుండా వుంటూ ఉత్తమలోకాలు పొందాడు. యుద్ధాలన్న తరువాత చంపటం, చావటం, ఓడటం, గెలవటం, ఈవన్నీ అతి సాధారణమైనవి. చావు, పుట్టుక, ఎదుగుదల, తరుగుదల, కాలానికి సంబంధించి నవి. పూర్వం సేనజిత్తు అనే రాజు పుత్రశోకంతో బాధపడి శోక విముక్తిని తనంతట తానే పొందడు. కొందరు ఎదుటివారిని మాటలతోనో, చేతలతోనో బాధిస్తారు. అదంతా కాలమహిమనుకోవాలి. ఎదుటివాడిని బాధపెట్టి వారి బాధను చూసి అది తన గొప్ప తనంగా గర్వపడటం చాలా పెద్ద తప్పు. గొప్పతనం అనుకోకూడదు. ధనం, భార్య, సంతానం, సుఖం, దుఃఖం,ఏవీ శాశ్వితం కాదు. డబ్బు, ఆస్తులు వచ్చినపుడు ఆనంది ంచటం, పోయినపుడు దుఃఖించటం, మంచిదికాదు. జ్ఞాని అయినవాడు భయ, శోకాలకు తావివ్వడు. ఇచ్చినవాడు వాటిని తొలగించలేక బాధపడతాడు“ అని చెప్పాడు సేనజిత్తు. 129

ఆతడి మాటలు పండితులు కూడా ఆదరించదగినవి. చనిపోయిన తరువాతకూడా అందరిచేతా వారి సుగుణాలను పొగుడబడతారో వారినే సజ్జనులంటారు“ అన్నాడు వ్యాసమహర్షి.

“చిన్నప్పుడు మమ్మల్నందరినీ గారాబం చేసిన భీష్ముడిని శిఖండిని అడ్డుపెటుకొని, 130
అర్జునిడి చేత చంపించాను. భీష్ముడు శిఖండిని చూస్తూ బాణ ప్రయోగం చేయకుండా అర్జునుడి బాణాలధాటిని ఓర్చుకుంటున్న దృశ్యమే నా కళ్ళల్లో కనిపిస్తోంది. ఆయన అస్త్ర ప్రావిణ్యాన్ని ఆయనే విరమించుకొనేటట్లు చేశాను. నాకేశిక్ష వేస్తే ఆ పాపం పోతుంది? పసివాడిని పద్మవ్యూహంలోకి పోవటమేకానీ రావటం తెలేదన్నవాడిని బలవంతంగా యుద్ధానికి పంపి అర్జునుడికి వంశోద్ధారకుని లేకుండా చేశాను. ద్రౌపది ఐదుగురు కొడుకులనూ నా రాజ్యకాంక్షకు బలిచేశాను. ఈ పరిస్థితిలో ద్రౌపది గృహ భారాన్ని మోయగలదా? ఈ సమయంలో నాకు మరణం తప్ప నేను కోరుకోవటం లేదు“ దుఃఖిస్తూ అన్నాడు ధర్మరాజు .

“నీవంటి ధైర్యవంతుడు ఈవిధంగా మాట్లాడితే ఏం చెప్పాలి? ఎలా చెప్పాలి? బ్రహ్మ ఏ ధర్మాచరణ కోసం నిన్ను పుట్టించాడో ఆ పనిమటుకే జరిగింది. మరో కథ చెపుతాను విను. విదేహ రాజైన జనకుడు తత్వజ్ఞానంలో పరిపూర్ణత పొందక ముసుపు జనకుడి ఆత్మీయుడు మరణించటం సంభవించింది. జనకుడు ఇల్లు వదిలిపోవాలన్నంత విరక్తి చెందాడు. ఆ సమయంలో జనకమహారాజు దగ్గరకు అశ్మకుడనే బ్రాహ్మణుడు వచ్చాడు. జనకుడు ఆ బ్రాహ్మణుడిని తగినట్టు గౌరవించి......

“ఏం చేస్తే ధనం, బంధువులు, అస్తి, సంపదలు, బంధుబలగం, పదవి వున్నప్పుడు వుండే అహం, పొగరు, వాటిలో ఏఒక్కటి పోయినా దుఃఖం కలగరుండా, క్రుంగిపోకుండా వుండగలమో దయచేసి చెప్పండి!“ అడిగాడు.

“జీవితంలో అన్నీ సుఖాలే వుండవు. అన్నీ దుఃఖాలే వుండవు. ఈ విషయాన్ని తెలుసుకొని ప్రవర్తిస్తే బాగుంటుంది. భూమండాలన్నంతా పరిపాలించే చక్రవర్తికైనా ముసలితనం రాకుండా, మరణం రాకుండా ఆగుతుందా? సంపదలు, శయ్యలు, ఆసనాలు, అన్నీ వస్తాయి, పోతాయి. వైద్యుడే రోగి, రోగి వైద్యుడైయే సందర్భాలు కూడా వుంటాయి.

డబ్బులున్న వారికి పిల్లలుండరు. తిండే దొరకని వాడికి గంపెడు పిల్లలుంటారు. పేదలు రాళ్ళుతిన్నా తేలికగా అరిగించు కుంటారు. డబ్బుమీద నడిచేవారు అరగటానికి మందులు వాడాలి. ఈవన్నీ తెలిసినా అందరూ పదవులు, ధనం, అశాశ్వతమైనవన్నీ కోరుకుంటారు. ఇష్టమైనవి కాకుండా కోరుకోనివి దొరకటం విధికృతమే. ఆ విధంగా యెందుకు జరిగిందని మనం తెలుసుకోలేము. మనకిష్టమైన మనుష్యులను పోగొట్టుకు న్నప్పటి దుఃఖం కూడా అటువంటిదే. మనకు ప్రతి జన్మలోనూ ఓ తల్లి, తండ్రి, భార్య, భర్త, అత్త, మామ, పిల్లలు, స్నేహితులు, వుంటారు. ఎంతమందికోసం బాధపడతావు? ఈవిధంగానే వైద్యవృత్తిని కష్టపడి చదువుతాడు, రోగనిర్ధారణ నిపుణతగా చేయగలడు. కానీ ఒక్కొక్క రోగికి ఈపరీక్షలు, వైద్యం యేదీ పనిచేయదు. విధి వైపరిత్యానికి ఏ తెలివీ పనిచేయదు. శరీరమూ శాశ్వతము కాదు. చచ్చినవారూ తిరిగి రారు. కాబట్టి బాధపడటం మానేయి. రాజ్యపాలనలో మునిగిపోయి, సమయాన్ని సద్వినియోగం చేయి. అపుడందరూ నిన్ను పొగుడుతారు. సత్పురుషుల స్నేహంతో మనస్సును నీ ఆధీనంలో వుంచుకో అన్న అశ్మకుని మాటలతో జనక మహారాజు ప్రభావితుడై పలాయన మంత్రం మరిచిపోయి, రాజ్యపాలనలో మునిగి పోయాడు" చెప్పటం ఆపాడు వ్యాసమహర్షి. 131

"కృష్ణా! సున్నిత భావాలుగల ధర్మరాజు మనస్సు సున్నితం. ఒకేసారి అంతమంది చావులను చూసాక ఆయన మనస్సు విరిగిపోయింది. కాస్త ఆయనకు ధైర్యం చెప్పు" అడిగాడు అర్జునుడు.

కృష్ణుడు ధర్మరాజుకు నమస్కరించి ఆతడి చేతిని పట్టుకొని తీయగా నవ్వుతూ.....

"ధర్మరాజా! నీవంటివాడు బాధలతో క్రుంగిపోవటం యెందుకు? ఆటలాగా రణరంగంలో మానవాతీత పరాక్రమాన్ని ప్రదర్శించి, స్వర్గస్తులయారు. రాచరికం కల కాక నిజమా? ఎవరు పూర్ణాయుర్దాయంతో వున్నారు చెప్పు. పూర్వం సృంజయుడనే రాజు పుత్రశోకంతో బాగా బాధపడుతూ వుంటే నారదమహర్షి అతడికి ఓదార్పు రావటంకోసం, పూర్వరాజుల గురించి చెప్పాడు. అభిమన్యుడి మరణం వలన నీవు బాధపడుతన్నపుడు వ్యాసుల

వారు నీకు చెప్పిన మాటలే ఇప్పుడు నేను చెప్పగలను. సంవర్తుడనే రాజు గొప్ప ముని. బృహస్పతిపై అసూయతో హిమన్నగ ప్రాంతంలో మరుదత్తుడనే వాని చేత యెన్నో యజ్ఞాలు చేయించాడు. యజ్ఞోపకరణాలన్నీ బంగారంతో చేయబడ్డాయి. ఆ యజ్ఞాలకు ఇంద్రుడు, వరుణుడు, మొదలైన దేవతలు, మహర్షులు సహాయంగా వున్నారు. ఆ యజ్ఞంకోసం ఉపయోగించిన యజ్ఞశాలలు, వస్త్రాలు, బంగారం, నెయ్యి, పండ్లు సమస్త జనాలు మెచ్చుకొనేలాగా కర్చుపెట్టాడు. అటువంటి యజ్ఞాలు చేసిన మరుత్తుడు జీవించి వున్నాడా? సుహోత్రుడనే చక్రవర్తి మంచి ప్రవర్తనతో రాజ్యపాలన చేస్తూ, బ్రాహ్మణులను పూజిస్తూ, వ్రతాలతో దేవతలను మెప్పించాడు. ఆతడిని మెచ్చి ఇంద్రుడు సంవత్సరాని కోసారి బంగారు పీతలు, చేపలు, మొసళ్ళు, తాబేళ్ళు, వానగా కురిపించేవాడు. ఆ రాజు ఆ ధనాన్ని కోరినవారికి దానమిస్తూ, అశ్వమేధాది యాగాలెన్నో చేసి బ్రాహ్మణులను పోషిస్తూ, ప్రజలచేత పొగడబడేవాడు. అటువంటి సుహోత్రుడున్నాడా? అంగుడనే చక్రవర్తి ఎన్నో యజ్ఞాలు చేశాడు. ఆయజ్ఞాలలో బంగారు నగలతో అనేకవేల ఏనుగులను, బలమైన అనేకవేల గుఱ్ఱాలను, కొమ్ములకు బంగారు తొడుగులతో ఎడ్లను, ఆవులను ఆడ మేకలను, గొఱ్ఱెలను, సాలంకృతంగా అనేక వేలమంది అందమైన కన్నెలను, బ్రాహ్మణ బృందాలకు కానుకిచ్చాడు. ఆతను కూడా మరణించాడు కదా! శిబిచక్రవర్తి ఏడు ద్వీపాలలో యదేఛ్ఛగా తన రధాన్ని నడపగలిగేవాడు. అతడికి శత్రువు అనే మాటంటేనే తెలియదన్నట్లుగా వుండేది. పన్నులు ప్రజలు సంతోషంగా బాధ్యతతో వారంతట వారే చెల్లించే లాగా వుండేవి. ఆతని ప్రజాపాలనను చూసి శివుడు నశించని ధనాలనిచ్చాడు. నక్షత్రాలను, వానలోని నీటిబొట్లెన్నో లెక్కించచ్చు కానీ, ఆతను చేసిన దానాలు ఇన్ని అని యెవ్వరూ చెప్పలేరు. అటువంటి శిబిచక్రవర్తి యేడి? శ్రీరాముడు... దశరథ పుత్రుడు, తండ్రి కోరగానే ఎందుకు ఏమిటి అని కారణాలడగకుండానే భార్యతో సహా కారడవులకువెళ్ళాడు. లోకాలన్నీ మెచ్చుకొనేలాగా సముద్రం మీద వారధి కట్టి, లోక కంటకుడైన రావణాసురుడిని బంధు బలగాలతో సహా చంపినవాడు. శిశు మరణా లను లేకుండా చేసినవాడు. అశ్వమేధాది యాగాలను చేసినవాడు. అయినా కాలధర్మం చెందలేదా? భగీరధుడు తమ పూర్వీకులు సగరపుత్రులకు సద్గతులు కలుగ చేయటం 132

గురించి తపస్సే జీవితంగా - శివుడు, గంగలగురించి మార్చిమార్చి తపస్సులు చేసి గంగను భూమికి తెచ్చి, ఇంద్రుడిని మెప్పించి, అశ్వమేధాది యాగాలు చేసేటప్పుడు పదిలక్షల రథాలపై సాలంకృత కన్నెలను, ఒక్కో రథంతో నూరేసి ఏనుగులు, ఒక్కో గుఱ్ఱానికి వేయేసి ఆవులు, వాటితోపాటు అంతులేని బంగారం జతచేసి దానమిచ్చిన దానశీలి. ఇప్పుడు బ్రతికివున్నాడా? 133

దిలీపచక్రవర్తి.....అనేక అశ్వమేధ యాగాలు చేశాడు. ఆ యాగాలలో విశ్వావసుడు మొదలైన గంధర్వులు యెంతో ఇష్టంగా మనోహరమైన వాద్యాలు వాయించేవారు, పాటలు పాడి, నృత్యాలు చేసేవారు. బంగారం, ఆహారం, వస్త్రాలు, ఆభరణాలు, మొదలైనవెన్నో దానాలు చేసి, ఇంద్రుడికి ఆతడడిగిన గుఱ్ఱాన్ని సమర్పించుకున్నాడు. అటువంటి దిలీపచక్రవర్తేడి? మాంధాతృ చక్రవర్తి.....పుట్టినప్పటినుంచి పన్నెండు రోజులపాటు ఇంద్రుడి చేతినుండి పుట్టిన పాలు, నెయ్యి తాగి పెరిగాడు. పన్నెండు సంవత్సరాలకే రాజ్యాన్ని పరిపాలించటం ప్రారంభించాడు. తూర్పు, పడమర కొండలే హద్దులుగా భూమినంతటినీ పరిపాలించాడు. అశ్వమేధ, రాజసూయాది యాగాలెన్నో చేశాడు. అన్నపు కొండలు, నేతుల నదులతో సంతర్పణలు చేశాడు. అటువంటి మాంధాత ఇప్పుడేడి? యయాతి.....దేవాసుర యుద్ధంలో రాక్షసులను సంహరించాడు. వర్ణాశ్రమ ధర్మాలను స్థిరపరిచాడు. రాజ్యానికి కొత్త అందాలు తెచ్చాడు. అగ్నిష్టోమం, అశ్వమేధం, వాజపేయం, అతిరాత్రం, పౌండరీకం, మొదలన అనేక యజ్ఞాలు చేశాడు. అన్ని దేశాలలో వున్న ధనాలను తీసుకున్నా, తనకంటూ ఏమీ వుంచుకోకుండా బ్రాహ్మణులకు దానం చేశాడు. శుక్రాచార్యుడిగా ప్రసిద్ధిపొందాడు. నియమనిష్టలతో ధర్మస్వభావంతో బ్రతికాడు. అటువంటి యయాతి యేడి? అంబరీషుడు.....అసూయతో రాజులందరూ ఒక్కటై ఆతనిపై దండెత్తగా యుద్ధంలో వారందరికీ ఆయుధాలు, గొడగులు, వాహనాలు, జెండాలు తెగకొడితే, వారందరూ భయంతో వణికిపోతే వారందరినీ దయతో వదిలేశాడు. బ్రాహ్మణులకు, పిండివంటలు, కుడుములు మొదలన వాటినన్నింటినో సంతర్పణలు చేసి, రత్నరాసులను కూడా పంచిపెట్టాడు, కానీ ఆతడేమయ్యాడు?

శశిబిందు చక్రవర్తి.....లక్షమంది భార్యలను చక్కగా లాలించి, ఒక్కొక్కరికి వేయిమంది చొప్పున పదికోట్ల మంది ఉత్తములైన కొడుకులను కని వారందరూ కూడా తండ్రి మాటలను జవదాటని వారుగా గొప్ప బలవంతులుగా వీరులుగా పెంచాడు. అతడేడి?
గయుడు.....గయచక్రవర్తి యెంతో తపస్సుచేసి అగ్నిదేవుని ఆరాధనతో ఆతడిని ప్రత్యక్షం 134
చేసుకున్నాడు. బ్రహ్మచర్య వృత్తిని ఆచరించి, మనో నిగ్రహంతో వేదజ్ఞానం కలిగి అహింస పాత్రతను యెరిగి దానం చేయటం, మొదలైన ముప్పది యోజనాల పొడవు యజ్ఞవేదికను నిర్మించి యజ్ఞం చేసి, ఆ భూమిని బ్రాహ్మణులకు దానం చేశాడు. ఆతడి పేరు మీదుగా గయ వటవృక్షం ప్రఖ్యాతి చెందాడు. మరి ఆతడేడి? రంతిదేవుడు..... ధర్మరాజా! రంతిదేవుడనే చక్రవర్తి సత్రయాగం చేశాడు. ఇంచుమించు నూరు సంవత్సరాలు చేసే యాగం ఇది. అంతకాలం పిలిస్తే వచ్చినవారికి, దారి ప్రయాణీకులు, పిలవకపోయినా వచ్చిన వారికీ వంట, శుభ్రత, మొదలైన కార్యక్రమాలకు ప్రణాళిక ప్రకారం క్రమపద్ధతిలో నడిపించి గొప్ప కీర్తి పొందాడు. ఆ యాగానికి బలిపశువుగా గోవులు వాటంతటవి వచ్చి తమ ప్రాణాలను సమర్పించుకున్నాయి. అటువంటి రంతిదేవుడేడి? భరత చక్రవర్తి.....శకుంతలా దుష్యంతుల తనయుడు, కణ్వమహర్షిచే సర్వదమరుడని పిలిపించుకొన్నవాడు, ఆడుకొనే వయసునుంచి శరభాలను, సింహాలను, లొంగదీసుకొని గొఱ్ఱెల మీదకెక్కినట్లుగా సింహాలమీద స్వారి చేసి, మన దేశానికి భరత దేశమనీ, భరత వంశస్థులు అని తన పేరును స్థిరం చేసుకోగలిగిన ఘనుడు. యమున, గంగ, సరస్వతీ నదీతీరాలలో అశ్వమేధం, రాజసూయం వంటి యాగాలు చేసినవాడు ఇప్పుడేడి? పృథుచక్రవర్తి.....ఒకప్పుడు భూమి ఎత్తుపల్లాలగావుండి రథాలు తిరగటానికే కాదు, మనుష్యులు తిరగటానికి వీలుకాకుండా వుండే భూమిని చదునుచేసినందువల్ల భూమికి పృధ్వి అనే పేరు స్థిరపడేలాగా చేశాడు. భూమిని గోమాతగా భావించి పూజించి, ఓషధులను తీసి ప్రజలకు తీరని ఉపకారం చేశాడు. బ్రాహ్మణులను పూజించి, సన్మానించి గౌరవించాడు. అటువంటి మహానుభావుడేడి?
"కృష్ణా! సృంజయుడి కుమారుడు సువర్ణష్టీవి పుట్టక, జీవితం గురించి వివరంగా చెప్పు" అడిగాడు ధర్మరాజు. నీకు ఆరోజు వ్యాసుడు ఆ బాలుడి వృత్తాంతం నారదుడికి

సంబంధించినంతవరకే చెప్పాడు. ఈరోజు పర్వతుడి గురించి చెపుతాను విను. పర్వతుడు నారదుడి చెల్లెలి కొడుకు. పర్వతుడు, నారదుడు కొంతకాలం భూలోకలంలో వుండి వింతలు, విశేషాలు చూడాలని నిశ్చయించుకున్నారు. ఆసమయంలో ఇద్దరిమధ్య రహస్యాలనేవి వుండకూడదని దాచలేకపోతే శపించాల్సివస్తుందని నిర్ణయించుకున్నారు. 135
ఆ నిర్ణయంప్రకారం నడచుకుంటుండగా ఓరోజు సృంజయుడిని చూశారు. సృంజయుడు నారదుడిని, ఆతని చెల్లెలి కొడుకు పర్వతుడిని, మర్యాదగా, గౌరవంగా, ప్రేమగా చూడ టంతో ఆతనింట కొంతకాలం వుంటామని అడిగారు. అందుకు సృంజయుడు ఆనందంగా వప్పుకొని వారికి సేవలు చేయటానికి తన చెల్లెలు సుకుమారిని నియోగించాడు. వారిద్ద రికి భగవంతుడికి చేసే షోడషోపచారాలు చేయమని చెప్పటమే కాకుండా కావాల్సిన సౌకర్యాలన్నీ కలుగచేశాడు. సృంజయుడి కూతురు సుకుమారి నారదమహర్షికి చాలా బాగా నచ్చింది. ఆమె అందం ఆతడిని పిచ్చివాడిని చేసింది. మేనమామ నారదుడి పరధ్యానం, తత్తరపాటు గమనించిన పర్వతుడు ఆలోచించి, దివ్యదృష్టితో విషయాన్ని తెలుసుకొని, నీకు సుకుమారికీ పెండ్లి అవుతుంది కానీ పెండ్లి కాగానే నీ మొహం కోతి ముఖం అవుతుందని శపించాడు పర్వతుడు. "నీకు స్వర్గలోక ప్రవేశముండదు" అని పర్వతుడికి నారదుడు శాపమిచ్చాడు. పర్వతుడు అక్కడినుంచి మరోచోటుకి వెళ్ళిపో యాడు. నారదుడు సృంజయుడిని అడిగి సుకుమారిని పెళ్ళిచేసుకున్నాడు. వివాహం కాగానే నారదుడి మొఖం మారిపోయింది. ఆవిధంగా జరిగినా సుకుమారి ఆతడిని ప్రేమగానే చూసుకోసాగింది. చాలా రోజుల తరువాత ఓరోజు సుందర ప్రాంతాలు చూడటాని వెళ్ళిన నారదుడు, పర్వతుడు ఒకరినొకరు ప్రేమగా పలుకరించుకొని క్షమించుకొని శాపాలను వెనుకకు తీసుకున్నారు. ఇద్దరూ సంతోషంగా ఇంటికిరాగా సుకుమారి తన భర్తను గుర్తించక మొహం తిప్పుకొని లోపలికి పోగా, పర్వతుడు సుకుమారిని పిలిచి భూలోకానికి రాగానే తాము చేసుకున్న నిర్ణయాలు, ఒకరికొకరిచ్చు కున్న శాపాలు, శాప ఉపసంహరణలు అన్నీ విడమర్చి చెప్పి ఆమెను సంతోషపెట్టాడు. తరువాతి కథ నారదమహర్షి చెపుతాడు" అన్నాడు కృష్ణుడు.

"ధర్మరాజా! శ్రీకృష్ణుడు చెప్పినదంతా నిజమే. నారదుడు, పర్వతుడు కొన్ని సంవత్సరాల పాటు సృంజయుడి ఇంటనుండి మర్యాదలు చేయించుకొని మాలోకానికి పోతూ..... సృంజయుడి ఆశ్రయంలో వుండే బ్రాహ్మణులు, హితులు కోరగా, సృంజయుడి కోరిక ప్రకారం దేవతలను మించిన బలవంతుడు, అయిన కొడుకు పుడతాడని వరమిచ్చాను. 136
కానీ ఇంద్రుడిపై అభిమానంతో.....

"నీ కొడుకు అల్పాయుష్కుడవుతాడు" అన్నాడు పర్వతుడు.

"ఆవిధంగా ఎందుకు?" అని అడిగాడు సృంజయుడు.

"ఇంద్రుని మించిన బలవంతులుండరు" అన్నాడు పర్వతుడు.

"ఇంద్రునివలన ప్రమాదం రాకుండా నీవు కాపాడగలిగేంత వరకు కాపాడు. ఆపద వస్తే నన్ను తలుచుకో వస్తాను. నీకుమారుడి చెమట, మల, మూత్ర, విసర్జనలన్నీ బంగారమే అవుతాయి. సువర్ణష్టీవి అన్న పేరుతో కీర్తి పొందుతాడు. అన్న వరమిచ్చి పర్వతుడితో మాలోకానికి వెళ్ళిపోయాను. తరువాత త్వరలోనే సృంజయుడికి కొడుకు పుట్టి నేను చెప్పినట్టు బంగారాన్నే విసర్జిస్తూ ఆరోగ్యంగా పెరుగుతున్నాడు. ఆ సమయంలో ఓరోజు వంటరిగా దొరికిన సువర్ణష్టీవిని దొంగలు పట్టుకొని నోట్లో గుడ్డలు కుక్కి అడవిలోకి తీసుకుపోయి, శరీరం కోసి బంగారం కోసం వెతకగా వారికేమీ దొరకలేదు. శవాన్ని పక్కన పారేసి వెళ్ళిపోయారు. కొడుకు చావును తెలుసుకొని, ఇంద్రుడే కొడుకును చంపాడని అనుకొని నన్ను తలచుకున్నాడు సృంజయుడు. నేను వెళ్ళి షోడషరాజ చరిత్రలు చెప్పి, కొడుకుని దొంగలు చంపారని చెప్పాను. అంతేకాక సువర్ణష్టీవిని పిలిచాను. పిల్లవాడు నవ్వుతూ తిరిగివచ్చాడు. దేవేంద్రుడు యెప్పుడైనా బాలుడిని చంపవచ్చు. జాగ్రత్తగా చూసుకోమని చెప్పి నేను నాగలోకానికి వెళ్ళిపోయాను. ఇంద్రుడు నన్ను కాదని బృహస్పతితో ఆలోచించాడు. తరువాత వజ్రాయుధాన్ని పులిరూపంలో వెళ్ళి సువర్ణష్టీవిని చంపమని ఆజ్ఞాపించాడు. సృంజయుడు తన ప్రియురాండ్రతో కొడుకుతో అడవిలో రకరకాల ఆటలతో కాలం గడుపుతుండగా అదనుకోసం పొంచివున్న వజ్రాయుధం బెబ్బులిగా మారి బాలుడిని చీల్చి చంపి మాయమయింది. వెంటనే పసివాడిని చూసుకొనే దాది కెవ్వున కేక పెట్టింది. సృంజయుడు, భార్యలు, అంతా పరిగెత్తుకు వచ్చారు.

స్పంజయుడు నన్ను తలుచుకున్నాడు. నేను వారికి కనిపించి ఆ బాలుడిని బ్రతికించాను. స్పంజయుడి ఆనందం చూసి నేను సంతోషించి నా లోకం చేరాను. ఆ తరువాత ఆ బాలుడు తల్లిదండ్రులకు సంతోషం కలిగేలా పెరిగి రాజ్యభారాన్ని వహించి, శిష్ట రక్షణ దుష్ట శిక్షణ చేస్తూ జీవించాడు. అదీ పూర్తి కథ. ధర్మరాజా శ్రీకృష్ణుడు, వ్యాసుడు నీ మీద ప్రేమతో చెప్పిన మాటలన్నీ మేలు కలిగించేవి. వాటన్నింటినీ అర్థం చేసుకొని, రాజ్యాన్ని పాలించు. నీకు కీర్తి లభిస్తుంది. అయినా ధర్మరాజు మౌనంగా వున్నాడు. 137

ధర్మరాజు: రాజులకు ప్రజలను రక్షించటంకంటే ఉత్తమమైన మార్గం లేదు. కానీ రాజ్యాన్ని సంపాదింటానికి చంపరాని వారందరినీ యెంతోమందిని చంపాను. అందు వలన నామనస్సు ఓపట్టాన సమాధాన పడటంలేదు.

వ్యాసుడు: గొడ్డలి పట్టుకున్నవాడు చెట్టు కొట్టటం పాపమనుకుంటే యెట్టా. ఎవరైనా భగవంతుడు నడిపించినట్లే నడుస్తాడు అనే భావం మనసులో వుంటే చాలు. ఇష్టం లేక పోయినా కులధర్మం నిర్వర్తించాలి. అదికూడా మోక్షసాధనమే. శత్రువులను చంపటమనేది పాపంగా అనుకుంటే తగిన పరిహారం చేసుకో.

ధర్మరాజు: కొడుకులు, మనుమలు, అన్నలు, తమ్ములు, తండ్రులు, తాతలు, మామలు, గురువులు, చుట్టాలు, మిత్రులు, అల్లుళ్ళు, బావలు, మరుదులు, అంతా నాకారణంగానే చనిపోయారు. చనిపోయిన వారి భార్యలు, పిల్లలు, అన్నదమ్ములు, అక్కచెల్లెళ్ళు, హితులు వారందరూ యెంతగా బాధపడుతూ జీవితాలని బాధగా గడుపుతారు. ఆ పాపమంతా మూటకట్టుకొని నేను రాజభోగాలనుభవించాలా?

"నీవింత బాధపడక్కరేలేదు. మరణించిన రాజుల రాజ్యాలు వారి కొడుకులకే రాజ్యపట్టా బిషేకం చేయి. కొడుకులు లేక కూతురుంటే ఆమెకే రాజ్యాధికారమివ్వు. అందవల్ల చనిపోయిన రాజుల భార్యలు సంతోషిస్తారు. నిన్ను ఆశీర్వదిస్తారు. దేవేంద్రుడురాక్షసులు

సోదరులే కదా. అయినా దుర్గాన్ని శిక్షించటం కోసం రాక్షసులను శిక్షిస్తూనే వున్నాడు. స్వర్గాన్ని పరిపాలిస్తూ వున్నాడు. ఆవిధంగానే నీవుకూడా యాగాలు చేయి. భూపాలన చేయి. పేరుకు పన్నులను విధించు. వారి ఆనందంకోసం యేంకావాలన్నా చేయి" అన్నాడు వ్యాసుడు. 138

"పాపపు పనులేవి? పరిహారాలేమిటి?" అడిగాడు ధర్మరాజు.

"వేదహితమైన కర్మలు చేయక పోవటం. సూర్యోదయ సమయంలోను, సూర్యాస్తమానం సమయంలోను నిద్రపోవటం, అతిథులను సేవించక పోవటం, పరుల భార్యలను పొందటం, పెద్దలను మర్యాదగా చూడకపోవటం, ఊరును నాశనం చేయటం, చదువును అమ్ముకోవటం, భూమిని అమ్ముకోవటం, సేవకులను కాపాడకపోవటం, కూడని పనులు చేయటం, కపటపు ప్రేమ, తనపని తాను చేసుకోకపోవటం, మనుషులను, జంతువులను హింసించటం, బ్రాహ్మణుల సొమ్ము కాజేయటం, నమ్మిన వారిని మోసం చేయటం పాప కార్యాలు. శరణు కోరినవారిని ఆదుకోక పోవటం. పాపపు పనుల వలె కనిపించే మంచి పనులు చెపుతున్నాను. యుద్ధంలో చేత ఆయుధం పట్టి తనను చంపటానికి వచ్చిన వాడు ఉపనిషత్తులు చదివినవాడా, మామూలుగా వచ్చినవాడా ఆలోచించ కూడదు. వాడిని చంపాలి. చంపితే పాపం కాదు. బ్రాహ్మణుడి ధనాన్ని దొంగిలిస్తుండగా చూచిన దొంగను చంపిన వాడికి పాపం కొద్దిగాకూడా రాదు. ధర్మరాజా, దుష్ట శిక్షణ చేస్తూ జీవించు. ధర్మరాజా! శ్రీకృష్ణుడు, వ్యాసుడు నీమీద ప్రేమతో చెప్పిన మాటలన్నీ మేలు కలిగించేవి. వాటన్నింటినీ అర్థంచేసుకొని, రాజ్యాన్ని పాలించు. నీకు కీర్తి లభిస్తుంది. అయినా ధర్మరాజు మౌనంగా వున్నాడు.

భీష్ముడు చెప్పాడు... ప్రాణం నిలవదనే సమయంలో ఏది దొరికినా తినచ్చు. పెళ్ళి విషయంలో,స్త్రీలతోడి మాటలలో, సంపదలన్నీ కోల్పోయే సమయంలో, అబద్ధమాడ వచ్చు. చెడ్డఆలోచనలు లేకుండా స్వప్నస్ఖలనమైనా తప్పుకాదు. బ్రహ్మచర్యం చెడదు. బాగా మండుతున్న అగ్నిలో నేయితో హెూమం చేస్తే ఎటువంటి దోషమున్నా పోతుంది. అన్న అధర్మవర్తనుడైనా, సన్యాసం తీసుకున్నా, అన్న భార్యను తమ్ముడు పెండ్లి చేసు

కోవచ్చు. గోవుల కొరకు వనాన్ని తగుల పెట్టకూడదు.అయోగ్యుడికి దానమీయకూడదు. తపస్సు, దానం, ఇతర సత్కర్మాచరణంవలన పాపాలు బాగా తగ్గుతాయి. బ్రహ్మహత్యా పాతకానికిపరిహారం తాను చేసిన పని అందరికీ చెప్పుకుంటూ పుర్రెలో బిక్షాటన చేస్తూ ఆ ఆహరాన్ని ఒక్కపూటే తింటూ, నేలమీద పడుకుంటూ పన్నెండు సంవత్సరాలు గడ 139
పాలి. లేదా చాంద్రాయణ వ్రతం మూడు సంవత్సరాలు చేయాలి. లేకుంటే నెలకోసారి అతిస్వల్పంగా భోజనం చేస్తూ సంవత్సరం గడపాలి. అశ్వమేధ యాగం చేస్తే ఇవేవీ అవసరంలేదు. అశ్వమేధ యాగం పూర్తయాక చేసే స్నానం నీటిలో ఇంకెవరు స్నానం చేసినా వారు కూడా పరమ పవిత్రులవుతారు. యాగం చేయించిన బ్రాహ్మణులకు మంచి ఆరోగ్యవంతమైన గోవులను లక్ష లేక కాంభోజ దేశానికి చెందిన గోవులను దాన మిస్తే బ్రహ్మహత్యా పాతకం మొదలనవి పోతాయి.గురుపత్నిని అనుభవిస్తే బాగా కాలిన ఇనుప స్థంభాన్నికావలించుకోవాలి (అంటే చావాలి అంతే).కల్లు తాగితేకూడా నిప్పులలో దూకటమే పరిహారం. అబద్ధం ఆడిన పాపం ఎవరికి అపకారం చేయటానికి అబద్ధ మాడావో వారిని సంతోషపెడితే ఆపాపం పోతుంది. గురువుని నిందించిన పాపం తిరిగి గురువుకు వినయంగా నమస్కరించి ఆయనకు సంతోషపెట్టే కానుకిస్తే పోతుంది. వరుసకాని స్త్రీతో కూడినా, ఇతరుల భార్యను అనుభవించినా, ఆ పాపం తడిబట్టలు కట్టుకోవటం,బూడిదలో పడుకోవటం, నియమాలు శ్రద్ధగాపాటిస్తే ఆరు నెలలలో పోతుంది. అదే స్త్రీకయితే రజో దర్శనంతో మొత్తం పాపం పోతుంది. గుఱ్ఱం-గాడిద పాలు తాగకూడదు. వాటిని ముట్టుకుంటేనే పాపం. ఆవు ఈనిన తరువాత పదిరోజులవ రకు ఆ పాలు వాడకూడదు. మరణపు సూతకంతో వున్నవారిచ్చినవి, స్త్రీ సంపాదనతో బ్రతికే వాడిచ్చినవి,జూదగాడిచ్చినవి, వెలేసిన వాడిచ్చినవి, పూలమ్మే వాడిచ్చినవీ, అన్నికంటికంటే ముందుగా పెళ్ళిచేసుకున్న వాడిచ్చినవి, పరులను పొగుడుతూ బ్రతికే వాడిచ్చినవి, పాచిపోయినవి, ఎండినది, ఆహారాలని తినకూడదు. కల్లుతో కలిపి తెచ్చేవి కూడా తినకూడదు. పులగం, పరమాన్నం, అప్పాలు నువ్వుపిండితో చేసినవీ దేవుడికి నివేదన పెట్టాకే తినాలి. గృహస్తు అతిథి పూజ, పితృదేవతల పూజ, దేవతల

పూజా చేశాకనే తినాలి. యజ్ఞంలో మిగిలింది అమృతమౌతుంది. నరకకూడని చెట్టును నరికినా, యేదైనా జంతువును చంపినా చేసిన పనిని అందరికీ చెప్పుకుంటూ మూడు రోజులపాటు భోజనం చేయకుండా గాలి భోంచేస్తూ బ్రతకాలి. గాయత్రీ మంత్రం రెండు పూటలా జపించాలి. సత్కర్మలు ఆచరిస్తూ బ్రాహ్మణులకు తనసంపదలను ఇష్టపూర్తిగా 140
దానం చేస్తూ గతజన్మ పాపాలనుకూడా పోగొట్టుకోవచ్చు. దేముడిపట్ల నమ్మకం, చేసిన తప్పుకుపశ్చాత్తాప పడేవాడు మాత్రమే పాపాలను పోగొట్టుకోగలరు. శ్రధ్ధ, వినయం, దైవ భక్తి, నీనైజాలు. కాబట్టి స్వల్ప ప్రాయశ్చిత్తాలతోనే పాపాలు పోగొట్టుకుంటావు. నీవు భయ ంపడేదిబాధపడేది భరతవంశ వీరుల సంహారంగురించేకదా. నీ ఆత్మరక్షణ గురించే చేశావు కదా.అది రాజధర్మం.ఇంకా మాట్లాడితే మానవధర్మం కూడా.అందువలన పాపం కాదు. దానం తీసుకోవటానికి యోగ్యత లేని వారు - ఆటపాటలతో జీవనం సాగించే గాయకులు, నటులు, విదూషకులు, దుష్టులు, అంగవికలులు, మదించిన వారు, దొంగలు, పిచ్చివారు, నపుంసకులు, కుత్సితమైన మాటలతో మోసంచేసేవారు, చెడు నడత కలిగినవారు. దానం తీసుకోతగినవారు - దీనులు, ఆపదలలో కొట్టుమిట్టులాడే వారు. అర్హతలేని వారికి దానమిస్తే అది తప్పు. అయోగ్యులైన వారికి దానమివ్వటం అనేది నపుంసకుడికి కన్యాదానం చేయటంవంటిది. నాకు తోచిన మాటలు చెప్పాను. అన్నాడు వ్యాసుడు.

"రాజధర్మం, రాజ్యపాలనా ఒకదానికొకటి వ్యతిరేకంగా అనిపించాయి. అందువలన ఇన్నిరకాలుగా ప్రశ్నించవలసి వచ్చింది" అన్నాడు ధర్మరాజు.

"కురువంశంలోని వారందరికి పెద్దదిక్కు అయిన భీష్ముడు తన గొప్ప మేధస్సువలన ఇంద్రాదులకు కూడా పూజనీయుడయ్యాడు. నిర్మలమైన మనస్సు కలవాడు. పరశురాముడి విద్యలకు వారసుడు. పవిత్రమైన గంగాదేవికి పుట్టినవాడు. ధర్మరాజా,ఆతడి చరిత్ర పవిత్రమైనది. ప్రాణాలను తగిన సమయంలో వదలటానికి ల్ర పాణాలను నిలబెట్టుకొన్న ఘనుడు. అటువంటి భీష్ముడికి నీమీద చాలా ప్రేమ. ఆయన దగ్గరకు వెళ్ళి మాట్లాడు. నీ మనస్సుకు సందేహాలు పూర్తిగా ఆతడు తీర్చగలడు. ఆ

మహానుభావుడు పైలోకాలకు వెళ్ళేసమయం సమీపిస్తున్నది. వెంటనే బయల్దేరు!“
అన్నాడు వ్యాసుడు.

“అవును ఆయనను కలసి ఆశీర్వచనాలు తీసుకుంటే బాగుంటుంది!“

ముందు నగరానికి వెళ్ళు. భీష్ముడి దగ్గరకు తరువాత పోదాము. నీతమ్ములు, యుద్ధంలో 141
పోగా మిగిలిన ఇతర రాజులు, శ్రేయోభిలాషులు, నీ పట్టాభిషేకం చూడాలని యెదురు చూస్తున్నారు“ అన్నాడు కృష్ణుడు. ధర్మరాజు అంగీకారంగా చిరునవ్వు నవ్వాడు. అది చూసి అందరూ ఆనందించారు. హస్తినాపురికి పోవటానికి సన్నాహాలు మొదలయాయి.

ॐ

శ్రీమదాంధ్ర మహాభారత కథలు 142

ధర్మరాజు పట్టాభిషేకం

సుయోధనుడి మరణానంతరం ధర్మరాజాదులు గంగానది అవతలి వడ్డున ప్రత్యేక గుడారాలువేసి సూతక కాలం పూర్తయే వరకు ఇంచుమించు నెలరోజులు ఆ గుడారాల లో వున్న సమయంలో నారదాదులు, వ్యాసమహర్షి ధర్మరాజాదులకు ఓరకంగా విజయా నందానికి శుభాకాంక్షలు చెప్పటానికీ, మరోవిధంగా అభిమన్యుడు, ఉపపాండవుల వీర మరణం చెందినందుకు పరామర్శ గురించి మాట్లాడుతూండగా కర్ణుడు తనకు అన్న అయిన సందర్భాలన్నీ తెలుసుకొని ఎంతగానో బాధపడిన ధర్మరాజు తాను రాజ్యపాలనకు అనర్హుడనని, అడవులకు వెళ్ళిపోతానని మొండిగా వాదిస్తుంటే వ్యాసుడు, కృష్ణుడు, మునులు, నారదుడు, వివిధరాజుల కథలు చెప్పి రాజ్యాన్ని న్యాయంగా, ధర్మంగా ప్రజారంజకంగా పరిపాలిస్తూ, దాన ధర్మాలను చేస్తూ అనంత కీర్తిని సంపాదించుకోవాలి. ఈనాడు సాటిలేని వీరులైన భీష్మ, ద్రోణాదుల వలె ప్రాణాలు కోల్పోవాల్సిందేననీ, అటువంటి అసామాన్యులు వీరమరణం చెందటమే న్యాయమని, అంతటితో వారి ఆయుర్దాయం అయిపోయిందనీ, వీరుడనేవాడు, క్షత్రియుడై పుట్టినవాడు రణరంగంలో ప్రాణాలు వదిలితేనే ఇంద్రాది లోకాలరు పోగలరనీ, అనేకరకాలుగా బోధించి చివరికి ధర్మరాజు నుపట్టాభిషేకానికి వప్పించి ప్రయాణ సన్నాహాలు చేయసాగారు.

అతరువాత......

ధర్మరాజు వ్యాసాదుల చేత రాజ్యాధికార ఆశీస్సులు తీసుకొని, తనకోసం ఎదురు చూస్తున్న యుద్ధంలో పాల్గొనక, పాల్గొన్నా చావగా మిగిలిన రాజులను కలవటానికి

అందంగా అలంకరించుకొని, వచ్చినవారితో శాంతంగా మాట్లాడి, వారిచ్చిన మేలైన కానుకలు తీసుకొని, వారిని తృప్తి పరచి, ఆనాటికి సభను ముగించాడు ధర్మరాజు. మరుసటిరోజు వేకువనే లేచి సమయానుకూల కార్యక్రమాలు ముగించుకొని, అలంకరించుకొని, రథానికి పదహారు తెల్లటి గుఱ్ఱాలను పూన్చమని ఆజ్ఞాపించాడు. కృష్ణుడు, 143
ధృతరాష్ట్రుడు, గాంధారీలను మంచి పల్లకీలో కూర్చోపెట్టి ముందుకు సాగగా వెనుక శైభ్య, సుగ్రీవ, మేఘపుష్ప, వలాహకాలు అనే శ్రేష్టమైన గుఱ్ఱాలను పూన్చిన రథంపై సాత్యకితో కలిసి, శ్రీకృష్ణుడు, వెనుక పక్కనే మనోవేగంతో పరిగెత్తే గుఱ్ఱాలను పూన్చిన రథంపై యుయుత్సుడు వస్తుండగా ధర్మరాజు తనకు యోగ్యమైన వాహనానెక్కి, కుంతీదేవి మొదలైన వారు వారికి తగిన పల్లకీలలోను, అందరికీ వెనుకగా విదురుడు నడుస్తుండగా, రాజులు అన్ని వైపులనుండి తమ సైన్యాల కవాతులతో ఏనుగులు, రథాలు, గుఱ్ఱాలు, బంట్లు, వింజామరలు, ఛత్రాలు, ధ్వజాలతో మహాఆనందంగా భట్రాజులు పొగుడుతూవుండగా, వేదపండితులు వేదాలు వల్లెవేస్తుంటే, ధర్మరాజు హస్తినాపురంలోకి ప్రవేశించాడు. అప్పటికే హస్తినాపురం ప్రజలు ధ్వజస్థంభాలకు కలువపూల దండలతో అందంగా అలంకరించారు. పసిపిల్లలనుండి వృద్ధుల వరకు అందరూ యెంతో శ్రేష్టమైన వస్త్రాలను కట్టుకొని, నగలు పెట్టుకొని, సంతోషంతో అందంగా, ఆనందంగా ఒకరినొకరు తోసుకుంటూ, సరసాలాడుకుంటూ, వీధులలోకి వచ్చారు. ధర్మరాజు మొదలైన వారి ఊరేగింపు రాగానే మేడల మీదనుంచి, చిన్న ఇళ్ళైతే ఇళ్ళ మీదకెక్కి, ఇళ్ళల్లో వున్న చెట్లెక్కి, ఇంటి చుట్టూరావున్న గోడలెక్కి, రక రకాల పూలను వెదజల్ల సాగారు. ఆ సమయంలో పాండవుల గుణ గణాలు, కుంతి, ద్రౌపదిల గుణ గణాలు, ఒకరితో ఒకరు చెప్పుకుంటూ హస్తినాపుర వీధులన్నీ కోలాహలంగా మారాయి. అంతేకాదు, మారుమూల కుగ్రామాలు కూడా ధర్మరాజు గెలుపుని పండుగ చేసుకున్నాయి. ధర్మరాజు రాజప్రాసాదం ముంగిలికి చేరేసరికి అనేక రకాల మంగళ వాద్యాలతో, బ్రాహ్మణుల వేదపఠనాలతో, పుణ్యస్త్రీలు మంగళహారతి పాటలతో, వచ్చిన వారికి స్వాగతాలు చెప్పారు. ధృతరాష్ట్రుడు, ధౌమ్యుడు ముందు నడుస్తుండగా అంతః

పురంలోకి ప్రవేసించారు. తమ ఇలవేల్పుకు పూజచేసి, బయటకు వచ్చి, నగరదేవతను పూజించి చేయించిన బ్రాహ్మణులకు ధనం, బంగారం, ఆవులు, భూములు, దానాలు చేసి, సభను తీరారు. ఆ సమయంలో బ్రాహ్మణుల సమూహం నుంచి ఓ బ్రాహ్మణుడు 144
ముందుకువచ్చి.....

"అయ్యా! నా పేరు చార్వాకుడు. యావత్ బ్రాహ్మణులు మిమ్ములను ఓమాట అడగమ పంపారు. అదేంటంటే, రాజ్యంకోసం తండ్రి, తాత, సోదరులు, విద్యనేర్పిన గురువులు అనే తేడాలేకుండా చంపినవాడేవిధమైన రాజు? వీడి తల యెందుకు పగలకొట్టకూడదు అని అడగమన్నారు" అన్నాడు.

ఆతడి మాటలు విని అక్కడవున్న బ్రాహ్మణ సంఘుమంతా ఉలిక్కిపడి ఒకరి ముఖాలు ఒకరు చూసుకున్నారు. ధర్మరాజు చిన్నబుచ్చుకొన్న ముఖంతో చేతులు జోడించి.....

"నేను నమస్కరించి ప్రార్థిస్తాను. మునులందరూ ఆజ్ఞాపించాక కాదనలేక పోయాను. నన్ను క్షమించండి" అనగానే అందులో ఓయువకుడు హడావిడిగా ముందుకు వచ్చి.....

"ఆవిధంగా మేమెవరం అనలేదు ప్రభూ. మనస్సులో కూడా యెవరికీ లేదు. నీవు ధర్మమార్గంలో సాధించిన రాజ్యాన్ని యేలుకోండి. బ్రాహ్మణ సంఘంలో అందరి అభిప్రాయమే చెపుతున్నాను" ధృఢంగా చెప్పాడు. "అవును" బ్రాహ్మణులందరూ ఏక కంఠంతో అరిచారు. ఓబ్రాహ్మణుడు దివ్యదృష్టితో చార్వాకుడిని గుర్తించి.....

"ధర్మరాజా! ఈతడు దుర్యోధనుడికి రాక్షసమిత్రుడు. దుర్యోధనుడి స్నేహాన్ని మరచిపో కుండావచ్చి నిన్ను చెడగొట్టాలనురున్నాడు. అంతే! కుక్కలు మొరిగితే నష్టమేమీ లేదు" అంటూ బ్రాహ్మణులందరూ ధర్మరాజును ప్రోత్సహించారు. బ్రాహ్మణులందరూ ఒకేసారి చూసిన కోపపు చూపుతో ఆతడు చచ్చి పడిపోయాడు. ఆతడి నిజస్వరూపమూ అందరికీ కనపడింది. అది చూసి భీముడు, అర్జునుడు మొదలైనవారంతా చాలా సంతోషించారు.

"ధర్మరాజా! కృతయుగంలో చార్వాకుడనే పేరున్న రాక్షసుడు బ్రహ్మను గురించి తపస్సు చేసి సమస్త ప్రాణులతోనూ మరణం లేకుండా వరం కోరాడు. బ్రాహ్మణులకు కోపం

రాకుండా చూసుకో. వాళ్ళకు కోపమొస్తే నువ్వు పోతావని చెప్పి వెళ్ళిపోయాడు బ్రహ్మ. పొందిన వరాలవల్ల అహంకారంతో దేవతలను బాధించటం మొదలుపెట్లాడు. దేవతలు బ్రహ్మతో తమ బాధలు మొరపెట్టుకున్నారు.

"నేను వాడి మరణానికి యేర్పాటు చేసే వుంచాను. ఈబుద్ధిలేని చార్వాకుడు ద్వాపర 145
యుగంలో దుర్యోధనుడనే రాజుకు మిత్రుడై, మిత్రుడికి మేలుచేయాలనే ఉద్దేశ్యంలో బ్రాహ్మణుడికి బాధకలిగిస్తాడు. అప్పుడు చస్తాడు!" అని చెప్పాడు బ్రహ్మ.

ఇప్పుడదే జరిగింది అని చెప్పాడు కృష్ణుడు. అతి తక్కువ సమయంలోనే చార్వాకుడి మృతదేహం తీసేసి ఆ ప్రదేశం శుద్ధిచేయబడింది.

"ధర్మరాజా! ఎదిరించిన వారిని నాశనం చేయి. ప్రజల కష్టసుఖాలు విచారించి మంచి వారిని రక్షించు. బంధువులను, నిన్నే నమ్మికొని వున్నవారినీ, ప్రేమగా చూసుకో" అంటూ మంచీ చెడు, వివరించి చాలాసేపు చెపుతూనే ధర్మరాజు పట్టాభిషేకానికి కావాల్సిన యేర్పాట్లు కూడా గమనించి, చేయించాడు కృష్ణుడు. ఈశాన్య దిక్కుగా పల్లంగావున్న చోట వేదికను అలంకరించారు. ఆ వేదికమీద నవరత్నాలు పొదిగిన అందమైన భద్రపీఠాన్ని, దానిపైన పులితోలుతో అలంకరించి శ్రేష్ఠమైన శంఖాన్ని పెట్టి పూజించి, దాని చుట్టూరా వెండి, బంగారు కలశాలలో గంగాజలం నింపి, వాటిలో రత్నాలు, వనమూలికలు, పంచపల్లవాలు, సుగంధ ద్రవ్యాలతో మంత్రపూరితంగా చేశారు. బ్రాహ్మణులు వేదమంత్రాలతో ఆశీర్వచనాలు చేస్తూ వుండగా అగ్నికి యెదురుగా ధర్మ రాజుని, ఆయనకు ఎడమ ప్రక్కన అలంకార సుశోభితురాలైన ద్రౌపదిని కూర్చోబెట్టి, దేవయజ్ఞ తంత్రం పూర్తిచేసి, నిర్ణయించిన శుభముహూర్తంలో పూజించి వుంచిన శంఖంతో ఆశీర్వదిస్తూ ధర్మరాజును అభిషేకించారు. తరవాత ధృతరాష్ట్రుడు ప్రశాంత మైనవదనంతో ఓ బంగారు కలశంలోని జలంతోను, రాజపురోహితుడు ధౌమ్యుడు, ఆతరువాత ప్రముఖులైన రాజులు, ప్రముఖ పౌరులు, మిగిలిన బంగారు, వెండి, మణి మయ పాత్రలలోని పవిత్ర జలాలతో ధర్మరాజుకు అభిషేకం చేశారు. శంఖాలు, తప్పెటలు, నగారాల మంగళ వాద్యాలతో హస్తినాపుర పట్టణవీధులన్నీ మార్మోగాయి. ధర్మరాజు

పండితులకు, బ్రాహ్మణులకు, ఇతరులకు కూడా అనేక రకాలైన దానాలను చేసి, అందరినీ ఆనందపరిచాడు.

"ప్రభూ దైవబలం, మానవబలం అన్నీ ఒకేసారి వనగూడి లభించిన విజయాన్ని
సౌఖ్యంగా అనుభవిస్తూ, ప్రజారంజకంగా పాలన చేయి!" అంటూ మనస్ఫూర్తిగా 146
ఆశీర్వదించారు బ్రాహ్మణులు.

"మీఅంతటి పెద్దలు ఈవిధంగా పొగుడుతుంటే నిజంగానే మా అన్నదమ్ములందరము అదృష్టవంతులమేననిపిస్తోంది. మాకు తండ్రి, గురువు, దైవం, ఈ ధృతరాష్ట్రుడు. ఈతడేమిచేయమని చెపితే అదే చేస్తాం. ఆయన పాలనలో వున్నట్టుగా ప్రశాంతంగా మీరుంటారు. దాయదులను చంపినా కూడా నేను గృహస్థాశ్రమ ధర్మాన్ని ఆచరించటమనేది ఈపుణ్యదంపతులకు సేవచేయటంకోసమే. నిజానికి ఈ విశాల సామ్రాజ్యం, ధనసంపదలు అన్నీ ఆయనవే. నేను ప్రతినిధిని మాత్రమే" అంటూ ప్రజలకు తానెప్పుడూ అందుబాటులో వుంటాననీ, ప్రజల ఆనందం, సుఖమే తనకు ముఖ్యమనీ, ప్రజలకు మనోరంజకంగా మాట్లాడి, భీముడిని యువరాజుగాను, రాచకార్యాలలో శత్రువులతో పొందు యేవిధంగా చేసుకోవాలి, సాటి రాజులతో మిత్రత్వం వగైరా విషయాలన్నీ చక్కదిద్దటానికి విదురుడిని... సైన్యాల విషయాలు, అందరి జీత, బత్యాల విషయాలు చూడటానికి నకులుడిని... శత్రురాజ్యాలు ఆక్రమించటానికి అర్జునుడిని... బ్రాహ్మణుల బాగోగులు చూడటం, వేదం, విలువిద్య, మొదలైన విద్యల అభివృద్ధి బాధ్యతను ధౌమ్యుడికి... తన రక్షణ బాధ్యతను సహదేవుడికి, వప్పచెప్పి, యుయుత్సుడిని, సంజయుడిని, విదురుడిని దగ్గరకు పిలిచి.....

"మీరు ముగ్గురు అప్రమత్తులై రాచరికపు ఆదాయాలు, ఖర్చులు, లాభాలు, నేనే స్వయంగా చూసుకుంటున్నట్లుగా ప్రజలకు తృప్తి కలిగేలాగా బాధ్యత వహించండి" అని చెప్పి, ఆరోజుకు అందరిదగ్గరా శెలవు తీసుకొని పురప్రజలను తమ ఇండ్లకు వెళ్ళమని ఆజ్ఞచేసి గాంధారీ ధృతరాష్ట్రులను గౌరవంగా వారి భవనాలకు పంపి, కృపాచార్యులవారిని వారి స్వగృహానికి పంపి, కుంతీదేవిని ద్రౌపదీ దేవి అంతఃపురానికి పంపాడు ధర్మరాజు.

శ్రీకృష్ణుడిని సాత్యకితో ఇంటికి పంపమని తమ్ములను ఆజ్ఞాపించి, తానూ అంతఃపురం చేరాడు. ఆతరువాత.....

బ్రాహ్మణుల పర్యవేక్షణలో తగినట్లుగా మరణించినవారికి విడివిడిగా శ్రార్ధకర్మలను నిర్వహించినవారికి శ్రధ్ధా భక్తులతో ధాన్యం, ఇతరవస్తువులే కాక సందర్భాన్ని పట్టి, అర్హతలను బట్టి మణులు, రత్నాలు, కూడా దానాలు చేస్తూ, శ్రార్ధకర్మలను నిర్వర్తిస్తూ, ద్రోణుడికి, ద్రుపదుడికి, ఆతడి బంధుగులకు, విరాటరాజుకు, జ్ఞాతులకు, కర్ణ, భిమన్యులకు, విశేష దక్షిణలు, దానాలిస్తూ, అందరికి ఉత్తర క్రియలు జరిపించాడు. దుర్యోధనాదులకు అంతకంటే యెక్కువగా కర్చుపెట్టి, ఉత్తర క్రియలను ఘనంగా జరిపించాడు ధర్మరాజు. ఈవిధంగా స్నేహితులకు కూడా ఘనంగా ఉత్తర క్రియలు జరిపించి పితృ ఋణ విముక్తుడయ్యాడు. కార్యక్రమాలన్నీ పూర్తయాక ధర్మరాజు శ్రీకృష్ణుని యెదుట నిలబడి నమస్కరిస్తూ...... 147

“శ్రీకృష్ణా, అచ్చుమైన నీ అనుగ్రహంవలన తాత తండ్రులవలన నాకు సంక్రమించిన సామ్రాజ్యం నాకుచెంది రాజునయ్యాను. మేమంతా చాలా ఆనందంగా వున్నాము. భగవంతుడవైన నీవు మమ్మల్ని బావలు, మరదులు, అంటూ మాతో చాలా ప్రేమగా చూసుకున్నావు. మేము చేయలేని యెన్నో పనులను మాచేత చేయించావు. నీకు ఎన్నో పేర్లున్నాయి. ఏపేరు తలచినా పుణ్యమే. సద్బ్రాహ్మణులు ఆపేర్లను జపించి తరిస్తారు“ ఆనంద తన్మయత్వంతో అన్నాడు.

కృష్ణుడు కూడా ధర్మరాజును అభినందించాడు. కొంతసేపు నచ్చిన సంభాషణలు చేసుకుంటూ గడిపి, ఆ కార్యక్రమానికి వచ్చిన వారందరినీ వారివారి నివాసాలకు బయలుదేరమని అనుజ్ఞనిచ్చి, తమ్ముల నొక్కక్కరిని పిలిచి కౌగలించుకొని.....

“నేచేసిన తప్పులవల్ల మీరంతా అడువులపాలై కష్టాలపాలయ్యారు. సామంత రాజు దగ్గర ఊడిగాలు చేయాల్సి వచ్చి, అవమానాలు, కష్టాలు అనుభవించారు. అనేక యుధ్ధాలలో దివ్యాస్త్రాలవల్ల మీ శరీరాలు గాయపడ్డాయి. మన సచివుడు, బావగా వున్న ఆ పరమాత్ముడు ఈశ్రీకృష్ణుడు మనలను దయతో రక్షించాడు. కనుక మనం ఈనాడు

ఈవిధంగా సుఖంగా వున్నాం. ఇంకమీదట మీకు నచ్చినట్లుగా మసులుకుంటూనే రాజ్యాంగాన్ని కాపాడండి" ప్రేమగా చెప్పాడు ధర్మరాజు.

ఆతరువాత కృష్ణుడి యెదురుగానే అంతఃపురంలో ఏఏ భవనాలలో ఎవరెవరుండాలో నిర్ణయించాడు. అదేవిధంగా అంటే...... 148

దుర్యోధనుడి భవనం భీముడికి, దుశ్శాశనుడి భవనం అర్జునుడికి, దుర్మర్షణుడి భవనం నకులుడికి, దుర్ముఖుడి భవనం సహదేవుడికి, నిర్దేసించాడు. ఆ భవనాలన్నీ మణిమయాలైవున్నాయి. కుబేరుడితో సమానమైన వైభవాన్ని కలిగివున్నాయి. విదురుడిని, సంజయుడిని, ధౌమ్యుడిని, ఇంతకు పూర్వం వారు నివసించియున్న భవనాలనే మరింత సౌకర్యవంతంగా చేసుకొని వుండమన్నాడు ధర్మరాజు. ధర్మరాజు సూచనలకు అందరూ ఆనందంగా అంగీకరించారు.

ॐ

శ్రీమదాంధ్ర మహాభారత కథలు 149

పరశురాముని కథ

ధృతరాష్ట్రుడు, గాంధారిల ఆశీర్వచనాలతో కృష్ణుడి సారథ్యంలో రాజ పురోహితుడు ధౌమ్యుడి శిక్షణలో ఓషధులు, సుగంధ ద్రవ్యాలు, సుగంధపుష్పాలు, మణులు, రత్నాలతో నింపిన బంగారు, వెండి కలశాలలో నింపిన పవిత్ర నదీజలాలతో, దేవ దుంధుభుల మధ్య, మంగళవాద్యాల మధ్య ముందుగా ధృతరాష్ట్రుడు, ప్రముఖులైన రాజులు, ప్రముఖులైన పౌరులు కూడా ధర్మరాజును అభిషేకించారు. నిరుపేదల దగ్గరనుంచి, ధనికుల వరకు, వస్తుసముదాయాలు, దాసదాసీలను, గృహాలను, పొలాలను, స్థలాలను, ధనం, రత్నాలు, ముత్యాలు, మణులు, మాణిక్యాలు, అర్హతలను బట్టి, అవసరాలను బట్టి అవిరళంగా దానాలిచ్చాడు ధర్మరాజు. రాజ్యాభిషేకం, యజ్ఞం మొదలైనవన్నీ కార్యక్రమాలు పూర్తయాక, తన సోదరులకు, రాజ్యపాలనలో ఒక్కొక్క బాధ్యతను వప్ప చెప్పి సహదేవుడిని తన రక్షణ భారాన్ని వప్పచెప్పాడు. రాజభవనాలలో సోదరులకు యెవరు యెక్కడుండాలో నిర్ణయించి, సంజయ, విదురులు, కృపాచార్యునికి వారు ఇంతకముందు నివసించిన మందిరాలలోనే నివసించమని వినయంగా కోరుకున్నాడు. కృష్ణుని, సాత్యకిని, అర్జునుడి గృహంలో విడిది ఏర్పాటుచేశాడు. ఏది చేసినా కృష్ణుని సంప్రదించే ఆచరించాడు. దాయాదులకు, మిత్రులకు, వారసులులేని రాజులకు వారి వారి అర్హతలనుబట్టి దానాలనిచ్చి శ్రార్ధ కర్మలను నిర్వహించి, పిత్రురుణాలనుంచి విముక్తుడయాడు. ఆతరువాత ధర్మరాజు ఆనందంగా రాజ్యపాలను చేసుకుంటూ,

పెదతండ్రిని, పెత్తల్లిని, కన్న కొడుకుకంటే సేవలు చేస్తూ తన సోదరులచేత చేయిస్తూ, కాలం గడపసాగాడు. ఒక రోజున......
శ్రీకృష్ణుని చూసి మాట్లాడాలనే కోరికతో ఉదయాన్నే ఆయన మందిరానికి వెళ్ళేసరికి, ఆయన ధ్యానావస్తలో వున్నాడు. కొంతసేపు మౌనంగా వుండి, "కృష్ణా! అంతగా ధ్యానంలో 150
మునిగిపోయావేమిటి? అన్నిలోకాల జనులు సుఖులే కదా?" అని అడిగాడు ధర్మరాజు. ఆవెంటనే శ్రీకృష్ణుడు కొంతసేపటి తరువాత మెల్లిగా కళ్ళు తెరిచి.....
"ధర్మరాజా! గురుశ్రేష్టుడైన పరశురాముడికి శిష్యుడు, చతుర్వేదాలు, ధనుర్వేద విద్యలు మహాస్త్రాలు పొంది వున్నవాడు, పవిత్రమైన గంగానదికి కుమారుడు, దేవవ్రత నామ ధేయుడు, తండ్రికోసం భీష్మ ప్రతిజ్ఞ చేసిన భీష్ముడు ఈసమయంలో మనసులో నన్ను స్మరించుకోవటం మూలాన నా మనస్సు ఆతడియందు లీనమయింది. ధర్మరాజా! శరతల్పగతుడైన భీష్ముడు సమాధిస్థితిలో నన్ను తలచుకోవటం వలన నా మనస్సు ఆతని మనస్సుతో కలిసిపోయింది. భీష్ముడు స్వర్గస్తుడైతే వేద, వేదాంతాలు తత్వ జ్ఞానాదులన్నీ అదృశ్యమైపోతాయి. భీష్ముడి వద్దకు వెళ్ళి అడగదలచుకున్న సందేహాలన్నీ అడుగు" చెప్పాడు కృష్ణుడు.
"నారదాదులు, ఉత్తమ బ్రాహ్మణులవలన, నీవలన, భీష్ముడి గొప్పతనాలన్నీ తెలుసుకు న్నాను. నీతోపాటుగా భీష్ముని దర్శించుకుంటాను" అన్నాడు ధర్మరాజు.
వెంటనే తమ్ముడు సాత్యకిని పిలిచి రథం సిద్ధం చేయమని ఆనతిచ్చాడు.
అప్పటికే..... "వేయి తలలతో, వేయి కన్నులతో, వేయి పాదాలతో వేదమయుడైన చిన్న వారిలో చిన్నవాడు, పెద్దవాళ్ళలో పెద్దవాడు, దయామయుడు అయిన శ్రీకృష్ణుడినే సదా స్మరిస్తాను. దేవకీదేవి వసుదేవులకు సుతుడుగా, యజ్ఞయాగాది క్రతువులను యజ్ఞాలను, వేదాలనుసంరక్షించటం కోసం శ్రీకృష్ణుని స్మరిస్తాను. శ్రీమహావిష్ణువు ముఖం నుంచి బ్రాహ్మణులు,భుజాలనుండి క్షత్రియులు, ఊరువులనుండి వైశ్యులు, పాదాల నుండి శూద్రులు అనే నాలుగు వర్ణాలవారు పుట్టారు. నెలలు, ఋతువులు, ఉత్తర, దక్షి

ణాయనాలు, సంవత్సరాలు, సృష్టి, స్థితి, లయ, ప్రళయాలకు తానే కారకుడయాడు. యోగి, భోగి తానే అయివున్న శ్రీకృష్ణుని పూజిస్తాను. సోమకుడైన రాక్షసుడు వేదాలను పాతాళ లోకానికి తీసుకుపోతే మత్స్యావతారమెత్తిన శ్రీహరిని, పాలసంద్రంలో మందర గిరిని కవ్వంగా చేసి దేవతలు, రాక్షసులు సాగర మథనం చేసినపుడు మందర పర్వతం 151
సముద్రంలో మునిగిపోకుండా కూర్మావతారమెత్తి కొండను ఎత్తిపట్టిన శ్రీహరిని, వరాహావతారమెత్తి అరణ్య, పర్వత, జలమయాలతో నిండిన భూమిని ఒకే దంతంతో ఉద్ధరించిన మహానుభావుడిని, నరసింహావతారమెత్తి హిరణ్యకశుపుని సంహరించిన మహావిష్ణువుని, వామనావతారమెత్తిబలి చక్రవర్తిని మూడడుగులు అడిగి ఆతని గర్వమణిగేటట్లు ఒక్క అడుగు ఆతని నెత్తిన పెట్టిన ఆ శ్రీహరిని, పరశురాముడి పేరుతో మహర్షి జమదగ్ని పుట్టి, అందరినీ సంహరించిన ఆ మహావిష్ణువుని, దశరథ మహారాజుకు కొడుకు శ్రీ రాముడిగా పుట్టి లోకకంటకుడైన రావణాసుర కుటుంబాన్నే అంతమొందించిన ఆ మహావిష్ణువుని, నాగలిని ఆయుధంగా చేసుకొన్న రోహిణీదేవి పుత్రుడుగా పుట్టిన ఆ విష్ణువును, యాదవ వంశంలో దేవకీ వసుదేవులకు కృష్ణస్వరూపంలో వున్న ఆ మహా విష్ణువును కొలుస్తాను. కమలాక్షా! నేను నీ పరమ భక్తుడను. మోక్షపదవి కోరుకుంటున్నాను. సర్వ విద్యలకు పుట్టుక స్థానం అయిన ఆ శ్రీవిష్ణువును కోరుకుంటున్నాను!" అంటూ... రకరకాలుగా శ్రీకృష్ణుని మనసారా సాటిలేని మేటి స్తోత్రంతో కీర్తించి మనస్సులోనే నమస్కరించాడు భీష్ముడు (దీనినే స్థవరాజం అంటారు). స్థవరాజం విని మునులందరూ చాలా ఆనందించారు. భీష్ముని స్తుతి ఆలకించిన శ్రీకృష్ణుడు, దారకుడు సిద్ధం చేసుకు వచ్చిన రథంమీద ధర్మరాజుతో బయల్దేరాడు. ఇంతలో అర్జునుడు, భీముడు, నకుల సహదేవుడు, కృపుడు, యుయుత్సుడు, సంజయుడు, వారివారి రథాలలో యుద్ధం జరిగిన కురుక్షేత్రాన్ని చేరారు. కురుక్షేత్రం ఎముకలు వెంట్రుకలు, ఏనుగుల కుంభ స్థలాల ముక్కలతోను, మానవుల కపాలాల సమూహంతోను నిండిపోయి వున్నది.

"ధర్మరాజా! ఈ కురుక్షేత్రంలో ఐదు మడుగులున్నాయి కదా. అవి పూర్వం పరశురాముడు ఇరవైఒక్కసారి రాజులపై దండెత్తి చంపి వారి రక్తంతో పితృదేవతలకు తర్పణం చేసి తృప్తిపడ్డాడు" చెప్పాడు కృష్ణుడు.

"పరశురాముడు అంత దుర్మార్గం యెందుకు చేశాడు? మరల ఆరాజ్యాలన్నీ క్షత్రియుల 152
స్వాధీనంలోకి యేవిధంగా వచ్చాయి?" అడిగాడు ధర్మరాజు.

"పూర్వం జహ్నుడనే రాజుండేవాడు. మనుమడు వల్లభుడు మునిమనుమడు కుశికుడు అతడు ఘోరమైన తపస్సు చేసి ఇంద్రుడిని మెప్పించి, లోకాలన్నిటా గొప్ప గుణ, శౌర్యాలతో కొడుకు కావాలని కోరుకోగా, ఇంద్రుడు అనుగ్రహించాడు. ఆ కొడుకు పేరు గాధి. ఆ పేరుతో ప్రసిద్ధికెక్కాడు. ఆతడి కూతురు సత్యవతి. ఆమెను ఋషీకుడనే మునికిచ్చి పెండ్లి చేశాడు గాధి. ఋషీకుడు తపస్సు చేసి మంచిసంతానాన్ని కోరుకున్నాడు. తనకే కాకుండా మామగారికి కూడా పురుష సంతానాన్ని కోరుకున్నాడు. ఋచీకుడు హవిర్భాగం (యజ్ఞ ప్రసాదం) రెండు భాగాలు చేసి సత్యవతికిచ్చి, ఆ ప్రసాదం ఆమె తల్లికివ్వమని చెప్పి మరొకటి ఆమెను తినమని చెప్పి నదీస్నానానికి వెళ్ళాడు. ఆయన నదీస్నానం చేసి తిరిగి వచ్చేలోగా గాధి, ఆయన భార్య, తీర్థయాత్రలనుంచి రావటం, కూతురిచ్చిన యజ్ఞ ప్రసాదాన్ని తినేయటం జరిగింది. ఆ తినటంలో సత్యవతి తినవలసిన ప్రసాదం ఆమె తల్లి, తల్లి తినవలసిన ప్రసాదం సత్యవతి తిన్నారు.

ఋషీరుడు ఇంటికిరాగానే జరిగింది తెలుసుకొని.....

"నీగర్భంలో క్రూరాత్ముడున్నాడు" అని సత్యవతికి చెప్పగా, సత్యవతి బాగా దుఖించింది. "మీ అమ్మ చేసిన పొరపాటువలన ఈవిధంగా జరిగింది. నీకు క్రూరకర్ముడు, మహాబలుడైనవాడు, మీ అమ్మకు బ్రహ్మజ్ఞాని, తపస్సంపన్నుడు పుడతాడు" అని చెప్పాడు. ముల్లోకాలనూ మార్చగలిగిన సమర్థులు మీరు. నామీద దయతో నాకు మంచి కొడుకు కలిగేలాగా చేయమని ప్రార్థించింది. ఋచీకుడు భార్యమీద ప్రేమతో క్రూరాత్ముడు, బలవంతుడు మనుమడుగా పుట్టేటట్లు, జ్ఞానేంద్రియ కర్మేంద్రియ నిగ్రహం కలవాడు

కొడుకుగా పుట్టేట్లు అనుగ్రహించాడు. సత్యవతి, ఋచీకుల కొడుకే జమదగ్ని. గాధి భార్యకు పుట్టినవాడు విశ్వామిత్రుడు. అదే కాలంలో హైహేయ వంశోద్ధారకుడు అతి పరాక్రమంతో ధర్మపరుడు అయిన కార్తవీర్యార్జునుడు పుట్టాడు. అస్త్ర విద్యలో వేయి చేతులు కలవాడు. ఈతడు దత్తాత్రేయుని సేవించి అపజయమంటూ తెలియని వాడిగా వరం పొందాడు. అతి ఆకలితో వచ్చిన అగ్నిదేవుడికి పర్వతాలు, పల్లెలు, పట్టణాలు ఆహారంగా సమర్పించాడు. అగ్నిదేవుడు విచక్షణ లేకుండా వశిష్టాశ్రమాన్ని కూడా దహించగా, వశిష్టుడు కోపించి, కార్తవీర్యుని వేయిచేతులనూ ఖండించాడు. అయినా కార్తవీర్యుడు దానధర్మాలు చేస్తూనేవున్నాడు. కార్తవీర్యుడి కొడుకులు జమదగ్ని, ఆతని కొడుకు పరశురాముడు లేని సమయంలో వారి తపోవనానికి పోయి యాగధేనువును, దూడను తీసుకుపోగా, కార్తవీర్యార్జునుడు తన ఆయుధమైన గండ్రగొడ్డలి మొదలైన ఆయుధాలు తీసుకొని పోయి కార్తవీర్యుడిని చంపి తన యాగధేనువును, దూడను తీసు కొని ఆశ్రమానికి తిరిగి వెళ్ళాడు. కానీ పరశురాముడు లేని సమయంలో కార్తవీర్యార్జును డి కొడుకులు చేసిన దుర్మార్గాన్ని తల్లివలన తెలుసుకొని అతికోపంగా గండ్రగొడ్డలిని తీసుకొని హైహేయ వంశ రాజులనే కాకుండా సమస్త క్షత్రియ రాజులను చంపి వారి రక్తంతో నేలను తడపటమే కాకుండా రక్తాన్ని గుంటలలో నింపి పితృదేవతలకు తర్ప ణాలు వదిలి తృప్తి పొందాడు. తపస్సుకు వెళ్ళిపోయాడు. చాలా సంవత్సరాల తరువాత విశ్వామిత్రుడి మనుమడు పరావసువు అనే రాజు చేసిన ప్రతిజ్ఞను మరచి, రాజులకు భయపడి తపస్సంటూ వెళ్ళి దాక్కున్నాడని వెక్కిరించాడు. నేను రాజును కానా? అంటూ ప్రతర్ధనుడు మొదలైన వారు రాజులు కారా? అంటూ కవ్వించేసరికి మరల గొడ్డలి పట్టుకొని పిల్లలా, పెద్దలా, గర్భిణీ స్త్రీలా అని ఆలోచించకుండా ఇరువది ఒక్కసారి దండెత్తి క్షత్రియులనేవారు లేకుండా చేసి, శాంతించి, రాజసూయ యాగం చేసి భూమినంతటినీ కశ్యప ప్రజాపతికి దానమిచ్చాడు.

"పరశురామా! నాకు దానమిచ్చిన భూమిపై వుండే హక్కు నీకు లేదు. దక్షిణ సముద్రం

153

దాటి బ్రతుకు అని చెప్పాడు కశ్యప ప్రజాపతి. పరశురాముడు వినయంగా కశ్యప ప్రజా పతి ఆజ్ఞను పాటించి, దక్షిణ సముద్రం దాటి వెళ్ళిపోయాడు. దక్షిణ సముద్రుడు పరశు రాముడు ఇష్టానుసారం వుండటానికి చేట ఆకారంలో కొంత భూమినిచ్చాడు.

పరుశురాముడిచ్చిన ఆభూమినంతటినీ బ్రాహ్మణులకు పంచిపెట్టి తపస్సు చేసుకోటనికి వెళ్ళిపోయాడు. ఆనాటినుంచి భూమి కాశ్యపి అని పిలవబడింది. కొంతకాలం తరువాత బలవంతులైన వైశ్య ప్రముఖులు, ప్రముఖులైన శూద్రులు, బ్రాహ్మణుల స్త్రీలను, ధన, ధాన్యాలను దొంగిలించి అనుభవించటం మొదలు పెట్టారు. బ్రాహ్మణులు కూడా నీతి నియమాలు వదిలి బ్రతకసాగారు. పాపాలను భరించలేక భూమి క్రుంగిపోసాగింది. ఈ విషయం తెలిసిన కశ్యప ప్రజాపతి తన ఊరువులతో భూమిని పైకెత్తి నిలబెట్టాడు. 154

అందువలన భూమికి ఉర్వి అనే పేరుకూడా వచ్చింది. అప్పుడు భూమి కశ్యపప్రజా పతితో.....“కశ్యపా! పరశురాముడి ప్రతాపంతో నసించని రాజవంశాలు కొన్ని వున్నాయి. అటువంటి వారికి నా రక్షణ భారాన్ని వప్పచెప్పు. హైహేయ వంశరాజులు కొంతమంది బ్రతికే వున్నారు. కురువంశలో పుట్టిన విదారుదుడి కుమారుడు ఋక్షవంతమనే పర్వత ంలో ఎలుగుబంట్లచేత రక్షింపబడ్డారు. మదాసు వంశంలో పుట్టిన వాడిని పరాశరుడు దయతలచి శూద్రకులోచితమైన సర్వకర్మలూ చేయించి నిలబెట్టాడు. అందువల్లాతడి పేరు సర్వకర్ముడనే పేరుతో స్థిరపడ్డాడు. శిబి చక్రవర్తి మనువడు అరణ్యంలో గోవులచే రక్షింపబడ్డాడు. ప్రతర్థన కుమారుడు వత్సుడనేవాడు గోవులచేత రక్షింపబడ్డాడు. దివిరథుని కొడుకు దధివాహనుడనేవాడి కొడుకు అంగుడనేవాడు గౌతమమహర్షివలన రక్షింపబడ్డారు. బృహద్రద వంశంలో పుట్టిన భూరి అనేవాడు పర్వత పరిసరాలలోని కొండముచ్చుల వలన బ్రతికాడు. దివిరధుడనే వాడి వంశస్థుడు, అంగుడనేవాడు, గౌతమ మహర్షివలన రక్షింపబడ్డాడు. మరుత్తుయొక్క సంతాన ముగ్గురు కొడుకులను సముద్రుడు రక్షించాడు. వారంతా ఉత్తమ క్షత్రియులు వారినందరినీ మంచి పాలకులు గా చేసి నన్ను వప్పచెపితే నేను స్థిరంగా వుంటాను“ అని చెప్పింది భూదేవి.

కోరిన విధంగా కశ్యప ప్రజాపతి భూదేవి చెప్పిన వారందరిని ఓచోట చేర్చి మంచిచెడులు బోధించటంతో పుట్టుకతో మంచి వంశాలకు చెందినవారు కనుక అందరూ చక్కటి రాజులయ్యారు. వారినుంచి అనేకమంది రాజులు పుట్టారు. ఆవిధంగా అభివృద్ధి
చెందిన రాజవంశస్తులనేకులు కురుక్షేత్రయుద్ధంలో అంతమయారు. ఇదీ సమస్తరాజులు 155
పరశురాముడిచే చంపబడినా రాజ్యవంశాలు పెరిగిన విధానం" చెప్పాడు కృష్ణుడు. ఆతరువాత అందరూ బయల్దేరి ఓఘవతీ నదీతీరంలో అంపశయ్యాపై నున్న భీష్మడి దగ్గరకు చేరారు. ఆయనను చూసి, "ఓమహానీయా! నీవేవేధంగా వున్నావని అడగనేల? మానసిక, శారీరక బాధలను అనుభవించక తప్పదుకదా! ఏవిధంగా ఓర్చుకోగలుగుతు న్నావు? వాటన్నింటిని తట్టుకోగలిగి వుంటున్నావంటే నీ మనోనిబ్బరానికి జోహార్లు. ప్రాణికోటి జీవన విధానం కర్మానుసారణాలని నీకు తెలిసినదే కదా. క్షత్రియుడవై జన్మిం చావు. మహర్షివలె కూడా బ్రతికావు. అత్యున్నతమైన గుణగణాలతో వెలుగొందావు. బ్రహ్మ చర్య దీక్షతో మన్మథుని జయించావు. నీవంటి వారిని మరొకరిని చూడలేము. దేవతలు, రాక్షసులు, నాగులు, యక్షులు, గంధర్వులు, మహాపరాక్రములంతా దండెత్తి వచ్చినా వంటరిగా ఎదుర్కోగల సమర్థుడివి. భీష్మా! ధర్మం, సత్యం, తపోదానాలు, ధనుర్విద్యలో ప్రావీణ్యత, ధర్మ వివివక్షత, జ్ఞానం,వీటన్నిటితో కూడికతో ఏమానవుడూ పుట్టడు. శరత ల్పగతుడవై కూడా నా ఇష్టమైన సమయంలో మరణిస్తానని చెప్పే మానవుడు ముల్లోకా లలో ఎక్కడైనా ఎప్పుడైనా ఏయుగంలోనైన చెప్పిన వారున్నారా? ఆవిధంగా జరిగిందా? చెప్పినట్లు విన్నారా? లేదే!పవిత్ర గంగాదేవి పుత్రుడివి. అష్టవసువులలో పెద్దవాడివి. నేను నా మనస్సులో నీ గొప్పతనాన్ని, నీకు నాయందున్న భక్తిప్రపత్తులు గుర్తించాను. భీష్మా నీవు తపస్సంపన్నుడివి. లోకాలలోని సమస్త విషయాలు తెలుస్తాయి. ఈధర్మరాజు మిత్రులు, బంధువులు, దాయాదులు అందరూ మరణించారు, ఆ దుఃఖంతో కుమిలి పోతున్నాడు. నీవు మంచిమాటలు చెప్పి ఆతడి బాధలను తగ్గించు. చతుర్వర్ణాలు పాటించాల్సిన ధర్మాలు, చేయాల్సిన మంచి పనులు, ప్రవృత్తి, నివృత్తి, మార్గాలు,

సాంఖ్యయోగాలు, పురాణేతిహాసాలు, ధర్మశాస్త్రాలు నీకు కరతామలకాలు. ఆతని సందే
హాలు తీర్చు!" అన్నాడు కృష్ణుడు భీష్ముడికి నమస్కరించి.
"ఆశ్రితుల దుఃఖాన్ని పోగొట్టటంలో నిపుణవు నీవుండగా నేనెందుకు?" అన్నాడు భీష్ముడు.
"భీష్మా! ఇప్పటినుంచి ఏబదిఆరురోజులకు సూర్యుడు ఉత్తరాయణంలో సంచరించటం 156
ప్రారంభిస్తాడు. అప్పుడు నీకు నచ్చిన రోజున భౌతిక శరీరాన్ని వదిలిపెట్టి, మరుజన్మ
లేకుండా ముక్తిని పొందవచ్చు. నీకోసం మిగిలిన వసువులందరూ యెదురుచూస్తున్నారు.
ఈరాజ సమూహమంతా నీ సందేశాలు వినటానికే వచ్చారు. ధర్మరాజు రాజవంశస్థుల
నందరినీ హతమార్చానని కుమిలిపోతున్నాడు. పాప పరిహారాలు లేవని చింతిస్తున్నాడు.
అసలు రాజ్యపాలనా విధానంలో అనేక సందేహాలు. ఆతడి సందేహాలను తీర్చు"
అన్నాడు కృష్ణుడు.
"శ్రీకృష్ణా! నీవు మాటల నిపుణిడివి. నీతో మాట్లాడటం బ్రహ్మకు కూడా చేతకాదు. ఇంక
నేనేమి మాట్లాడ గలను! విషంతో, అగ్నితో సమానమైన బాణాలు శరీరంమీద గుచ్చుకొని
శరీరమే కాకుండా మనస్సును కూడా బాధిస్తున్నాయి. కంఠం, నాలుక స్పష్టత కోల్పో
యాయి. అందువలన మాట్లాడలేకపోతున్నాను. నన్ను క్షమించు. ధర్మరాజుకు మంచి
చెడ్డలు నీవే చెప్పు" అన్నాడు.
"భీష్మా! భరింపశక్యం కాని వేదనను చెప్పావు. నీకు ఈ క్షణంనుంచి గుచ్చుకున్న
బాణాల వలన ఎటువంటి బాధకలు గకుండా సుఖంగా వుండు. నీకు ఆకలి దప్పులు
కూడా వుండవు" అన్నాడు.
ఆ మాటలు వినగానే మునులు, అక్కడ కూర్చున్న వారంతా ఆనందంతో, ఆశ్చర్యంతో
సంతుష్టులయారు. భీష్ముడికి, అక్కడున్న మునులకు, కృష్ణుడు నమస్కరించి.....
"భీష్మా! రేపువస్తాము!" అని అందరూ వారివారి రథాలెక్కి హస్తినకు బయలుదేరారు.

ఓం

157

శ్రీమదాంధ్ర మహాభారత కథలు

ధర్మరాజుకు రాజనీతి బోధ - 1 వ రోజు

ధర్మరాజుకు రాజ్యాభిషేకం జరిగాక రాజ్యపాలనా విధానానికి ఒక్కొక్కరికి బాధ్యతలు వప్పచెప్పటం, ఎవరు ఏఏ భవనాలలో నివసించాలో నిర్ణయించాడు ధర్మరాజు. అందరూ రాజ్యపాలనా విధానాలను చక్కదిద్దుకుంటూ కొద్దిరోజులు ప్రశాంత జీవనం గడిపారు. ఒకరోజు ధర్మరాజు సూర్యోదయాన్నే కృష్ణుని భవనంలోకి వెళ్ళాడు. అక్కడ భీష్ముడిని ధర్మరాజుకి జ్ఞానబోధ చేయమనగా, తన శారీరక మానసిక బాధలగురించి చెప్పగా, కృష్ణుడు ఆయన శారీరక బాధలన్నీ పోగొట్టి, ధర్మరాజుకు రాజనీతి బోధకోసం మరుసటి రోజు వస్తామని చెప్పి, అందరూ కలిసి హస్తినకు వెళ్ళిపోయారు. మరుసటిరోజు శుభోద యాన శ్రీకృష్ణుడు భీష్ముడి దగ్గరకు పోవటానికి సంసిద్ధుడయి సాత్యకిని పిలిచి, ధర్మ రాజును భీష్ముడి దగ్గరకు పోవాలని తీసుకు రమ్మని చెప్పాడు. ఇతర అంతఃపురవాసులను తీసుకురావద్దని, ముఖ్యులైన కొంతమంది రాజులను, ధృతరాష్ట్రుడిని తీసుకురమ్మని అని చెప్పాడు. ధర్మరాజు, తమ్ములు, వారి వెనుక యుయుత్సుడు, సంజయుడు, కృష్ణుడి భవనానికి చేరారు. శ్రీకృష్ణుడు తన రథంలోను, అర్జునుడు, ధర్మరాజు ఒక రథంలోను, భీముడు, నకులుడు, సహదేవుడు, ఒక రథంలోను, కృప, సంజయులు మరో రథంలోను భీష్ముడి దగ్గరకు చేరారు. అప్పటికే నారదాది మునులు కృష్ణుడు యెంచి చెప్పగా ధర్మ రాజు పిలవనంపిన రాజులు అక్కడ కూర్చొని వున్నారు. శ్రీకృష్ణుడు ధర్మరాజుని తీసుకొని ముందుగా మునులందరికీ నమస్కరించి, భీష్మునికీ నమస్కరించారు.

“ఈభీష్ముడు పశ్చిమదిక్కును చేరుతున్న సూర్యుడివలె వున్నాడు. ఆయన స్వర్గలోకానికి చేరేముందు ఆయననుంచి సమస్త ధర్మాలూ తెలుసుకోండి!“ అన్నాడు నారదుడు.
రాజులందరూ ఒకరి ముఖాలు ఒకరు చూసుకొని మౌనంగా వుండిపోయారు. 158
“ధర్మరాజా! భీష్మునితో మాట్లాడటానికి నీవొక్కడివే అర్హుడివి. నీ సందేహాలన్నీ ఆయనను అడుగు“ అన్నాడు కృష్ణుడు.
ధర్మరాజు మౌనంగా భీష్ముడికి అతిదగ్గరగా చేరి వినయంగా నమస్కరించాడు.
“భీష్మా! మీ ఆరోగ్యం యెలావున్నది?“ అడిగాడు కృష్ణుడు.
“కృష్ణా! నీ పరిపూర్ణ అనుగ్రహంతో శారీరకమైన బాధలనుంచి విముక్తుడనయ్యాను. మనస్సుకూడా ఉల్లాసంగా వున్నది. చెప్పాల్సింది చెప్పగలను. వృధ్ధుడనైనా బాలుడనైనాను. అయినా పాండవులకు మంచి, చెడు చెప్పేది నీవే కదా! ఇప్పుడు నీవెందుకు చెప్పవు? దీనిలో నీ భావమేమిటి?“ నవ్వుతూ అడిగాడు భీష్ముడు.
“ప్రజాశ్రేయస్సుకు, కీర్తికీ నేనే మూలకారణం. నిజం. కానీ మానవోత్తముడవైన నీకు ఆ కీర్తిని అందించుదామని నా కోరిక. ఈ కీర్తి నీకు భూమి వున్నంతకాలం కొనసాగుతుంది. నీ మాటలు వేదవాక్కులవుతాయి. ఆ మాటలు నీ మనుమలైన ధర్మ, భీమ, అర్జున, నకుల సహదేవులకు, ఇక్కడవున్న రాజుల పుట్టుకలు ధన్యమయేటట్లుగా రాజధర్మాలు చెప్పు“ అన్నాడు కృష్ణుడు.
“మునీంద్రులకు సంతోషం కలిగించేవాడు, భరత వంశాగ్రేసరుడు, సత్యం, శాంతి, దాంతులను కలవాడు, సపాత్రదానం చేసేవాడు, యజ్ఞరక్షణ, బంధురక్షణ, మొదలైన ధర్మాలన్నీ కలవాడు, ఎటువంటి సమయంలోనూ, సందర్భంలోనూ కూడా ధర్మం తప్పని వాడు. ఉత్తమ గుణాల రాజైన ధర్మరాజు అడిగే ప్రశ్నలన్నింటికీ సమాధానం చెపుతాను“ మృదువుగా అన్నాడు భీష్ముడు.
“ఈ ధర్మరాజు యుద్ధంలో గురువులను, మిత్రులను, బంధువులను, తమ్ములను, వారి కొడుకులను, విచక్షణ లేకుండా భయంకరమైన బాణాలతో బాధించి చంపాడు. కనుక

దయలేని వాడని నీవు భావిస్తున్నావనే ఆలోచనతో నీతో మాట్లాడటానికి సందేహిస్తున్నాడు" అన్నాడు కృష్ణుడు.

"ఓకృష్ణా! వేదాధ్యయనం, దాన, యాగాది కర్మాచరణం మొదలైనవి బ్రాహ్మణులకు 159
యెంత ముఖ్యమో, రాజులకు యుద్ధం అంత సహజం. పాపపు ప్రవర్తనతో వున్నవారు తండ్రైనా, అన్నైనా, తమ్ముడైనా, కొడుకులు, గురువులు, హితులు, స్నేహితులు, యెవరినైనా చంపటం రాజధర్మం. ధర్మం వదిలి అన్యాయమార్గంలో యుద్ధం చేసేవారి రక్తం యుద్ధభూమిలో పారించటమనేది రాజుకు ధర్మం!" చెప్పాడు భీష్ముడు.

ధర్మరాజు చేతులు మోడ్చి భీష్ముని పాదాలకు నమస్కరించి నిలబడి.....

"తాతా! రాజధర్మం శ్రేష్టం. నిజం. ధర్మార్ధకామాలు మూడూ రాజధర్మానికి ఆధారమే. గుఱ్ఱానికి పగ్గమూ, ఏనుగుకు అంకుశంలాగా లోకాన్ని శాశించేది రాజధర్మమే. పూర్వపు రాజులు అంగీకరించిన రాజధర్మాలు ఖచ్చితంగా అనుసరించాలి. లేకపోతే లోకం నాశనమవుతుంది. ఇది నిజం. నీనుంచి రాజధర్మాలన్నీ నేను తెలుసుకోవాలని కృష్ణుని నిర్ణయం. కనుక రాజధర్మాలన్నీ వివరించి చెప్పు" అడిగాడు ధర్మరాజు.

భీష్ముడు శ్రీకృష్ణునికి, బ్రాహ్మణ సమూహానికి వినయంగా నమస్కారం చేసి ధర్మరాజు వైపు చూసి... "ధర్మరాజా! రాజధర్మాలన్నీ వివరంగా చెపుతాను. మధ్యలో సందేహాలు వుంటే అడుగు. తనకుపకారం జరగాలంటే రాజు మొదట దేవతలకు, భూదేవతలకు పూజచేయాల్సిన అవసరం వుంది. దేవతల అనుగ్రహం, పురుషప్రయత్నం రెండూ రాజుకు ముఖ్యం. అప్పుడు రాజుకు మంచి ఫలితాలొస్తాయి. కొన్ని సందర్భాలలో మానవ ప్రయత్నం ఫలించక పోవటమూ జరగవచ్చు. అటువంటి సమయంలో దుఃఖించక దేవుడి దయ కలగలేదు అనుకోవాలి. ఇంద్రియ నిగ్రహమైన దాంతి, ఆత్మ జయము, మనోనిగ్రహమైన కామ, క్రోధాది రహితమమైన శాంతి, మంచి నడత కలిగినట్టి రాజు మాత్రమే కీర్తిమంతుడు, శ్రీమంతుడు, సమస్త సౌఖ్యాలను పొందగలడు. స్వామి, అమాత్యుడు, సుహృత్తు,కోశం, రాష్టం, దుర్గం, బలం, అనే ఏడు ప్రకృతులను రాజు

గుర్తించి, సక్రమంగా నిర్వహించాల్సివున్నది. ఆ నిర్వహణకు రాజుకు ఋజుభావము, సత్యము, ఆధారభూతమై వుండాలి. దీనికి అంతటికి కామందకాదులు చెప్పిన అర్థశాస్త్ర ప్రకారం రాజుకు దండనీతి రక్ష. దానిని నేర్పుతో నిర్వహిస్తే ప్రత్యేకంగా ప్రకాశించగలడు. 160
ధర్మానుగుణులైన రాజులు నేర్పరులైతే బ్రాహ్మణుల విషయంలో అలుక కొనసాగించ కూడదు. దాని వలన అగ్ని, బ్రాహ్మణులవలన రాజులు జన్మించటం నిజమే. వాటి పరిశుద్ధ కాంతులు అన్నిచోట్ల ప్రకాశిస్తాయి. జన్మస్థానాలలో మాత్రం పనిచేయవు. రాతిలోనుంచి పుట్టిన ఇనుము రాతిని ఖండించంబోయి తానే పాడవుతుంది. నీటపుట్టిన నిప్పు ఆ నీటితోనే చల్లారి పోతుంది. అదేవిధంగా బ్రాహ్మణులను నశింపచేయాలని చూస్తే రాజే నశిస్తాడు. పైన చెప్పిన మాటలు గుర్తుపెట్టుకొని దయతో ఆలోచించి ప్రవర్తించు. శాంతస్వరూపులైన బ్రాహ్మణుల నాలికపై దేవతలుంటారు. యుద్ధంలో శస్త్రాలు ధరించి మూర్ఖుడై వున్నవాడిని వాడు వేదాంతి అయినాసరే చంపవచ్చునని చెప్పాడు శుక్రాచార్యుడు. ఇంకా గురువు భార్యతో అక్రమ సంబంధం పెట్టుకొన్నవాడు, శిశుహంతకుడు, బ్రాహ్మణ హంతకుడు, అటువంటి వారిని రాజ్య బహిష్కరణ చేయాలి. కానీ చంపకూడదు. రాజు నాలుగు వర్ణాల ప్రజలకూ దయాహృదయుడై వుండాలి. అయితే కేవలం దయామయుడైతే మాత్రం రాజు ఎక్కువకాలం రాజ్యాన్ని ఏలలేడు. ప్రజలతో కలిసి పచికాలాడుతూ తిరిగే రాజుకూడా రాజుగా యెక్కువ కాలం వుండలేడు. ప్రజలు ఎదురు తిరుగుతారు.వారికోసం రాజు చేసిన ఉపకారాలను మర్చిపోతారు. రాజ్యం దుర్మార్గుల పాలవుతుంది. కర్తవ్య రహితుడుగా వున్నవాడు రాజగురువైనా వదిలేయాలి. తప్పుచేసిన వాడు గురువు,స్నేహితుడు, చివరకు కొడుకైనా సరే శిక్షించా ల్సిందే అని మరుత్తుడనే రాజుకు బృహస్పతి వివరించి చెప్పాడు. అందువలన తన కొడుకు పౌరులను, పసిపిల్లలను కూడా బాధిస్తున్నాడని సగరుడు, శ్వేతకేతువు అనే తన కొడుకు బ్రాహ్మణులకు అపకారం చేస్తున్నాడని ఉద్దాలక మహర్షి కొడుకులని

చూడకుండా వదిలిపెట్టేశారు. అటువంటి వారిని ఆదర్శంగా తీసుకోవాలి. సమస్త వర్ణాలవారినీ రక్షించుకుంటూ, ధర్మాన్ని కాపాడుకుంటూ, పొగడ్తలను విని వదిలేయాలి. విమర్శలను వినీ విననట్లుగా వుండి నిజాలను తెసుకోవాలి. ఎవరినీ పూర్తిగా నమ్మకూడదు. నమ్మనట్లూ వుండకూదు. ప్రజలనుండి ధనం గుంజటమే ధ్యేయంగా వుండకూడదు. రాజాజ్ఞను మీరనివారిని, దేశభక్తి, ప్రభుభక్తి కలవారిని, ప్రజలను బాధించకుండా ధనార్జన పెంపుచేసే ఆలోచననుఅనుసరించేవారినీ రాజు చేరదీయాలి. ఏరాజు విషయంలో ప్రజలు ఉత్తమ ప్రవర్తనలుకలిగి వుంటారో, ఏరాజు ప్రజలను ప్రేమతో వారి కష్టసుఖాలను వివరంగా తెలుసుకొని ధర్మానుసారంగా ప్రవర్తిస్తాడో, ఆరాజే నిజమైన రాజు. అటువంటి రాజు వుంటేతప్ప సంపదలను, భార్యాబిడ్డలను, కుటుంబాన్ని రక్షించుకోవటం సాధ్యం కాదు అని శుక్రాచార్యుడు చెప్పాడు. బృహస్పతి, భారధ్వాజుడు, ఇంద్రుడు, రాజధర్మాలను నిర్ణయించారు. ప్రజారక్షణే రాజుకు ముఖ్యం. రాజు యెప్పుడూ రాజ్యపాలనలో ఉత్సాహంగా వుండాలి. శత్రుసంహారి కావటం ముఖ్యం. ధర్మజా! ఇంకా సందేహాలున్నాయా? అడుగు!" అన్నాడు భీష్ముడు.

"పితామహా! సూర్యుడు అస్తమిస్తున్నాడు. కనుక ఈరోజుకు నిష్క్రమిస్తాము. రేపుదయం వచ్చి అడుగుతాను" అని ఆయన పాదాలకు నమస్కరించి పక్కకు తప్పుకోగా, అందరూ ఆయన పాదాలకు నమస్కరించి అక్కడినుంచి బయలుదేరి, మునులు ఆశ్రమాలకు కృష్ణార్జునులు మొదలైన వారు దృషద్వతీ నదిలో సంధ్యావందనాదులు చేసి, హస్తినా పురంలోని అంతఃపురాలు చేరారు.

ఓం

శ్రీమదాంధ్ర మహాభారత కథలు

ధర్మరాజుకు రాజనీతి బోధ - 2వ రోజు

162

శ్రీకృష్ణుని దయతో భీష్ముడు యుద్ధంలో శరీరంలో గుచ్చుకొన్న బాణాలవల్ల కలుగుతున్న బాధలనుంచి, మానసిక బాధలనుంచి విముక్తి పొంది, ధర్మరాజుకు క్షత్రియధర్మాలను కొన్నింటిని చెప్పాడు. ఇంకా సందేహాలు తీర్చుకోవటానికి మరుసటి రోజు వస్తానని చెప్పి అందరూ హస్తినకు వెళ్ళిపోయారు. మరుసటిరోజు మునులు, ధర్మరాజాదులు, శ్రీకృష్ణుడు, భీష్ముడి దగ్గరకు చేరి ఆయనకు పాదాభివందనాలు చేసి, వారివారి స్థితుల లో కూర్చున్నారు. ధర్మరాజు భీష్మునికి చేతులు జోడించి నమస్కరించి......

"పితామహా! మహారాజైనా సామాన్య మానవుడైనా తెలివి, పరాక్రము తప్ప మిగిలిన శారిరర నిర్మాణం, స్థితిగతులు, పుట్టుక, మరణం, అన్నీ వొకటేకదా. రానీ రాజు ప్రజలకు పూజార్హుడు యెందుకౌడౌతాడు? తెలుసుకోవాలని వుంది" అడిగాడు ధర్మరాజు.

"ధర్మరాజా! కృతయుగంలో మనుష్యులలో పరిపాలనా విధానం అనేది లేదు. కేవలం ప్రజలు, రాజులు ఒకరికొకరు అనుకూలంగా వుండేవారు. ఆ తరువాత పిసినారితనం పెరిగి ధర్మం నాశనమయింది. చేయవలసిన కర్మలు చెడిపోకుండా వుండటానికి ఇంద్రుడు మొదలైన దేవతలు మునులతో బ్రహ్మను కలిసి పరిస్థితులన్నీ వివరించి చెప్పి, తరుణోపాయాన్ని అడిగారు. అందుకు బ్రహ్మ సప్తోపాయాలు, దండనీతి, ద్వాదశ రాజ మండలాలు, పంచోపాయాలు మొదలైన వాటిని వివరంగా, అందరికీ ఉపాయకరంగా వుండే విధంగా, అన్నిలోకాలకూ వుపయోగించే విధంగా, లక్ష అధ్యాయాలతో యేర్పాటు చేశానని, చెప్పాడు. బ్రహ్మ నొసటినుంచి పుట్టిన విరూపాక్షుడు, విశాలాక్షుడు అనే పేరుతో పుట్టి, ఆ నీతిశాస్త్రాన్ని నేర్చుకోవటానికి మానవుడి ఆయుర్దాయం

చాలదని, వైశాలాక్ష అనే పేరుతో సంక్షిప్తంగా 10,000 అధ్యాయాలుగా తయారు చేశారు. ఆ తరువాత దానినే మహేంద్రుడు 5,000 అధ్యాయాలుగాను, బృహస్పతి దానిని సంక్షిప్తంగా 3,000 అధ్యాయాలుగాను, ఆ తరువాతి కాలంలో శుక్రాచార్యులు 1,000 అధ్యాయాలుగాను సంక్షిప్తంగా చేశారు. దానిని తీసుకొని విష్ణువు దగ్గరకు వెళ్ళి వైశాలాక్షి నీతిశాస్త్రం ప్రకారం నడచుకొనే సమర్థుడిని సృష్టించి, విష్ణువుతో సమానమైన తేజస్సు గల పురుషుడిని సృష్టించి, విరజుడనే పేరుపెట్టి, రాజుగా నిలబెట్టాలని చెపితే, ఆతడందుకు వప్పుకోక తపస్సు చేసుకోవటానికి వెళ్ళిపోయాడు. ఆతడి కుమారుడు దండనీతిని అనుసరించి ప్రజలను పాలించాడు. ఆతడి పుత్రుడు నీతి అనేవాడు రాజ్యాభిషిక్తుడయి అత్యంత అందమైన సునీతను పెండ్లిచేసుకొని, నేనుడనే కుమారుడిని పొందాడు. కానీ మాతామహుడి దోషంవలన నేనుడు రాగద్వేషాల కారణంగా ప్రజలకు విరోధి అయ్యాడు. అందువల్ల మునులందరు వచ్చి మంత్రాలతో, పవిత్రీకరించిన దర్భలతో ఆతడిని ఉపశమింపచేసి ఆతడి కుడితొడను మధించారు. ఆవిధంగా ఎడమ తొడనుకూడా మధించగా నేనుడికి నల్లని శరీరంతో, అతి పొట్టిగా ఎఱ్ఱటి కళ్ళతో, వికారిగా ఓ కొడుకు పుట్టాడు. ఆతడిని మునులందరూ 'నిషీద' అని పిలిచారు. ఆతడి సంతతివారు నిషాదులు అని పిలువబడుతూ వింధ్యపర్వతం ప్రాంతంలోని వనప్రదేశాలలో క్రూర స్వభావంతో నివసించటం ప్రారంభించారు. మునులు నేనుడి కుడి బాహువును దర్భలతో మధించగా వేదవేదాంగాలలోను, ధనుర్వేదంలోను నిపుణ పాండిత్యం కలిగిన కవచం, ధనుర్బాణాలతో, మహాపురుషుడు పుట్టాడు. ఆతడికి మునులు వైన్యుడు అని పేరు పెట్టారు. సకల కళాకోవిదుడుగా పుట్టిన ఆ మహాపురుషుని దండనీతి చేరింది. ఆ పురుషుడు మునులందరికీ నమస్కరించి......

"నా మనస్సులో ధర్మ, అర్థ, కామ, మోక్షాదుల స్వభావాలు నిండివున్నాయి. మీకై యెటువంటి మహాకార్యాలు చేయాలో ఆజ్ఞాపించండి" అని కోరాడు.

మునులు సంతోషించి వైన్యుడికి బ్రాహ్మణులను కొంతమందిని సహాయకులుగా నియమించారు. సమస్త దేవతలతో కూడినవారై బ్రహ్మ, విష్ణువులూ, మహర్షులూ

కలిసి వైన్యుని సమస్త భూమికీ రాజుగా చేశారు. చ్యవనుడికి శుక్రాచార్యుడు
పురోహితుడుగాను, సారస్వత గణమంత్రులుగాను, గర్గుడు జ్యోతిష్కుడుగాను,
నియమింపబడ్డారు. అంతకుపూర్వం ఎత్తుపల్లాలతో వుండే భూమిని సమతలంగా
చేశాడు. శరీరావయవాలు గల రూపంలో భూమి తయారయ్యింది. సప్తసముద్రాలు, 164
పర్వతాలు, భూమి, అన్నీ ఆ రాజును సేవించాయి. మేరుపర్వతం బంగారాన్ని,
కుబేరుడు సర్వసంపదలూ, సమకూర్చారు. మంచి ప్రవర్తనతో ప్రజలను తండ్రిలాగా
చూసుకున్నాడు. ఆతరువాత వైన్యుడి వంశస్తులందరూ వైన్యుడిలాగా దండనీతిని
అనుసరించే ప్రజాపాలన చేశారు. అదంతా రాజులయందు విష్ణువు తన తేజస్సును
ఎంతో కొంత ప్రవేశపట్టటం వల్లనే జరిగింది, జరుగుతోంది, జరుగుతుంది.
శ్రీమహావిష్ణువు పాలభాగంలో పుట్టిన లక్ష్మి, ధర్మదేవుడికి భార్యయై, అర్థమనే పుత్రుడిని
పొందింది. ఈ ముగ్గురు మిక్కిలి ఖచ్చితంగా రాజుదగ్గర చేరుతారు. అందువలన రాజు
స్వర్గలోకాన్ని చేరటానికి అర్హు డవుతాడు. కనుక రాజు సామాన్య మానవుడు కాదు!"
చెప్పటం ఆపాడు భీష్ముడు.

"తాతగారూ! నాలుగు వర్ణాలు, నాలుగు రకాల ఆశ్రమాలు, వాటిని ఆచరించే విధానాలూ
వివరంగా చెప్పండి"

"ధర్మజా! ఎటువంటి పరిస్థితులలోనూ కోపం లేకుండా శాంతంగా వుండటం, నిజం
మాత్రమే చెప్పటం, ధర్మపత్నియందే ప్రేమకలిగి వుండటం, ద్రోహచింతన లేకుండా
గుట్టు (రహస్యం) పాటించటం, నాలుగు వర్ణాలవారూ పాటించాలి.

బ్రాహ్మడికి ఇంద్రియ నిగ్రహం, వేదాధ్యయనం, యజ్ఞ, యాగాది క్రతువులు చేయటం
చేయాలని నిర్ణయించారు. ఇటువంటివన్నీ పాటిస్తూ, దయ, జాలి, కరుణ శాంత
స్వభావంతో, ధనాన్ని ఎక్కువగా సంపాదిస్తే, ఆ ధనాన్ని సంతానాన్ని కనటానికి,
అర్హులైన వారికి ఆపదలో ఆదుకోవటం, చేయాలి. రాజనేవాడు యజ్ఞ, యాగాది
క్రతువులు చేస్తూ, పరాక్రమంతో శత్రువులను యెదుర్కోవాలి. క్షత్రియులకు యుద్ధమనేది
అత్యుత్తమ ధర్మం. వైశ్యులు కూడా వేదాధ్యయనం, దాన-యజ్ఞాచరణాలు తప్పనిసరిగా

ఆచరించాలి. న్యాయమార్గంలో డబ్బును సంపాదించాలి. పశుపాలన కూడా చేయవచ్చు. బ్రాహ్మణ, వైశ్య, క్షత్రియులకు అనుకూలమైన పనులను చేస్తూవుండటం ధర్మం. శూద్రులు రాజానుమతి లేకుండా ధన ధాన్య సేకరణ చేయకూడదు. దానధర్మాదులు చేయటానికి ధనం సంపాదించవచ్చు. ఈ మూడు వర్ణాల వారికీ యజ్ఞ యాగాది క్రతువులు చేయటమే గొప్ప.

ఇక ఆశ్రమ ధర్మాలు నాలుగు:

1. బ్రహ్మచర్యం 2. గృహస్తాశ్రమం 3. వానప్రస్థం 4. సన్యాసం

1. గురుసేవ, వేదాధ్యయనం, సమావేశాలమీద విరక్తి, అలంకారంనుండి దూరంగా వుండటం, బిక్షాటనతో బ్రతకటంమీద ఆశక్తి, ఎటువంటి కారణం లేకుండా ఇతరుల మీద ద్వేషంలేకుండా వుండటం, బ్రహ్మచర్యాశ్రమంలో ముఖ్య ధర్మాలు.

2. ధర్మపత్నిపై ప్రేమ, దయ, సత్యనిష్ట, ఓర్పు, సజ్జన సాంగత్యం, దేవతల, పితృ దేవతల, అతిధుల సేవలు, అగ్నిపూజ, ఇవన్నీ అన్ని ఆశ్రమధర్మాలవారికీ వర్తిస్తాయి. గృహస్తులకు చాలా ముఖ్యం.

3. వానప్రస్తాశ్రమంలో సంతానం పట్ల మమకారం వదిలి, తానొక్కడూ వున్నా, భార్యతో వున్నా, అరణ్యాలకు పోయి, అభిమానాన్ని, అహంకారాన్ని వదిలిపట్టి, తపస్సంబంధ మైన శాస్త్రాలు చదువుతూ, దొరికింది తిని వుండడటమే.

4. సన్యాసాశ్రమంలో వున్నవాడు దొరికింది తింటూ, దొరికిన చోట పడుకుంటూ, ఇంద్రియ నిగ్రహంతో, నమస్కారాన్నికూడా స్వీకరించకుండా వుండాలి. నాలుగు వర్ణాలవారు నాలుగు ధర్మాలనూ పాటించవచ్చు. కానీ క్షత్రియులకు రాజ్యపాలన ముఖ్య కర్తవ్యం. శూద్రుడు బ్రహ్మచర్యం, గృహస్తు, వానప్రస్తాశ్రమాలు ఆచరించవచ్చు. సన్యాసాశ్రమాన్నిమాత్రం తీసుకోకూడదు. తన ధర్మాలను సక్రమంగా నిర్వర్తించే ఉత్తమ బ్రాహ్మణుడు యజ్ఞయాగాలలో దానాలు తీసుకోవటానికి అర్హుడు. అటువంటి బ్రాహ్మణుడికి ధనాన్ని దానం చేయటంవలన రాజు ధన్యుడవుతాడు.

పూర్వం మాంధాతృడనే రాజు విష్ణువుని చూడాలనుకొని శ్రద్ధగా యజ్ఞం చేశాడు.

అప్పుడు ఇంద్రుడు ప్రత్యక్షమయి.....
"మాంధాతా! నీవు విష్ణువుని చూడాలని యెందుకు అనుకుంటున్నావు? ఆయన దర్శనం బ్రహ్మకు, నాకుకూడా కష్టం. నీ కోరికేమిటో చెపితే నేను నీ కోరిక తీరుస్తా" అన్నాడు ఇంద్రుడు. 166
"నాకు సంసార జీవితాన్ని తొలగించి, బిచ్చమెత్తుకొని బ్రతకాలని కోరిక. అందుకు తగినట్లుగా బ్రతికే అవకాసం కల్పించమని నా కోరిక" అన్నాడు మాంధాత.
"మాంధాతా! అన్ని ధర్మాలలోనూ రాజధర్మం శ్రేష్ఠమైనది. ఏవిధంగా చూసినా ప్రజలను ప్రేమతో పాలిస్తే రాజు ఉత్తమ సిద్ధి పొందుతాడు. రాజుగా వుండి సాధించినంత వున్నతిని మరేవిధంగానూ సాధించలేరు. ఇంకెవరూ సాధించలేరు. ప్రజారక్షణ, యుద్ధంలో మరణం, శుభప్రదం. మీ స్థానం చాలా గొప్పది. అతిథులను, యతీంద్రుల క్షేమాలను తెలుసుకుంటూ, సంతోషం, అహంకారం, స్వాభిమానం, దుఃఖం అనేవాటిని మనసుకు దరిచేరనీక ప్రజలను కాపాడాలి అనే ధృఢసంకల్పంతో ఉత్తమ ధర్మ నిర్వహణ చేయగలవు. దాని వలన మంచి కీర్తి లభిస్తుంది" చెప్పాడు ఇంద్రుడు.
"తాతగారూ! వర్ణాశ్రమ ధర్మాల గురించి, ఆచరించిన లాభాలు చెప్పావు, బాగానేవుంది. రాష్ట్రప్రజలు ఏ పద్ధతులు అనుసరించవచ్చు?" అడిగాడు ధర్మరాజు.
"ఉత్తముడైన రాజుకు రాజ్యపాలనా బాధ్యతను వప్పచెప్పి తమ కష్ట, సుఖాలు చెప్పుకుంటూ రాజ్యాంగ విధులకు లోబడి వ్యవసాయము, వర్తకము, గోసంరక్షణ, న్యాయార్జనతో యీవనాలను సాగించాలి. ఒకప్పుడు రాజనేవాడు అవసరం లేదని, తమలో తామే నిర్ణయాలు తీసుకుంటూ మీరినవారిని దండిస్తూ, బ్రతికారు. కొంతకాలమయేసరికి వారిలో వారికి కలహాలు పెరిగిపోయి, చివరకు బ్రహ్మదగ్గరకు పోయి మాకు మా మంచి చెడులు చూసుకొనే రాజు కావాలి అని కోరుకోగా..... మనువు అనే రాజును చూపించారు దేవతలు. ప్రజలలో అసత్యవర్తనులు చూసి మనువు వారికి రాజుగా వుండటానికి ఇష్ట పడలేదు. కానీ ప్రజలు, మమ్మల్ని అనుమానించకండి... పశువులలో, బంగారంలో, సగభాగం మీది. పంటలలో పదవ శాతం ధనాగారానికి ఇస్తాము. ఆయుధాలతోనే

బ్రతికేవారిని నీ సైన్యంగా తీసుకో. దుష్టశిష్టరక్షణ చేస్తూ రాజ్యాన్ని పాలించు. మేమంతా నీ ఇష్టప్రకారమే నడుచుకుంటాం. అంతేకాదు, మాకు ఎవరైనా దానమిచ్చిన ధనంలో కూడా నీకు భాగం ఇస్తాము" అని చెప్పారు ప్రజలు. మనువు ప్రజల కోరికలను, నియమాలను అంగీకరించి చక్కగా రాజ్యపాలన చేశాడు. పైన చెప్పిన విధంగా రాజ్య 167
పాలన చేస్తే శత్రురాజులు కూడా వినయంగా వుంటారు. వాహనాలు, సింహాసనాలు, శయ్యాగృహాలు, కాపలాదారులు, రాజుకు అవసరమని ప్రజలు అర్థం చేసుకోవాలి. రాజు అప్పుడపుడు చిరునవ్వుతో మాట్లాడటం, కృతజ్ఞత, ఇంద్రియనిగ్రహం, విరోధులకు భయంకరుడు గాను, హితులకు ఆత్మీయుడుగాను వుంటే బాగుంటుంది. పూర్వం వసుమనుడనే రాజు నీలాగే మొండిగా మాట్లాడినపుడు బృహస్పతి......

"రాజా! లోకాలు, లోక ధర్మాలు అన్నీ రాజుపైనే ఆధారపడి వుంటాయి. రాజు లేకపోతే ప్రజలకు నీరెండి పోయిన చెఱువులోని జలచరాలకు వచ్చినంత నష్టం వస్తుంది. సూర్య, చంద్రులు లేని లోకంలాగా వుంటుంది. రాజు, చారులనే కళ్ళతో, చారుచక్షుడని పిలవబడుతాడు. అప్పుడు పెద్దలు సూర్యుడని పొగుడుతారు. దుర్మార్గులైనవారిని రాజు చంపినపుడు రాజును యముడితో పోల్చుకొని ఆనందిస్తారు కూడా. అటువంటి రాజును ప్రజలు పూజిస్తారు. రాజుకు ప్రజలు శరీరమైతే ప్రజలకు రాజు ఆత్మవంటివాడు!" అని చెప్పాడు.

అప్పటినుంచి వసుమనుడు, ప్రజలు, ఒకేమాట మీద నడిచి హాయిగా బ్రతికారు.

"తాత గారూ! రాజుగా జనపదాలను యేవిధంగా పరిపాలించాలి?" అడిగాడు ధర్మరాజు.

"రాజు ఇంద్రియనిగ్రహాన్ని పాటించాలి. అప్పుడు మాత్రమే రాజు శతృవులను జయించ గలడు. ఉద్యానవనాలు, రాజ్యం సరిహద్దులు, పురద్వారాలు అన్నిచోట్లా తగిన రక్షకులను నియమించి రాజై, జాగరూకుడై వుండాలి. తన దేశంలోగానీ, శతృదేశంలో గానీ తన సోదరులు, కొడుకులు, బంధువులు, మంత్రులు, మిత్రులు, వుంటే ఒకరినొకరు గుర్తించని రీతిగా మారువేషాలలో వేగులవారిని నియమించి, వారివారి రహస్యాలను తెలుసుకుంటూ జాగ్రత్తగా వుండాలి. రాజు ఒకవేళ బలహీన పరిస్థితులలో వుండి వుంటే

తన పరిస్థితి శతృవుకు తెలియకుండానే అతనితో స్నేహం చేసుకొనటం మంచిది.
ధనం, కానుకలిచ్చి మంచి చేసుకోవాలి. అదే విధంగా శతృవు పరాకులో వున్నపుడు
దండెత్తాలి. లేదా మరేవిధానంలోనైనా శత్రువును సామంతుడిని చేసుకోవాలి.
అనవసరంగా యుద్ధం చేయకూడదు. యుద్ధమే తప్పదనిపిస్తే సామ, దాన, భేద, 168
దండోపాయాలచే యుద్ధం జరగకుండానే, నీవంటే భయపడేలా చేయాలి. ప్రజలను
తండ్రివలె పాలిస్తూ ప్రజల ఆదాయాలలో ఆరవవంతు మాత్రమే పన్నుగా తీసుకుంటూ,
ధనాదాయాన్ని పెంచే స్థానాలలో నిజాయతీ నమ్మకం గలవారిని నియమించి, అన్ని
వ్యవహారాలను ఓకంట కనిపెట్టి చూసుకోవాలి. రాజ్యంలో నిత్యావసర వస్తువులు,
ఆయుధాలు, ఒకటేమిటి ప్రజలకు కావలసినవి, పశువులకు కావాల్సినవి, సరిగ్గా
అమరుతున్నాయో లేదో చూసుకోవలి. అంతేకాదు. యుద్ధసమయంలో శతృవులు వచ్చే
దారిలో నీరు, నిప్పు, గడ్డి మొదలైనవేవీ దొరకకుండా చేయాలి. చుట్టుపక్కల వున్న
చిన్నచిన్న రాజులను పురిగొల్పి శతృసైన్యాన్ని నాశనం చేయించాలి. అమాత్యుడు,
జనపదం, ధనాగారం, సైన్యం, మిత్రులదుర్గం, అనే ఏడు రాజ్యాంగాలను కనిపెట్టి
వుండాలి. సంధి, విగ్రహం, యానం, అసనం, ద్వైదీభావం, సమాశ్రయం, అనే ఆరు
తంత్రాలను రాజనీతితో కలిపి నిర్వర్తిస్తూ, ధర్మం, అర్థం, కామం అనే మూడు
పురుషార్థాలు నిర్వర్తిస్తూ, రాజతంత్రం, ప్రభువు, ఉత్సాహం అనే వాటిని స్వాధీనంచేసు
కొని సత్వ, రజ, స్తమోగుణాలనే మూడు గుణాలతో ముఖ్యంగా, ధర్మానుగుణంగా
ప్రజలను సేవ చేయటం రాజనీతి. ఇంద్రియనిగ్రహంతో కర్మేంద్రియాలను జయించాలి.
జూదం, స్త్రీలోలత్వం, మద్యపానం నిరర్థక వ్యయం అనే వ్యసనాలు, కోపం, ఆవేశం,
ఎదుటివారిని కొట్టటం, ఇటువంటి సప్తవ్యసనాలను కూడా దరి చేరనీయకూడదు.
వేదాధ్యయనం, కుటిలత్వానికి దూరంగా వుంటూ దైవ చింతనతో బ్రాహ్మణులకు దాన,
ధర్మాలు చేస్తూ, ప్రజలను పాలించే రాజు ఇహపరాలలో సుఖంగా వుంటాడు. కృత
యుగంలో ధర్మం నాలుగు పాదాలతో నడుస్తుంది. కనుక వేదాధ్యయనం, యజ్ఞ,
యాగాది ధర్మాచరణాలు గొప్పగా క్రమంతప్పకుండా నడుస్తాయి. ద్వాపర యుగంలో

రాజు ధర్మాన్ని నాలుగుపాదాలతో నడునడుపుతాడు. మేలుకూడా అంతకు తగ్గట్టే వుంటుది. కలియుగంలో రాజు ధర్మాన్ని వదిలేస్తాడు. నాలుగు ఆశ్రమ వర్ణాలవారూ గతులు తప్పి ప్రవరిస్తారు. ఒకవేళ రాజు కనుక ధర్మాత్ముడైతే గతులు సరికావచ్చు.
లేకపోతే కాలం గడిచేకొద్దీ ధర్మం నసిస్తుంది“ 169

“ఆకాలంలో కూడా ఎటువంటి వాడు ఎటువంటి నడవడిక కలిగివుంటే మంచి కీర్తిని పొందుతాడు?“ అడిగాడు ధర్మరాజు.

“ఏకాలంలోనైనా ఇంతకు ముందు చెప్పుకున్న విధంగా ప్రజల తప్పులను తెలుసుకొని సరిదిద్దగలిగినవాడు, కష్టసుఖాలను తెలుసుకొని సరిదిద్దగలిగినవాడు, మదమాత్సర్యం, లోభం, మోహం, స్త్రీలోలత, పన్నులతో ప్రజలను, సామంతులను పీడించనివాడు ర్యాజ్యాన్ని యెక్కువ కాలం పరిపాలించి మంచి కీర్తిని గడిస్తాడు. ఒకప్పుడు వాయు దేవుడిని పురూరవుడు, భూమి బ్రాహ్మణ-క్షత్రియులలో యెవరి సొంతమని అడిగాడు. బ్రహ్మ ముఖం, బాహువులు, తొడలు, పాదాలనుండి వరుసగా బ్రాహ్మణ, క్షత్రియ, వైశ్య, శూద్రులనే వర్ణాలు పుట్టాయి. బ్రాహ్మణుడు సహజంగా శాంతితత్వం కలిగి వుండటం వలన, భూమిని పాలించటానికి క్షత్రియుడిని నియమించాడు. బ్రాహ్మణుడు సనాతన ధర్మాన్ని పాటిస్తూ వుంటాడు కనుక ఆతడికి యెటువంటి లోటూ రాకుండా చూసు కుంటూ, సేవలు చేస్తూ, దండనీతిని పాటిస్తూ, రాజ్యపాలన చేసిన రాజు ఉత్తమ గతులు పొందుతాడు, అని వాయుదేవుడు సమాధానమిచ్చాడు. రాజుకు సమర్థుడైన పురోహితుడుండాలి. ఆతడు చేసే పూజల, హోమాలతో రాజుకు వచ్చే రాజకీయ సమస్యలేకాక దేవీ, దేవతల అనుగ్రహాలు, అంతఃపుర సమస్యలు కూడా నివారణ చేసుకోవచ్చు. పిశాచ, రాక్షస, యక్ష పీడ మొదలైనవి కూడా రాజును బాధించకుండా చేసుకోవచ్చు. శాంతి, పౌష్టికకార్యాలు, శత్రు వినాశనం, మంత్రవేత్త అయిన పురోహితుడి వలననే సాధ్యమౌతుందని బృహస్పతి కూడా చెప్పాడు. కనుక మంచి పురోహితుడిని నియమించుకొని, ఆతడిని గౌరవించి, ఆతడి వలన శుభాలను పొందు. పురోహితుడంటే సంపూర్ణ ఆరోగ్యవంతుడై వుండాలి. ఇద్దరి మనస్సులూ దగ్గరవ్వాలి. గౌరవం, భక్తిప్రపత్తు

లుండాలి. అంతేకానీ ఒకరిపై ఒకరు అనుమానం, సందేహాలుండకూడదు. బ్రాహ్మణ, క్షత్రియ వర్ణాలు కలిసి స్నేహంగా, ప్రేమగా, బాధ్యతగా, దేశభక్తితో కలిసి మెలిసి వుండి, రాజ్యక్షేమం, ప్రజాక్షేమం, ముఖ్యంగా వున్న రాజ్యం, రాజవంశస్తులుకూడా క్షేమంగా, ఆనందంగా అభివృద్ధి చెందుతూవుంటారు. బ్రాహ్మణుడు పుట్టుకతోనూ, పుట్టిన తరువాత కూడా ఉన్నతుడు. కనుక రాజెప్పుడూ బ్రాహ్మణులను గౌరవించాలి, రక్షించాలి. 170

ఇప్పుడో కథచెప్తాను విను......

ముచుకుందుడనే రాజు ఓసారి కుబేరుడితో ఓటమిని రుచిచూచి, పురోహితుడిని నిందించగా, పురోహితుడు ఘోర తపస్సుచేసి, హోమాలు, పూజలూ చేసి, గొప్ప శక్తులు పొంది, ఆ శక్తిని ధారపోయగా ముచుకుందుడి సైన్యం గొప్ప పరాక్రమాన్ని పొందారు. అందుకు ఆగ్రహించిన కుబేరుడు ముచుకుందుడిపై తిరగబడ్డాడు. ముచుకుందుడి సైన్యాలు, కుబేరుడి సైన్యం యెదుర్కొన్నారు. కుబేరుడు ముచుకుందుడిని చూసి బ్రహ్మతేజశక్తి వలననే నీ సైన్యానికి పరాక్రమం పెరిగిందని నాకర్థమయ్యింది. లేకుంటే నీకింత పరాక్రమమెక్కడిది?" ఎగతాళీగా అన్నాడు.

"బ్రాహ్మణ క్షత్రియులకు ఒకే తేజోరాసిని బ్రహ్మదేవుడు అనుగ్రహించాడు. కనుక బ్రహ్మదేవుడు నన్ను అనుగ్రహించాడు!" అన్నాడు ముచుకుందుడు.

"ముచుకుందా! నీకూ, నాకూ యుద్ధం చేయాల్సిన అవసరం లేదు. నీవే ఈ నగరాన్ని ఏకఛత్రాధిపత్యంగా యేలుకో!" మృదువుగా అన్నాడు కుబేరుడు.

"నీవు వుచితంగా యిచ్చే రాజ్యం నాకు వద్దు. నా పరాక్రమంతో గెలుచుకున్న రాజ్యమే నాకు కావాలి" అన్నాడు ముచుకుందుడు.

"సరే నీయిష్టం" అన్నాడు కుబేరుడు.

ఇద్దరికీ యుద్ధం జరిగింది. ముచుకుందుడు గెలిచాడు. ఆతరువాత ముచుకుందుడు సమస్త భూమండలాన్నీ సమర్ధవంతంగా పరిపాలించాడు.

"బ్రాహ్మణాది వర్ణాలవారు తమతమ ధర్మాధర్మాలు తప్పితే యేం జరుగుతుంది?" అడిగాడు ధర్మరాజు.

"ఆపద సమయంలో ఆయా వర్ణాలవారు ధర్మాలను వదిలినా నిందార్హులు కారు. బ్రాహ్మణ్యాన్ని పోగొట్టుకొని రాజుతో సమానులౌతారు. నిత్యకృత్యాలైన అగ్నిష్టోమాది కార్యాలను వదిలిపెట్టి ధనలోభులైనా, శూద్రులతో సమానులౌతారు. అదేవిధంగా ఇతర వర్ణాలవారు తమతమ ధర్మాధర్మాలను వదిలిపెట్టి ఇతర ధర్మాచరణం చేత ధనలోభులై ప్రవర్తిస్తే, అప్పటి వర్ణంవారికంటే హీనులౌతారు. ఉత్తమ కార్యాలు చేయటానికి అర్హులు కారు. అన్ని వర్ణాల ప్రజలు వారి వర్ణధర్మాలు నిర్వర్తిస్తున్నదీ లేనిదీ, వేగుల ద్వారా తెలుసుకోవాలి. వారిని చక్కదిద్దవలసిన బాధ్యత కూడా రాజుదే. అటువంటి రాజుకు ప్రజలు చేసుకున్న పుణ్యంలో ఆరవ వంతు రాజుకు వర్తిస్తుంది. ప్రజలు పాపాలు చేస్తే అవిధంగా పంచుకోవాల్సి వుంటుంది. అందుకని ప్రజల తప్పొప్పులను సరిదిద్దవలసినది రాజే!"

"తాతా! ఇంత కఠినమైన ప్రజాపాలన నేను చేయలేను. నావల్ల కాదు. నేను తపోవనానికి పోయి తపస్సు చేసుకుంటాను" అసహనంగా అన్నాడు ధర్మరాజు.

"ధర్మరాజా! ఇదంతా నీ బద్ధకానికి నిదర్శనం. ఇది క్షత్రియకులంలో పుట్టిన వాడి లక్షణమా? ఇప్పుడుకూడా నీతండ్రి పాండురాజు, విచిత్రవీర్య, శంతన మహారాజు వుండాలా? వారంతా దండనీతితో రాజ్యపాలన చేశారు కదా. వారి సాంప్రదాయాన్ని నీవు అనుసరించాలి. రాజధర్మం పాటించని క్షత్రియుడికి నరకప్రాప్తి కలుగుతుంది! ముందీకథ విను......

కేకేయరాజు వేదాధ్యయనం నిర్వహించటానికి అరణ్య ప్రాంతాలకు వెళ్ళినపుడు ఆ రాజును ఓరాక్షసుడు పట్టుకొని బంధించాడు. కేకేయరాజు ఆరాక్షసుడిని యెదిరించలేక "రాక్షసా! రాజ్యంలో ఎక్కడా దొంగతనాలు, దురాచారాలు లేకుండా, వేదాధ్యయనాలు, యజ్ఞ యాగాది క్రతువులు నాలుగు వర్ణాలవారు వారి బాధ్యతలనుండి తప్పుకోకుండా, వారి వారి ధర్మాలను పాటించే విధంగా, ప్రజారంజకంగా పరిపాలిస్తున్నాను కదా! ప్రజలు కూడా భక్తిప్రత్తులతో దైవపూజలు చేస్తున్నారుకదా! మరి ఏదోషమున్నదని నన్ను బాధిస్తున్నావు?" అని అడిగాడు కేకేయరాజు.

"రాజా! నీవు చెప్పినదంతా నిజమే, నాకూ తెలుసు. కనుక నీకు అన్నీ జయాలే అని చెప్పటానికి వచ్చాను అంతే" రాజును మెచ్చుకొని విడిచిపెట్టి వెళ్ళిపోయాడు రాక్షసుడు.

"క్షత్రియుడు, బ్రాహ్మణుడు, తమధర్మాలు చేయలేని పరిస్థితిలో యేవిధంగా బ్రతకాలి?" 172
అడిగాడు ధర్మరాజు.

"ఆపద్ధర్మంగా వైశ్యవృత్తి చేయచ్చు. కానీ అధిక లాభంకోసం ఉప్పు, నువ్వులు, మాంసం, ఎద్దులు, అన్నం, కల్లు, నేయి, నూనె, తేనె, గుఱ్ఱాలు, అమ్మకూడదు"
చెప్పాడు భీష్ముడు.

"తాతా! యజ్ఞయాగాలు యేవిధంగా పవిత్రాలు?" అడిగాడు ధర్మరాజు.

"యజ్ఞకర్తకు శ్రద్ధ చాలా ముఖ్యం. ఏదో చేశాను అన్నట్లు చేయకూడదు. వేదాలను అవమానించటం, తిరస్కారం చేయటం చేయకూడదు. ఋత్వికులకు ఆ సమయంలో ఇచ్చే దక్షిణలు పూర్తిగా శుభాలు చేకూరుస్తాయి"

"నమ్మకమైన స్నేహితులు లేకపోతే సక్రమంగా సాగటం కష్టం. నమ్మకం కుదరటం యెలా?" అడిగాడు ధర్మరాజు.

"నమ్మక పోవటం అనేది పనికిరాదు. అతిగా నమ్మటమనేదీ పనికిరాదు. నమ్మీ నమ్మన ట్లుండాలి. ఎప్పుడూ మెదడును సక్రమంగా వుపయోగిస్తూనే వుండాలి. ఓరకంగా చెప్పా లంటే గౌరవిస్తే గుర్తించటం, నిందిస్తే బాధపడటం, చేయకూడదు. గౌరవించినపుడు వినయం చూపాలి. నిందించనపుడు ఓర్పు చూపాలి. రాజు క్షేమానికి, రాజ్య క్షేమానికి కృషి చేయాలి. కామ, క్రోధ, లోభ, మోహాలకు లొంగకుండా నీతిమంతుడై వుండాలి. రాజుకు తమ్ములుండటంవలన గొప్పవాడుగా గుర్తింప బడతాడు. తమ్ములు, బలవంతు లైన బంధువులు వుంటే రాజు బలవంతుడిగా గుర్తించబడతారు. ఆ బంధువులు ఈ రాజును ఇబ్బంది పెట్టినా సరే, బలగం చాలామంది వుండాలి"

"పితామహా! ధనసంపాదన యేవిధంగా వుంటే బాగుంటుంది?"

"ధర్మజా! రాజుకు అధికంగా ధనవంతుడి స్నేహం అవసరం. ఆతడిని రక్షించుకోవాల్సిన ధర్మం రాజుకు అత్యవసరం. అదెలాగో ఈకథ విను. కాలకవృక్షీయుడు ఒక ముని.

ఆతడు కోసలాధిపతి క్షేమదర్శి దగ్గరకు పోయి, పంజరంలో వున్న ఓ చిలుకను చూపించి, 'ఇది త్రికాలవేది' అని చెప్పాడు. అంతేకాదు ఓ కాకిని చూపించి, ఇది నీ ఆపదలను పోగొడుతుంది, అని కూడా చెప్పాడు. రాజు ఆదరణ పొందాడు. ఆ రాత్రికే ఆ కాకిని రాజోద్యోగులు చంపేశారు. తెలుసుకున్న కాలకవృక్షీయుడు రాజుకు చెప్పి, ఓ నిజం కూడా చెప్పాడు.

"రాజా! నా పేరు కాలకవృక్షీయుడు. నేను మీ తండ్రికి స్నేహితుడిని. ఆయన తదనంతరం దుష్టులతో నిండిన నీ రాజ్యంలో వుండలేక ఇంతకాలం అరణ్యంలో తపస్సు చేసుకుంటూ వుండిపోయాను. కానీ ఆ దుర్మార్గుల చేతులలో నీవేమైపోతావో అన్న ఆలోచన నన్ను నిలకడగా వుండనీయలేదు. వచ్చిన దగ్గరనుంచి రాజ్యంలో తిరిగి ద్రోహులెవరో తెలుసుకొనే నీ దగ్గరకు వచ్చాను. తరువాత జరిగింది నీకు తెలుసు. ఇంక ద్రోహులెవరో నేను చెపుతాను, వారిని శిక్షించు. నన్నుకూడా శిక్షించినట్లు నటించు. తరువాత ద్రోహులలో బేధాలు పెట్టి శిక్షించు" అని చెప్పాడు ముని. క్షేమదర్శి ముని చెప్పినట్లు విని ద్రోహులను శిక్షించి, కాలకీయవృక్షుని మంత్రిగా నియమించి, చక్కటి ప్రజాపాలన చేసి కీర్తిని పొందాడు.

"మంత్రికుండాల్సిన గుణాలేమిటి?"

"బాగా జ్ఞానం వుండాలి. ధైర్యం, పరాక్రమం, శౌర్యం వుండాలి. సహనం, శాంతం వుండాలి. ఎక్కువతక్కువలు ఆలోచించకుండా జనంలో కలిసిపోగలగాలి. తన ఉనికినీ గుర్తుంచుకోవాలి. ఎవరైనా తనను దూషించినా కోపం తెచ్చుకోకూడదు. రాజుతో సంబంధభాంధవ్యాలు కొనసాగించుకోకలిగి వుండాలి. ఎదుటి రాజుల లోపాలను తెలుసుకోగలగాలి. శత్రువులను చిక్కులు పెట్టగలగాలి. అవసరమైతే శారీరక శ్రమకూడా చేయకలగాలి.

"ప్రజలలో కలిగే తగాదాలలో తీర్పు చెప్పేటప్పుడు రాజుకు పాపం అంటకుండా వుండాలంటే యేంచేయాలి?" అడిగాడు ధర్మరాజు.

“రాజుకు న్యాయనిర్ణయంలో కూడా ప్రావీణ్యాతుండాలి. న్యాయనిర్ణయాలు చేయటం చాలా కష్టం. ఇరుపక్షాల వాదాలనూ జాగ్రత్తగా వినాలి. అబద్ధమేది నిజమేది తెలుసుకొనే లక్షణం రాజుకు, మంత్రికీ కూడా వుండాలి. పక్షపాత బుద్ధి వుండకూడదు“

“రాజధాని ఏవిధంగా వుంటే బాగుంటుంది?“

“విశాలంగా లోతైన అగడ్తతో పొడవు, ధృఢమైన కోట వుండాలి. కోటకు తగిన ద్వారాలు, వాటికి గట్టి కాపలా, సుందరమైన భవనాలు, వీధులు, అంగడులు, అనేక రకరకాల వస్తువుల దుకాణాలు, ఆహారదుకాణాలు, రహదారులలో, దుకాణాలలో సజ్జనసమూహం వుండాలి. వివిధ ధాన్యాల దుకాణాలు, రకరకల యంత్రాలు, ఆయుధాలు, బంగారం, మణులు, రత్నాలు, ఈ దుకాణాలుండాలి. యోధులు, అన్నిరకాల గాన విద్వాంసులు, వాయిద్య విద్వాంసులు, విలాసినీమణులు, దూతలు, ఉత్సవాలు, పండుగలు వైభవంగా వుండాలి. రాజు ప్రజల విలువైన వస్తువులకు, ఆస్తులకు రక్షణ కల్పించకలగాలి. ప్రజలలో మోసగాళ్ళను, దొంగలను, లేకుండా జాగ్రత్తపడాలి. వాణిజ్యం, వ్యవసాయం, పశుసంపదలు, అభివృద్ధి అయేలాగా చూసుకోవాలి. వారికి అవసరమైతే ధనసహాయం చేయాలి. రాజు ప్రజలనుండి పన్నులు వసూలు చేసేటప్పుడు ధర్మప్రకారం పన్నులు విధించాలి. విధించే పన్నులు ప్రజలు ఆనందంగా చెల్లించేలాగా వుండాలి. శిక్షించాల్సిన వారిని తగిన సమంలో తగినట్లుగా దండించాలి. రాజు ప్రజల సంపదల అభివృద్ధిని చూసి సంతోషించాలే కానీ ఓర్వలేనితనముండకూడదు. పన్నులు వసూలు చేయటంలో కపటోపాయాలుండకూడదు. ఇందులో కోశాధికారి రాజుతో యేకీభవించాలి. అప్పుడు రాజ్యప్రజలు సుఖంగా వుంటారు. అ రాజు చాలాకాలం రాజ్యపాలన చేయకలుగుతాడు. సుకీర్తిని పొందుతాడు. రాజే కాదు, ఎవ్వరైనా అపాత్రదానం చేయుకూడదు. రాజనేవాడు యుద్ధాలకు భయపడకూడదు. శతృసంహారం వీలైనంత త్వరగా చేయాలి.

యజ్ఞయగాదులు చేసి సంపదలను పోగొట్టుకున్న వారిని గుర్తించి వారి కుటుంబాలను ఆదుకోవాలి. ధర్మానికి జన్మస్థానం బ్రాహ్మణులే కనుక రాజు బ్రాహ్మణులను గౌరవించి, పూజించాలి. పూర్వం విరోచన పుత్రుడైన బలి, దేవతలను భయపెట్టేటంతగా పరాక్రం

తో ప్రకాశించాడు. కానీ బ్రాహ్మణులను, వారి ధర్మప్రవర్తనను చూసి అసూయతో వారిని బాధించి, తన సంపదలన్నీ పోగొట్టుకున్నాడు. కానీ కొంతకాలానికి తన తప్పులు తెలుసుకొని, భక్తి, ప్రపత్తులతో మసలుకొని, బ్రాహ్మణులను గౌరవించి, పూజించి, మరల తన సంపదలను పొందటమే కాకుండా సుఖసంతోషాలతో జీవించాడు. 175
దేవతలైనా, మునీశ్వరులైనా, రాజులైనా, సామాన్య ప్రజలైనా ఓర్వలేనితనం, గర్వం, స్త్రీలోలత్వం, అహంకారాలకు లొంగితే తప్పక అన్నివిధాలా నాశనమవుతారు. ధనాన్ని కూడపెట్టటమే ధ్యేయంగా వున్నవాడికి ఆ సంపాదించిన ధనం పోవటమే కాదు, అపకీర్తి, నరక ప్రాప్తి కలుగుతాయి. నీలాగే రాజ్యపాలన వద్దు, తపస్సు చేసుకుంటానని మొండికేసి కోసల దేశాధిపతి, వసుమనుడు అనే రాజుకు వామదేవుడనే మహర్షికూడా చెప్పాడు. ధర్మమార్గంలో నడుస్తూ, దండనీతిని పాటిస్తూ, పరస్త్రీ వ్యామోహం లేకుండా, కుళ్ళు, కుత్సితం, మోసం, ద్రోహం, లేకుండా బ్రాహ్మణులను పూజిస్తూ, భక్తిప్రపత్తులతో యజ్ఞయాగాలు చేస్తూ క్షత్రియ ధర్మాలు పాటిస్తూ, ప్రజలకు భారం కాని పన్నులు విధిస్తూ, రాజ్యపాలన చేయటమే రాజుకు ధర్మం. అప్పుడు మాత్రమే రాజుకు సద్గతులు కలుగుతాయి"

"రాజ్యపాలన విధానాలెన్ని?" అడిగాడు ధర్మరాజు.

"చెపుతాను విను. ప్రధాన సైన్యాన్ని శత్రుసంహారణార్థం అని భావించినా, వారిని ప్రేమగా చూసుకుంటూవుంటూ, శత్రువు బలహీనుడైన విషయం తెలుసుకుని యుద్ధానికి పోతే దండనీతితో జయం కలుగుతుంది. రాజు అత్యధిక కోపాన్ని తగ్గించుకుంటే శత్రువులు ఏర్పడే అవకాశాలు తగ్గుతాయి. ఓరాజా! గొడవలు తమలో తమకే వస్తే భూతాలకు, రాక్షసులకు యుద్ధం జరిగితే చూస్తూ వూరుకున్నట్లే వూరుకోవాలి. ముల్లును ముల్లుతోనే తీయాలన్నట్లు రాజు తనకు ఆపదలు కలిగించే మంత్రుల పొగరును నేర్పరితనంతో తొలగించాలి. అందుకోసం సామ-దాన-బేధ, దండోపాయాలను ఉపయోగించాలి. ఈ విషయం శుక్రుడు చెప్పిన నీతి. యుద్ధానికి శత్రువు సైన్యంతో వస్తే నీవూ సైన్యంతో యెదుర్కోవాలి. శత్రువు ఒక్కడే యుద్ధానికి వస్తే నీవొక్కడివే

ఎదుర్కొనాలి. శత్రువు మాయోపాయాలతో యుద్ధం చేస్తే నీవూ అదేవిధంగా చేసి విజయాన్ని సాధించాలి. వెన్ను చూపించి పారిపోయినా, ఆయుధం విరిగి పోయినా, శత్రువు శరణు కోరుకున్నా, గుఱ్ఱాలు కూలిపోయినా, పారిపోయినా, మరొకరితో యుద్ధం చేస్తున్నా, ఎంతటి శత్రువునైనా చంపకూడదు. అంతకంటే ధర్మయుద్ధంలో చావటం 176
మంచిది. విషం పూసిన ఆయుధాలు వాడకూడదు. ఆవిధంగా చేస్తే చేసిన రాజుకు నరకప్రాప్తి కలుగుతుంది. ఇది యుద్ధ నీతిలో ఓ భాగం. అంతేకాదు, యుద్ధంలో తనకు సహాయం చేయటానికి వచ్చిన రాజును నిర్దయగా వదిలేస్తే రాజు పాపాన్ని పొందుతాడు. శత్రువు రాజ్యంపై దండెత్తి పోయినపుడు ప్రజలను పీడించకూడదు. బ్రాహ్మణుల ఆస్తులను, దేవాలయాలను, కొల్లగొట్టకూడదు!“

“తాతా! ఏవిధంగా ఆలోచించినా రాజధర్మంకంటే పాపం మరొకటి లేదు. రాజుకు నరకమూ తప్పటం లేదు“ అన్నాడు ధర్మరాజు.

“శరణాగతులను రక్షించి, యుద్ధంలో శత్రువులవలన బాధలకు గురైన వారికి సేవలు చేసి, బ్రాహ్మణులను పోషించి, యజ్ఞయగాది క్రతువులు చేసి, పాప ప్రక్షాళనం చేసుకోవచ్చు. ఇప్పుడో సంఘటన చెపుతాను విను. అంబరీషుడనే రాజు ఎన్నో యజ్ఞ యాగాలు చేసి, మరణానంతరం స్వర్గలోకానికి చేరి, ఇంద్రుడి దగ్గరకువెళ్ళాడు. అక్కడ వసుదేవుడనే అతని సేవకుడు స్వర్గసౌఖ్యాలనుభవిస్తూ కనిపించాడు. “ఇంద్రా! ఈతడు నా సేవకుడు. యజ్ఞయాగాదులేమీ చేయలేదు. అయినా ఇక్కడున్నాడేమిటి?“ అన్నాడు అంబరీషుడు.

“శతశృంగుడనే రాక్షసుడి కొడుకులు సదముడు, విదముడు, దముడు అనే ముగ్గురు పరాక్రమవంతులమనే గర్వంతో చతురంగ బలాలతో నిన్నెదుర్కొని, నిన్ను జయించి, నీ సంపదలను దోచుకోటానికి వచ్చారు కదా! అప్పుడు నీవు వసుదేవుడిని పిలిచి...

“వసుదేవా! నీవు పరాక్రమంతో, యుద్ధనైపుణ్యంతో ఆముగ్గురు రాక్షసులను సంహరించి ప్రజలకు ఆనందం కలిగిస్తూ రావాలి. లేకుంటే నీ ప్రాణాలు పోవాలి, అంతే! అని చెప్పగా, సుదేవుడు సర్వసైన్యంతో యుద్ధభూమి చేరి రాక్షసుల ఆర్భాటాలన్నీ,

గూఢచారుల వలన తెలుసుకొని, శత్రువులకే విజయం చేకూర్చటానికి యుద్ధం చేయటం, జననష్టం యెందుకు! నేను ఈశ్వరుడిని పూజించి నా తలను కానుకగా ఇస్తాను, అని ఆతడు నిర్ణయించుకొని, సైన్యాన్ని రాజధానికి పొమ్మని, ఆతడు శ్మశానభూమికి పోయి, భక్తి, శ్రద్ధలతో ఈశ్వరుని ప్రార్ధించి, తన కంఠంపై కత్తి పెట్టి తెగనరుకుకోపోగా... 177
ఈశ్వరుడు ప్రత్యక్షమయి, ఇంతటి సాహసానికి కారణం యేమిటని అడుగగా, సుదేవుడు ఈశ్వరుడికి నమస్కరించి, రాజైన నీ ఆజ్ఞను, రాక్షసుల పరాక్రమాన్ని, అన్నీ వివరించి చెప్పాడు సుదేవుడు. ఈశ్వరుడు సుదేవుడికి దేవతలకు సంబంధించిన అధ్భుత రధాన్ని, విల్లు, బాణాలు, అనుగ్రహించి, ఏ శత్రువునైనా జయించగలవు, కానీ, ఎట్టిపరిస్థితుల లోనూ రథం మీదనుంచి కాలు క్రింద పెట్టవద్దని హెచ్చరించి మాయమయాడు. సుదేవుడు ఆనందంగా వెంటనే రథం ఎక్కి వీరవిహారం చేసి, రాక్షస భటులను చంపి, కుప్పలుగా పోయటమే కాకుండా, సదముడిని, దముడిని కూడా సంహరించాడు. వారిద్దరి చావును చూసిన విదముడు సుదేవుడిని యెదుర్కోగా, సుదేవుడు ఆ విదముడి తో యుద్ధం చేసే దీక్షలో ఆతడి నరకటానికి శివుడి హెచ్చరికను మరిచి పోయి, రథం మీదనుంచి కాలు క్రిందపెట్టాడు. అంతే! విదముడు కూడా సుదేవుడి మెడకు కత్తి పెట్టాడు. అనుకోని సంఘటనగా ఆ ఇద్దరూ ఒకేసారి ఒకరినొకరు కంఠం నరుక్కొని ప్రాణాలు వదిలారు. నీవు సంతోషించావు. నీ ప్రజలూ సంతోషించారు. రణరంగంలో బాగా వీరోచితంగా యుద్ధంచేసి ఆ యుద్ధంలో మరణించినవారు, తప్పక స్వర్గానికి వస్తారు. అదేవిధంగా సుదేవుడు నా దగ్గరకు చేరాడు" చెప్పాడు దేవేంద్రుడు.
చెప్పటం ఆపాడు భీష్ముడు.
"భీష్మా! నీవు కొంచెంసేపు విశ్రాంతి తీసుకో. కొంత సేపయాక మరల మాట్లాడుకుందాం" అన్నాడు కృష్ణుడు.

ॐ

శ్రీమదాంధ్ర మహాభారత కథలు

ధర్మరాజుకు రాజనీతి బోధ - 3, 4 వ రోజు

పాండవులు, కృష్ణుడు, నారదాదిమునులు అందరూ కలిసి అంపశయ్య మీదున్న భీష్ముడి దగ్గరకు పోయి, రాజనీతిలో సందేహాలు ధర్మరాజు అడగగా, భీష్ముడు ఓపికగా సమాధానాలిస్తున్నాడు. ఆవిధంగా జరుగుతుండగా, రెండవరోజున కొంత విశ్రాంతి తరువాత.....
"యుద్ధానికి పోవటానికి వీలైన సమయం, సందర్భాలు చెప్పండి తాతగారు" అడిగాడు ధర్మరాజు.
"వానలు పడేటప్పుడు, చలి అధికంగా వున్నపుడు, ఎండలు బాగా కాసేటప్పుడు కాకుండా పంటలు బాగా పండే కాలంలో పచ్చిక, కట్టెలు, నీళ్ళు, అన్ని సౌకర్యాలు వున్న త్రోవలో సైన్యాన్ని నడిపించాలి. శత్రువులు భయపడేట్టుగా జెండాలు, కవచాలు, డాళ్ళు, ధనస్సులూ, అన్నిరకాల ఆయుధాలు, రధాలు, ఏనుగులు, గుఱ్ఱాలు, మొదలైన వాహనాలు విశేషంగా యేర్పాటు చేసుకోవాలి. హెూరెత్తించే మంచి శంఖాలు, మంచి డప్పులు మొదలైన చర్మవాద్యాలు ఏర్పాటు చేసుకోవాలి. సైన్యం నివాసముండేచోటు నేల చదునుగా వుండాలి. గూఢచారులను పంపి విరోధులు యేవైపునుంచి వస్తున్నారో తెలుసుకోవాలి. వారే ముందుగా దండెత్తి వస్తుంటే వారు అలసిన సమయాలలో,వారు విశ్రాంతి తీసుకొనే సమయంలోను, వారు నిద్రపోతున్నపుడు, తిండిలేక అలసివున్నపుడు, భయంతో సైన్యంచెదిరిపోయినపుడు, త్రాగటానికి కూడా నీరు దొరకనపుడు శత్రుసేనను అంతం చేయాలి. చెట్లు, రాళ్ళు, మెట్టుపల్లాలు వుండే ప్రదేశాన్ని కాల్బలానికి, తడి, బురదలేని సమతల ప్రదేశాన్ని గుఱ్ఱాల దండుకు, రధచక్రాలు దిగని బురద మట్టినేలని రధ బలగానికి,వుంచుకోవాలి. చెట్లు, నీటిగుంటలు వుండేచోట గజసేనను నిలబెట్టాలి. రాజు

దగ్గర యేసేన యెక్కువగా వుంటుందో ఆసేనకు భూమిని సిద్ధం చేయాలి.ఎండ, చలి గాలి తక్కువగావున్న రోజులలో జయం తప్పక దొరుకుతుంది.డాలు మొదలైన ఆయుధ సామగ్రిని ధరించిన వారిని సైన్యంలో మొదటి వరుసలోను, తరువాత విల్లంబులు ధరించినవారు, వెనుక అశ్వక దళం, ఆ వెనుక గజదళం, ఆ వెనుక రథబలాన్ని, ప్రతి దళంలోనూ ఒకరిద్దరు నిపుణలను యేర్పాటు చేయాలి. అపుడు తప్పక విజయం లభిస్తుంది. యుద్ధం మొదలుకాగానే శతృవులకు భయం పుట్టేట్లుగా - శత్రువులు పారి పోయారు అంటూ పెద్దపెద్దగా అరుస్తూ హడావడి చేయాలి. విజృంభించాలి!" 179

"యుద్ధభటులు యెలాంటి వారైతే బాగుంటుంది?" అడిగాడు ధర్మరాజు.

"ఇక ఆయాదేశాల వీరభటుల స్వభావాలు ఎట్లావుంటాయో చెపుతాను విను. గాంధార, సింధు, సౌవీర దేశంవారు, కత్తులతో, ఈటెలతో బాగా సాధన చేసినవారు. వీరు ఏ యుద్ధం చేయటానికైనా సిద్ధమే. ఔరశీనగర దేశంవారు అన్ని ఆయుధాలను పట్టగలిగే సత్తువ కలవారు, పుష్టికలవారు. తూర్పుదేశం సేనలు ఏనుగులు యెక్కిచేసే యుద్ధాలలో ఆరితేరినవారు. వీళ్ళు గదాయుద్ధంలోనూ మంచి ఘటికులు. యవనలు, కాంభోజులు, మధురలో వున్నవారు గుఱ్ఱాలనెక్కి చేసే యుద్ధంలో మంచి నిపుణులు. ఘూర్జరులు బాణం విసరటంలో, కటారులు తిప్పటంలో చేయి తిరిగినవారు. మాళవులు రథ, గజ, అశ్వ, పదాతిదళం పోరులో నిపుణులు. వీరు ఒక్కొక్కరూ వేలమంది సైన్యం పెట్టు. ఇంకా అనేక దేశాలసేనలు యెన్నో యుద్ధ విధానాలలో మంచి నేర్పరులై వుంటారు. ఆ నేర్పరితనమేదో తెలుసుకొని, యెదిరించి విజయాన్ని సాధించాలి.

"జయం సాధించే సేనలకు వుండాల్సిన లక్షణాలేమిటి?" అడిగాడు ధర్మరాజు.

"జయం లభించే సేనకు ఉత్సాహం బాగా వుంటుంది. గుఱ్ఱాల సకిలింతలు చెవుల కింపుగా వినిపిస్తాయి. ఏనుగుల గుంపు విజృంభిస్తుంది. జంతువులూ, పక్షులూ అను కూలంగా తిరుగుతాయి. చిరుగాలులు వీచి అందరి మనసుకూ ఆహ్లాదం కలిగిస్తాయి. సైన్యం సంతోషంగా వీరోత్సాహంతో ఆట్లాడుకుంటారు. అగ్నిజ్వాలలు ఎఱ్ఱగా, కుడి వైపుగా మండుతాయి. యుద్ధభేరీలు వాటంతట అవే మ్రోగుతాయి. ఇవే గెలుపుకు

సూచనలు. గట్టు తెగిన చెఱువు నీళ్ళను, బెదిరి పారిపోయే క్రూరమృగాలను, యుద్ధం చేసే ఓపికలేక పిరికితనంతో పారిపోయే సైన్యాన్ని అడ్డుకోవటం, యెంతటి వీరుడి
కైనా కుదరదు. సైన్యంలో కొంతమందైనా తెగించి యుద్ధం చేస్తే జయాన్ని సాధించ 180
వచ్చు. ఓర్పు వహించటం మంచిదే, కానీ శృతిమించిన ఓర్పు మంచిదికాదు. పగవాడు పొగర బోతైతే యుద్ధంచేసి గెలవాలి. మిగిలిపోయిన శత్రువులపట్ల యెంతో శాంతి, దయ చూపించాలి.

"రాజు విరోధుల విషయంలో యేవిధంగా ప్రవర్తించాలి?" అడిగాడు ధర్మరాజు.

"పగవాడిని తుదముట్టించాలన్నా, పాడుచేయాలన్నా, అనువుకొరకు వేచి వుండాల్సిందే. కఠినంగా మాట్లాడిగానీ, పుల్లవిరుపు మాటలు మాట్లాడిగానీ, అబద్ధాలాడిగానీ, అవతలి వారిని కలవరపెట్టకూడదు. అవతలివారిని నమ్మినట్లే మాట్లాడాలి. మనస్సులో మాత్రం జాగ్రత్తగానే వుండాలి. రాజు శత్రువుతో, బోయవాడు పక్షులతో ప్రేమగా మాట్లాడి బంధిం చినట్లుగా చేయాలి. అంతేకానీ, పగవాడిని అదేపనిగా అవమానిస్తూ మాట్లాడకూడదు. సంధి కుదుర్చుకొనే సమయంలో సరిహద్దులు చిందరవందర చేయకూడదు. శత్రువుకు అదృష్టం కలిసివచ్చినపుడు మౌనంగా లొంగిపోవాలి. కాలం అనురూలంగా వున్నపుడు ఆతడిని జయించాలి. ఎదుటి రాజు తనమీద జాలిపడేట్టుగాను, దురుసుగా కూడా మాట్లాడకూడదు. ఒకేసారి అనేకమందిని పగవారిగా చూడకూడదు.

"సొంతవారివల్లనో, ఇతరులవల్లనో రాజ్యం పోయినపుడు ఆ రాజు తన బాధను యేవిధంగా దిగమింగుకోవాలో చెప్పు"

కోసల దేశపురాజు క్షేమదర్శి, విదేహపురాజు కథ......

"కోసల దేశపురాజు క్షేమదర్శి విదేహపురాజు చేతిలో రాజ్యాన్ని కోల్పోయి, చాలా బాధ పడి, ఒకప్పటి తన మంత్రిగా వుండి అడవులపాలైన కాలకవృక్షీయుడిని - నీవు నన్నడి గిన ప్రశ్నే అడిగాడు. అప్పుడాతడు చెప్పిన మాటలే నీకు చెపుతాను విను. ధనమనేది స్థిరంగా వుండదు. లక్ష్మి చంచలమైనది. ధనమనేది వున్నా పోయినా, జరగాల్సిందే

జరుగుతుందని నిర్ణయించుకోవాలి. తల్లి, తండ్రులను, భార్యాబిడ్డలను, ఆప్తులను, ప్రాణంపోకుండా ఆపలేని మనం ధనం పోకుండా యేవిధంగా కాపాడగలం? లోకంలోని వారంతా శక్తియుక్తులు కలవారే. మరి అందరికీ ధనం స్థిరంగా వున్నదా? మనం కోరు కోకుండానే ధనం తుడిచిపెట్టుకు పోతోంది. కోరుకున్నా, కోరుకోకపోయినా ధనం వస్తుంది. 181
ఇదంతా సర్వసామాన్యం. మంచి ఫలితాన్ని కోరుకుంటూ మౌనంగా వుండటం మంచిది. మడుగులో రాయి వేస్తే నీరంతా కలకబారుతాయి. కొంతసేపటికి తేటనీరు తేరుకుం టుంది. ఓడిపోయిన రాజు తన ఓటమిని ఓర్చుకుంటూ, పగవాడితో కలిసి మెలిసి, మసులుకుంటూ, వారి బలగాన్నే తన బలగంగా మార్చుకుంటూ మోసంచేసో, గారడీ చేసో, యేదోవొక విధంగా శత్రువును వోడించాలి అన్న ఆ ముని మాటలకు, అటువంటి అన్యాయపు పనులు చేయలేనన్నాడు క్షేమదర్శి. అపుడాముని విదేహరాజుని ఏకాంతంగా కలిసి, ఆతడికి క్షేమదర్శి కల్మషంలేని మనస్సును వివరించి చెప్పి, ఇద్దరికీ స్నేహం కలిపి, సాగనంపాడు. విదేహరాజు క్షేమదర్శితో వియ్యమంది అరణంగా గుఱ్ఱాలు, ఏనుగులు, మొదలైన వస్తువాహనాలని కానుకలుగా యిచ్చాడు. కనుక ఓడినపుడు బాధపడటం, బలహీనపడటం మంచిదికాదు. సామ, దాన, బేధ, దండోపాయాలలో ఏదో ఒకటి ఆలోచించి జయించాలి.

“పరిజనంలోని గణజనులను యేవిధంగా ఏలుకోవాలి?“ అడిగాడు ధర్మరాజు.

“కోశాగారం నింపే కోశాధికారులు, మంత్రులు, సైనికులు, ఇతర పనివారిని ‘గణజనులంటారు.‘ రాజు వీరితో కలిసిమెలిసి మెలుగుతున్నట్లు వుండాలి. వారుండే విధానాలు, వారి తీరుతెన్నులు తెలుసుకుంటూ వుండాలి. ఈ గణజనాలు ఒకే తెగకు చెందినవారే కానీ వారు మంచి, చెడు, తేడాలు తెలియనివారు. వారు వారి తెలివి, పౌరుషం, గొప్పతనం యేమిటి... యెంతవరకు పనికి వస్తాయి... ఈవన్నీ ఆలోచించరు. అందువలన యెంతటి వారితోనైనా పేచీలు పెట్టుకుంటారు. ఆకారణంగా తమలో తమకే గొడవలు వస్తాయి. అందువల్ల రాజ్యానికే ముప్పు వస్తుంది. ప్రతి పనిలోనూ గణజనమంతా ఒక్కటిగా వుంటే ఆ రాజ్యం సిరిసంపదలతో నిండి వుంటాయి.

“ధర్మాలు చాలా రూపాలు కదా? వాటన్నిటినీ ఆచరించలేం కదా! ఏఏ ధర్మాలు పాటిస్తే ఇహపరాలలో హాయిగా వుండగలుగుతారు?“

“తల్లి, తండ్రి, గురువు, ఈముగ్గురూ నిత్యం సేవించాల్సిన వారు. భక్తితో వారిని సేవిస్తూ, వారు చెప్పినవన్నీ ఆచరించటం ఉత్తమ ధర్మం. ఆముగ్గురు వేదత్రయం. త్రిమూర్తులు. 182
వీరిలో తల్లి ముఖ్యురాలు. ధర్మాలన్నింటిలోనూ ఉత్తమమైన ధర్మం నిజం చెప్పటం. పాపాలలోకెల్ల మహాపాపం అబద్ధాలాడటం. పరాయివాడి సొమ్మును, ప్రాణాలను దోచుకొనే పాపులతో నిజం చెప్పకూడదు. ప్రజలకు మేలుచేసే అబద్ధాలన్నీ పుణ్యాలు అవతాయి. సాటిజీవులను వేధించే సత్యాలన్నీ పాపాలే అవుతాయి. అందరీలోనూ వున్న మంచి, చెడులకు తేడాలు చాలా సూక్ష్మమైనవి. వివేకంతో తెలుసుకోవాలి.

“ఎటువంటివారు పాపాలను దాటగలరు?“ అడిగాడు ధర్మరాజు.

“వర్ణాశ్రమ ఆచారాలను, నియమాలను పాటించేవారు, వేదాలను వల్లించేవారు, యుద్ధం లో తెగించి పోరాడేవారు, ఉదారగుణం కలవారు, ఏదేవతనైనా ఒకేవిధంగా పూజించే వారు, మనోచాంచల్యం లేనివారు, యెప్పుడూ ఆ మహావిష్ణువుచే రక్షింపబడుతూనే వుంటారు. ఈ విషయాలను యెవరైతే మెచ్చుకుంటారో, అదేపనిగా తలచుకుంటూనే వుంటారో, వారు కొండంత పాపమైనా అతి తేలికగా దాటకలుగుతారు.

“తాతా! కొంతమంది సౌమ్యులుగా కనిపిస్తారు. కానీ కాదు. అసౌమ్యులుగా వున్నవారు సౌమ్యులుగా వుంటారు. వీరితో నెగ్గాలంటే ఎలా?“ అడిగాడు ధర్మరాజు.

పులి, నక్క కథ.......

“పులి, నక్క కథ చెపుతాను విను. ‘పురిక‘ అనే నగరానికి పౌరికుడు అనే రాజు. ఆతడు కౄరకార్యాలు చేయటంలో పేరు పడ్డాడు. చచ్చిపోయి పూర్వజన్మ జ్ఞాపకాలతో నక్కగా మరో జన్మెత్తాడు. ఆ నక్క మాంసం ముట్టుకోనని, సాటి జీవులను చంపననీ, వ్రతం పట్టి జీవించసాగింది. అది చూచి తోటి నక్కలు ఇదేం నియమం! మేమంతా మాంసాన్ని తెచ్చిపెడతాం. హాయిగా తిని సుఖపడు, అంటూ పోరసాగాయి.

నక్క ఆమాటలు వినలేదు. అంతలో ఇదంతా అడవి పులి రాజుకు తెలిసి, నక్క

దగ్గరకువచ్చి, "నాతో స్నేహంగా వుండండి" అని అడిగాడు.

"పులిరాజా! నీవు చెప్పింది బాగానేవుంది. కానీ నాకు సుఖాలమీద కోరిక లేదు. నీకు
మంచి చెడ్డలు చెపుతూ వుంటాను. మన స్నేహం నీ హితులకు నచ్చదు. ఓర్వరు. నేను
చెప్పినట్లు నీవు వినాలి. నీదగ్గరుంటాను. లేకపోతే లేదు. నేచెప్పినట్లు వింటానని మాటి 183
స్తేనే నీదగ్గరుంటాను" అని చెప్పిన నక్క, పులి అన్నింటికీ వప్పుకున్న తరువాత
పులితో వుండసాగింది. ఆ ఇద్దరూ కలిసిమెలిసి హాయిగా వుండసాగారు. అవన్నీ పులి
మూలభృత్యులకు నచ్చలేదు. ఓరోజు పెద్దపులి తినే ఆహారాన్ని పులికి తెలియకుండా
తెలివిగా కాజేసి, నక్క వుండే చోట పెట్టి నిశ్శబ్దంగా వుండిపోయాయి. ఈవిధంగా అనేక
సార్లు జరిగింది. పులికి అనుమానం వచ్చి తన ఆహారం కోసం వెతకమని పనివారికి
ఆదేసించింది. పులి ఆహారాన్ని దాచిన మూలభృత్యులు నక్క వుండేచోటుకు దగ్గరలో
వెతికే పనివారికి దొరికేలా పెట్టారు. నక్క మాంసంతిననని వ్రతమేమిటి? అంతా
నాటకమంటూ పులి మనసును విరిచేశారు. పులి నక్కను దండించటానికి రమ్మని
కోపంగా ఆజ్ఞాపించింది. అపుడు ఆ పులి తల్లి.....

"నక్కగురించి నీకు తెలిదా? నీ సేవకులు పుట్టుకతోనే వంచకులు. వారు యేమైనా
చేస్తారు. మంచివారిని చూసి చెడ్డవారు, అందగాళ్ళను చూసి అందహీనులు, ఓర్చుకో
లేక యేమైనా చేస్తారు. నీవన్నీ ఆలోచించుకోవద్దా? వంచకుల మాటలు వింటావా?
అంటూ నక్క వచ్చిన దగ్గర నుంచి చేసిన సహాయాలు, మంచి పనులు, అన్నీ గుర్తు
తెచ్చింది. అంతటితో పులికి నక్కమీద కోపం పోయి, పశ్చాత్తాపం కలిగింది. తన పిలుపు
తెలుసుకొని వచ్చిన నక్కను ప్రేమతో కౌగలించుకుంది.

అపుడు నక్క.....

"పులిరాజా! ఒక విషయం. నేను పరిచయమైనపుడు, నన్ను మంచివాడని మెచ్చుకు
న్నావు. ఈరోజు నీవారి మాటలు నమ్మి నన్ను మోసకారినన్నావు. నన్ను ఓ అధికారిని
చేయాలని నీవు నిర్ణయించుకున్నప్పుడే నీభృత్యుల మనసులో దురాలోచన మొద
లైంది.అందుకని నేను చెప్పినట్లు వింటానని నీదగ్గర మాటతీసుకున్నాను. ఒకసారి

బేధాభిప్రాయాలు వచ్చాక స్నేహం కొనసాగించకూడదు. ఇక శెలవు!" అని చెప్పి, నక్క పులిని వదిలిపెట్టి వంటరిగా బ్రతికి, కొంతకాలం నిరాహారంగా బ్రతికి, పరలోకానికి చేరింది.

ధర్మజా! రాజన్నవాడు ఇతరుల మాయమాటలు నమ్మి నిర్ణయాలు తీసుకోకూడదు. నిజాన్ని తెలుసుకొనే ప్రయత్నంచేసి, తెలుసుకొని, తప్పుచేసిన వారిని శిక్షించాలి" భీష్ముడు చెప్పాడు. 184

"రాజు ఏవిధంగా నడచుకుంటే సుఖంగా వుంటాడు?" అడిగాడు ధర్మరాజు.

"ఏమరపాటు లేకుండా, సందర్భాన్ని పట్టి ఎదుటివారి సహాయాన్ని కూడా తీసుకొనే వాడు తప్పకుండా సుఖంగా వుంటాడు"

ఓ ఒంటె కథ......

"ఓ ఒంటె బ్రహ్మగురించి చాలా గొప్పగా తపస్సుచేసింది. బ్రహ్మ ప్రత్యక్షమయాడు. ఒంటెను యేంకావాలి? అని అడిగాడు.

'నామెడ నూరు ఆమడలు సాగాలి' అని కోరింది. సరే అని వరమిచ్చి వెళ్ళిపోయాడు బ్రహ్మ. ఒంటె అహంభావంతో సాటివాడితో సాయం తీసుకోకుండా సోమరితనంగా తయారయ్యింది. కూర్చొన్న చోటినుంచి కదలకుండా తన మెడను చాచి ఆహారం నూరామడల దూరంలో యెక్కడవున్నా సంపాదించుకొని కదలకుండా సుఖంగా కాలం గడపసాగింది. అంతలో పెద్ద గాలి, వాన వచ్చాయి. ఆ ఒంటె తన మెడను దూరంగా వున్న ఓ గుహలోకి దూర్చి హాయిగా నిద్రపోయింది. ఆ సమయంలో ఆ గుహలోకి అడుగు పెట్టిన నక్కలు యాగా ఆకలిగా వుండటం మూలాన తెగబడి ఒంటె మెడను కొరికి నెత్తురు తాగుతూ మాంసం కొరుక్కొని తినసాగాయి. ఒంటెకు మెలుకవ వచ్చి మెడను వెనకకు లాక్కోబోయింది. కానీ రెండు మూడు నక్కలు కలిసి ఒకేసారి కొరక టంతో ఒంటెకు మెడతెగి చచ్చిపోయింది. కనుక నీవు జాగ్రత్తగా ఎదుటివారికి సాయ పడుతూ, నీవూ ఎదుటివారి సాయం తీసుకుంటూ ప్రవర్తించాలి.

"శతృవుకు ఎక్కువ బలం కలవాడైతే అల్పబలంగల రాజు యేవిధంగా గెలుస్తాడు?"

సముద్రము, గంగానది సంభాషణ.......

"ఓసారి సముద్రానికీ, నదులకీ సంభాషణ జరిగింది. విను"

"మీరు వరివడిగా ప్రవహించేటపుడు మీ గట్లమీదున్న ప్రబ్బలి చెట్లు పడిపోవెందుకని? అవి మీకు మేలు యేమైనా చేశాయా? లేక వాటిని మీరు యేమీ చేయలేరా?" అడిగాడు సముద్రుడు.

"మా గట్లమీద వున్న మామూలు చెట్లన్నీ బింకంగా, పౌరుషంగా, మాదూకుడుని తట్టుకొని నిలబడే ప్రయత్నం చేస్తాయి. నిలబడలేక పడిపోతాయి. ప్రబ్బలి చెట్లు మా దూకుడు మొదలు కాగానే వినయంగా తలలు వంచుకొని మా ప్రవాహవేగం తగ్గగానే తలలెత్తి నిలబడతాయి" అని సమాధానమిచ్చింది గంగానది.

ప్రబ్బలి చెట్టులాగా రాజు తన బలాన్ని, శత్రుబలాన్ని, సరిగ్గా అంచనా వేసుకొని ప్రవర్తించాలి.

"మంచి కులస్థుడైన సేవకుడు పదవికి తగ్గట్టుగా వ్యక్తి దొరకకపోతే యేంచేయాలి?" అడిగాడు ధర్మరాజు.

ముని, కుక్కల అనుబంధం కథ......

"ఓ కథ చెపుతాను విను. పూర్వం ఓముని యెవరూ చేయలేనంత తపస్సు చేశాడు. ఆతడి ఆశ్రమంలో అన్నిరకాల జంతువులూ ఒకదానితో ఒకటి స్నేహంగా హాయిగా వుండేవి. వాటిలో ఓకుక్క ఆ మునిని ఇష్టంగా సేవిస్తూ ఆ ముని యెటు పోతే అటు పోతూ వుండేది. అది చూసి ఓ పులి సహించలేక పోయింది. ఓసారి కుక్కమీదకు తన పంజా విసిరగా కుక్క తప్పించుకొని ముని చాటున దాక్కుంది. ముని కుక్కమీద జాలిపడి పులి కంటే భయంకరమైన పులిగా మార్చాడు. ఆవిధంగా ఆ కుక్కను చిరుతపులి వెంబడిస్తే పెద్దపులిగాను, ఏనుగు వెంబడిస్తే సింహంగాను, ఏక్రూర జంతువు వెంబడించినా ఆ జంతువు భయపడే విధమైన జంతువుగా మారుస్తున్నాడు ఆ ముని. ఇంక ఆ కుక్కకు గర్వం పెరిగి, నాలాగే ఏ శరభమో మునికి ప్రియ శిష్యుడయితే దానికి కూడా నాలాగే రూపాలు మారుస్తూ దానికి ధైర్యాన్నిస్తే ఇంక

నాకువిలువేముంటుంది? కనుక ఈ మునినే చంపేస్తే సరిపోతుంది అని నిర్ణయించుకొని శరభరూపంలో వున్నపుడు మునిని చంపబోయిందా కుక్క. ముని దివ్యదృష్టితో నిజం తెలుసుకొనిఆ కుక్కను సాధారణ కుక్కగా మార్చేశాడు. అందువల్ల తన కులమేకదానని అర్హత లేనివాడికి పదవులు కట్టపెట్టకూడదు. మంచి గుణవంతుడినీ, కులస్థుడినీ, 186
పదవికి తగిన అర్హతలున్నవాడిని, వెతికి పదవిలో నియమించాలి. అపుడు మాత్రమే విజయవంతంగా రాజ్యాన్ని పాలించగలవు. వింత వింత రంగుల ఈకలుగల నెమలిగా రాజు రకరకాల నడకలు నడవాలి. చెవికింపుగా నెమలి కూత కూసినట్లు ప్రజలతో ఆప్యాయంగామాట్లాడాలి. శరత్కాలంలో నెమలి ప్రవర్తన లాగా మంత్రాంగాన్ని బయటకు రానీయకూడదు. నెమలి నెత్తిన వున్న సిగలాగా రాజు ధర్మాన్ని నెత్తిన పెట్టుకొని తిరగాలి. రెక్కలలోవున్న రంగుల తళతళల లాగా రాజు ఉత్సాహంగా ఉరకలు వేస్తూ వుండాలి. నెమలి తన ఈకలలోని రంగులతో జనాలను ఆకర్షించిన విధంగా రాజు జనాలను ఆకర్షించి దగ్గరకు చేర్చుకోవాలి. సమయం చూసి శత్రువులమీద పడిపోయి, విషంకక్కే పాములను ముక్కలు చేసినట్లు పగవారి కుట్రను ముక్కలు చేయాలి. చాతుర్యంగా యెక్కడా సందులేకుండా వేగులను యేర్పాటు చేసి, ప్రతి చిన్న విషయాన్నీ తెలుసుకోవాలి. రోజువారీ ఆదాయ వ్యయాలు, పనులు సక్రమంగా జరుగుతున్నాయా లేదా గమనించుకోవాలి. దండనీతిని పాటించాలి. దండనీతి అంటే......

దండనీతి మంచివారిని మెప్పిస్తుంది. దుర్మార్గుల పొగరుననణుస్తుంది. కత్తి, గద, తోరం, విల్లమ్ములు, రోకలిచక్రం, ఈటె, చిల్లకోల, త్రిశూలం, గొడ్డలి, మొదలైన పదకొండు ఆయుధాలు ధర్మనీతికి పనికి వస్తాయి. దండనీతికి ఈశ్వరుడు, భూతస్వరూపుడు, జీవుడు, ప్రాణుడు, అక్షయుడు, సత్త్యము, ప్రజాపతి అనే ఎనిమిది పేర్లున్నాయి. ధర్మం, అధర్మం, కష్టం, సుఖం, నీతి, అవినీతి, లాభం, నష్టం, శక్తి, అశక్తి, ప్రమత్తత, అప్రమత్తత, మొదలైన సమస్తమైన అవస్థలూ దండనీతి బాగా పాలించటం, పాలించక పోవటం వలన పుట్టాయి. బాగా పాలించిన దండనీతి వల్ల ప్రజలు అన్నివేళలా రాజు బ్రతుకును, అభివృద్ధినే కోరుకుంటారు. సత్యమార్గంలో ధర్మాన్ని యెప్పుడూ ఆచరిం

చాలి. దాన్ని చక్కగా అమలుపరిస్తే ఇంద్రుడు సంతృప్తి పడతాడు. అన్నిరకాల పంటలు పండేలాగా చేస్తాడు. అటువంటి దండనీతికి పురుషుడు ఈశ్వరుడు, భూతస్వరూపుడు, జీవుడు, ప్రాణుడు, అక్షయుడు, సత్త్వమూ, ప్రజాపతి అనే ఎనిమిది పేర్లున్నాయి.
దండనీతి దైవము అనటానికి ఓ కథచెపుతాను విను. 187

అంగదేశపురాజు కథ.....

అంగదేశపు రాజు తన భార్యతో సహా 'ముంజపృష్ట' హిమాలయ కొండ చివరకు వెళ్ళి, కొంతకాలం అక్కడే వుండి, తన మంచి ప్రవర్తనతో మునులచే గుర్తింపబడ్డాడు.
ఒకరోజు ఆ రాజుదగ్గరకు కొంతమంది మునులు వెళ్ళారు. రాజు వారికి తగిన మర్యాదలు చేసి వారి రాకకు కారణమడగగా.....

"దండనీతి శాస్త్రాన్ని గురించి వివరంగా చెప్పండి" అని అడిగారా మునులు.

"బ్రహ్మ ఓయాగం చేయాలనుకున్నాడు. యాగం చేయించగల ఋత్వికుడు ప్రపంచంలో యెంత వెతికినా యెక్కడా దొరకలేదు. అపుడు బ్రహ్మ తానే స్వయంగా వెయ్యిసంవత్స రాలు గర్భం మోశాడు. చివరకు గట్టిగా తుమ్మగా ఓ పిల్లవాడు పుట్టాడు. వాడికి క్షుతుడని పేరు పెట్టాడు. ఆతడు పెరిగి పెద్ద వాడై ఋత్విజుడైనాడు. అపుడు క్షుతజాప్రతిని ఋత్విజుడుగా బ్రహ్మ యాగం చేశాడు. కొంతకాలానికి అది కనపడకుండా పోయింది. ప్రజలలో జ్ఞానంకూడా పోయింది. అపుడు బ్రహ్మ విష్ణువును ప్రార్థించి సమస్య చెప్పగా, ఆ ఇద్దరూ కలిసి శివుడి దగ్గరకు పోయి, దండనీతి విధానం, దానివలన ప్రపంచంలో వుండే ప్రయోజనాలు, ఆదండనీతి పోయినందువలన వచ్చిన నష్టాలు, అన్నీ వివరంగా శివుడికి చెప్పగా, వెంటనే శివుడు తనే ఆధారంగా దండనీతిని కల్పించాడు. దానివలన, ఋగ్వేదం, యజుర్వేదం, సామవేదం, అథర్వణవేదం, అనే నాలుగు వేదాలు, శిక్ష, వ్యాకరణం, ఛందస్సు, నిరుక్తం, జ్యోతిషం, కల్పం అనే ఆరు వేదాంగాలు కలసి మొత్తం పది విద్యలవుతాయి. పురాణం, ధర్మశాస్త్రం, న్యాయశాస్త్రం, పూర్వోత్తర మీమాంస శాస్త్రం చేర్చుకొని మొత్తం పధ్నాలుగు విద్యలయ్యాయి. వైద్యవిద్య (ఆయుర్వేదం) విలువిద్య, సంగీతం (గాంధర్వవేదం), నీతివిద్య (అర్థశాస్త్రం) ఉపవేదాంగాలు కలిపి మొత్తం పదు నెనిమిది విద్యలవుతాయి. ఈ విద్యలన్నీ విష్ణువుకి వప్పచెప్పాడు శివుడు. ఆ బ్రహ్మ

క్షుత్రబ్రహ్మను పుట్టించాడు. ఆ విధంగా దండనీతి ప్రపంచంలో వ్యాప్తిచెందింది. అపుడా దండనీతి శాస్త్రాన్నంతా విష్ణువు అంగీరసుడికి, ఆతడు దేవేంద్రుడికి, ఆతడు మరీచికి, మరీచి భృగుమహర్షికి ఉపదేసించారు. వారు యెంతోమందికి ఆ దండనీతిని ఉపదేశించారు. ధర్మబద్ధంగా పరిపాలించిన రాజు చిరంజీవి అవుతాడు. తరగని సంపదలు 188
అనుభవిస్తాడు“

“ధర్మార్థకామాలతో యేవిధంగా నడుచుకుంటే మంచిది?“ అడిగాడు ధర్మరాజు.

కామందక ముని బోధ......

“ఒకప్పుడు అంగరిష్టుడనే రాజు కామందకుడనే మునిని ఈ విషయం అడిగాడు. ఎప్పుడూ భోగం అనుభవించాలనుకొనే రాజుకు ధర్మార్థాలు హరించుకుపోతాయి. కామంలో ఆసక్తిగల రాజు మంచి మార్గంలో వుండడు. దుష్టులను శిక్షించడు. ఆతడి చుట్టూరా అంతా దుర్మార్గులే వుంటారు. అందువలన అట్లాంటి రాజుకు రాజ్యం నిలబడదు.

ఇంద్రుడు, ప్రహ్లాదుని కథ.......

“లోకం శీలాన్ని మెచ్చుకుంటుంది కదా..... శీలం అంటే యేమిటి?“ అడిగాడు ధర్మరాజు.

“నీవు, నీ తమ్ములు, కొడుకులు, అంతా కలిసివుండి ఇంద్రప్రస్థాన్ని యేలుతున్నపుడు దుర్యోధనుడికి మిమ్మల్ని చూసి కుళ్ళుపుట్టింది. నీ మయసభ, రాజసూయ యాగం, నీ వైభవం, అన్నీ చూసి అసూయపడ్డాడు. ఆ అసూయను తండ్రితో పంచుకున్నాడు. కొడుకును ఉన్న నిజాలు చెప్పి ఊరడించాడు. తండ్రి చెప్పిన మాటాలేవీ ఆతడు వినిపించుకోలేదు. నీ దగ్గర శీలసంపద వున్నదని, అందుకే సంపదలలో తులతూగుతున్నావనీ చెప్పాడు. మంచితనం అలవాటు చేసుకోమన్నాడు. మాధాంత, నాభాగుడు మొదలైన మహారాజులంతా శీలసంపద వలననే లోకంలో గౌరవం పొందారు. శీలం మూలంగానే ప్రహ్లాదుడు ఇంద్రుడి రాజ్యాన్ని లోబరచుకున్నాడు. ముల్లోకాలను తమ గుప్పిట్లో పెట్టుకొన్నాడు. అందుకు ఇంద్రుడు రోషపడి బృహస్పతి దగ్గరకు పోయి తనకు

మేలు జరిగే ఉపాయం చెప్పమని అడుగగా ఇంద్రుడిని శుక్రాచార్యుడి దగ్గరకు పంపాడు. శుక్రాచార్యుడు ఇంద్రుడిని ప్రహ్లాదుడినే అడగమని పంపించాడు. ఇంద్రుడు బ్రాహ్మణ వేషంలో ప్రహ్లాదుడి దగ్గరకు పోయి ఆతనికి సేవలు చేస్తూ వుండిపోయాడు. చివరకు
ఒకరోజు ప్రహ్లాదుడు బ్రాహ్మడిపై జాలిపడి పలకరించి కారణమడగగా, ఇంద్రుని 189
ఆవిధంగా గెలవటానికి కారణమేమిటో చెప్పమని ప్రాధేయపడి ఆడిగాడు.

"నేను పాలకుడనని చెప్పుకోను. అహంకారంతో ఈర్ష్యపడి బ్రాహ్మణుల మనస్సును నొప్పించను. ఎంతో భక్తితో వారికి అన్నిరకాల ధనాలను దానమిస్తాను. నా నడవడిని బ్రాహ్మణులంతా మెచ్చుకున్నారు. కాబట్టి అంత గొప్పవాడినయాను"

సమాధానమిచ్చాడు ప్రహ్లాదుడు.

అప్పుడు ఇంద్రుడు దీనంగా.....

"పుణ్యాత్మా! నీ ధర్మశీలాన్ని దయతో నాకు దానమీయవా!" అని కోరాడు బ్రాహ్మణుడు.

"ఈతడు బ్రాహ్మణ మాత్రుడు కాదు" అనిపించి, భయం పుట్టి, తన శీలాన్ని దానం చేశాడు ప్రహ్లాదుడు. ఆ తరువాత ప్రహ్లాదుడి శరీరంలోంచి తేజోమయ స్త్రీరూపాలు ఒక్కక్కటిగా బయటకు రాసాగాయి. మొదటి స్త్రీని ఎవరు నీవు, ఎక్కడికిపోతున్నావు అని ప్రహ్లాదుడగగా... నేను సిరిని. బలమెక్కడికి పోతుందో నేను అక్కడికి పోతాను అన్నది. ఆమాట విన్న ప్రహ్లాదుడు భయపడి...

"ఈవచ్చిన మహానుభావుడెవరు?" అడిగాడు ప్రహ్లాదుడు.

"ఆతడు ఇంద్రుడు. నీ రాజ్యసంపదను కాజేయటానికి నీ దగ్గరకు వచ్చాడు. నీవు నీ శీలాన్నిఆతడికి దానమిచ్చి పోగొట్టుకున్నావు. శీలం వల్లనే ధర్మం, ధర్మం వలన సత్యం, సత్యం వలన సత్ప్రవర్తన, దానివలన బలం, సంపద వంటివి వుంటాయి. అన్నింటికి శీలమే కారణం" అని చెప్పి, సిరి ఇంద్రుడి దగ్గరకు వెళ్ళిపోయింది" చెప్పాడు ధృతరాష్ట్రుడు.

"శీలం అంటే యేమిటి?" అడిగాడు దుర్యోధనుడు.

"మనసూ, మాట, శరీరం, ఈ మూడింటిచేత అన్ని ప్రాణులకు యెటువంటి హానీ చేయ

కుండా వుండటమే శీలం. అది నీకు మేలు చేస్తుంది. సాటివాడికి తోడ్పడటం, సిగ్గుమా లిన పనులు చేయకుండా వుడటం, మంచి, చెడులు తెలియచెప్పటం, ఇవన్నీ శీలంగానే చెప్పుకోవాలి. మనస్సులో గుర్తు పెట్టుకో" చెప్పాడు ధృతరాష్ట్రుడు.

కానీ దుర్యోధనుడువినలేదు. 190

"ఆశకు అంతూ పొంతూ అంటూ వుండదు. ఆశ తీరకపోతే బాధ కలుగుతుంది. దుర్యోధనుడిని మంచి మార్గంలో పెట్టాలని ప్రయత్నం చేశాను. కానీ లోకానికి నన్ను దురాశాపరుడిగా చేశాడు" బాధగా అన్నాడు ధర్మరాజు.

"ఆశపడిన దోషం పోవటానికి ఓ కథ చెపుతాను విను. పూర్వం హైహేయ వంశపురాజు సుమిత్రుడు ఓరోజు వేటకువెళ్ళాడు. ఓ జంతువును బాణంతో కొట్టాడు. అది బాణంతో సహా పారిపోయింది. కంటికి కనిపించకుండా పోయింది. దానిని రాజు వెంటపడి, దాని గిట్టల గుర్తుల బట్టీ వెతుక్కుంటూ అరణ్యంలో ఓ ముని పల్లెను చేరాడు. ఆ మునులు రాజుకు మర్యాదలు చేశారు. రాజుకు అలసట తీరింది.

"మహారాజా! నీవు వంటరిగా అరణ్యంలోకి ఎందుకు వచ్చావు? బాగా దిగులుగా కనిపిస్తున్నవెందుకు?" అని అడిగాడు. జరిగిన సంగతి చెప్పాడు రాజు. వేటాడిన జంతువు తప్పించుకు పోతే వేటగాడికి యెంత బాధగా వుటుంది!" నిరాశగా అన్నాడు రాజు.

అపుడు ఋషభుడనే ముని.....

"రాజా! నేను పూర్వం ఒకప్పుడు తీర్ధయాత్రలు చేస్తూ బదరికాశ్రమంలో "తనుడు" అనే ఓ తాపసిని చూశాను. ఆతడు చాలా సన్నగా వున్నాడు. ఆయనకు నేను నమస్కరించాను. ఇంతలో అక్కడకు ఓ రాజు తన రాణులు, పరివారంతో సహా వచ్చారు. ఆ ముని వారందరికీ తగిన విధంగా మర్యాదలు చేసి, రాజు ఆ అరణ్యానిరి రావటానికి కారణం అడిగాడు.

"అయ్యా! నాపేరు వీరద్యుమ్నుడు. నాకు ఒక్కడే కొడుకు. చాలా బుధ్ధిమంతుడు. ఓరోజు వాడు ఆడుకుంటూ అడవిలోకి వెళ్ళిపోయాడు. ఇప్పటివరకు తిరిగి రాలేదు. ఇప్పుడుకూడా వాడిని వెతుకుతూనే ఇక్కడికి వచ్చాను" నిరాశగా అన్నాడు రాజు.

ముని మౌనంగా వుండిపోయాడు.

"బాగా కోరుకున్నది దొరకకపోతే ఆ నిరాశను భరించలేము కదా!" అన్నాడారాజు.

"ఏకోరికైనా కోరుకోగానే తీర్చే దేవుడు ఏ లోకంలోనూ వుండడు. నేను కూడా పూర్వాశ్రమంలో ఓ రాజును నా తిండికి, బట్టకు కావాల్సిన ధనాన్నడిగాను. ఆ రాజు 191
ఈయలేదు. అంతేకాదు, నాకు కావాల్సిన డబ్బు యెక్కడా దొరకక విరక్తిచెంది ముని నయ్యాను. నీవుకూడా పరుగులు పెట్టించే అన్ని కోరికలనూ వదులుకో. సుఖంగా వుంటావు, అని చెప్పి ఆ ముని తన తపఃశక్తితో కొడుకు భూరిద్యుమ్నుడిని రప్పించి వీరద్యుమ్నుడికిచ్చి , ఆ రాజకుటుంబాన్ని సంతోషంగా వారి రాజ్యానికి పంపాడు. వీరద్యుమ్నుడు మరల వేటమీద అధిక కోరికను, ఆశను చంపుకుంటానని నిర్ణయిం చుకున్నాడు.

"తాతా! ఇంకా కొన్ని ధర్మపద్ధతులు చెప్పు" అడిగాడు ధర్మరాజు.

"ధర్మరాజా! రాజు తన దేశలోనూ, శత్రుదేశంలోనూ డబ్బును సంపాదించుకోవాలి. రాజ్యం పరిపాలించాలన్నా, పురుషార్థాలకైనా, మూలం ధనమే. ధనబలంతోనో, ప్రేమతో నో ప్రజలను చేరదీయాలి. ధనబలం లేనివారికి సైన్యబలం, మిత్రబలం, యేదీ వుండదు. తరువాత రాజ్యమూ వుండదు. ప్రాణాలే పోవచ్చు. దారిదోపిడీలు, దొంగతనాలు చేసే బలగం యెక్కువగానే వుంటుంది. వారిని తన సైన్యంలో చేర్చుకుంటే దురవస్తను తెచ్చిపెట్టుకొన్నట్లవుతుంది. న్యాయాన్ని పట్టించుకొనని సైన్యానికి గెలుపుండదు. ఓ రాజా! దొంగలైనా, విరోధులైనా అతిధర్మపరులైతే గౌరవింపబడతారు.

"ధర్మజా! పారియాత్ర అనే పర్వతంమీద ఒక బోయవాడుండేవాడు. ఆతడి పేరు కాసవ్యుడు. ఆతడు న్యాయపరుడు. విలువిద్యలో నేర్పరి. వేటలో దిట్ట. తల్లితండ్రులంటే చాలా ప్రేమ, భక్తి, గౌరవం గలవాడు. వారికి తృప్తి కలిగేలా అన్ని సౌకర్యాలు కలుగ జేస్తాడు. పాదపూజచేస్తాడు. దగ్గరలో వున్న మునులందరికి కావాల్సిన సౌకర్యాలు యేర్పాటు చేసేవాడు. పగవాడనిపిస్తే చాలు ప్రాణాలు తీసేవాడు. అక్కడకు దగ్గరలోనే

ఓదొంగల ముఠా వుండేది. ఈ బోయవాడి ప్రవర్తన నచ్చి ఆతడిని వారి నాయకుడుగా చేసుకోవటానికి నిర్ణయించుకున్నారు. వారంతా కలిసి కాసప్యుడిని కలిసి......

"కాసప్యుడా! నీవు బలపరాక్రమాలు నిండుగా వున్నవాడివి. మంచి ప్రవర్తన కలవాడివి. మా అందరికీ నాయకుడవై మమ్మల్ని కాపాడుతూవుండు" అని కోరారు. 192

"నాకు కొన్ని నియమాలున్నాయి. పసివారినీ, ఆడవారినీ చంపకూడదు. బాధించకూడదు. ఏక్రూర, సాధు జంతువులలోనూ ఆడప్రాణి ప్రాణం తీయకూడదు. ఆవులను, బ్రాహ్మణులను కష్టపెట్టకూడదు. పంటపొలాలను పాడుచేయకూడదు. ఆవిధంగా చేస్తే శవాన్ని తొలుచుకుతినే పురుగులాగా శవం నశించగానే వాడూ నసిస్తాడు. మీరంతా న్యాయాన్యాయాలు తెలుసుకొని నేను చెప్పినట్లు వింటే నేను మీకు తోడుగా వుంటాను" అని చెప్పాడు. అప్పటినుంచి ఆ దొంగలముఠా మంచి లక్షణాలు అలవాటు చేసుకొని ఇహపరాలలో సుఖపడ్డారు. ఈ కథ చదివినవ్వారు పాపాలనుంచి విముక్తిచెందారు. అడవులలో చేయాల్సిన పనులు శుభప్రదంగా పూర్తయి, క్రూరమృగాల వలన కలగాల్సిన బాధలు పోతాయి

మూడుచేపల కథ.....

ఒక చెరువులో మూడు చేపలు వుండేవి. అవి దీర్ఘదర్శి, ప్రాప్తరాలజ్ఞుడు, దీర్ఘసూత్రుడు. ఈ మూడు పరస్పరం చాలా స్నేహంగా వుండేవి. ఎండాకాలం రాగానే దీర్ఘదర్శి మిగతా రెండు చేపలను కూడా పిలిచి...

"మనం వుండే ఈ చెరువునీళ్ళు ఎండిపోతున్నాయి. నీరు ఇంకిపోతే మనం ఇక్కడి నుంచి నీరున్న చెరువురు పోవటం మంచిది కదా!" దీర్ఘదర్శి అన్నాడు.

"ఏంజరుగుతుందో చూద్దాం. తొందరపడటం దేనికి?" అన్నాడు ప్రాప్తకాలజ్ఞుడు.

"చెరువు యెండిపోయిందాయేం? సముద్రంలాగా వున్నదీచెరువు. అనవసరపు ఆలోచనలు మానేయండి" అని విసుక్కున్నాడు దీర్ఘసూత్రుడు.

కొంతకాలం జరిగింది. ఎండలు వచ్చాయి. చెరువులోకి వచ్చే నీరు ఆగిపోయింది. ఎండలు బాగా ముదిరాయి. చెరువులో నీరు ఎండిపోసాగాయి. ఇంతలో జాలరులు

వచ్చి గాలం వేయటానికి సిద్ధమవుతున్నపుడు దీర్ఘదర్శి బాగా ఆలోచించి, తన మిత్రులను కలిసి.....
"ప్రాప్తకాలజ్ఞా! జాలరులు వలవేయగానే వారి వలలో చేరి రెండు దవడలతో తాడును గట్టిగా కరిచి పట్టుకొని చచ్చినట్లు పడివుందాం. బురద పోయేందుకు మంచినీటిలో ముంచినపుడు తాడును వదిలేద్దాం. అపుడు మనం బ్రతికిపోతాం" ఉపాయం చెప్పాడు దీర్ఘదర్శి. ప్రాప్తకాలజ్ఞుడు సరే అన్నాడు. అవి అలగే చేసి ప్రాణాలు రక్షించుకున్నాయి. దీర్ఘసూత్రుడు మిత్రులను అనుసరించక యెటూపోయే వీలులేక యే వుపాయం తట్టక జాలరుల చేతిలో చిక్కి, ప్రాణాలు పోగొట్టుకున్నాడు. ఎవరైనా ముందుచూపుతో ఆలోచించాలి. కనీసం ప్రాప్త కాలజ్ఞుడి వలెనైనా ఆలోచించాలి. దీర్ఘదర్శిలాగా ముందాలోచన చేసి బ్రతుకు" చెప్పాడు భీష్ముడు. 193
"చాలామంది శత్రువుల చేత చిక్కి బలం కోల్పోయిన రాజు ఆపదలనుండి యేవిధంగా గట్టెక్కుతాడు?" అడిగాడు ధర్మరాజు.

పిల్లి, ఎలుకల సంవాదం.....

"పిల్లి, ఎలుకల సంవాదం విను. ఒక అడవిలో ఓ మఱ్ఱిచెట్టుపైన రోమశుడనే పిల్లి, ఆ చెట్టుదగ్గర ఓ కలుగు, దానిలో పలితుడనే ఓ ఎలుక వున్నాయి. ఆ చెట్టుకు దగ్గరలోనే ఓ బోయవాడు, ప్రతిరోజూ సాయంత్రం జంతువులకు ఉచ్చులు వేసి, తెల్లారగానే తీసుకుపోతాడు. వాడి పేరు పరిఘుడు. ఓరోజు పిల్లి తన ఆహారం కోసం పోబోతూ బోయవాడి ఉచ్చులో పడిపోయింది. అది గమనించిన ఎలుక తన దోవన తాను పోబోతుండగా చంద్రకుడనే గుడ్లగూబ, హాలికుడనే ముంగిస అక్కడకు వచ్చాయి. వాటినుంచి తప్పించుకొనే వీలు లేదని అర్ధంచేసుకున్న ఎలుక పిల్లి దగ్గరకు చేరి....
"రోమశా! తెలివిగా నీ వురిని నేను కొరికి నిన్ను రక్షిస్తాను. అది నీ అదృష్టమనుకో. స్నేహభావాన్ని అలవాటు చేసుకో. నేను నీకు మనస్ఫూర్తిగా సహాయం చేస్తాను" అన్నది
"నాకు అర్ధమయింది. నీవు నాదగ్గరగా వున్నావు గనుక నన్ను చూస్తే గుడ్లగూబ, ముంగిస భయపడతాయి. నీ దగ్గరకురావు" అన్నది పిల్లి.

పిల్లి అన్నవిధంగానే పిల్లికి భయపడి గుడ్లగూబ, ముంగిస దూరంగా పోయాయి. కానీ వలను నెమ్మదిగా కొరక సాగింది ఎలుక.

"ఇదేంటి? వలను త్వరత్వరగా కొరకవేమిటి? నీ ఆపద తప్పిపోయింది కదా నన్ను తప్పించవా?" కోపంగా అడిగింది పిల్లి. 194

"నేనడగకుండానే సాయం చేసిన నీకు ఆపద రానిస్తానా? నా భయం నాకున్నది. రాత్రి నుంచి నీకెటువంటి ఆహారమూ లేదు. బలవంతుడితో స్నేహం కుదరదు. తెలుసుకదా అందుకే నిదానం. బోయవాడు రావటం చూడగానే నేను గబగబావలను కొరికేస్తాను. నీవు చెట్టుమీదకు, నేను కలుగులోకి పారిపోదాం. భయపడకు!" చెప్పింది ఎలుక. వలను తొందరగా కొరకమని పిల్లి, సమయం చూసి చేస్తానని ఎలుక, ఈవిధంగా ఆ ఇద్దరికీ వాదన జరుగుతుండగానే తెల్లారింది. ఎలుక బోయవాడు రావటం చూసి గబగబా వలను కొరికింది. పిల్లి చకచకా చెట్టెక్కేసింది. ఎలుక పరుగు పరుగున కలుగు లోకి దూరేసింది. తను వేసిన వల వుచ్చులు ముక్కలు ముక్కలుగా వుండటం చూసి బాధపడుతూ వెళ్లిపోయాడు బోయవాడు. ఒకరోజు పిల్లి, ఎలుక, ఒకరికొరు యెదురయా య్యి. ఎలుక భయపడి పారిపోబోతే పిల్లి ఆపి...

"ఒకరికొకరం ఉపకారం చేసుకున్నాం కదా. మనిద్దరం స్నేహంగా వుందాం" అన్నది.

"స్నేహితులు విరోధులుగాను, విరోధులు స్నేహితులుగాను మారుతూనే వుంటారు. నేను నీకు ఆహారంగా పనికి వచ్చేదానిని. నీవు నాతో స్నేహంగా వుంటే నీ జాతి వారికి నచ్చకపోవచ్చు. వారు నాకు అపకారం చేయచ్చు. ఈవన్నీ అవసరమా! ఎప్పటికీ నీకు అవసరమైనపుడు నీకు సాయం చేస్తూనే వుంటాను. నీవుకూడా నాకు సాయం చేయి చాలు. మన స్నేహం అంతవరకే వుంటే బాగుటుంది. ఈ విషయం శుక్రాచార్యుడే చెప్పాడు. ఎంతైనా యెవ్వరూ ఎవ్వరినీ పూర్తిగా నమ్మకూడదు. నీమార్గాన నీవు ఈ విధ మైన కష్టాలు రాకుండా చూసుకుంటూ క్షేమంగా వుండు" ఎలుక దూరంగా వున్న కలు గులో చేరి సన్మార్గాన్ని వదలకుండా జీవించింది.

"ఎవరినీ నమ్మకపోతే మనస్సుకు కుదురుండదు. నమ్మితే యేంజరుగుతుందో తెలి

యదు. ఏది ముఖ్యమో తెలియటంలేదు" అన్నాడు ధర్మరాజు.

బ్రహ్మదత్తుడి కథ.....

"ఓ కథ చెపుతాను విను. ఒకప్పుడు బ్రహ్మదత్తుడనే రాజుండే వాడు. ఆ పట్టణంలోనే పూజని అనే గోరువంకుండేది. అది మంచి మాటకారి. దానికో పిల్ల పుట్టింది. ప్రతిరోజూ 195
తీయటి పండ్లుతెచ్చి, కొన్ని తన పిల్లకు, కొన్ని రాజు కొడుకుకు పెడువుండేది. కొంత కాలం గడిచాక ఒకరోజు యెవ్వరూ లేనపుడు రాజు కొడుకు గోరువంక పిల్లను తల పగులకొట్టి చంపేశాడు. కొంతసేపటి తరువాత గోరువంక తిరిగి వచ్చి తన పిల్ల చని పోవటం చూసి, ఏడ్చి, తన పిల్లను చంపాడన్న కోపంతో రాజు కొడుకు కళ్ళను పీకేసి, రాజులతో నాకు స్నేహం యేమిట... రాజులకు కనికరముండదు... అని తిట్టుకుంటూ ఆకాశానికెగిరిపోతూ కసిదీరక, రాజు దగ్గరకు వచ్చి ఆకాశంలో ఎగురుతూనే.....

"రాజా! నీ కొడుకు నేతెచ్చిన పండ్లు తింటూ కృతజ్ఞత లేకుండా నా బిడ్డను తల పగుల కొట్టి చంపాడు. అందుకు బదులుగా నీ కొడుకు గుడ్లు పీకేశాను. కనుక నాకు పాపం రాదు" అన్నది గోరువంక.

"నీవన్నది నిజం. నీకోపం తీర్చుకున్నావు, అంతే. నీకు పాపం రాదు. నీవు వెళ్ళిపోవటం బాగాలేదు. ఎప్పటిలా స్నేహంగా వుందాం రా" అని స్నేహంగా పిలిచాడు రాజు.

"ఒకరినొకరు బాధించుకున్నాక పగ పుడుతుంది. అది ఆరదు, ఆగదు. పగ అనేది ఐదురకాలుగా వస్తుంది. భూమి దురాక్రమణ, ఆడవారివలన, మాటా మాటా వచ్చినం దువలన, చెడు తలపెట్టటం వలన. నీతీయని మాటలు విని నీతో కలిసి వుండకూడదు. వుంటే నా ప్రాణానికే ముప్పు రావచ్చు. పగ వచ్చాక కన్న తల్లి, తండ్రులను, స్నేహితులను, చివరకు సంతానాన్నికూడా నమ్మకూడదంటారు పెద్దలు" అన్నది గోరువంక.

"ఖర్మానుసారం యేవేవో జరుగుతాయి. మనమేమి చేగలం? నీ స్నేహాన్ని వదులుకో లేను" అన్నాడు రాజు.

"నీ చల్లని మాటలమాటున వున్న పగను నేను తెలుసుకో గలను" అని కోకిల మనసులో అనుకొని, మౌనంగా అక్కడినుంచి ఎగురుకుంటూ వెళ్ళిపోయింది. రాజు ప్రజలెవరినీ నమ్మకూడదు. అప్పుడు మాత్రమే సంపదలను, రాజ్యాన్ని కాపాడుకోగలడు.

196

కణికుడి కథ.....

"ఇంకో కథ చెపుతాను విను. సౌవీర దేశపురాజు శత్రుంజయుడికి, భారధ్వాజ వంశశ్రేష్టుడైన కణికుడు కొన్ని నీతి వాక్యాలు చెప్పాడు. అవేమిటంటే.....

1. రాజెప్పుడూ నవ్వుముఖంతో పగవారికిష్టమైన వారెవరో కనిపెట్టాలి. వారితో తీయని మాటలు మట్లాడుతూనే మనస్సులో కరుకుగా వుండాలి. వారి మనసులో యేముందో తెలుసుకోవాలి.
2. దాయాదులను నమ్మినట్లుగా వుండి, వారితో శత్రువులను జయించాలి. రాజ్యం సంపాదించాక దాయాదులను మటుకు నమ్మకూడదు. పామున్న భవనంలో యేమరక వుండాలి.
3. సమయం, సందర్భాలను పట్టి శత్రువులను భుజాలమీదకెక్కించుకోవాలి. తరువాత ఎత్తి క్రింద కొట్టాలి.
4. తాగటం, జూదమాడటం, వేటాడటం, ఆడవారిని కోరటం, అవే రాజులకు వినోదాలు. వీరితో స్నేహం మితిమీరకూడదు. మీరితే ప్రమాదం.
5. రాజు తాను తలపెట్టిన పనులు సానుకూలపడేదాకా, ఎవ్వరూ తెలుసికోలేనివాడుగా వుండాలి.
6. రాజు తనకు ఇష్టంలేని పనులు చేస్తానంటూ కాలం గడపాలి. ఏదోవంక చూపి, ఆ పనిని చేయటం మానేయాలి.
7. చేయకూడని పనులు చేసేవాడిని తప్పకుండా దండించాలి.
8. పూర్తిగా తీర్చని అప్పు, పూర్తిగా ఆరిపోని నిప్పు యేదీ మిగిలి వుండకూడదు. సమూలంగా నాశనం చేయాలి.
9. మృదుత్వంతో శత్రువును చంపవచ్చుకూడా. మృదుత్వంతో సాధించలేనిదంటూ లేదు. మృదుత్వం మెత్తని కత్తి.

"ధర్మం సరిగ్గా నడవకపోతే కరువు, కాటకాది కష్టాలు వస్తాయి (పాపాలు). అపుడు ప్రజలకు తిండి దొరకదు. అపుడు బ్రాహ్మణాది మూడు వర్ణాలవారు యేవిధంగా బ్రతుకుతారు?" అడిగాడు ధర్మరాజు.

విశ్వామితు్రడు, మాలవాడి సంభాషణ.....

త్రేత ద్వాపర యుగాల సంధికాలంలో జనం చేసుకొన్న కొన్ని పాపాల వలన పెద్ద కరువు వచ్చింది. పన్నెండు సంవత్సరాలు ప్రజల్ని పీడించింది. ఏరులు, చెఱువులు, ఎండిపోయాయి. చెట్లు, చేమలు యెండిపోయాయి. నేల ఎండిపోయి బీడు అయ్యింది. 197
గొడ్డు, గోద చచ్చిపోయాయి. రాజులు మర్యాద తప్పి ప్రజలను కొల్లగొట్టుకున్నారు. అధర్మం మితిమీరిపోయింది. యజ్ఞయాగాది క్రతువులన్నీ ఆగిపోయాయి. అన్ని కులాల వారూ కులధర్మాలే కాదు, మానవధర్మాలు కూడా మర్చిపోయారు. ఆహారం దొరకక నుంచున్నవారు నుంచునట్లే పడి ప్రాణాలు వదిలారు. తగలపెట్టేవారు లేక శవాలు కుప్పలుగా పడ్డాయి. ఆ సమయంలో మునులలో చెప్పుకోదగినవాడు విశ్వామిత్రుడు. ఆతడు ఆకలికి తట్టుకోలేక యెక్కడో తిరిగాడు. బిచ్చమెత్తినా యేమీ దొరకలేదు. చివరకు అన్ని జంతువులనూ దయలేకుండా చంపే మాలవాడకు చేరాడు. ఆతడి శరీరం ఆకలికి తట్టుకోలేక తూలిపోసాగింది. అక్కడ చచ్చిన కుక్కమాంసం కనపడింది. దాని దగ్గర ఒకడు కాపలాగా పడుకొని వున్నాడు. దానిని దొంగతనంగానైనా తీసుకుని తినాలి అని నిర్ణయించుకున్నాడు విశ్వమిత్రుడు. అర్ధరాత్రి వరకు గడిపి, ఆతడాప్రయత్నం చేయగా, కుక్కమాంసానికి కాపలాగా ప్రక్కనే నిద్రపోతున్న మాలవాడు నిద్రలేచి వచ్చి అడ్డుకొని.....

"ఎవరు నీవు? మాంసం దొంగలిస్తున్నావెందుకు?" కోపంగా అడిగాడు.

"నేను విశ్వామిత్రుడిని" చెప్పాడు.

చండాలుడు ఎంతో ఆనందంగా లేచి వినయంగా దండం పెట్టి......

"మహాత్మా! మీరీవిధంగా చేయటమేమిటి?" నమ్రతగా అడిగాడు మాలవాడు.

"ఆకలి మంటతో శరీరం దహించుకుపోతున్నది. ప్రాణం నిలుపుకోవాలనే కోరికతో కుక్క మాంసం తినటం పాపమే. అయినా దొంగిలిస్తున్నాను. అగ్ని పవిత్రుడైనా అన్నీ తింటూనే వుంటాడు కదా! నన్ను కూడా ఆవిధంగా అనుకో" అన్నాడు విశ్వామిత్రుడు.

"జంతువులన్నిట్లోకి కుక్క చాలా నీచమైన జంతువు. అది తిని ధర్మాన్నెందుకు మీరు

తావు? ఇంకేదైనా మార్గం చూసుకో“ అన్నాడు మాలవాడు.
“బ్రహ్మగ్ని నాకు పెద్ద అండగా వుంది. నేను భయపడను. ఏవిధంగానైనా ప్రాణం నిలబెట్టుకోవటం న్యాయం. నేను నా ప్రాణాలను నిలబెట్టుకున్నాక తపస్సు చేసి నా పాపం పోగొట్టుకుంటాను“ అన్నాడు విశ్వామిత్రుడు. 198
చండాలుడు నవ్వి...“నీవు చేసేపని న్యాయమైనదా? మీబోటి మునిసాములు ఇటువంటి పని చేయవచ్చా?“ అన్నాడు.
“రాక్షస మాంసం తిన్న అగస్త్యుడికి పాపం అంటిందా?“ అన్నాడు విశ్వామిత్రుడు.
“లోకానికి ఉపకారం చేసినవాడికి పాపం అంటదుకదా“ అన్నాడు మాలవాడు.
“నా దేహం అటు బ్రాహ్మణ ధర్మానికి, ఇటు బ్రహ్మజ్ఞానానికి నిలయం. నేనీమాంసం తినాలంతే! నీవూ అడ్డుపడకు. నామీద నీకు జాలి నిజంగా వుంటే ఆ మాంసం నాకు నువ్వే యివ్వు. అపుడు నాకు దొంగతనం చేసిన పాపం రాదు“ అన్నాడు విశ్వామిత్రుడు.
“మీలాంటి పుణ్యాత్ములు ఓ అధముడినుండి దానం తీసుకోవాలని మనస్సులోనైనా అనుకోవచ్చా? ఇంతకంటే కఠినంగా మాట్లాడలేక పోతున్నాను. నాకెందుకు, నేను చెప్పేది చెప్పాను. నీయిష్టం!“ అంటూ విశ్వామిత్రుడికి మాంసంముక్క అందించాడు చండాలుడు. ఆ మాంసం ముక్కను తిని ప్రాణం నిలుపుకొని, తన దోవన పోయాడు విశ్వామిత్రుడు. ఆ వెంటనే ఇంద్రుడు ప్రజలందరికీ మేలు కలిగేలాగా తనివితీరా వాన కురిపించాడు. ఆ తరువాత విశ్వామిత్రుడు తపస్సుచేసి కుక్కమాంసం తిన్న పాపాన్ని పోగొట్టుకున్నాడు. ప్రపంచమంతా మెచ్చుకొనేలా వ్రతాలు, పూజలు చేశాడు. ఆపత్కాలం లో మహాపాపం కూడా ఆవిధంగా భగవంతునిచే క్షమించబడుతుంది.
“శరణన్నవారిని ఆదుకోవాలి అనుకొనేవారికి యెంత ఫలితం దొరుకుతుంది?“ అడిగాడు ధర్మరాజు.

శుక్రాచార్యుడు చెప్పిన కథ.....

“ముచుకుందుడనే రాక్షసుడుండేవాడు. వాడికి పాపభీతి లేదు. ఆతడు పిట్టలను పట్టి అమ్మి, వాటితో పొట్టపోసుకొనేవాడు. అందుకు కావాల్సిన సామానుతో అడవిలో తిరుగు

తూవుండగా ఓరోజు గాలీవాన వచ్చింది. ఆ వానవల్ల అన్నిరకాల జీవులకు ముప్పు ముంచుకువచ్చేటట్లు అడవంతా నీటిమయమైంది. నీటి ప్రవాహాలను తట్టుకుంటూ మెరకనున్న చెట్టుక్రింద చేరాడు ముచుకుందుడు. రాత్రవటం వలన యెటూపోలేక ఆ చెట్టుక్రిందనే చలికి వణుకుతూ కునికిపాట్లు పడ్డాడు. ఆ చెట్టుమీదే ఒక తొఱ్ఱలో ఓ పావురాల జంట కాపురం వున్నది. మగ పావురం మేతకు పోయిన తన భార్య యెంతకూ రాలేదని విచారిస్తూ..... 199

"నాభార్య యింతసేపూ యెక్కడుందో యేమో? నన్ను వదలి వుండదు. ఆమె లేని నా బ్రతుకు వృధా. అనురాగవతైన భార్య సుగుణాలే మగాడికి ఇహపర లోకాల్లో సుఖసాధనాలు. ఏ కారణంగా యేమైందో యేమో! కుండపోతగా వానపడటం వలన ఏంజరిగిందో యేమో! ఆమె లేకపోతే నా ఇల్లు యేమవుతుందో!" దుఃఖించింది మగ పావురం.

ఆ మాటలన్నీ ఆడ పావురం విన్నది.

"భర్త మెప్పు పొందిన స్త్రీ యెంతో అదృష్టవంతురాలు. నాగురించి నాలుగు మంచి మాటలు నా భర్తనోటినుంచి విన్నాను. అది నా అదృష్టం. నా జన్మ ధన్యమైంది. ఇంక నాకు యేంజరిగినా పరవాలేదు" సంతోషిస్తూ తన జాడను భర్తకు తెలియజేసింది.

తరువాత.....

"ఆదుకొనమంటూ ఆశ్రయించిన వాడిని దయతో ఆదరించి ఆదుకోవటంకంటే మించిన పుణ్యమేముంది? నీకు చేతనైనంత చేయి" అనే సందేశం భార్యకు మగ పావురం అందించాడు. అపుడు ఆడ పావురం మనిషి భాషలో.....

"అన్నా! నువ్వు బాగా అలసిపోయి వున్నావు. మాఇంటికి వచ్చిన అతిధివి నీవు. ఆలస్యం లేకుండా వెంటనే అతిధికి విందు చేయాలి. నీకేం కావాలో చెప్పు" అడిగింది పావురం.

ఆ పావురం మాటలు విన్న బోయవాడు సంతోషించి......

"అమ్మా! ఈ చలికి నా వళ్ళంతా బిగుసుకు పోయింది. నాకీచలి తగ్గేలాగా చేయవా!" అడిగాడు బోయవాడు.

ఆ వెంటనే పావురం చుటుపక్కలంతా వెతికి చిన్న చిన్న ఎండు పుల్లలు ఏరి తీసుకు

వచ్చి బోయవాడిముందు వేసి, అతికష్టంమీద అంటించింది. ఆ మంటదగ్గర చలికాచు కొన్నాడు బోయవాడు. కొంతసేపయాక......

"అమ్మా! నాకు ఆకలిగా వుంది" దీనంగా అడిగాడు బోయవాడు.

"అన్నా! పిట్టల బతుకుల్లో ఆకలికి దొరికింది తినటమే కాని తిండిని కూడపెట్టుకోవట 200
మంటూ వుండదు కదా... మా కుటుంబధర్మంగా నీ ఆకలి తీర్చాలి. కనుక నా శరీరాన్ని ఆహారంగా సమర్పిస్తాను" అంటూనే మరోఆలోచన లేకుండా పావురం మండుతన్న మంటకు ప్రదక్షిణ చేసి మంటలో దూకింది ఆడ పావురం. అది చూసి బోయవాడు నివ్వెరపోయాడు. కొయ్యబారిపోయాడు. కొంతసేపటికి కోలుకొని.....

"లోకంలో ఇటువంటి సాహసం కూడా వున్నదా! అందులోనూ పక్షిజాతిలో కూడా వుంటుందా! మనిషినై వుండి నేను చేసిందేమిటి? నావల్ల ఓ ప్రాణికి ఇంతటి కష్టమా! నాకు కడుపు నింపటం కోసం మంటలలో దూకింది. ఈ పిట్ట నాకు గురువై నాకు జ్ఞానో దయం కలిగించింది. ఇంక నేను దయాదాక్షిణ్యం లేని పని చేయను. ఇటువంటి ధైర్యమే చేసి నా దేహయాత్ర చాలిస్తాను" అని నిర్ణయం తీసుకొని, ఆ బోయవాడు నిజమైన వైరాగ్యంతో తన వలలో చిక్కిన పక్షులన్నింటినీ వదిలేశాడు.

గూటినుంచి బయటకు వచ్చిన మగపావురం బోయవాడి ఆకలికోసం నిప్పులో దూకిన భార్య పావురాన్ని తలచుకొని ఏడుస్తూ......

"నాకు ఆకలివేస్తే చూడలేక పోయేదానివి. నేను కష్టపడటం చూడలేకపోయేదానివి. నేను తిన్న తరువాతనే నీవు తినేదానివి. అటువంటి నీవు నన్ను వదిలి పోవటం నీకు ధర్మమా? నిన్ను వదిలి నేనుండగలనా! నువ్వు నన్నెపుడూ కష్టపెట్టలేదు. సంతోషంగా వుండేలా చూసుకున్నావు. పూలతోటలలోకి, కొండకొలనులకు తీసుకుపోయి అన్నికాలా లలోనూ సుఖంగా వుండేలాగా చూసుకున్నావు. ఇప్పుడే నీదగ్గరకు వస్తాను. భర్తతోపాటు చితిపై మరణించిన స్త్రీ ఉత్తమ గతులు పొందుతారని, అంతులేని భోగాలు అనుభవి స్తారని పెద్దలు చెపుతూ వుంటారు. భార్య చితిపై భర్త మరణిస్తే భర్తకు పుణ్యలోకాలకు చేరాలికదా!" అంటూ భార్య చనిపోయిన మంటలోనే దూకింది ఆ మగపావురం.

ఆ రెండు పావురాలనూ దేవతా స్త్రీలు సంతోషంగా పూలు జల్లుకుంటూ తీసుకుపోవటం బోయవాడికి ఆకాశంలో కనపడింది.
"నేనూ పుణ్యలోకాలకు పోతాను" అని ఆనందంగా అరుచుకుంటూ అరణ్యంలోకి ఆ బోయవాడు పరుగెత్తగా, ఆతడికి కార్చిచ్చు యెదురయింది. ఆనందంగా ఆ దావాగ్నిలో 201
పడి ప్రాణం వదిలాడు బోయవాడు.
ఈకథను యెవరైనా విన్నా, చదివినా, గోవును చంపిన మహా పాపం కూడా పోతుంది. అన్నివిధాలా సుఖంగా వుంటాడు. శరణన్న వాడిని ఆదుకోనివాడు మాత్రం మహాపాపం అనుభవిస్తాడు.
"పరీక్షిత్ మహారాజు కొడుకు జనమేజయుడు తనకు తెలియకుండానే అంటుకున్న మహాపాపం యేవిధంగా పోగొట్టుకున్నాడో చెపుతాను విను!"
రాజుకు బ్రహ్మహత్యా పాతకం చుట్టుకుందని తెలియగానే ప్రజలు రాజును పట్టించు కోవటం మానేశారు. జనమేజయుడు మనసులో చాలా దిగులు పెట్టుకొని నగరంనుంచి బయటపడి అరణ్యంలోకి నడిచాడు. రాజు శౌనకమహామునిని వెతుక్కుంటూ వెళ్ళి, ఆయనను కలిసి, వినయంగా నమస్కరించి, చేతులు జోడించి నిలబడ్డాడు.
"మహారాజా! నీవిక్కడికెందుకు వచ్చావు? ఇక్కడినుంచి వెళ్ళిపో! నిన్ను చూస్తుంటే నించున్న శవాన్ని చూస్తున్నట్లుంది. నీ నెత్తిన కాకులు పొడుస్తుంటే నీవు తల్లకిందు లుగా వేల్లాడుతున్నట్లు కనిపిస్తున్నావు" అన్నాడు ముని.
"మీవంటి గొప్పవారు నన్ను నిందించవచ్చు. మీ పొరపాటేమీ లేదు. నాకొచ్చిన పాప ఫలితాన్ని పోగొట్టుకొనే ఉపాయం చెప్పమని మీ కాళ్ళమీద పడి అడగటానికే నేను మీ దగ్గరకు వచ్చాను. నన్ను దయతలచండి" దీనంగా అడిగాడు పరీక్షిత్‌మహారాజు.
"కొంతమంది తెలివితక్కువ వారు చేయకూడని పనులు చేసి చివరకు విచారిస్తారు. తామే తెలివిగల వారమని పాపం వస్తుందనే ఆలోచన ముందుగా రాదు. సరే చేసిన పాపాలగురించి పశ్చాత్తాప పడుతున్నావా? ధర్మంపట్ల ఆసక్తి వుందా?" అడిగాడు ముని.
"నీ దయగురించే విని మిమ్మల్ని ఆశ్రయించాను. నన్ను కాపాడండి" అన్నాడు రాజు.

"నీవు నీ భయంలో వున్నప్పుడు నీకు ఉపాయం తోచదు. నేను చెప్పే పుణ్యకార్యాలు చేయి. జాగ్రత్తగా విను. బ్రాహ్మణజాతికి మేలుకలిగేలాగా చేయి. ఎప్పటికీ బ్రాహ్మణులకు కీడు చేయనని ప్రతిజ్ఞ చేసుకో. అందరి మెప్పునూ పొందు" అన్నాడు ముని.

"శౌనక మహామునివర్యా! ధర్మంగా నడచుకోవటమనేది నాకు పుట్టుకతో వచ్చింది. నాకు 202
తెలిసి ఇంతవరకు బ్రాహ్మణజాతికి అపకారం చేయలేదు. కానీ ఇప్పుడు మీ పాదాలను తాకి బ్రాహ్మణులకు మేలు మాత్రమే చేస్తానని ప్రమాణం చేస్తాను" అంటూ ముని పాదాలు పెట్టుకొని ప్రమాణం చేశాడు రాజు.

"అయితే విను. రాజైనవాడు ఎంతగా ఐశ్వర్యవంతుడైనా, ఎంత బలవంతుడైనా అవన్నీ తనకున్నాయనే అహం వదలాలి. ధర్మాన్ని పాటించాలి. తపస్సు, దానం, వేదాధ్యయనం, యాగాది కర్మలు నిర్వర్తించాలి. అపుడు ప్రాణకోటంతా రాజుమీద దయ తలుస్తుంది. ఈ విషయంలో యయాతి ఓమాట చెప్పాడు. సరస్వతి, దృషద్వతి వంటి పవిత్ర నదులను సేవించాలి. పుణ్యక్షేత్రాలలో తిరగాలి. నాది అనే మమకారం వదలాలి. అధ్యయనం మీదనే ఏకాగ్రత, దానం, దయ, దాక్షిణ్యం, ప్రేమ, జాలి కలిగివుండాలి. అపుడు పూర్వపు పాపం పోతుంది. అంతే కాదు. వీటన్నింటిలో ఏకొన్ని చేసినా పాపం మెల్లిగా అదే కరిగి పోతుంది. జనమేజయా! ఇంద్రుడంతటివాడు బృహస్పతిని మహాపాపాలని పోవటానికి మార్గం అడిగితే కూడా పుణ్యకార్యక్రమాలు చేయటంవలన, తెల్లని మురికి బట్టలను చవుడు, సున్నం పెట్టి ఉతికితే మురికిపోయి తెల్లబట్టలు తెల్లగా అయినట్లుగా పాపాలన్నీ పోయి మనిషి పునీతుడౌతాడని చెప్పాడు. వేదాలలో కూడా అదే చెప్పబడింది" అని చెప్పిన శౌనక మహాముని జనమేజయుడిచే అనేక తీర్థయాత్రలు చేయించి, అశ్వమేధయాగం చేయించగా, జనమేజయ మహారాజు పునీతుడై తన రాజ్యాన్ని చాలాకాలం ప్రజారంజకగా పాలించాడు. మరోకథ చెపుతాను విను.....

గృధ్ర జంబుకోపాఖ్యానం.....(గద్ద మరియు నక్కల కథ).....

ధర్మజా! ఒకప్పుడు విదిశానగరంలో ఓ పిల్లవాడు చచ్చిపోయాడు. వాడి శరీరాన్ని ఆతడి పెద్దవారు శ్మశానికి తీసుకుపోయి, అక్కడ ఓచోట పెట్టుకొని వాడి ఆటపాటలు, అల్లరి

గుర్తు తెచ్చుకుంటూ ఏడవసాగారు. కొంతసేపటికి వారిదగ్గరకు ఓ గద్ద వచ్చి.....
"మీరు ఈ శ్మశానంలో ఏడుస్తూ యెంతసేపు కూర్చుంటారు? ఎంతసేపు కూర్చున్నా
చచ్చిన పిల్లవాడు బ్రతికి లేచి కూర్చుంటాడా? ఇంకొంచెం సేపాగితే రాక్షసులు, భూతాలు,
పిశాచాలు, పీనుగులను చీల్చుకొని తినటానికి చెలరేగి వస్తాయి. పుట్టటం, చావటం 203
ఇంతకు ముందు జరగలేదా? ఇదే కొత్తనా? లేక మీరుకూడా ఇక్కడే వుండి దెయ్యాల
చేతిలో చస్తారా?" కసురుకున్నది గ్రద్ద. ఆ మాటలకు పిల్లవాడి తరుపు పెద్దలు అక్కడి
నుంచి బయల్దేరగా, దగ్గరలోనున్న కలుగులోంచి బయటకు వచ్చిన నక్క.....
"గద్దమాటలకు భయపడకండి. అంత చక్కటి పిల్లవాడిని ఇక్కడ పాతిపెట్టి వెళ్ళిపో
తారా యేమిటి? మీ కడుపుకోత తీరిపోయేదా? ఇక్కడే కాస్సేపు నిలబడి ఏడవండి.
ఇంతలో ఏ బ్రహ్మో, శివుడో, మరేదైనా దేవతో ఈవైపు వచ్చి మీ ఏడుపు విని సహాయం
చేస్తాడేమో" అన్నది.
ఈవిధంగా వెళ్ళిపొమ్మని గ్రద్ద, వుండి ఏడవండని నక్క ఆ బాలుడి పెద్దలను అక్కడి
నుంచి కదలనీయలేదు.
"ఒక్కమాట వినండి. ఒకప్పుడు ప్రాణంపోయిన బాపడి కొడుకును బ్రతికించలేదా?
అదేవిధంగా నారదుడు సృంజయుడనే రాజకుమారునికి ప్రాణాలు పోయలేదా?
ఆవిధంగా జరగచ్చు. ఆ చుట్టాలు పిల్లవాడి శవం చుట్టూ చేరి ఆ పిల్లవాడి ఆటపాటలు
తలుచుకుంటూ రాగాలు పెట్టి ఏడవసాగారు. సూర్యుడు అస్తమించాడు. చీకటి పడింది.
ఓ పక్కన గ్రద్ద, నక్క ఆకలికి మాడుతూ ఆ గుంపును వదలకుండా చూస్తూ కూర్చు
న్నాయి. ఆ రెండు జంతువులూ తమ స్వార్థంకోసం అందరూ వెళ్ళిపోతే, పగలే ఆ పిల్ల
వాడి శవాన్ని పీక్కుతినాలని గ్రద్ద, చీకటిపడితే తను పీక్కుతినవచ్చని నక్క, తమకు
అనుకూలంగా మాట్లాడాయి. ఈవిధంగా జరుగుతుండగా శ్మశానంలో తిరగటానికిష్టపడే
శివుడొచ్చాడు. అక్కడకు వచ్చి పిల్లవాడికోసం ఏడిచే పెద్దల దగ్గరకు వచ్చి.....
"ఎందుకు ఏడుస్తున్నారు? మీకేంకావాలి?" అని అడిగాడు శివుడు.
పెద్దలందరూ ఆనందంతో లేచి నిలబడి నమస్కారాలు పెట్టి, పాదాలమీద పడిపోయి

తెగ సంబర పడిపోయారు" నెలవంకను నెత్తిన పెట్టుకున్నావు. అంత చల్లగా ఆలోచించి, ఈ పిల్లవాడిని బ్రతికించు. నూరేళ్ళు బ్రతికేలా ఆశీర్వదించు" అని కోరుకున్నారు.

ఈశ్వరుడు ఆ పిల్లవాడిని బ్రతికించటమే కాదు, ఆ నక్కకు, గ్రద్దకూ బ్రతికున్నంత 204
కాలం ఆకలి లేకుండా కరుణించి మాయమయాడు. అందుకు గ్రద్ద, నక్క కూడా బాగా సంతోషించాయి. రాజుకు కష్టాలలో వున్నవారిని ఆదుకొనే లక్షణముండాలి. ఈ కథ విన్నా, చదివినా, వ్రాసినా, మెచ్చుకున్నా, మనిషికి పాపం పోతుంది. ఎంతో పుణ్యం వస్తుంది. ఆయుర్దాయం పెరుగుతుంది. ధనం, మంచి కీర్తి లభిస్తాయి.

బూరుగు చెట్టు, నారదుల సంభాషణ......

"ధర్మరాజా! ఇపుడు నేను చెప్పేది ఓ పురాణ గాథ. హిమాలయాలమీద ఒక బూరుగు చెట్టుండేది. అది చాలా పెద్దది. చాలాకాలం నుంచి వున్నది. అనేక కొమ్మలతో, గట్టి కాండంతో చాలా ఎత్తుగా వుండేది. ఒక రోజు నారదులవారు ఆ చెట్టు దగ్గరకు పోయి, "ఓ బూరుగు చెట్టా! నువ్వు చాలా ఎత్తుగా, గట్టిగా, చాలా కొమ్మలతో చాలా పెద్దగా వున్నావు. అనేక పిట్టలకు, జంతువులకు ఆశ్రయమిస్తున్నావు. నాకు చాలా సంతోషంగా వుంది. ఓమాట అడుగుతాను. గాలి తాకిడికి చెట్లు ఒకసారి కాకపోతే ఒకసారి కూలి పోతాయి. మరి నీవు కూలటంలేదు, యెందుకని? నీకు, వాయుదేవుడికి స్నేహం, చుట్టరికం యేమైనా వుందా? లేకపోతే ఆయనకు నీవు బాగా అణుకువగా వుండటంవలనా? " అడిగాడు.

"వాయుదేవుడి బలం నారున్న బలంకంటే చాలా తక్కువ. బహుశ 18వ వంతు కూడా వుండదు" అన్నది బూరుగ చెట్టు.

"ఏం మాట్లాడుతున్నావు? గాలివల్ల కొండలుకూడా కొట్టుకుపోతాయని తెలుసుకో. సమస్త జీవరాసి గాలిదేవుడిక్రింద వుండేవికాదా?" అన్నాడు నారదుడు.

బూరుగు చెట్టు గట్టిగానవ్వి.....

"పెద్ద బోదె, పెద్ద పెద్ద కొమ్మలూ వుండి యెదిరించశక్యంకాని నన్ను ఢీకొంటే,

ప్రభంజనుడనే వాయుదేవుడి పేరు మారి పోతుంది సుమా!" అన్నది.
"నీవింత పొగరుగా మాట్లాడుతున్నావు. ఈసంగతి వాయుదేవుడికి తెలిస్తే నీ సంగతి తేలుతుంది!" అని అక్కడినుంచి వెళ్ళిపోయాడు నారదుడు.
అంతేకాదు వాయుదేవుడికి ఆ కబురును చేరవేశాడు. వాయుదేవుడికి బాగా కోపం వచ్చి 205
అతివేగంగంగా బూరుగు చెట్టు దగ్గరకు వచ్చి......
"నీవేం మొనగాడివా? నీ జోలికి వస్తే నా పేరు చెరిపేస్తావా? నాశనమవుతావు!" అరిచాడు.
"ఓ వెఱ్ఱివాడా! నీవు ఇంత గట్టిగా మాట్లాడుతున్నావు. నేనంత బలహీనుడనా? లోకంలో మిగతా చెట్లలాగా నన్ను అనుకోకు" అన్నది బూరుగు చెట్టు.
వాయుదేవుడు ఆ మాటలు విని మనసులో మెల్లిగా నవ్వుకొని.....
"ఓరోజు బ్రహ్మ అనుకోకుండా నీ నీడకు చేరాడు. నీడ బాగా నచ్చి, నీకు వరమిచ్చాడు. నీకు గర్వమెక్కింది జాగ్రత్త!" కోపంగా అని అక్కడనుంచి వెళ్ళిపోయాడు.
కానీ బూరుగు చెట్టు వాయుదేవుడి మాటలకు భయపడి.....
"నారదముని మాటలు విని మౌనంగా వుండకుండా వాయుదేవుడితో మొండిగా మాట్లాడాను. నిజంగా వాయుదేవుడు గట్టిగా తలచుకుంటే నేను తట్టుకోగలనా? లేను. ఒక విధంగా అయితే అతడిని ఓడించగలను అనుకొని, చీకటి పడ్డాక తన కొమ్మలను, ఆకులను, రెమ్మలను, పొడవాటి కొమ్మలను తనకు తానే విరుచుకొన్నది. తెల్లవారింది. భయంకరంగా గాలిదేవుడు రానే వచ్చాడు. బోసిగా వున్న బూరుగు చెట్టును చూసి నీవే ఈవిధంగా చేసుకున్నందుకు సంతోషం. నీ చుట్టాలందరినీ ఇదేవిధంగా వుండమని చెప్పు" అంటూ విసురుగా గాలివీస్తూ వచ్చిన వాయుదేవుడు విసురును తగ్గించి చల్లని గాలి ప్రసరిస్తూ వెళ్ళిపోయాడు. ధర్మరాజా! పాపాలన్నింటికీ కారణం కేవలం అత్యాశ కోరికలకు హద్దులు లేకపోవటం, పరస్త్రీ వ్యామోహం, పరుల ఆస్తికొరకు ఏదైనా చేయటం, లోభిత్వం, వుండకూడదు. కాబట్టి లోభులను వదిలేయాలి" చెప్పటం ఆపాడు భీష్ముడు.

"ఆపదలకు, చెడు నడతకు కారణం అజ్ఞానమే అంటారు. అజ్ఞానం అంటే యేమిటి?" అడిగాడు ధర్మరాజు.

"కోపం, దుఃఖం, ప్రేమ, పగ, అహంకారం, గర్వం, తొందరపాటు, మందగొండితనం, అత్యాశ, వీటి సంపర్కమే అజ్ఞానం అంటారు పెద్దలు. కాబట్టి లోభం వదులుకుంటే భోగాలు కలుగుతాయి" 206

"ఉత్తమమైన న్యాయమేది?" అడిగాడు ధర్మరాజు.

"ధర్మాలు యెన్నోరకాలు. అందులో దమము అనేది ఉత్తమమైనది. దమము ముక్తి దాయకమైనది. గొప్ప పుణ్యం. దమానికి జ్ఞానం తోడైతే అందుకోలేని ఉన్నతదశ అంటూ వుండదు. ఇంద్రియ నిగ్రహాన్ని మించిన ధర్మం లేదు. ఇంద్రియ నిగ్రహం వున్నవాడు కామ, క్రోధ, లోభ, మోహ, మాత్సర్యాలను జయించగలడు. ఈ దమము మునులను ఆశ్రయించివున్న చెలిమి, జాలి, పేరాశ లేకపోవటం వంటివాటికి దమము మూల స్థంభం. పరబ్రహ్మ పదం హృదయంలో దాగి వుంటుందంటారు పండితులు. ధర్మాలన్నిటికీ తపస్సే మూలం. వ్రతాలు శ్రద్ధగా చేయాలనుకొనేవారు పళ్ళు, కందమూలాలు తింటూ,నీరు తాగుతూ తృప్తిగా బ్రతుకుతుంటారు. క్రమం తప్పకుండా తపస్సు చేస్తుంటారు. ఆహార నియమమే తపస్సు. అదే మహాధర్మం. ఆ తపస్సంపన్నుడి ఇష్టప్రకారం సమస్తచరాచరవస్తు సముదాయం నడచుకుంటుంది. అటువంటి తపస్సువలన పంచమహాపాతకాలు మొదలైన పాపాలన్నీ పటాపంచలవుతాయి. సత్యం, శుచి మొదలైన అలవడతాయి. సమస్త కార్యసిధ్ధులూ అందుబాటులోకి వస్తాయి.

"కామ, క్రోధాది అరిషడ్వార్గాలు దేనివలన పుడతాయి, పోతాయి?" అడిగాడు ధర్మరాజు.

"మనసులోని వికారంతోనే కామం పుడుతుంది. కామం మొదలైన అరిషడ్వర్గాలవలన మనుష్యులకు అన్నిరకాల చెడులు కలుగుతాయి. వీటిని వదలగొట్టుకొనేటట్లు జడుపు పుట్టించగల బుధ్ధిమంతుడికి మంచి జరుగుతుంది. ఉత్తమలోకం సిధ్ధిస్తుంది. మనసులో ధైర్యం తగ్గిందనిపిస్తే చాలు తోడేళ్ళలాగా కలబడతాయి. ధైర్యవంతుడికి అవేవీ దరిదాపులకు రావు. హింసా ప్రవృత్తితో బ్రతికేవాడు ఈ ఆరు గుణాలు కలవారిని

మించిన చెడ్డవాడు. అటువంటి పాపాత్ముడు చుట్టాలందరి యెదురుగానే ఒక్కడే హాయిగా
బ్రతికేస్తాడు. అదికూడా క్రూర స్వభావమనే చెప్పుకోవాలి. ఉన్నంతలో నలుగురికీ పెట్టి,
తానూ తినేవాడు ఇహ, పరలోకాలలో కూడా సుఖపడతాడు. సేవకుల జరుగుబాటు
కొరకు మూడు సంవత్సరాలకి సరిపడేటంత ధనం ఖర్చు పెట్టటానికి, అంతకంటే 207
మించిన స్థితిమంతుడే యాగంచేసి సోమపానానికి అర్హుడౌతాడు. ఆతడు చేసే యాగ
క్రియలో ఆర్ధిక పరిస్థితి సహకరించక ఆగిపోతే ఆ పనులను పూర్తిచేయించాలి. దాన
ధర్మాలలో కూడా లోటు రాకుండా చేయాలి. అన్నిరకాల సంపదలూ పుష్కలంగా వుండి
కూడా పుణ్యకార్యాలు చేయనివారి డబ్బు పేదవారికి వుపయోగించవచ్చు. బ్రాహ్మణులు
పేదరికంలో వున్నారు అంటే అది రాజు తప్పే. బ్రాహ్మణులను రాజు కాపాడుకొంటే ఆ
రాజుకు జరిగే మేలుకు హద్దుండదు. బ్రాహ్మణుకిచ్చే స్వయంపాకం ఒక మణి, స్త్రీతో
సమాన విలువ కలవి ధర్మరాజా! అమృతం, విద్య, రెండూ పరోపకారం చేస్తాయి.
కాబట్టి విషంలోంచి పుట్టిన అమృతాన్ని, నీచుల దగ్గరనుంచి చదువును గ్రహిస్తారు.
పంచమహాపాతకాలు చేసిన వారు ఆ పాపాలను పుణ్యాసక్తిని పెంచుకోవటానికి
సరిపోతాయి. పాపాత్ములతోటి కలసి ప్రయాణం చేసినా, కలసి భోజనం చేసినా, మంచి
నీరు తాగినా, వచ్చే పాపం కూడా తపస్సు వంటివి చేసి తీర్చుకోవచ్చు. అబద్ధం చెప్పటం
కూడా పాపమే. అయితే ఆడవారి విషయంలో, పెళ్ళిళ్ళప్పుడు, పరిహాసాలాడుకున్నప్పుడు,
ప్రాణాపాయం కలిగినపుడు, ఏదైనా ఆపద వచ్చినపుడు, అబద్ధం చెప్పటం నేరంకాదు.
పాపం కాదు. ఎదుటివాడు యే పాపం చేయనపుడు వాడిపై కుత్సితుడని నింద మోప
కూడదు. అది కూడా పాపమే అవుతుంది. సరైన కారణం లేకుండా తల్లి, తండ్రులను
వదిలి వెళ్ళేవాడు పాపాత్ముడు అవుతాడు. బ్రహ్మచారులకు పీటా, పక్కా, కూడు, గుడ్డా
యిస్తే ఆ పాపం తొలగిపోతుంది“ చెప్పటం ఆపాడు భీష్ముడు.

నకులుడు వచ్చి భీష్ముడికి నమస్కరించి.....

“యుద్ధానికి వాడే ఆయుధాలన్నింటిలోకి మేలైన సాధనం ధనుస్సు అంటారు. విల్లు,

బాణం విరిగిపోయిపుడు ప్రాణాన్ని కాపాడుకోటానికి కత్తి మేలు అనేది నా అభిప్రాయం. అవునా కాదా తెలుసుకోవాలని అనుకుంటున్నాను. చెప్పండి తాతగారూ" అడిగాడు.

ఖడ్గం కథ.....

"బ్రహ్మ లోకాలను, జంతు జాలాన్ని, మనుష్యులను, దేవతలను, రాక్షసులను అన్ని 208
రకాల ప్రాణులను సృషించాడు. కానీ రాక్షసులు ధర్మం తప్పి, మునులను పీడించటం ప్రారంభించారు. అపుడు బ్రహ్మదేవుడు హిమాలయాలలో వేయి సంవత్సరాలు తపస్సు చేసి, నిష్టగాయాగం కూడా చేశాడు. అపుడు అగ్నిగుండంనుంచి ప్రపంచమంతా భయ పడేటట్లు ఓ పెద్ద భూతం పైకి వచ్చింది. ఆ భూతం పొడవాటి నల్లటి కోరలతో వుంది. ఆ భూతం పుట్టిన సమయంలో సూర్యుడు మసకబారాడు. అపుడు బ్రహ్మదేవుడు......

"దీనిని నేనే పుట్టించాను. ఈభూతం రాక్షసుల చావుకొరకు పుట్టిన ఉపద్రవం. లోకాలను ఆదుకొనటానికి, రాక్షసులసు చంపటానికి తగ్గ పనిముట్టు ఈ కత్తి. అందుకే దీనిని కల్పించారు" అనగానే ఆ భూతం కత్తి రూపం యెత్తింది. తన కాంతులు నాలుగు దిక్కులకు విరజిమ్ముతూ కనపడగా, బ్రహ్మదేవుడు యెంతో భక్తితో శివుడిని ధ్యానించాడు. కోరిన కోరికలు తీర్చే శివుడు నుదుటి కంటితో సెగలు చిమ్ముతూ రౌద్రాకారంతో బ్రహ్మ యెదుటికి వచ్చాడు. వెంటనే బ్రహ్మ శివుడికి మ్రొక్కి కత్తిని చేతిలో పెట్టాడు. ఆ కత్తిని పట్టుకొని శివుడు తన ఆకారాన్ని పెంచుతూ చిరునవ్వుతో మొదలుపెట్టి, పెద్దపెద్ద కేకలు పెట్టగా రాక్షసుల చెవినబడ్డాయి. వెంటనే రాక్షసులమూక పరుగుపెట్టి వచ్చి ముందుగా శివుడిని యెదుర్కొనగా, శివుడు తన చేతిలోవున్న కత్తితో కలియ బడ్డాడు. రాక్షసులసు వరసపెట్టి నరికి పోగులేశాడు. ధర్మాన్ని నిలబెట్టాడు. స్వర్గ, మర్త్య, పాతాళ లోకాలను కాపాడే విష్ణువుని పిలిచి, రాగానే బ్రహ్మ పుట్టించిన కత్తిని ఆయనకి చ్చాడు. ఆ గొప్పకత్తిని విష్ణువు మరీచికిచ్చాడు. మరీచి పరశురాముడికి, పరశురాముడు మునులకూ, ఆ మునులు ఇంద్రుడికీ, ఇంద్రుడు దిక్పాలకులకు ఇచ్చాడు. తరువాత వరుసగా మనువు మొదలైన రాజులు తమ సంతానానికి ఇస్తూ వచ్చారు. వాళ్ళలో దుష్యంతుడు భరతుడికిచ్చాడు. ఆవిధంగా భరత కులంలో కత్తినిచ్చుకొనే ఆచారం

ఏర్పడింది. దాన్ని ఓముని దయవలన ద్రోణుడు సంపాదించాడు. ఆ ద్రోణుడు కృపుడికి చ్చాడు. ఆతడినుండి మీ ఐదుమందీ పొందారు. ఈ కత్తి విద్యను నీవు ఇష్టపడటం వలన మంచి పేరుపొందావు. ఈ కత్తికి నక్షత్రం కృత్తిక. కాపాడే దేవత అగ్ని. గురువు శివుడు. అసి, విశసనం, ఖడ్గం, తీక్షణధారం, దరాసదం, శ్రీగుర్భం, విజయం, ధర్మపా లనం అనే ఎనిమిది ముఖ్యమైన పేర్లతో ప్రచారం జరిగింది. ఆయుధాలన్నింటిలోకి ముఖ్యమైనదిగాపేరుపడింది. ఈ పుణ్యకథ దివ్యమైనది. విన్నవాడు కీర్తిమంతుడౌతాడు. సంతోషంగా వుంటాడు. పుణ్యలోకాలు పోతాడు" చెప్పటం ఆపాడు భీష్ముడు. 209

అంతట అందరూ లేచి, భీష్ముడికి నమస్కారాలు చేసి ఇంటికి వెళ్ళిపోయారు. భీష్ముడు దగ్గరనుంచి ధర్మరాజాదులు అంతఃపురానికి చేరి, తమ నిత్యకార్యక్రమాలు జరిపాక అందరూ ఒక సమావేశమయి, సరస సంభాషణలు చేస్తూ......

"ధర్మార్ధ కామ మోక్షాలలో ఏది ఎక్కువ? ఏది మధ్యస్థం? ఏది తక్కువ?" అడిగాడు ధర్మరాజు.

"ధర్మాన్నిబట్టి ధనం, ధనం వలన కామం, కలుగుతాయి, కాబట్టి ధనం మధ్యస్థం, ధర్మం మేలైనది, కామం నీచమైనది అని విదురుడు, ధర్మార్థాలు ఒకదాని మీద మరొకటి ఆధారపడి వుంటుంది. ఏదోఒకటి అవలంభించే వాడికి నష్టమే కలుగుతుంది. కోరికలేమీ లేవంటూ జటలతో తిరిగే సన్యాసులకు కూడా బ్రతకటానికి ధనమే కావాలి, అని శుక్రుడూ, కణ్వమునీ కూడా చెప్పారు కదా అన్నాడు అర్జునుడు. చేతినిండా డబ్బు లేనివాడికి కామం అందనిది. ధర్మానికి అర్థం ధనానికి ఫలరూపం వంటిది. కామం తంతు కాబట్టి ధర్మం అనే పురుషార్థం అన్నింటికంటే ఉత్తమమైనది అన్నారు నకుల సహదేవులు. పెరుగులో సారంగా వుండే వెన్నలాగా ధర్మార్థాలలో కామరసం సారంగా వుంటుంది. అది చాలా నీచమైన భావన అని భీముడు అన్నాడు. మళ్ళీ విదురుడు.....

"విను ధర్మజా! తుమ్మెద పువ్వులోని తేనెను ఆరగించినట్లు మనిషి యెక్కువ సౌఖ్యం పొందాలి. కామం వలన మరింత సౌఖ్యం పొందనివాడి సొత్తు చచ్చుగింజలుగల పంట

లాగా యెందుకూ పనికిరానిదవుతుంది. ధర్మార్థకాలనే మూడు పురుషార్థాలను ఒక్కటి అవలంభించేవాడు అధముడు. ఒకటి కాక రెంటిని ఆచరించేవాడు మధ్యస్తుడు. మూడింటిని నడిపేవాడు ఉత్తముడు" అన్నాడు.

"విదురుడు చెప్పిన మాటలు నిజం. నా అభిప్రాయంకూడా వినండి. ప్రాణకోటికి ముస 210 లితనం, చావు, యెవ్వరికీ తప్పదు. ధర్మార్థకామాలు మానసిక వేదనలనే మిగిలిస్తాయి. వాటిని భరించటంకంటే ముక్తిని కోరుకోవటమే మంచిది. మనం కోరుకున్నంతమాత్రాన మోక్షం దొరుకుతుంది అనుకొంటే మనస్సులో ధర్మార్థ కామాలు నాటుకోనివ్వకూడదు. సుఖదుఃఖాలు వస్తూపోతూనే వుంటాయి కనుక సుఖం కలిగినపుడు పొగరు, దుఃఖం చేత దీనత్వం పొందకపోతే మోక్షం పొందినట్లే!" అన్నాడు ధర్మరాజు.

మరుసటిరోజు ధర్మరాజు మొదలైన వారంతా మరల భీష్ముడిని కలిశారు.

"రాజుకు కావాల్సిన వారంటే ఏవిధంగా వుండాలి? అక్కరలేని వారంటే యేవిధంగా వుండాలి?" అడిగాడు ధర్మరాజు.

"ఓర్పు కలవారు, సత్యవంతులు, స్థిరమైన మనసు కలవారు, పేరాశ, పొగరు, కోపం లేనివారు, పనులలో శ్రద్ధ, మాటకారితనం అయినవారైతే యజమానికి సకలసంపదలూ చేకూరుతాయి. కౄరుడు, పేరాశపరుడు, మూర్ఖుడు, చాడీలుచెప్పేవాడు, మంథగొండి, చేసిన మేలు మరిచిపోయేవాడు, తెలివితక్కువవాడు, అబద్ధాలాడేవాడు, నిందపడేవాడు, పిరికివాడు, తెగింపు లేనివాడు, నీతిమాలినవాడు, మితిమీరిన చెడ్డఅలవాట్లు కలవాడు, రాజుకు దగ్గరకు వుండకూడదు. వుంటే రాజుకు ప్రాణంమీదకే వస్తుంది. అందుకో కథ చెపుతాను వినండి.

నాడీజంఘుడి కథ (కాశ్యప గౌతమోపాఖ్యానం).....

ఒకప్పుడు ఓ బాపడుండేవాడు. తన వంశమర్యాదలు, కులవృత్తి, గౌరవం, మర్యాద అన్నీ వదిలేసి ఓ బోయపిల్లను పెళ్ళిచేసుకున్నాడు. ఆమె కులంవారితో కలసి మాంసం తినడం, వేటాడటం, వంటివి చేసేవాడు. అందులో కొంతమంది కోమట్లు వ్యాపారం కోసం మరోదేశానికి బయలుదేరగా, ఆ బ్రాహ్మణుడు వారితో కలిసి బయలుదేరాడు.

ఆ విధంగా పోతూవుండగా అడవిలో ఓ అడవిఏనుగు పిచ్చెక్కినట్లు జనాన్ని తొక్కి చంపటం మొదలుపెట్టింది. గుంపంతా బెదిరిపోయి తలోదిక్కు పరిగెత్తారు.
ఆ బ్రాహ్మణుడు కూడా దిక్కుతోచక పరిగెత్తాడు. ఉత్తరం వైపుగా చాలాదూరం పోయాక.
ఓ మఱ్ఱిచెట్టు కనిపించింది. ఆ చెట్టు చాలా పెద్దగా, అందంగా వుంది. కొంతసేపు ఆ 211
చెట్టుక్రింద విశ్రాంతి తీసుకున్నాడాతడు. అక్కడకు పెద్ద కొంగ వచ్చింది. దానిపేరు నాడీజంఘుడు. అది బ్రహ్మ దయకు నోచుకొని వుంది. దానికి రాజధర్ముడు అనే మరో పేరుకూడా వున్నది. ఆ కొంగ ఆ మఱ్ఱిచెట్టుమీదనే నివాసముండేది. బ్రాహ్మడిని చూచి ప్రేమతో ఆదరించింది......

"ఓ బ్రాహ్మణోత్తమా! ఎక్కడినుండి ఇక్కడికి యెందుకొచ్చావు? నిన్ను చూస్తే చాలా సంతోషిస్తున్నాను. నీ సంగతులేమిటో చెప్పు" అని అడిగాడు.

"నాది మధ్యదేశం. నా పేరు గౌతముడు. నేను ఉత్తమ బ్రాహ్మణుడి కొడుకును. నేను సోమరిపోతునై నా కులవృత్తి, ధర్మాలు మానేశాను. కామంలో పడి ఓ బోయపిల్లను పెండ్లి చేసుకున్నాను. పేదరికంతో విసిగిపోయి, వర్తక బిడారులతో కలిసి ప్రయాణం చేస్తూ, మరోదేశానికి పోతుండగా అరణ్యం చేరాం. అక్కడ ఓ ఏనుగు వచ్చి అందరినీ తొక్కి చంపుతుండగా తలోదిక్కు పారిపోయాం. ఇదిగో నేను నీయెదురుగా వున్నాను" చెప్పాడు గౌతముడు. ఆ మాటలు విన్న కొంగ నదిలో దొరికిన చేపలను నిప్పుమీద కాల్చి ఆతడికి ఆహారంగా పెట్టి, చక్కటి మెత్తని పూవులను, చిగురుటాకులను వత్తుగా మెత్తగా పరిచి గౌతముడికి ప్రక్కను యేర్పాటు చేసి, ఆ రాత్రంతా ఆతనితో కబుర్లు చెప్పి, ఆతడిని సంతోషపరిచింది. తెల్లవారాక ఆతడితో.....

"గౌతమా! విను. మనిషి పేదరికం పోవటానికి స్నేహితుడు, వెండి, బంగారం, అనేవి కారణాలు అని దేవగురువు బృహస్పతి చెప్పాడు. అన్నింటిలోనూ మిత్రుడు గొప్పవాడు. నేను కశ్యపుడి సంతానంలో వాడిని. నేను నీ స్నేహితుడిని. ఇంక నీకు సంపదలకు లోటేమిటి? నాకు విరూపాక్షుడనే మిత్రుడున్నాడు. ఆతడు మధువ్రజం అనే పట్టణంలో

వుంటాడు. ఆతడు రాక్షసరాజు. ఆతడి దగ్గరకుపోయి నేను పంపానని చెప్పు. నీ
సమస్యలు తీరిపోతాయి“ అనిచెప్పి మధువ్రజానికి దగ్గర త్రోవలో యేవిధంగా వెళ్ళాలో
కూడా చెప్పాడు నాడీజంఘుడు. గౌతముడు నాడీజంఘుడు చెప్పిన త్రోవలో వెళ్ళి
విరూపాక్షుడిని కలిసి నాడీజంఘుడు చెప్పమన్న మాటలు చెప్పాడు. 212

“నేను నాడీజంఘుడి స్నేహితుడిని. డబ్బుకోసం వచ్చాను“ అని చెప్పాడు గౌతముడు.

“నీవెవరు? నీ సంగతులన్నీ చెప్పు“ అడిగాడు విరూపాక్షుడు.

గౌతముడు తన సంగతులన్నీ చక్కగా వివరించి చెప్పాడు. విరూపాక్షుడికి గౌతముడి మాటతీరు నచ్చలేదు. మోసగాడేమోనని అనుమానం కూడా వచ్చింది. నీచుడు అని కూడా అనిపించింది. అయినా నాడీజంఘుడు పంపాడు కదా! అదే వీడి అర్హత అను కొని ఆతడికి అన్ని సౌకర్యాలు చూడటానికి మనుష్యులను నియమించాడు. ఆ రోజు కార్తీక పౌర్ణమి కనుక వేలకొద్దీ బ్రాహ్మణులకు బంగారు కంచాలలో భోజనాలు పెట్టాడు. అందరికీ దక్షిణలు భారీగా యిచ్చాడు. గౌతముడికి మొయ్యలేనంత ధనం, బంగారం, ఇచ్చాడు. తిన్న బంగారు కంచం కూడా యిచ్చాడు. గౌతముడు అన్నీ ఆనందంగా తీసుకొని విరూపాక్షుడిచ్చినవన్నీ మోయలేక మోస్తూ, బుజాలు, చేతులు, కాళ్ళూ అన్నీ నొప్పితో నాడీజంఘుడి ఇంటికి చేరగానే కూలబడ్డాడు. ఆతడి అలసట తీరేవరకు తానే స్వయంగా సేవలు చేసింది బాతు. ఆ రాత్రి గడిచి తెల్లవారుతుండగా ప్రయాణంలో తనకు ఆహారం యెలాగా? అని ఆలోచన రాగానే కొంచెం కూడా ఆలోచించకుండా పంచె బిగించి కట్టి, బలమైన కఱ్ఱ తీసుకొని, గాఢనిద్రలో వున్న కొంగ (నాడీ జంఘుడి) మెడమీద, తలమీద దబదబా చితకబాది, అది చనిపోయిందని రూఢీచేసుకున్నాక దాని రెకలన్నీ పీకి, మెడ విరిచేసి, పేగులు లాగేసి, మాంసాన్నంతా ముద్దచేసి, ఓ వస్త్రంలో మూటకట్టి, ఊరిబాట పట్టాడు. అక్కడ విరూపాక్షుడికి మాంసపు వాసనతోనే నిద్ర మెలుకువ వచ్చి.....

ఈవిధమైన వాసన వస్తోంది. అపశకునమనిపిస్తోంది!“ అనుకుంటూ లేచి ఆ విషయాన్ని తనవారందరితో చెప్పి, ఖంగారుపడ్డాడు. కొంతసేపటికి నాడీసంఘుడు ప్రతిరోజూ

ఈపాటికి వచ్చేవాడు, యెందుకు రాలేదు అని మరింత గాభరాపడుతూ తన పనివారిని
తన మిత్రుడిని తీసుకు రావటానికి పంపాడు. వారు కొంగ నివాసానికి పోయి, అక్కడ
కొంగ ఎముకలు చూచి, నిన్న వచ్చిన బ్రాహ్మణుడే ఇందుకు కారణమని గ్రహించి,
బాగా వెతికి బ్రాహ్మణుడిని పట్టుకొని, తాళ్ళతో కట్టేసి విరూపాక్ష రాజు దగ్గరికి తీసుకు 213
పోయి జరిగినది చెప్పారు.

“ఆ చేసిన మేలు మరిచిపోయిన వాడిని నా దగ్గరకు యెందుకు తెచ్చారు? వాడిని ముక్కలుముక్కలుగా నరికి తినేయండి“ కోపంగా అన్నాడు విరూపాక్షుడు.

“ఈ పాపిష్టి శరీరాన్ని తినటానికి మేమంత నీతి లేని వారమా! ఇంత పాపిష్టి శరీరాన్ని తింటే మాకు పాపమొస్తుంది“ అంటూ చీదరించుకొని ఆతడిని దూరంగా తీసుకుపోయి ముక్కలను చేసి పడేసి వెనకకు పోయారు విరూపాక్షుడి సేవకులు. ఆ సమయంలో బాగా ఆకలితో వున్న కుక్కలు ఏదో ఆహారం దొరికిందని పరిగెత్తుకు వచ్చి, ఈ బాపడి శరీరపు ముక్కలు చూసి, వాడి గుణాన్ని గ్రహించి, ఆకలినిని చంపుకొని చీదరించు కుంటూ నీరసంగా దూరంగా వెళ్ళిపోయాయి. విరూపాక్షుడు దుఃఖిస్తూ, నాడీజంఘుడి ఎముకలు, కండ తెప్పించి ఓచోటపెట్టి వినయంగా ఉత్తరక్రియలు చేసి, విచారంతో కూర్చున్నాడు. ఆ సమయంలో విరూపాక్షుడి దగ్గరకు ఇంద్రుడు వచ్చాడు. ఆయనకు విరూపాక్షుడు తగిన మర్యాదలు చేసి మిత్రుడి హటాత్మరణం గురించి, అందుకు కారణాలు అన్నీ వివరంగా చెప్పి.....

“నా మిత్రుడిని బ్రతికించవా ఇంద్రా!“ జాలిగా అడిగాడు విరూపాక్షుడు.

“నాడీజంఘుడు నీకు యేవిధంగా స్నేహితుడో బ్రహ్మకు కూడా స్నేహితుడు. నీకు తెలియదా? నీవు నీ స్నేహధర్మంతో నీ మిత్రుడికి తల కొరివి పెట్టావు, నాడీజంఘుడిని అప్పుడప్పుడు కాదు ప్రతిరోజూ చూడాలని కోరుకొనే బ్రహ్మ చూస్తూ వూరుకుంటాడా? నీవు దహన సంస్కారం చేసి నీ దోవన నీవు రాగానే అక్కడికి దగ్గరలోనే ఒక ఆవు తన దూడకు పాలిచ్చింది. ఆ సమయంలో లేగదూడ నోటినించి పాలచిందులు విసురుగా వీచిన గాలికి ఎగిరి వచ్చి నాడీజంఘుడి చితిమీద పడింది. అంతే వెంటనే

నాడీజంఘుడు తిరిగి బ్రతికాడు. బ్రహ్మ స్నేహితుడిని ఆవిధంగా బ్రతికించుకున్నాడు. తన పూర్వపు రూపంతోనే నీ దగ్గరకు వస్తున్నాడు" చెప్పాడు ఇంద్రుడు.

ఇంతలో నాడీజంఘుడు అక్కడికి వచ్చాడు.

నాడీజంఘుడు, విరూపాక్షుడు పలకరింపులు, మర్యాదలు, సరస సంభాషణలు అన్నీ 214
అయాక, బ్రాహ్మణుడి మరణం గురించి తెలుసుకొని - ఇంద్రుడిని ఆగౌతముడనే బ్రాహ్మణుని కూడా బ్రతికించమని వేడుకున్నాడు. ఇంద్రుడు బ్రాహ్మణుడిని బ్రతికించటం కూడా బ్రహ్మయొక్క అనుగ్రహమే అని తెలుసుకొని, బ్రాహ్మణుడిని బ్రతికించాడు. విరూపాక్షుడు కూడా తాను ఇంతకుముందు బాహ్మణుకిచ్చిన ధనం, బంగారాలన్నీ గౌరవంగా తిరిగి యిచ్చాడు. గౌతముడు అవి తీసుకొని భయంభయంగా వెనకకు తిరిగి చూసుకుంటూ వెళ్ళిపోయాడు. ఇంద్రుడు స్వర్గలోకానికి వెళ్ళిపోయాడు. విరూపాక్షుడు కొంగను (నాడీజంఘుడు లేక రాజధర్ముడిని) సంతోషంగా సాగనంపాడు. ఆతడు (కొంగ) గొప్పగా తన నివాసానికి వెళ్ళిపోయింది.

నీతి:-

కాబట్టి ఈ కథవలన కృతఘ్నుడి మాంసాన్ని కుక్కలు కూడా తినవు అని తెలుస్తోంది కదా. ధర్మరాజా! బ్రాహ్మణుడిని చంపిన పాపానికైనా పరిహారముంది. కానీ చేసిన మేలును మరిచినవాడికి, మిత్రద్రోహం అనే పాపానికి విముక్తి లేదు. ఇటువంటి రెండు రకాలవారినీ పూర్తిగా ఎటువంటి సంబంధం లేకుండా వదులుకోవటం మంచిది!" చెప్పాడు భీష్ముడు.

ॐ

శ్రీమదాంధ్ర మహాభారత కథలు

శుకమహర్షి కథ

ఓ ఉదయాన భీష్ముని దగ్గర పాండవులు, ఇతర రాజులూ రాజధర్మాలు, రాజోచిత నీతులు, వినటానికి వచ్చిన వారంతా భీష్ముని దగ్గర వారి వారి అర్హతలను బట్టి అమరికగా కూర్చున్నారు.

“పితామహా! ఇప్పటివరకు రాజునైన నాకు రాజోచిత ధర్మాలు, నీతులు, ఆచరించదగ్గ మార్గాలు స్పష్టంగా మా అందరికీ అర్ధమయేలాగా చెప్పావు. ఇప్పుడు నేను ఈ భూమి పైనున్న జనులందరికీ మేలు కలిగించే ధర్మమేదో తెలుసుకోవలనుకుంటున్నాను. దయతో నాకు చెప్పు“ అడిగాడు ధర్మరాజు.

“ధర్మాలు అనేక విధాలుగా ప్రచారంలో వున్నాయి. తేడాలు చాలా వున్నా, అన్నీ ఆచరిం చతగినవే. తమకు ముక్తిని ప్రసాదించగలదే మంచి ధర్మం. ఇష్టా, ఇష్టాలను హృదయం లో కలుగకుండా చూడకలగటమే మోక్షప్రదమైన ధర్మం. శుభకరమైన కార్యాలయెడ ప్రీతిగల ఓ ధర్మనందనా, ప్రియాప్రియాలు మనస్సులో కలుగకుండా జీవించటం యే విధంగా సాధ్యమో, యెప్పుడు అటువంటి మానసిక స్థైర్యం మానవుడికి సిద్ధిస్తుందో, తెలియజేసే కథ ఒకటి వున్నది. చెపుతా విను.

సేనజిత్తుని కథ.....

సేనజిత్ అనే రాజు, కొడుకు మరణంతో, దుఃఖంతో వున్నపుడు, ఆతని స్నేహితుడైన ఓ బ్రాహ్మణుడు రాజును ఓదార్చటానికి వచ్చి.....

“మహారాజా! పుట్టిన ప్రతి ప్రాణీ మరణించాలి కదా! నీ కొడుకు మాత్రమే చనిపోయినట్లు బాధపడతావేమిటి? సరే జరిగినదేదో జరిగింది. ఇంక దుఃఖం మానుకో“ అన్నాడు.

“మిత్రమా! మరణమెంత సహజమో దుఃఖమూ అంతే సహజం కదా. ఆ దుఃఖాన్ని

యేవిధంగా తప్పించుకోగలవు?" అడిగాడు రాజు.
"ఓ నదీప్రవాహంలో ఓ కఱ్ఱ మరో కఱ్ఱను చేరుతుంది. కొంతసేపటికి అదే ప్రవాహానికి ఆ కఱ్ఱలు విడిపోతాయి. అదేవిధంగా భార్యాభర్తలు, కొడుకులు, కూతుళ్ళు, స్నేహితులు, శత్రువులు కలుస్తారు. విడిపోతారు. అందులో మన ప్రమేయం యేమీ వుండదు. అది మానవుడు తెలుసుకోవాలి. నాకో జ్ఞానం వున్నది. తనకు తానే సొంతం కాదు. ఇంక పరులతోటి సంబంధం యేమిటి? ప్రేమేమిటి? వియోగమేమిటి? సుఖాలు వాటంతటవే వస్తాయి. పోతాయి. అందువలన సుఖాలకు పొంగిపోకూడదు, దుఃఖాలకు కుంగిపో కూడదు. అన్నీ వదిలేయటంలోనే సుఖమున్నది. పింగళ అనే వేశ్య తన దగ్గరకు వచ్చే విటులలో ఒకతనిమీద ప్రేమను పెంచుకొంది. తరచుగా ఆతడు పింగళ దగ్గరకు వచ్చేవాడు. ఓసారి కొద్దిరోజులు ఆతడు రాలేదు. ఎదరుచూసి విసిగిన ఆమె ఓ నిర్ణయా నికి వచ్చింది. "నాకు ఆతడిపై వున్న ప్రేమ ఆతడికి నామీద వుండాలని లేదుకదా! అందువల్ల ఆతడికోసం యెదురు చూడటం అనవసరం" అని నిర్ణయానికి వచ్చింది. అప్పటినుంచి ఆమె మనస్సుకు చాలా సుఖంగా అనిపించింది. ఆతరువాత కోరిక అనేది లేకుండానే జీవితాన్ని గడిపింది. ఓటమికి కారణం కోరిక" చెప్పాడు బ్రాహ్మణుడు. ఆ మాటలు విన్నాక సేనజిత్తు మహారాజు దుఃఖం నుంచి వియుక్తి పొంది సుఖంగా వున్నాడు. మరో కథ చెపుతా విను. మేధావి అనే బ్రాహ్మణ యువకుడుండేవాడు. వేద వేదాంగాలు చదివాడు. సహజంగానే మేధావి. ఆతడు తండ్రిని అడిగాడు.
"తండ్రీ లోకంలో ఇప్పుడు ప్రజలు చాలావరకు తక్కువ ఆయుర్దాయంతోనే చనిపో తున్నారు. ఆవిధంగా కాకుండా వుండాలంటే ఏం చేయాలి?" అని.
"విద్యాభ్యాసం అయాక తగిన ఆదాయం చూసుకొని, పెండ్లి చేసుకొని, సంతానవంతుడై యజ్ఞ, యాగాది క్రతువులు చేసి, గృహస్త్రాశ్రమ ధర్మాలు ఆచరించి, వానప్రస్థ ఆశ్రమంలో ప్రశాంత జీవితం గడిపి, మోక్షాన్ని పొందాలి" అన్నాడు.
"కాలం నీవు చెప్పిన విధంగా నీ చేతిలో వుంటుందనుకుంటున్నావా? బిడ్డ తల్లి గర్భం లో ప్రవేశించటం మొదలు ఆ ప్రాణిని మృత్యువు వెంటాడుతూనే వుంటుంది. అది తెలుసు కదా? నీ జీవితం నీ ఆధీనంలో వుండదు. మనిషి యెప్పుడూ చేసినపని, 216

చేయబోయే పని, అంటూ ఆ పనులలోనే మునిగిపోయి వుంటాడు. మనిషెప్పుడూ కాలం చేతిలో బందీయే. కాలాన్ని అతడు రెప్పపాటుకూడా ఆపలేడు. మృత్యువు యెదురులేని బలం కలది. బలవంతుడిని, బలహీనుడిని, అందరినీ కబళిస్తుంది. సంసారం మరణానికి ఆటపట్టు. నేను సత్యంద్వారా మృత్యువును జయించాను" అన్న కొడుకు సమాధానానికి మౌనం వహించాడు తండ్రి. 217

"లోకంలో ధనవంతులు, పేదవారు అని రెండు వర్గాలున్నాయి. వారిలో సుఖపడేదెవరు? దుఃఖపడే వారెవరు?" ధర్మరాజు ప్రశ్న.

కలిమి లేములను ఓత్రాసులో పెట్టి తూస్తే ముల్లు లేమివైపే వంగుతుంది. సంపదలలో వున్నవాడు ఆ ధనం ఎప్పుడు పోతుంది? ఏవిధంగా పోతుంది? అనే ఆలోచనలతోనే మృత్యువుకు దగ్గరవుతూ వుంటాడు. ధనం నిరంతరం బాధలను, దుఃఖాన్ని కలిగిస్తూ వుంటుంది. కనుక ధనం లేకపోవటమే మంచిది.

"ధనాశలో వుండేవాడు యెప్పుడు సుఖపడతాడు?" అడిగాడు ధర్మరాజు.

"సంపాదించి సంపాదించి విసుగొచ్చి, దాన్ని మానేస్తే అప్పుడు సుఖపడతాడు"

"మానవుడు ఏంచేస్తే మనిషికి దుఃఖం పోతుంది? మోక్షాన్ని యెప్పుడు సాధిస్తాడు?" ధర్మరాజు ప్రశ్న.

"అజగర చరిత్ర మాత్రమే నీ ప్రశ్నలకు సమాధానం చెప్పగలదు. అజగరుడు అనే బ్రాహ్మణుడు ప్రహ్లాదుడనే రాక్షస రాజుకు శాంతిపొందటానికి మంకి అనే బ్రాహ్మణుడి కథ చెప్పాడు. ఆ కథ సారాంశమేమిటంటే - సుఖంగా బ్రతకాలంటే ధనం కావాలి. ధనం కావాలంటే చాలా కష్టపడాలి. దాంతో మానసికంగా, శారీరకంగా కష్టాలు పడాలి. ఆ కష్టాలకంటే ధన సంపాదనగురించి అత్యాశ లేకుండా జీవన విధానానికి సరిపడినంత తగా, తక్కువగా సంపాదించి, ఆశ, నిరాశల మధ్య వూగకుండా నిశ్చితాభిప్రాయంతో ముందుకు సాగుతూ మోక్షప్రాప్తికోసం సాధన చేయాలి.

"బంధువులు, ధనం, తెలివి, బలం, వీటిలో దేనివలన మనిషికి కీర్తి దొరుకుతుంది?" ధర్మరాజు ప్రశ్న.

"ప్రజ్ఞ, లాభం, స్వర్గం, ప్రజ్ఞ, ముక్తి, ఈవన్నీ ముక్తికి వుపయోగపడేవే.

“నరుడు దానం, తపస్సు, పెద్దలసేవ, అనేక యజ్ఞాలు చేస్తూ, మరి వాటి ఫలితాలు మనిషికి చెందుతాయా?“ ధర్మరాజు ప్రశ్న.
“మనిషి చేసిన పాప పుణ్యాలు ఆతడి నీడలాగా ఆతడి కూడా పరలోకాలకు పోతుంది“
“అసలు సృష్టి యేవిధంగా ప్రారంభమయింది?“ అడిగాడు ధర్మరాజు. 218
“పూర్వం భరధ్వాజముని భృగుమహర్షికి వివరంగా చెప్పాడు. నారాయణుడు అవ్యయుడు. ఆయన సృష్టి చేయాలని అనుకున్నాడు. బ్రహ్మ పుట్టాడు. బ్రహ్మ సంకల్పంతో ఆకాశం, దానినుండి నీరు, నీటినుంచి నిప్పు, గాలి, పుట్టాయి. నిప్పు, గాలుల కలయికతో భూమి పుట్టింది. బ్రహ్మకు శరీర భాగాలుగా సర్వభూతాలు - పర్వతాలు ఎముకలు కొవ్వు, మాంసము, సముద్రాలు నెత్తురు, ఆకాశం పొట్ట, గాలి శ్వాస, అగ్ని తేజస్సు, నదులు శరీరంలోని నరాలు, సూర్యచంద్రులు కళ్ళు, ఊర్ధ్వలోకం శిరస్సుపైభాగం (పైలోకం), పాతాళం పాదాలు, దిక్కులు చేతులు - ఈవిధంగా అంతులేని శరీరం నారాయణుడిది. సృష్టి జంగమ స్థావరాత్మకం అయిన విష్ణువునుండి పంచభూతాలు పుట్టాయి. కనుక అవికూడా అనంతాలు. సృష్టిలో చేష్టలు, శబ్దాలు, ద్రవాలు, వేడి, గట్టితనం, అనే గుణాలు, ఆకాశం, జలం, అగ్ని, భూమి అనే పంచభూతాలవలన కలుగుతాయి. పంచభూతాలకు ఓవిధమైన చైతన్యం, వాసన మొదలైన లక్షణాలున్నాయి. వాటిని నియంత్రించే మనసు ద్వారా గ్రహించి అనుభవిస్తారు. సత్వ, రజస్తమోగుణాలు అనే ఈ మానవ స్వభావ వికారాలకు దూరమయి, ఈ జన్మ పరంపర చక్రాన తగుల్కోకుండా ఆత్మ మోక్షాన్ని చేరుకుంటుంది.
“ఆచార విధులను వివరంగా చెప్పు“ ధర్మరాజు ప్రశ్న.
“మంచిచెడులనేవి మంచివారికి, చెడ్డవారికీ సమానమే.
1. ముఖ్యమైన చోట్ల రహదార్లలో పశువుల మందలో మలమూత్రవిసర్జన చేయకుండా వుండటం.
2. శుచిగా ఆచమనం చేసి స్నానం చేయటం.
3. సంధ్యాసమయంలో సూర్యుడికి అర్ఘ్యపాద్యాలిచ్చి పూజించటం.

4. సూర్యోదయం సమయంలో, సూర్యాస్తమాన సమయంలో, నిద్రపోకుండా వుండటం.
5. స్నానం చేశాకనే భోజనం చేయటం.
6. అన్నాన్ని నిందించకుండా వుండటం.
7. తడికాళ్ళతో నిద్రపోవటం, ఇతర స్త్రీని వివస్త్రగా చూడకూడదు. 219
8. స్వీయ మలాన్ని చూడకూడదు.
9. పాపాన్ని దాచకూడదు.
10. భార్యాభర్తల శృంగార విషయాలను దాచి వుంచాలి. అందరిలో ప్రదర్శించకూడదు.
11. గురువులను పూజించటం, బ్రాహ్మణులను పూజించటం.

ఇవి నారదుడు చెప్పిన నీతులు, సదాచారాలు.

"తాతా! శుకమహర్షి వ్యాసమహర్షి కొడుకని తెలుసు. ఆతడేవిధంగా పుట్టాడు? ఆతడు చిన్నతనంలోనే అంతటి గొప్పవాడేవిధంగా అయ్యాడో చెప్పు" అడిగాడు ధర్మరాజు.

"ధర్మరాజా! మేరుపర్వతపు సమీపంలో కర్ణికారవనం వున్నది. అందులో పార్వతీ పరమేశ్వరులు ప్రమథ గణాలతో సేవలందుకుంటూ సంచరించే చోట కొడుకు కోసం తపస్సు చేయాలనుకున్నాడు వ్యాసుడు. ఏ యాగాలు చేసినా ఎన్నిసార్లు చేసినా, వ్యాసుని యోగనిష్టకు సాటిరావు. వ్యాసుడి యోగనిష్టకు శివుడు సంతోషించి ప్రత్యక్షమయి, వ్యాసుడు కోరుకున్న విధంగా పంచభూతాలతో సమానమైన శక్తియుక్తులు కలిగిన పుత్రుడు పుడతాడని వరాన్ని ప్రసాదించి అంతర్ధానమయాడు. ఆతరువాత వ్యాసుడు అగ్ని కార్యాలు నిర్వహించటానికి నిప్పు ముట్టించటానికి అరణిని మధిస్తుంటే, ఈశ్వర సంకల్పంతో మన్మధుడు వ్యాసునిపై తన ప్రభావం చూపించగా వ్యాసమహర్షికి ఆ అగ్నిలో ఘృతాచి అనే అప్సరస కనిపించింది. ఆ వెంటనే మహర్షికి కామోద్రేకం కనిపించింది. అది గమనించిన ఘృతాచి భయంతో చిలకగా మారిపోయింది. వ్యాస మహర్షి మటుకు తన మనోవికారాలను దాచుకుంటూ అగ్నిని రాజేయటానికే ప్రయత్నం చేస్తుండగా, ఆయనకు వీర్యం అగ్నిలో పడిపోయింది. ఆ అగ్నిలోంచి ఓ బాలుడు పుట్టుకొచ్చాడు. ఆ పిల్లవాడు అచ్చం వ్యాసుడే అన్నట్టున్నాడు. అప్పుడే గంగానది స్త్రీ

రూపంలో వచ్చి బిడ్డకు మంగళస్నానం చేయించింది. ఆకాశనుంచి కృష్ణాజినం, దండం వచ్చి శుకుడిని చేరాయి. దేవతాస్త్రీలు సంతోషంగా పాడిన జోలపాటలు వినిపించాయి. పూలవానలు కురిశాయి. ఇంద్రాది దేవతలు వచ్చారు. దేవేంద్రుడు బాలుడికి కమండలం యిచ్చాడు. దేవతలు ఎప్పటికీ మాసిపోని వస్త్రాలిచ్చారు. పార్వతీపరమేశ్వ 220
రులు శుకుడికి నామకరణం చేశారు. తరువాత వడుగు చేశారు. శుకుడి పుట్టుక సకల చరాచరజీవులన్నింటికీ ఆనందం కలిగించింది. వ్యాసుడు పుట్టగానే వేదాలు ఆయనను చేరినట్లుగా శుకునికి కూడా చేరాయి. శుకుడు వశిష్టుడిని తనకు గురువుగా ప్రకటించుకున్నాడు. శుకుడు ఏకసంతగ్రాహి కనుక బుధుడు విద్యను చెపుతూవుండగా ఆతడు తిరిగి వప్పచెపుతూనే వున్నాడు. అది చూసేవారిందరికీ ఎంతో ముచ్చటేసింది. ఒక్కొక్కసారి సహజమైన పిల్లవాడిలాగా తోటి పిల్లలతో పిల్లలాడే ఆటలు ఆడుతూ వుండేవాడు. ఓనాడు అది చూసి వ్యాసుడు కొడుకును కూర్చోపెట్టి, సాంఖ్యయోగ శాస్త్రాలను బోధించాడు. అప్పటినుంచి శుకుడు అహంకార, మమకారాలను విడిచిపెట్టాడు. విరాగి అయ్యాడు. ఒకరోజు శుకుడు "మోక్షాన్నిచ్చేది ఏది?" అని తండ్రిని అడిగాడు" విదేహాధిపతి (మిథిలానగర రాజు) జనకమహారాజు వున్నాడు. నీవు వినయంగా, ఆయన దగ్గరకు వెళ్ళి నీ సందేహాలు తీర్చుకో. ఆయన దగ్గరకు వెళ్ళేటపుడు ఆకాశ మార్గాన వద్దు, నడిచి వెళ్ళు. ఆయన రాజర్షి. మునులుకూడా గౌరవిస్తారు. ఆయన నీకు మోక్షధర్మం ఉపదేశిస్తారు. వినయం ఒక్కటే మార్గం" చెప్పాడు వ్యాసుడు. శుకుడు పర్వాతాలు యెక్కి, నదులు ఈది, పుణ్యతీర్థాలు సేవిస్తూ, మిథిలా నగరానికి చేరాడు. రాజభపసం దగ్గరకు చేరగానే కావలివారు ఆతడిని అడ్డగించారు. శుకుడు శాంతంగా లోపలికి ప్రవేశం కోరాడు. ఆతని శాంతానికి భయపడి ద్వారపాలకులు ఇతర సేవకులను రాజగృహంలోకి పంపారు. మొత్తంమీద జనక మహారాజు శుక మహర్షి రాక గురించి తెలుసుకొని తన మంత్రులు, పండితులతో కలసి వచ్చి శుకుడిని లోపలికి తీసుకుపోయి ఉన్నతాసనంమీద కూర్చోపెట్టి, పాదపూజ చేశాడు. శుకుడు కూడా దశరథమహారాజు చేసిన మర్యాదలన్నీ శాంతంగా తీసుకున్నాడు. రాజుగారు, పరివారం

శుకుని యెదురుగా నేలమీద కూర్చున్నారు. నృత్యకాంతలు తమ ప్రతిభనంతా ప్రద ర్శిస్తూ నృత్యం చేశారు. మహారాజు శుకుడు సేవలు చేయటానికి ఓ పురోహితుడిని నియమించాడు. జనక మహారాజు కూడా శుకుడితోనే వుండిపోయాడు. మరుసటి రోజు ఉదయం జనకమహారాజు మంత్రులు, పండితులతో శుకుని దగ్గరకు వచ్చి..... 221

"తమరి రాకతో మా రాజ్యం పావనమయింది. తమరి రాకకు కారణమేమిటో తెలుసుకో వచ్చా?" అని అడిగాడు జనకరాజు.

"మోక్షాన్నిచ్చేదేది?" అడిగాడు శుకుడు.

"అందరిచే గౌరవింపబడేవాడా! అడిగావు కనుక చెపుతున్నాను విను. బ్రాహ్మణుడు ముందు ఉపనయనం (వడుగు) చేసుకొని, బ్రహ్మచర్యాశ్రమం తీసుకొని, వేదాధ్యయనం (చదువు) చేయాలి. వివాహం చేసుకోవాలి. కొడుకులను, మనుమలను పొందాలి. యజ్ఞ, యాగాది క్రతువులు చేయాలి. అతిథులను పూజించాలి. దేవపూజలు, పితృపూజలు, చేయాలి. సాధువుగా జీవనం గడపాలి. నిత్యాగ్నిహోత్రాలు నిర్వహిస్తూ అరణ్యానికి చేరి వానప్రస్థ ఆశ్రమం తీసుకోవాలి. అక్కడకూడా అతిథి, అభ్యాగతుల పూజలు మొదలైన వన్నీ చేస్తూ, నిత్యాగ్నిహోత్రాన్ని నిర్వహిస్తూ విరాగిగా బ్రతుకుతూ, సన్యాస ఆశ్రమాన్ని తీసుకొన్నవాడే బ్రహ్మాశ్రమ పదవికి అర్హు డవుతాడు" అన్నాడు.

"పుట్టుకతోనే ఆత్మజ్ఞానిగా పుట్టినవాడుకూడా ఆశ్రమ ధర్మాలన్నీ పాటించ వలసినదేనా?" అడిగాడు శుకుడు.

"లోక వినాశనము, కర్మ ఫలితాల క్రమము దెబ్బతినకుండా వుండాలంటే బ్రహ్మచర్యాది ఆశ్రమాల ధర్మాలన్నీ పాటించాలిసిందే. మన పూర్వీకులందరూ ఈ ఆశ్రమ ధర్మాలన్నీ ఖచ్చితంగా పాటించారు. అందరిచేతా పాటింపచేశారు కూడా. ఈ క్రమాన్ని ఆచరించట మనేది చాలా ముఖ్యం. చాలా అరుదుగా ఎవరో ఒక వ్యక్తి పూర్వజన్మ సంస్కారంతో బ్రహ్మచర్య ఆశ్రమంలోనే ముక్తిని పొందవచ్చు. సాత్విక ప్రవృత్తి కలవాడు తాను అంటే యేమిటో తెలుసుకో గలుగుతాడు. ఆత్మజ్ఞానాన్ని పొందుతాడు. తనలోనే ప్రపంచాన్ని చూడకలుగుతాడు. రాగద్వేషాలనుంచి విముక్తి పొందుతాడు. యయాతి కూడా యేమి

చెప్పాడో విను. ఏకాగ్రత సాధించినవాడు తనలోని జ్యోతిస్వరూపమైన భగవంతుడిని
చూడకలుగుతాడు. తనవలన ఇతరులకు, ఇతరులవలన తనకు యేవిధమైన భయమూ
లేని స్థితి వచ్చాక సాధకుడు పరబ్రహ్మాన్ని పొందకలుగుతాడు. ఈ లక్షణాలన్నీ నీకున్నాయి.
ఈ లక్షణాలు మీ తండ్రినుంచి వచ్చినవి. నిజం చెప్పాలంటే నీవు నీ తండ్రంత జ్ఞానివి. 222
కానీ బాల్యదశలో వున్నావు కనుక ఆ దశయొక్క లక్షణంగా నిన్ను నీవు తెలుసుకోలేక
పోతున్నావు. అంతే! నీ సందేహాలన్నీ వదిలేయి. నీవు ఇష్టమైన చోట నీవుండవచ్చు“
చెప్పాడు జనకుడు.

శుకుడికి జనకుడి ఉపదేశంతో మనస్సుకు శాంతి, సుఖం, సంతోషం కలిగాయి. ఆ
తరువాత శుకుడు ఉత్తరదిశగా బయలుదేరి వాయువేగంతో ఆకాశమార్గాన సురలు,
దేవతలూ ముచ్చటపడే హిమాలయాలకు చేరాడు. అయనకంటే ముందరగానే వ్యాస
మహర్షి హిమాలయాల దగ్గరకు చేరాడు. ఆయన సుమంత, వైశంపాయన, జైమిని,
పైలుడు అనే నలుగురు శిష్యులకు వేదబోధన చేస్తునాడు. వచ్చిన కొడుకును చూసి
చాలా సంతోషించాడు వ్యాసుడు.

తండ్రికి పాదాభివందనం చేసి తండ్రి సమీపంలో కూర్చున్నాడు శుకుడు. ఆనాటినుంచి
అంతా కలిసి వేదాధ్యయనం చేయసాగారు. కొంతకాలం గడిచింది. ఒకరోజు......

“గురుదేవా! మా ఐదుగురుని మంచి విద్యావంతులను చేశారు. కానీ మాదో కోరిక.
మాకంటే ఎక్కుగా మరెవవరికీ వేద విద్యను బోధించకూడదు. మాకా వరమివ్వండి“
అడిగాడు పైలుడు. వ్యాసుడు నవ్వి......

“భక్తుడైన బ్రాహ్మణుడికి వేదాలను ప్రేమతో నేర్పే సత్పురుషుడికి బ్రహ్మలోకమనేది అర
చేతిలో వుండే ఆమలకమే (ఉసిరికాయ) కదా! ఇదంతా మీకు తెలియదా? తెలిసే
ఇంత స్వార్ధంగా ఆలోచిస్తున్నారా?“ అడిగాడు వ్యాసుడు.

“అయితే గురుదేవా, మేమంతా భూమిమీదకు చేరి అక్కడ వేదాలు నేర్చుకోవాలని కోరు
కొనే వారికి విద్యలు నేర్పమంటారా?“ అని అడిగాడు సుమంతుడు.

“మీ కోరిక భూమి మీదకు వెళ్ళాలనే కదా. కోర్కెను చెపితే సరిపోతుందికదా! జాణతనం
చూపించటమెందుకు?“ అడిగాడు వ్యాసుడు.

వెంటనే ఆ నలుగురు శిష్యులు వ్యాసుడికి సాష్టాంగ నమస్కారాలు చేశారు. వ్యాసుడు వారిని ప్రేమగా కౌగలించుకొని, ఆశీర్వదించి, వారికి జాగ్రత్తలు చెప్పి, ముల్లోకాలలోనూ మికోరికమేర సంచరించండని చెప్పాడు. ఆ నలుగురూ భూలోకంలో వేదాలను శిష్యుల చేత చదివించటం, యజ్ఞయాగాది క్రతువులు చేయిస్తూ రాజ్యాలు, రాజలు సుఖ, 223
సంతోషాలతో వుండే విధంగా చేయసాగారు. ఇంక ఆశ్రమంలో తండ్రీ కొడుకులు మాత్రమే వున్నారు. ఒకరోజు వ్యాసాశ్రమానికి వచ్చిన నారదుడు వేదఘోష వినిపించటం లేదేమిటని అడగగా, తన శిష్యులు భూమిమీదకు వేదాల బోధనకు వెళ్ళారని చెప్పాడు వ్యాసుడు. తండ్రి, కొడుకులైనా చేయచ్చుకదా అని నారదుడు సలహాయివ్వగా వ్యాసుడు, శుకుడు కలిసి వేదపారాయణనను ప్రతిరోజూ చేయసాగారు. ఒకరోజు పెనుగాలులతో వాన రావటంతో వేదాధ్యయనాన్ని నిలిపి వేశాడు వ్యాసుడు.

“ఈపెనుగాలి యెక్కడిది?“ అడిగాడు శుకుడు.

“దేవతల విమానాలలో విష్ణుమూర్తి, పితృదేవతలు, సూర్యుడు, పైకీ, కిందకీ వ్రయాణం చేయటం వలన ఈ పెనుగాలి వచ్చింది. ఈ గాలుల గురించి చెపుతాను విను. దేవతా గణాలలో పుట్టినవాడు సమానుడు. ఆ సమానుడికి ఉదానుడు, ఉదానుడికి వ్యానుడు, వ్యానుడికి అపానుడు, అపాణుడికి ప్రాణుడూ పుట్టారు. ఈ వాయువులు వప్రంచమంతా వ్యాపించి వున్నాయి. అంతేకాకుండా అదితి పుత్రులైన దేవతలు ఏడుగురు. వారి పేర్లు వ్రవహుడు, అపహుడు, ఉద్వహుడు, సంవహుడు, వివహుడు, పవహుడు, వరాహుడు. వీరంతాకూడా పప్రంచాలన్నీ వ్యాపించి తిరుగుతారు. వారివల్లనే వానలు కురవటం, కురవకపోవటం, జరుగుతూ వుంటుంది. విష్ణుమూర్తియొక్క గాలిని పీల్చటం విడవటం వలన సప్త వాయువులకు ఇబ్బంది కలిగితే ఇటువంటి వెఱ్ఱిగాలి పుడుతుంది. ఆ గాలి వేగం ఈ పర్వతాలను కూడా కదిలిస్తుందా అన్నట్లు వుంటుంది కనుక ఇటువంటి సమయాలలో వేదఘోష పనికిరాదు“ చెప్పాడు వ్యాసుడు.

మెల్లిగా గాలి వేగం తగ్గిపోయింది. వ్యాసుడు స్నానానికని చెప్పి వెళ్ళిపోయాడు. శుకుడు మరికొంతసేపు వేదపఠనం చేశాడు. సంతోషించిన నారదుడు.....

"నీకేం కావాలో కోరుకో శుకా!" అన్నాడు.

"మానవుడికి ఇష్టమైనదేది?" అడిగాడు శుకుడు.

"పూర్వం సనత్కుమారుడనే ఋషి కొందరు మునులకు చెప్పాడు. ఇప్పుడు నీకు
చెపుతున్నాను, విను. సత్యమే తపస్సు, జ్ఞానమే కన్ను. త్యాగమే సుఖం. రాగమే దుఃఖం. 224
మానవుడు మోక్షానికి ప్రయత్నించకుండా సంసారబంధాలలో తగుల్కొంటే మరోజన్మలో కూడా కుదరదు. కామక్రోధాలే ముక్తికి శత్రువులు. ఆరెంటినీ జయిస్తే అంతటి తెలివైన మానవుడు మరొకడుండడు. అహింస, ఇంద్రియ నిగ్రహం, నైరాశ్యం, అచపలత్వం, ఇవి ముక్తికి మార్గాలు. ఈవన్నీ మనిషిలో వుంటే మనిషి అరచేతిలో (ఆమలకం) ఉసిరికాయ వున్నట్లే ముక్తి వుంటుంది కదా!" అన్నాడు నారదుడు. శుకుడు మౌనంగా వున్నాడు. ఇంతలో వ్యాసుడు కూడా స్నానం ముగించి వచ్చి కూర్చున్నాడు.

"అంతేకాదు, భార్య, బిడ్డలు, బంధువులు, హితులు, స్నేహితులు - వారిపై ప్రేమ, వ్యామోహాలే మనిషి నడవడికకు సంకెళ్ళు. మోక్షమార్గానికి ఆటంకాలు. అహింసను అలవాటుచేసుకుంటే అధర్మాన్ని వదిలిపెట్టివేయచ్చు. సంకల్పాన్ని వదిలేస్తే ధర్మాన్ని వదిలేయచ్చు. శోకహేతువులు, భయ కారణాలు, నిత్యజీవితంలో అనేకం వుంటాయి. జ్ఞాని వాటన్నిటినీ పట్టించుకోడు. మనదికాని ఈ శరీరంకోసం దుఃఖం అవసరమా?" అన్నాడు నారదుడు.

నారదుడి మాటలు విన్నాక శుకుడు నారదుడికి, తండ్రికి నమస్కారం చేసి, బయటకు వెళ్ళిపోయాడు.

"శుకా! ఒక్క నిముషమాగు" అంటూ ఆదుర్దాగా లేచి శుకుని వెనుక పరిగెత్తాడు వ్యాస మహర్షి. నారదుడు మటుకు ఆనందంగా అక్కడినుంచి బయలుదేరాడు. అతి కొద్ది సమయంలోనే శుకుడు యోగశక్తితో ఆకాశంలో ఎగురుకుంటూ గరుత్మంతుడులాగా ప్రయాణించి హిమాలయ పర్వతాలను చేరాడు. దేవతలు, గంధర్వులూ అంతా అది చూసి చాలా ఆనందించారు. ఆ విధంగా శుకుడు ఆకాశంలో ఎగురుతూవుండగా క్రింద గంగానదిలో అప్సరసలు దిగంబరంగా స్నానాలు చేస్తూన్నవారు శుకుడిని చూసి కూడా

మౌనంగా యెటువంటి సిగ్గుపడకుండా స్నానాలను చేస్తూనేవున్నారు. మరికొంతసేపటికి కొడుకును పేరుతో పిలుస్తూ వెతుక్కుంటూ వస్తున్నవ్యాసుడి గొంతు వినగానే హడావిడిగా ఒడ్డున వున్న తమ చీరలను లాక్కొని చుట్టబెట్టుకున్నారు. పైగా.....

"మహర్షీ! మీ కొడుకు రెండు కొండలను విరగకొట్టి అదుగో ఆవైపు వెళ్ళాడు" అని 225
శుకుడు వెళ్ళిన దిక్కు చూపించారు. అక్కడవున్న పక్షులు, కొండలు కోనలు శుకుడి ఆదేశం ప్రకారం ఓ అని సమాధానమిచ్చాయి. వ్యాసమహర్షికి కొడుకు స్థితి అర్ధమయింది. కొడుకు గొప్పతనాన్ని అర్ధం చేసుకున్నాడు. తన పరిస్థితికి సిగ్గుపడ్డాడు. ఆయన అక్కడే చలనం లేకుండా వుండిపోయాడు.

అంతకముందు యేమిజరిగిందంటే..... హిమాలయాలకు చేరిన శుకుడు జంతువులకు, అక్కడ పక్షులకు, కొండలకు, తీగలకు, గుట్టలకు, పుట్టలకు.....

"మీరంతా మాతండ్రి ఇక్కడికి నాపేరు పిలుస్తూ వస్తే 'ఓ' యని పలకండి" అని ప్రార్ధించాడు. కైలాసపర్వతంపై తనకనువైన చోటు చూసుకొని పద్మాసనంతో కూర్చు న్నాడు. సూర్యుడు ఆయనకు సాక్షాత్కరించాడు. శుకుడు సూర్యుడికి సాష్టాంగపడి నమస్కారం చేశాడు. అదే సమయానికి నారదుడు అక్కడకు వచ్చాడు. శుకుడు నారదుడికి తను సాధించినదాని గురించి చెప్పి.....

"మునీంద్రా! నీ దయవలన నాకు సరియైన మార్గం దొరికింది" అని చెప్పి ఆయన దగ్గర శెలవు తీసుకొని, ఆకాశ గమనంలో అక్కడనుంచి వెళ్ళిపోయాడు.

వ్యాస మహర్షి తన తపః శక్తితో జరిగినదంతా తెలుసుకొని కొడుకును ఇక చూడలేనన్న ఆలోచన రాగానే కదలలేక నిలబడిపోయాడు. వ్యాసమహర్షి దగ్గరకు పరమశివుడు వచ్చాడు.

"తపస్వీ! ఆనాడు నీతపస్సుకు నేను మెచ్చి ఏంకావాలని అడిగినపుడు పంచభూతాలతో సమానమైన వాడిని కొడుకుగా కావాలన్నావు. ఇచ్చాను. ఆ శుకుడు నాప్రభావం వలన, నీప్రత్యేక తపస్సుల ఫలం వలన, బ్రహ్మాది దేవతలకైనా పొందటానికి శక్యంకాని ఉత్త మోత్తమ గతిని పొందాడు. పంచభూతాలతో సమానమైనాడు. ఇందుకు నీవు సంతోష పడాలి. బాధపడటందేనికి?" అనునయంగా అడిగాడు శివుడు. వ్యాసుడు మౌనంగా

వుండిపోయాడు.
“వ్యాసా! ఈనేలా, కొండలు, సముద్రాలు, మనుష్య, పక్షి, జంతుజాలాల ఉనికి వున్నంత కాలం నీ పుత్రుడి పేరు, కీర్తి, నిలబడి వుంటుంది. తరతరాలు నీ కొడుకు పేరు
చెప్పుకుంటారు. నీకోసం ఇంకో వరం ఇస్తాను, నీ కొడుకు నీడ నిన్ను అనుసరించి 226
వస్తూనే వుంటుంది. చాలా!“ శివుడు వ్యాస మహర్షిని అనునయిస్తూ మాట్లాడాడు.
వ్యాసమహర్షి ఆనందంగా మహాశివుడికి నమస్కరించాడు.

ప్రత్యేక సమాచారం.......
ఈ ఇతిహాసాన్ని చదివిన వారికీ, విన్నవారికీ దీర్ఘాయువు, సకల సంపదలు, యశస్సు, అనేక విధాలైన అభివృద్ధిని సాధించకలుగుతారు. చివరి కాలంలో ఉత్తమ లోకాలను కూడా పొందుతారు, అని నారదుడు చెప్పాడు అని శుకమహర్షి కథ వివరంగా భీష్ముడు ధర్మరాజుకు చెప్పాడు.

ॐ

శ్రీమదాంధ్ర మహాభారత కథలు

హయగ్రీవుని కథ

ప్రళయకాలంలో శ్రీమహావిష్ణువు యోగనిద్రనుంచి లేచి మరల ప్రపంచాన్ని, జీవరాసులన్నింటిని సృష్టించాలని నిర్ణయించుకొన్నాడు. వెంటనే ఆయన నాభినుంచి అహంకారం పుట్టింది. దానికి బ్రహ్మ అనే పేరు ఏర్పాటయింది. ప్రళయకాలంలో విష్ణుమూర్తిలో కలిసిపోయిన సత్వ, రజ, స్తమో గుణాలలో మొదటిగా సత్వగుణం పుట్టింది. బ్రహ్మ సృష్టికి శ్రీకారంగా వేదాలను నాల్గింటిని సృష్టించాడు. తరువాత పుట్టిన రజో, స్తమో గుణాలు కైటభుడు, మధుడు, అనే ఇద్దరు దుష్ట స్వభావులు పుట్టారు. వాళ్ళు నాలగు వేదాలనూ దొంగిలించి ఓమూటగా కట్టేసి పాతాళంలో పడేశారు.

“నాకు బలము, చూపు, ఆధారమూ అన్నీ వేదాలే. అవే లేనపుడు నేనింక ప్రపంచాన్ని యేవిధంగా సృష్టిస్తాను? ఇప్పుడు ఈ ఆపదను తప్పించేదెవరు?“ అని బాధపడ్డాడు బ్రహ్మ. అప్పుడు విష్ణుమూర్తి హయగ్రీవ రూపం ధరించాడు. గుఱ్ఱపు తల, అనేక రంగులతో కల శరీంతోను ఏర్పాటయి, వేదాలను వెతకటం మొదలుపెట్టాడు. ఎన్నోచోట్ల వెతికినా దొరకక, పాతాళ లోకంలోకి వెళ్ళి గట్టిగా శంఖం వూదాడు హయగ్రీవుడు. అది విన్న మధు కైటభులు తామున్న చోటునుంచి బయటకు వచ్చి శంఖనాదం వచ్చిన వైపు పరిగెత్తారు. హయగ్రీవుడు ఎక్కడా ఆగకుండా పాతాళమంతా వెతికాడు. కానీ శంఖనాదం ఎటునుంచి వస్తోందో తెలుసుకోలేక మధు, కైతబులు అన్నివైపులకు పరిగెత్తుతూనే వుండగా, హయగ్రీవుడు వేదాలున్న చోటును కనుక్కొని మెల్లిగా అవి తీసుకొని బ్రహ్మకిచ్చి, ఏమీ తెలియనట్లుగా కళ్ళుమూసుకొని పడుకున్నాడు.

శంఖధ్వని ఆగిపోయింది. మధు, కైతబులు అన్నిదిక్కులకు పరిగెత్తి, పరిగెత్తి విసిగిపో

యారు. చివరకు శంఖధ్వనికూడా ఆగిపోయాక వారికేదో అనుమానం వచ్చి వేదాలు
దాచిన చోటుకు పోయి వేదాలకోసం చూశారు, వెతికారు. ఎక్కడా కనిపించలేదు.
అన్నిచోట్లా వెతికగా, వెతకగా యోగనిద్రలో వున్న విష్ణువు కనిపించాడు. విష్ణువును
మధు, కైటభులు యుద్ధానికి కాలుదువ్వారు. ఆ యుద్ధంలో మధు, కైటభులు 228
అంతమయ్యారు.

ॐ

శ్రీమదాంధ్ర మహాభారత కథలు 229

ఏది నిజమైన ధర్మం

"తాతా! రాజధర్మాలు, సామాన్య మానవధర్మాలు యెన్నో చెప్పావు. నిజమైన ధర్మమేది?" అడిగాడు ధర్మరాజు.

"అన్ని ధర్మాలూ పనికి వచ్చేవే. పనికిరానిదంటూ యేదీ లేదు. ఎవరికి నచ్చిన ధర్మాన్ని పాటిస్తూ ధన్యులవుతున్నారు. లోకాలన్నింటిలో యదేఛ్ఛగా సంచరించే నారదుడు ఓరోజు ఇంద్రుడి దగ్గరకు వెళ్ళాడు.

"నారదా! అన్నిలోకాలూ తిరుగుతూ వున్నావు కదా! ఎక్కడైనా ఏదైనా వింత చూశావా?" అడిగాడు.

"చెపుతాను విను. గంగానదికి దక్షిణ తీరాన మహాపద్మమనే మహానగరంలో భృగుడు అనే బ్రాహ్మణుడున్నాడు. భృగువు ధర్మనిరతుడు. సత్యవాక్పరిపాలకుడు. న్యాయంగా సంపాదిస్తూ ఆ సంపాదనతో దేవ కార్యక్రమాలు, పితృకార్యక్రమాలు చేస్తూవున్నాడు. ఆతడికి తగిన కొడుకులే పుట్టారు. వారుకూడా మంచి కార్యక్రమాలు నిర్వహిస్తూ, మంచి జనాలచేత పొగడబడుతూ వున్నారు. ప్రజలకు, దేవునికు, పితృదేవతలకు, సంతృప్తిపరిచే కార్యక్రమాలు యేముంటాయి అని వెతకటమే వారి ధ్యేయం.

ఆవిధంగా వుండగా, ఒకరోజు ఉత్తమ బ్రాహ్మణుడు భృగువు ఇంటికి వచ్చాడు. భృగువు ఆతడికి అతిథి మర్యాదలు యధావిధిగా చేశాడు.

"నాకు భక్తి విషయంలో ఓ సలహా కావాలి. నియమనిష్టలతో ఆత్మావలోకానికి కూర్చుంటాను. కానీ అది కుదరటంలేదు. లౌకిక విషయాలు ఉక్కిరి బిక్కిరి చేస్తున్నాయి. ఆత్మ సందర్శనం పొంది అఖండమైన ఆనందాన్ని పొందుతూ వుండాలి. నాకు మార్గాన్ని చూపించు" అడిగాడు ఆ బ్రాహ్మణుడు.

“కొందరు బ్రహ్మచర్యం ద్వారా, కొందరు గృహస్థుగా ధర్మాచరణం చేస్తూ, కొంతమంది
తపస్సుతో, కొందరు నిష్కర్మతత్వంతో, కొందరు ఇంద్రియ నిగ్రహంతో, మరికొందరు
సత్యవాక్య నియమపాలనతో, కొందరు అహింసా వ్రతంతో, తల్లితండ్రులను సేవిస్తూ,
ఈవిధంగా వేరువేరు మార్గాలలో ముక్తిని పొందుతారు. నైమిశారణ్యంలో గోమతీ నదీ 230
తీరంలో మహాపద్మమనే తటాకం వున్నది. ఆ ఒడ్డున ఓ సర్పం వున్నది. అక్కడ అనేక
మంది గొప్ప గొప్ప తపస్సులు చేసి మాంధాతృడు, మొదలైనవారు అనేకమంది శుభాలు
పొందారు. ఆ పుణ్యక్షేత్రంలో వుండే నాగరాజు పేరు పద్ముడు. అతడు అన్ని ధర్మాలు
తెలిసినవాడు. సజ్జనులతో గౌరవింపబడేవాడు. అతిథులంటే ఆతడికి వల్లమాలిన ప్రేమ.
ఓభృగూ! ఆ పద్ముడిని కలిసి మాట్లాడు. ఆతడు నీ సందేహాలు తీర్చి నీకు సరైన
సలహాలీయగలడు. ఈ రాత్రికి నా నివాసంలోవుండి, నన్ను పుణ్యాత్ముడిని చేయి“
అన్నాడు భృగువు. ఆ అతిథి భృగువుమాట విని సంతోషంగా వుండిపోయాడు.

ఆ రాత్రి ఆ బ్రాహ్మణుడికి భృగువు అన్ని విధాలా మర్యాదలు చేసి, ఆ రాత్రంతా మంచి సంభాషణలు చేశాడు. తెల్లవారిపోయాక ఆ అతిథి భృగువు ఏర్పాటుచేసిన ప్రయాణ సౌకర్యాలతో బయలుదేరి భృగువు దగ్గర, బంధుమిత్రుల దగ్గర, పరివారం దగ్గర వీడ్కోలు తీసుకొని వెళ్ళిపోయాడు. తరువాత భృగుడు తనకు తగిన ప్రయాణసౌకర్యాలను యేర్పాటుచేసుకొని, ప్రయాణం మధ్యలో పుణ్యతీర్థాలు సేవిస్తూ, నైమిశారణ్యంలో ప్రవేశించి, గోమతీ నది దగ్గర, మహాపద్మ సరస్సు తీరానవున్న నాగేంద్ర మందిరానికి పోయి, లోపలికి ప్రవేసించే సమయంలో నాగేంద్రుడి భార్య ఎదురువచ్చి ఆయనను భక్తిగా గౌరవంగా లోపలికి తీసుకువెళ్ళి, అతిథి మర్యాదలు చేసి.......

“మీరు ఏ పనిమీద వచ్చారో చెపితే ఆజ్ఞ అనుకొని పూర్తిచేస్తాను“ అన్నదామె.

“అమ్మా, నీ భర్తను చూసి మాట్లాడటం తప్ప నాకు వేరే పనేమీలేదు“ అన్నాడు భృగువు.

“అయ్యా! నా భర్త సేవకబాధ్యతను నెరవేర్చటానికి నెలరోజులలో ఓవారం రోజులు సూర్యరధానికి సారధ్యం కోసం వెడతాడు. ఇప్పుడాపనిమీదనే వెళ్ళాడు. మీకేంకావాలో

చెప్పండి, నేను సమకూరుస్తాను“ మరోసారి అడిగిందామె.
“ఆయనను కలిసి మాట్లాడటం తప్ప వేరే పనేమీలేదమ్మా. నాగరాజు వచ్చేవరకు ఇక్కడికి దగ్గరలో వున్న వనంలో వుంటాను. ఆయన రాగానే నాకు తెలియచేయండి“ అని చెప్పి భృగుడు దగ్గర్లోనున్న వనానికి చేరి, వారం రోజులపాటు నిరాహారంగా తపస్సు చేసుకుంటూ వున్నాడు. ఆరు రోజులు గడిచిపోయాయి.......
ఒకరోజున ఆ నాగరాజు బంధువులు, ఆయన భార్యా, మంత్రులు, అందరూ కలసి వచ్చి, ఆ బ్రాహ్మడికి నమస్కరించి, మర్యాదలు చేసి......
“మీరు ఆహారం తీసుకోండి... పండో, ఫలమో, పానీయమో యేదో ఒకట“ అని బ్రతిమలాడారు.
“అయ్యా! మీరెందుకు అంత బాధపడతారు? నేను నాగరాజు గురించి యెదురు చూస్తున్నాను. ఇంక రెండు రోజులకు ఆయన వస్తాడు కదా! అప్పటిదాకా నాకు ఆకలిదప్పులుండవు. అప్పుడుకూడా రాకపోతే తప్పకుండా మీరు చెప్పినట్లే వింటాను. ఇష్టంగా భోజనం చేస్తాను. మీకు ధర్మహాని కానీయను“ అని వారికి నచ్చేలాగా చెప్పి, తనకనుకూలంగా వప్పించి, వారందరినీ వారి వారి నివాసాలకు పంపించాడు భృగువు.
అనుకున్న సమయానికి సర్పరాజు తన ఉద్యోగ బాధ్యత పూర్తి అయాక సూర్యుడి అనుమతి తీసుకొని ఆనందంగా ఇల్లు చేరాడు. భార్య సంతోషంగా భర్తకు యెదురు పోయి, తగిన పరిచర్యలు చేసింది.
“ఓ అతివా! నేను లేనపుడు ఏవిధంగా వున్నావు? అతిధిపూజలు యధావిధిగా జరుగుతున్నాయి కదా!“ అడిగాడు సర్పరాజు.
“ప్రభూ! మీ శిక్షణను మరిచిపోతానా? మీ కోరిక ప్రకారం అన్నీ సక్రమంగా జరుగుతూనే వున్నాయి. గురువుపట్ల భక్తిగా వుండటం శిష్యులకు వ్రతం. వేదాలను పఠించటం, గౌరవించటం బ్రాహ్మణులకు వ్రతం. పై వర్గాల వారిని సేవించటం ఇతర వర్గాలకు వ్రతం. రాజాజ్ఞను శిరసావహించటం సేవకులకు వ్రతం. అన్ని వర్గాలవారు గృహస్థాశ్రమాన్ని గౌరవించటం అందరికీ వ్రతం. ఏకాంతంలో తపస్సు చేసుకొంటూ ఇంద్రియాలను

జయించటం యోగులకు వ్రతం. భార్యకు పాతివ్రత్యం వ్రతం. ఒక విశేషమున్నది. పవిత్రుడైన ఓబ్రాహ్మణుడు ఇక్కడికి వచ్చి నాఆతిథ్యం స్వీకరించి మిమ్మల్ని చూడాలనీ మాట్లాడాలనీ కోరాడు. కారణం అడిగితే చెప్పలేదు. మిమ్మల్ని చూసి మాట్లాడలనే మాటమీదనే వున్నాడు. ఆయన దగ్గరలోవున్న వనంలో నిరాహారిగా నీకోసం యెదురు 232
చూస్తున్నాడు" అని చెప్పింది.

"దేవతలు, రాక్షసులూ కూడా గౌరవించే నేను మరెవరినో వెతుక్కుంటూ వెళ్ళి మాట్లాడాలా? కుదరదు!" చిరాకుగా అన్నాడు సర్పరాజు.

"సర్పరాజా! బ్రాహ్మణుడి ఆశను తీర్చకపోతే బ్రాహ్మణుడిని చంపినంత పాపం కదా! అటువంటి పాపం మీరు మూట కట్టుకుంటారా? ఒక్క బ్రాహ్మడిని నిరాశపరిచి ఆపాపాగ్నిలో మీ గొప్పతనం, దయ, ధార్మిక శక్తిని నాశనం చేసుకుంటారా? మౌనం వలన మంచి జ్ఞానము, దానివలన అభ్యుదయం, ఆశలు తీర్చినందువలన నరకాలు తప్పిపోయి సుఖమూ లభిస్తాయని పెద్దలు చెపుతారు. నీకోసం, తొలకరి వానకోసం చకోర పక్షి యెదురుచూస్తున్నట్లున్న ఆ బ్రాహ్మణుడి కోసం నీ కోపం, అతిశయం ప్రక్కకిపెట్టు అంటూ అనేకరకాలుగా భర్తకు ధర్మాలు బోధచేసింది సర్పరాజు భార్య. కొంతసేపటికి సర్పరాజుకి తన సహజ స్వభావం వచ్చింది. సర్పరాజు తనభార్యను మెచ్చుకొని భృగువు దగ్గరకు వెళ్ళాడు. ఆ ఇద్దరూ ఆనందంగా చెట్టు నీడలో ఇసుక తిన్నెమీద కూర్చొని కుశల సమాచారాలు మాట్లాడుకున్నాక......

"బ్రాహ్మణోత్తమా! నా రాకకోసం నిరాహార దీక్షతో వుండటానికి కారణం యేమిటి? నీవు యేమి కోరి నాదగ్గరకు వచ్చావు? నీకోరిక యేదైనా సరే తీరుస్తాను" అన్నాడు సర్పరాజు పద్మడు.

"నేనొక బ్రాహ్మణుడను. నీవు సూర్యుని సేవకు వెళ్ళినట్లు నీభార్య చెప్పింది. నామనసులోని బాధను నీవుమాత్రమే తీర్చగలవు" అన్నాడు.

"నీవు శుభస్వరూపుడవు. నీ కోర్కె తీర్చి నా జన్మను ధన్యం చేసుకుంటాను" అన్నాడు పద్మడు.

"నా కోరిక తరువాత చెపుతాను. ముందు నా సందేహాలను తీర్చు" అన్నాడు భృగుడు.
"ఏమడగాలనుకుంటున్నావో అడుగు" అన్నాడు పద్మడు.
"సర్పరాజా! నీవు సూర్యరథాన్ని నడపటానికి వెళ్ళినపుడు నీవు చూసిన అద్భుతాలేమిటి - నాకు చెప్పగలవా?" అడిగాడు భృగుడు. 233
"ఓ బ్రాహ్మణోత్తమా! ఆశ్చర్యాలన్నిటికీ నిలయం సూర్యుడే. ఆయన వల్లనే ప్రాణకోటి జన్మిస్తోంది. ఇంతకంటే ఆశ్చర్యకరమేముంది? వాలఖిల్యాది ఋషులూ, సిద్ధులూ, దేవతలూ, అందరూ సూర్యుడి కిరణాలలోనే చెట్టుకొమ్మలమీద పిట్టలున్నట్లు వేలాడుతూ వుంటారు. ఇది అద్భుతం కాదా? సూర్యగోళంనుండి వెలువడే వాయువు, గోళం మధ్యలో దట్టమైన కాంతితో కలిసి వర్షం కురుస్తుంది. ప్రపంచంలో యెక్కడైనా ఇటువంటి అద్భుతాలున్నాయా? సూర్యుడే వర్షాలు కురిపిస్తాడు. అతడే కిరణాల వేడితో ఆవిరి చేస్తాడు. ఇంతకన్నా ఆశ్చర్యకరమైన సంగతి వుంటుందా? సూర్యుడి వల్లనే భూమిలో విత్తనాలు మొలకెత్తుతాయి. అది ఆశ్చర్యం కాదా? శ్రీమన్నారాయణుడు సూర్యమండలంలోనే కదా వెలుగొందేది. అది ఆశ్చర్యం కాదా? ఒకరోజున మధ్యాహ్నం ఆకాశంలో ఒక పురుషుడు ఎదురయ్యాడు. ఆయన తేజస్సు సూర్యుడితో పోటీ పడుతున్నట్లుంది. ఆ పురుషుడికి చేయందించాడు సూర్యుడు. ఆ పురుషుడి ముఖంలో ఆనందం వెల్లివిరిసింది. ఆ యువకుడి వెలుగు సూర్యుడిలో కలిసిపోయింది. నా తోటివారంతా ఆశ్చర్యపోయారు. నేను సూర్యుని అడిగాను, ఆతడెవరు, అని. సూర్యుడు ఆతడు సుర, యక్ష, గంధర్వ, గరుడుడు కాదు. నిశ్చలమైన మస్సు గలవాడు. నిశ్చలమైన నియమాలు కలవాడు. కందమూలాలు, ఫలోదకాదులు మాత్రం ఆహారంగా తీసుకుంటూ, కాంక్షలు లేకుండా సర్వప్రపంచ క్షేమం కోరుతూ వున్న మునీశ్వరుడు సిద్ధిపొంది నన్ను చేరాడు. ఓ భృగూ! ఇంతకంటే ఆశ్చర్యకరమైనదేముంది?" అన్నాడు పద్మడు.
"ఇప్పటివరకు నీవు చెప్పినవన్నీ అద్భుతాలే. వీటితోటే నా మనస్సులోని సందేహాలన్నీ తీరిపోయాయి. ఇంక నిన్ను అడగాల్సింది యేమీలేదు. నీవు నాకు గురువైనావు. నేనింక ఆనందంగా వెళ్ళివస్తాను. నీకు ఎల్లవేళలా శుభాలు కలగాలని కోరుకుంటున్నాను"

అన్నాడు భృగువు.

"నీవు వచ్చిన పనేమిటో చెప్పనేలేదు. చెప్పు. నేను తీరుస్తాను. ఉన్నట్టుండి వెళ్ళిపోతానటం భావ్యమా? నాలో నీవున్నావు. నీలో నేనున్నాను. ఇంకా ప్రపంచమున్నది.
నిశ్చింతగా వుండు" అన్నాడు పద్మడు. 234

"సర్పరాజా! నువ్వన్నది నిజం. నీవూ, నేను ఈ ప్రాణికోటి, పంచభూతాలు అంతటా వ్యాపించి వున్నవారం. ఏ బేధమూ లేనివారం. సమానులం. తెలుసుకోవాలనుకున్నది తెలుసుకున్నాను. ఇదే తత్వదర్శనం. సర్వసమతా దృష్టి. ఇంక నాకు ఇదే వ్రతం. నీకు నమస్కరించి శెలవు తీసుకుంటున్నాను" అని చెప్పి భృగుడు నాగరాజు దగ్గర శెలవు తీసుకొని, చ్యవన మహర్షిని కలసి, తనను పరిచయం చేసుకొని, ఆయన ఆశీర్వాదం కూడా తీసుకొని ధన్యుడయాడు" చెప్పటం ఆపాడు భీష్ముడు.

నీతిః-

మనకోసం వచ్చిన అతిథులను మన పదవి, దర్పం, స్థాయి, అన్నీ మరిచిపోయి ప్రవర్తించాలి. నీవూ, నేను, ఈ ప్రాణికోటి, పంచభూతాలు, అంతటా వ్యాపించివున్నవారం. ఏబేధమూ లేనివారం. సమానులం. ఇదే తత్వదర్శనం. సర్వసమతాదృష్టి అలవాటు చేసుకోవాలి.

శాంతి పర్వం సమాప్తం

ॐ

శ్రీమదాంధ్ర మహాభారత కథలు

చతుర్థ భాగం

అనుశాసనిక పర్వం

కూర్పు - శ్రీమతి కె.వి. సత్యవతి

బి.ఎ. మ్యూజిక్ మరియు తెలుగు, ఆంధ్ర విశ్వ విద్యాలయం

శ్రీమదాంధ్ర మహాభారత కథలు 235

కర్మఫలం

"తాతా! నిన్ను మునులు కూడా గౌరవిస్తారు. నీవు పుణ్యమూర్తివి. ఎన్నో రాజధర్మాలు చెప్పావు. నామీద దయతో ఎన్నో రీతులుగా ఎన్నోరకాల నీతులు బోధించావు. అయినా నా మనస్సు శాంతించటం లేదు. పట్టుదలతో ఎందరో చుట్టాలను చంపుకున్నాను. నిన్నుకూడా పడగూల్చాను. అవి నన్ను బాధిస్తున్నాయి. నాకు మనశ్శాంతి కలిగే ఉపాయం చెప్పు. దుర్యోధనుడు లోభి కనుక మాతో పంచుకు తినటానికి ఇష్టపడక యుద్ధానికి బయలుదేరాడు. నేనైనా వాడినే తిననీ అని వూరుకున్నానా? లేదే....ఈ పశ్చాత్తాపాన్ని మరిచిపోవటం నావల్ల కావటం లేదు" బాధగా అన్నాడు ధర్మరాజు.

"అయ్యో! మనిషి దేనికీ కర్తకాదు అని చెప్పానుకదా. దానికి సాక్ష్యంగా ఓ కథ చెప్పు తున్నాను విను......

గౌతమి అనే స్త్రీ వుండేది. ఆమె కోపతాపాలకు, కోరికలకు అతీతురాలు. ఒకరోజు ఆమె కొడుకు పాముకరిచి చచ్చిపోయాడు. ఆమె కొడుకు చావుకు దుఃఖిస్తూ వుండిపోయింది. ఆమె మంచితనంగురించి తెలిసిన అడవిలో నివసించే ఓమనిషి ఆ పామును పట్టుకొని గౌతమి దగ్గరకు వచ్చి.......

"అమ్మా! నా పేరు అర్జునకుడు. నీ కొడుకును కరిచి చంపిన ఆ పామును పట్టుకొని తీసుకు వచ్చాను. దానిని నీ యెదురుగానే చంపేస్తాను" ఆవేశంగా అన్నాడు.

"నాది, నా కొడుకుది, పూర్వజన్మ పాపం. వాడి ఆయుర్దాయం తీరిపోయిందంతే. ఓరకంగా ఆలోచిస్తే దాని ధర్మాన్ని నిర్వర్తించింది" అన్నది.

"కాదు, దానిని చంపాలిసిందే అన్నాడు" అర్జునకుడు.

"అర్జునకా! దీనిని చంపితే నా కొడుకు బ్రతుకుతాడా? వదిలేయి!" అన్నదామె.
"నువ్వు తెలివితక్కువదానివమ్మా! నీ మాట నేను వినను. దాన్ని చంపాల్సిందే!" ఆవేశంగా అరిచాడు అర్జునకుడు.
"నీ మనస్సు నీ పేరుకు తగ్గట్టుగా లేదేమిటి?" అన్నదామె. పామును చంపటం తప్పు కాదని అర్జునుకుడు, చంపవద్దని గౌతమి వాదించుకుంటుండగా...... 236
"నా తప్పేమున్నది? మృత్యుదేవత ఆజ్ఞకు కట్టుబడి మీ పిల్లవాడిని కరిచాను. నాకు ఆ పిల్లవాడిమీద కోపం, ద్వేషం యేమీలేవు" అన్నది పాము.
"కనుకనే నిన్ను చంపేయాలి" అన్నాడు కిరాతుడు.
"కుండలు చేసేవాడు చేతికర్రతో సారను తిప్పుతాడుకదా! అది కఱ్ఱ తప్పా సార తప్పా?" అన్నది పాము.
"జ్ఞానమున్న పురోహితులే కదా యజ్ఞాలు చేయించేది? మరి యజ్ఞఫలితం యజమానికే కానీ పురోహితుడికి కాదుకదా?" అన్నాడు కిరాతుడు.
ఈవిధంగా నా తప్పేమీలేదని పాము, నీదే తప్పు, చంపుతానంటూ కిరాతుడూ వాదించుకుంటూ వుండగా మృత్యుదూత వచ్చి......
"అయ్యా! అమ్మా! ఈ పాము తప్పేమీ లేదు. యముడు చెప్పగా నేను ఈ పామును పంపాను. మేమిద్దరమూ పిల్లవాని చావుకు కారకులం కాదు" చెప్పాడు.
పాము కూడా అదేమాటను అంతకంటే గట్టిగా, వినయంగా చెప్పింది.
"మీరిద్దరూ కూడబలుక్కున్నట్టు ఒకటే మాట చెపితే నేనూరుకుంటానా?" కోపంగా అన్నాడు కిరాతుడు.
ఇంతలో పాముపై దయతో కిరాతునికి ధర్మసందేహం తీర్చటానికి సాక్షాత్తు యముడే అక్కడకు వచ్చాడు.
"మీరిద్దరూ తెలుసుకోవాల్సిన నిజమేమిటంటే, పిల్లవాడి చావుకు పాము, మృత్యుదూత, నేను, యెవ్వరమూ బాధ్యులము కాము. జీవుడు చేసుకున్న కర్మఫలాన్ని ఆ మహా శివుడుకూడా తప్పించలేడు" అన్నాడు.

"అర్జునకా! ఇటువంటి కష్టాలు పాపఫలితాలే. ఇంక నీ పట్టుదల వదిలి పామును క్షమించి వదిలేయి!" చెప్పింది గౌతమి.

కిరాతుడు పామును చంపాలనే పట్టుదల వదిలేసి దానిని వదిలేశాడు.

"కాబట్టి ధర్మజా! యుద్ధంలో చనిపోయిన నీ బంధువులందరి మరణాలూ వారివారి 237
ఖర్మానుభవమే. నువ్వు, దుర్యోధనుడు, యెవరూ కాదు. కనక దుఃఖాన్ని మాను. ఇపుడు నేచెప్పిన కథతో నిజాన్ని గ్రహించి సుఖంగా వుండు!" అన్నాడు భీష్ముడు.

ఓం

శ్రీమదాంధ్ర మహాభారత కథలు
ఓఘవతీ సుదర్శనులు

238

"తాతా! మనిషి కుటుంబీకుడుగా (గృహస్తుగా) వుంటూ కూడా మృత్యువును జయించ గలడా?" అడిగాడు ధర్మరాజు.

"పూర్వం మను వంశంలో దుర్యోధనుడనే రాజు వుండేవాడు. ముల్లోకాలలో అందరిచేతా పొగడబడేవాడు. ఆతడి అందాన్ని చూసి నర్మదానది ప్రేమించి, మానవ స్త్రీరూపంలో వచ్చి, ఆ రాజును పెండ్లాడింది. వారిద్దరికీ దేవతాస్త్రీలను మించిన అందమైన అమ్మాయి పుట్టింది. ఆమెకు సుదర్శన అని పేరు పెట్టారు. ఆమెను అగ్నిశాలలో కావాల్సిన పనులను చూసుకోమని చెప్పాడు తండ్రి. తండ్రి మాటను జవదాటకుండా చేయసాగిందామె. విచిత్రంగా సుదర్శన అందం అగ్నిహోత్రుని ఆకర్షించింది. ఆమె కళ్ళు, స్పర్శ, మాటలు, నడక, ఒకటేమిటి అన్నీ ఆయనను మోహంలో పడేశాయి (దేవతలు నదులు, పర్వతాలు మనుష్యలను ప్రేమించటం,పెండ్లాడటం, సంతానాన్ని పొందటం, ఈవన్నీ ఏదో తేలికగా తీసివేయకండి. ఇదంతా అప్పటి, ఆ యుగాలలో జరగటానికి అవకాశా లున్నాయి. ఎందుకు అంటే అప్పటి ప్రజలు, రాజులు, పూర్తిగా ధర్మాన్ని నమ్మి వుండే వారు. అందువలన దేవతలు మెచ్చేవారు. ఎవ్వరికీ నాది అనే ఆలోచనకూడా వుండేది కాదు. అది మోక్ష సాధనకోమెట్టు. కాబట్టి సందేహించకుండా కథ చదవండి).

కొద్దిరోజులకు అగ్నిహోత్రుడు మనస్సులోని కోరికను ఆపుకోలేక అగ్నిహోత్రపు గది లోనే సుదర్శనను పలకరించి, తన అభిప్రాయం చెప్పి, తన మనోవేదనను విన్నవించు కున్నాడు. ఓరకంగా ప్రాధేయపడ్డాడు కూడా.

"భగవత్స్వరూపులైన మీరు నాతో ఈవిధంగా మాట్లాడవచ్చా?" తలవంచుకొని అని,

అక్కడినుంచి వెళ్ళిపోయింది సుదర్శన. కొంతకాలం తరువాత దుర్యోధనుడు ఓమహా యజ్ఞం చేసేముందు అనేక దానాలు చేయసాగాడు. అగ్నికూడా ఓ బ్రాహ్మడి రూపంలో వచ్చి రాజుకూతురిని దానం చేయమని కోరాడు. పేదవాడికిచ్చి పెండ్లి చేస్తే అమ్మాయి సుఖపడదని మనసులో అనుకొని, కాదని సమాధానం చెప్పాడు దుర్యోధనుడు. అగ్నికి కోపం వచ్చింది. తరువాత యజ్ఞం చేయాల్సిన సమయంలో యాజ్ఞీకులు అగ్నిహోత్రం వెలిగించబోతే వెలగలేదు. అగ్ని తన తేజస్సును తగ్గించుకున్నాడు. పురోహితులు ఆశ్చర్యపడి గొప్ప శక్తివంతమైన మంత్రాల వేగాన్ని పెంచారు. కొంతసేపటికి అగ్ని యజ్ఞం నిర్వహించే బ్రాహ్మణులకు తన కోరిక, ప్రేమ గురించి చెప్పాడు. పండితులు దుర్యోధనుడికి విషయమంతా చెప్పారు. దుర్యోధనుడు కూతురిని అగ్నిదేవుడికిచ్చి పెండ్లి చేశాడు. ఆతరువాత జరిగిన యజ్ఞంలో అగ్ని తన తేజస్సును పెంచి ప్రకాశించాడు. యజ్ఞం శుభప్రదంగా పూర్తయింది. ఆతరువాత కొంతకాలానికి వారిద్దరికీ మంచి గుణాలుగల అందమైన కొడుకు పుట్టాడు. అగ్ని భార్యమీదున్న ప్రేమతో కొడుకుకు కూడా సుదర్శనుడనే పేరే పెటుకున్నాడు. తల్లి, తాతల వలె దాన, ధర్మాది గుణాలతో, తండ్రిలాగా గొప్ప తేజస్సుతో, పెరిగి పెద్దవాడయాడు. ఆతడికి ఘవంతుడు అనే కొడుకు పుట్టాడు. ఆతడికి ఓఘరథుడు అనే కొడుకు, ఓఘవతి అనే కుమార్తె పుట్టారు (సుదర్శనుడికి మనుమడు, మనుమరాలు). 239

ఓఘవతిని తండ్రి ఓఘవంతుడు తిరిగి అగ్నికికి కొడుకైన సుదర్శనుడికిచ్చి పెండ్లి చేశాడు (ఆ యుగంలో తాత మనుమరాలిని పెండ్లి చేసుకొనే ఆచారం వున్నదని తి.తి. దేవస్థానం - తిరుపతి వారి శ్రీమదాంధ్ర మహాభారతం - అనుశాసనిక పర్వం పేజి. నెం. 20 లో వున్నది).

సరే....సుదర్శనుడు, ఓఘవతి చక్కగా గృహస్తులై, గృహస్థ ధర్మాలను పాటిస్తూ ముక్తి మార్గాన్ని వెతుక్కోసాగారు. సుదర్శనుడు ప్రత్యేకంగా మరణాన్నే జయించాలనే గట్టి నిర్ణయం తీసుకున్నాడు. ఆ దంపతులు కురుక్షేత్రానికి చేరి ప్రశాంతంగా, అందంగా వుండే ప్రదేశం చూసుకొని, ఆశ్రమాన్ని సిద్ధం చేసుకొని, వారి జీవనం సాగించసాగారు.

వేదాంతపరంగా ఆలోచించే వారు ముందర దేనినైనాసరే 'ఇది నాది, నేను' అనే మాటలే కాదు, భావాలుకూడా మరిచిపోవాలి. అసలామాటలున్నాయి అనే విషయం కూడా మరిచిపోవాలి. ఎదుటివారి అవసరం తెలుసుకొని అది నిజమైతేనే ఏ వస్తువైనా దానం ఇవ్వాలి. అంటే (పాత్రతనెరిగి దానం). ఇటువంటి నియమ నిబంధనలననుస రించి దానాలు చేయటమే కాక, పితృకార్యాలు, దేవతల పూజలు చేసుకుంటూ జీవిస్తు న్నారు. ఒక రోజు సుదర్శనుడు భార్య ఓఘవతితో ఈవిధంగా అన్నాడు. 240

"ఓఘవతీ! నాకు అతిధిపూజ చాలా ఇష్టం. నేను లేనపుడు కూడా ఆ పూజ ఆగకుండా జరగాలి. ఎవరి ఇంటికైనా వచ్చినవారి కోరికలన్నీ తీరుతాయో ఆ ఇంటి యజమాని, యజమానురాలు కృతార్థులవుతారు. కనుక వచ్చిన అతిధి ఏది అడిగినా ఇవ్వటమే అనేదానిలో నిన్ను కావాలని కోరినా చీదరించుకోకు. ఆతడి కోరిక తీర్చు. (సామాన్యుడె వ్వడూ అటువంటి సాహసం/తప్పు చేయడని భావం. పరీక్షించటానికి భగవంతుడే వస్తే! అనే హెచ్చరిక వున్నాయిందులో). భర్త చెప్పే ప్రతి పనీ చేయాల్సిందే. అది పాతివ్రత్య ధర్మంకదా!" అన్నాడు సుదర్శనుడు.

"సరే" అన్నది ఓఘవతి.

ఒకరోజు సుదర్శనుడు భార్యకుచెప్పి సమిధలకోసం అరణ్యానికి వెళ్ళాడు. సుదర్శనుడి పర్ణశాలకు ఓ అతిథి వచ్చాడు. ఓఘవతి అతిధికి సకల మర్యాదలూ వినయ విధేయత లతో చేసింది. అతిధి హటాత్తుగా......

"నీ అందం నాకు నచ్చింది. నీవు నాకు కావాలి. నా కోరిక తీర్చు" అన్నాడు.

"ఈ కోరిక కోరతగినది కాదు. మరేదైనా కోరుకోండి" అని ఓఘవతి సామరస్యంగా అనేక రకాలుగా బ్రతిమలాడింది.

"నీవు తప్ప నాకింకేమీ అవసరం లేదు" అని మొండిగా అన్నాడు అతిధి.

నచ్చచెప్పటానికి ప్రయత్నించి అలసిపోయిన ఓఘవతికి తన భర్త ఒకరోజున అతిధి పూజలగురించి చెపుతూ..... "నిన్నుకోరినా....." అన్న మాట గుర్తువచ్చింది.

ఉలికిపడినట్లయింది.

ఎన్నోరకాలుగా ఆలోచించి చివరకు భర్తమాట దాటకూడదని నిర్ణయించుకొని మరోసారి

అతిధి ఒఘవతికి తనకోరికను వ్యక్తం చేసేటప్పటికి, సంతోషంగానే తన అంగీకారాన్ని మౌనంగా తెలియచేసింది.
వారిద్దరూ గదిలోకి పోయేలోగానే సుదర్శనుడు ఇల్లు చేరి, భార్య పేరుపెట్టి అనేకసార్లు పిలిచాడు. ఓఘవతిని మాట్లాడవద్దన్న అతిధి...... 241
"సుదర్శనా, నీ భార్య నాకు సేవలు చేస్తోంది. కనుక నీ దగ్గరకు రాలేకపోతోంది. కోపించి శాపమివ్వకు" అన్నాడు.
"సంతోషం" అని క్లుప్తంగా, సంతోషంగా సమాధానమిచ్చాడు సుదర్శనుడు. అప్పుడు అతిధి సుదర్శనుడి దగ్గరకు ధగధగ మెరిసే శరీరకాంతితో వచ్చి.......
"నేను ధర్మదేవతను. నీ వ్రతాన్ని పరీక్షించటానికి వచ్చాను. నీ వ్రతాన్ని, ధర్మాన్ని యెప్పుడు తప్పుతావో అప్పుడు నీ ప్రాణాలు తీయాలని మృత్యువు నీ వెనకే తిరుగుతున్నది. దాని పరీక్షలో జయించావు. కామ, క్రోధాది షట్‌శత్రువులను ఇంతకు ముందే జయించావు. నీ భార్య నీలాగే గొప్ప ఆశయాలు, పతిభక్తి కలది. నీ భార్య, నీవు, మీరు కావాలనుకున్నపుడు ఈ శరీరాలతోనే పైలోకాలకు పోవచ్చు. మీ తపఃశక్తి సగభాగంతో నీ భార్య ఓఘవతి, ఆమెపేరుతోనే భూలోకంలో ఏరై మానవజాతి వున్నంతకాలం ప్రవహిస్తుంది. మిగిలిన సగం తపఃశక్తితో నీకు సేవలు చేస్తుంది" అని వరమిచ్చిన ధర్మదేవత వేయి గుఱ్ఱాల రథమెక్కి వెళ్ళిపోయాడు. ధర్మదేవత మాటప్రకారం అంతా నిజంగానే జరిగింది.
ధర్మరాజా! గృహస్థులకు అతిధిపూజలకంటే గొప్ప ధర్మం యేమీలేదు" చెప్పటం ఆపాడు భీష్ముడు.

నీతిః-

గృహస్థాశ్రమ ధర్మంలోని ప్రాముఖ్యతను తెలియ చేస్తుంది. భార్య, భర్త ఒకేమాట మీద నడవాలనేది ఒక అంశం. ఇద్దరూ కలిసి ధర్మకార్యాలు చేస్తే సాధించే జయంగురించి చెప్పబడింది. ఇందులో అందరికీ సందేహం కలిగేది భార్యను...."అతిధి నిన్నుకోరినా వప్పుకో" అని చెప్పటం. కథ మధ్యలోనే ఓవిధమైన వివరణ యిచ్చాను. అది నిజం. మగవాడికి భార్యకంటే ఇష్టమైనది వుండకూడదు. ఆమె ఆనందం, సంతోషం, సుఖం అన్నీ చూసుకోవలసినది భర్తే. ఆ భర్త దృష్టిలో తన రెండవ ప్రాణమైన భార్యనుకూడా వదిలేయటానికి సిద్ధ

పడ్డాడు సుదర్శనుడు. మనువు చెప్పినదాని ప్రకారం ఎక్కడ స్త్రీ పూజింపబడుతుందో అక్కడ దేవతలుంటారు" సామాన్యులు ఆలోచించినట్లు ఆడదానికి మగాడే గతి అని వ్యంగ్యంగా అనుకోవటం కాదు. నిజానికి ఒకరులేనిదే మరొకరు లేరు. పురుషుని జీవితాన్ని సంసార సాగరంలో చివరివరకు నావను ఒడ్డుకు చేర్చేది భార్య. ఆమె లేనిదే మగవాడు 242
ఏ పుణ్యకార్యాలూ చేయకూడదు. ఇక్కడ పాఠకులు తెలుసుకోవల్సింది ఒకటుంది. భక్తులను అనేకరకాలుగా భగవంతుడు పరీక్షిస్తూనే వుంటాడు. ఆ పరీక్ష ఇక్కడ స్త్రీకి జరిగింది. మరొక విషయం... పరస్త్రీని కోరుకొనే చెడ్డవారు మనుష్యులు మాత్రమే. ఒకవేళ భక్తులకు, భగవంతుడికి, అటువంటి సన్నివేశమే ఏర్పడితే, అది భక్తులను పరీక్షించటమే కాని నిజం కాదు. మంచి సుగుణాలున్న మనషి కూడా భగవంతుడే.

ॐ

శ్రీమదాంధ్ర మహాభారత కథలు 243

వీతహవ్యుడు

మనువుకు పుట్టిన శర్యాతి వంశంలో హైహేయుడు పుట్టి, వత్సదేశానికి రాజై పేరు ప్రఖ్యాతులు సంపాదించాడు. ఆయనకు వీతహవ్యుడు అనే పేరుకూడా వుండేది. ఆతడికి వందమంది భార్యలు, వందమంది కొడుకులు వున్నారు. అందరూ పరాక్రమ వంతులే. వీరంతా కలిసి కాశీరాజు హర్యశ్వుడిని యుద్ధానికి పిలిచి, పరాక్రమంతో చంపేశారు. హర్యశ్వుడి కొడుకు సుదేవుడనేవాడు రాజయ్యాడు. వీతహవ్యుడు, కొడుకులు మరల సుదేవుడితో కూడా యుద్ధంచేసి ఆతడిని చంపారు. సుదేవుడి కొడుకు దివోదాసుడు కాశీరాజ్యానికి రాజయ్యాడు. ఈ తండ్రీకొడుకులు దివోదాసుడి మీదకూడా దాడిచేసి ఓడించారు. దివోదాసుడు పారిపోయి భరద్వాజముని ఆశ్రమంలో దాక్కున్నాడు. భరద్వాజముని సంతానాన్ని పోగొట్టుకున్న దివోదాసుడికి శత్రుసంహారానికి తగినంత శక్తి సామర్థ్యాలున్న కొడుకు కలిగేలాగా యజ్ఞం చేసి, ప్రత్యర్ధనుడనే వీరుడిని పుట్టించాడు. ఆ పిల్లవాడు పుట్టటమే పదమూడు సంవత్సరాలు కలవాడిగా పుట్టాడు. కొద్దికాలంలోనే ఆ పిల్లవాడు వేద, వేదాంగాలను ఔపోసన పట్టేశాడు. పేరు ప్రతర్ధనుడు. తండ్రిచేత రాజ్యాభిషేకం చేసుకొని ఆతడి ఆజ్ఞతో వీతహవ్యుడి మీదకు దండెత్తి యుద్ధం చేసి, వీతహవ్యుడి కొడుకులను ఓడించి చంపేశాడు. వీతహవ్యుడు భయపడి భృగుమహర్షి ఆశ్రమానికి చేరాడు. ఆ ముని వీతహవ్యుడిని శిష్యబృందంలో చేర్చి దాచాడు. ప్రత్యర్ధనుడు వీతహవ్యుడిని వెంబడించి ఆశ్రమానికి వచ్చి, తనవశంలో హర్యశ్వుడికి, సుదేవుడికి, తన తండ్రి దివోదాసుడికి యుద్ధాలు, తనవంశానికి జరిగిన మారణకాండ, తాను ఇపుడు వీతహవ్యుడిని ఓడించటం, ఆయన కొడుకులను తాను చంపటం, చెప్పి,

“వీతహవ్యుడు పారిపోయి ఇక్కడికే వచ్చాడు. ఆతడిని చంపాలి, వప్పచెప్పండి“ అడిగాడు ప్రతర్ధనుడు.

“ఇక్కడ రాజవంశస్తులెవ్వరూ లేరు. అందరూ బ్రాహ్మణులే“ చిరునవ్వుతో చెప్పాడు 244
భృగుమహర్షి. ప్రవర్ధనుడు శిష్యులందరినీ పరిశీలనగా చూసి......

“మహర్షీ! నేను దేనికోసం తీవ్రంగా ప్రయత్నిస్తున్నానో ఆ కోరిక నెరవేరింది. వీతహవ్యుడిని క్షత్రియజాతికి దూరం చేశావు. ఆయనను బ్రాహ్మణుడన్నావు. చాలా సంతోషం. నేను సెలవు తీసుకుంటాను“ అని అక్కడినుంచి వెళ్ళిపోయాడు. ఆనాటి నుంచి భృగుమహర్షి ఆశీర్వచనంతో బ్రాహ్మణుడుగా మారిన వీతహవ్యుడికి గృత్సనుడు అనే కొడుకు పుట్టాడు. తరువాతి కాలంలో వీతహవ్యుడు పుత్రపౌత్రులనేకులు కలిగారు. అనేక విద్యలలో ప్రావీణ్యులయారు. అందరూ గోప్ప బ్రాహ్మణులవలె ప్రజలకు విద్యలను పంచుతూ బ్రతికారు.

ॐ

శ్రీమదాంధ్ర మహాభారత కథలు

చిలుక ధర్మం

"తమ యజమాని అనుకోని విధంగా తన వైభవాన్ని కోల్పోతే వారినే ఆశ్రయించుకొని వున్నవారు యజమానుల కోసం యేమిచేయాలి?" ధర్మరాజు.

"కాశీ రాజ్యంలో ఓ వేటగాడు వేటాడుతున్నపుడు లేడిని చంపాలని విషంపూసిన బాణాన్ని గురిచూసి వదలగా, గురితప్పి పచ్చగా నవనవలాడుతున్న ఓవృక్షానికి తగిలి క్షణంలో నిలువునా కాలిపోయింది. ఆ చెట్టు తొఱ్ఱలో చాలాకాలంనుంచి వుంటున్న చిలుక ఆ సమయంలో తొఱ్ఱలో లేదు కనక బ్రతికిపోయింది. తిరిగి వచ్చిన చిలుక కొంతసేపు బాధపడినా మరల ఆ చెట్టు తొఱ్ఱలోనే వుండసాగింది. ఎంతోకాలంగా ఆ చెట్టు తనకు ఆశ్రయం ఇచ్చిందన్న కృతజ్ఞతతో ఆవిధంగా చేసింది. ఈ విషయం ఇంద్రలోకంలోని ఇంద్రుడికి తెలిసి, చిలుక దగ్గరకు మారువేషంలో వచ్చి...

"అరణ్యంలో యెన్నో పండ్ల చెట్లుండగా ఈ జీవం కోల్పోయిన చెట్టుదగ్గరనే యెందుకున్నావు చిలకా?" అడిగాడు.

"ఇంద్రా! చెట్టు ఆకులతో, కాయలతో నిండివున్నప్పుడు దానిమీదనే వుండటం. ఎండిపోగానే అక్కడినుంచి వెళ్ళిపోవటం కృతఘ్నత కాదా?" అడిగింది చిలుక.

"ఈ చిలుక పూర్వజన్మ జ్ఞానంవలన నన్ను గుర్తుపట్టగలిగింది" అనుకున్న ఇంద్రుడు "చిలుకా! నీ సమాధానంతో చాలా సంతోషం కలిగింది. నీకేం కావాలో అడుగు" అన్నాడు.

"ఈ చెట్టుకు పూర్వపు వైభవాన్నివ్వండి దేవా!" అన్నది చిలుక. వెంటనే ఇంద్రుడు చెట్టును బ్రతికించాడు" చెప్పటం ఆపాడు భీష్ముడు.

నీతిః- పక్షులుకూడా నీతిని పాటిస్తాయి. మరి మనుషులెందుకు పాటించకూడదు!

శ్రీమదాంధ్ర మహాభారత కథలు 246

భంగాస్వనుడు

పూర్వం ఓ రాజుండేవాడు. పేరు భంగాస్వనుడు. చాలాకాలం పిల్లలు లేక తపించి, యజ్ఞం చేసి, భగవంతుడి దయతో నూరుగురు కొడుకులను కన్నాడు. ఆ రాజు ఆ యజ్ఞం చేయటం ఇంద్రుడికి నచ్చలేదు. ఆ రాజు వేటకు వెళ్ళినపుడు ఇంద్రుడు రాజుకు సరియైన మార్గం కనపడకుండా చేశాడు. దాంతో ఆ రాజు అటు, ఇటు, తిరిగి అలిసిపోయి, ఓ తామరలున్న చెఱువును చూసి అలసిపోయిన తన గుఱ్ఱంతోసహా ఆ చెఱువులోకి దిగి, ఆ నీటిని తాగి, నీటిలో మునిగి పైకి లేచేసరికి ఆ రాజు స్త్రీగా మారి పోయాడు. భంగాస్వనుడు అనేకసార్లు ఆదుర్దాగా ఆనీటిలో మునిగి లేచాడు, తాను మగ వాడిగా మారుతానేమో అన్న ఆశతో. కాలేదు. ఆ రాజు నిరాశగా ఒడ్డుకు చేరాడు. చాలా సేపు యేంచేయాలి... ఈసంగతి తెలిస్తే భార్య యేవిధంగా ఆలోచించి, యెటువంటి నిర్ణయం తీసుకుంటుంది? కొడుకులేం ఆలోచిస్తారు? అని ఆలోచించి ఆలోచించి, చివరకు యేంజరిగినా వారందరికీ విషయం తెలియటమనేది అవసరం అని నిర్ణయిం చుకొని రాజ్యానికి చేరి, మంత్రులందరినీ, కుటుంబ సభ్యులను అందరినీ పిలిచి సభ చేసి, విషయమంతా చెప్పి, కొడుకులకు రాజ్యబాధ్యతలను వప్పచెప్పి, అడవికిపోయి మునులతో కలిసి తపస్సుచేసుకోవటం ప్రారంభించింది. కొంతకాలానికి ఓ మునికుమా రుడు ఆమెను ప్రేమించి, పెండ్లి చేసుకున్నాడు. వారిద్దరికీ వందమంది కొడుకులు పుట్టారు. స్త్రీగా మారిన భంగాస్వనుడు తాను కన్న నూరుగురు కొడుకులను తన రాజ్యానికి తీసుకుపోయి, మరల మంత్రులను, కొడుకులనందరినీ సమావేశ పరచి..... “నేను మగవాడిగా వున్న నాకు కలిగిన సంతానం, స్త్రీగా నాకు పుట్టిన సంతానం, అందరూ కలిసిమెలిసి రాజ్యాన్ని పాలించుకోండి“ అని అందరికీ నచ్చేలా చెప్పాడు. మొత్తం సంతానమంతా భంగాస్వనుడి మాటకు విలువ యిచ్చారు. అంతా చక్కగా

అన్యోన్యంగా వుండటం ప్రారంభించారు. వీరందరి పరాక్రమాన్ని చూసి శత్రురాజులు భయపడ్డారు. ఈవిధంగా వుండగా ఇంద్రుడికి ఈ సంగతులన్నీ తెలిసి.....

"నేను ఈతనిని శిక్షించాలనుకుంటే ఇంకా బలవంతుడయాడు. ఈతడిని శిక్షించాలి"
అని నిర్ణయించుకొని ఇంద్రుడు చుట్టంలాగా పోయి భంగాస్వనుడు రాజుగా వున్నపుడు 247
కన్న మొదటి కొడుకుల దగ్గరకు, తరువాత భంగాస్వనుడు స్త్రీగా కన్న పిల్లల దగ్గరకు వెళ్ళి, ఒకరిమీదొకరికి నేరాలు చెప్పి, గొడవలు పుట్టించాడు. ఆ గొడవలు ముదిరి యుద్ధంచేసుకొని, అందరూ చచ్చిపోయారు. ఈ విషయం తెలిసిన స్త్రీ రూపంలో వున్న భంగాస్వనుడు నెత్తి నోరు బాదుకొని బిగ్గరగా కుమిలి కుమిలి ఏడుస్తుండగా, అది చూసి ఆనందపడిపోయిన ఇంద్రుడు బ్రాహ్మణ రూపంలో వెళ్ళి ఆమెను పలుకరించగా, తన జీవిత కథనంతా చెప్పి కుళ్ళికుళ్ళి ఏడ్చిందామె. అంతటితో ఇంద్రుడి కోపం తగ్గిపోయింది.

"భంగాస్వనుడా! నేను ఇంద్రుడిని. నీవు చేసిన యజ్ఞం నాకిష్టం లేదు. అందుకే నిన్ను ఇంతగా కష్టపెట్టాను" నిజం చెప్పేశాడు ఇంద్రుడు.

"అయ్యో ఇంద్రా! నీఅంత గొప్పవాడికి నేనే అలుసుగా దొరికానా? కొడుకులను కోరుకొనే కదా యజ్ఞం చేశాను. దానికింత శిక్ష విధించాలా?" మరింత దుఃఖపడిందామె.

"సరే, నా కోపం తగ్గిపోయింది. ఇప్పుడు చెప్పు. చనిపోయిన నీ కొడుకులలో నీవు తండ్రిగావున్నప్పుడు పుట్టిన కొడుకులు కావాలా? అమ్మగా కన్న కొడుకులు కావాలా?" అడిగాడు ఇంద్రుడు.

"అమ్మగా కన్న కొడుకులే కావాలి" అన్నదామె.

"అదేమిటి?" ఆశ్చర్యంగా అడిగాడు ఇంద్రుడు.

"స్త్రీకి పిల్లలమీద మమకారం యెక్కువగా వుంటుంది. పెంచే బాధ్యకూడా వుంటుంది. అందులో ఆనందం వుంటుంది. అది చాలు నాకు" చిరునవ్వుతో చెప్పిందామె.

"సరే, నీ సంతానమందరినీ బ్రతికిస్తాను. నీకు నీ మగరూపునిస్తాను" అన్నాడు ఇంద్రుడు.

"దేవేంద్రా! కొడుకులనందరినీ బ్రతికిస్తున్నావు, సంతోషం. కానీ నేను మటుకు ఆడదానిగానే వుంటాను" అన్నదామె.

"మరల ఈ కోరికేమిటి?" అడిగాడు ఇంద్రుడు.

"చెప్పాను కదా! పిల్లలను పెంచటంలో ఆనందం వుండటమే కాదు, భర్తకు అన్ని

రకాలా సేవలు చేయటం, సంసార జీవితం, ఇవన్నీ నాకు నచ్చాయి“ చిరునవ్వుతో చెప్పిందామె.

“సరే నీ ఇష్టం. నీవు ఇకమీదట నీ కొడుకులు, మనుమలతో సంతోషంగా, సుఖంగా
వుండు!“ అని ఆశీర్వదించి మాయమయాడు ఇంద్రుడు. 248

నీతిః-

స్త్రీకున్న ప్రాముఖ్యత మగవాడు ఆడదానిగా మారితే గానీ తెలుసుకోలేడేమో!

ॐ

249

శ్రీమదాంధ్ర మహాభారత కథలు

అష్టావక్రుడు

"వరుడిని ఎటువంటి వాడిని వెతకాలి?" అడిగాడు ధర్మరాజు.

"దీనికో కథ వున్నది, చెపుతాను విను. ఓ ఊరిలో వదాన్యుడు అనే బ్రాహ్మణుడున్నాడు. ఆయనకు సుప్రభ అనే కూతురున్నది. అందగత్తె, సుగుణాల రాసి. ఆమెను పెండ్లి చేసుకుంటానని అష్టావక్రుడు అనే పండితుడు అడిగాడు. అష్టావక్రుడి రూపురేఖలు, విద్యావినయాలు నచ్చిన ఆయన......

"ఉత్తరదిక్కులో వున్న బహుదా నదీ తీరంలో శివుడు, గణాలు కలిసి పార్వతీ దేవితో విహరించే ప్రదేశాన్ని మునులు కూడా చూడటాన్ని అదృష్టంగా తలుస్తారు. ఆ ప్రదేశం దాటాక కదంబవనం వస్తుంది. ఆ వనంలో పార్వతీదేవి వంటి మధ్యవయస్కురాలు ఒకామె వుంటుంది. ఆమెను చూసి తిరిగిరా, అప్పుడు నా కూతురునిచ్చి పెండ్లి చేస్తాను" అని ప్రేమగా చెప్పాడు. అష్టావక్రుడు మారు మాటాడకుండా బయలుదేరి కొంతకాలం ప్రయాణంచేసి, బహుదానదీ తీరానికి చేరి, అక్కడి నేలాగాలి అన్నీ చూసి, శివపార్వతుల నృత్యం చూసినంతగా ఆనందించి, తరువాత కుబేరుడి భవనానికి చేరాడు. విషయం తెలిసి కుబేరుడు ఎదురువెళ్ళి ఆదరంగా ఆహ్వానించి, అతిథికి చేయాల్సిన మర్యాదలన్నీ చేసి, వినోద కార్యక్రమాలు ఏర్పాటు చేశాడు. అష్టావక్రుడు అన్నీ మౌనంగా చూస్తూ వుండిపోయాడు. ఆవిధంగా సంవత్సరకాలం గడిచిపోయింది.

"నీకేం కావాలో చెపితే నే నీకోర్కె తీరుస్తాను" అడిగాడు కుబేరుడు.

"నాకేమీ అవసరం లేదు. ఇంతకాలం మీతో సంతోషంగా వున్నాను. అందుకు నా కృతజ్ఞతలు" అని చెప్పి అష్టావక్రుడు అక్కడనుంచి బయలుదేరి మంచుకొండలెక్కి, కోనలెక్కి కడిమిడి చెట్ల వనంలో రత్నాలు పొదిగిన బంగారుమేడల వరుసను చేరాడు. అందులో

అతివైభవంగావున్న మేడదగ్గరకు పోయి కాపలాదారుడితో తన రాకను లోపలి వారికి
తెలియ చేశాడు. లోపలినుంచి అనేకమంది అందమైన స్త్రీలు కులుకుతూ పరుగున
వచ్చి ఆయనను ఆప్యాయంగా పలుకరించి, లోపలికి తీసుకోపోయారు. ఆ వచ్చిన స్త్రీల
అంద చందాలు ఆతడు గమనించనే లేదు. ఇంతలో ఓ పవిత్రస్వరూపంతో వున్న 250
మధ్యవయస్సు గల ముత్తయిదువ అష్టావక్రుడికి ఎదురువచ్చి, చేయందుకొని ఓ ప్రత్యే
కమైన గదిలోకి తీసుకువెళ్లి, మంచి ఆసనం మీద కూర్చోపెట్టింది. తగిన మర్యాదలు
చేసింది. స్వాగతం చెప్పిన మగువలందరూ వారిద్దరి చుట్టూరా కూర్చున్నారు. కొంతసే
పయాక వారందరినీ అక్కడినుంచి పంపివేయమని ఆ ముత్తయిదువను అడిగాడు
అష్టావక్రుడు. ఆమె కనుసైగచేయగానే ఆ మగువలందరూ వెళ్ళిపోయారు. వీరిద్దరూ
మాట్లాడుతూనే వున్నారు. భోజనకార్యక్రమాలు అయ్యాయి. అష్టావక్రుడు అక్కడున్న
శయ్యమీద పడుకున్నాడు. కొంతసేపటికి ఆమెకూడా అదే మంచంమీద పడుకోవటానికి
ప్రయత్నించగా, అష్టావక్రుడు పక్కకు జరిగాడు. ఆ తరువాత కొంతసేపటికి.....

"నిన్ను నేను పెండ్లి చేసుకుంటాను. నన్ను, నా ఐశ్వర్యాన్ని నీవు అనుభవించు" అని మెల్లిగా సిగ్గుపడుతూ చెప్పింది.

"ఈవిధంగా చేయటం తప్పు, పరుల భార్యను కోరుకోకూడదు. శూద్ర వనితను కోరితే పాపం. బ్రాహ్మణ వనితను (పరస్త్రీ) కోరితే మహాపాపం. నేను బ్రహ్మచారిని. పెండ్లిచేసుకోవాలని అనుకుంటున్నాను. ఇంత పనికిమాలిన మాటలు మాట్లాడే ప్రౌఢ స్త్రీలు కూడా వుంటారా?" ఆశ్చర్యంగా అడిగాడు అష్టావక్రుడు.

ఆ మాటలకు ఆమె ఎంతటి మునైనా మోహంలో పడేటంత మనోహరంగా నవ్వి" అతనిపై చేయి వేసింది.

"నీవు నన్ను తాకకుండా వుంటేనే నేనిక్కడ వుంటాను. లేకుంటే ఈ క్షణాన్నే వెళ్ళిపోతాను!" అని చివ్వున లేచాడు అష్టావక్రుడు.

"స్వతంత్రించి అడిగినందుకు కోపమా?" మత్తుగా అన్నదామె.

"అసలు నీవెవరివి? ఈ వింత చేష్టలు యేమిటి? నీలో మర్మమేదో వున్నది. నిన్ను చూస్తే గౌరవింపతగినదానివిగా అనిపిస్తోంది. నాకు నిజం చెప్పు" అడిగాడు అష్టావక్రుడు. అపుడామె మర్యాదపూర్వకంగా నవ్వి, అష్టావక్రా! నేను ఉత్తరదిశాకన్యను. వదాన్యుడు నిన్ను పరీక్షించమన్నాడు కనుక నిన్ను పరీక్షించాను. అంతే. నీ నిశిత దృష్టికి, నీతి, 251
నియమాలకు, నాకు చాలా ముచ్చటేస్తోంది. ఇంక నీవెళ్ళి సుప్రభను పెండ్లి చేసుకొని ధర్మపరుడుగా, కోవిదుడుగా పేరొంది జీవించు" అని దీవించింది.

అష్టావక్రుడు వచ్చి జరిగినదంతా చెప్పాక వదాన్యుడు సుప్రభనిచ్చి పెండ్లిచేశాడు.

ఆ దంపతులు చాలాకాలం సుఖంగా జీవించారు.

నీతి:-

కాబోయే అల్లుడు ఎంత ఆస్తిమంతుడు? ఎంత యెక్కువగా సంపాదిస్తాడు? అని కాదు చూడాల్సింది. వరుడు న్యాయంగా సంపాదిస్తున్నాడా? పరస్త్రీలను కోరుకొనేవాడా కాదా? అని విచారించుకోవాలి. న్యాయసంపాదన, ఏకపత్నీవ్రతం వుంటే చాలు అని నిర్ణయించుకోవాలి. హంగులు, ఆర్భాటాలు లేకుండా సుఖంగా, ప్రశాంతంగా బ్రతుకుతారు.

ॐ

శ్రీమదాంధ్ర మహాభారత కథలు 252

సూక్తులు

1. గొప్ప సిగ్గు కలిగి వున్నవాడి పాపాలు సముద్రంలో పడ్డ మట్టిగడ్డలాగా కరిగిపోతాయి (సిగ్గు అనేది వుంటే మనిషి తప్పులు చేయడని నమ్మకం. తప్పు చేయని వాడికి పాపమేముంటుంది?)

2. శీలం లేనివాడు యెంత గొప్ప కులంలో పుట్టినా, వేద, వేదాంగాలు చదివినా, ఎన్ని రకాల శాస్త్రాలు చదివినా, జ్ఞాని అయినా, సద్గతులను పొందలేడు (శీలము అంటే అందరికీ తెలిసినవే. విద్యాగర్వం, ధనగర్వం, పదవీ గర్వం, అశ్లీలం మాటలు మాట్లాడటం, ఎదుటివారిని బాధించి ఆనందించటం, ఎదుటివారికి అపకారం చేయటం, పరస్త్రీని కోరుకోవటం, గురుదూషణ, వేదాలను, వేత్తలను విమర్శించటం).

3. తాను ఎంతటి విద్యావంతుడైనా ఎదుటి విద్యావంతులను విమర్శించటం, బ్రహ్మ హత్యతో సమానం.

4. వేయి అశ్వమేధాలను ఓ ప్రక్కన, సత్యవాక్యపాలన ఓ ప్రక్కన, త్రాసులో పెడితే సత్యవాక్పాలన తూకం హెచ్చుగా కనిపిస్తుంది.

5. మద్యం తాగటం, మాసం తినటం మానేస్తే అది బ్రహ్మచర్యం ఆచరించటంకంటే గొప్పది. సంసార జీవితం గడుపుతూ కూడా దేనియందు ఇష్టం, అయిష్టం లేకుండా వుండగలిగితే అదే శీలం, శౌచం.

6. ధర్మాన్ని, అర్ధాన్ని, కామాలను ఆచరించే సమయాలు యేమిటి? అంటే, ధర్మాన్ని పగలు, అర్ధాన్ని తెల్లవారుఝామున, సాయంత్రం పితృదేవతలను, రాత్రి కామం ఆచరించదగినవి. 253

7. ధర్మం చేసేవారు, కోపం లేనివారు, నిజం చెప్పేవారు, మంచి పనులు చేసేవారు, ఇంద్రియ నిగ్రహం, మనోనిగ్రహం కలవాడు, భూతదయ కలవాడు, పిసినారి కానివాడు అయి వుండాలి.

8. శుచిలేనివి, అసుచివారు ముట్టుకొన్నవి, ఎంగిలి చేసినవి, మంత్రపూరితం కానివి, పురుగులు పట్టినవి, వెంట్రుకలు పడినవి, ఇటువంటి పదార్ధాలను కేవలం రాక్షసులు మాత్రమే తింటారు.

9. పిచ్చివాడినీ, చెడ్డ బుధ్ధులున్నవాడికి, మూర్ఖ, బొల్లి, క్షయ రోగులకు, మత్తు పదార్ధాలను తీసుకొనే వారికీ, వేదాలను అమ్ముకొనే వాడికీ, యెటువంటి దానాలివ్వకూడదు.

10. బ్రాహ్మణ జాతిలో పుట్టి, అగ్నిహోత్రం, సంధ్యావందనాదులు మానేసి, వడ్డీ వ్యాపారం చేసేవారికి, జీవులను అమ్ముకొనేవారికి, యెటువంటి దానాలివ్వకూడదు.

11. సత్రాలు, సభా భవనాలు, చలి పందిళ్ళు (వేసవి కాలంలో వేసే చలవ పందిళ్లు) కూల్చటం, చేసుకున్న సంధి నియమాలుదాటిన వారిని, నీతి విరుద్ధంగా చేసే వ్యాపారాలను ప్రోత్సహిచే వారిని, కృతజ్ఞత లేకపోవటం, పరస్త్రీని అనుభవించటం, స్త్రీలను, ముసలివారిని, చిన్న పిల్లలను మోసం చేయటం, విషం పూసిన కత్తులమ్మే వారికి, జుట్టు అమ్ముకొనే వారికి, కన్యలను, స్త్రీలను, బ్రాహ్మణులను, అన్యాయం చేయటం, చెరచటం, ఆవుల ముక్కు కుట్టేవారిని, ఒక వస్తువు తన

దగ్గర దాచిపెట్టినపుడు ఓమాట చెప్పి, తరువాత మరోవిధంగా మాటమాచేవారికి, అటువంటి కార్యక్రమాలు చేసిన వారికి, నరకద్వారాలు మాత్రమే తెరిచివుంటాయి.

12. పేద బ్రాహ్మణుడిని ఇంటికి పిలిచి భోజనం పెట్టకపోవటం, బ్రాహ్మణుడి జీవనా ధారాన్నిపోగొట్టటం, నీరు తాగటానికి వచ్చిన జంతువులను తరిమి కొట్టటం, వంటి లక్షణాలున్న రాజులకు కూడా నరక నివాసమే దిక్కు. 254

13. రచ్చచావిడి అంటే పంచాయితీ చేయటానికి ఒక భవనం, తోట, భావి, చెఱువు ఏర్పటు చేయటం, గోవులను, వాహనాలను దాసీలను, వేరొకరికి దానంగా ఇవ్వటం అపకారం చేసిన వాడిని కూడా క్షమించటం, స్నేహితులకు, బంధువులకు సహాయం చేయటం, అన్నదానం వంటి కార్యక్రమాలకు ధనసహాయం చేయటం, దుర్మార్గ మార్గాలకు పోకుండా వుండటం, పోయేవారిని ఆపటం, పుణ్య కార్యక్రమాలు. స్వర్గం చేరటానికి నిచ్చెనలాంటివి. ఏకులంలో పుట్టినా అనేకమంది కొడుకులుండి వేయి నెలలకాలం బ్రతికి వుంటే తప్పక స్వర్గలోకం చేరుకుంటారు.

14. ఎదుటి వారికి భోజనం పెట్టి తృప్తి పరిచేవాడు, దొంగలవలన అంతా పోగొట్టు కొన్నవారు, ఏదైనా వ్రతం కోసం డబ్బును యాచించే వాడు, దీర్ఘవ్యాధులను పోగొట్టుకోవటానికి ప్రయత్నించేవాడు, ఎప్పుడూ బిక్షాటనతో జీవనం సాగించేవాడు, దేవతారాధనలో, పితృదేవతారాధనలో వున్నవారు, దానం చేయటానికి తగినవారు.

15. రూపం, గుణం, శీలంలో యోగ్యులైనవారికి సరైన సంబంధం చూడకుండా తనకిష్టమైన వారికిచ్చి పెండ్లిచేయటం బ్రహ్మ హత్యతో సమానం. ఇవన్నీ అంగీరసుడు, నారదుడు మొదలైనవారు చెప్పిన సూక్తులు.

16. వరుణుడు, గాలి, సూర్యుడు, మేఘుడు, అగ్ని, ఈశ్వరుడు, కుమారస్వామి,
మహలక్ష్మి, విష్ణువు, బ్రహ్మ, బృహస్పతి, చంద్రుడు, నీరు, భూమి, వీరంతా
పూజింపదగిన వారు. నేను భక్తితో సేవిస్తాను. వేదాంతులు దేవతలను పూజించే
వారు, ధన, ధాన్య, భూమి, గోవులను దానం చేసేవారు, అతిథిపూజ చేసేవారు, 255
పితృదేవతలను పూజించేవారు, బిక్షాటనతో తృప్తిపడేవారు, సత్యవ్రతులు పూజింప
బడేవారు, ధర్మార్ధకామ సేవనులు, అహంకార మమకారాలు లేనివారు,
వ్యామోహం లేనివారు, సత్ప్రవర్తన కలవారు, జ్ఞానులు, నేను నమస్కరించ తగిన
వారు. ఈ మాటలు శ్రీకృష్ణుడు చెప్పాడు. కనుక నీవుకూడా కృష్ణుడు చెప్పే
పెద్దలను పూజించి తరించు! అన్నాడు భీష్ముడు.

17. సహవాస దోషం వలన వచ్చే ఫలితాలేమిటి? అనే ప్రశ్నకోకథ.
చ్యవన మహర్షి గంగాయమునల సంగమంలో మునిగి అక్కడే తపస్సు చేస్తుండగా ఆ నదిలోని చేపలు ఆయన శరీరానికి తాకుతూ వుండేవి. ఆ ముని వాటిమీద చికాకు పడకుండా స్నేహభావంతో మౌనంగా తన తపస్సేదో తాను చేసుకొనేవాడు. ఒకరోజు చేపలు పట్టేవారు చేపలకు వలవేస్తే చ్యవన మహర్షి కూడా ఆ వలలో చిక్కుకొని, వడ్డున పడ్డాడు. ఇంకేముంది జాలరులు ఆ ముని ఎక్కడ శపిస్తాడోనని భయపడి, ఆ మునిని క్షమార్పణ కోరుకున్నారు. తనను కూడా అమ్మి డబ్బు పొందండని చ్యవనుడు చెప్పాడు. ఆ మాటలు విని భయపడి ఆ రాజ్యపు రాజు నహుషుడి దగ్గరరు పోయి, జరిగినదంతా చెప్పారు. అప్పుడుకూడా చ్యవనుడు తన బరువుకు తగ్గ డబ్బు జాలరులకీయమని చెప్పాడు. రాజు సరేనని మంత్రుల తో ఆలోచించి, వేయి మాడలు అంటే ముని వప్పుకోలేదు. రాజు, మంత్రులు కలసి, చ్యవనుడి ధరను పెంచి, పెంచి, రాజ్యాన్ని మొత్తాన్ని ఇస్తానన్నా వప్పుకో లేదు ముని. ఈ విధంగా జరుగుతూ వుండగా, కవిజాతుడనే ముని వచ్చి, ఒక

బ్రాహ్మణుడి విలువ వెలకట్టలేనిదని, గోవు-బ్రాహ్మణుడు ఒకటే కులం. గోవు హవిస్సుగా ఉపయోగపడుతుంది. బ్రాహ్మణుడు యజ్ఞ యాగాలకు మంత్రాలు చదవటానికి ఉపయోగపడతారు. అందువల్ల ఆ యిద్దరూ యజ్ఞాదులకు ఆధారా లైనారు. కాబట్టి స్వర్గానికి నిచ్చెన కనుక, చ్యవనుడికి ఆయన బరువుకు ఓ గోవు 256
నీయమన్నాడు కవిజాతుడు. చ్యవనుడు ఆ నిర్ణయానికి ఆనందంగా వప్పుకున్నాడు. రాజు జాలరులకు గోవునీయగా, ఆ గోవుని జాలరులు చ్యవనుడికి దానమిచ్చారు. చ్యవనుడు ఆ జాలరులిద్దరికి, చ్యవనుడితో పాటు వలలో పడిన చేపలకు కూడా బొందితో స్వర్గానికి పంపాడు. స్నేహం చేస్తే యెదుటివారికి ఉపకారం చేయాలి. అపకారం చేయకూడదు. ఆ రాజును నీకేం కావాలో అడగమన్నారు చ్యవనుడు, కవిజాతుడు. ఇదంతా ఆశ్చర్యంగా చూస్తున్న రాజు ఆనందంగా.....

“మీ ఇద్దరి ప్రేమకంటే నాకేం కావాలి!“ అన్నాడు.

ఆ ఇద్దరు మునులూ రాజుని......

“నీవు ధర్మపరాయణతతో వర్ధిల్లు, ఇంద్రుడంతటి ఐశ్వర్యం పొందుతావు! అని ఆశీర్వదించి, అంతర్ధానమయారు.

రాజు, పురజనులందరూ మునులిద్దరినీ, రాజును, పొగుతూవుండగా ఆనందంతో తబ్బిబవుతూ రాజు రాజమందిరానికి చేరాడు.

18. లక్ష్మీదేవి నివాస స్థలాలు - లక్ష్మి అంటే డబ్బు అనే అర్ధమేకాదు. శుచి, శుభ్రత, సరళత, (ఎదుటివారిని మనస్సు నొప్పించుకుండా మాట్లాడటం), అందం, నిత్యమూ నిజాన్ని చెప్పేవారు, గురుభక్తి కలవారు, మధ్యపానం చేయనివారు, విజ్ఞానం, దానం, తపస్సు, బ్రహ్మచర్యం, ఇంద్రియ నిగ్రహం కలవారి దగ్గర, తామరపూవులతో నిండిన సరస్సులు, చెట్లు, పూవులు వుండేవుంటానని మాటలు లక్ష్మీదేవి కృష్ణుని భార్య రుక్మిణీదేవికి చెప్పింది. కౄరులు, నాస్తికులు, కృతఘ్నులు

చెడ్డ బుధ్ధులు కలవారి దగ్గర, తగాదాలు పెట్టే ఆడవారి దగ్గర, మగవారి దగ్గర కూడా తానుండనని లక్ష్మీదేవి చెప్పింది.

19. పతివ్రతైన స్త్రీకి, దైవానికీ బేధం లేదు. మంచి భార్య వలననే పురుషుడికి ధర్మ, 257
అర్థ, కామ, మోక్షాలు, కీర్తి, దొరుకుతాయి.

20. అమ్మాయికి వరుడుని వెతికే విధానం యేమిటి? అనేదానికి సమాధానంగా......
1. అబ్బాయి, అమ్మాయి ఒకరికొకరు కావాలని కోరుకొని పెండ్లి చేసుకోవటం అనేది క్షత్రియ వివాహం అంటారు.
2. అమ్మాయి కోరుకున్న వాడికిచ్చి పెండ్లి చేయటం ఆసురం.
3. అమ్మాయిని ఎత్తుకుపోయి, అడ్డొచ్చినవారిని చంపేసి పెండ్లి చేయటం, చేసుకోవటం, రాక్షసం.
4. అన్నదమ్ములు లేని ఆడపిల్లను పెండ్లి చేసుకోకూడదని అంటారు (ఈకాలంలో అదే ముఖ్యం).

21. 1. బ్రాహ్మణ యువకుడు క్రమంగా బ్రాహ్మణ, క్షత్రియ, వైశ్య, శూద్ర జాతుల అమ్మాయిలను పెండ్లి చేసుకోవచ్చునని శాస్త్రం చెపుతోంది.
2. రాజులు ముందుగా క్షత్రియ కన్యను, వైశ్య కన్యను పెండ్లి చేసుకోవచ్చు.
3. వైశ్యుడికి, శూద్రుడికి వారివారి జాతులలోని అమ్మాయిలనే పెండ్లి చేసుకోవాలని శాస్త్రం.
4. బ్రాహ్మణ యువకులకు బ్రాహ్మణ, క్షత్రియ, వైశ్య జాతుల భార్యకు కలిగిన పిల్లలు బ్రాహ్మణ కులానికే చెందుతారు. (ఇదంతా పురాణ కాలాల మాటలు. ఇపుడు కులాలు, మతాలు, ఎల్లలు దాటి పోతున్నాయి పెండిండ్లు. ఆ కాలంలో కూడా కనిపించిన మేరకు ఆర్థిక, రాజకీయ, లాభాలే పెండ్లికి కారణాలు.

ఇప్పుడూ అంతే. ఇంకా విచిత్రం యేమిటంటే, సతీసావిత్రి, ద్రౌపది, సీత,
మండోదరి, తార, సుకన్య వంటి అత్యుత్తమ స్థాయిలో వుండగల మహిళలు
మాత్రమే తల్లితండ్రులకు కూతురిగా, భర్తకు భార్యగా, గ్రంధాలలోకి చేర్చ
బడ్డారు. కూతురులున్నా పుత్రకామేష్టి యాగాలు చేసేవారు. సంతానం లేని 258
వారిగానే చెప్పబడేవారు తల్లి తండ్రులు.

22. తల్లి, తండ్రులను పోగొట్టుకున్న పిల్లవాడిని తన అభిమాన పుత్రుడిగా చేసుకుంటే వాడిని కృత్రిముడంటారు.

23. తల్లి, తండ్రుల చేత మరొకరికి అమ్మబడిన పిల్లవాడు క్రీతుడు అంటారు.

24. ధర్మబద్ధంగా ధర్మపత్నికి పుట్టిన కొడుకు యజ్ఞ, యాగాది క్రతువులను చేయ దగినవాడు.

ॐ

259

శ్రీమదాంధ్ర మహాభారత కథలు

గంగ

గంగను సేవిస్తే యజ్ఞం, బ్రహ్మచర్యం, తపస్సు, త్యాగాదుల చేత వచ్చే పుణ్యంకంటే అధిక పుణ్యం దొరుకుతుంది. గంగాజలం కొంచెం శరీరానికి తగిలితే చాలు పాపాలన్నీ పోవటమేకాదు, స్వర్గలోకానందాలనిస్తుంది. ఎన్ని పాపాలు చేసినా గంగాజలంలో మునిగితే పాపాలు పోవటమే కాదు, మనిషి మరణించిన తరువాత దేవలోకాలకు చేరుతాడు. మనిషి ఎముకలు గంగనీళ్ళలో ఎన్నేళ్ళుంటాయో అన్నివేల సంవత్సరాలు స్వర్గలోకంలో సుఖంగా వుంటారు. మనిషి చనిపోయాక అస్తిపంజరంలోని ప్రత్యేకమైన ఎముకలను, భస్మాన్ని వీలైనంతవరకు గంగా నదిలోనే కలుపుతారు. కొంతమంది గోదావరి, కృష్ణ, ఇతర నదులలో కూడా కలుపుతారు. ఆపనిని బాధ్యతగా చేస్తారు. కొడుకులు, కొడుకులు లేనివారికి అల్లుళ్ళు చేస్తారు. సూర్యుడు లేని ఆకాశం, చంద్రుడు లేని రాత్రి వలె గంగా నది లేని దేశం సూన్యంగా వుంటుంది. దేవతలకు అమృతం యేవిధంగా వుంటుందో, సామాన్య మానవులకు గంగానది వుంది అని పెద్దలంటారు. తలమీద గంగ ఇసుక, నుదుటిమీద గంగమట్టి రాసుకుంటే పాపాలన్నీ గరుత్మంతుడిని చూచిన పాములు పారిపోయినట్లుగా పారిపోతాయని కూడా ఓ సామెత వున్నది.

నదిలో స్నానం చేయలేనివారు ఆ నీటిని తలమీద చల్లుకుంటే చాలంటారు.

గంగానది పేరు చెప్పుకుంటూ ఏ నీటితో స్నానం చేసినా పుణ్యమేనంటారు పెద్దలు.

గంగను తలచురుంటూ వుంటే రాజ, చోర, భూత, పాప భయాలన్నీ పోతాయి. గంగను చూడటానికి వెళ్ళటానికి వంట్లో శక్తి, ఖర్చుపెట్టుకోటానికి డబ్బు, అన్నీ వున్నా గంగను చూడటానికి పోకపోతే, వాడు పశువుతో సమానం. శివుడంతటి వాడు గంగను నెత్తిమీద

పెట్టుకున్నాడు కదా! అటువంటి ఆయమ్మను తలచుకుంటూ వుంటే పుణ్యం కాదా?
మరి కపిల మహర్షి శాపం వలన సగరుడి కొడుకులు బూడిద కుప్పలైతే భగీరథుడి
తపఃఫలంగా గంగానది ఆ బూడిద కుప్పల మీద ప్రవహించి వారు చాలా దుర్మార్గుల
యినప్పటికీ స్వర్గానికి చేర్చిన గొప్ప నది. సగరుడి నిర్విరామ కృషిచేత గంగ ఆకాశం 260
నుండి చంద్రుడి మీదకు, అక్కడనుంచి సూర్యుడి మీదకు, అక్కడినుంచి మేరు
పర్వతంమీదకు, అక్కడినుంచి శివుడి శిరస్సుమీదకు, తరువాత హిమాలయ పర్వతాల
మీదకు, జహ్నుమహర్షి చెవిలోంచి నేలమీదకు, వచ్చిన పవిత్రురాలు. ఆమెను తాకినా
తలచినా పుణ్యం రావటం ఆశర్యం కాదుకదా! ఆ నదీతల్లి మహత్యం గురించి చెప్ప
టానికి మాటలు చాలవు. అటువంటి గంగానదిని సేవించి తరించు. ఈ విషయాలన్నీ
ఓ సిధ్ధుడు చెప్పినవి. ఆమెను సేవిస్తే అతి సులభంగా శుభాలు, ముక్తినికూడా
పొందుతావు“ చెప్పాడు భీష్ముడు.

సగరుడు గురించి, ఆయన తన పెద్దలను తరింప చేసిన విధానం అరణ్యపర్వంలో 55 కథలో వున్నది. చదివి ధన్యులవండి. అదేవిధంగా 52వ కథలో తీర్థయాత్రల సత్ఫలితాలున్నాయి. చదివి ఆనందించండి. వీలయినన్ని తీర్థాలను దర్శించి, తరించండి. ఇందుకు వయస్సుతో సంబంధం లేదు. చకచకా తిరిగ గలిగిన వయస్సు లో వుండగనే తిరగాలి. అపుడు మరొకరి సహకారం అవసరముండదు. మంచి లక్షణాలు అలవాటవుతాయి.

ॐ

శ్రీమదాంధ్ర మహాభారత కథలు

కుశిక మహారాజు

తనరాజ్యానికి వచ్చిన చ్యవనమహర్షికి కుశికుడు అనే రాజు, భార్య, అత్యంత భక్తిశ్రద్ధలతో సేవలు చేసి, "మునివర్యా! నీవే ఈ రాజ్యాన్ని పాలించు. నిన్ను రాజుగా వప్పుకొని సేవిస్తాం. రాజ్యం అభివృద్ధి కలిగేలాగా ఆశీర్వదించు" అన్నాడు.

"రాజా! నాకు రాజ్యమేలాలని కోరికలేదు. నేనో వ్రతాన్ని చేయాలని వచ్చాను. నీకు ఓపిక వుంటే నీవు, నీ భార్య, బంధువులూ, నాకు సేవచేస్తే చాలు. నా కోరిక అంతే" అన్నాడు ముని మాటలు విని కుశిక రాజు సంతోషంగా ఆయన చెప్పినట్లు చేయటానికి వప్పుకొని ఓ అందమైన నివాసం, అందులో అన్నివిధాలుగా సౌకర్యాలతో యేర్పాటు చేశాడు.

ఆ క్షణంనుంచి ఆయనకు సేవలు చేస్తూనే వున్నారా దంపతులు. సాయంకాల సమయమయింది. ముని సంధ్యావందనాదులు ముగించుకొన్నాడు. రాత్రయింది. ముని భోజనమడిగాడు. ఏర్పాటు చేశాడు రాజు. భోజనం తరువాత ఆగదిలోనే అమర్చివున్న మెత్తటి పరుపుమీద పడుకున్నాడాముని. తనకు కాళ్ళు వత్తమని కోరాడు. సరేనన్నారు ఆ దంపతులు. తనంతట తాను లేచేవరకు లేపవద్దని కూడా చెప్పాడు. అన్నం, నిద్ర మరిచి ముని పాదాలొత్తుతూనే వున్నారాదంపతులు. ఆ విధంగా ఇరవైఒక్కరోజులు గడిచిపోయాయి. ఇన్ని రోజులూ అ దంపతులకు నిద్ర, ఆహారం, విశ్రాంతులు లేవు. ఇరవై ఒకటోరోజు ఉదయాన్నే నిద్రలేచి కాల కృత్యాలను, సంధ్యావందనాదులు పూర్తి చేసుకొని, రాజదంపతులను పిలిచి......

"రాజా! రథాన్ని సిద్ధం చేయి. ఆ రథాన్ని నేనే నడుపుకుంటాను. నీవు, నీ భార్య నేను నడిపే రథాన్ని లాగాలి. మార్గంలో పేదవారికి పంచటానికి, ధనం, ముత్యాలు, రత్నాలు, మణిమాణిక్యాలు కావాలి. అందుకు కావలసిన వస్తువులు, మంత్రులు సిద్ధంచేయి అని

చెప్పాడు ముని. రాజు ఆజ్ఞలను పాటించాడు. రథం బయలుదేరింది. ముని రాజదంప
తులను చర్నాకోలతో కొడుతూ మంత్రులందిస్తున్న ధాన్యాదులను పంచుతున్నాడు.
చాలారోజుల నుంచి ఆహారం, నిద్ర, విశ్రాంతి లేకపోయినా ఆ దంపతులు చూపిస్తున్న
ఓర్పును చూసి చ్యవనముని మురిసిపోయి రథాన్ని ఆపి, ఆ దంపతులను రథానికి 262
కట్టిన తాళ్ళను విప్పి, వారి భుజాలను తడిమాడు. అంతే కుశికుడికి, రాణికి ఇన్ని
రోజులుగా తిండిలేని అలసట, నీరసం, విశ్రాంతిలేని బడలిక, అన్నీ మాయం!
ముని కొట్టిన దెబ్బల గాయాలు, నొప్పులు పోయి ఎంతో హుషారుగా, శక్తివంతంగా అని
పించింది. వారి అనుభూతి చ్యవన మునికి చెప్పి, కృతజ్ఞతలు చెప్పుకున్నారు. అంతా
కలిసి రాజభవనానికి చేరారు. మరుసటి రోజు ఉదయాన్నే నిద్రలేవగానే ఎవరితో యేమీ
మాట్లాడకుండా చకచకా నడుచుకుంటూ వెళ్ళిపోయాడు చ్యవనుడు. ఆయనను
పిలుస్తూ ఆయన వెంటపడ్డారు రాజదంపతులు. కొంతదూరం పోయాక ఆయన కని
పించకుండా మాయమయాడు. రాజు, రాణి మునికి యెందుకు కోపమొచ్చిందో తెలి
యక భయంతో మూర్ఛ పోయారు. ఆ యిద్దరూ మూర్ఛనుంచి కోలుకున్నాక తిరిగి కష్ట
పడి రాజమందిరానికి చేరారు. అక్కడ ముని విశ్రాంతి తీసుకున్న గదిలో మంచంమీద
మరోవైపుకు తిరిగి పడుకున్నాడు. రాజదంపతులు సంతోషించి మునికి పాదాలొత్తుతూ
వుండిపోయారు. మరల ఇరవై ఒకటోరోజున ఆ ముని నిద్రలేచి, తలంటు పోసుకుంటా
నన్నాడు. సరే అని మంచి సువాసన గల నూనెను ఆయన తలకు రాయగా, ఆ దంప
తులను తెగ తిట్టి మాయమైపోయాడు. కొద్ది సేపటికే మరల వచ్చి ఆ దంపతుల
మొహంలో, విసుగు, కోపం యేమీ కనిపించకపోవటంతో స్నానం చేసి, భోజనమడిగాడు.
మరల కోపంతో ఆ భోజనాన్ని నచ్చలేదని అక్కడనుంచి వెళ్ళిపోయాడు. ఆ రాజ దంప
తులు నిరాహారంగా కూర్చున్న చోటనుంచి కదలకుండా ముని రాకకోసం యెదురు
చూడసాగారు. తెల్లవారింది. వారున్న ప్రదేశమంతా మారిపోయింది. స్వర్గమా, మరేదైనా
లోకమా అని ఆశ్చర్యంగా భవనమంతా కలియతిరగగా ఆ ముని ఓగదిలో మెత్తటి
పరుపుమీద పడుకొని నిద్రపోతున్నాడు. వీరిద్దరూ ఆయన దగ్గరకు పోయేసరికి స్వర్గం

మాయమైపోయింది. ఆ ముని అరణ్యంలో దర్భచాపమీద తపస్సు చేసుకుంటూ కనిపించాడు.

"రాణీ! ఈ ముని తపస్సు యెంత గొప్పదో చూశావా? ఆయనకు యేవిధంగా కావాలో ఆవిధంగా పరిసరాలను, పరిస్థితులను మార్చేస్తున్నాడు" అన్నాడు రాజు. 263

అంతలో ఆ ముని తపస్సులోంచి లేచి ఆ దంపతులను దగ్గరకు పిలిచాడు. ఆ దంపతులు మునికి సాష్టాంగపడి నమస్కారాలు చేశారు.

"రాజా! నీమనస్సును, శరీరాన్ని, మాటను, ఆకలిదప్పులను, చెప్పాలంటే సర్వాంగాలను, ఇంద్రియాలను, నీ ఆధీనంలో యేవిధంగా వుంచుకోగలిగావు? నీ భార్యకూడా నీకు తగ్గదే. మీ విధివిధానాలు నాకు చాలా బాగా నచ్చాయి. నీకేం కావాలో కోరుకో!" అన్నాడు ముని.

"ఋషులకే నమస్కారం చేయాలనేంత పవిత్రుడివి. అటువంటి నీ మనస్సుకు నచ్చేలాగా సేవలు చేసే అవకాశం వుంటే చాలు" అన్నాడు రాజు.

మరల అందరూ రాజధానిలో రాజమందిరానికి చేరారు. ఆ రోజంతా ఆనందంగా గడిపారు. మరుసటి రోజు ఉదయాన్నే పాటించాల్సిన విధులన్నీ నిర్వహించాక చ్యవన ముని చెప్పిన అడవికి వెళ్ళారు. అక్కడ రత్నాలతో చెక్కిన దేవతాభవనం లాంటిది చాలా విశాలంగా చక్కగా వున్న భవనం కనపడింది. ఆ భవనంలో అక్కడక్కడ గంధర్వులు, అప్సరసలతో సంగీత, నృత్యకార్యక్రమాలు జరుగుతున్నాయి. అదంతా చూసిన రాజు, రాణి మనస్సులు ఆనందం, ఆశ్చర్యంతో నిండిపోయాయి. నిజమా? కలా? అని ఆలోచించారు కూడా.

"స్వామీ! ఓ మాటడుగుతాను దయతో చెప్పండి. మా ఇంటికి వచ్చాక ఇరవై ఒక్కరోజు ఒకేవైపు కదలకుండా పడుకున్నారు. ఆ తరువాత జరిగినదంతా చాలా అద్భుతంగా వున్నది. అసలేంజరిగిందో దయచేసి వివరంగా నాకు చెప్పండి అని అడిగాడు రాజు.

"దేవతలు, మునులు, బ్రహ్మదేవుడిని సేవిస్తున్నపుడు సంభాషణలో, బ్రహ్మ దేవతాదులతో ఈవిధంగా అన్నాడు.

"భవిష్యత్తులో భృగు, కుశిక వంశాలకు బంధుత్వం యేర్పడుతుంది!"
ఆయన చెప్పిన విధంగా జరిగితే వర్ణసంకరం జరుగుతుంది. ఆవిధంగా జరగకూడదనే పట్టుదలతో ఇక్కడకి వచ్చి అడ్డదిడ్డంగా ప్రవర్తించాను. మీచేత యేదో ఒక తప్పు చేయించాలని చూశాను. కానీ మీ శాంతం, ఓపిక, సహనం, ఇంద్రియ నిగ్రహం సాటి లేనివి. మీకు స్వర్గాన్ని చూపించాను. నీకు రాచరికం మీదకంటే బ్రాహ్మణత్వం మీదనే ఇష్టం. మీకు మూడోతరంలో బ్రాహ్మణ తేజస్సుతో పుత్రుడు పుడతాడు. ఇంకేదైనా కోరిక కోరుకో" అన్నాడు చ్యవనుడు. 264

"నా సంతానం బ్రాహ్మణత్వం, ధర్మపరత్వం పొందే వరం ప్రసాదించు" కోరుకున్నాడు రాజు.

"నీ మనుమడు మూడులోకాలలోనూ పొగడబడే వాడవుతాడు" అన్నాడు ముని.

"నా మనుమడు బ్రాహ్మణుడేవిధంగా అవుతాడు?" అడిగాడు రాజు.

"నా వంశంలో ఋచీకుడనేవాడు పుట్టి, నీ వంశానికి చెందిన గాధి కూతురిని వివాహం చేసుకుంటాడు. ఆతడికి జమదగ్ని పుడతాడు. ఆతడు విలువిద్యలో ప్రావీణ్యుడిని చేస్తాడు. ఆ ధనుర్విద్యంతా ఆతడి కొడుకు పరశురాముడిలో చేరుకుంటాయి. ఆ విద్య తో ఆతడు క్షత్రియ జాతిని నాశనం చేస్తాడు. ఇదంతా దైవఘటన. ఎవ్వరమూ ఆపలేము. అందువలన ఋచి-గాధిల అనుష్టానాలు మార్పుచెంది, గాధి-ఋచిలకు విశ్వామిత్రుడు పుడతాడు. మీ కులాల కలయిక లోకాలలో గొప్పగా చెప్పబడుతుంది. నేను ఇక బయలు దేరి తీర్థయాత్రలకు పోతాను. నీవు, నీ రాజ్యప్రజలు సుఖంగావుండండి!" అని రాజును ఆశీర్వదించి తన దారిన తాను వెళ్ళిపోయాడు చ్యవన మహర్షి.

ప్రత్యేక సూచనః-

ఋచీకుడు, గాధిల పెండ్లి, పరశురాముడి పుట్టుక విషయాలన్నీ అరణ్యపర్వం 56వ కథలో వునాయి. చదివి తరించండి.

ॐ

శ్రీమదాంధ్ర మహాభారత కథలు

గోదానం

265

ఏంకావాలని యాచకుడు తనదగ్గరకు వస్తాడో దానిని ప్రేమతో ఇవ్వటమనేదే గొప్పతనం. భార్యాబిడ్డలను పోషించుకోలేక వున్న దుఃఖాన్ని పోగొట్టటం గొప్ప గుణం. ధర్మపత్నియందే ప్రేమ, అనుకూలత వుండటం మంచిది. ఇది కావాలి అని అడిగినవాడికి దానమివ్వాలా, అడగని వాడికి దానమివ్వాలా? అని ఆలోచిస్తే, ఎదుటి వ్యక్తి నిజమైన అవసరాన్ని తెలుసుకొని దానం చేయటమే మంచిది. ఎందుకంటే ఎదుటివారిని నాకిది కావాలని అడగటమనేది సగం ప్రాణంపోయినట్లు. అడిగాక పూర్తిగా చచ్చిపోనట్లే. అందుకని అడగని వారికి వారి అవసరానికి కావలసినది దానంచేయటమనేది చాలామంచిది. దానం చేయటమనేది ఓ యజ్ఞంవంటిది. ధనధాన్యాలు, ఆవు, రత్నం, భూమి, నీరు, ఇవి దానమివ్వటానికి సమయపాలన అవసరంలేదు. అన్ని దానాలలోకి భూదానం గొప్పది. అన్నిరకాల పంటలూ భూమిలోనే పండుతాయి. భూమి కొని పెట్టుకుంటే కొంత కాలానికి దానిపై అధిక ఆదాయం వస్తుంది. అందుకనే పరశురాముడు తన భూమినంతా దానం చేశాడు. ఆ దానానికి మించిన దానం ధర్మం యేదీ లేదు. భూదాన మిచ్చి దానిని కాదు లేదు అనకూడదు. భూమిని దానమిస్తే గుఱ్ఱం, ఏనుగు, స్త్రీ, రత్నాలు ఇచ్చినంత ఫలితం కలుగుతుందని ఇంద్రుడికి బృహస్పతి చెప్పాడు. భూదానం చేసిన వాడికి భూమి వున్నంతకాలం స్వర్గంలో వుంటాడు. రాజనేవాడు యుద్ధంలో చనిపోవాలి, లేదా భూదానమైనా చేయాలి. భూదానం చేసిన వాడికి అశ్వమేధయాగం చేసినంత పుణ్యం వస్తుంది. యాగాలు చేసేవారు శాంత చిత్తుడికి భూదానమివ్వటం మంచిది. యుద్ధంలో చనిపోయినవాడు, గురువులను పూజించేవాడికి వచ్చే పుణ్యంకంటే యెక్కువగా వస్తుంది. భూదానం చేసినవాడు యింకా ఎక్కువగా

వెలుగొందుతాడు. అన్నదానం కూడా చాలా గొప్పది. అన్నం అనేది ప్రాణాధారం కదా! తాను తినటం మానైనా ఎదుటివాడి ఆకలి తీర్చాలి. బాగా అలసిపోయిన వాడు, స్త్రీ, బాలుడు, కుక్క, యెవరైనా సరే. వచ్చినవాడు ఏకులం అని ఆలోచించకుండా ఆకలి
తీర్చాలి. పితృదేవతలను అన్నంతో సంతృప్తి పరచాలి. అన్నం పెట్టటానికి కులం, 266
గోత్రం అడగకూడదు. బ్రాహ్మణుడైతే మరీ మంచిది. భూమిలో అన్నిరకాల పంటలతోటి బంగారం, నల్లబంగారం (బొగ్గు) రత్నాలు, మణులు, మాణిక్యాలు అన్నీ మనుష్యులకు అందిస్తుంది. అటువంటి భూమిని దానమివ్వటం యెంతో గొప్పతనం. అందరూ గుర్తుంచుకోవాల్సింది ముఖ్యమైన విషయం ఒకటుంది.... ఎవరైనా ఓసారి దానమిచ్చిన భూమిని ఎట్టిపరిస్థితులలోనూ వెనక్కు తీసుకోకూడదు. అవిధంగా చేస్తే 21 తరాల వాళ్ళను నరకంలో పడేట్లు చేస్తాడాదేవుడు.

ఏ నక్షత్రాలలో ఏ దానాలు చేయవచ్చు?

కృత్తికా నక్షత్రంలో... పాయసం, మినుములు, చంద్రతారలో... మాంసాన్నం, ఆరుద్రలో ఆవు, ఆదితిలో తీయని పులగం, బృహస్పతీ నక్షత్రంలో బంగారం, ఆశ్లేషలో వెండి, మఖలో ఉప్పునువ్వులు, భృగువీ తారలో చెఱకురసం, వండినఅన్నం, ఉత్తర ఫల్గుణీలో పాలతో వండిన అన్నం, సూర్యనక్షత్రంలో ఏనుగు, రథం, చిత్తలో మంచి గంధపుచెక్క, స్వాతీ నక్షత్రంలో దానం ఇచ్చేవారికిష్టమైనవి ఈయాలి. విశాఖలో ఎద్దును, అనూరాధ నక్షత్రంలో మంచి పండు, పూర్వాషాఢ నక్షత్రంలో పెరుగు, ఉత్తరషాఢ నక్షత్రంలో తేనెతో కలిపిన అన్నం, శ్రవణానక్షత్రంలో కంబళి, ధనిష్టలో చెక్కబండి, శతభిషంలో యవలు, పూర్వాభాద్రలో బలమైన మేకపుంజు, ఉత్తరాభాద్రలో గొఱ్ఱెమాంసం, రేవతిలో కంచుకుండతో ఆవు, అశ్వనీ నక్షత్రంలో గుఱ్ఱపు బండి, భరణిలో మంచి నువ్వులు, ఆవులు దానం చేయటం, ఏనక్షత్రంలో దానాలు చేసినా అన్నీ మంచివే. ఏదైనా మంచి వ్రతం చేసేటప్పుడు బంగారం దానమిస్తే దాతకు మంచి ఆయుష్షు, మనస్సుకు నిశ్చింత. బంగారం దానమీయటమనేది చాలా గొప్పదానం అని అత్రి మహర్షి చెప్పాడు. చెఱువులు, కొలనులు, నూతులు, బావులు, తవ్వించటానికి ధనం దానమిస్తే స్వర్గంలో

నివాసాన్ని ఏర్పరచుకోవచ్చు. ఘృత దానం చాలా శ్రేష్టం. కుండలు దానం చేస్తే వైదిక కర్మలలో వుపయోగించుతారు కనుక 6వ వంతు పుణ్యమొస్తుంది. గోవును దానమిచ్చిన పుడు క్రూరుడికి, నాస్తికుడికి, చెడ్డపనులు చేసేవాడికి, గోవును దానమివ్వకూడదు. గోవు బాధపడితే దాత నరకలోకానికి పోతాడు. గొడ్డుబోతు ఆవుని, బక్కచిక్కినదానిని, చెడ్డ సుడి వున్నదానిని, రోగాలు కలదానిని, గోవును దానమీయకూడదు. అన్నాన్ని స్వర్గంలో అత్రమని, నాగలోకంలో సుధ అని, పిత్రులోకంలో స్వధ అని, మహాత్ములు ప్రాణమని అంటారు. కనుక అన్నదానం ప్రాణదానంతో సమానం. ఇంకో ప్రత్యేకత చెపుతా విను. అన్నంకంటె జలదానం గొప్పది. అన్నదానానికి ప్రత్యామ్నాయం నీరు. నీటిలోనే చంద్రుడు పుట్టి సకల ఓషధాలకు రక్షకుడయ్యాడు. కనుక అన్నదానంకంటే జలదానమే గొప్పది. పితృదేవతలకు ఆహారంగా నువ్వులను సృష్టించాడు బ్రహ్మ. ఎవరు యెక్కువ నువ్వులను దానాలిస్తే వారి సర్వపాపాలూ కొట్టుకుపోతాయి. తనకున్న శక్తితో తయారుచేసిన అన్నం తోనే దేవతలకు, పిత్రు దేవతలకు, అతిథులకు అన్నంతోనే తృప్తి పరచాలి. దానం చేయదగినవి మూడే వస్తువులు. 1. భూమి 2. చదువు 3. గోవు.

గోమాతను తక్కువ ధరకే కొనవచ్చు. కానీ గోవును దానమిచ్చిన వాడికి, తీసుకున్న వాడికీకూడా మంచి ఫలితాలుంటాయి. తాను తినేముందు గోవుకు గుప్పెడు గడ్డి ఆహారంగా సంవత్సరమంతా పెడితే ఎంతో మంది బ్రాహ్మణులకు అన్నిరకాల కోర్కెలూ తీర్చినట్టే. ఒకసారి దానమిచ్చిన గోవును మరోసారి దానమిచ్చినందుకు ఫలితంగా నృగుడనే రాజు కథ తెలుసుకోవాలి.

ఒకప్పుడు ద్వారకలో ఒక నూతిలో పెద్ద తొండ చేరింది. క్రమేపీ ఆకారం పెరగసాగింది. ఆ భావిలో నీరు వాడుకొనే వారది చూచి దానిని బయటకు తీయించాలని ప్రయత్నం చెశారు. కుదరలేదు. ఊరి పెద్దలకు చెప్పగా పెద్దపెద్ద మోకులు తెచ్చి భావిలోకి వేసి దానిని లాగాలని ప్రయత్నం చేశారు. అది కదలలేదు. ఊరి పెద్దలందరూ కృష్ణుడి దగ్గకు పోయి విషయాన్ని చెప్పారు. కృష్ణుడు ఆ భావి దగ్గరకు వచ్చి “నీవెవరు?“ అని అడిగాడు. 267

"నృగుడను" అని సమాధానం చెప్పింది తొండ.
"నీవు చాలా, చాలా ఆవులను దానం చేశావు కదా, ఈ ఖర్మమేమిటి?" అని అడిగాడు కృష్ణుడు.
"ఏమని చెప్పను! ఓ ఉత్తమ బ్రాహ్మణుడికి ఓ గోవును దానమిచ్చాను. ఆగోవు మేతకోసం వచ్చి మా ఆలమందలో కలిసిపోయింది. ఆ విషయం నాకు తెలియదు. గోకాపరులు కూడా గమనించలేదు. మరల నేను గోదానం చేసేటపుడు మా గోకాపరులు మా మందలో చేరిన దానమిచ్చిన గోవును కూడా తీసుకు వచ్చారు. నేను దానిని మరో బ్రాహ్మణుడికి దానమిచ్చాను. మొదట దానం తీసుకున్నవాడు గోవును గుర్తుపట్టి నా దగ్గరికి వచ్చి, 268
"ఆ గోవు నాది!" అని గొడవకు దిగాడు.
రెండవ వాడు "ఇప్పుడు దానం తీసుకున్నాను కనుక నాది!" అంటాడు.
ఆ ఇద్దరూ నా దగ్గరకు వచ్చి వారి బాధను చెప్పుకున్నారు. నాకు విషయమంతా అర్ధ మయింది. మొదటి బ్రాహ్మణుడితో.....
"అయ్యా! ఆ గోవును వదిలేయి. నేను నీకు బదులుగా లక్ష ఆవులనిస్తాను" అన్నాను.
"ప్రభూ! ఆ గోవుకు పాలెక్కువ వస్తాయి. దానికి దూడమీద ప్రేమెక్కువ. నా చిన్న కొడుకుకు ఆకలయి ఏడ్చినప్పుడల్లా ఆ ఆవు నన్ను పాలు తీయనిస్తుంది. అటువంటి మహాలక్షిని ఏవిధంగా వదులుకొనేది, వదులుకోలేను" అనిచెప్పి కోపంతో వెళ్ళిపోయాడు.
నేను రెండవ బ్రాహణుడితో......
"బంగారం, మణులు, ఆవులు నీవేది కావాలంటే అవిస్తాను. దానిని వదిలేయి అని బ్రతిమలాడాను.
"నీవు నీ రాజ్యమిచ్చినా నాకు వద్దు" అని కోపంగా వెళ్ళిపోయాడు ఆ బ్రాహ్మణుడు.
ఆ వెంటనే నేను మరణించి యముడి దగ్గరకు పోయాను. అప్పుడు యముడు.....
"రాజా! నీవు ఎక్కువ పుణ్యకార్యాలు చేశావు కనుక సద్గతులు దొరుకుతాయి. కానీ దాన మిచ్చిన సొమ్ము నీకు కలవటం వలన పాపం కూడా కూడింది. మరి నీకు ముందుగా పాప ఫలితం కావాలా? పుణ్యఫలితం కావాలా కోరుకో" అన్నాడు.

నేను ముందుగా దుర్గతినే కోరుకున్నాను. అంతే, ఈ భూమిపై తల్లక్రిందులుగా పడుతూవుండగా......
"రాజా! చాలా కాలం తరువాత భగవంతుడు శ్రీకృష్ణుడు వచ్చి నిన్ను రక్షిస్తాడు. నీకు సద్గతులనిస్తాడు" అన్న మాటలు ఆకాశంనుండి వినిపించాయి. నేను భూలోకంలో ఈ భావిలో పడ్డాను. వెంటనే తొండగా మారిపోయాను. ఈరోజు నా అదృష్టంకొద్దీ నీవు వచ్చావు. నన్ను రక్షించు!" అని ఆనందంతోను, భక్తితోనూ ప్రార్థించాడు రాజు. కృష్ణుడి దయతో నృగుడు బావినుండి బయటకు తీయబడ్డాడు. కృష్ణుడు ముట్టుకోగానే పెద్ద తొండ నృగుడుగా మారిపోయాడు. నృగుడు కృష్ణుని పూజించి కృష్ణునిదగ్గర శెలవు తీసుకొని దేవతా విమానం రాగా, దానిపై ఉత్తమ లోకాలకు వెళ్ళిపోయాడు.

మరొక కథ వుంది......
ఉద్దాలకుడి కొడుకు ఔద్దాలకి, ఆతడి కొడుకు నచికేతుడు. ఒకరోజు తండ్రి కొడుకుతో, "నాయనా! ఏటిరేవులో కుశలు, సమిధలు, కమండలం, పూవులు అన్నీ మరిచిపోయాను. తొందరగా వెళ్లి తీసుకురా" అన్నాడు. కొడుకు నచికేతుడు ఏటిరేవు దగ్గరకు వెళ్ళాడు కానీ అంతకు ముందే నది కెరటాలు వచ్చి ఔద్దాలకి వస్తువులన్నీ నదిలోకి లాక్కుపోయింది. ఆ సంగతి నచికేతుడు ఇంటికి వచ్చి తండ్రితో చెప్పాడు. ఆ మాట వినగానే ఆయనకు ఆకలివలస వచ్చిన నీరసంతో మూర్ఛవచ్చినంత పనైంది. ఆ కోపంలో ఖర్మను అనుసరించి "యముడిదగ్గరకు ఫో" అని కొడుకుని తిట్టాడు ఔద్దాలకి. ఆ తిట్టు విని క్షమించమంటూ తండ్రి కాళ్ళమీద పడుతూండగానే పిల్లవాడు చనిపోయాడు. చనిపోయిన కొడుకుసు చూసి ఆశ్చర్యపోయాడు. దుఃఖం కమ్ముకొచ్చింది. భోరుభోరున ఏడ్చాడు. పిల్లవాడి తలను వడిలో పెట్టుకొని ఏడ్చి మూర్ఛపోయాడు. ఆ తండ్రి ఏడ్చిన కన్నీటికి పిల్లవాడి తల తడిసిపోయింది. పగలు గడిచింది. రాత్రయింది. కొంత సేటికి పిల్లవాడిలో చలనం కలిగింది. పిల్లవాడు కళ్ళు తెరిచాడు. తండ్రి ఆశ్చర్యపోయాడు. "నాయనా బ్రతికావా? ఆశ్చర్యంగా వుంది. ఎక్కడికి వెళ్ళిపోయావు నాయనా? ఏవిధంగా తిరిగి వచ్చావు?" అంటూ కొడుకును కౌగలించుకొని, ముద్దులాడుతూ మాట్లాడాడు

ఔద్దాలకి.
"నీవు చెప్పగానే మణిమయమైన యముడి కొలువు కూటంలో ప్రవేసించాను. ఆయన నన్ను ప్రేమగా దగ్గరకు తీసుకొని ముద్దాడి, సింహాసనం మీద కూర్చోపెట్టి, నాకు తినటానికి పెట్టి గౌరవించాడు. ఇప్పుడు నేనెక్కడున్నాను? నీవెవరివి? అని అడిగాను. 270
"నేను యముడిని. నీవు చచ్చిపోలేదు నాయనా! మీ తండ్రి యమలోకం చూడమన్నాడు వచ్చావు, అంతే. నీవు చచ్చిపోయావనుకొని బాగా ఏడుస్తున్నాడు. ఇంక మీ నాన్న దగ్గర కుపో అన్నాడు.
"సరే ప్రభూ! ధర్మమూర్తివైన నిన్ను దర్శించాను బాగుంది. పుణ్యలోకాలు వుంటాయట కదా! నాకు చూపించవా?" అని అడిగాను.
అందమైన గుఱ్ఱాలు కట్టిన రథం తెమ్మని ఆజ్ఞాపించి నన్ను రథమెక్కించి తాను కూడా రథమెక్కి నన్ను జాగ్రత్తగా పట్టుకొని, మంచి మంచి కథలు చెపుతూ నవ్వుతూ నవ్విస్తూ పుణ్యలోకాలన్నీ చూపించాడు. మంచి అందమైన భవనాలు, పెరుగుపాలు, రకరకాల పిండివంటలు, పూదోటలు, పండ్లతోటలు, నేయి, ఇవన్నీకూడా నదులలాగా కనిపించాయి.
"ప్రభూ! ఇవన్నీ యెవ్వరికి దొరుకుతాయి?" అని అడిగితే..... గోదానం చేసిన వారికని సమాధానమిచ్చాడాయన. నేను ఆయన కాళ్ళకు నమస్కరించి నీ దగ్గరకు వచ్చేశాను" చెప్పాడు నాచికేతుడు. చెప్పటం ఆపాడు భీష్ముడు.
"కపిల గోవును దానమిస్తే చాలా మంచిదంటారు కదా ఎందుకు?" అడిగాడు ధర్మరాజు ఓసారి దేవతలందరికీ ఆకలివేసి, బ్రహ్మదగ్గరకు వెళ్ళారు. ఆయన వారందరికీ అమృతం తాగించాడు. ఆ అమృతపు సువాసనకు కామధేనువు పుట్టింది. దానికి ఆవులు పుట్టాయి. అవి అప్పటి కాలంలో హిమాలయ పర్వత పైభాగాన తిరుగుతూండేవి. ఒక లేగదూడ తల్లి ఆవు దగ్గర పాలు తాగుతుండగా పాల నురుగు గాలికి యెగిరి శివుడి తలమీద పడ్డాయి. తపస్సు చేసుకుంటున్న శివుడికి కోపం వచ్చింది. మూడవ కన్ను తెరిచాడు. ఆ మంటలకు ఆవుల శరీరం ఎఱ్ఱబడింది. బ్రహ్మ శివుడు దగ్గరకు పరిగెత్తుకు పోయి అమృతం తరువాతి స్థానం ఆవుపాలదే అని నచ్చ చెప్పాడు. శివుడికి కోపం తగ్గింది. శివుడు ఎఱ్ఱని (కపిల గోవుకు) గోకులంలో ప్రత్యేక స్థానం వున్నదని వరమిచ్చాడు.

"బ్రహ్మ సమస్త లోకాలకూ ప్రభువు కదా! మరి గోలోకం బ్రహ్మలోకం కంటే పైన వుంటుందంటారేమిటి?" అడిగాడు ధర్మరాజు.

"బ్రహ్మ పూర్వం సురభి అనే అందాల రాశిని, మార్తాండు అనే మగవాడిని సృష్టించి, వారి సంతానంగా గోవులనిచ్చి, అవిచ్చే పాలను యాగాలకూ మోక్ష సాధనకుచేసే కార్య క్రమాలకు వుపయోగించే విధంగా వరమిచ్చాడు. ఆ ఆవులకు ఏకాదశ రుద్రులు జన్మిం చారు. ఆవుల శరీర భాగాలలో దేవతలు వెలసి వుంటారు. ఇందుకు ఒకథ వున్నది....... 271

భృగు వంశంలో పుట్టిన సుమిత్రుడనే ముని గోశర్కర అనే పదార్థ సేవనంతో గోగణాన్ని పొందాడు. వాటిని శ్రద్ధగా పెంచాడు. వాటి దూడలు తల్లి ఆవుదగ్గర పాలు తాగినపుడు చిందే ఫేనం (నురుగు) ను మాత్రమే సేవించిమాత్రమే జీవించాడాయన. అందువలన ఆయన "ఫేనవుడు" అనే పేరుతోకూడా పిలవబడ్డాడు. ఒకరోజు గోవులు కామరూపంగా స్త్రీలుగా మారి కొలనులో స్నానాలు చేస్తుండగా, మిగిలిన ఆవులు వాటిని వరాలడిగాయి. "హవ్య కవ్యాలకు, అతిథిపూజలకు, ఆహారం గురించి సరిపడేటన్ని పాలు యివ్వటం వలన మునులు ఇచ్చిన వరాలవలన మేమంతా మరణానంతరం గోలోకానికి పోవటానికి వరాలిచ్చారు. మీరుకూడా రంతి దేవుడు చేసే వేయేండ్ల యజ్ఞంలో బలైతే గోలోకానికి చేరవచ్చని" చెప్పాయి.

ఆ ఆవులన్నీ ఆవిధంగా చేసి అన్నీ గోలోకం చేరాయి. గోదానాలలో ప్రఖ్యాతి చెందిన ఫేనవుడిని చంపి ఆతడిని గోలోకం పంపాయి కనుక భూమి, బంగారం, ఆవు దానమి వ్వాల్సిన వాటిలో గొప్పవి.

"ఆవు పేడలో లక్ష్మి వుటుుందంటారు?" అడిగాడు ధర్మరాజు.

"ఒసారి లక్ష్మీ దేవి గోవుల మందలోకి పోయి, మీ మధ్యన నేనుంటాను" అని అడిగింది.

"నీవు చంచల స్వభావురాలివి, వద్దు!" అన్నాయి గోవులు.

లక్ష్మీదేవి చాలాసార్లు అడగగా.......

“మా మలమూత్రాలు కూడా పవిత్రమైనవేనని వేదాలు చెప్పాయి కనుక వాటిలో వుండు“ అని అనుమతిచ్చాయి గోవులు. అందువలన వాటి మహిమ పెరిగింది. కామధేనువు చేసిన తపస్సుకు మెచ్చి గోలోకాన్నే సృష్టించి ఇచ్చాడు. అందువలన గోలోకం బ్రహ్మలో
కానికి పైనుంది. 272

“గోదానం చేసిన వారేలోకంలోకి వెడతారు?“ అడిగాడు ధర్మరాజు.

“గోలోకం. ఆ లోకం గురించి తెలిసింది నిష్టాగరిష్టులైన మునులకు, పతివ్రతలైన స్త్రీలకు మాత్రమే. నీవడగటం, నేను చెప్పటం వలన లోకాలన్నింటికీ తెలుస్తుంది. ఆ లోకంలో (గోలోకంలో) పగలు, రాత్రి తేడాలుండవు. ఋతువుల తేడాలుండవు. దాహం, ఆకలి, రోగాలు, ముసలితనం, వుండవు. ఆ లోకం యెప్పటికీ నాశనం కాదు. సంతోషం తప్ప దుఃఖముండదు. ఆలోకంలో గోదానం చేసేవారితోపాటుగా, గురువులను సేవించేవారు, నిజం మాత్రమే చెప్పేవారు, ఇంద్రియ నిగ్రహాలు, పరిశుద్ధమైన ఆత్మలు న్నవారు, పవిత్రమైన ఆహారం తినేవారు వుంటారు. గోవును కొనటానికి కావాల్సిన ధనం కూడా నీతినిజాయితీలతో సంపాదించాలి. ఈ లోకాన్ని మించిన పుణ్యలోకం లేదు. గోలోకానికి సంబంధించిన కథలు విన్నవారికి ఆయుర్దాయం, సంపదలు, అధికారం, కీర్తి, సద్గతి కలుగుతాయి“ చెప్పటం ఆపాడు భీష్ముడు.

ॐ

శ్రీమదాంధ్ర మహాభారత కథలు

శివనామాల ప్రాముఖ్యత

గోదాన మహిమను వివరించి చెప్పిన భీష్ముడిని మరో ప్రశ్న వేశాడు ధర్మరాజు.

"పితృ యజ్ఞం యేవిధంగా చేయాలి?"
"దేవతలు కూడా పితృదేవతలను పూజిస్తారు. కనుక దేవతా పూజకంటే పితృదేవతల పూజే యెక్కువ. అమావాస్యనాడు శ్రద్ధతో చేసే పితృపూజ నిత్యకర్మలు చేసినంత ఫలితాన్నిస్తుంది. పాడ్యమితో మొదలైన తిథులలో కృత్తిక మొదలైన నక్షత్రాలలో శ్రాద్ధకర్మలు ఆచరిస్తే ప్రత్యేక ఫలితాలుంటాయి, కృష్ణపక్షం, అపరాహ్నం, శ్రాద్ధానికి తగిన సమయాలు.

"ఏఏ వస్తువులతో శ్రార్ధకర్మలు చేస్తే బాగుంటుంది?"
"నువ్వులు, పాయసం, నేయి, మేలైన వస్తువులు, ఆవులనుండి దొరికే వస్తువులు ఉపయోగించటం మంచిది. మాంసాహారులైతే చేపలు, మాంసం, మేక మాంసాలు పనికి వస్తాయి. శాస్త్ర విధులలో చెప్పారని పితృకర్మలకోసం జంతుబలి చేయరాదదు. మాంసాహారం మానేయటమనేది ఓ గొప్ప యజ్ఞ చేసిన ఫలితాన్నిస్తుంది.

"పితృదేవతల ఆరాధన ఎవరు చేయవచ్చు?"
"కుల, రూప, శీల, విద్యలలో ఆరితేరినవారు, అర్హులు"

"శ్రాద్ధకర్మ విశేషాలలో గొడుగులు, చెప్పులు దానం యెందుకిస్తారు?"

"జమదగ్ని ఆరు బయట బాణప్రయోగం సాధన చేస్తుండగా ఆతడు వదిలిన బాణం పడినచోటు వెతికి ఆ బాణాన్ని ఆతడి భార్య రేణుక తెచ్చి భర్తకిస్తుండేది. ఒక రోజున జమదగ్ని వదిలిన బాణాన్ని తీసుకు రావటానికి వెళ్ళిన రేణుక వెనక్కి తిరిగి రావటం ఆలస్యమైంది. కారణమడిగిన భర్తకు, ఎండకు కాళ్ళు కాలటంవలన చెట్టునీడలో 274
ఆగడం వలన, ఆలస్యమయిందని చెప్పింది రేణుక. ఆమె మాట వినగానే జమదగ్నికి కోపం వచ్చి సూర్యుడిని క్రింద పడేయలని బాణాన్ని గురిపెట్టాడు. అది గమనించిన సూర్యుడు ఒక గొడుగు, చెప్పులను సృష్టించి బ్రాహ్మడి రూపంలో జమదగ్ని దగ్గరకు తీసుకువచ్చి ఇచ్చి, "జమదగ్నీ! ఈ వస్తువులు ఇప్పటివరకు లేవు. ఈ గొడుగు వలన తలకు, ఈ చెప్పులవలన కాళ్లకు, మనిషి శరీర బాధలుండవు. వీటిని దానమిస్తే మనుష్యులకు ఇహపర లోకాలలో సుఖం, సంతోషం కలుగుతాయి" అని చెప్పాడు సూర్యుడు.

"శూద్రులు యెటువంటి నడకతో ఇహపరాలలో సుఖాలు పొందుతారు?"

"పరాశరుడు చెప్పిన వాటిలో కొన్ని చెపుతాను విను. ఇంద్రియాలను కామాదులను, అంతఃశతృవులను జయించి, గర్వం లేకుండా మూడు వర్ణాల వారిని గౌరవిస్తూ, పూజిస్తూ వుండాలి. బహిరంగ స్థలాలలో విసర్జనలు చేయకూడదు. శుచి, శుభ్రత పాటించాలి. ఉన్నత వర్ణాల వారికి సేవలు చేయాలి. బ్రాహ్మణుడికి బ్రతుకు తెరువు తపస్సు, యజ్ఞం. వైశ్యుడికి డబ్బు ముఖ్యం. కాబట్టి వ్యాపారం చేయాలి. అదే యజ్ఞం. ఇతర వర్ణాలవారు యతులపట్ల, అందరిపట్ల సేవలు చేయాలి. అదే ఆతడికి మోక్షాన్ని స్తుంది"

"దేవతలు కూడా నమస్కరించదగ్గ మనుష్యులుంటారంటారు. ఎటువంటి వారికి నమస్కరిస్తారు?"

"ధర్మార్థ, కామ, మోక్ష, పురుషార్థాలన్నీ ధర్మం తప్పకుండా పాటించేవారిని, ఎంత

అందమైన స్త్రీ కోరుకున్నా, వెంటపడినా, కామం చూపించకుండా నిగ్రహంతో వుండే
వారిని, ధన, విద్య, పదవి, గర్వాలు వుండనివారు, సొంత భార్యను మాత్రమే అనుభ
వించే వారు, ధర్మాన్ని పాటించేవారు, తప్పక మోక్షాన్ని పొందుతారు. గృహస్థుగా వుండి
కూడా అగ్నిని ఆరాధిస్తూ పూర్ణభక్తితో వుండాలి. అన్నం, పాలు, దుంపలు, చల్లటినీరు, 275
వీటిలో యేదోఒక దానితో పితృదేవతలకు పూజలు చేయాలి. వైశదేవం చేయాలి. చేతనై
నంత దానాలు చేయాలి. బంధువులను, మిత్రులను, గురువులను ఆదరించాలి. కనుక
నీవూ గృహస్తుడిగావుండి మోక్షాన్ని పొందు" అన్నాడు భీష్ముడు.

"పూలతో ధూప, దీప పూజలను చేస్తాం కదా, వాటి ప్రత్యేకతలేమిటి?"

"పూలతో పూజించే వారికి మంచి మనసు వస్తుంది. మంచి వాసన పూలతో పూజచేస్తే,
వారి కోర్కెలను దేవతలు మనసారా తీరుస్తారంటారు. ధూపంవలన భక్తుడు పుష్టిని,
ఆయువును పొందుతాడు. దీపారాధన వెలిగిస్తే భక్తుడి హృదయం వెలుగుతో నిండి
పోతుంది. నడిచే త్రోవలలోను, చావిడిలోను, దేవాలయాలమీద, కొండమీద, దీపంపెట్టిన
వారికి ఐశ్వర్యం దొరుకుతుంది. ఆవునేతితో దీపం వెలిగించి దానమిస్తే జ్యోతిర్లోక సిద్ధి,
రులమంతా వర్ధిల్లటం, మహాజ్ఞానం కలుగుతాయి. దేవతలకు నైవేద్యం పెట్టి తరువాత
తినాలి. లేకపోతే బుద్ధిహీనుడవుతాడు. ఆహారాన్ని నైవేద్యంగా పెట్టే వ్యక్తి ఇంటికి
గృహదేవతలు సకల శుభాలూ ఇస్తాయి. ధూప, దీప దానాదులు చేసిన నహుషుడు
ఇంద్రపదవి పొందాడు. బ్రహ్మసభకు హాయిగా వెళ్ల గలిగాడు. దీపదానం చాలా గొప్పది,

"ఎక్కువ పవిత్రతగల తీర్థం ఏది?"

"సత్యం అనే నది. నిజం చెప్పటం, రాగ, ద్వేషాలను వదిలి ఇంద్రియ నిగ్రహంతో సత్య
వ్రతాన్ని పాటిస్తూ, వినయపూర్వకంగా వుంటూ, అహింసను అచరిస్తూ వుండటమే
మంచి తీర్థస్నానం. ఇంక యేనదీస్నానం అవసరం లేదు. క్లుప్తంగా చెప్పాలంటే,
మరణించిన వాడితో ఆతడుచేసిన దాన, ధర్మాదులు, పాప, పుణ్యాలే వెడతాయి. వాటి

ఫలితాలే వాడి మరుజన్మ జీవితమవుతుంది. తపస్సు చేయటంవంటి గొప్పపని ధర్మం. తపస్సు, యజ్ఞం, పరిశుద్ధత, మంత్రం, అనుష్టానం, సత్యం, ఇవన్నీ అహింస రూపాలే కాబట్టి, అహింస వుంటే సంపదలన్నీ వున్నట్లే.

276

"కురుక్షేత్రంలో చనిపోయిన వారంతా ఎక్కడికి పోతారు? బ్రతుకు సుఖాన్నిచ్చేది, చావు దుఃఖానిచ్చేదంటారు కదా!"

"కురుక్షేత్రంలో ఆ అద్భుత భయంకర యుద్ధంలో దేహాలు వదిలిన రాజులకు అనంత సుఖాలు దొరుకుతాయి. అనుమానంలేదు" చెప్పాడు భీష్ముడు.

"పరమేశ్వరుడి ప్రత్యేక నామాలు, వాటి ప్రత్యేకార్థాలు చెప్పు తాతా! "

"ధర్మజా! విను. గొప్పతనంతో, ఐశ్వర్యంతో కూడి వుంటాడు కనుక మునీంద్రులందరూ మహేశ్వరుడన్నారు. ఆ విధంగానే సాంబశివుడయ్యాడు. పరాక్రమంతో, భయంకర రూపంతో వుండటంవలన రుద్రుడనే పేరు వచ్చింది. దేవ సమాజంలో ముఖ్య వేల్పు కనుక మహాదేవుడని, సమస్త సత్కర్మలకు ఫలితాలనిచ్చేవాడు కనుక శివుడని, సుస్థిర మైన కాంతితో ప్రకాశిస్తుంటాడు కనుకను, చరాచర జీవులన్నింటి రూపాలు ధరిస్తాడు కనుక స్థాణుడని, పొగలాంటి రంగుతో జటాజూటం కలవాడు కనుక ధూర్జటి, త్రిపురా సుర సంహారం చేసినపుడు ఆయన నుంచి విశ్వాలు అనే దేవతలు పుట్టారు కనుక విశ్వరూపుడని, ఆయనకు అనేక కళ్ళు వున్నాయి కనుక సర్వతశ్చక్షువు అని, అన్ని రకాల జీవరాశులు పశువులేనని, పశువులను పాలించేవాడు కనుక పశుపతి అని, నందినెక్కి తిరుగుతుంటాడు గనుక వృషభవాహనుడు అని, జీవుల ప్రాణాలు కాపాడే వాడు, హరించేవాడు కూడా ఆయనేగనుక ఆయనకు ఆగమాలలో అనేక పేర్లున్నాయి. ఆ శివుడి అనేక నామాలను మనసారా చదివినా, శ్రద్ధగా విన్నాకూడా ఇహపర లోకాలలో సుఖసంతోషాలుంటాయి. ధర్మం ఈవిధంగా వుంటుంది అని చెప్పలేము. ఇది ధర్మం, ఇది అధర్మం అని చెప్పలేము. ఒక్కోసారి ధర్మమే అధర్మంగా, అధర్మమే ధర్మంగాను

కనిపిస్తాయి. ధర్మబోధ చేసేవారి మాటలతో ధర్మం దారి తప్పచ్చు. కాబట్టి నిపుణులను, పవిత్ర చరిత్ర కలవారిని, అడిగి తెలుసుకోండి. అహింస, దానం, సత్యం, కోపం, లేక పోవటం అనేవి ఉత్తమ ధర్మాలు. ఈ గుణాలు ధర్మానికి పరమావధులు. విప్రులను
ఆరాధించు. రజ, స్తమో గుణాలు కలవాడు ధర్మానికి వ్యతిరేకంగా వుంటాడు. వాడికి 277
నరకమే ప్రాప్తి. సత్యవ్రతాన్ని పాటించేవారు ధర్మాన్నే సేవిస్తారు. వారికి స్వర్గ ప్రాప్తి. బ్రహ్మదేవుడి పెద్ద కొడుకు ధర్మం. అది తెలుసుకొని ప్రవర్తించు" చెప్పాడు భీష్ముడు.

"సాధువులెవరు? అసాధువులెవరు?"

"సాధువులు తమంతటతాముగానే ధర్మమేదో తెలుసుకుంటారు. గురువుల ద్వారా కూడా తెలుసుకొని సందేహనివృత్తి చేసుకొని ఆచరిస్తారు. సత్యంగా, నిష్కపటంగా ప్రవర్తిస్తారు. శరణన్నవారిని రక్షిస్తారు. భార్యతోనే సంతృప్తి చెందుతారు. చేసిన పాపాన్ని గుర్తించి పరిహారం చేసుకుంటారు. భూతదయ కలిగి వుంటారు. అసాధువు సాధువుల స్వభావానికి గుణాలకు వ్యతిరేకంగా వుంటారు"

"తాతా! కొంతమంది కష్టపడకుండానే డబ్బు సంపాదించ గలరు. కొంతమంది ఎంత కష్టపడినా డబ్బు దొరకదు. కొంతమందికి చదువు చాలా తొందరగావస్తుంది. కొంత మంది యెంత కష్టపడినా విద్యరాదు. కొంతమంది పెద్దరోగాలొచ్చినా, కత్తిపోట్లు పడినా బ్రతుకుతారు. కొంతమంచి చిన్న గాయానికే చచ్చిపోతారు యెందుకని?"

"పూర్వజన్మలో పాప పుణ్యాల ఫలితాలే ఇవన్నీ. విద్యాదానం, పెద్దలకు సేవలు చేసిన వారికి మరుజన్మలో మంచి చదువు, ఆదాయం ఈవన్నీ సులభంగా దొరుకుతాయి. లేక పోతే కష్టపడటమే. మంచి ఫలితాలుండవు. మృత్యువు కూడా అంతే. ధర్మజా! నీకు, వేదవ్యాసమహర్షి కంటికి వెలుగుపంటివాడు వాసుదేవుడు. ఆతడు నీకు ఆరాధ్యదైవం. అన్ని ఆలోచనలూ వదిలేసి ప్రజలను చల్లగా పాలించు" చిరునవ్వుతో చెప్పాడు భీష్ముడు. వ్యాస మహర్షికూడా ప్రత్యక్ష మయాడు.

"ఇంక ధర్మరాజుకు శెలవిచ్చి పంపితే తగిన సమయానకి నీ దగ్గరకు రాగలుగుతాడు" చెప్పాడు వ్యాసమహర్షి.

"ధర్మజా! సదా నీబుద్ధి ధర్మమందే నిశ్చలంగా వుండాలని ఆశీర్వదిస్తున్నాను. యయాతి మహారాజులాగా అనేక యాగాలు, యజ్ఞాలు, శ్రద్ధాభక్తులతో చేయి. రాజధర్మం పాటిస్తూ 278
నీ విశాల సామ్రాజ్యంలో ప్రజారంజకంగా పరిపాలన చేయి. నిన్నాశ్రయించుకొని వున్న బంధు, మిత్ర, పండిత, పామరులను, విద్యాధికారులను, రాజ్యభారం సక్రమంగా సాగే టందుకు సహకరించే పెద్ద, చిన్న పదవుల వారిని, బీద బిక్కి వారిని, పదవీ విరమణ చేసినవారిని, మునిగణాలను, సర్వజనులను ధర్మం తప్పకుండా ప్రజారంజకంగా పాలించు. నీ తల్లి, పెదతల్లి, పెదతండ్రిని, విదురాదులను, గురువులను, ప్రేమించు, సేవలు చేయి, వారి ప్రేమను, ఆశీర్వచనాన్ని పొందు. తమ్ములను గౌరవించు" అని ఆశీర్వదించాడు గాంగేయుడు.

"మీరు చెప్పినట్లే నడచుకుంటాను" అని వినయంగా చెప్పి, తాతగారి పాదాలకు భక్తిగా నమస్కరించాడు ధర్మరాజు. భీమ, అర్జున, నకుల, సహదేవులుకూడా భీష్మ పితామహు డికి భక్తిగా పాదాభివందనం చేశారు. తాతగారి దగ్గర శెలవు తీసుకొన్న ధర్మరాజు సోదరులతోసహా మునులు ఆశీర్వదిస్తూ, ముత్తయిదువలు అక్షతలు చల్లుతూ వుండగా హస్తినా పురికి, ఆ తరువాత రాజమందిరానికి చేరి, ముందుగా గాంధారిని, ధృతరాష్ట్రుని పలుకరించి, నమస్కరించి, తన తల్లి కుంతీదేవి మందిరానికి వెళ్లి నమస్కరించి, భార్య ద్రౌపదిని సంతసింపచేసి, తగిన కార్యక్రమాలను పూర్తిచేసి, తమ్ముళ్ళను పలుక రించి, తమ వెంటవున్న బ్రాహ్మణులకు కానుకలిచ్చి, మరుసటిరోజు కార్య కలాపాలకు కావాల్సిన అనుజ్ఞలనిచ్చి, తన రాజమందిరానికి విశ్రాంతి కొరకు చేరాడు. ఆవిధంగా ధర్మరాజు ధర్మపాలన చేస్తూండగా యాభై రోజులు గడిచిపోయాయి. సూర్యుడు ఉత్తరాయణంలో ప్రవేశించాడు.

ॐ

279

శ్రీమదాంధ్ర మహాభారత కథలు

ఉమామహేశ్వరుల సంవాదం

ఉమామహేశ్వర సంవాదమనే ఇతిహాసాన్ని నారదుడు శ్రీకృష్ణుడికి చెప్పాడు. అది ఇపుడు మనం చెప్పుకుంటున్నాం. ఒకసారి నారదుడు హిమాలయ పర్వతాలమీదకు వెళ్ళినపుడు ఓ అందమైన ఉద్యానవనం (పూల, పండ్ల తోట) కనిపించింది. తోటలోకి పోయేసరికి శార్దూలచర్మాంబర ధారుడు (శివుడు) మునిగణాలతోను, ప్రమద గణాలతో, ఇంద్రాది దేవతలతో, సభతీర్చి ముచ్చటిస్తూ వుండగా చెలికత్తెలతో పార్వతీ దేవి వచ్చి, సరదాగా తన చేతులతో ఈశ్వరుని రెండు కళ్లూ మూసింది. దాంతో లోకంలో సూర్య, చంద్రుల వెలుగు లేక కారు చీకట్లు కమ్మాయి, రుద్రుడు మూడవ కన్ను తెరిచాడు. పార్వతీదేవి భయపడి భర్త కాళ్ళపై పడి క్షమార్పణ అడిగింది. శివుడి మూడవ కన్ను మూసుకుంది. వాతావరణం చల్లబడింది.

పార్వతి:- మహేశా! మీ మూడవ కన్ను తెరవాల్సిన అవసరం యేమి వచ్చింది ?
శివుడు:- ఈలోకాలన్నీ నా స్వరూపాలే. నీవు నా కళ్ళు మూయటంవలన నాకు చీకటి యేర్పడింది. లోకాలన్నీ చీకటిమయం అయ్యాయి. ఆ లోకాలలో వెలుగుకోసం నీ చేతులు తీసేయకుండా నా మూడో కన్ను తెరిచాను.

పార్వతి:- స్వామీ! నీకు నాలుగు ముఖాలెందుకున్నాయి?
శివుడు:- సుందోపసుందులనే బలవంతులైన రాక్షసులను చంపటానికి బ్రహ్మదేవుడు తిలోత్తమ అనే అప్సరసను సృష్టించి నా దగ్గరకు పంపాడు. దేవకార్యంలో విజయం

పొందటానికి ఆమె నా చుట్టూరా ప్రదక్షణ చేసింది. నేను ఆమెను రక్షించటానికి నాలుగువైపులా ఆమెను చూశాను. అపుడు నాలుగు ముఖాలు యేర్పడ్డాయి.

పార్వతిః- స్వామి! నీ కంఠంలో నలుపెందుకుంది? 280

శివుడుః- క్షీరసాగర మథన సమయంలో పుట్టిన కాలకూటాన్ని లోక సంరక్షణ కోసం నా కంఠంలో నిలుపుకున్నాను. అప్పటి నుంచి నా కంఠంలో నలుపు యేర్పడింది. అందరూ నన్ను నీలకంఠుడు అంటున్నారు.

పార్వతిః- నీకు పినాకమనే ఆయుధమంటే యెందుకిష్టం?

శివుడుః- కృతయుగంలో కణ్వుడనే మహర్షి గొప్ప తపస్సు చేశాడు. ఆయన మీద పెద్ద పుట్ట పెరిగింది. దానిమీద పొడవు, వెడల్పుగల వెదురు మొలిచింది. బ్రహ్మ ఆమహర్షికి ప్రత్యక్షమైనపుడు ఆయనకు వరమిచ్చి, ఆ వెదురును మూడు ముక్కలుగా చేసి, మూడవ ముక్కను పినాకంగా తయారుచేసి నాకు, మొదటి ముక్కను గాండీవంగా తయారుచేసి విష్ణువుకు, యిచ్చి, రెండవ ముక్కను శార్ఙ్గముగా తయారుచేసి తాను తీసుకు వెళ్ళాడు. బ్రహ్మ ఇచ్చిన కానుక కనుక నాకు ఇష్టం.

పార్వతిః- నంది వాహనాన్ని యెందుకు ఆదరిస్తారు?

శివుడుః- నేను హిమాలయంమీద తపస్సు చేసుకొనేటపుడు ఆవులు నా చుట్టురా తిరుగుతూ, నన్ను చిరాకు పరిచాయి. నేను వాటిని కోపంతో చూడగానే బ్రహ్మాది దేవతలు వచ్చి నా కోపాన్ని తగ్గించి, నాకో ఎద్దును కానుకగా యిచ్చారు. నేనప్పటి నుంచి దాన్ని వాహనంగాను, ఎద్దు గుర్తును ధ్వజంగాను చేసుకున్నాను. ప్రంచంలోని వారంతా నన్ను గోపతి అని పిలవసాగారు.

పార్వతి:- నీవు అందమైన చోట్లన్నీ వదిలేసి, అశుచిగా వుండే చోటు, కపాలాలు, శవాలు వుండే శ్మశానాలలో వుండటానికి కారణమేమిటి?

శివుడు:- కౄరమైన భూతాలు, పిశాచాలు, మనుష్యులను భయపెట్టటం, హింసించటం, చంపితినటం చేయటంవలన జనులు భయపడుతున్నారు. శ్మశాన వాటికలో జరగాల్సిన 281
పనులకు ఆటంకంగా వుంటొంది. కనుక వారటువంటి పనులను చేయకుండా నన్నక్కడ వుండమని బ్రహ్మ కోరాడు. మోక్షాన్ని కోరుకొనేవారు శ్మశానాన్ని పవిత్రస్థానంగా భావిస్తారు. అందుకని నేనక్కడే వుండి లోకరక్షణ చేస్తూ వుంటాను.

పార్వతి:- వంటినిండా బూడిద పూసుకొని, ఎముకల దండలు వేసుకొని, పామును నగలాగా వేసుకొని, గొడ్డలి, త్రిశూలం వంటి ఆయుధాలతో భయంకరంగా వుంటావు యెందుకు?

శివుడు:- జగత్తంతా సౌమ్యం, ఆగ్నేయం అనే వాటితో కూడివుంటాయి. సౌమ్యమైన వాటిని విష్ణువు, ఆగ్నేయమైన వాటిని నేను భరిస్తూ వుంటాం. ఈ రెంటిని కలిపి, విశ్వాన్ని నేను భరిస్తున్నాను. లోకాల క్షేమం కోసమే నేను అగ్నికి సంబంధించినవన్నీ ధరిస్తున్నాను.

పార్వతి:- నీవు చంద్రుడిని ప్రేమగా తలపై యెందుకు పెట్టుకున్నావు?

శివుడు:- దక్షయజ్ఞంలో నాకు కోపమొచ్చి దేవతలందరిని బాధించాను. అందులో భాగంగా చంద్రుడిని అడ్డదిడ్డంగా తొక్కేశాను. చంద్రుడు నన్ను శరణు వేడగా జాలిపడి ఆతడిని అనవసరంగా బాధించిన పాపం పోవటానికి ఆతడిని తలమీద పెట్టుకన్నాను.

పార్వతి:- నాథా వర్ణాశ్రమ ధర్మాలు యేవి?

శివుడు:- ప్రపంచ సౌఖ్యం కోసం బ్రహ్మ తన ముఖంనుంచి బ్రాహ్మణులను, భుజాల నుంచి క్షత్రియులను, తొడలనుంచి వైశ్యులను, పాదాలనుంచి ఇతరులను సృష్టించాడు. బ్రాహ్మణులను పూజించటం, గౌరవించటం వలన శుభాలు కలుగుతాయి. బ్రాహ్మణుడిని

నిందిస్తే ఈశ్వరుడిని (నన్ను) నిందించినట్లే. వేదాధ్యయనం చేయటం, యజ్ఞాలు చేయటం, తగినవారికి దానాలు చేయటం, వేదాలు శిష్యులకు నేర్పటం, యజ్ఞాలలో దానాలు తీసుకోవటం, బ్రాహ్మణ విధులు. తపస్సుయొక్క గొప్పతనం సాధించటానికి, ధర్మానికి పునాదిగా వుండటానికి, బ్రహ్మణులను సృష్టించాడు. క్షత్రియులు రాజాన్ని పాలిస్తూ బ్రాహ్మణులను పరిరక్షించాలి. ధనుర్వేదం, నీతిశాస్త్రం, సాధువులను, పండితులను రక్షించటం, దుష్టులను శిక్షించటం, వ్యవసాయంలోను, వ్యాపారంలోను, ఆరవ భాగాన్ని పన్నుగా తీసుకోవటం, ప్రజలను ధర్మంగా-న్యాయంగా పాలించటం, క్షత్రియుల విధులు. వైశ్యులు లోకులకు ఉపకారం చేసేవారు. వ్యవసాయం, వ్యాపారం, పశుపోషణ, వారి ముఖ్య విధులు. వీరికి కొంత బ్రాహ్మణత్వం ఏర్పడింది. చదువు, యజ్ఞాలు చేయటం, గోదానాలు, భూదానాలు, అతిథి సత్కారం చేయటం ధర్మం. శూద్రులు సేవాధర్మం తప్పని ధర్మం. బ్రాహ్మణ, క్షత్రియ, వైశ్యులకు సేవలు చేసి ఉపకారం పొందాలి. వినయం, శాంత స్వభావాలతో వుండాలి. ఎవరైనా వర్ణ ధర్మాలు ఆచరిస్తే సమాజంలో సుఖం, శాంతి వుంటాయి. 282

ఆశ్రమ ధర్మాలు:- బహ్మచారిగా వున్నపుడు బ్రహ్మచర్యం, గురు సేవ, విద్యాభ్యాసం, నిత్యాగ్నిహోత్రం తప్పనిసరి. గృహస్తుగా మారాక సొంతభార్యతోనే సంసార జీవితం, దానాలు, ధర్మాలు, బంధుమిత్రులను ఆదరించటం, గౌరవించటం, ముఖ్య ధర్మాలు. స్త్రీకి పతిని సేవించటమే ముఖ్య ధర్మం. వానప్రస్త ఆశ్రమంలో బ్రహ్మచర్యం పాటించటం జడలు ధరించటం, దయ, ఓర్పు, నేర్పు, మౌనం, శుచి, శుభ్రత కలిగి వుండటం, బిక్షా భోజనం చేయటం, నేలపై పడుకోవటం, తత్వ చింతనతో వుండటం - ఇవి వేదాలలో చెప్పబడ్డాయి. మునుల తపస్సు విధానం కూడా ఇదే.

పార్వతి:- దేశ దిమ్మరులైన విరాగుల విధానం?

శివుడు:- యాయవారంతో ఆహారం, పుణ్యతీర్థాలు సేవించటం, ఓర్పు, మౌనం, శుచి,

శుభ్రత పాటిస్తూ బక్కచిక్కిన శరీరాలతో కైవల్యం పొందటం. వైఘానసులు కొందరు గాలి, నీరు మాత్రమే భుజిస్తారు.

పార్వతిః- రాజు మానవులందరి లాగానే - శరీర భాగాలు, తిండి, కోరికలు, అన్నీ 283
మామూలే కదా. మరి వారిని చూడగానే అందరూ నమస్కారం చేసారు? యెందుకని?

శివుడు.ః- తపస్సు వలన రాజ్యాన్ని పాలించే అర్హత కలుగుతుంది. అందుకే అందరి చేతా నమస్కరింపబడతాడు. తాను నీతిపరుడై, ఇతరులను నీతిమంతులుగా చేస్తాడు. కామాది అంతః శత్రువులను జయిస్తాడు. న్యాయంగా యుద్ధానికి పూనుకుంటాడు. యజ్ఞాలు, దానాలు చేస్తాడు. వీటికి వ్యతిరేకంగా ప్రవర్తిస్తే రాజుకు పాపం కలుగుతుంది. ప్రజలను బిడ్డలవలె కాపాడి, సంపదను, పేరు, ప్రఖ్యాతులను గడిస్తాడు. చివరకు స్వర్గసుఖాలు అనుభవిస్తాడు.

పార్వతిః- ధర్మ రహస్యం యేమిటి?

శివుడుః- ధర్మాలన్నింటిలోనూ సూక్ష్మమైనది అహింస.

పార్వతిః- హింస అంటే?

శివుడుః- ఎవరి పనులు వారు చేసుకుంటూ పోతూ వుంటేకూడా కొన్ని జీవులు చని పోతాయి. అపుడు వారికి చంపే బుద్దివుండదు. పాప, పుణ్యాలు రావటానికి బుద్ధి ముఖ్యం. యుద్ధాలలో మరణించటం, చంపటమనేది హింస కాదు. వారికి స్వర్గ ప్రాప్తి కూడా కలుగుతుంది. వేటాడటం హింసకాదు. యజ్ఞంలో జంతువును బలీయటం హింసకాదు. శిక్షకు తగిన తప్పు చేసిన వాడిని శిక్షించటం కూడా తప్పుకాదు.

పార్వతిః- మునీశ్వరులు తపస్సు చేస్తారు కదా, దాని ఫలితం యేమిటి?

శివుడుః- కొంతమంది భోగాలను కోరుకొని తపస్సు చేస్తూవుంటారు. కానీ వానప్రస్తాశ్రమంలో చేసిన పుణ్యకార్యాలే తపస్సు. ఇంద్రియ వ్యాపారాలను మాని ప్రాతః కాలంలోను, సాయంకాల సమయంలోను, ఫలోపేక్షతో యోగాభ్యాసాన్ని తపస్సుగా చేసి ఆయుష్షు తీరగానే స్వర్గానికి పోయి, అక్కడ సుఖాలు అనుభవించి, పుణ్యపరిమాణం అయిపోగానే మర్త్యలోకంలోకి తిరిగి వచ్చేస్తారు (భూలోకంలోకి). అక్కడ శాశ్వతంగా వుండరు. గొప్ప తపస్సంపన్నులు అహింసా వ్రతాన్ని గొప్పగా ఆచరించి దయాగుణంతో ప్రవర్తించి, ఆయువు పరిమితి తీరిపోయాక పుణ్యలోకాలకు పోయి, పుణ్యఫలం అయిపోయాక భూలోకంలో మరల మనిషిగా పుడతాడు. 284

పార్వతిః- వైఘానసులంటే యెవరు?

శివుడుః- వైఘానసులనేవారు కఠోర నియమాలు కలవారు. వారిలో కొందరు క్రింద రాలిన ధాన్యాని తెచ్చుకొని తింటారు. మరికొంతమంది పండ్లను, కూరలను కూడా కొరికి తినేస్తారు. కంటికి కనిపించని గింజలను పక్షులలాగా తింటారు. మరికొందరు కేవలం నీళ్లు, గాలి మాత్రమే ఆహారంగా తీసుకుంటారు. మామూలు ఆహారం తీసుకొనే వారుకూడా వుంటారు. వీరంతా దేవేంద్రుడి చేత కూడా పూజింపబడతారు.
ఇప్పటివరకు నేను చెప్పింది తపస్సు చేసుకునేవారి గురించి. బొటన వేలంత శరీర ప్రమాణం గల వాలఖిల్యులనే మునీశ్వరులున్నారు. వారి తపోమహిమ వలన లోకాలన్నీ నిశ్చలంగా వున్నాయి.

పార్వతిః- గృహస్తుడికి యేపని ముఖ్యం?

శివుడుః- భార్యకు భర్తసేవే ముఖ్య కర్తవ్యం.

పార్వతిః- భర్త చనిపోయిన భార్య కర్తవ్యం యేమిటి?

శివుడుః- పార్వతీ! భర్త చనిపోయిన భార్య దేవతలను, పితృదేవతలను, అతిధులను

పూజించాలి. బ్రహ్మచర్య వ్రతం పాటించాలి. తల్లిదండ్రులు చనిపోయిన వారు ప్రతినెల లోను వచ్చే అష్టమి, చతుర్దశి, అమావాస్య, సంక్రాంతి, తిథులలో ఉపవసించుతూ, భార్యతోనే సంసార జీవితాన్ని గడుపుతూ, ఇంట్లోని ధాన్యరాసులను పక్షులు, ఎలుకలు వాటిని తింటూవుంటే వాటిని చంపకూడదు. అది హింస. మనతోనే ఆ జంతువులు కూడా తింటే తింటాయిలే, అని వదిలేయాలి. ఆవిధంగా చేస్తే గృహస్తు అశ్వమేధ యాగం చేసిన ఫలితాలను పొందుతాడు. 285

పార్వతిః- ధర్మరహస్యం తెలుసుకోవాలని కోరికగా వుంది.

శివుడుః- జీవులను హింసించకుండా వుండటమే పరమ ధర్మం. పండ్లు, ఆకులు, నేల రాలిన గింజలను తింటూ, ఆవుపాలు, పెరుగు, మజ్జిగ వంటివి తాగి అంతఃశతృవులను జయించిన మహనీయులు అహింసా స్వభావాలు. దీపాలలో పడి పురుగులనేకం చస్తూ వుంటాయి. దీపం పెట్టిన వారికి పాపం రాదు. రైతు పొలం దున్నేపుడు అనేక పురుగులు చస్తాయి. అదీ పాపం కాదు. వేలకొద్దీ గోవులు తమచావు మూడిందని తెలుసుకొని మరోవిధంగా తమచావుని నిర్ణయించుకొని, రంతిదేవుడనే రాజు చేస్తున్న యాగంలో బలిపశువుగా మారి స్వర్గానికి చేరాయి. శర్వాణీ! రాజుకు జంతువులను చంపటం వంటివి పాపాలు కాదు. దండించాల్సిన వారిని దండించకపోవటం, అనవసరంగా దండించటం కానీ చేయకోడదు. అది పాపం. నహుషుడు మొదలైన వారు బ్రాహ్మణులను అవమానించి కష్టాలపాలు కాలేదా? అందువలన బ్రాహ్మణులను గౌరవించాలి. హైమవతీ! ఏ కులంలో పుట్టినవారు వారి కులధర్మాన్ని పాటిస్తే మునుపటి కులంలోనే పుడతారు. ఆవిధంగా కాకుండా తమ కులధర్మాలను వదిలి వేరే వేరే ధర్మాలను పాటిస్తే, చేసే పనులనుబట్టి ఆయా కులాలలో పుడతారు. అధిక పుణ్యం చేస్తే వాడికి ఉత్తమ కులం దొరుకుతుంది. బ్రాహ్మణ జాతిలో పుడితే ఉత్తమ లోకప్రాప్తి కలుగుతుంది. దేవతల అంశలో జన్మించిన వాడు ఆపదలప్పుడు చలించడు.

పార్వతిః- భూమిపై సిరిసంపదలతో తులతూగుతూ వుంటారు. మరి కొంతమంది పేద రికంతో ఇబ్బంది పడుతూ వుంటారు యెందుకని?

శివుడుః- గౌరీ! అతి పేదవారుగా వున్న తన వారిని ప్రేమతో చేరదీసి తిండి, గుడ్డ ఏర్పాటు చేసిన వారికి మరుజన్మలో మంచి జీవితం దొరుకుతుంది. 286

పార్వతిః- తప్పు చేసినవారిని రాజు (ప్రభుత్వం) శిక్షించిన వారికి కూడా మరుజన్మలో కర్మాను భవం వుంటుందా?

శివుడుః- వుంటుంది! రాజు (ప్రభుత్వం) విధించిన శిక్ష గతజన్మలో చేసిన కర్మ ఫలితాలే. ఇప్పుడు చేసిన తప్పుకు మరుజన్మలో కర్మ ఫలితం అనుభవించక తప్పదు.

పార్వతిః- జీవితేశ్వరా! కొన్ని పాపాలకు ప్రాయశ్చిత్తాల వలన దోషాలు పోతాయంటారు కదా! ఎంత నిజం?

శివుడుః- తనకు తెలియకుండా అజ్ఞానం వలన, పరాకు వలనో చేసిన పాప ఫలితాలు పోతాయి, అంతే. దేవతలకైనా, రాక్షసులకైనా, మునులకైనా, సామాన్య మానవులకైనా తాము చేసిన కర్మ ఫలితాన్ని అనుభవించాల్సిందే. చేసిన పుణ్యకార్యాలను బట్టి స్వర్గ దర్శనం, కొంతకాలం నివాసం, మరల పుట్టుక, ఈ చక్రం తిరుగుతూనే వుంటుంది. కాత్యయనీ! మనిషి తన జాతకంలో భ్రమించే గ్రహాల సంచారాన్ని బట్టికూడా మంచి చెడు పనులు చేస్తాడు. కానీ ఫలితం మటుకు చేసిన వ్యక్తే అనుభవించాలి.

పార్వతిః- చావు అంటే యేమిటి?

శివుడుః- జీవుడు శాశ్వతంగా వుండేది. శరీరం ఆవిధంగా కాదు, నశించి పోయేది. శరీరం నసించిపోయినప్పుడు జీవి బయటకు వెళ్ళిపోతుంది. అదే చావు, లేక మరణం. జీవి మరో శరీరంలో చేరటమే పుట్టుక.

పార్వతిః- పిల్లలు తొందరగా చచ్చిపోవటానికి, పెద్దలు యెక్కువ కాలం బ్రతకటానికి కారణమేమిటి?

శివుడుః- ఎవరి చావుకైనా కారణం వారి గతజన్మ కర్మఫలితాలే. 287

పార్వతిః- ఆయుర్వృద్ధికి, ఆయుష్షు క్షీణించటానికి కారణాలేమిటి?

శివుడుః- సహనం, సత్యం, దయ, పరిశుభ్రత, గురువులయందు, పెద్దలయందు భక్తి, తపస్సు, బ్రహ్మచర్యవ్రతం, మితాహారం, ఆయుష్షును పెంచుతాయి. అకారణ కోపం, కౄరత్వం, అపరిశుద్ధత, గురుద్వేషం, పెద్దలయందు ద్వేషం వుంటే ఆయుష్షును తగ్గిస్తుంది.

పార్వతిః- పునర్జన్మ వున్నదని కొందరు, లేదని కొందరు వాదిస్తారు. నిజమేది?

శివుడుః- మళ్ళా పుట్టటమనేది వుందా? లేదా? అనే ప్రశ్నకు సమాదానం దేవతలకే సందేహం. ఇంక మానవులెంత! పునర్జన్మ వున్నది.

పార్వతిః- జీవికి ఆకారముండదురదా! ఆకారం లేనివారిని యమకింకరులు యేవిధంగా తీసుకుపోతారు?

శివుడుః- యమభటులు ఒక మనిషి ఆయుర్దాయం తీరింది అనే సమయానికి వారి దగ్గరకొచ్చి ఆ మనిషి ప్రాణలను బయటరు లాగి, మాయా దేహంలో ప్రవేశపెట్టి దానిని వారి రర్మఫలితాలననుసరించి సువాసనలతో వున్న సుగమ మార్గంలోనో, కాస్త కఠినంగా వుండే మార్గంలోనో, గుంటలు మెట్టలు, ముళ్ళు వుండే మార్గంలోనో... చెప్పాను కదా! వారి కర్మల ఫలితాన్ని బట్టి వారిని తీసుకు పోయి, యముడికి వప్ప చెపుతారు. యమధర్మరాజు చనిపోయిన మనిషి పాప, పుణ్యాలను బట్టి శిక్షలో, పొగడ్తలో, ఆతిథ్యమో నిర్ణయించుతాడు. భూమికి అడుగున ఐదు నరక ప్రదేశాలున్నాయి. 1-రౌరవం, 2-మహారౌరం, 3-కంటకారణ్యం, 4-అగ్నిగుండం, 5-పంచ కష్టం.

ఈ ఐదింటిలోనూ జీవి చేసిన పాపాలనుబట్టి ఆయా స్థానాలకు పంపితే, యమభటులు వారిని కాల్చటం, కాలుచేతులు గట్టిగా కట్టేయటం, కొట్టటం, పురుగుల చేత కుట్టించటం, గద్దల చేత పొడిపించటం వంటి అనేక విధాలైన శిక్షలుంటాయి. పాప, పుణ్యాల గడువు తీరగానే ఆ జీవి మరో దేహంలో ప్రవేశించి భూమిపై పుడతాడు. 288

పార్వతిః- పాపాలు యెన్నిరకాలు? అవియేవి?

శివుడుః- నోటితో మాట్లాడి చేసేవి, శరీరంతో చేసేవి, ఇతరుల ధనాన్ని, ఆస్తులను కోరుకోవటం, క్రూరమైన పనులు జరుగుతుంటే అడ్డుకోకుండా చూస్తూ వూరుకోవటం, ఆనందించటం, ధర్మకార్యాలను వ్యతిరేకించటం వంటివి మనస్సుకు సంబంధించిన పాపాలు. అబద్ధాలు చెప్పటం, యెదుటివారిని కష్టపెట్టేలా మాట్లాడటం, తినగూడనివి తినటం, వాక్కుకు సంబంధించిన పాపాలు. పాపాలన్నింటిలోనూ కల్లు తాగటం, పరుని భార్యను కోరుకోవటం, వారికి నరకద్వారాలు తెరిచే వుంటాయి.

పార్వతిః- దానాలలోకెల్ల గొప్పదేది?

శివుడుః- అన్నదానం, దీపదానం, గోదానం. దీపదానం గొప్ప జ్ఞానాన్ని ప్రసాదిస్తుంది. మానవుడు ఎన్ని నిముషాలు దేవుని దగ్గర దీపం వెలిగిస్తాడో అన్ని దేవ సంవత్సరాలు స్వర్గంలో సుఖంగా వుంటాడు.

పార్వతిః- ప్రాణేశ్వరా! ఈ జన్మలో డబ్బులేని వారు కూడా ఇతరుల సహాయ సహకారాలతో సుఖాలు అనుభవిస్తూ వుంటారు కారణమేమిటి?

శివుడుః- నీవు చెప్పినటువంటి వారు గతజన్మలో తమకు డబ్బు లేకపోయినా వారి మనసులో పేదలకు పెట్టలేకపోయామనే బాధ, వున్నదానిలో కొంచెమైనా ఆకలి గొన్న వారికి అన్నంపెట్టటం చేసినవారే. శ్రమ పడకుండా డబ్బు సంపాదించేవారంతా గత జన్మలో వీలైనంత దానం చేసిన వారేను. ఎంత కష్టపడ్డా సంపాదించలేని వారంతా గత

జన్మలో దానమివ్వటానికి మళ్ళీ, మళ్ళీ తిప్పిన వారు, చివరికీ యేమీ యివ్వకుండా వున్నవారేను. అన్నిరకాలుగా ధనము, సౌకర్యాలు వున్నా ఏమీ తినగూడని జబ్బులున్న వారంతా గతజన్మలో చనిపోయే సమయంలో మాత్రమే దానం చేసినవారు. పనివారికి కూడా యేమీ పెట్టని వారు. ఈ జన్మలో తగినంత చదువు, తెలివి లేకపోయినా బాగా 289
డబ్బున్నవాడు గతజన్మలో తెలివిలేని వాడైనా పేదవారిని రక్షించినవాడు. ఈ జన్మలో బాగా అధికంగా చదువుకొని అభివృద్ధిలోకి వచ్చిన వాడు గతజన్మలో గురువుని భక్తిగా సేవించిన వాడు, తనకు వచ్చిన విద్యను శ్రద్ధగా నేర్పించి వారి అభివృద్ధిని కోరుకొన్న వాడు మాత్రమే. జన్మలో యెంతగా చదవాలన్న కోర్కెవున్నా సాగక పోవటం మొదలైనవి గతజన్మలో విద్యావంతుడననే అగర్వంతో సభలో పండితులను అవమానపరచటం మాత్రమే. తను, తన భార్య, పిల్లలు, భోగభాగ్యాలు అనుభవిస్తూ వున్నవారు గతజన్మలో మంచి ఆచార వ్యవహారాలు, అవసరమైన వారికి దానాలు చేసినవారు మాత్రమే. పుట్టుకతో గుడ్డివాడు, మధ్యలో కళ్ళుపోయిన వారు గతజన్మలో పరుల భార్యలను ఆబగా చూసినవారు. పొట్టలో యేదోవొక జబ్బుతో పీడింప బడేవారు వెనుకటి జన్మలో ఇతరులకు విషంపెట్టి చంపిన వారే. నీరుకట్టు జబ్బుతోను, మూత్రంలో రాళ్లు యేర్పడి బాధపడేవారు పూర్వజన్మలో పొగరుతో పెళ్ళికాని ఆడపిల్లను చెడగొట్టినవాడే. ఈజన్మలో కుష్ఠురోగిగా వున్నవాడు గతజన్మలో ఇతరులను బాధించినవాడే. ఈజన్మలో చర్మరోగాలతో, కణుతులతో బాధపడేవారు పూర్వజన్మలో మంచివారిని ఈర్ష్య అసూయలతో పొడిచి, పొడిచి హింసించినవారే. కాలి జబ్బులతో అల్లాడుతున్నవారు అపవిత్రమైన పాదాలతో దేవాలయాలలోకి అడుగుపెట్టిన వారే. ఈవిధంగా మన బాధలన్నింటికీ గతజన్మలో మనం చేసిన పాపాలే పరమేశ్వరీ! యెన్ని చెప్పుకొన్నా మనమీ జన్మలో అనుభవించే శారీరక, మానసిక బాధలు, ఆర్థిక యిబ్బందులు, సంసారిక కష్టాలు, చదువులు, ఉద్యోగాలు, పిల్లలు, ఏకష్టాన్ని గురించి ఆలోచించినా పూర్వజన్మలో చేసిన పాపాల ఫలితాలే అనేది ఖచ్చితంగా తెలుసుకున్నాం. ప్రాణకోటికందరికీ నేను చెప్పేదొకటే. కర్మానుభవాలు దేవతలకు, మునులకు, ఋషులకు, మానవులకు, యెవ్వరికీ తప్పదు.

ఆ కర్మానుభవాలు అనుభవిస్తూ, అనుభవిస్తున్నామన్న దిగులు, చింత లేకుండా, చిదానందంగావుంటూ మరుజన్మకు కావాల్సిన మంచి పనులు - అంటే దానం, ధర్మం, మంచితనం, ఎదుటివారిని యెట్టిపరిస్థితులలోనూ గౌరవించటం, అజ్ఞానులను క్షమిస్తూ, పేదలకు ఉపకారాలు చేస్తూ, నీ విద్యను, తెలివినీ పరులకు పెంచుతూ, వారి అభివృ 290
ద్ధిని కోరుతూ, నీ ఆదాయంలో చేయకలిగినంత దానం చేస్తూ, మితభాషిత్వం, మిత భోజనం, అహంకారం లేకుండా పెద్దలను పూజిస్తూ, గౌరవిస్తూ జీవితాన్ని గడిపి, జన్మ జన్మలకు సుఖసంతోషాలతో వుండాలని ఆశీర్వాదాలిస్తున్నాను" అన్నాడు శివుడు.

ఫలితాలు:- నువ్వులను దానమిస్తే అగ్నిష్టోమ యాగం చేసినంత ఫలితం. వస్త్రదానం వలన దీర్ఘాయుర్దాయం, గొడుగు దానమివ్వటం వలన సర్వబాధా నివారణ, దాస, దాసీ జనదానం వలన కర్మబంధ విముక్తి, దీపదానం వలన ఆత్మకు ప్రశాంతత, జలప్రవాహాన్ని దాటిస్తే సకల దుఃఖ నివృత్తి, దారులు బాగు చేస్తే పిల్లలు పుడతారు. మందులివ్వటం వలన రోగబాధలు పోతాయి. మంచి బాటసారికి ఆశ్రయమిస్తే శరీరసౌఖ్యం.
దానాల గురించి, ఫలితాల గురించి చెప్పటం యెందుకంటే ప్రజలకు వారు చేయాల్సిన పుణ్యకార్యక్రమాలను గుర్తు చేయటం.

ॐ

శ్రీమదాంధ్ర మహాభారత కథలు

విష్ణు సహస్రనామం

291

తాతా! పేదరికం తొలగటానికి, రోగాలు మానటానికి తగిన జపమేదో చెప్పవా?
అడిగాడు ధర్మరాజు.
"ధర్మజా! బ్రహ్మ, విష్ణు, మహేశ్వరులను, సకల దేవతలను, అష్టదిక్కులను, దిక్పాలకులను, సకల దేవీదేవతలను, నదీనదులను, భూమిని, ఆకాశాన్ని, సకల చరాచరాలను, రాజులను, వినత, కద్రువ, వారి కొడుకులను, కాశీక్షేత్రం, కురుక్షేత్రం, నైమిశారణ్యం, దండకారణ్యం, మొదలైన అరణ్యాలు, శ్రీశైలం, మేరుపర్వతం వంటి పర్వతాలను, గంగ, యమున, నర్మద, తపతి వంటి నదులను, అశ్వనీ దేవతలను, సూర్య, చంద్రులను, ఇంతెందుకు సృష్టిలోని ప్రతి వస్తువును నీవు ఈ భూమిమీద సుఖంగా, సంతోషంగా, ఆనందంగా, ఆరోగ్యంగా బ్రతికేటందుకు అనుమతిని కోరుకుంటూ, మిక్కిలి ప్రేమగా, భక్తిగా, మనసారా కోరుకోవాలి. వాసుదేవా, పురుషోత్తమా, సకలలోకాలకూ సకల విధాల బాంధవుడా! సర్వలోక స్థితి, లయకారకుడా! నన్ను అన్నివిధాలా రక్షించు.....
అని కోరుకుంటూ, నేను చెప్పే మహామంత్రాన్ని జపించు. ఆమంత్రమేమిటంటే.....
"ఓం నమో భగవతే వాసుదేవాయ" ఈ విష్ణు మంత్ర జపం వలన చేసుకున్న పాతకాలు, భయాలు, పోయి ఇహపర సౌఖ్యాలు దొరుకుతాయి" చెప్పాడు భీష్ముడు.
"తాతా! జనన, మరణ, రూప, సంసార బంధాలనుండి విముక్తినిచ్చే జపమేది?"
అడిగాడు ధర్మరాజు.
"సమస్త లోకాలకూ అధిపతియై, బ్రహ్మాది దేవతలకు కూడా దేవుడైనవాడు, అంతులేని వైభవం కలవాడు, పురుషోత్తముడైన పరమాత్మను వేయి నామాలతో యెల్లవేళలా భక్తి, శ్రద్ధలతో పూజించేవాడు, అన్నివిధాల దుఃఖాలకూ దూరమవుతాడు. వాసుదేవుని భక్తితో

కొలవటమే ప్రత్యేక ధర్మము. ఆ మహనీయుడి నామాలు చెపుతాను విను. నారాయణుడి సహస్రనామాలు చెపుతాను, శ్రద్ధగా విను. విశ్వము, విష్ణుడు, వషట్కారుడు, భూతభవ్య, భవత్ప్రభువు, మొదలైన పేర్లతో రథాంగపాణి అక్షభ్యుడు, సర్వప్రహరణాయుధుడు అనే పేర్లతో శ్రీవిష్ణుసహస్రనామాలు చెప్పాడు. వీటిని నీక్షేమం గురించి వుపయోగించుకో! 292

విష్ణుసహస్రనామ పఠన ఫలితాలు:-

శ్రీవిష్ణుసహస్రనామం ప్రతిరోజూ చదివినందు వలన, చెవులారా విన్నందు వలన, ఈ లోకంలో, పైలోకంలో కూడా శుభాల బాటలో నడుస్తాడు. బ్రాహ్మణుడు చదివితే వేదాంత వేత్త అవుతాడు. క్షత్రియుడు చదివితే యుద్ధాలలో జయిస్తాడు. వైశ్యుడు చదివితే ధన వంతుడౌతాడు. ఇతర కులస్తులు వింటేనే చాలు, సుఖాలను పొందుతారు. ఎవరైనా ధర్మాన్ని కోరితే ధర్మాన్ని, డబ్బును కోరితే డబ్బుని, సంతానాన్ని కోరుకొనేవాడు సంతానాన్ని పొందుతారు. ఎవ్వరు సహస్రనామాలను పారాయణం, లేక వినటం చేస్తాడో ఆతడు స్థిరమైన కీర్తి, సిరి, సంపదలను పొందుతాడు. పరాక్రమం, శక్తి, భక్తి, సద్గుణాలు పొందుతాడు. దుస్థితులకు దూరమవుతాడు. విష్ణువును భజియించిన వారికి ఇతరులు చేసిన మేలును మరువరు. సహనం, ధైర్యం, యశస్సు, లభిస్తాయి. చెడుబుద్ధి, కోపం, పేరాశ, ఓర్వలేనితనం వుండవు. విష్ణువొక్కడే మహాభూతం. మిగిలినవన్నీ చిన్నచిన్నవి. భూతాత్ముడు, మహాత్ముడైన శ్రీమహావిష్ణువు అన్నిలోకాలలోనూ వ్యాపించి వుంటాడు. సమస్త శుభాలను, సుఖాలను కోరుకొనే మానవుడు నిర్మలమైన మనస్సుతో అధిక భక్తి భావంతో శ్రీవేదవ్యాస మహర్షి కృతమైన శ్రీవిష్ణుసహస్రనామ స్తోత్రాలు తప్పక చదవాలి. శ్రీమహావిష్ణువును వేయి నామాలు సదా పఠిస్తూ వుంటే దీర్ఘాయువు, ఐశ్వర్యము, ఆరోగ్యము, మంచి జ్ఞానము లభిస్తాయి" చెప్పటం ముగించాడు భీష్ముడు.

వెంటనే యుధిష్టరుడు (ధర్మరాజు) తాతగారి పాదాలకి నమస్కరించాడు.

ఓం

శ్రీమదాంధ్ర మహాభారత కథలు

భీష్మ నిర్యాణం

ధర్మరాజు ధర్మపాలనలో కాలం త్వరగా గడిచిపోయింది. సూర్యుడు దక్షిణాయనంనుంచి ఉత్తరాయణంలోకి వచ్చాడు. ధర్మరాజు, గాంధారి, ధృతరాష్ట్రుడు, కుంతీదేవి, శ్రీకృష్ణుడిని... సాత్యకి, భీముడు, అర్జునుడు, నకులుడు, సహదేవుడు, విదురుడు, సంజయుడు, యుయుత్సుడు, కృపాచార్యుడు, మొదలైనవారు రథాలమీద...ధౌమ్యుడు, మంత్రులు, వేదపండితులు, నూతన వస్త్రాలు, చందనపు కఱ్ఱలు, మణులు, మాణిక్యాలు, బంగారం, పవిత్రాగ్ని, వీటన్నింటిని తగినట్లుగా వనితలు, ముత్తయిదువులు, భటులు పట్టుకొని ముందు నడుస్తూ వుండగా, వారి తరువాత మేళతాళాలు, ఆవెనుక మంది మార్బలం ఊరేగుంపుగా సాగి పోసాగింది. కొంతసేపటికి ధర్మరాజు భీష్ముడు పడుకొని వున్న చోటికి దగ్గరలో రథం దిగాడు. మిగిలిన వారంతా కూడా తమ తమ రథాలు దిగి వ్యాసమహర్షి, నారదుడు, దేవలుడు మొదలైన వారంతా సేవిస్తున్న భీష్ముడి దగ్గరకు చేరి ముందుగా ముని శ్రేష్టులకు నమస్కరించి, భీష్మునికి కూడా నమస్కరించాడు ధర్మరాజు. మిగతా వారందరూ కూడా అదేవిధంగా చేశారు.

“మహానుభావా! నేను ధర్మరాజును వచ్చాను. మీరు చెప్పినట్లుగా ఉత్తరాయణం రాగానే అగ్ని మొదలైనవన్నీ తీసుకువచ్చాను. పురోహితులు, శ్రీకృష్ణుడు, ధృతరాష్ట్ర మహారాజు, చుట్టాలు, వున్న రాజులు, బ్రాహ్మణులు, పౌరులు, అందరూ వచ్చారు. ఒక్కసారి వీరందరినీ చూడు“ మృదువుగా భీష్ముని పలుకరించాడు ధర్మరాజు.
భీష్ముడు కళ్ళు తెరచి అందరినీ చూచి, ధర్మరాజు చేయి పట్టుకొని.....

"ధర్మజా! చాలా మంచిపని చేశావు. ఈ మాఘమాసం శుక్లపక్షం మనసుకు చాలా హాయిగా వున్నది" అని మెచ్చుకొని, "ధృతరాష్ట్ర మహారాజా! జరిగిన వాటిని గురించి ఆలోచించకు. జరగబోయే వాటిగురించి దిగులు పడకు. నీవు ప్రేమగా చూస్తే నీ తమ్ముని కొడుకులు నీవారే అవుతారు. వారియందు దయ, ప్రేమ చూపించు. వారు 294
నీకు సేవలు బాగా చేస్తారు. నీకేంకావాలో వారు నీయందు యేవిధంగా ప్రవర్తించాలో అన్నీ శాసించి చేయించుకో. నువ్వు వేదశాస్త్రవిజ్ఞానం కలిగి వుండటమే కాదు, వేద వ్యాసుని బోధనలను వినకలిగావు" అని ధృతరాష్ట్రుడికి బోధించాడు.

"కృష్ణా! దేవదేవా వేల్పుచేత నమస్కరింప బడేవాడా! శంఖం, చక్రం, గద, పద్మం నీ చేతులలో ధరించేవాడా! పురుషోత్తమా!" అంటూ అనేక విధాలుగా మహావిష్ణువుని స్తోత్రం చేశాడు భీష్ముడు. నేను నీ భక్తుడిని. మరేదిక్కూ లేనివాడిని. ఈ శరీర యాత్ర ముగించటానికి నాకు అనుమతినీయి. పాండు నందనులకు నీవే దిక్కు. నర, నారాయ ణులే కృష్ణార్జునులు, ఈ లోకంలో పుట్టారని, కనుక కృష్ణునితో, పాండవులతో కలిసి మలిసి వుండమని, యుద్ధం కూడదనీ, కృష్ణుడు ఏ పక్షాన వుంటే ఆ పక్షానికే విజయమని చెప్పినా దుర్యోధనాధులు వినలేదు. నేను నీ భక్తుడను. నన్ను దయచూడు" జాలిగా అన్నాడు భీష్ముడు.

"గంగాపుత్రా! నీవెప్పుడూ తప్పు చేయలేదు. పితృ భక్తి కలవాడివి. మృత్యువు నీ స్వాధీ నంలో వున్నది. నీవు త్వరగావెళ్ళి నీ సాటి వసువులను కలుసుకో. ఆనందంగా వుండు" ప్రేమగా చెప్పాడు కృష్ణుడు.
భీష్ముడు సంతోషంగా అందరినీ కౌగిలించుకొని అందరికీ మరల మరల వీడ్కోలుచెప్పి, వీలైనంతగా బ్రాహ్మణాదులకు ధనాదులు దానం చేసి, మీరందరూ అక్యారులై సత్యావా క్పరిపాలన చేస్తూ, సుఖంగా వుండండి, అని ఆశీర్వదించి.....

ధర్మజా! బ్రాహ్మణులను, ఋత్విక్కులను, వృధ్ధులను పూజించు. ఆదరించు" అని చెప్పి వెంటనే కళ్ళుమూసుకున్నాడు.

మనస్సును నిగ్రహించుకొని తన ఊపిరిని స్థంభింపచేసి ఒక్కొక్క అవయవంనుంచి ప్రాణాలను తొలగించుకుంటూ పోతూవుండగా ఆయన శరీరంలోని ఎముకలు మాయ మయి, తోలుతిత్తిగా చర్మం వేలాడ సాగింది. అది చూసి అక్కడ వున్నవారంతా ఆశ్చర్య పడసాగారు. ఆయన ఆత్మ ఓ వెలుగులాగా శిరస్సును ఛేధించుకొని నిప్పు రవ్వ లాగా మెరుస్తూ ఆకాశంలోకి కొంతదూరం పోయాక మాయమయ్యింది. దేవతలు పూలవాన కురిపించారు. దేవదుంధుభులు మ్రోగాయి. సిధ్ధులు, కిన్నెర, కింపురుషాదులు భీష్ముని పొగడుతూ జేజేలు కొట్టారు. ధర్మరాజాదులు నునుపుగా, చదునుగావున్న చక్కని స్థలం లో గంగా పుత్రుని భౌతిక కాయానికి చందన కట్టెలతో చితిని పేర్చి, చివరి వందనాలు భక్తిశ్రధ్ధలతో సమర్పించి, శరీరానికి చందనాదులు పూసి, మేలైన పట్టువస్త్రాన్ని చుట్ట బెట్టి, పూలదండలు, బంగారు ఆభరణాలతో అలంకరించి, సామవేద ధ్వనిలో చితికి భక్తిశ్రధ్ధలతో నిప్పంటించి, కుండలు కుండలు నేతిని ఆజ్యంగా పోసి, మంటలు ఆకాశానికంటేటట్టుగా చేశారు. అజాత శత్రుడు ధర్మరాజు ప్రశాంత చిత్తంతో అనేక మణి మాణిక్యాలను, బంగారాన్ని, ఇతర సామగ్రిని దానం చేశాడు. ఆ సమయంలో పుత్ర శోకంతో గంగాదేవి మానవ రూపంలో వచ్చి కొడుకు చివరి యాత్రను చూసి...... కొడుకు పుట్టుకను, గుణాలను, పరాక్రమాలను గుర్తుతెచ్చుకొని సాధారణ మానవ కాంత లాగా పొగొలి పొగిలి ఏడ్చింది.

"నా కొడుకు తన తమ్ముళ్లకోసం అంబ, అంబిక, అంబాలికలను తీసుకు వచ్చిన సందర్భంగా పరశురాముడితో జరిగిన యుధ్ధంలో పరశురాముడు నా కొడుకును గెలుప లేకపోయాడు. అటువంటిది శిఖండిచేత శరతల్ప గతుడవటం యేమిటి? అదిచూచి కూడా నా గుండె పగలకపోవటమేమిటి?" అంటూ దుఃఖించిందామె.

“అమ్మా గంగాదేవీ! శిఖండే కాదు, దేవేంద్రాదులు కూడా నీ కొడుకును గెలవలేరు. భీష్ముడు అధర్మంవైపు యుద్ధం చేయటానికి విసుగు చెంది, దేవతల, మహర్షుల ఆహ్వానాన్ని మన్నించి, తనకు తానుగా మృత్యోన్ముఖుడై, శిఖండి బాణాలకు కాకుండా
నరుడి అవతారమైన అర్జునుడి దివ్యశరాలను శరీరంలో నాటించుకొని ఆ అర్జునుడి 296
బాణాలతోటే బాణాల పాన్పును అమరింప చేసుకొని, ఇంతకాలం దానిమీదే విశ్రాంతి తీసుకొని, తనకు నచ్చిన రోజు వరకు కాలంగడిపి, తను కోరుకున్నపుడే ప్రాణాలు వదిలాడు. అటువంటి ధర్మాత్ముడి కోసం బాధపడకు“ ఓదార్చాడు కృష్ణ భగవానుడు. వ్యాసమహర్షి కూడా అదేవిధంగా గంగాదేవిని ఓదార్చాడు. అక్కడవున్న మునులు, ఋషులు, కృష్ణుడు, మొదలైన వారంతా గంగను ఓదారుస్తూ ఆమెకు వీడ్కోలు చెప్పారు.

అనుశాసనిక పర్వం సమాప్తం

ॐ

శ్రీమదాంధ్ర మహాభారత కథలు

చతుర్థ భాగం

అశ్వమేధ పర్వం

కూర్పు - శ్రీమతి కె.వి. సత్యవతి
బి.ఎ. మ్యూజిక్ మరియు తెలుగు, ఆంధ్ర విశ్వ విద్యాలయం

శ్రీమదాంధ్ర మహాభారత కథలు

297

మరుత్తుని కథ

ఉత్తరాయణం వచ్చాక భీష్ముడు చివరి క్షణం వరకు ధర్మరాజుకు రాజనీతులు, సామాన్య ప్రజలకు కూడా వుపయోగపడే దానధర్మాలగురించి, వాటి ఫలితాల గురించి బోధలుచేస్తూనే వున్నాడు. చివరకు శ్రీకృష్ణుడి అనుమతితో తన ఇష్టప్రకారం ఈ భవ బంధాలను తెంచుకొని మిగిలిన వసువులను కలుసుకోవటానికి వెళ్ళిపోయాడు. గంగా దేవి సామాన్య స్త్రీలాగా కొడుకును చివరి సారిగా చూసి బాగా దుఃఖించింది. విశ్వామిత్ర డంతటి వాడిని ఓడించగలిగిన తన కొడుకు చివరకు శిఖండి చేతులలో ఓడి మరణిం చటమనేది యేమిటని ఆవేదన చెందగా......

"ఎప్పటికైనా వసువుల దగ్గరకు పోవటం తప్పదు కనుక, అధర్మం వైపు పెద్దగా నిల బడి యుద్ధం చేయటానికి విసుగుచెంది, దేవతల పిలుపును, దేవమునుల హెచ్చరికను మన్నించి, దేవరహస్య ప్రకారం శిఖండివలన గాయపడాలిగనుక అర్జునుడుగా జన్మించిన నరుడి బాణాలను తన శరీరానికి చేరేలా చేసుకొని, తండ్రి యిచ్చిన వరంతో దక్షిణాయ నంలో మృత్యుముఖంలో తలదూర్చిన నీ కొడుకు, ఉత్తరాయణ పుణ్యకాలం వచ్చాక కృష్ణుడిగా పుట్టిన నారాయణుడి అనుమతితో, దివిసీమలో వున్న మిగిలిన వసువుల దగ్గరకు చేరుకున్నాడు" అన్న నిజాలను వ్యాసమహర్షి, నారదుడు మొదలైన మునులం దరూ గంగా దేవికి చెప్పి ఓదార్చి, ఆమెను సాగనంపారు.

భీష్ముడి మరణంతో కృంగిపోయిన ధర్మరాజు తూలి క్రిందపడబోగా శ్రీకృష్ణుడు, భీముడు చెరోవైపునుంచి పట్టుకొని నెమ్మదిగా కూర్చోపెట్టారు. అర్జునుడు, నకుల, సహదేవులు గట్టిగా పట్టుకొని ఆయనను ఓదారుస్తూ వీపు నిమురుతూ కూర్చున్నారు.

శ్రీకృష్ణుడు తగిన మాటలతో ఓదారుస్తూ మాట్లాడసాగాడు. ధృతరాష్ట్రుడు సేవకుల సహాయంతో ధర్మరాజు దగ్గరకు వచ్చి కూర్చొని.......

"నాయనా ధర్మజా! క్షత్రియధర్మంతో యుద్ధంచేసి గెలిచి భూమిని సంపాదించుకున్నావు.
ఇక దుఃఖమెందుకు! నేను విదురుడి మాటలు వినలేదు. నాకొడుకు దుర్మార్గాలన్నింటికీ 298
వంతపాడాను. కంటి తుడుపుమాటగా మీదగ్గర వున్నపుడు నా కొడుకును పాండవులకు
అనుకూలంగా వుండమని చెప్పానంతే. నా కొడుకే భూమంతటినీ యేలాలని అత్యాశ
పడ్డాను. వ్యాస మహర్షి, అత్రి మహర్షి, నారదులవారు, ఎంతమంది మునులు యెన్ని
చెప్పినా నేను నా కొడుకులు పెడచెవిన పెట్టాం. ఇప్పుడు మేమిద్దరమూ కాలానికి
చిక్కిన బందీలమయ్యాము. మా ఇద్దరినీ కనిపెట్టుకొని చూడాల్సినవాడివి నీవే. మా
కోసమైనా నిన్ను నీవు ఓదార్చుకొని, ధైర్యం తెచ్చుకొని, మమ్మల్ని ఆదరించు" అని
బ్రతిమలాడాడు. వ్యాస భగవానుడు అశ్వమేధ యాగం చేయమని చెప్పాడు.

"స్వామీ! అశ్వమేధ యాగం చేసిన వారికి యెటువంటి పాపాలూ అంటవని నేనూ విన్నాను. మీ మాటలు ఆచరించదగినవి. నీ మాటను ఆచరించటం నా ధర్మం. కానీ ఆ యాగంలో చాలా అధికంగా వస్తు, వాహనాలు దానమివ్వాలని చెపుతాన్నారు కదా. ధనాగారంలో డబ్బు లేదు. దుర్యోధనుడు చేసిన అనవసరపు ఖర్చులవలన, యుద్ధం వలన, ధనాగారం ఖాళీ అయింది. ప్రస్తుతం చనిపోయిన రాజుల భార్యలు, పిల్లలు వున్నారు. వారందరినీ ధనమడగటం న్యాయం కాదు. నాకు ఇష్టంలేదు. ధనాన్ని సంపాదించే మార్గం కనిపించటం లేదు. నీవే చెప్పాలి!" అని అన్నాడు యుధిష్టరుడు. వ్యాస మహాముని కొన్ని నిముషాలు ఆలోచించి.....

"ధర్మరాజా! మరుత్తుడనే ఒక రాజు యజ్ఞంచేసి ఒక్కొక్కరికి లెక్కలేనంత ధనరాసులు దానం చేశాడు. బ్రాహ్మణులు తమకు కావాల్సినంత ధనాన్ని ఇళ్ళలో దాచగలిగినంత దాచుకొని, మిగిలిన ధనాన్ని అందరూ కలసి ఓ పవిత్రమైన చోటు వెతుక్కొని భూమికి పూజలు చేసి, ఆ ధనాన్నంతటిని భద్రపరిచారు. ఈ ధనం యెవరికి చెందుతుంది

అన్న ప్రశ్నకు సమాధానంగా, "ముందరి కాలంలో సచ్చరిత్రులకు యెవరికి ఈ ధనం దొరికితే అది వారి సొంతం!" అని అందరూ నిర్ణయించారు - చెప్పాడు వ్యాస మహర్షి. "మరుత్తుడు ఆ ధనాన్ని యేవిధంగా సంపాదించాడు?" అని అడిగాడు ధర్మరాజు. 299
"మరుత్తుడి కథ వినటం నీకు శుభాలనిస్తుంది విను........
కృతయుగంలో దండనీతిని ఆచరించే మను చక్రవర్తికి ప్రజాని అనే కొడుకు కలిగాడు. ఆతడికి క్షుతుడు, ఆతడికి ఇక్ష్వాకుడు, ఆతడికి నూరుగురు కొడుకులు. వారిలో పెద్ద వాడు వివశుడు. ఆతడికి కొడుకు వివంశుడు, ఆతడికి పదిహేను మంది కొడుకులు. వారిలో పెద్దవాడు ఖనీనేత్రుడు. అత్యధిక బల, పరాక్రమం కలవాడు. కానీ అంతే దుర్మార్గుడు. తమ్ముళ్ళందరినీ నాశనం చేసి రాజయ్యాడు. మంత్రులను ద్వేషించటం, సజ్జనులను అవమానించటం మొదలైన చెడ్డపనులు చేస్తూ అరాచకంగా రాజ్యపాలన చేసేవాడు. ఇదంతా భరించలేక మంత్రులు, సైనికులు, ఇతరులు అందరూ కలసి ఓ రకంగా చెప్పాలంటే కుట్రపన్ని ఖనీనేత్రుడిని ఓడించి, ఆయన కొడుకును రాజును చేశారు. ఆతడు ప్రజారంజకంగా పరిపాలన చేయసాగాడు. కానీ అధిక దానాల వలన దారిద్ర్యంతో బాధపడ్డాడు. సైన్యం నసించింది. శత్రువులు దండెత్తి వచ్చి ఓడించి రాజ్యాన్ని ఆక్రమించుకున్నారు. ఆ రాజు తనంటే ఇష్టపడేవారితో అడవికి పోయి మునులుకూడా ఆశ్చర్యపడేలాగా తపస్సు చేయసాగాడు. తన చేతినే దండంలాగా మార్చుకొని శరీరాన్ని దమింప చేసి తపస్సు చేశాడు (అంతరేంద్రియాలను, బహిరేంద్రియాలను, మనసుని నిగ్రహించుకొని). ఒకసమయంలో హటాత్తుగా గుఱ్ఱాలు, ఏనుగులు రథాలు, వీరులు, శూరులు, వందలకొద్ది సైన్యం, బంగారం, ధనం, ప్రత్యక్షమయాయి. చేతిని దమనం చేసినందువలన ఆతడికి కరంధముడని పేరు వచ్చింది. కరంధముడు తిరిగి యుద్ధం చేసి రాజ్యం గెలుచుకొని, సర్వజనరంజకంగా పరిపాలన చేశాడు. శమ, దమ, సత్య, శౌచాలు కలిగి ఆరాజు నిరంతరం యజ్ఞదీక్షితుడై ఆంగీరస మహర్షి ఉపద్రష్టగా సారథ్యం వహించి, నడిపిస్తుండగా, అశ్వమేధ యాగాలు అనేకసార్లు చేసి, అన్నిలోకాలవారిచేతా పొగడబడ్డాడు. అటువంటి కరంధముడి మనుమడు మరుత్తుడు.

మంచి కీర్తి కలవాడు. విష్ణువుతో సమానం. పదివేల ఏనుగుల బలం కలవాడు. ధర్మస్థితి తెలిసినవాడు. ఆ రాజు అశ్వమేధయాగం చేస్తూ, వండినవి దాచటానికి పెద్ద, పెద్ద బంగారు గుండిగలు లెక్కలేనన్ని చేయించాడు. హిమగిరి సానువులలో వైభవంగా శాస్త్ర యుక్తంగా యాగంచేసివచ్చిన బ్రాహ్మణులకు వెండి చెంబులు, కంచాలు, బంగారు 300
చెంబులు, గ్లాసులు లెక్కపెట్టలేనన్ని పంచిపెట్టాడు. అటువంటి మరుదత్తుడు రాజనీతిజ్ఞుడని, దయ, జాలి, కలవాడనికూడా పేరు పొందాడు. మరుత్తుడు తన అభివృద్ధి ఇంద్రుడికి కూడా ఈర్ష్య పడేలా సాధించాడు. అటువంటి కరంధముడి కొడుకు అవిక్షిత్తు మనుమడు మరుత్తుడు. కరంధముడి కొడుకు అవిక్షిత్తు తండ్రిలాగా మంచి కీర్తిని సంపాదించుకున్నాడు. మనుమడు తండ్రి, తాతలవలె దానశీలత లోను, ప్రజా పాలన లోను, దండనీతి విశారదుడని, దానగుణం కలవాడని, మంచి కీర్తిని సంపాదించుకున్నాడు. మరుత్తుడు తన సామర్థ్యంతో ఇంద్రుడినికూడా లెక్కపెట్టని విధంగా తయారయాడు. ఆ సంగతి తెలిసిన ఇంద్రుడు మరుత్తుడిపై అసూయను పెంచుకున్నాడు. ఓసారి అశ్వమేధయాగం చేయాలని నిర్ణయించుకున్నాడు మరుత్తుడు. ఆ సంగతి తెలిసి ఇంద్రుడు తన గురువు బృహస్పతి దగ్గరకు పోయి......

“పుణ్యాత్మా! మరుత్తుడు తాను చేయాలనుకొనే యజ్ఞాలకు ఉపద్రష్టగా (యాజ్ఞీకుడు) వుండాలని అడిగితే వప్పుకోవద్దు. స్వర్గాధిపతికి ఉపద్రష్టగా వున్న మీరు మానవుడికి ఉపద్రష్టగా వుంటే మీ పరువు పోదా? నాకైనా ఉపద్రష్టగా వుండు. లేదా ఆ మానవుడికైనా ఉపద్రష్టగా వుండు. నేచెప్పేది చెప్పాను. ఆతరువాత మీ ఇష్టం“ అన్నాడు ఇంద్రుడు.

బృహస్పతి నవ్వి......

“నీకు గురువైన నేను మానవుల దగ్గరకు ఏవిధంగా పోతాను? పోను. నామాట నీవు నమ్మవచ్చు“ అన్నాడు.

ఇంద్రుడు ఆనందంగా తన మందిరానికి వెళ్ళిపోయాడు.

ఆ విషయం తెలిసిన మరుత్తుడు బృహస్పతి దగ్గరకు పోయి......

“మహాత్మా! నిన్ను అడిగి నీవు సరేనన్న తరువాతనే కదా యజ్ఞం చేయటానికి సిద్ధం

అయాను! ఇప్పుడు కాదంటే యెలాగా?" అని అడిగాడు మరుత్తుడు.

"దేవేంద్రుడు తమ యజ్ఞానికి ఉపద్రష్టగా వుండమన్నాక నేను నీదగ్గరకు రాలేను కదా" అన్నాడు బృహస్పతి.

"మహాత్మా! మా తాతగారైన కరంధముడికి మీ తండ్రి అంగీరసుడు ఉపద్రష్టగా వ్యవహ 301
రించినట్లుగా మీరు నాయందు దయ చూపండి" అని బ్రతిమలాడాడు మరుత్తుడు.

"దేవతలకు యజ్ఞం చేయించే నేను మానవులకు యజ్ఞాలు చేయించను" అని ఖండితంగా చెప్పాడు. ఇంద్రుడి సలహాతో ఈ మాటలు మాట్టాడాడు బృహస్పతి. ఆ రాజు సిగ్గుతో వెనుదిరికి వెడుతున్నపుడు ఆయనకు నారదుడు కనిపించాడు. ఇరువురు మాట్లాడుకొనటంతో నారదులవారికి సంగతులు తెలిశాయి. మరుత్తుడి దుఃఖం చూసి.....

"బృహస్పతి రాకపోతే నష్టమేమీ లేదు. అంగీరసుడి చిన్నకొడుకు సంవర్తుడున్నాడు కదా! ఆయనను ప్రార్థించు" అని ఉపాయం చెప్పాడు నారదుడు.

"ఓనారదమహాముని! ఆ సంవర్తుడిని ఎక్కడ వెతకాలి? ఆతడితో యేవిధంగా మాట్లాడితే ఆతడు నా మాట వింటాడా? వినాలంటే యేంచేయాలి? చెప్పి పుణ్యంకట్టుకోండి" దీనంగా అడిగాడు మరుత్తరుడు.

"ఆ సంవర్తుడు కాశీపురాన్ని వదిలి యెక్కడికీ వెళ్ళడు. పిచ్చివాడిలా ప్రవర్తిస్తూ వుంటాడు. ఆతడిని గుర్తించాలంటే ఓ ఉపాయం వున్నది. అదేమిటంటే, ఊరు ముందర ద్వారం దగ్గర ఓ శవాన్ని దగ్గర పెట్టుకొని కూర్చో. యెవరు నీ దగ్గరదాకా వచ్చి చూసి తిరిగి వెళ్లిపోతాడో అయనే సంవర్తి. ఆ విధంగా ఆయన తిరిగి వెళ్ళిపోతున్నపుడు ఆయన వెంట నీవూ వెళ్లు. ఎక్కడ ఆయన కాస్త నిలకడగా నిలబడతాడో అక్కడ ఆయనను పలకరించి, నీవిషయం చెప్పి, శరణు వేడు. నాగురించి యెవరు చెప్పారు? అని అడిగితే నారదమహర్షి అని చెప్పు. నారుదుడెక్కడ అని అడిగితే నీ సంగతి చెప్పి అగ్నిలో దూకేశాడని చెప్పు. ఏం పరవాలేదు!" అని చెప్పాడు నారదుడు.

మరుత్తుడు నారదుడు చెప్పినట్లుగా కాశీముఖద్వారందగ్గర శవాన్ని పెట్టుకొని కూర్చోవటం, సంవర్తి వచ్చి శవాన్ని చూచి వెనకకు వెళ్ళటం, మరుత్తుడు సంవర్తిని అనుస

రించి ఆయనతో మాట్లాడటం, నారదుడు చెప్పినట్లే జరిగాయి.

"నాతో నీకేం పని?" అడిగాడు సంవర్తి.

"నా పేరు మరుత్తుడు. మీ తండ్రి అంగీరసుడు చాలా క్రతువులకు కరంధముడికి
ఉపద్రష్టగా వ్యవహరించాడు. నేను కరంధముడి మనుమడిని" వినయంగా సమాధాన 302
మిచ్చాడు మరుత్తుడు.

మరుత్తరుడి మాట వినగానే సంవర్తి ఆతనివైపు ప్రేమగా చూసి.......

"రాజా! నేను చెప్పేది విను. నా అన్న బృహస్పతి తన తపోబలం చేత నన్ను అవమాన పరిచాడు. అందుచేత నా ఆస్తి, ఇల్లు, ధనం, వస్తువులు, అన్నీ వదిలేసి ఇదిగో ఈ విధంగా పిచ్చివాడిలా తిరుగుతున్నాను. నాలాంటి నిరుపేదతో నీ యజ్ఞం చేయించు కుంటే యేమి ఫలితం? పెద్దవాడైన ఆయననే నీ యాజ్ఞీకుడిగా చేసుకో. ఆవిధంగా కాకుండా నేనే కావాలి అని నీ మనసులో కోరిక వుంటే నేను చెప్పినట్లు చేయి" అన్నాడు.

"అయ్యా! నేను ముందుగానే ఆయన దగ్గరకు వెళ్లి వినయంగా యజ్ఞం గురించి చెప్పి ఉపాధ్యాయుడిగా వుండమన్నాను. దేవతలకు యజ్ఞాలు చేయించే నేను మానవులకు యేవిధంగా చేస్తాను? చేయను! అని ఖచ్చితంగా చెప్పాడు. ఇంక యేవిధంగా అడిగేది? నీ తపః ఫలితంగా దేవేంద్రుని ఎదరించి నిలబడగలవని, ధైర్యంగా నీ దగ్గరకు వచ్చాను. దయచేసి నన్ను నిరాశ పరచకండి" అని బ్రతిమలాడుకున్నాడు సంవర్తుడు.

"సరే! అయితే నీవు ఓ నియమం పాటించాలి. నీ యజ్ఞం జరిపించేటప్పుడు ఇంద్రుడు, బృహస్పతి నా మీద కోపంతో అటంకాలు కలిగించవచ్చు. దానికి భయపడి నీవు యజ్ఞం ఆపేస్తే నిన్ను శపిస్తాను. అందువల్ల నీకు అపకారం జరగచ్చు. ఈవన్నీ ఆలోచించి యజ్ఞ దీక్షను తీసుకో" అన్నాడు మహర్షి.

"ఓ మహర్షీ! నీ దయపొందాక నాకు వేరే ఆలోచన యెందుకు వస్తుంది? ఇంద్రుడు, బృహస్పతే కాదు, సాక్షాత్తు పరమేశ్వరుడే వచ్చి అడ్డుపెట్టినా భయపడను. ఆ విధంగా

చేస్తే నాకు సూర్య, చంద్రాదులున్నంతు వరకు పుట్టగతులుండవు“ అని ధృఢంగా చెప్పాడు మరుత్తుడు.
ఆ మాటలు విని సంవర్తుడు చాలా సంతోషించి.......
“రాజా! నిన్ను ఇంద్రుడికంటే ధనవంతుడిగా చేసి నీ చేత యజ్ఞం నడిపిస్తాను. 303
ఏవిధంగా అని అంటావా! అయితే విను. హిమాలయాలకు ఉత్తర భాగంలో మంజవంత అనే ప్రదేశం వుంది. అక్కడ శివపార్వతులు, దేవతలు, సిధ్ధులు, గరుడలు, గంధర్వులు మొదలైన సమస్త భూతాలచేత సేవించబడుతూ విహరిస్తుంటారు. ఆ కొండలలో యెక్కడా జరామరణాలు లేవు. అన్ని ఋతువులలోను పొదలలో తీగలలో, మొక్కలలో పూలు, పండ్లు కనిపిస్తాయి. ఆ కొండలలో సూర్యకిరణాలలాగా బంగారు రాళ్ళు, బంగారు ఇసుక, కనిపించి ఆశ్చర్యాన్ని కలిగిస్తాయి. మనం ఆ ప్రాంతానికి పోయి, శివుడిని ఆదిదేవుడు, వూషదంతుడు, శాంతమూర్తి, చీరవాసుడు, ధన్వి, సిధ్ధుడు, దండ ధరుడు, మృగవ్యాధుడు, ఉష్ణీషుడు, కనకబాహుడు, పశుపతి, వృషుడు, భూతపతి, మాతృభక్తుడు, అజుడు, అగ్నివక్త్రుడు, అభవుడు, భవుడు వంటి నామాలతో భక్తితో పూజించి, ఆయనను తృప్తిపరచి ఆయన దయనుపొంది, అక్కడున్న బంగారాన్ని అనేక మూటలుగట్టి మోయించుకొని వద్దాం. బయలుదేరు. ఆ మూటలు మోసేటందుకు మనుష్యులను అధికంగా పిలుచుకురా“ అన్నాడు సంవర్తుడు.
ఆయన చెప్పిన విధంగా సంవర్తుడు, మరుత్తుడు, చాలామంది కూలీలను తీసుకొని, హిమాలయ ఉత్తర భాగాలకు చేరి, అనుకున్న విధంగానే అనేక పర్యాయ నామాలతో శివుని భజించి, ఆ పరమశివుని దయతో బంగారు రాసులను, బంగారు శిలలను, కోకొల్లలుగా మూటలు కట్టించి, నగరానికి చేరి, ఆవన్నీ మోసినవారికి తృప్తిపడేంత ధనాన్నిచ్చి సంతోషపరిచారు. ఆతరువాత బంగారంతో యజ్ఞ వేదిక, కావాల్సిన బంగారు గుండిగలు, గిన్నెలు, గరిటలు, పళ్ళాలు, కంచాలు, గ్లాసులు, యింకా అనేకాలు తయారు చేయించి, ఆసనాలు, మొదలైనవెన్నో వస్తువులు, పరికరాలు చేయించి, వైభవంగా సంవర్తుడి పర్యవేక్షణలో, రక్షణలో, శిక్షణలో యజ్ఞాన్ని ప్రారంభించాడు

మరుత్తుడు. విషయం తెలుసుకున్న బృహస్పతి అవమానంతో కుచించుకు పోయాడు. అది గమనించిన ఇంద్రుడు......

“దేవతలకు అనుకూలంగా వారి పద్ధతిలో యజ్ఞ, యాగాలు చేస్తూ, దేవతల సేవలను
పొందుతూ ఆనందంగా వుంటూనే వున్నారుకదా! మరిప్పుడీ దిగులెందుకు?“ అడిగాడు 304
ఇంద్రుడు.

“నేను సంతోషంగానే వున్నాను“ సమాధానమిచ్చాడు బృహస్పతి.

“మరి మీ శరీరం యెందుకంతగా కుచించుకు పోయింది? ముఖం వెలవెల బోతోంది? మిమ్మల్నీవిధంగా బాధించినవారెవరు చెప్పండి. వారిని కఠినంగా శిక్షిస్తాను!“ కోపంగా అన్నాడింద్రుడు.

“అటువంటిదేమీ లేదు. మరుత్తుడు గొప్ప యాగం చేయప్రారంభించాడు. దానికి యాజ్ఞీకుడు నా శత్రువు సంవర్తుడు. అదే నా బాధకు హేతువు. ఆ యజ్ఞానికి సంవర్తుడిని ఉపద్రష్టగా వుండకుండా చేస్తే చాలు“ అన్నాడు బృహస్పతి.

వెంటనే ఇంద్రుడు అగ్ని దేవుడిని పిలిచి......

“నీవు మరుత్తుడి దగ్గరకు పోయి ఆ యాజకత్వాన్ని బృహస్పతికి వప్పచెప్పేలా చేయి“ అని శాసించాడు.

వెంటనే అగ్నిదేవుడు తృటిలో మరుదత్తుడి దగ్గరకు పోయి ఆయనకు కనిపించాడు. మరుత్తుడు అగ్ని దేవుడిని చూసి ఆశ్చర్యపడి భక్తితో నమస్కరించాడు. సంవర్తుడు, మరుత్తుడు కలిసి అగ్నిదేవుడికి సకల పరిచర్యలు చేసి ఆయనను అనందపరిచారు.

“మరుత్తా! నీ దగ్గరకు ఇంద్రుడు పంపగా వచ్చాను“ అని చెప్పాడు.

“ఇంద్రులవారు, ఇతర దేవతలూ క్షేమంగా వున్నారు కదా!“ అడిగాడు మరుత్తుడు.

“ఇంద్రలోకంలో అందరూ క్షేమంగానే వున్నారు. అందరూ ఇంద్రుని ప్రీతి కలిగే లాగా సేవలు చేస్తూనే వున్నారు. నీవు చేసే యజ్ఞం గురించి తెలుసుకొని ఇంద్రుడు చాలా ఆనందంగా వున్నాడు. సరే నేను వచ్చిన కారణం చెపుతాను విను. నీవుచేసే యాగానికి

బృహస్పతి యాజకుడుగా వుంటే మానవుడైన నిన్ను దైవత్వ స్థితికి చేరుస్తాడు. ఇంద్రుడి అనుమతితోనే ఈ మాటలు చెపుతున్నాను" అన్నాడు అగ్నిదేవుడు.

"ఓ అగ్నిదేవా! బృహస్పతికి అనంతకోటి నమస్కారాలు. ఆయన నన్ను నిర్దయతో పరిహాసం చేసి ఉపాధ్యాయుడిగా వుండటానికి వప్పుకోకపోగా, నన్ను ఆయన హేళన చేశాడు. అందువలన యెంతో కష్టపడి బృహస్పతి తమ్ముడైన సంవర్తన మహాముని ని కలిసి, ఆతడిని ప్రార్ధించి, నా కార్యక్రమాన్ని నిర్వహించటానికి వప్పించుకున్నాను. నా యాగ నిర్వహణకు ఆ మహామునే సమర్ధుడు" అన్నాడు మరుత్తుడు. 305

"నేను చెప్పినట్లు వింటే నీకు ఇంద్రుడు మహాపుణ్యలోకాలు అతి సులభంగా దొరికేలాగా చేస్తాడు. అది నీకు మంచిదే కదా!" అన్నాడు అగ్నిదేవుడు.

"నీవింకా మాట్లాడితే నా భయంకరమైన చూపుతోనే కాల్చివేస్తాను. నీ దోవన నీవు పో" అన్నాడు సంవర్తుడు.

వెంటనే అగ్నిదేవుడు భయంతో అక్కడినుంచి ఇంద్రుడి దగ్గరకు పోయి......

"దేవేంద్రా! నేను వెళ్ళి మరుత్తుని కలిసి ప్రేమగా మాట్లాడి బృహస్పతిని యాజ్ఞకుడిగా యజ్ఞం చేయమని ఇంద్రుడు పంపించాడని చెప్పాను. ఆతడు తన యాజ్ఞికుడిగా సంవర్తుడిని చూపించి, నాకు బృహస్పతి అంటే భయం. అందువల్ల ఆయన తమ్ముడైన సంవర్తుడిని ప్రార్ధించి తెచ్చుకున్నాను అన్నాడు. నీవు ఇంద్రుడు చెప్పినట్లు చేస్తే నీకు అతిసులభంగా పుణ్యలోకాలు పొందుతావని కూడా చెప్పాను. కానీ ఆతడు వప్పుకొనలేదు" చెప్పాడు అగ్నిదేవుడు.

"అగ్నిదేవా! ఆతడికింత నిర్లక్ష్యమా! నేను చెప్పినట్లు చేయకపోతే ఆతడిపై వజ్రాయుధం ప్రయోగిస్తాను. పోయి చెప్పు" కోపంగా అన్నాడు.

"మరోసారి వస్తే తన కంటి చూపులతో నన్ను కాల్చేస్తానన్నాడా సంవర్తనుడు. ఆయన యోగశక్తి చాలా గొప్పది. ఒకప్పుడు సయ్యాతి నిర్వహించిన క్రతువులో అశ్వినీదేవతలు సోమపానం కోస్రం రాగా, వారు రావటం నీకిష్టంలేక వారిని బయటనే వుంచేశావు. అపుడు వారికోసం భార్గవ, చ్యవన మహర్షి దేవతలందరితోసహా నిన్ను తన మంత్రశక్తితో

ముప్పుతిప్పలు పెట్టలేదా! అపుడు నీవు కోపంతో వజ్రాయుధాన్ని ప్రయోగిస్తే ఆయన నవ్వుతూనీ గర్వాన్ని అణచలేదా? ఆయన అడిగితే గుక్కెడు నీరడిగితే యివ్వగలిగావా? అపుడు నీవే అశ్వనీదేవతలను సోమరసాన్ని తాగేందుకు పిలవలేదా? కనుక అన్ని
శక్తులకంటే మంత్ర శక్తే గొప్పదని అనిపించటం లేదా?“ అన్నాడు అగ్నిదేవుడు. 306

“బ్రహ్మబలం గొప్పదే. నేను కాదనను. కానీ ఆ మరుత్తుని యేమీ చేయలేనా?“ అని గంధర్వరాజైన ధృతరాష్ట్రుని పిలిచి.......

“ధృతరాష్ట్రా! నీవు పోయి మరుత్తుడిని కలిసి, నీవు ఉపద్రష్టగా బృహస్పతిని వినియోగించుకో, అది చాలా మంచిది. ఆవిధంగా చేయకపోతే ఇంద్రుడు నీమీద ఇంద్రాయుధాన్ని ప్రయోగిస్తాడని సామరస్యంగా చెప్పి వప్పించు. ఈ మాటలన్నీ సంవర్తనుడు వున్నపుడే చెప్పు“ అని చెప్పాడు.

యక్ష ధృతరాష్ట్రుడు సరేనని ఇంద్రుడికి చెప్పి, మరుత్తుడు, సంవర్తనుడు మొదలైన వారంతా వున్న చోటుకు పోయి, ఇంద్రుడు చెప్పిన మాటలన్నీ మృదువుగా వివరించి చెప్పాడు. దేవగురువైన ఆ బృహస్పతి నా యాగాన్ని నడిపించటానికి ఇష్టపడకపోవటం వలన నేను సంవర్తనుడిని వేడుకున్నాను. ఆయన నాయందు దయతో వప్పుకున్నాడు. ఇప్పుడీవిధంగా మాట్లాడటం యేమీ బాగాలేదు“ అంటూవుండగానే.....

“అదిగో! వజ్రాయుధం వస్తున్న శబ్దాలు వినపడుతున్నాయి. ఇంక నీయిష్టం“ అంటూ కేకలు వేశాడు యక్షుడు.

ఆ శబ్దాలు విని, “మహాత్మా! వజ్రాయుధం వచ్చేస్తోంది. అందరూ భయపడతున్నారు. మీరే దయచేసి ఆ ఆయుధాన్ని ఎదిరించి అందరినీ కాపాడండి!“ అని ప్రాథేయ పడ్డాడు మరుత్తుడు.

“మహారాజా! ఇంద్రుడి గురించి గాని, ఇంద్రాయుధాన్ని గురించి గాని భయపడాల్సిన పనిలేదు. సర్వస్థంభన విద్యతో ఆ ఆయుధాన్ని అణచి వేస్తాను. వానలతో, సుడిగాలులతో దేవతలనే ముప్పుతిప్పలు పెడతాను“ అన్నాడు సంవర్తుడు.

"ఇంద్రుడంటే నాకు భయం లేదు మహాత్మా! నాకు ఓ వరమివ్వు. ఇంద్రుడు నాపైవున్న కోపాన్ని మర్చిపోయి, తనవంతు హవ్యభాగాన్ని తీసుకొని ఆనందించేలా ఆశీర్వదించు. మిగిలిన దేవతలందరూ కూడా తమ తమ హవిర్భాగాలను తీసుకోవాలి" అన్నాడు మరుత్తుడు. 307

"ఓరాజా! నా ఆహ్వానంతో ఇంద్రుడు, ఇతర దేవతలు తప్పక సోమరసాన్ని తాగటానికి వస్తారు. ఇంక యజ్ఞాన్ని మొదలు పెట్టు" అన్నాడు.

అంతేకాదు, సంవర్తుడు వజ్రాయుధాన్ని యజ్ఞవాటికకు అల్లంత దూరాన్నే ఆపేసి, గంధర్వ రాజును మర్యాదలతో వీడ్కోలిచ్చి మనసులో ఇంద్రదుడికి ఇతర దేవతలకు ఆవాహన చేశాడు. మరుక్షణంలో ఇంద్రాది దేవతలు అక్కడ ప్రత్యక్షమయ్యారు. సంవర్తుడు, మరుత్తుడు ఆ దేవతలందరికి అర్ఘ్య, పాద్యాదులిచ్చి, సత్కరించారు.

"ఓదేవా! నీవు దయతో విచ్చేసి నా యజ్ఞం సఫలం చేసి నన్ను ధన్యుడిని చేయి. నామీదకోపం వదిలి, నన్ను చల్లని దృష్టితో చూడు. ఈ సంవర్తముని అపర బృహస్పతి. అందుకే వీరిని ఉపద్రష్టగా పొందాను" వినయంగా అన్నాడు మరుత్తుడు.

"మహేంద్రా! నీవు నిఖిల లోకాలకూ పాలకుడివి. మీరంతా ఇక్కడికి రావటం నాతపః ఫలితమని ఆనందిస్తున్నాను. నీవు సకల ధర్మాలను రక్షించే వాడివి. నీ చల్లని చూపులతో మంత్రాలు లోపాలు లేనివిగా అవుతాయి. ఈ రాజు కూడా ధన్యుడయాడు. పుణ్యలోకాలు పొందగలిగేవాడయ్యాడు" అంటూ ఇంద్రుడిని పొగుడుతూ వినయంగా మాట్లాడాడు సంవర్తుడు. ఇంద్రుడు ఆముని మాటలకు సంతోషించి, గంధర్వుల గానాలను, అప్సరసల నృత్యాలను యేర్పాటు చేశాడు. యజ్ఞం ప్రారంభమయింది. సంవర్తముని ఉచితమైన ఆసనంపై కూర్చొని యాగ విధిని నడిపిస్తూవుండగా యాగం మహా వైభవంగా శాస్త్ర పద్ధతిగా పూర్తయింది. సంవర్తుడు ఇంద్రాది దేవతలకు సోమ రసాన్ని పేరుపేరునా పిలిచి అందించగా, అందరూ ఆనందంగా తాగారు. సంవర్తుడిని, మరుత్తుని కూడా యాగం చాలా బాగా శ్రద్ధగా చేశారని పొగిడారు.

సంవర్తుడు, మరుత్తుడు దేవతలందరినీ వీడ్కోలు చెప్పాక కూడా యాగం జరిగింది.

మరుత్తుడు యాగం పూర్తయిన రోజున అందరికీ ఆశ్చర్యం కలిగేలాగా వందలకొద్దీ బంగారు కాసులను వందలకొద్ది బ్రాహ్మణులకు దానమిచ్చాడు. యజ్ఞవాటికలోని ఇటుకలను, మిగిలిన భాగాలను, కుండలు, గరిటలు, కంచాలు, చెంబులు, కలశాలు, గ్లాసులు, అందరికీ పంచిపెట్టేశాడు మరుత్తుడు. ఆతడు సంవర్తుడి దగ్గర శెలవు 308
తీసుకొని తన రాజ్యానికి చేరి, ప్రజలను ప్రజారంజకంగా పరిపాలించాడు. దానాలు తీసుకున్న ధనాన్ని బ్రాహ్మణులు తాము వాడుకొని, దాచుకోకలిగినంత దాచుకొని, మిగిలిన ధనాన్నంతా ఓచోట దాచిపెట్టి..... వచ్చేతరం వారిలో యెవరికి ఆ ధనం దొరికితే వారిదేనని శపథం చేసుకున్నారు. ఆ కాంచన రాసిని వెతికి తీసుకువచ్చి అశ్వమేధయాగం యథేఛ్ఛగా చేసి దేవతలను సంతృప్తి పరుచు!" చెప్పటం ముగించాడు వ్యాసమహర్షి.

ॐ

శ్రీమదాంధ్ర మహాభారత కథలు

ఉదంకుడు

భీష్ముని మరణానంతరం, దిగులుతో క్రుంగిపోయివున్న ధర్మరాజును ధృతరాష్ట్రుడు తనకు, తన భార్యకు ధర్మరాజే దిక్కనే విషయం విప్పి చెప్పాడు. అశ్వమేధయాగం చేయమని వ్యాస మహర్షి ధర్మరాజును ప్రోత్సహించాడు. దుర్యోధనుడి దుబారా కర్చుల వల్ల, జరిగిన కురుక్షేత్ర యుద్ధంవలన, ఖజానాలో ధనం యెక్కువగా లేదనీ, యాగంలో అధికంగా కర్చులకు ధనం లేదు. యుద్ధంలో చనిపోయినవారి భార్యలు, సంతానం వున్నా, వారిని ధనమడిగే వుద్దేశ్యం లేదని చెప్పాడు ధర్మరాజు. యజ్ఞానికి కావాల్సిన ధనం సంపాదించే ఉపాయమేమిటని అడగగా మరుత్తుడి కథ చెప్పి మరుత్తుడి యజ్ఞఫలంగా సంపాదించిన ధనమున్నచోటు చెప్పి, యజ్ఞం చేయటానికి ఉత్సాహపరచినా నిరాశలో, దుఃఖంలో వున్న ధర్మరాజును చూసి, కృష్ణుడు......

“ధర్మజా! వంకర ఆలోచనలు మృత్యువుకు దారితీస్తాయి. బ్రహ్మపదానికి దారి యెప్పుడూ సూటిగా వుంటుంది. ఇది నిజం. తారుమారైన ఆలోచనలతో ఏడుస్తూ కూర్చోవటం యెందుకు? నీ దుఃఖాన్ని మాపలేకపోయావు. అంటే నీలోపలి శత్రువులను జయించలేకపోయావు. ఓ కథ చెపుతాను విను. ఒకప్పుడు వృత్రాసురుడు భూమినంతా ఆక్రమించుకొని గంధగుణాన్ని లాగేశాడు. అపుడు ఇంద్రుడు ఆతడిమీద వజ్రాయుధాన్ని ప్రయోగించాడు. వృత్రాసురుడు భూమిని వదిలేసి నీటిలోని రసాన్ని, అగ్నిలోని రూపాన్ని, వాయువులోని స్పర్శను, లేకుండా చేశాడు. ఇంద్రుడు మరల వజ్రాయుధాన్ని ప్రయోగించాడు. అపుడు ఆ రాక్షసుడు ఇంద్రుడిలోకే దూరిపోయాడు. ఇంద్రుడు మూర్ఛపోయాడు. వశిష్ట మహర్షి మంత్రప్రయోగంతో ఇంద్రుడు మేల్కొన్నాడు. ఇంద్రుడు తనలో దాగొన్న వృత్రాసురుడిని కనిపించని వజ్రాయుధంతో చంపేశాడు. ఆవిషయాన్ని ఇంద్రుడు ఋషులకు

చెప్పగా, వారు నాకు చెప్పారు. ఇందులోని సూక్ష్మమేమిటో చెపుతాను విను. వ్యాధులు రెండురకాలు 1. శరీర సంబంధమైనవి 2. మనస్సుకు సంబంధించినవి. వాత, పిత్త, కఫ దోషాలు సమస్థితిలో వుంటే ఆరోగ్యం అన్నివిధాలా బాగునట్లు. ఏ ఒక్కటి తేడాగా
వచ్చినా అది శరీర వ్యాధి అనిపించుకుంటుంది. సత్వ, రజో, స్తమోగుణాలు సమానంగా 310
వుంటే అది మానసిక ఆరోగ్యానికి యేమీ తేడా లేదని అర్థం. ఆ మూడింటిలో యే వొక్కటి సరిగా లేకపోయినా మానసిక వ్యాధి అవుతుంది. ఇవేవి రోగం రూపంలో కనిపించవు. ఎందుకంటే ఒకదానికి మరొకటి పుట్టే లక్షణం కలవి కనుక. వాటి తేడాల వలననే నీకు సంబంధించిన అన్ని శారీరక, మానసిక కార్యక్రమాలూ జరుగుతున్నాయని వాటిని నీవు చక్కదిద్దుకొనగలవని తెలిసిన మరుక్షణం యేంచాయాలో నీకు తెలుస్తుంది. నేనే కొన్ని విషయాలు చెపుతాను విను. ద్రౌపదిని, రజస్వలగా వుండగా నిండుసభలోకి లాక్కొని వచ్చి చీరను లాగాడన్న విషయాన్ని మరిచిపో. అడవిలో పడ్డ కష్టాలను మరిచిపో. సైంధవుడు, జటాసురుడు, అటువంటి అందరినీ మరిచిపో. విరాటరాజుని కొలువు, అక్కడి అవమానాలు, అన్నీ వదిలేయి. భీష్మాదులు చేసినది యుద్ధమే కాదు. మిధ్యా యుద్ధం. బయటి శత్రువులను జయించటం గొప్పకాదు. లోపలి శత్రువులను జయించ టమే గొప్ప కార్యసాధనకు గుర్తు. యజ్ఞాలు చేసినా, యాగాలు చేసినా వాటికి కోరిక వుంటుంది. కాముడు చెప్పిన కామవాక్యాలు వున్నాయి. ఇది మన్మధుడు చెప్పిన మాట ..."ఎవరూ నన్ను ఓడించలేరు. వేదాలచేతనే గుర్తింపబడిన నన్ను యెవరూ వదల్చుకో లేరు. ధైర్యంగా నన్ను యెవరైనా వదిలేయాలని ప్రయత్నించినా కుదరదు. యెందుకు అంటే నేను వారిలోనే వుంటాను కనుక. కాబట్టి నన్నెవరూ జయించలేరు. తపస్సుతో నన్ను జయించాలనుకుంటే, జయించాలనే కోరికను నేనే కదా! మోక్షం కావాలనే కోరిక కూడా నేనే కదా అన్నాడు. నిజమేకదా! కాముడిని జయించాలంటే ఒకటే మార్గం. అశ్వమేధయాగాన్నికూడా ఏవిధమైన ఫలితాన్ని ఆశించకుండా కాముడినే కర్మ సాక్షిగా చేయి. ధర్మజా! చనిపోయినవారిని తిరిగి తీసుకురాము కదా! వారికి శాంతికోసం యాగం చేయి. నీవు చేసిన యాగాల ఫలింతంగా నీకు మంచి కీర్తి, పుణ్యాలోకాలు

లభిస్తాయి..." అంటూ కృష్ణుడు మరిన్ని బోధలు చేశాడు. దుఃఖాన్ని మానమని ద్రౌపది, భీమాదులు, నారదాది మునులు, బోధలు చేశారు. చివరకు కొంతసేపటికి.....
"మహాత్ములారా! మీ బోధలవలన నాకు కొంత మనశ్శాంతి కలిగింది" అని చెప్పి వ్యాస మహాముని పాదాలకు నమస్కరించి......
"మునిసమూహానికంతటికీ ప్రదిక్షణ చేసి, వ్యాస మహామునీ! మీరు చెప్పిన రహస్య నిధి దగ్గరకు మీరే మార్గదర్శకుడిగా నన్ను తీసుకుపోవాలి. మీ సారథ్యంలోనే అశ్వమేధ యాగాన్ని చేస్తాను. కానీ నేను జరిగిన యుద్ధం వలన అంటిన పాపాన్ని పోగొట్టుకోవటా నికి గంగా తీరంలో కొన్నిరోజులు వుండాలనుకుంటున్నాను. ఆకొద్ది రోజులు మీరంతా కూడా విశ్రాంతి తీసుకొని రండి" అని చెప్పాడు. అంతట మునులందరూ అంతర్ధానమ య్యారు. ఆతరువాత ధర్మరాజు భీష్మడి అంత్యక్రియలు పూర్తిచేసి ధృతరాష్ట్ర కుమారు లకు, కర్ణుడికి కూడా స్వర్గ సుఖాలగురించి అధికంగా దాన ధర్మాదులు చేసి, కొన్ని రోజుల తరువాత అందరూ కలిసి హస్తినకు చేరారు. ధర్మరాజు పెదతండ్రి ధృతరాష్ట్రుని, పెదతల్లి గాంధారిని ప్రేమ, గౌరవాలతో చూస్తూ, నలుగురు తమ్ములు, విదురాదుల సహకారంతో రాజ్యభారాన్ని కృష్ణుని సూచనలతో చాలా సమర్ధవంతంగా వహిస్తున్నాడని పేరు వచ్చింది ధర్మరాజుకు. ఆ సమయంలో కృష్ణుడు, అర్జునుడు ఇంద్రప్రస్త పురంలో వుంటూ నదులు, అడవులు, కొండలు, కోనలు, సరదాగా తిరుగుతూ బ్రాహ్మణులను పూజిస్తూ పెద్దలనుంచీ పవిత్రకథలు వింటూ, గ్రంథాలను చదువుతూ, యుద్ధంలో పన్నిన యంత్రాలగురించి, వాటిని యెదుర్కొన్న విధానం, బాధలు, సంతోషాలు, అన్నీ మాట్లాడుకుంటూ కాలన్ని గడిపారు. మరణించిన కొడుకులు, తమ్ములు, హితులు, స్నేహితులు గుర్తువచ్చినపుడు దుఃఖపడేవారు కూడా. ఓసారి మయుడు నిర్మించిన మయసభకు వెళ్ళారు. అక్కడవున్న సేవకులు, ప్రజలు, అందరూ వారిని సంతోషంతో పలుకరించి ఆనందింపచేశారు. పాత జ్ఞాపకాలను గుర్తు తెచ్చుకున్నారు. ఓ రోజు కృష్ణుడు అర్జునుడితో..."ధర్మరాజు రాజ్యాన్ని పరిపాలిస్తున్నాడు. ప్రజలు సంతోషంగా వున్నారు. మునులు సంతోషంగా వున్నారు. ఇప్పుడు నేను చాలా ఆనందంగా వున్నాను.

నాకు నా అన్న బలరాముడిని, మా తల్లి దేవకీదేవిని, మా తండ్రి వసుదేవులను చూడాలని వున్నది. ఇంక నన్ను పంపించండి. ధర్మరాజు అనుమతితోనే వెడతాను. ఈదేహం, ప్రాణం, సంతతి, స్నేహితులు, బంధువులు, సంపద, అన్నీ ఆ రాజు సొత్తే" అన్నాడు. 312

కృష్ణుడు ద్వారకకు వెడతాడన్న మాటలు అర్జునుడిని బాధించాయి, కొంతసేపు మౌనంగా వుండిపోయాడు. ఆతరువాత ఆ ఇద్దరికీ సుదీర్ఘమైన వేదాంత చర్చ జరిగి, ఆ ఇద్దరూ కలిసి, హస్థినాపురి పోయి ధర్మరాజును కలిశారు. తాను తన తల్లిదండ్రులను, పురజనులను చూడాలన్న కోరికవల్ల ద్వారకకు వెళ్ళిపోతానని ధర్మరాజుకు చెప్పాడు కృష్ణుడు.

"శ్రీకృష్ణా! నారదాది మహామునులు, భీష్ముడు చెప్పిన మాటలవలన నిన్ను సుగుణ బ్రహ్మగా తెలుసుకున్నాను. నీవలన అధ్యాత్మ విద్యలను తెలుసుకోగలిగాను. అందువలన నాకు చాలా సంతోషంగా వున్నది" భక్తి, ప్రేమ పెనవేసుకొని మాట్లాడాడు అర్జునుడు.

"అన్నా! మీరు వప్పుకొంటే కృష్ణుడు ద్వారకకు పోయి, అందరినీ చూసి పలుకరించి, త్వరలోనే బంధుమిత్రులతో సహా అశ్వమేధయాగానికి వచ్చేస్తాడు" అన్నాడు అర్జునుడు.

ధర్మరాజు, సరే! అన్నాడు. కుంతీదేవి దగ్గరకు వెళ్ళి వీడ్కోలు తీసుకున్నాడు కృష్ణుడు. పాండవులందరు వారికి తగిన వాహనాలతో కృష్ణుడిని పొలిమేరల వరకు సాగనంపారు. కృష్ణుడు, రథంనుంచి వారంతా కనపడనంతవరకు చూస్తూనే వున్నాడు. కొంతదూరం పోయాక ఉదంకుడి ఆశ్రమాన్నిచూచి ఆగిపోయాడు. ఉదంక మహామునిని దర్శనం చేసుకున్నాడు. ఆయన చేసిన మర్యాదలకు ఆనందించాడు. కానీ.....

"శ్రీకృష్ణా! పక్షపాతం లేని నీవు అందరూ సంతోషించేటట్లుగా భరతవంశస్తులకు నేర్పుగా రాయబారం చేసి వారిద్దరికి బంధం, బాంధవ్యం నిలబడేలాగా చేశావా? అన్నదములకు రాజ్యాలను పంచావా?" అంటూ వ్యంగ్యంగా మాట్లాడాడు.

"మహర్షీ! సంధిచేయటానికి వెళ్ళిన నేను తగినట్లుగానే మాట్లాడాను. కురుతనయుడు యేమాత్రం నామాటలు వినలేదు. ఎంతగా నచ్చచెప్పాలని చూసినా, బెదిరించినా, భయపెట్టినా ఆ వందమంది అన్నదమ్ములూ సంధికి వప్పుకోలేదు. భీష్మ, ద్రోణుల

మాటలు వినలేదు. యుద్ధం అనివార్యమయ్యింది. వారు, వారి పక్షం వహించినవారు అందరూ కౌరవులు పొందిన గతే పొందారు. పాండవ పక్షాన వున్నవారు కూడా పాండవులైదుగురు తప్ప అందరూ కౌరవులతోపాటు ఉత్తమ గతులు పొందారు. కాల నిర్ణయాన్ని యెవ్వరూ కాదనలేరు" అన్నాడు కృష్ణుడు.

"అయ్యో! మోసంతో నడచుకొని కౌరవ వంశాన్ని నాశనం చేశావు. అన్నీ సమర్థించగల వాడివైయుండికూడా కురువంశాన్ని నాశనం చేశావు. నీ పాపానికి తగినట్లుగా శాపమిస్తాను!" కోపంగా అన్నాడు ఉదంకుడు.

"ముందుగా నామాటలు నిదానంగా విను. ఆ తరువాతకూడా నన్ను శపించాలనిపిస్తే శపించు" చినవ్వుతో అన్నాడు కృష్ణుడు.

"సరే! చెప్పు. నీవు చెప్పేకారణం సరిగ్గా వుంటే ఆలోచిస్తాను" అన్నాడు ఉదంకుడు.

కృష్ణుడు చిరునవ్వు నవ్వి.....

"ఉదంకా! సత్వ, రజో, స్తమస్సు అనే గుణత్రయమూ నాయందే వుంటున్నది. మరుత్తులు, వసువులు, మొదలైన దేవతలందరూ నానుండే పుట్టారు. నేనే సృష్టియంతటా వ్యాపించి వున్నాను. అసలు సృష్టంతా నాలోనే వుంది. చిత్తూ, అచిత్తూ అనే రెండు తత్వాలూ నేనే. ఓంకారం మొదలుకొని నాలుగు వేదాలు, నాలుగు వర్ణాలు, ఆశ్రమాలు, వాటి విధులు, ధర్మాలు, స్వర్గము, నరకము, మోక్షము, అన్నీ నా రూపులే. అది తెలుసుకో. ఈశ్వరుడు నా మనస్సునందు జన్మించినవాడు. యముడు నా పెద్దకొడుకు. అదీ తెలుసుకో. ఎప్పుడు ఏవిధంగా కావాలంటే ఆ అవతారాలెత్తగలను. నేనే బ్రహ్మగా సృష్టించి, విష్ణువుగా స్థితిని, శివుడిగా లయాన్ని చేస్తాను. ధర్మానికి హాని కలిగినపుడు అవసరమైన రూపుతో అధర్మపరులను నాశనం చేస్తాను. అయినా కౌరవులకు, పాండవులకు సంధి కుదర్చాలని చాలా ప్రయత్నించాను. వ్యాసాదిమునులు నా విధానాన్ని మెచ్చుకున్నారు. కానీ కౌరవులు అంగీకరించలేదు. ధర్మ యుద్ధంలో మరణించారు. ఇపుడు నన్ను నీవు యేమని తిట్టాలనుకున్నావో తిట్టు" చిరునవ్వుతో అన్నాడు కృష్ణుడు.

ఉదంకుడు కృష్ణుడికి నమస్కరించి.....

"నాకు అర్థమయేలాగా చెప్పిన విషయాలన్నీ నాకు ముందుగానే తెలుసు. నాకున్న పనికిమాలిన గర్వం, కోపం, నా మనసులోని తెలివిని కప్పేసింది. మంచిమాటలు చెప్పి బుద్ధి వచ్చేలా చేశావు. శ్రీకృష్ణా! నా కళ్ళకు ఆనందం కలిగేలాగా విశ్వరూపసందర్శనం చూపించు" ఆర్తిగా అడిగాడు ఉదంకుడు.

శ్రీకృష్ణుడు ఉదంకుడి కోరిక ప్రకారం విశ్వరూప దర్శనమిచ్చాడు.

ఉదంకుడు ఆ రూపాన్ని తనివితీరా చూసి ఆశ్చర్యం, ఆనందం అనుభూతులకు లోనయ్యాడు. "మహాత్మా నీ పాదాలు భూమంతా వ్యాపించాయి. నీ తల ఆకాశాన్నంతా కప్పేసింది. మధ్యప్రదేశాన్ని నీ ఉదరం కప్పేసింది. నీవే విశ్వమంతా వ్యాపించి వున్నావు. నా ఈ జన్మ ధన్యమైంది. నీవు నీ సాధరణ రూపాన్ని చూపించు" అని అడిగాడు ఉదంకుడు. కృష్ణుడు విశ్వరూపన్ని చాలించి, మామూలు రూపంలో ఉదంకుని యెదుట కూర్చొని వున్నాడు.

"ఇపుడు నీకేం కావాలో కోరుకో" అన్నాడు కృష్ణుడు.

"సరే! ఇది నిర్జల ప్రదేశం. నీరు దొరకదు. నాకెప్పుడు కావాలనిస్తే అపుడు నాకు నీరు దగ్గరలో దొరికేలా చేయి, చాలు" అన్నాడు ఉదంకుడు.

"అయితే సరే! నీకు దాహమయినపుడు నన్ను తలుచుకో చాలు. వెంటనే నీకు మంచినీరు దొరుకుతాయి" అని చెప్పి, కృష్ణుడు తన దోవన తాను వెళ్ళిపోయాడు.

ఒకరోజు ఉదంకుడు బయట తిరుగుతూ దాహం వేసి, శ్రీకృష్ణుడిని తలుచుకున్నాడు. ఇంతలో ఒక మాలవాడు కనిపించాడు, ఆతడి చుట్టూరా కుక్కలుకూడా వున్నాయి. ఆతని చేతిలో విల్లంబు, బాణాలు వున్నాయి. మొలమీద బట్టలు లేవు. శరీరమంతా మురికిగా వుంది. కానీ తెల్లటి స్వఛ్ఛమైన చెమట కారుతోంది. ఆతడిని ఆశ్చర్యంగా చూశాడు ఉదంకుడు.

"ఓ ఉదంకా! నీకు చాలా దాహంగా వున్నది. నా వంటిమీదునుంచి కారుతున్న నీటిని తాగు" చిరునవ్వుతో అన్నాడు. ఉదంకుడు అయిష్టంగా ముఖం పెట్టాడు.

“నా మాట విను. దాహంతో నీవు చాలా బాధపడుతున్నావు. అది తెలిసి నీమీద జాలితో వచ్చాను. కాదనకుండా తాగు. నీ మంచి కోరి చెపుతున్నాను“ అన్నాడాతడు. ఆ మాటలకు ఆతడిని గద్దించాడు ఉదంకుడు. ఆతడు కుక్కలతోసహా మాయమయ్యాడు.

“ఈ నాటకమంతా ఆ కృష్ణుడి మాయే!“ ఉదంకుడు అనుకొనగానే కృష్ణుడు రానే వచ్చేశాడు. 315

“నిన్ను తలచుకుంటే చాలు నాకు నీరు దొరుకుతందా? ఎట్టి పరిస్థితులలోనూ ఒకరి వంటిమీద కారే చెమటను తాగను“ చిరాకుగా అన్నాడు ఉదంకుడు.

“నేను చేసిన ప్రయత్నమంతా వృధా అయ్యింది. వచ్చిన అదృష్టమేదో నీకు తెలియదు. నీకు అమృతమీయమని దేవేంద్రుడిని కోరుకున్నాను. మానవుడికి అమృతం యేవిధంగా దొరుకుతుందన్నాడు ఇంద్రుడు. నేనడిగితే కాదంటావా? ఆ మునికి అమృతం ఇయ్యవలసిందేనని చెప్పాను. కానీ ఆ ఇంద్రుడు చండాల రూపంలోనే వెళ్ళి అమృతమిస్తాను. ఆతడు తీసుకోకపోతే నా తప్పు కాదు అంటూ.....నీకు కనిపించిన రూపంలో వచ్చి వెళ్ళిపోయాడు. అందుకు యెవరమూ యేమీ చేయలేము. నేనిచ్చిన వరం వృధాకాకుండా మరో యేర్పాటు చేస్తాను. నీవు నీటికోసం నన్ను తలచుకోగానే ఈ ప్రదేశంలో నీకిష్టం వచ్చినపుడు, నీకిష్టమైన చోట మేఘాలు నీటిని కురిపిస్తాయి. వాటిని ఉదంకమేఘాలని ప్రపంచమంతా చెప్పుకుంటారు. నన్నిక తిట్టుకోకు“ అని చెప్పి కృష్ణుడు మాయమయ్యాడు. ఉదంకుడు ఆనందించాడు. ఇప్పటికీ ఉదంకమేఘాలు ఆ ప్రదేశంలో పవిత్ర దినాలలో నీటిని కురిపిస్తాయి.

“శ్రీకృష్ణుడినే శపించగల శక్తి ఉదంకుడికి యేవిధంగా వచ్చింది?“ అడిగాడు ధర్మరాజు.

“గురుభక్తి వలన ఆయనకా శక్తి వచ్చింది. ఉదంకుడు చాలాకాలం గౌతముడి దగ్గర శిష్యరికం చేశాడు. గౌతముడు శిష్యులందరికీ విద్యాభ్యాసం పూర్తయాక పిలిచి వరాలిచ్చి పంపిస్తున్నాడు. కానీ ఉదంకుడిని పిలిచి మాట్లాడటంలేదు. కాలం గడుస్తోంది. ఒక రోజున మెడ విరిగి పోయేలాగా బరువైన కట్టెల మోపును మోసుకొచ్చి విసురుగా క్రింద పడేయటంలో ఆతడి నెత్తిన వున్న జడలలో ఒకటి తెగి క్రింద పడింది. అందులో తెల్ల వెంట్రుకలు కొట్టొచ్చినట్లు కనపడ్డాయి. ఉదంకుడు అదిచూసి ముసలితనం ముంచుకు

వచ్చిందని భయంతో ఆ వెంట్రుకను విసరి పడేశాడు. బాగా ఏడ్చేశాడు. అది గమనించిన గౌతముడు ఉదంకుడిని ఓదార్చమని తన కూతుర్ని పంపుతూ, యేమీ మాట్లాడ వద్దని, ఆతడి కన్నీళ్ళను దోసిలిలో పట్టమని, సంజ్ఞ చేశాడు. ఆమె తండ్రి చెప్పినట్లే చేసింది. అపుడు ఆతడి కన్నీళ్ళకు ఆమెకు చేతులు కాలేసరికీ ఆ నీటిని క్రింద పారబోసింది. 316

"ఉదంకా! ఎందుకంతగా ఏడుస్తున్నావు?" అడిగాడు గౌతముడు.

"గురువుగారూ! మీ దగ్గర విద్య నేర్చుకున్నవారందరికీ వరాలిచ్చి పంపేశారు. నామీద దయ రాలేదు మీకు. నాకు వయసు దాటిపోయిందని ఈరోజు అర్థమయింది. ఇంక నాకు దుఃఖం రాదా!" అంటూ మరింత దుఃఖపడ్డాడు ఉదంకుడు.

"ఉదంకా! బాధపడకు. నీకు యౌవ్వనంతోపాటు నా కూతురిని కూడా ఇస్తాను. పెండ్లి చేసుకొని సుఖంగా వుండు. నా కూతురికి నీవు కోరుకొనే అందం కూడా ఇస్తాను" అని చెప్పి, అన్నట్లుగానే అన్నీ చేసి, ఉదంకుని సంతోషపెట్టాడు గౌతముడు. కొద్దిరోజుల తరువాత గురుదక్షిణగా మీకేం కావాలో చెపితే నేను మీకు సమర్పించుకొంటాను" అడిగాడు ఉదంకుడు.

"ఉదంకా! నీ సత్ప్రవర్తన, నడవడికే నాకు గురుదక్షిణ" అన్నాడు గౌతముడు.

ఉదంకుడు గురుపత్ని దగ్గరకు పోయి.....

"మీకేం కావాలో చెపితే నేనెంత కష్టమైనా తెచ్చిస్తాను. అపుడే నాకు తృప్తి" అన్నాడు.

"అయ్యో నాయనా! నాకేమీ వద్దు. నీ సద్గుణాలే గురుదక్షిణ అని గురువుగారు చెప్పిన మాటను పాటించు" అన్నదామె.

ఉదంకుడు ఏం కావాలో చెప్పు అంటూ చాలాసార్లు అడిగేసరికి చివరకు గురుపత్ని "తమ్ముడా! నాకు మిత్రసహుడి భార్య పెట్టుకొనే చెవికుండలాలు కావాలి" అని అడిగింది.

సరే తెస్తాను అంటూ వెళ్ళిపోయాడు ఉదంకుడు. ఆరోజు గడిచిపోయింది. తెల్లవారాక ఉదంకుడు యెక్కడా కనపడక భార్య అహల్యను......

"ఉదంకుడెక్కడకు వెళ్ళాడు?" అని అడిగాడు గౌతముడు.

జరిగిన సంగతంతా చెప్పింది అహల్య.
"అయ్యో! ఓ శాపంవలన ఆ సౌదాసుడు రాక్షస ప్రవృత్తి కలవాడయాడు. మనిషిని చంపి తినేవాడిగా మారిపోయాడు. ఆ విషయం ఉదంకుడికి తెలియదుకదా!" అన్నాడు గౌతముడు. 317

"అయ్యయ్యో! ఆ విషయం నాకు తెలియదే. స్వామీ! ఉదంకుడికి యెటువంటి ఆపదా రాకుండా చూడండి" అన్నది అహల్య.

"ఏం పరవాలేదు. గురుభక్తి యెక్కువగా వున్నవాడిని యెవరూ యేమీ చేయలేరు" అని నవ్వేశాడు గౌతముడు.

ఉదంకుడు చాలా దూరం నడిచాక అరణ్యం వచ్చింది. అక్కడ ఓచోట రీవిగా కూర్చొని వున్న సౌదాసుడిని చూశాడు. ఆకలితో బాధపడుతున్నట్టు కనిపిస్తోంది. ఆతడి వళ్ళంతా మనిషి రక్తం అంటివుంది. ఉదంకుడిని సౌదాసుడు కూడా చూశాడు, పలకరించాడు.

"ఓమనిషీ! నాకు బాగా ఆకలి అవుతున్నది. మనిషెవరు దొరుకుతాడా అని చూస్తున్నాను. నువ్వు వచ్చావు. చాలాసంతోషం" అన్నాడు సౌదాసుడు.

"రాజా! మా గురువుగారి పనిమీద నీ దగ్గరకు వచ్చాను" అనగా.....

"గురువుగారి కోసం మంచిపనులు చేసేవాడు చంపదగినవాడు కాదు. కానీ ప్రతిరోజూ మూడో జాములోని రెండో భాగంలో నేను తిండి తినాలని దేవతల ఆనతి వున్నది. తప్పక నిన్ను చంపి తింటాను" ఖచ్చితంగా అన్నాడు సౌదాసుడు.

"రాజా! అయితే నేను నా గురువుగారి పని మీద నీ దగ్గరకు వచ్చాను. ఆ పని పూర్తి కాగానే వచ్చి నీకోరిక తీరుస్తాను" అన్నాడు ఉదంకుడు.

"సరే! నీవేపనిమీద వచ్చావో చెప్పు" అన్నాడు సౌదాసుడు.

"నీ భార్య ధరించే కుండలాలు నాకు కావాలి. అవి గురుపత్నికి ఇవ్వాలి" అన్నాడు ఉదంకుడు.

"పరుల సొమ్మును దానమెలా యివ్వాలి! ఇంకేదైనా అడుగు" అన్నాడు సౌదాసుడు.

"నాకింకేమీ వద్దు" అన్నాడు ఉదంకుడు.

కొంతసేపు అవును, కాదు అనుకున్న తరువాత.....
"నా భార్య దగ్గరకు పోయి నిన్ను నేనే పంపానని చెప్పి, ఆమెనే అడుగు" అన్నాడు సౌదాముడు.
ఉదంకుడు సౌదాసుడిని అడిగి రాణి వున్నచోటు తెలుసుకొని, ఆమె దగ్గరకు పోయి, తనను పరిచయం చేసుకొని, సౌదాసుడిని కలిసి మాట్లాడిన సంగతి, గురుపత్ని కోరిక, ఆ కోరికను తీర్చాల్సిన తన బాధ్యత, అన్నీ వివరంగా చెప్పాడు ఉదంకుడు.
ఆవిడ అన్నీ విని, "మునీశ్వరా! నా భర్త ఈ మాటలు చెప్పాడు అనటానికి గుర్తుగా యేమైనా తీసుకురా" అన్నది.
ఉదంకుడు సౌదాసుడి దగ్గరకు వచ్చి రాణి మదయంతి చెప్పిన మాటలు చెప్పాడు.
"ఈవిధంగా చేస్తే మనకు క్షేమం కలుగుతుంది అనుకుంటున్నాను. కాకపోయినా తప్పదు. నేను చెప్పగలిందింతే" ఈమాట చెప్పు అన్నాడు సౌదాసుడు.
ఉదంకుడు మరల రాణి మదయంతి దగ్గరకు పోయి సౌదాసుడు చెప్పమన్న మాటలు చెప్పాడు. వెంటనే రాణి మదయంతి.....
"నా భర్త ఆజ్ఞ ప్రకారం ఇదిగో నా కుండలాలు యిస్తున్నాను. నీ గురుపత్ని కోర్కెను తీర్చు. కానీ అర్యా! వీటికోసం దేవతలు, గంధర్వులు, నాగులు, పన్నాగాలు పన్ని దొంగలించుకోవచ్చు, జాగ్రత్త. ఎంగిలి అంటుకున్నా, నీవు మైమరచి నిద్రపోయినా, నేలమీద పెట్టినా, ఇవి నీకు దక్కవు. జాగ్రత్త. వీటిని భక్తితో పూజించి ధరిస్తే, ఆకలి, దాహం, వ్యాధులు, భూత, పిశాచాల వంటి వాటిచేత కూడా భయాలుండవు. పిల్లలు, పెద్దలు, యెవరు పెట్టుకుంటే వారి చెవులకు అమరిపోతాయి. ఇవి బంగారాన్ని కురిపిస్తాయి. కాబట్టి జాగ్రత్తగా తీసుకుపోయి గురుపత్నికిచ్చి ఆశీర్వచనాలు పొందు" అంటూ మనస్ఫూర్తిగా కుండలాలను ఉదంకుని చేతులలో పెట్టింది మదయంతి.
ఉదంకుడు రాణిదగ్గర శెలవు తీసుకొని సౌదాసుడి దగ్గరకు వచ్చి విషయమంతా చెప్పి, "మహారాజా! గురుపత్నికి వీటిని వప్పచెప్పి వచ్చి, నన్ను నీకు ఆహారంగా సమర్పించు

కుంటాను. అయ్యా! నీ భార్యకు పంపిన సందేశానికి అర్ధమేమిటి? అభ్యంతరం లేక పోతే చెప్పు" ప్రార్ధనగా అడిగాడు ఉదంకుడు.

"మహామునీ! రాజులు బ్రాహ్మణులను పూజిస్తారు. నేనుకూడా ఆవిధంగానే బ్రాహ్మణుల ను భక్తిగా పూజించే వాడిని. ఒకసారి ఒక బ్రాహ్మణుడికి నా వల్ల జరిగిన చిన్న తప్పు చేత, ఈ గతి పొందాను. నా పాపం పోగొట్టుకోవటానికి వేరే ఉపాయం లేదు. కాబట్టి ఈదశలో నేను బ్రాహ్మణపూజ చేయలేను. ఈ కుండలాలనీయటం వలన నాకు మేలు జరుగుతుందో లేదో తెలియదు. మేలు జరిగే ఉపాయమూ లేదు. ఈ అభిప్రాయమే నా భార్యకు సందేశంగా పంపాను. ఆమె అర్ధం చేసుకున్నది. నా ఆలోచన ఫలించింది. ఈ మహిమాన్విత కుండలాలను నీకిచ్చి నా దుర్దశను పోగొట్టుకోవాలనకున్నాను. ఇప్పుడు నాకు చాలా సంతోషంగా వుంది" అన్నాడు సౌదాసుడు.

భృగువంశోద్ధారకుడైన ఉదంకుడితో పరిచయం, కొన్ని మాటల సహవాసంతోటే సౌదాసు డికి శాపంతో వచ్చిన రాక్షసత్వం కొంత వుపశమించి, మాటలలో మృదుత్వం వచ్చింది. "మునీశ్వరా! ప్రాణాలు తీసే నా దగ్గరకు యెవ్వరైనా వస్తారా? నీ గొప్పతనము, సత్య పాలన, నాకు తెలిశాయి. నీ తపఃశ్శక్తితో నా దుఃఖాన్ని పోగొట్టు. చాలు" అన్నాడు సౌదాసుడు.

"సౌదాసా! ఏదైనా కారణంచేత మంచి మనస్సున్నవారికి ఆపదలు వచ్చినా త్వరలోనే పోతాయి. గౌతమ మహర్షి నన్ను దయతో చూడటం వలన నా పరిచయం నీకు మేలు కలిగించింది. ఇకమీదట నీకు నీ సహజరూపు, గుణాలు, వైభవం లభిస్తాయి" అని ఆశీర్వదించాడు. సౌదాసుడు శాపవిముక్తుడయ్యాడు. ప్రేమగా సౌదాసుడిని కౌగలించుకొని సౌదాసునికి అనేక దీవెనలిచ్చాడు ఉదంకుడు. సౌదాసుడుకూడా భక్తి వినయాలతో ఉదంకుని పొగిడి, అతిథి పూజలు, మర్యాదలు చేసి ఉదంకుడికి వీడ్కోలు చెప్పాడు. ఉదంకుడు కుండలాలను లేడితోలు సంచిలో మూటకట్టుకొని గౌతమాశ్రమానికి బయలుదేరాడు. త్రోవలో బిల్వవృక్షానికున్న పండ్లను చూడగానే ఆకలి తీర్చుకొనేందుకు కుండలాలున్న సంచిని చెట్టుకు తగిలించి, పండ్లు కోసుకుంటుండగా గాలికి చెట్టు

వూగి తోలుసంచి నేలమీద పడింది. వెంటనే చెట్టునానుకొని వున్న పాము ఆ మూటను నోటకరచుకొని కలుగులో దూరింది. ఉదంకుడు తన చేతిలోనున్న కఱ్ఱతో కలుగును తవ్వటం ప్రారంభించాడు. భూమి కంపించింది. ఆ సమయంలో ఇంద్రుడు బ్రాహ్మడి
రూపంలో వచ్చి..... 320

"ముల్లు కఱ్ఱతో తవ్వితే పాతాళంలోకి పోగలవా?" పాతాళలోకం వేయి ఆమడల దూరం వుంది. కుండలాలను కాజేసినవాడు ఐరావంతుడి కొడుకు" అన్నాడు.

"కుండలాలను పాతాళంనుంచి తెస్తాను. తేలేకపోతే నా పంచప్రాణాలూ వదిలేస్తాను" అన్నాడు ఉదంకుడు.

ఉదంకుడి పట్టుదల అర్థమైన ఇంద్రుడు ఉదంకుడి ముల్లు కఱ్ఱకు వజ్రాయుధానికుండే శక్తినిచ్చాడు. భూమికూడా దారిచ్చింది. ఉదంకుడు పాతాళలోకంలో ప్రవేశించి, మణిమయ భూషణమైన ఆ లోకాన్నంతటిని తిరిగి చూశాడు. ద్వారం పొడవు పది ఆమడలు (ఎత్తు), వెడల్పు ఐదు ఆమడలు. ఆ ద్వారాన్ని చూసి భయపడ్డాడు ఉదంకుడు. కానీ ఇంతలో ఓ గుఱ్ఱం కనపడింది. ఆ గుఱ్ఱం ముఖం ఎరుపుగాను, శరీరం రంగు నల్లగానూ, తోక తెల్లగాను వుంది. ఆ గుఱ్ఱం మనుష్య భాషలో......

"ఉదంకా! అతి వెడల్పుగా వున్న నా మర్మస్థానంలో ఊదు. ఇదేంటి? అని చీదరించుకోకు. నీవు గౌతమాశ్రమంలో నన్ను యెంతగానో సేవించి సంతోషింపచేశావు. అందుకు బదులుగా ఐరావంతుడి కొడుకు దొంగిలించిన కుండలాలను నీకు దొరికే విధానం చెపుతున్నాను" అన్నాడు.

"నిన్నెప్పుడూ చూడనేలేదు. ఇంత నీకు సేవ చేయటమేమిటి?" అడిగాడు ఉదంకుడు.

"నేను నీ గురువుకు గురువును. అగ్నిని. నీవు భక్తిగా, శ్రద్ధగా నన్ను పూజించావు కదా! గుర్తు తెచ్చుకో" అన్నది గుఱ్ఱం.

ఆ మాట వినగానే గుఱ్ఱానికి దండం పెట్టి గుఱ్ఱం చెప్పినట్లే చేశాడు. వెంటనే పాతాళ లోకమంతా పొగ కమ్ముకున్నది. వాసుకి మొదలైన వారందరి ఇళ్ళలో పొగ వ్యాపించి ఊపిరి రాడకుండా అయింది. ఐరావంతుడి గృహమైతే మరీ ఘోరంగా తయారయ్యింది.

ఎవ్వరికీ ఊపిరాడలేదు. అంతే, పాములన్నీ పరిగెత్తుకుంటూ ఉదంకుడి దగ్గరకు వచ్చి, ఆయనను భక్తిగా పూజించి, ఆతడిని రాకకు కారణం తెలుసుకొని, అతివినయంగా ఐరావంతుడి కొడుకు రత్నకుండలాలను తెచ్చి ఉదంకుడికిచ్చి, సకల మర్యాదలతో వీడ్కోలు చెప్పారు. ఉదంకుడు కూడా అగ్ని దేవుడికి ప్రదక్షిణ, నమస్కారాలు చేసి, పాతాళలోకం నుండి బయలుదేరి, త్వరత్వరగా గౌతమ మహర్షి ఆశ్రమానికికి చేరి, గురుపత్ని అయిన అహల్యకు కుండలాలు భక్తిగా చేతిలో పెట్టి, పాదాభివందనం చేశాడు. అహల్య, గౌతముడు ఉదంకుడిని ఆశీర్వదించారు. 321

"గురువర్యా! ఈ కుండలాలు నేను తీసుకొని మీ దగ్గరకు రాగలిగానంటే మీ ఆశీస్సులుండబటే. లేకుంటే మానవ మాత్రుడికి సాధ్యమయే పని కాదు. మధ్యలో నాకొచ్చిన కష్టాలను మీ దయవలననే దాటగలిగాను" అన్నాడు ఉదంకుడు.

"ఉదంకా! మిత్రసహుడి హీనస్థితిని పోగొట్టటంలో కానీ, వచ్చిన కష్టాలను ఎదుర్కొనటం లో కానీ, నీకు నీవే సాటి!" అని మనస్పూర్తిగా మెచ్చుకున్నాడు గౌతమ మహర్షి.

ॐ

322

శ్రీమదాంధ్ర మహాభారత కథలు
పరీక్షిత్ జననం

అశ్వమేధయాగం చేయమని వ్యాసమహర్షి ధర్మరాజును ప్రోత్సహించగా ధనాగారం సూన్యంగా వున్నది కనుక అశ్వమేధం చేయటానికి సందేహిస్తున్నానని ధర్మరాజు అభ్యంతరం చెప్పగా, మరుత్తుడు దానం చేసిన ధనం గుప్తంగా వున్నచోటు తెలుసని, ఆ ధనం తీసుకువచ్చి యాగం చేయమని, ఉపాయం చెప్పాడు వ్యాస మహర్షి. కొంత వ్యవధి కావాలని కోరిన ధర్మరాజు, ధృతరాష్ట్రాదులను ఓదార్చుటకు వచ్చిన మునులందరూ కొంతకాలం వారి ఆశ్రమాలకు పోయి విశ్రాంతి తీసుకురమ్మని కోరాడు ధర్మరాజు. కృష్ణుడు కూడా యుద్ధానికని వచ్చిన తను ఇక్కడే వుండిపోయాననీ, తన తల్లి తండ్రులను, అన్నదమ్ములను, పుర ప్రజలను చూసి వస్తానని ద్వారకకు వెళ్ళిపోయాడు. కొద్ది రోజుల తరువాత ధర్మరాజు తమ్ములతో కలిసి ధృతరాష్ట్రుడు, గాంధారీల దగ్గరకు పోయి వారిని క్షేమ, లాభాలు పరామర్శించి, వ్యాసమహర్షి తనను అశ్వమేధయాగం చేయమని చెప్పి, ధనం దొరికే విధానం చెప్పారని చెప్పి, అనుమతీయమని కోరాడు ధర్మరాజు. ధృతరాష్ట్రుడు కొడుకులను తలచుకొని మనసులో దుఃఖిస్తూనే ధర్మరాజును యజ్ఞం పూర్తిచేయమని ఆశీర్వదించాడు. గాంధారికూడా ఆశీర్వదించింది. తరువాత తల్లి కుంతిని కలిసి విషయం చెప్పాడు. ఆమె చాలా సంతోషించింది. ఆశీర్వదించింది.

యుయుత్సుడిని పిలిపించి నగర రక్షణభారం వప్పగించి, ధౌమ్యుల ఆధ్వర్యంలో అగ్నిని ఇంద్రాది దేవతలను తాను సంకల్పించిన అశ్వమేధయాగాన్ని నిరాటంకంగా సాగటానికి అనుమతి కోరి, తాను శుచుడై, సర్వాలంకారుడై, పదహారు తెల్లని గుఱ్ఱాలను అమర్చిన బంగారు రథమెక్కి, పురోహితుడు ధౌమ్యుడితోసహా బయలు దేరగా, భీమార్జునులు, నకుల, సహదేవులు, తమ తమ రథాలపై బయలుదేరి, చతురంగబలాలు, తగిన

సంబారాలతో వచ్చి ధర్మరాజును కలిశారు. అందరూ కలిసి కొండలు, నదులు, అడవులు,
అన్నీ దాటి, హిమత్పర్వతం చేరి, ఓ సమప్రాంతంలో విడిదిచేశారు. ఇంతలో జింక
చర్మాంబరధారుడు వ్యాసుడు వచ్చాడు. ఆయనను ధర్మరాజాదులు, అక్కడవున్నవారం
తాకూడా సాష్టాంగ నమస్కారాలు చేసి, ఆ ప్రాంతంలో చేయగలిగిన మర్యాదలు చేశారు. 323

"ఇప్పుడు మేమేం చేయాలి?" అడిగారు పాండవులు.

"రేపు శివపూజలు చేయాలి. ఈ రాత్రికి నియమనిష్ఠలతో దర్భచాపలమీద పడుకోండి"
చెప్పాడు వ్యాసుడు. పాండవులు ఆయన చెప్పినవిధంగానే చేశారు. తెల్లవారుఝామునే
వ్యాసుడి అనుజ్ఞతో ధౌమ్యుడు మొదలైన పురోహితుల నిర్వహణలో ఓచోటును పవిత్రం
చేసి ధూపదీప నైవేద్యాలతో శివుని మెప్పించారు. తరువాత ముఖ్యులైన ప్రమథగణాలు,
కుబేరుడు, మణిభద్రుడు, మొదలైన భూతాలను, యక్షులను కూడా మంత్రాలతో
ఆహ్వానంచేసి పూజించారు. ఆతరువాత అందరూ కలిసి మంగళవాద్యాలతో నిధులున్న
చోటికి వెళ్ళి, గంధ పుష్పాలతో, మాంసంతో, అప్పాలతో, పేలాలతో శాస్త్రోక్తంగా భూతము
లను తృప్తిపరచి, సేవకుల చేత తవ్వించగా, అతి తక్కువ సమయంలోనే అన్ని దిక్కు
లకూ వెలుగులు చిమ్ముతూ నిధి బయటపడింది. మరల ఆ నిధికి ఆహ్వానాలు పలుకుతూ
అందరూ పూజలు చేశారు. ఆ విధంగా ధర్మరాజుకు అశ్వమేధయాగాలు ఒకటి కాదు
యెన్నో చేసేటందుకు సరిపడే నిధి దొరికింది. ధర్మరాజు మొదలైనవారందరూ వ్యాస
మహర్షికి పాదాభివందనాలు చేశారు. ధర్మరాజు వినయంగా రెండు చేతులూ నుదుట
తాకించి ఆనందపరవశంతో నమస్కారం చేశాడు. వ్యాసమహర్షి ధర్మరాజును కౌగలించు
కొని ఆశీర్వదించి, అందరికీ వీడ్కోలు చెప్పి, అంతర్ధానమయ్యాడు. ముందుగా ధర్మ
రాజు యేర్పాటు చేసిన సేవకులు తమ శక్తికిమించిన బంగారం, బంగారు గిన్నెలు,
వస్తువులు, గాడిదలమీద, ఎడ్లబండ్లమీద, అనేక రకాల వాహనాలమీద మోసుకుంటూ
బయల్దేరారు. వస్తుసమూహాలను మోసే వాహనాలు నడిపే జంతువులకు, వాటిని నడిపే
మనుష్యులకు వున్న జనాలందరికి ప్రతి రెండుకోసుల దూరానికి దాహం, ఆకలి, తీర్చు
కొనేటట్లుగా సౌకర్యంగా, ప్రయాణం సాగించేలా చూసుకున్నాడు ధర్మరాజు.

అక్కడ ద్వారకలో.....

కృష్ణుడు ద్వారక చేరాక తనవారినందరినీ కలసి ఆనందంగా కాలం గడిపాడు. తండ్రి వసుదేవుడు అడుగగా యుద్ధవిషయాలు క్లుప్తంగా చెప్పాడు. గూఢచారులు వచ్చి ధర్మరాజు అశ్వమేధయాగం చేయటానికి నిధి కోసం తమ్ములు ధౌమ్యుడు, ఇతర పెద్దలు అందరూ కలిసి వ్యాసమహర్షి చెప్పిన పర్వత శ్రేణుల దగ్గరకు వెళ్ళారని చెప్పగా తెలిసి, వెంటనే బలరాముడు, సాత్యకి, ముఖ్యమైన యాదవులు, సుభద్ర, మొదలైనవారిని వెంటపెట్టుకొని హస్తినాపురానికి చేరారు. అతడి రాక తెలిసి ధృతరాష్ట్రుడు కుంతీదేవిని తీసుకురావటానికి దూతను, కృష్ణుడికి ఆహ్వానం చెప్పటానికి విదురిడిని, యుయుత్సుడిని పంపాడు. కృష్ణుడు ముందుగా ధృతరాష్ట్రుడికి, గాంధారికి పాదాభి వందనం చేసి, తరువాత కుంతీదేవికి నమస్కరించాడు. అందరూ ఒకరినొకరు గౌరవంగా, ప్రేమగా క్షేమసమాచారాలు మాట్లాడుకుంటూ కొంతసేపు గడిపారు. ఎవరికి తగిన మర్యాదలు వారు చేశారు. యుయుత్సుడు, పాండవులు ఎవరికి తగిన విశ్రాంతి భవనాలకు వారిని పంపారు. ఆ సమయంలోనే ఉత్తరకు మగబిడ్డ పుట్టాడని కబురు వచ్చింది. ఆ కబురు అందరికీ తెలిసి సంతోషించేటంతలోనే, పుట్టినది మృత శిశువు అన్న వార్త దావానంలా వ్యాపించింది. వెంటనే కృష్ణుడు కుంతీదేవి దగ్గరకు పరుగున వెళ్ళాడు. సుభద్ర మొదలైన వారంతా పెద్దపెద్దగా ఏడుస్తున్నారు. అది చూశాక కృష్ణుడి రి కూడా దుఃఖం తన్నుకొని వచ్చింది. 324

“కృష్ణా! నాకు, నా బిడ్డలకూ నీవే దిక్కు. ఇప్పుడీబిడ్డను కూడా బ్రతికించు. అశ్వత్థామ బ్రహ్మశిరోనామకాస్త్రం ప్రయోగించినప్పుడు అభిమన్యుడి కొడుకుని, పాండవ వంశోద్ధార కుడిని బ్రతికిస్తానని ప్రతిజ్ఞ చేశావు. ఆ పిల్లవాడు బ్రతికితేనే నేను బ్రతుకుతాను. నేనే కాదు - ద్రౌపది, సుభద్ర, పాండవులు యెవ్వరూ వుండరు. పాండవులకు పిండాలు పెట్టేవారుకూడా వుండరు. ఆ ఉత్తర గర్భాన్ని నిలబెట్టు. ఆ తల్లికి గర్భశోకం లేకుండా చేయి. కొడుకు పోయాడని నీ బావ బాధపడుతున్నాడు. మనుమడు కూడా పోయాడంటే వాడేమవుతాడో!“ ఏడుస్తూ నేలమీద పడిపోయింది కుంతి.

"లోకాలలోని జనులందరూ ఒక్కసారి చచ్చిపోయినా ఒకేసారి బ్రతికించగలవు.
అటువంటిది మేనల్లుడి కొడుకును బ్రతికించలేవా?" నిష్ఠూరంగా మాట్లాడింది సుభద్ర.
ఆమె మాటలు వినగానే కృష్ణుడికి దుఃఖం, ఆవేశం పొంగిపోయి.....
"అభిమన్యుని కొడుకును బ్రతికిస్తాను. పాండవ వంశాన్ని నిలబెడతాను" అని అరుస్తూ 325
పురిటిగదికి హడావిడిగా నడిచాడు. కుంతి, సుభద్ర, ద్రౌపది మొదలైన ఆడవారంతా
ఆయనను అనుసరించారు. పురిటిగది స్త్రీజనసందోహంతో కిటకిట లాడిపోతోంది.
ద్రౌపది అందరికంటే ముందుగా దుఃఖంతో శోషపడివున్న ఉత్తరను చేరి.....
"అమ్మా ఉత్తరా! కృష్ణుడు వచ్చాడు చూడు" చెప్పింది.
ఉత్తర లేచి కృష్ణుడికి నమస్కరించి దుఃఖిస్తూనే.....
"దేవా! భక్తుల దుఃఖాన్ని తొలగిస్తావని అందరూ అంటారు. నన్ను కాపాడు. ఈ పుత్ర
శోకంనుంచి బయటపడేయి. నీకు మేనల్లుడంటే ఇష్టం కదా! ఆ మేనల్లుడి కొడుకంటే
యిష్టం లేదా! నీ దయేవుంటే ఆ అశ్వత్థామ నా కొడుకుని చంపగలడా? ఈ శిశువును
బ్రతికించి భావితరాల వారికి ఆదర్శవంతుడిని చేస్తానని, వంశకర్తను చేస్తానని, ప్రతిజ్ఞ
చేశావని విన్నాను. మరి బ్రతికించు. భర్తను, కొడుకునూ కూడా పోగొట్టుకొని యేవిధంగా
బ్రతికేది? యుద్ధంలో మరణిస్తే, ఆయనతో సహగమనం చేస్తానని మాటిచ్చాను. పుట్ట
బోయే కొడుకు కోసం నా భర్తకిచ్చిన మాట తప్పాను. కానీ ఫలితమేది? భర్తే కాదు,
కొడుకుకూడా మోసం చేశాడు. ఈవిధంగా జరుగుతుందని తెలిస్తే ఆనాడే సహగమనం
చేసేదాన్ని!" అంటూ మరింత దుఃఖించిన ఉత్తర, పసివాడిని చేతులలోకి తీసుకొని.....
"లోకాలన్నింటికీ తండ్రి, నీకు తాత శ్రీకృష్ణపరమాత్ముడు వచ్చాడు. లే! లేచి నమస్కరించు.
నానమ్మలను చూడు, తాతమ్మ కుంతీదేవిని చూడు, అమ్మమ్మను....."అంటూ ఏడ్చి
ఏడ్చి మూర్ఛపోయింది ఉత్తర. మందిరంలోని వారందరూ శోకంలో మునిగిపోయారు.
కొంతసేపటికి ఉత్తర మూర్ఛలోంచి కోలుకొని... "రక్షించు....రక్షించు" అంటూ రెండు
చేతులూ నెత్తిన పెట్టుకొని నమస్కారం చేస్తూ రోదించింది.
శ్రీకృష్ణుడు ఉత్తరను పట్టుకొని.....

"అమ్మా! భయపడకు. నేనున్నాను" అంటూ అభయమిచ్చి, ఉత్తరను సుభద్రకు వప్పచెప్పి, అక్కడినుంచి లేచి కాళ్ళు, చేతులు కడుగుకొని, ఆచమనం చేసి, ముందుగా అశ్వథామ ప్రయోగించిన బ్రహ్మ శిరోనామాస్త్రాన్ని ఉపశమింపచేసి, ఆ తరువాత.....
"పిల్లవాడిని మంచంమీద పడుకోబెట్టండి" చిరునవ్వుతో చెప్పాడు. 326
ఆయన నవ్వు చూసి అక్కడ స్త్రీజనాలందరూ దుఃఖాన్ని మంత్రం వేసినట్లు ఆపేసి ఆశగా ఆయనవైపు చూశారు.
"నేను ఎప్పుడూ ఎవరితోనూ అబద్ధం చెప్పను. అందరూ చూడండి. బాలుడిని బతికిస్తాను. పాండవ వంశోద్ధారకుడు, భావి వంశకర్త ఇపుడు నిదురనుండి లేస్తాడు. చూడండి!" అంటూ రెండు చేతులూ జోడించి.......
"నేను శత్రువుల విషయంలో కూడా అసత్యం పలుకని వాడినైతే, యుద్ధమంటే వెనుకంజ వేయని వాడనైతే, బ్రాహ్మణజాతి పట్ల నాకు అత్యధిక గౌరవ, ప్రేమలు వున్నవాడినైతే, ఈ ఉత్తర కొడుకు ఇప్పుడే బ్రతుకుతాడు. నేను యేనాడూ, ఏవిధంగాను అర్జునుడియందు వైరబుద్ధి లేనివాడనైతే, ఈ పిల్లవాడు బ్రతుకుతాడు. కంస సంహారం న్యాయబద్ధమైనదైతే ఈశిశువు ఆయువు పొందుగాక. నేను అస్కలిత బ్రహ్మచారిననేది నిజమైతే ఈపిల్లవాడు బ్రతుకుతాడు!" అని వచించాడు.
లిప్తపాటులో పిల్లవాడి శరీరంలో కదలికలు మొదలయాయి. నిజంగానే నిద్రనుంచి లేచిన పిల్లవాడు ఏడవకుండా ఆడుకుంటున్నట్లుగా పిల్లవాడు బోసినవ్వులతో అందరినీ చూశాడు. అప్పటివరకు కన్నీటి మయమైన ఆ మందిరం సంతోష సముద్రమైంది. ఉత్తర దగ్గరనుంచి పిల్లవాడు ఒకరినుంచి ఒకరికి మారసాగాడు. ఆనందంతో అందరి కళ్ళవెంట నీరు కారసాగింది. ఆకాశవాణి కృష్ణుడిని స్తుతించింది. పూలవాన కురిసింది. "వంశమే నశిసిస్తోంది అన్న పరీక్షా సమయంలో పిల్లవాడు బ్రతికాడు గనుక పిల్లవాడికి "పరీక్షిత్" అన్న పేరుని నిర్ణయించాడు కృష్ణుడు. పరీక్షిత్తుకు డోలోత్సవం బ్రహ్మాండంగా జరిగింది. అందరూ పసివాడికి బంగారు ఆభరణాలు కానుకలుగా యిచ్చారు.

ॐ

శ్రీమదాంధ్ర మహాభారత కథలు

ధృతవర్మతో త్రిగర్తవీరుల యుద్ధం

శ్రీకృష్ణుని దయతో ఉత్తరకు మరణించి పుట్టిన శిశువు ఆరోగ్యవంతమైన బిడ్డగా బ్రతికి తాత శ్రీకృష్ణుల వారిచేత పరీక్షిత్తు అని పేరు పెట్టించుకున్న తరువాత అశ్వమేధయాగ నిర్వహణకు కావాల్సిన ధనం కొరకు వ్యాసమహర్షి సూచనతో హిమవర్వత సానువులలో ఈశ్వరానుగ్రహం పొంది మాంధాత్రుని దాన నిధులను పొంది, అంతా సుఖంగా, సంతోషంగా హస్తినాపురం తిరిగి వచ్చి, పెదతండ్రి, పెదతల్లి ఆశీస్సులు తీసుకొని, పరీక్షిత్తు జననం గురించి తెలుసుకొని, అందరూ ఆనందంలో మునిగి తేలుతూ, కృష్ణుడికి కృతజ్ఞతలు చెప్పుకుంటూ, అందరూ ఆనందంగా కాలం గడిపారు. ఆ సమయానికి వ్యాస మహర్షికూడా వచ్చి ఆ ఆనందంలో భాగస్తుడయ్యాడు.

"మీ దయవలన పొందిన ఈ మహాధనాన్ని అశ్వమేధయాగంలో తగిన రీతిలో ఖర్చు పెట్టేలా ఆశీర్వదించండి" అడిగాడు ధర్మరాజు.

"చంద్రవంశజా! అశ్వమేధయాగం సర్వ పాపాలనూ పోగొడుతుంది. నానావిధ దక్షిణలతో యాగం జరిపించి కీర్తిమంతుడివికా" అన్నాడు వ్యాసుడు.

"కృష్ణా! శుభప్రదమైన ఈ అశ్వమేధయాగం శాస్త్రోక్తంగా చేయమని నన్ను ఆజ్ఞాపించు. మాకు తల్లి, తండ్రి, గురువు, దైవం, అన్నీ నీవే" అన్నాడు ధర్మరాజు.

"వ్యాసులవారు చెప్పినట్లుగా నియమానుసారంగా అశ్వమేధయాగం చేద్దాం. నీవు మనస్తాపాన్ని పోగొట్టుకుంటే సంతోషం. అశ్వమేధయాగం చేయటంవలన కలిగే పుణ్యం అన్ని ధర్మాలకంటే గొప్పది. నేనే నిన్ను అశ్వమేధయాగం చేయటానికి ఉత్సాహపరిచానుకదా!"

ఈ యాగంగురించి నేను, నీ తమ్ముళ్ళు, యేమేమి పనులు చేయాలో చెప్పు - చేస్తాం.

"మహామునీ! యజ్ఞ దీక్షకు మంచిరోజును నిర్ణయించండి" అడిగాడు ధర్మరాజు.

"సరే! పైలుడిని సంప్రదించి చెపుతాను" అని, ఆయనతో మాట్లాడి, ఇది చైత్రమాసం. ఈరోజు పౌర్ణిమ. యజ్ఞానికి గుఱ్ఱాన్ని నిర్ణయించటానికి అశ్వశాస్త్రజ్ఞులను పిలిపించు. అందుకు కావాల్సిన సామగ్రిని సిద్ధం చేయించు. స్రుక్కు, సువము, మొదలైన పని ముట్లను బంగారంతో కొత్తగా చేయించు" అన్నాడు వ్యాసుడు.

ఇవన్నీ జరపటానికి కావాల్సిన యేర్పాట్లు చేశారు. కొంతకాలం తరువాత ఏఏ పనులు యెవరికి నిర్ణయించారో, వారు ఆయా పనులను పూర్తి చేసుకొని ధర్మరాజు దగ్గరకు వచ్చారు. వ్యాసుడు వేగులు తెచ్చిన గుఱ్ఱాన్ని చూసి ఆ గుఱ్ఱం అశ్వమేధయాగానికి తగినదిగా నిర్ణయించి చెప్పి, దీనిని శాస్రోక్తంగా వదులుదామని అన్నాడు.

"జ్ఞానమయా! ఈ గుఱ్ఱాన్ని రక్షించటానికి తగినవారిని కూడా నిర్ణయించు" అడిగాడు ధర్మరాజు.

"దివ్యాస్త్రశాస్త్రవేత్త, బుద్ధికుశలుడు, పరాక్రమ శ్రేష్టుడు అర్జునుడు ఈ అశ్వాన్ని రక్షించ టానికి తగినవాడు" చెప్పాడు వ్యాసుడు.

"అర్జునా! యజ్ఞయోగ్యమైన ఈ గుఱ్ఱాన్ని అనుసరించి నీవుండాలి. దాని ఇష్టం వచ్చిన చోట అది ఆగుతుంది. ఇష్టం వచ్చిన మార్గాన పోతుంటుంది. అప్పుడప్పుడు రాజులు కన్పించినపుడు నేను యజ్ఞదీక్షలో వున్నాని చెప్పు. యజ్ఞానికి ఆహ్వానం పంపుతామని, తప్పక రమ్మని చెప్పు. భారత యుద్ధంలో రాజులందరూ చివరకు నశించారు. కాబట్టి ఎవరైనా రాకుమారుడు తిరగబడినా ఆ రాకుమారిడిని మన్నించి, హెచ్చరించి వదిలేయి. అందరినీ యాగానికి ఆహ్వానించు. అంతే" అంటూ బుద్ధులు చెప్పాడు ధర్మరాజు.

అర్జునుడు ధర్మరాజాదులతో వేదోక్తంగా వీడ్కోలు తీసుకొని గాండీవాన్ని చేతబట్టి, అమ్ముల పొదులను ధరించి, శౌర్యంగా అశ్వం వెనుకనే బయలుదేరాడు. రాజధానిలోని జనులందరూ యాగాశ్వమును, అర్జునుడిని చూసి ఆశీర్వదించారు. ధర్మరాజు భీమ, నకుల, సహదేవులను దేశ రక్షణకు, సహదేవుడిని క్షత్రియ కుటుంబాల రక్షణరు నియమించాడు. యజ్ఞాశ్వం చాలాదూరం దానిష్టంవచ్చినవిధంగా తిరిగి త్రిగర్తదేశంలో

ప్రవేశించింది. అపుడు త్రిగర్త దేశాధిపతి కొడుకులు కన్నూమిన్నూ కానకుండా అతి వేగంగా రథాలు నడుపుతూ హెచ్చరికలు చేస్తూ యుద్ధానికి కవ్విస్తూ వచ్చారు.
అర్జునుడు అన్నగారు చెప్పిన హెచ్చరికలను గుర్తుచేసుకొని, కోపాన్ని తగ్గించుకొని..... 329
"మీరు ధర్మరాజు చేసే రాజసూయ యాగానికి ఆహ్వానితులు. తగాదా కోసం రాలేదు" అని నవ్వుతూ చెప్పాడు.
కానీ ఆ రాకుమారులు సూర్యవర్మ అనే రాకుమారుడిని సేనాపతిగా చేసుకొని అర్జునుడిని యెదిరించారు.
"మా అన్న మిమ్మల్నెవరినీ చంపవద్దని శాసించాడు. అందుకని నేను మౌనంగా వున్నాను" అన్నాడు అర్జునుడు.
అయినా సూర్యవర్మ వెనక్కి తగ్గకుండా పొగరుగా అర్జునుడి మీదకు పుంఖాను పుంఖానులుగా బాణాలను ప్రయోగించాడు. అర్జునుడు సూర్యవర్మ బాణాలను ముక్కలు ముక్కలుగా చేశాడు. సూర్యవర్మ తమ్ముడు కేతువర్మ అర్జునుడిమీద నిశిత బాణాలవర్షం కురిపిస్తూ ముందుకు వచ్చాడు. అర్జునుడు కేతవర్మను రణరంగంనుంచి పారిపోయేలా చేశాడు. ఆతడి తమ్ముడు ధృతవర్మ మహాపరాక్రమంతో అతివేగంగా బాణాలు వదులుతూ యెదుర్కొన్నాడు. ఆతడి యుద్ధనైపుణ్యం చూసి ముచ్చటపడి, పదునైన బాణాలు వదలకుండా సాధారణ బాణాలను వదలసాగాడు అర్జునుడు. అయినా ధృతవర్మ మటుకు పదునైన బాణాలు వదలసాగాడు. అర్జునుడికి కోపం వచ్చింది. ధృతవర్మ గుండెమీద పదునైన బాణాలు వదిలాడు. అందుకు బదులుగా ధృతవర్మ వదిలిన బాణాలు అర్జునుడి చేతికి తగిలి, పిడికిలి పట్టుతప్పి గాండీవం క్రింద పడింది. త్రిగర్త సైన్యం దిక్కులు పిక్కటిల్లే లాగా వికటంగా నవ్వారు.
"ఏమిటి నవ్వుతున్నారు? అర్జునుడి పరాక్రమం యేమిటో ప్రపంచంలో అందరికీ తెలుసు. అన్నకిచ్చిన మాటవలన మౌనంగా వున్న ఆయనను గేలిచేసేటంతటివారా మీరు? ఆయనకు నిజంగా కోపం వస్తే మీలో ఒక్కరు కూడా మిగలరు. గాండీవాన్ని భూమిమీద పడేసిన పాపం వూరికే పోదు" అని తలా ఓమాట అన్నారు. ఇంతలో చాకచక్యంగా గాండీవాన్ని అందుకున్న అర్జునుడు రాకుమారులమీద, సైన్యంమీద వాడైన

బాణాలను పరంపరగా వదలసాగాడు. త్రిగర్త సైన్యం చెల్లాచెదురైంది. అర్జునుడి విజృంభణ చూసిన త్రిగర్త వీరులు, పెద్దలు అర్జునుడికి శాంతి చిహ్నం చూపించి, దగ్గరకు వచ్చి......

“అర్జునా! ప్రేమతో మమ్ము కాపాడు“ అని వినయంగా కోరారు. 330

అర్జునుడు చిరునవ్వుతో యుద్ధం ఆపేసి, అందరినీ అశ్వమేధ యాగానికి ఆహ్వానించి యాగాశ్వాన్ని అనుసరించాడు. ఆ అశ్వం కొంతకాలం తరువాత ప్రాగ్జ్యోతిషపురం ప్రవేశించింది. అక్కడ భగదత్తుడి కుమారుడు వజ్రదత్తుడు భుజబలంచేత చిన్న వయసువల్ల తొందరపడి యాగాశ్వాన్ని పట్టుకొని బంధించాడు. తెలిసిన అర్జునుడు వజ్రదత్తుడిపై గాండీవం యెక్కుపెట్టి ఆతడిమీద దాడి చేశాడు. అర్జునుడు వదిలిన బాణాలదాడిని తట్టుకోలేక గుఱ్ఱాన్ని వదిలేసి నగరంలోకి ప్రవేశించి, ఏనుగును యుద్ధానికి సిద్ధంచేయమని ఆజ్ఞచేసి, ఆ ఏనుగును అర్జునుడిమీదకు వదిలాడు. వాడైన బాణాలు వదిలాడు. వాటిని మధ్యలోనే పొడి చేశాడు అర్జునుడు. అపుడు ఆ రాజకుమారుడు యెన్నో చిల్లకోలలు ప్రయోగించాడు. అవి మిడుతలదండు లాగా అర్జునుడిని కమ్మేశాయి. వాటినన్నంటిని నాశనంచేసి, వాడైన పెద్ద బాణాలను వేసి, యువరాజు తూలి పడిపోయేటట్లుగా చేశాడు. అయినా ఆతడు లేచి, అర్జునుడిపై శక్తివంతమైన బాణాలను వదిలాడు. అపుడు అర్జునుడు వజ్రదత్తుడి ఏనుగును కూలగొట్టాడు.

ఆవిధంగా వారిద్దరి మధ్యా అవిరామంగా యుద్ధం మూడు రోజులు జరిగింది.

నాల్గో రోజున......

“మాతండ్రి ముసలివాడు కనుక చంపగలిగావు. నన్ను చంపగలవా?“ హుంకరించాడు వజ్రదత్తుడు. కొండవలె వున్న ఏనుగును అర్జునుడిపైకి పదిలి, శరపరంపరను కూడా వదిలాడు. ఆ ఏనుగు నోటినిండా నీటితో అర్జునుడిమీదకు దూకి తొండంతో నీటిని వదిలింది. అర్జునుడు ఆవేశంగా వజ్రాయుధంవంటి బాణం వదలగా ఏనుగు కుప్ప కూలిపోయింది. హటాత్తుగా వజ్రదత్తుడు కూడా నేలమీద పడిపోయాడు. అర్జునుడు ఆతడు లేచి నుంచునే వరకు వేచి చూసి.....

"వజ్రదత్తా! నాకు నీమీద కోపం లేదు. మా అన్న చెప్పిన విధంగా అశ్వాన్ని వెంబడించి వస్తున్నాను నేను. ఎవరినీ చంపవద్దని మా అన్న ఆజ్ఞ. కనుక వదిలేస్తున్నాను. నీపరాక్రమాన్ని మెచ్చుకుంటున్నాను. ప్రజలను దయతో పాలించు. మీ బంధుబలగంతో సహా రాబోయే చైత్రమాసంలో పౌర్ణమి రోజున జరగబోయే యాగానికి రండి" అని చిరునవ్వుతో చెప్పాడు అర్జునుడు. 331

వజ్రదత్తుడు అంగీకారంగా తలవూపి అర్జునుడికి వినయంగా నమస్కరించాడు. యాగాశ్వాన్ని అనుసరించాడు అర్జునుడు.

ॐ

శ్రీమదాంధ్ర మహాభారత కథలు

బభ్రువాహనుడితో యుద్ధం

యజ్ఞాశ్వం సింధుదేశంలో తిరుగాడసాగింది. కురుక్షేత్రయుద్ధంలో చనిపోయిన సింధుదేశ వీరుల కొడుకులు, మనుమలు, రోషంతో అర్జునుడిమీదకు దూసుకు వచ్చారు. వేలాది మంది రాకుమారులు అందరూ యేకమయి వచ్చారు. యజ్ఞాశ్వాన్ని కట్టేసి అర్జునుడిని చుట్టుముట్టారు. వారువదిలిన బాణపరంపరలకు అర్జునుడు కాస్త తడబడ్డాడు. కారణం అన్నకిచ్చిన మాటప్రకారం రాకుమారులను మట్టుపెట్టే వుద్దేశ్యం లేకపోవటమే.
గాండీవం అర్జునుడి చేతినుండి జారింది. అదిచూసి సింధు రాకుమారులు, సైన్యం పగలబడి నవ్వారు. అర్జునుడు తృటిలో తేరుకొని రకరకాల అస్త్రాలను రాకుమారులపై, సైన్యంపై ప్రయోగించాడు. యుద్ధభూమంతా శత్రువుల పీనుగులతో నిండిపోయింది.
చావగా మిగిలిన రాకుమారులు, సైన్యం చెలాచెదురయ్యారు. కొద్ది సమయంలోనే అంతా కలిసి అర్జునుడి మీదకు దాడికి రాగా.....
“మీరంతా యెందుకు ప్రాణాలు తీసుకుంటారు? మీ తల్లులకు కష్టాలు తేస్తారెందుకు? నేను చెప్పేది వినండి. నేను యుద్ధానికని రాలేదు. యాగాశ్వంతో వచ్చాను. రాకుమారులెవ్వరిని చంపవద్దని మా అన్న ధర్మరాజు ఆజ్ఞ. మీరంతా సహనంగా వుండండి. వచ్చే చైత్రపౌర్ణమి నాడు యాగం. మీకున్న బంధుబలగాలందరితో రండి“ శాంతంగా చెప్పాడు అర్జునుడు.
అయినా రాకుమారులు ముందుకు దూసుకువచ్చారు. ఆ సమయంలో అక్కడికి దుశ్శల వచ్చి, యుద్ధం చేయబోతున్న రాకుమారుని తనవద్దకు పిలిపించి, అర్జునుడి దగ్గరకు తీసుకు వచ్చింది. అర్జునుడిని పట్టుకొని ఏడ్చి......
“అన్నా! ఈ బాలుడు నీ మేనల్లుడి కొడుకు. నీ మేనల్లుడు నీ చేతిలో తన తండ్రి చని

పోయాడనే దుఃఖంలోనే వున్నాడు. ఇంతలో నీవు వచ్చావని తెలియగానే ఆవేశంలో..... వీడిని నీవే కాపాడాలి" బిగ్గరగా ఏడ్చింది దుశ్శల. అర్జునుడు ఆశ్చర్యంలోనే ఆమెను చేరదీసి ఓదార్చి తాను యెవ్వరినీ చంపటానికి రాలేదనీ, యాగాశ్వంతో వచ్చానని, విషయం వివరించి చెప్పి, నీ మనుమడికేమీ భయంలేదని ఓదార్చాడు. ఆపిల్లవాడిచేత అర్జునుడి కాళ్ళకు నమస్కారం చేయించింది దుశ్శల. 333

"దుర్యోధనుడు మీకెంతో అపకారం చేశాడు. నా భర్తకూడా యెన్నో అపకారాలు చేశాడు. ఆవన్నీ మరిచిపో అన్నా! నా వంశాన్ని నిలబెట్టి పుణ్యం కటుకో" అన్నది.

"క్రూరత్వానికి మూలకందమైన ఈ రాజవంశంలో పుట్టాను కదా!" అని దుఃఖించాడు అర్జునుడు.

"నీ మనుమడు వీరుడు. మంచి యుద్ధకాంక్ష, యుద్ధనైపుణ్యం కలవాడు. మంచి లక్షణా లతో ప్రవర్తించమని చెప్పు. మేమందరమూ నీకు అండగానే వుంటాము. పోయిరా!" అని దుశ్శలను ఓదార్చి పంపాడు అర్జునుడు. మరల యజ్ఞాశ్వము ఎటుపోతే అటు అనుసరించాడు అర్జునుడు. పోయి, పోయి, పోయి ఆ అశ్వం మణిపురమనే పట్టణం చేరింది. ఆ పురానికధిపతైన బభ్రువాహనుడు తండ్రి అర్జునిడి రాక తెలుసుకొని రాచరి కంలోని పెద్దలను తీసుకొని కానుకలతో అర్జునుడి దగ్గరకు వచ్చి వినయంగా భక్తి పూర్వకంగా పాదాభివందనం చేశాడు. కొడుకుని నిరసనగా చూశాడు అర్జునుడు. తండ్రి నిరాదరణకు కారణం అడిగాడు బభ్రువాహనుడు.

"వీరుడైనవాడు యాగాశ్వాన్ని బంధించాలిగానీ బంధాలను గుర్తుంచుకోకూడదు. యుద్ధప్రయత్నమే లేకుండా శరణు కోరే రాజూ ఒరాజేనా ఫో!" కసురుకున్నాడు అర్జునుడు.

అయినా అవమానం అనుకోకుండా తండ్రి యెటు పోతే అటు వెన్నాడసాగాడు బభ్రువాహనుడు. ఆ సమయంలో బభ్రువాహనుడి తల్లి వులూపి తన జ్ఞాన నేత్రంతో జరిగింది తెలుసుకొని కొడుకును కలిసి ఆతడిని ఓచోట నిలిపి మాట్టాడసాగింది.

"నాయనా! నేనుకూడా నీతల్లిని, నాగకన్యను, ఉలూపిని. మీతండ్రి కోరిక న్యాయమైనది

నీలోని పరాక్రమం, యుద్ధనిపుణత చూడాలనుకుంటున్నాడు. ఈశ్వరుడితోటే తలబడి
పాశుపతాస్త్రాన్ని సాధించినవాడు. తనంటి తండ్రికి నీవు తగిన తనయుడవేనా చూడా
లనిపించటం, చూసి ఆనందించాలనుకోవటం, న్యాయమే కదా! నీపరాక్రమం చూపించి
ఆయనను సంతోషపెట్టు" చెప్పింది ఉలూపి. 334

బభ్రువాహనుడు తల్లికి పాదాభి వందనం చేసి.....

"తల్లీ! తండ్రితో యుద్ధమేమిటని ఊరుకున్నాను. నీకోరిక, తండ్రిగారి కోరికా తీరుస్తాను" అని తల్లిని రాజలాంఛనాలతో తన రాజమందిరానికి పంపి ,తాను యుద్ధసన్నధుడై, రథానికి హంసధ్వజం (జెండా) ఏర్పాటుచేసుకొని, సైన్యంతోసహా అర్జునుడి గుఱ్ఱానికి అడ్డుపడ్డాడు. అర్జునుడు ఆనందంగా కొడుకుని ఢీకొట్టాడు. ఇద్దరూ ఒకరిమీద ఒకరు బాణాలతో యెదుర్కొన్నారు. తండ్రికొడుకులు ఒకరిపై ఒకరు వాడైన బాణాలను వదులుకున్నారు. అర్జునుడు కుమారుడి చాతుర్యాన్ని పొగిడి ఆతడి హంసధ్వజాన్ని ఖండించి, శరీరాన్ని బాణాలతో బాధించాడు. బభ్రువాహనుడు తండ్రికి తగిన తనయుడు కదా! అని ఆనందించాడు. శరీరం ఆతడి వశం తప్పింది. కొడుకును మనస్సులోనే మెచ్చుకున్నాడు.

"నేను వదిలే వాడి బాణలను తట్టుకోగలవా?" అంటూ వాడి అలుగులు (బాణాలు) ప్రయోగించాడు. అర్జునుడు ప్రయోగించిన బాణాలనన్నింటినీ మూడేసి ముక్కలు చేశాడు బభ్రువాహనుడు. కొడుకు వంటినిండా నాటుకొనేలాగా బాణాలు వేశాడు అర్జునుడు. అయినా కూడా బభ్రువాహనుడు వజ్రాయుధమా! అన్నంత వాడి, వేడిగల బాణాన్ని మంత్రించి వదిలాడు. ఆ బాణం సూటిగా అర్జునుడి గుండెలో గుచ్చుకొని, వెనుక వీపు నుండి బయటకు వచ్చింది. అర్జునుడు భూమిమీద పడిపోయాడు. బభ్రువాహనుడు కూడా తండ్రి వదిలిన బాణాలు చేసిన గాయాలకు స్పృహకోల్పోయాడు.

ఆ సంగతి తెలిసి అంతఃపురంనుంచి చిత్రాంగద పరిగెత్తుకుంటూ వచ్చి నేలమీద పడి వున్న భర్తను, కొడుకును చూచి మూర్ఛపోయింది. ఆ వెంట ఉలూపి కూడా వచ్చింది.

"ఉలూపీ! నీ మూలాన నా కొడుకు, భర్త, యుద్ధభూమిలో పడిపోయారు. చూశావా? నీవు పతివ్రతవు కావా? ధర్మం తెలియదా? తండ్రిని పడగొట్టమని కొడుకుకు బోధచేస్తావా?

నీకు కొడుకు గురించి చింతలేదు. భర్త గురించి చింత లేదు. భర్త నీవిషయంలో తప్పు చేసినా క్షమించి, నీ శక్తులన్నీ ధారపోసి మరల బ్రతికించు. ఆతడి చావు నీకు యేమీ బాధ కలిగించటం లేదా? ఇంతకంటే నిన్నేమనగలను? అయ్యో ప్రాణేశ్వరా! నీవు ఇతరుల ప్రాణాలని కాపాడగలవాడని అందరూ అంటారు. చివరకు నీప్రాణాలు నీవు కాపాడుకోలేక పోయావా? కళ్ళు తెరిచి నన్ను చూడవేమిటి? నీవు లేవకపోతే గుఱ్ఱం వెంబడి యెవ్వరు పోతారు? నీ అన్న యజ్ఞం యేవిధంగా పూర్తిచేస్తాడు? అవును ఉలూచీ, చాలామంది భార్యలను కలిగివుండటం సాధారణమేకదా! నీ అలుక మాని ఆయనను బ్రతికించు. లేకపోతే నేను ప్రాయోపవేశం చేస్తాను" ఏడ్చిన చిత్రాంగద భర్త పాదాలకు నమస్కరించి మౌనంగా కూర్చుంది.

"మా అమ్మ యేనాడూ దుఃఖపడి యెరుగదు. నా పరాక్రమంతో కన్న తండ్రిని నేలకూల్చాను. కిరీటి కిరీటం నేల పడవేశాను. నా అంత దురదృష్టవంతుడు యెవ్వరూ వుండరు" అని దుఃఖించాడు బభ్రువాహనుడు.

యజ్ఞాశ్వాన్ని, అర్జునుడిని అనుసరించి వస్తున్న యాజ్ఞవల్క్య శిష్యులు అక్కడకు చేరారు. నా పాపం యేవిధంగా పోతుంది? అని విలపిస్తున్న బభ్రువాహనుడికి.....

"పన్నెండు సంవత్సరాలు అర్జునుడి కపాలంలో బిక్షాన్నం భుజించాలి" అని ఓ బ్రాహ్మణుడు సమాధాన్నమిచ్చాడు.

"అమ్మా! నీ బోధనతో తండ్రికి ఈ గతి పట్టించాను. ఇంక నీకు సంతోషమేనా! తండ్రిని చంపినవాడికి బ్రతికున్నంత కాలం మనశ్శాంతి వుండదు. తండ్రిని అనుసరించి మరణించటమే కర్తవ్యం. మా తండ్రి మరణించటం నిజమయితే నా ప్రాయోపవేశం అనేది నిజం!" అని చెప్పి, ఆచమనం చేసి మౌనంగా కూర్చున్నాడు.

ఇదంతా చూస్తున్న ఉలూచి అర్జునిడిని బ్రతికించే నాగజాతి వారికి ప్రియమైన సంజీవనీ మణిని కళ్ళు మూసుకొని తలచుకోగానే ఆమె చేతిలో నిలిచింది. ఉలూచి బభ్రువాహనుడి ముఖం చూస్తూ ఈవిధంగా అన్నది.....

"నాయనా! అర్జునుడు ఇంద్రుడి చేతనైనా చనిపోతాడా? ఆయనకు గొప్ప మేలుచేయా

లని యిదంతా చేశాను. నీ శక్తియుక్తులు ఆయనకు తెలిసి ఆనందించాలని, ఆతడికి గొప్పమేలు చేయాలనీ కొంతసేపు మూర్ఛపోయేలాగా చేశాను. చూడు ఇప్పుడాతడు మేల్కొంటాడు. నీవు ఈ మణిని ఆయన గుండెమీద పెట్టు" అని మణిని బభ్రువా
హనుడి చేతికిచ్చింది. బభ్రువాహనుడు ఆ మణిని తండ్రి గుండెమీద పెట్టాడు. తృటిలో 336
అర్జునుడు ఉలిక్కిపడి లేచి నాలుగు దిక్కులా చూశాడు.ప్రక్కనే కొడుకు బభ్రువాహనుడు, చిత్రాంగద, ఉలూచిలను చూచి చిర్నవ్వు లేచాడు. బభ్రువాహనుడు భక్తిగా తండ్రి పాదాలకు నమస్కరించాడు.

"కుమారా! చిత్రాంగద, ఉలూచి ఇక్కడెందుకున్నారు? యుద్ధభూమికెందుకు వచ్చారు?" అడిగాడు.

"నేను చెపుతాను ప్రభూ! ఏనాడూ నీవు యే తప్పూచేయలేదు. నీ కొడుకూ చేయలేదు. చేయడు. చిత్రాంగద కూడా మంచి మనస్సు కలదే! నీకు నమస్కరించి చెపుతున్నాను. కోపగించుకోకుండా విను. నీవు శిఖండిని అడ్డుపెట్టుకొని భీష్ముడిని యుద్ధ భూమిలో పడకొట్టావు. ఆ పాపానికి ప్రాయశ్చిత్తం చేసుకోకుండా నీవు మరణించాక నరకానికి పోవాల్సివుంటుంది. అది తెలిసిన నేను పూనుకొని నీకు పాపవిముక్తిని కలుగ చేశాను. అదేమిటంటే చెపుతాను విను. నేను ఒకరోజు చెలికత్తెలతో కలిసి స్నానం చేయటానికి గంగానదికి వెళ్ళాను. అక్కడకు వసువులు కూడా వచ్చి స్నానాలు చేశారు. వారు మాట్లాడుకుంటుంటే విన్నాను.

"అర్జునుడు శిఖండిని ముందుంచుకొని యుద్ధం చేశాడు. నియమప్రకారం బాణాలు ప్రయోగించలేదు. ఈ సందు చూసుకొని అర్జునుడు ఉత్తమ బాణాలతో పడగొట్టాడు. ఈవిధంగా మోసంతో గెలిచిన ఆతడిని శపించి నాశనం చేస్తాం!" అన్నారు. గంగాదేవికూడా అందుకు అభ్యంతరం చెప్పలేదు. వెంటనే ఆ మాటలు మా తండ్రికి చెప్పాను. మా తండ్రి వెనువెంటనే వసువులను ప్రార్థించి వారిని ప్రసన్నులను చేసుకొని అర్జునుడికి శాప విముక్తి చెప్పండి" అని ప్రాధేయపడ్డాడు.

అపుడు వారు ఆ విమోచనా విధానం చెప్పారు. అదేంటంటే, అర్జునుడి కొడుకైన

బభ్రువాహనుడు యుద్ధంలో తండ్రిని బాధించి, ఆతడిని మరణానికి దగ్గరకు తీసుకు పోవాలి. అపుడు ఆతడు చేసిన పాపం పోతుందని చెప్పారు. ఆ విషయాలు మా తండ్రి నాకు చెప్పారు. ఆ అవకాశం ఇప్పటికి వచ్చింది. బభ్రువాహనుడు తండ్రితో యుద్ధం చేయటానికి ఇష్టపడక వెనుతిరిగాడు. అపుడు నేను వచ్చి కొడుకు తండ్రితో యుద్ధానికి ప్రేరేపించాను. యుద్ధం మంచి తీవ్రతలో వున్నపుడు అర్జునుడిని దీర్ఘమూర్ఛ పోయేలా మాయాప్రయోగం చేశాను. అనుకునకున్నదంతా జరిగాక నాగజాతి వారి సంజీవినీ మణి ప్రభావంతో అర్జునుడిని మేల్కొల్పాను. ఇది జరిగింది" చెప్పింది ఉలూపి. 337

"దేవీ! మా కురువంశ ప్రతిష్టను పెంచే పని చేశావు. ఎప్పటికీ నీ సాహసం నిలిచి వుంటుంది" అన్నాడర్జునుడు.

కొంతసేపు తమతమ జీవితంలోని చిత్ర, విచిత్రాలు సంభాషించుకున్నాక......

"నాయనా బభ్రూ! నీ పరాక్రమము నన్ను ఆనందపరిచింది. చిరంజీవివై పరాక్రమంతో వర్ధిల్లు!" అని ఆశీర్వదించి, పుత్రునితో తన ప్రేమను పంచి, తానూ ఆనందాన్ని పొంది "నాయనా! రాబోయే చైత్రమాస ప్రౌర్ణమినాడు అశ్వమేధ యాగం జరుగుతుంది కనుక నీవు, నీ తల్లులు, బంధువులు, సేవకులు, స్నేహితులు, అంతా హస్తినాపురికి రండి" ఆహ్వానించాడు.

"సరే తండ్రీ! నీవు చెప్పినట్లే చేస్తాము. నీవుకూడా నగరంలోకి వచ్చి కొంత కాలం మాదగ్గర వుండండి. మీ ప్రేమను పొందటంలో నేను తృప్తి పడలేదు" కోరాడు బభ్రువాహనుడు.

"నేను దీక్షలో వున్నాను కనుక నగరప్రవేశం చేయకూడదుకదా! నేను బయల్దేరాలి కదా!" అన్నాడు అర్జునుడు.

బభ్రువాహనుడు తండ్రి మాటను గౌరవించి తండ్రిని పూజించి, వీడ్కోలు చెప్పాడు. అశ్వమూ, అర్జునుడు, అనుసరించి వచ్చిన యాజ్ఞవల్క్య శిష్యులూ, మరల బయల్దేరారు.

ఓం

శ్రీమదాంధ్ర మహాభారత కథలు 338

మేఘసంధితో యుద్ధం

ధర్మరాజు అశ్వమేధయాగం చేయటానికి శాస్త్ర ప్రక్రారం పూజించి వదిలిన అశ్వానికి రక్షణగా అర్జునుడు, ఆయనకు తోడుగా యాజ్ఞ్యవల్క్య శిష్యులూ గుఱ్ఱం యెటుపోతే అటు పోతూ, ఎదిరించినవారికి యుద్ధరీతిలోనే సమాధానం చెపుతూ వారిని అన్నగారు చెప్పిన మాటప్రకారం యెవరినీ చంపకుండా, దండనతో సరిపెట్టి, చివరికి అందరినీ రాబోయే చైత్ర పౌర్ణమినాడు జరగబోయే యాగానికి ఆహ్వానిస్తూ, త్రిగర్త వీరులను, భగదత్తుడి కొడుకు వజ్రదత్తుడిని, సైంధవుడి మనుమడిని, చిత్రాంగద వలన కలిగిన తన కొడుకు బబ్రువాహనుడిని జయించి ముందుకు పోతున్నాడు అర్జునుడు.

యాగాశ్వం రాజగృహం చేరింది. ఇది తెలిసి మేఘసంధి (జరాసంధుడి మనుమడు) యాగాశ్వాన్ని కట్టేసి అర్జునుడిని యుద్ధానికి ఆహ్వానించాడు.

"ముందు నేను చెప్పేది విను. నీమీద నాకేకోపం లేదు. నేను నీమీద యుద్ధానికి రాలేదు. మా అన్న రాజసూయ యాగం చేస్తున్నాడు. ఈ సందర్భంలో యేఒక్క రాజునూ చంప వద్దని మా అన్న ఆజ్ఞ. మీరంతా ఆ యాగానికి రావాలి" అన్నాడు.

మేఘసంధిమటుకు మౌనంగా వుండి అర్జునుడిపై వాడైన బాణాలు వేశాడు. అర్జునుడు మేఘసంధికిగానీ, గుఱ్ఱానికిగానీ, రథసారథికి గానీ, చివరకు మేఘసంధి శరీరానికి కూడా గాయం కాకుండా ఆతని శరీరం చుట్టూరా కప్పివేసేటట్లు బాణాలను వదిలాడు. కాని ఆవిధంగా చేయటం అర్జునుడి అసమర్థతగా అనుకొని, అర్జునుడి శరీరంలో తీవ్రంగా నాటుకొనేటట్లు బాణాలు వేశాడు మేఘసంధి. అయినా కూడా మేఘసంధికి గాయమయేట్లుగా బాణం వేయకుండా ఆతడి రథాన్ని పడేసి, గుఱ్ఱాన్ని, సారథిని చంపి, ఆతడి గదను ముక్కలు ముక్కలు చేశాడు. మేఘసంధి భయపడ్డాడు.

"నేను ముందే చెప్పాను కదా! మా అన్న ఆజ్ఞను పాటించాను కనుక ఇంతసేపు యుద్ధ భూమిలో నిలబడగలిగావు. సరే రాజువి కనుక క్షాత్ర ధర్మాన్ని పాటించి నన్ను యెదిరించావు. ఇక చాలు. ఇంక కావాల్సింది శాంతి" అన్నాడు అర్జునుడు. 339

ఆ మాటలతో అర్జునుడు చెప్పిట్లుగా చేయటం మంచిదనిపించింది. వెంటనే అర్జునుడి పాదాలకు నమస్కరించాడు మేఘసంధి. అర్జునుడు మేఘసంధిని చిరునవ్వుతో లేవనెత్తి, ఆశీర్వదించి, "రాబోయే చైత్ర పౌర్ణమినాడు యాగం. కనుక మీబంధువులు, స్నేహితులు, పరిచారికులు, మీ స్వాధీనంలో వుండే రాజ కుటుంబాలన్నీ కలిసి రావాలి. నీవింక రాజ మందిరానికి వెళ్ళవచ్చు" అని చెప్పాడు అర్జునుడు.

మేఘసంధి అర్జునికి తగిన మర్యాదలతో వీడ్కోలు చెప్పాడు. మరల యాగాశ్వాసంతో అర్జునుడి ప్రయాణం మొదలైంది.

ఆ తరువాత యజ్ఞాశ్వం నిషాద రాజ్యానికి చేరింది. నిషాద రాజ్యానికి రాజు ఏకలవ్యుడి కొడుకు. ఆతడు కూడా అర్జునుడి వల్లనే తన తండ్రికి అన్యాయం జరిగిందనే కోపంతో అర్జునుడిని యెదిరించాడు. అర్జునుడుకూడా నిషాద రాజ్యాన్ని తన బాణాల తాకిడికి గురిచేసి, ఏకలవ్యుడి గర్వాన్ని అణిచాడు. ఆతని ప్రాణాలను రక్షించాడు. అంతటితో నిషాధిపతి అర్జునుడికి లొంగిపోయి పాదాభివందనం చేశాడు. అర్జునుడు ఆ రాజు చేసిన గౌరవపూజలందుకొని యజ్ఞాశ్వంతో బయలుదేరాడు. అశ్వం అక్కడ, ఇక్కడ, తిరిగి చివరకు దక్షిణాపథం చేరింది. అర్జునుడు ప్రౌండ్ర, ఆంధ్ర, ద్రావిడ, కేరళ, కర్ణాటక, భూపతులను స్వాధీనం చేసికొని, సౌరాష్ట్ర దేశంలోకి ప్రవేశించి, యజ్ఞాశ్వంతో సహా గోకర్ణం చేరాడు. గుఱ్ఱం ద్వారక దగ్గరకు వెళ్ళింది. యాదవులు దానిని చూసి, యుద్ధం చేయకుండా అర్జునుడిని గౌరవించి, పూజించారు. అశ్వం పశ్చిమ సముద్ర తీరాన చిన్న దేశాలలో తిరిగి పాంచాల దేశంమీదగా గాంధారదేశం చేరారు. శకుని కుమారుడే ఆ దేశానికి రాజు. ఆతడుకూడా తండ్రిలాగా ఆలోచన లేకుండా తన సైన్యంతో అర్జునుడిని యెదుర్కొన్నాడు. అర్జునుడు ముందుగా ధర్మరాజు చేయబోయే

యాగం గురించి, ఏరాజునూ చంపకూడదనే నియమం గురించి, అంతా చెప్పి, యాగా
నికి ఆహ్వానించాడు. శకుని కొడుకు వినిపించుకోకుండా అర్జునుడిపై లంఘించాడు.
అర్జునుడు గాంధార దేశ సైన్యాన్ని నాశనం చేశాడు. ఆతడి కిరీటాన్ని నేలకూల్చాడు.
అయినా రాకుమారుడు వెనుకంజ వేయకుండా యుద్ధంచేస్తూనే వున్నాడు. అంతలో..... 340
రాజమాత, పట్టమహిషి పూజాద్రవ్యాలతో యుద్ధభూమి ప్రవేశించి.....
“రక్షకుడవు...రక్షకుడవు!“ అంటూ వేగంగా అర్జునుడి దగ్గరకు వచ్చారు. అర్జునుడు
రాజమాతకు నమస్కరించి.....
“అమ్మా! నేను చెపుతూనే వున్నాను. యుద్ధానికిది సమయం కాదు అని“ అంటూ
ధర్మరాజు నిర్వహించే యాగం గురించి చెప్పి, రాజులనెవ్వరినీ చంపకూడదన్న
నియమం గురించి కూడా చెప్పాడు.
“చూడు నాయనా! నీవు పరాక్రమవంతుడివే. నేను, నా అన్న పెట్టిన నియమాలను
మీరలేదుగనుక నీవు నాతో యింతసేపు యుద్ధం చేయగలిగావు. గతకాల బంధుత్వాన్ని
గుర్తుపెట్టుకో. పగను మరిచిపో. అయినా అప్పుడుకూడా మీ తండ్రి మమ్మల్ని ద్వేషించి
చెడిపోయాడు. మేము మామ అనే బంధుత్వంలోనే వున్నాం. ఇంకమీదట ధ్మరాజును
గౌరవించు. ప్రేమించు. అందుకు నిదర్శనంగా రాజమాతతోసహా, నీఅనుయాయులను,
అనుచరులను కూడా యాగానికి తీసుకురా“ చెప్పాడు.
యజ్ఞాశ్వం తిరిగి హస్తినాపురి మార్గం పట్టింది.

ॐ

శ్రీమదాంధ్ర మహాభారత కథలు

అశ్వమేధ యాగం

అర్జునుడు యజ్ఞాశ్వంతో దేశమంతటా తిరిగి, ఎదురు తిరిగిన వారిని ఓడిస్తూ, అందరి మెప్పులూ పొందుతూ, తన కొడుకు బభ్రువాహనుడిని, భార్యలు ఉలూచి, చిత్రాంగద లను కలిసి, కొడుకు పరాక్రమాన్ని చవిచూసి, సంతృప్తితో రాజులందరినీ అశ్వమేధ యాగానికి ఆహ్వానించుకుంటూ, చైత్రమాసం సమీపంలో వుండగానే యాగాశ్వంతో అనుచరులతో హస్తినాపురం దిక్కుకు బయలుదేరాడు. ధర్మరాజు అర్జునుడి రాకను వేగులద్వారా తెలుసుకొని, తమ్ములను, మంత్రులను ఇతర ముఖ్యులను పిలిపించి, "చైత్రమాసం వచ్చేస్తోంది కనుక మునులను, రాజులను ఆహ్వానించటానికి తగినవారిని పంపాలి. మంచి శిల్పులను పిలిపించి యజ్ఞశాలను, అతిధులకు కావాల్సిన తాత్కాలిక వసతిగృహాలను అన్నిరకాల వసతులతోనూ నిర్మించాలి. అర్జునుడిని యెదురు వెళ్ళి తీసుకురావటానికి పరివారాన్ని పంపాలి..." అంటూ యెవరికి యేపనులు చేయాలో అందరికీ పురమాయించాడు. యెవరి పనులలోవారు నిమగ్నులైపోయారు. అతి త్వరిత కాలంలోనే యజ్ఞశాల, యజ్ఞవాటిక, వసతిగృహాలు, అవసరమైన గదులు, అన్నీ సక్రమంగా కట్టబడ్డాయి. ఆవన్నీ చూసి శ్రీకృష్ణుడు యెంతగానో ఆనందించాడు. యజ్ఞ సమయంలో అన్నదానం కోసం అన్నంరాసులు కొండల లాగా లేచాయి. నెయ్యి నదివలె ప్రవహించింది. అన్నదానం గంట అవిరామంగా మ్రోగుతూనే వుంది. నాలుగు సముద్రాలూ దాటి భూమండలంలో వున్న ప్రజలందరూ అక్కడికి వచ్చారు. రాజులందరూ యెవరికి తోచిన సాయం వారు చేశారు. అన్నగారి ఆజ్ఞతో వచ్చిన రాజలందరికీ తగిన మర్యాదలు చేశారు. నకుల, సహదేవులు వచ్చిన రాజులందరినీ ఆదరంగా, ప్రేమగా పలుకరిస్తూ,

బహుమానాలిస్తూ, వారిని పూజించారు. శ్రీకృష్ణుడు, బలరాముడు, సాత్యకితో, ముఖ్య యాదవులు వచ్చారు. అపుడు ధర్మరాజుకు శ్రీకృష్ణుడొకమాట చెప్పాడు.

"ధర్మజా! ద్వారకకు సమీపంలో ఆపురవాసుడికి అర్జునుడు కనిపించాడట. అశ్వమేధ
యాగానికి అన్ని దేశపు రాజులు యాగం చూడాలనే కుతూహలంతో వస్తున్నారు. వారు 342
ఇంతకుముందు శత్రువులైనా సరే వారికి ప్రేమగా, శ్రద్ధగా మర్యాదలు జరగాలి. అది మన కర్తవ్యం, అని నీకు చెప్పమన్నాడట. మణిపుర మహారాజు, సకల సుగుణ రాసి అయిన నా కొడుకు బబ్రువాహనుడు, చిత్రాంగద, ఉలూచిలు కూడా పెదతండ్రైన మీ దర్శనంకోసం వస్తున్నారు" అని చెప్పమన్నాడట. ఆనందంగా చెప్పాడు.

ఆమాటలు విని ధర్మరాజు.....

"అర్జునుడు అకారణంగా జరిగిన యుద్ధాలలో కష్టపడ్డాడని, ఆ కారణంగా శారీరకంగా బాగా చిక్కిపోయాడని విన్నాను. ఆనాడు కురుక్షేత్ర యుద్ధంలో భయంకర యుద్ధాలతో బాధపడ్డాడు. ఇప్పుడు ఈవిధంగా. అన్నీ నావల్లనే"అంటూ బాధపడ్డాడు. "ఆతడిలోని లోపమేమిటి? జాతక లోపమా?" అడిగాడు.

"శరీర నిర్మాణంలో చిన్న లోపం. పిక్కలు ఆతని పొడవుకు లావుకు తగినంత కాకుండా కొంచెం అధికంగా వున్నాయంతే" అన్నాడు కృష్ణుడు.

ఆవిధంగా మొదలైన అర్జునుడిని గురించి ప్రారంభించిన మాటతో, ఆతడి పౌరుషం, యుద్ధ ప్రావీణ్యం, అందం, తెలివి, పెద్దలయెడ భక్తి, కృష్ణుయందున్న ప్రేమ, మొదలైన మాటలతోటే చాలాసేపు గడిచిపోయింది. ఇంతలో అర్జునుడి దగ్గరనుంచి ఓ దూత వచ్చాడు. ఆతడు ధర్మరాజుకు నమస్కరించి......

"మహారాజా! అర్జునులవారు నగరానికి సమీపంలోకి వచ్చారు" చెప్పాడు.

ఆ మాటలతో ధర్మరాజుకు చాలా ఆనందమయింది. సంతోషంలో దుఃఖం వచ్చింది. ఆ దూతకు బహుమానంగా బంగారం, నూతన వస్త్రాలు, నగలు కానుకగా యిచ్చాడు. అందరూ తెల్లవారే వరకు అర్జునుడిని గురించి బాల్యంనుంచి, ప్రస్తుతంవరకు మాట్లాడుకుంటూనే వుండి, రెండవ ఝాములోనే అర్జునుడిని చూడటానికి ఉత్సాహంగా

ముస్తాబై యెదురు చూడసాగారు. సూర్యోదయమయ్యాక అర్జునుడు యాగాశ్వంతోసహా నగరంలోకి వచ్చాడు. యజ్ఞాశ్వం కూడా అందరినీ చూసి ఆనందంతో ఆటలాడింది. ప్రజలందరూ ఆ గుఱ్ఱం గురించి, అర్జునుడిని గురించీ మాట్లాడుకొని ఆనందించారు. సగరుడు మొదలైన వారి తరువాత ధర్మరాజు చేసే యాగం గురించి, అర్జునుడి వీరత్వం గురించి, కథలు కథలుగా ప్రజలు చెప్పుకోసాగారు. ఆ కథలు అతి త్వరగా దేశమంతటా వ్యాపించసాగాయి. మానవ ప్రయత్నము, దైవబలము, ఒకదానితో ఒకటి పోటీ పడటంతో ధర్మరాజు కార్యక్రమాన్ని సునాయాసంగా నిర్వహించసాగాడు. 343
"పాశుపతాస్త్రాన్ని సాధించినవాడు, మత్స్యయంత్రాన్ని కొట్టి, ద్రౌపదిని గెలిచినవాడు, ఖాండవ దహనం చేసినవాడు, ఈతడే అర్జునుడు!" అంటూ దేశ దేశాలనుంచి వచ్చిన ప్రజలు, రాజులు చెప్పుకుంటూ వుంటే అర్జునుడు ఆనందంతో నవ్వులు చిందిస్తూ యజ్ఞశాలకు చేరాడు. ధర్మరాజు, భీముడు, నకుల సహదేవులు అర్జునుడికి యెదురు వెళ్ళి పలుకరించారు. వారందరినీ పద్ధతి ప్రకారంగా మాట్లాడించి ఆనందింపచేశాడు అర్జునుడు. తరువాత ధృతరాష్ట్రుడిని, గాంధారిని, తల్లిని పలుకరించి వారిని ఆనందింప చేశాడు. ఆ సమయంలోనే సుగుణాలరాసి, పితృభక్తి పరుడు బభ్రువాహనుడు తల్లులతో సహా అక్కడికి వచ్చాడు. ఆతడు కూడా ముందుగా ధృతరాష్ట్రుడిని, గాంధారిని, కుంతీ దేవిని, ద్రౌపదీ దేవిని, సుభద్రను, వరుస క్రమంలో కలిసి, నమస్కరించి, పలకరించి, ఆశీర్వాదం తీసుకున్నాడు. ఆతరువాత ధర్మరాజును, భీముడిని, నకులసహదేవులను, విదురాదులను కలిసి, పలుకరించి, నమస్కరించి, ఆశీర్వాదాలు పొందాడు. ఇటు పెద తండ్రులు, పినతండ్రులు, తాతలు, అటు శ్రీకృష్ణుడు, బలరాముడు, యాదవ ప్రముఖులు ఇతరులుకూడా బభ్రువాహనుడికి ఆశీర్వాదాలతోపాటు విలువైన వస్త్రాలు, మణిమయ భూషణాలు కానుకలుగా ఇచ్చారు. చిత్రాంగద, ఉలూపి కూడా అందరికీ నమస్కారాలు చేసి ఆశీర్వాదాలు, బహుమతులూ పొందారు. సుభద్ర, ద్రౌపదిల ఆశీస్సులు కూడా తీసుకున్నారు. ఈవిధంగా అశ్వమేధయాగం అన్నివిధాలైన ఆనందాలతో ప్రారంభమ యింది. అపుడు వ్యాసుడు ధర్మరాజు దగ్గరకు వచ్చి......

“ధర్మజా! యజ్ఞం ప్రారంభించే సమయమయింది. నీవు చాలాగొప్ప యాగం చేస్తున్నావు. దక్షిణలు చేయవలసిన దానికంటే అధికంగా ఇవ్వు. అశ్వమేధయాగం చేశాక చేసే స్నానం చాలా పవిత్రమైనది. సమస్త పాపాలనూ పోగొడుతుంది. దానితో భారతయుద్ధం లో దాయాదులను సంహరించిన పాపం అనే నీ బాధను పోగొట్టుకో. సమస్త శుభాలూ 344
కలుగుతాయి“ అని చెప్పి ఆశీర్వదించాడు.

ధర్మరాజు దీక్షతో అశ్వమేధయాగం మహదానందంతో చేశాడు. బృహస్పతితో సమానులైన ఋత్వికులు యజ్ఞాన్ని సావధానులై సావధానంగా నిర్వహించారు. ఇదంతా శ్రీకృష్ణుని దయతో జరుగుతోందనే నమ్మికతో చేశారు. భీముడు యజ్ఞానికి వచ్చిన వారందరిక..... “మీకు కావలసినంత తినండి, కావాల్సిన వస్తువులు తీసుకోండి, కావాల్సినంత ధనం తీసుకోండి. మీరు మీ ఆర్థిక ఇబ్బందులనుండి విముక్తి కండి“ అంటూ ఎవరికి యేది యెంత కావాలంటూ అడిగి మరీ యిచ్చాడు. ఆ విధంగా సర్వజనులూ అన్నిరకాల వుపకారాలూ పొందారు. ఆ యజ్ఞంలో పాల్గొనని పండితులు, వేదాంత ప్రముఖులు, శాస్త్రవేత్తలు, కళాకారులూ, అంటూ యెవ్వరూ లేరు. అనేక కళారూపాల ప్రదర్శనలు జరిగాయి. దేవేంద్రుడు, ఇతర దేవతలు కూడా ఆ కార్యక్రమాన్ని కనులవిందుగా చూసి మనసారా ఆనందించి, ధర్మరాజును ఆశీర్వదించారు.

యజ్ఞ వేదికను బంగారు ఇటుకలతో కట్టారు. ఆఇటుకలు నాలుగు వరుసలు. కొలత పదమూడు మూరలు. గ్రద్ధ ఆకారంలో వున్నది. యూపాలు మొత్తం ఇరువది వొకటి. అవి చంద్ర కఱ్ఱతో ఆరు, మారేడు చెక్కతో ఆరు, మోదుగ కఱ్ఱతో ఆరు, దేవదారు చెక్క తో రెండు, విరివి చెట్టుతో ఒకటి. ఇవి కాక అనేక బంగారు స్థంభాలు శాస్త్రంలో చెప్ప బడిన ప్రకారం ఏర్పాటు చేశారు. ఆ స్థంభాలకు నాలుగు కాళ్ళు వున్న జంతువులను, పక్షులను, చేపలను కూడా కట్టారు. ఆవన్నీ ఓ మూడు వందలుంటాయి (యూపము= స్థంభము). వాటన్నిటినీ వలసిన సమయాలలో చంపి వండారు. అ సమయంలో ద్రౌపదిని అక్కడనే వుండేలాగా చేశారు. వాటన్నింటినీ దేవతలకు ఆయాసమయాలలో నివేదన చేశారు. ధర్మరాజును వ్యాసాదులు సంతోషంతో ఆశీర్వదించాడు. ధర్మరాజు

సదస్యులకు వేయేసి బంగారు నాణాలు దానమిచ్చి, వ్యాస మహర్షికి భూమండలంలో తన సామ్రాజ్యాన్నంతా దానమిచ్చాడు. ఆవిధంగా కురువంశాగ్రణి అయిన ధర్మరాజు సమర్పించగా భూభాగాన్నంతా దానంగా తీసుకున్న వ్యాస మహర్షి......

“కురువంశ సార్వభౌమా! నీ భూమండలాన్నంతా నేనేం చేసుకోను! బ్రాహ్మణ బుద్ధిగా 345
మేము బంగారం, ధనం అడుగుతాం. మాకేది కావాలో అదివ్వు. అదే అందరికీ మంచిది“ అన్నాడు వ్యాసుడు.

“పెద్దలు అశ్వమేధ యాగానికి భూదానమే శ్రేష్టమంటారు. అందుకని అర్జునుడి రాజ్యమంతా మీకు దానమిచ్చాను. ఇపుడు మీకు దానమిచ్చిన భూమిని వెనక్కు తీసుకుంటానా?“ అన్నాడు ధర్మరాజు.

పాండవ సముదాయమంతా ధర్మరాజు మాటనే సరైనదని సమర్ధించారు. ఆకాశవాణి కూడా అవును అని పలికింది.

“రాజా! ఈ భూమినంతటిని అమ్మేస్తాను. నాకు ఈ భూమికి తగినంత ధనమీయి. ఇందులో తప్పేమీ లేదు. నాకోరికతీర్చి నన్ను సంతోషపెట్టి పంపు“ అన్నాడు వ్యాసుడు.

“రాజా! ఈ మహర్షి చెప్పినట్లు చేయి“ అన్నాడు కృష్ణుడు.

కృష్ణుడి ఆజ్ఞతో ధర్మరాజు వప్పుకొని కోటి కోట్ల బంగారు నాణాలు కుప్పపోసి.....

“ఇదే ఆ భూమికి సాటైనధనం“ అని చెప్పి, దానిని వ్యాస మహర్షికిచ్చాడు ధర్మరాజు.

వ్యాసుడు తనవంతు భాగాన్ని తాను తీసుకొని మిగిలినదంతా ఋత్విజుల కిచ్చాడు.

ఆ తరువాత యజ్ఞ వాటికకు వాడిన బంగారు ఇటుకలు, గిన్నెలు, గంగాళాలు, కుర్చీలు, బల్లలు, మంచాలు, అన్నిరకాల సామాన్లు, ముందుగా బ్రాహ్మణులకు, క్షత్రియులకు, వైశ్యులకు, ఇతర జాతులవారందరికీ, వారు తృప్తిపడేలాగా పంచాడు. బ్రాహ్మణులు, రాజులు, వైశ్యులు, ఇతర జాతివారు, ఎవరి పద్ధతులలో వారు ధర్మరాజును కుటుంబాన్ని, వంశస్తులను ఆశీర్వదిస్తూ ఆనందంగా తమ తమ నివాసాలకు వెళ్ళారు. వ్యాసుడు తమ వంతు బంగారాన్ని కుంతీదేవికిచ్చాడు. దానిని ఆమె తగిన దాన ధర్మాలకుపయోగించింది. ధర్మరాజు చుట్టాలతోకూడి యజ్ఞానంతరం చేసే స్నానాన్ని చేశాడు. దానివలన ఆతడనుకున్న ఆ పాపాలన్నీ తొలగిపోయాయి. మనస్సు తేలికయింది.

అటువంటి ధర్మరాజు వ్యాస భగవానుడి పాదాలకు శిరస్సును ఆనించి సాష్టాంగ దండ ప్రణామం చేశాడు. అక్కడకు వచ్చిన క్షత్రియ యువకులకు వారి రాజ్యాలను వేడుకగా సింహాసనాలమీద కూర్చోపెట్టి రాజ్యాభిషేకాలు చేసివారిని, వారి తల్లులను, భార్యలను ఆనందింపచేశాడు. 346

వారిలో మొదటిగా దుశ్శల మనుమడికి సింధు దేశానికి పట్టాభిషేకంజరిగింది. యజ్ఞానికి వచ్చిన రాజులందరికి విలువైన మణులు, పొదిగిన నగలను కానుకలుగా యిచ్చాడు. గుఱ్ఱాలను, ఏనుగులను, నృత్యబృందాలను కానుకలుగా ఇచ్చాడు. కొడుకైన బభ్రువాహనుడికి కూడా తన ప్రేమనంతా చూపించి, కానుకలిచ్చి, సంతోషంతో నిండిన కన్నీటితో సాగనంపాడు. ఉలూపి, చిత్రాంగదలను కూడా రాజ్య మర్యాదలతో వారి నివాసాలకు పంపాడు. కృష్ణుడికి, బలరాముడికి, భక్తిగా పూజలు చేసి వారుకూడా మెచ్చే మణి మాణిక్యాలను బహుమతినిచ్చి వారిని సంతోషపెట్టారు. సాత్యకి మొదలైన యాదవ ప్రముఖులకు కూడా లోకాతీత వస్తువులను సమర్పించుకున్నాడు.

ఈవిధంగా రాజసూయ యాగం సర్వజనులు మెచ్చుకొనే విధంగా పూర్తి చేశాడు ధర్మరాజు.

ॐ

శ్రీమదాంధ్ర మహాభారత కథలు

ముంగిస కథ

అశ్వమేధయాగం పూర్తయాక యజ్ఞంలో పాల్గొన్న బ్రాహ్మణులందరూ ధర్మరాజు చేసిన యాగంలోని విశేషాలు, అందరికీయిచ్చిన కానుకలు, జరిగిన అన్నదానాలు, ధనధాన్యాల వితరణ, మొదలైన విషయాలన్నీ సంతోషంతో చెప్పుకుంటూ పోతున్న బ్రాహ్మణులను కన్నంనుంచి బయటకు వచ్చి ఓ ముంగిస నవ్వింది. ముంగిసను యెందుకు నవ్వుతున్నావని అడిగారు బ్రాహ్మణులు.

"బ్రాహ్మణులారా! వినండి. పుణ్యభూమిగా పేరున్న కురుక్షేత్రంలో ఓ మంచి బ్రాహ్మణుడుండేవాడు. ఆతడి పేరు సక్తుప్రస్థుండు. ఆతడు కోపతాపాలు లేనివాడు. పొలాలలో రాలిన గింజలు యేరుకొని తినేవాడు. ఆతడికి భార్య, కొడుకు, కోడలు కూడా వున్నారు. ఆతడికి తపస్సే సంపద. ఈవిధంగా వుండగా ఓ సంవత్సరం వానలు కురవలేదు. వరి, గోధుమ పంటలేవీ పండలేదు. వారికి తిండికి గడవటమే కష్టమైపోయింది. ఇంటిలోనివారంతా పొలాల వెంటపడి రాలిన ధాన్యం ఏరుకొచ్చేవారు. కానీ అందరికీ తిండికి సరిపోయేది కాదు. ఈవిధంగా జరుగుతుండగా ఓ రోజున రోజంతా అందరూ కలిసి ఏరుకొచ్చిన ధాన్యం నాలుగు మానికల పిండయింది. ప్రతిరోజూ చేసే నిత్యవిధులు పూర్తయాక దానిని పంచి వుపయోగించటానికి ప్రయత్నాలు చేస్తున్నపుడు ఓ బాటసారి ఆ ఇంటికి వచ్చాడు. అందరూ ఆతడిని ప్రేమగా ఆహ్వానించారు. ఆయనకు అతిథి మర్యాదలు చేశారు. భోజనం చేయమని కోరారు. ముందుగా యజమాని తనవంతు పేలపిండిని ఆహారంగా పెట్టాడు. ఆతడి ఆకలి తీరలేదని అర్థంచేసుకొని ఇంటి ఇల్లాలు తనవంతు ఆహారాన్ని భర్త అనుమతితో అతిథికి పెట్టింది. ఆవిధంగా ఆ గృహస్తుడి కొడుకు, కోడలు కూడా తమవంతు ఆహారాన్ని ఇంటి యజమాని అనమతితో

అతిధికి భోజనంగా పెట్టారు. ఆవిధంగా ఇవ్వటం వారి ధర్మం, బాధ్యతగా భావించారు. ఆహారం తిన్న అతిధి సంతృప్తి చెందాడు. ఆ తృప్తి ఆతని ముఖంలోను, శరీరం అంతటా కనిపించింది. గమనించిన కుటుంబంలో అందరూ ఆనందించారు.

మరుక్షణం......

“మునిశ్రేష్టా! నేను యముడిని. నీ సదాచారం గురించి, నీ కుటుంబం గురించి విని కేవలం నిన్ను చూడటానికి మటుకే వచ్చాను. భక్తి, ప్రేమ, ఆదరణ, శ్రద్ధ, ఓర్పు, మర్యాద, దయ, అతిథిసేవ నీయందే చూశాను. దేవతలు, యక్షులు, సిధ్ధులు మొదలైన వారంతా నీ దానగుణం చూచి ఆకాశంలో గుంపులుగా చూస్తున్నారు. అదిగో అటు చూడు... అంటూ ఆకాశంలో గుంపులుగా వున్న దేవతలను చూపించాడు యముడు.

అపుడు దేవతలందరూ ఆ బ్రాహ్మణ కుటుంబంపై పూలవాన కురిపించారు.

“మిమ్మల్ని చూడాలని దేవతలు వుత్సాహపడుతున్నారు. మహాత్మా! ఆకలి మనిషిలోని తెలివిని, ఆలోచనను, మంచితనాన్ని, అన్ని సుగుణాలను నశింపచేస్తుంది. అటువంటి ఆకలిని జయించావు. అనేక విధాలైన దానాలు, విలువైన దానాలు, గొప్పవి కావు. సన్మార్గంలో కష్టపడి సంపాదించినదానిని దానం చేయటమే శ్రేష్టం. అది యెంత తక్కువ విలువైనదైనా సరే. అదే శ్రేష్టం. ఉత్తమ ధర్మం“ అన్నాడు యముడు.

అపుడు సక్తుప్రస్తుడు, ఆతడి భార్య, కొడుకు, కోడలు యముడికి సాష్టాంగ నమస్కారం చేశారు. ఇంతలో బ్రహ్మ పంపిన మణిమయ విమానం వచ్చి సక్తుప్రస్తుడి ఆశ్రమం ముందాగింది.

“సద్గుణాశయా! నీవు, నీ భార్య, కొడుకు, కోడలు సంతోషంగా ఈ విమానం యెక్కండి. అతివేగంగా బ్రహ్మసభకు వెళ్ళాలి“ అన్నాడు యముడు.

యముడు చెప్పినట్లే వారు నలుగురు విమానమెక్కారు. యముడు వారి వెనుక బయల్దేరాడు. ఇదంతా నేను చూస్తూనే వున్నాను. భోజనానంతరం ఆ బ్రాహ్మణుడు యముడి పాదాలు కడిగినప్పుడు ఆయన పాదాలమీద పడిన పిండి నీరు నా మీద సన్నచినుకులాగా పడ్డాయి. అంతట నా తల, శరీరం ఒకవైపు బంగారు రంగుగా మారాయి. అప్పటి

నుంచి దానాలు జరిగే చోట్లకు, యజ్ఞాలు యాగాలు జరిగే చోటికి పోతూనే వున్నాను. శరీరంలోని రెండవ భాగం కూడా బంగారు రంగు మారుతుందేమోనని. ఆ కారణంగా ధర్మరాజు యాగం జరిగిన చోటుకు కూడా వచ్చాను. నాకు యే ప్రత్యేకతలూ ఆ యజ్ఞా నంతరం కనిపించలేదు. అందుకని ఆబ్రాహ్మడు చేసిన దానంతో సాటి యేదీ లేదన్నాను" 349
అని, ఆ ముంగిస యెటుపోయిందో తెలీకుండా వెళ్ళిపోయింది.

ఆ ముంగిస ఆ విధంగా అన్నందుకు కారణం వొకటుంది. పూర్వం ఇంద్రుడొకసారి యజ్ఞం చేయాలని నిశ్చయించుకొని అన్నివిధాల ప్రయత్నాలు చేశాడు. అందులో భాగంగా రకరకాల జంతువులను యజ్ఞంలో బలులివ్వటానికి రకరకాల జంతువులనే కొన్ని తెప్పించాడు ఇంద్రుడు. వాటిని చూసి మునులకు ఆ జంతువులపై జాలి కలిగి... "ఇంద్రా! పుణ్యాత్మా! హింస ధర్మం కాదు. కృతయుగం ప్రవేసించింది కనుక ఇపుడు మూడు సంవత్సరాలు నిలవవున్న విత్తనాలే యజ్ఞద్రవ్యాలు. వాటితో వేదోక్తంగా భక్తి, శ్రద్ధలతో హొమం చేయి. అదే నీకు ధర్మాభివృద్ధిని కలిగిస్తుంది" అని మునులు అన్నారు. దేవేంద్రుడికది నచ్చలేదు. మునులకు, ఇంద్రుడికి వాద, ప్రతివాదనలు జరిగాయి. దేవతలందరూ ఇంద్రుడినే సమర్ధించారు. ఆ సమయంలో వేదంలో యజ్ఞ సంబంధమైన విషయాలు తెలిసిన ఉపరిచర వసువు అక్కడికి వచ్చాడు. ఇరువర్గాల వారూ న్యాయం కోరగా ఆయన జంతుబలి తగినదేనని ఇంద్రుడిని సమర్ధించి, ఆ యజ్ఞంలో జంతువుల బలి జరిపించాడు. దాని షలితంగా ఆతడు తరువాతి కాలంలో అధోగతి పాలయాడు.

ॐ

శ్రీమదాంధ్ర మహాభారత కథలు 350

జమదగ్నికి శాపం

అగస్త్యుడు ఓసారి పన్నెండు సంవత్సరాలు యజ్ఞదీక్ష తీసుకొని యజ్ఞాలు చేస్తూ, చివరి సంవత్సరంలో కూడా గొప్ప నియమ నిష్ఠలు ఆచరించి యజ్ఞం చేయాలని నిర్ణయించుకున్నాడు. అందుకు ఋత్వికులుగా మహిమగల మహర్షులు అంగీకరించారు.
వారంతా అన్ని ప్రయత్నాలు చేశారు. కానీ ఇంద్రుడు అన్ని సంవత్సరాలు సరిగ్గా వానలుకురిపించలేదు. గత సంవత్సరం వరి మొదలైన పంటలేమీ సరిగ్గా పండలేదు. ఋత్విజులంతా సమావేశమై అగస్త్యుడు యజ్ఞం తరువాత అన్నదానమేవిధంగా చేయగలడుఅని చర్చించుకున్నారు. అది తెలిసిన అగస్త్యుడు.....
“అప్రతిహత తపఃపరులారా! దేవేంద్రుడు ఈ సంవత్సరం నెలకు మూడువానలు కురిపించుతాడా సరేవుంది, లేదంటే నేనే దేవేంద్ర పదవిని స్వీకరించి లోకాన్ని రక్షిస్తాను. మీరందరూ నా విషయంలో విచారించకండి. లేదా! మూడు లోకాలలోనూ యజ్ఞద్రవ్యాలు కోటానుకోట్లు వున్నాయి. అవి మీముందుచుతాను. అంత కష్టమెందుకు, అని మీరంతా అంటే, ఉత్తర కురుభూములలో పంటలు చాలాబాగా పండాయికదా! యజ్ఞసమయంలో అన్నదానం సమయానికి ఇక్కడకు చేరేలా చేస్తాను. నేను మంచి విత్తనాలతో యజ్ఞం చేస్తున్నపుడు అనావృష్టితో లోకం బాధపడుతుందా?“ అన్నాడు జమదగ్ని.
“లోక వందనీయా! నీవు ధర్మబద్ధంగా దొరికిన వస్తుసాధనాలతో యజ్ఞం చేసేవాడవు. దేవేంద్రుడి మీద కోపంతో నీ తపఃఫలితాన్ని వదులుకోకు. లోకాలలోని ధనంమెందుకు? నీవనుకున్న యజ్ఞాన్ని సావధానంగా చేసి సుఖంగావుండి మాకోసం నీవు ఆలోచించకు. మా పుణ్య ఫలాలతో కావాల్సిన ఆహార పదార్థాలను మేమే తెచ్చుకుంటాము“ అని

మాట్లాడుతూ వుండగానే ఇంద్రుడు జోరున వాన కురిపించాడు. అంతేకాదు అగస్త్యుడి దగ్గరకు బృహస్పతితోసహా వచ్చాడు. అగస్త్యుడు, మునులు ఇంద్రుడికి ఘనంగా స్వాగతం చెప్పి, ఆయనకు నచ్చేలాగా సంభాషించి, మరల వారిద్దరినీ అమరావతికి వీడ్కోలు చెప్పారు. అగస్త్యుని అదృష్టానికి మునులందరూ చాలా సంతోషించారు. 351
యజ్ఞం చాలా శోభాయమానంగా జరిగింది. యజ్ఞం ముగిశాక అగస్త్యుడు తనకు యజ్ఞానికి ఋత్వికులుగా ప్రవర్తించిన మునులందరికీ సన్మానించి వీడ్కోలు చెప్పాడు. ఆవిధంగా జంతుబలులు లేకుండా యజ్ఞ, యాగాలు చేయటం మంచిది అనే ఆచారం కొనసాగింది. ఇప్పుడు మీ అందరికీ తీరని సందేహం ఒకటున్నదికదా! అది......

ఆ ముంగిస యెవరు? ఎక్కడినుంచి వచ్చింది? ధర్మాలు ఏవిధంగా చెప్ప గలిగింది? అనేకదా! ఓ కథలాంటి నిజం, నిజంలాంటి కథ వుంది. వినండి......

జమదగ్ని కోపాన్నంతా తగ్గించుకున్న తరువాత పితృదేవతలకు శ్రార్ధం చేయాలని నిర్ణయించుకొని చక్కటి కొత్తకుండలో హోమధేనువు యొక్క పాలు పిండి చక్కగా ఓ చోట జాగ్రత్తగా దాచి వుంచాడు. ఆయనను పరీక్షించాలని క్రోధభూతం నిశ్చయించుకొని జమదగ్ని దాచిన పాలను క్రింద వొలకబోసింది. అది యెట్లా అంటే ఆ పాలకుండ దానంతట అదే పొరపాటున దొర్లిపోయిందా! అన్నట్లు. జమదగ్ని క్రోదభూతం పాలు పారబోయటం చూసికూడా దాన్నీ యేమీ అనలేదు.

"పుణ్యాత్మా! భృగు వంశస్థులకు ముక్కుమీద కోపముంటుందని అందరూ చెప్పు కుంటారు. నాకు మటుకు నీ కోపం అంటేనే భయంలేదు. నీ తపస్సంటేనే భయం. నాయందు దయ చూపించు. నా తప్పును మన్నించు" అన్నదా భూతం.

"నీవు నాకే చెడూ చేయలేదు. అటువంటి అనుమానాన్ని వదిలేయి. శ్రాద్ధ విధిలో తప్పు జరిగింది. కనుక పిత్రదేవతలకు నామీద కోపం స్తుంది. కోప్పడతారు. నీవు ఇక్కడి నుంచి వెళ్ళిపోతే నీకు మంచిది" అన్నాడు జమదగ్ని. దెయ్యం మాయమయింది. పితృదేవతలకు జమదగ్ని మీద కోపం వచ్చింది. ఆతడికి సాక్షాత్కరించి.......

"నీవు చేయాలనుకున్న శ్రాధ్ధానికి లోపం జరిగినా ఊరుకున్నావు. క్రోధభూతాన్ని యేమీ చేయలేదు. కాబట్టి ముంగిసవై పుట్టు" అని శాపమిచ్చారు పితృదేవతలు.

"పితృదేవతలారా! నా తప్పును మన్నించండి. నాకు శాప విముక్తిని ప్రసాదించండి"
అని అనేకసార్లు ప్రార్థించగా, పితృదేవతలు కోపం తగ్గి...... 352

"ఏనాడు నీవు పండితులైన బ్రాహ్మణులు ఒప్పుకొనేటట్లుగా గొప్ప ధర్మాన్ని అధర్మమనిని రూపిస్తావో ఆనాడు శాపవిముక్తి!" అని చెప్పి వెళ్ళిపోయారు పితృదేవతలు.

జమదగ్ని ముంగిసయిపోయాడు. ముంగిస రూపంలో వున్న జమదగ్నే ధర్మరాజు చేసిన దానధర్మాలకు వంకబెట్టి, న్యాయంగా సంపాదనతో పిడికెడు పిండిని దానంచేసినా పుణ్యాలోకాలు చేరవచ్చుని, యజ్ఞానికి జంతుబలులవసరం లేదని చెప్పే సక్తుప్రస్థుడి కథను చెప్పి శాపవిమోచన పొందాడు.

అశ్వమేధ పర్వం సమాప్తం

ॐ

శ్రీమదాంధ్ర మహాభారత కథలు

చతుర్థ భాగం

ఆశ్రమ పర్వం

కూర్పు - శ్రీమతి కె.వి. సత్యవతి
బి.ఎ. మ్యూజిక్ మరియు తెలుగు, ఆంధ్ర విశ్వ విద్యాలయం

శ్రీమదాంధ్ర మహాభారత కథలు

ధృతరాష్ట్రుడి ఆశ్రమవాస నిర్ణయం

ధర్మరాజు అశ్వమేధయాగం వైభవంగా జరిపిన తరువాత, పాండవులు తాత, తండ్రుల వలె సర్వజనామోదంగా రాజ్యపాలన చేయటమే కాకుండా పెదతండ్రి ధృతరాష్ట్రుని, పెదతల్లి గాంధారిని, వినయంగా సేవిస్తూ, వారి గౌరవ, మర్యాదలకు లోటు రాకుండా ఏ సమయంలో యేది కావాలో అది అమర్చి పెడుతూ, వాళ్ళిద్దరిలో యెవ్వరు పిలిచినా పలికేటట్లుగా వారికి దగ్గరలోనే వుండేవారు. అనువుగా, అనుకూలంగా పనులు చేసే సేవకులను అందుబాటులో వుంచారు. ధృతరాష్ట్రుడు, గాంధారి కూడా పాండవాదులం దరి మీద ప్రేమతో, వాత్సల్యంతో వుండేవారు. ద్రౌపది, సుభద్ర, కుంతీదేవి కూడా వచ్చి ఆ వృద్ధ దంపతులను పలకరిస్తూ వారినానందంగా వుంచేలా చేసేవారు. ఉలూపి, చిత్రాంగద కూడా అత్త, మామలను ప్రేమగా చూసుకొనేవారు. ధృతరాష్ట్రుడు, గాంధారీ ధరించేందుకు మహరాజు, రాణి ధరించే విలువైన బట్టలు, వస్తువులు, తినుబండారాలు, మర్యాదలు, మన్ననలు, వారికి వ్యాహ్యాళి, కళా కార్యక్రమాలు, వారు ఏ వస్తువులు దాన మివ్వాలనుకున్నా వెంటనే అందుబాటులో వుండే విధంగా కూడా అమర్చారు. ఓరకంగా చూస్తే ఆయనకు తానే రాజ్యాన్ని యేలుతున్న తృప్తి కలిగేలాగా చర్చలు, నిర్ణయాలు, అన్నీ ఆ పెద్దవారికి అనుకూలంగా, వీలైనంతవరకు కొడుకులు గుర్తురాకుండా వుండే విధంగానే చూసుకుంటున్నాడు ధర్మరాజు. పెదతండ్రితో గుడులు, చెఱువులు, అగ్రహా రాలు యేర్పాటు చేయించేవాడు ధర్మరాజు. తనను చూడటానికి వచ్చిన సామంత రాజులు కూడా ముందుగా పెదతండ్రి ధృతరాష్ట్రుని కలిసిన తరువాతే తాను మాట్లాడే వాడు. ఆ విధంగా కాలం జరుగుతోంది. అర్జున, నకుల, సహదేవులు, భీముడు,

సంజయుడు, విదురుడు, యుయుత్సుడు, అందరూ ధృతరాష్ట్రుడికి వినయ-విధేయత
లతో సేవలు చేస్తూ, ఆనందపరుస్తూ వున్నారు. కానీ......
భీముడికి బాల్యంనుంచి యెన్నోసార్లు తనను చంపాలన్న దుర్యోధనుడి ప్రయత్నాలు,
లక్కఇంటి దహనం, మాయాజూదం, భార్యకు జరిగిన అవమానం, అరణ్యవాసంలోని 354
కష్టాలు, ఘటోత్కజ, అభిమన్యుల మరణాలు, అన్నీ మరిచిపోలేక ధృతరాష్ట్రుడిని
చూడగానే ముఖం చిన్నబోయేది. పెదతండ్రిని భీముడు అదోమాదిరిగా చూసేవాడు.
పైకి మటుకు మర్యాద, ప్రేమలు వొలకపోస్తూ మాట్లాడుకుంటూరు. ఎవ్వరూ లేనపుడు
పెదతండ్రి వినేట్లుగా.....
"ఈ గుడ్డివాడి కొడుకులను అందరినీ నేనే చంపాను. నా బలం, పరాక్రమం తెసుకోక
యుద్ధానికి వచ్చారు" అంటూ గొణిగేవాడు భీముడు.
ఈ విషయాలు నకుల సహదేవులకు మాత్రమే తెలుసు. వారు ధర్మరాజుకు చెప్పలేదు.
చెపితే అన్న భీముడిని శిక్షిస్తాడని భయంతో మౌనంగా వుండిపోయారు. ధృతరాష్ట్ర,
గాంధారులు మనస్సులో బాధపడుతూనే వుండేవారు. ధర్మరాజుకు నేరంగా చెప్పేవారు
కాదు. ఈ విధంగా పదిహేను సంవత్సరాలు గడిచిపోయాయి. ధృతరాష్ట్రుడు, గాంధారి
బాగా ఆలోచించి ఓ నిర్ణయానికి వచ్చి, బంధువులను, ధర్మరాజాదులను పిలిచి, సమా
వేశ పరిచి, "నా కారణంగానే కౌరవ వంశం నాశనమయింది. ఈ సంగతి మీ అందరికీ
తెలిసిందే. బుద్ధిలేనివాడు, దుర్మార్గుడు, దురాశాపరుడు, ధనంమీద ఆశపడేవాడు,
దాయాదులను దహించాలనే ఆలోచన కలవాడు అయినా, దుర్యోధనుడిని కురు
రాజ్యానికి రాజును చేశాను. కృష్ణుడు, మునులు, సంజయుడు, విదురుడు, గాంధారి,
వ్యాసుడు, యెవ్వరు చెప్పినా వినలేదు. కొడుకుమీద వల్లమాలిన ప్రేమతో ఆతడిని
సమర్థించాను. అవన్నీ ఇప్పుడు మనసును ముల్లులాగా గుచ్చి బాధిస్తున్నాయి.
అపజయం యెదురొచ్చినా వెనుతిరగకుండా యుద్ధంలో వీరమరణం పొందారు నా
కొడుకులు. అదొక్కటే నాకు ఆనందం కలిగిస్తోంది" అని చెప్పిన ధృతరాష్ట్రుడికి కంఠం
దుఃఖంతో మూగబోయింది. కొంతసేపటికి తేరుకొని ధర్మరాజును దగ్గరకు పిలిచి...

“ధర్మరాజా! నీవు నాకు యేలోటూ లేకుండా చూసుకుంటున్నావు. మేము సుఖంగానే
వున్నాము. నీవలన యెక్కువగానే దానాలు చేయకలిగాను. అధికారాన్నీ అనుభవించాను.
అధికారం చెలాయించాను కూడా. ఉత్తమురాలైన పాంచాలిని నిండు సభలో అవమానించి,
నీ సంపదలను లాగేసుకొన్న సుయోధులను యుద్ధంలో న్యాయంగానే చంపావు. 355
వారంతా ఉత్తమ లోకంలో సుఖంగానే వున్నారు. వారందరి కొరకు శ్రార్ధ కర్మలుదానాలు
నీ వలన ఘనంగానే చేశాను. కాబట్టి ఆ విషయంలో నాకు చింతలేదు. ఇప్పుడు నా
విషయమే నీతో చెప్పుకోవాలి. రాజు అనుమతి లేకుండా రాజ్యంలో యే వొక్కరూ
యేపనీ చేయకూడదు. అది నేరమవుతుంది. ఇపుడు ముసలితనం నా శరీరాన్ని
బాధిస్తోంది. ఇపుడు నేను తపస్సు చేయాలి అని నిర్ణయించుకున్నాను. అందుకు నీవు
వప్పుకోవాలి తప్పదు. క్షత్రియుడైనవాడు యుద్ధంలోనైనా మరణించాలి, లేదా తపస్సుతో
నైనా శరీరాన్నివిడిచిపెట్టాలి. ఉత్తమ ధర్మమిదే. కనుక తపస్సు చేసుకోటానికి నన్ను
అరణ్యానికి పంపు. నేను, గాంధారి నారబట్టలు కట్టుకొని అరణ్యానికి పోయి, అక్కడ
మునులను సేవించుకుంటూ, దుంపలు, పండ్లు మొదలైనవి తింటూ ఆకలి తీర్చుకుం
టాము. మనస్సులో మీ అందరినీ సుఖ, శాంతులతో వుండమని ఆశీర్వదిస్తూ వుంటాము“
అన్నాడు ధృతరాష్ట్రుడు.

“కురురాజా! ఇంతకాలం మనస్సులో బాధను దాచుకొని సంతోషంగా వున్నట్లు నటించా వన్నమాట. నిన్ను సంతోషపెట్టలేని నాకు ఈరాజ్యమెందుకు చెప్పు? నిజం చెప్పాలంటే నాకు తల్లి, తండ్రి, గురువు, దైవం, అన్నీ నీవే. నీ కొడుకు యుయుత్సుడిని ఈరాజ్యానికి పట్టాభిషేకం చేయి. నేను సంతోషంగా నీతో అరణ్యాలకు వచ్చేస్తాను. యుయుత్సుడు నీ ధర్మపత్నికి పుట్టినవాడే కనుక ఈ రాజ్యానికి రాజు కావచ్చు. అందరినీ చంపుకున్నం దుకు నేనెంత క్షోభిస్తున్నానో చూసికూడా ఈవిధంగా మాట్లాడటం యేంబాగుంది చెప్పు. నువ్వే నాకు రాజువి. నీ ఆజ్ఞతో నేను పనులు చేయాలి. నీ కొడుకులు చేసిన తప్పిదాల న్నింటినీ నేను మరిచిపోయాను. నిన్ను, మహారాణిని, నా తల్లి కుంతినీ ఒకేవిధంగా ప్రేమిస్తాను, సేవిస్తాను“ అంటూ ఏడుస్తూ ధృతరాష్ట్రుడి కాళ్ళమీద పడిపోయాడు.

అపుడు ధృతరాష్ట్రుడు ధర్మరాజును బుజాలు పట్టుకొని లేవదీసి.....
"నాయనా ధర్మరాజా! నీవు నాకు సేవలు చేయటంలో లోటేమీలేదు. మంచాన పడి
మరణించకుండా తపస్సు చేసుకుంటూ మరణించాలని ఓ చిన్నకోరిక, అంతే" అన్న
ధృతరాష్టుడు, దాహం అతి నీరసం రావటంవలన గాంధారి భుజాలపై స్పృహతప్పి 356
పడిపోయాడు. అది చూసిన ధర్మరాజు......
"పదివేల ఏనుగుల బలంకల ఈ రాజు ఒక అబలను ఆధారం చేసుకొని నిలబడవలసి
వచ్చింది. దైవం సరిగ్గా చూడకపోతే ఇలాగే వుంటుందా! భీముడి రూపంలో వున్న ఉక్కు
విగ్రహాన్ని కౌగిలిలో పొడి చేసిన బలవంతుడిని భగవంతుడు ఎంత శక్తిహీనుడిగా
చేశాడు!" అని బాధ పడ్డాడు.
"నీ పెదతండ్రి తపస్సును గురించి ఆలోచిస్తూ ఆహారం సరిగ్గా తీసుకోవటం లేదు.
అందువలన నీరసం వచ్చిందంతే" అన్నది గాంధారి.
"అయ్యో! నావల్లనే కదా ఇదంతా!" అంటూ పెదతండ్రికి మెలుకవ రావటానికి తగిన
సేవలు చేశాడు. అంతలో ధృతరాష్ట్రుడు మేలుకొని ధర్మరాజును ప్రేమగా చూసి......
"నాయనా నా వనవాసానికి, తపస్సుకి వప్పుకున్నావు కదా!" అన్నాడు ధృతరాష్ట్రుడు.
"రాజా! ముందర భోంచేయండి. ఆ తరువాత విషయాలు మాట్లాడుకుందాం"
నచ్చ చెప్ప బోయాడు ధర్మరాజు.
"నేను యెక్కువ మాట్లాడలేను. వనవాసానికి నీవు వప్పుకుంటేనే భోంచేస్తాను"
పట్టుదలగా అన్నాడు ధృతరాష్ట్రుడు. ఆ సమయంలో వ్యాస మహర్షి కూడా వచ్చాడు.
"ధర్మజా! ధృతరాష్ట్రుని కోరిక సరైనదే. వారిని అరణ్యానికి పోయి తపస్సు చేసుకోనీ.
ఇంక మీదట ఆవిధంగా కాలం గడపటమే మంచిది. నేనుకూడా ఆమాట చెబుదామనే
వచ్చాను. గాంధారికూడా భర్తను అనుసరించి వుండటం న్యాయం. ఆమె కోరిక కూడా
అదే. ధృతరాష్ట్రుడు కూడా పూర్వపు రాజులవలె తపస్సు చేసుకుంటూ ఉత్తమ గతులు
పొందటం మంచిది. నీవు, నీ వారంతా కూడా మర్యాద, అణుకువ, ప్రేమ, ఆదరణ,

దయ, గౌరవం, అన్నిరకాలా పాటిస్తూ చూసుకున్నారు కనుక కొడుకులు కళ్ళముందరే కాలిపోయినా యింతకాలం మీతో కలిసి వుండగలిగారు. ఇక వారిని అడవులకు పోనీ“ అన్నాడు.

“మహానుభావా! మాకు గురువు, దైవం, అన్నీ నీవే. నీ ఆజ్ఞ మీరను“ అన్నాడు. 357

“భరత కులంలో ముఖ్యుడైనవాడా! రాజైన ప్రతివాడూ యుద్ధంలోనైనా ప్రాణాలు వదలాలి లేదా తపస్సు చేసుకుంటూనైనా మరణించాలి. రోగాలతో మంచాన పట్టి మృత్యువుకు లొంగి పోకూడదు“ అన్నాడు.

“ధృతరాష్ట్రులవారు స్వయంగా కోరుకున్నాక, మంచికోరే మీ అనుజ్ఞ దొరికాక నేను ఇంక అడ్డు చెప్పను“ వినయంగా చెప్పాడు ధర్మరాజు

“మీ తండ్రి పాండురాజు అన్నైన ధృతరాష్ట్రుని రాజును చేసి ఆయనచేత యెన్నో యజ్ఞాలు, యాగాలు చేయించాడు. విశాల సామ్రాజ్యాన్ని యేర్పాటు చేశాడు. రాజు కీర్తిని దిగ్దిగంతాలూ వ్యాపించేలా చేశాడు. ఆ తరువాత మీరుకూడా రాజ్యవిస్తరణచేసి, రాజసూయ యాగం చేసి, తండ్రికంటే గొప్ప కొడుకులని పేరు తెచ్చుకున్నారు. అతిశయం లేకుండా మీరు మీ పెదతండ్రి మాటను గౌరవించి అరణ్యాలకు పోయారు. అక్కడకూడా సాటిలేని మేటి వీరులని పేరు తెచ్చుకున్నారు. మీరులేని పదునాలుగు సంవత్సరాలూ రజ్యాన్ని సుస్థిరంగా కాపాడాడు ధృతరాష్ట్రుడు. భారత యుద్ధంలో జయించి నీవు రాజయాక పెదతండ్రిని గౌరవంగా ఆయనే చక్రవర్తి అన్నట్టు ఆయన సలహాలతోనే రాజ్యపాలన చేస్తున్నావు. ఆయనకు ఇప్పుడు నీమీద దురభిప్రాయం యేమీలేదు. తపస్సుతో జీవితం పావనం చేసుకుందామనుకుంటున్నాడు. ఇంక నీవు యేవిధంగానూ బాధపడకు“ అన్నాడు వ్యాసమహర్షి.

ధర్మరాజు ధృతరాష్ట్ర దంపతులను వనవాసానికి పంపటానికి వప్పుకున్నాక వ్యాస మహర్షి తన తపోవనానికి వెళ్ళిపోయాడు. ఆ తరువాత......

“మహరాజా! నీ మనసులోని కోరిక ప్రకారం, అందరి అంగీకారం మీద, వ్యాసమహర్షి అనుజ్ఞతో నీవేం చేయాలనుకుంటున్నావో అది చేయి. నేను కాదనను. ముందర

భోజనం చేసి ఆ తరువాత మీ ఇచ్ఛ" వినయంగా అన్నాడు ధర్మరాజు. ధృతరాష్ట్రుడు, గాంధారి, తమ అభ్యంతర మందిరానికి వెళ్లారు. వారితోనే విదురుడు, సంజయుడు, యుయుత్సుడు, కుంతి మొదలైనవారుకూడా లోపలికి వెళ్ళారు. ధృతరుష్ట్రుడాతరువాత ఆరోజు చేయవలసిన పనులన్నీ చేసి, బ్రాహ్మణులను అర్చించి భోజనం చేశాడు. 358
గాంధారి కూడా కుంతి మొదలైన స్త్రీలు బ్రతిమలాడగా భోంచేచేసింది. ఆ తరువాత యుయుత్సుడు, మొదలైనవారు పాండవులు, స్త్రీలు, భోజనాలు చేశారు. తరువాత, మరల ధృతరాష్ట్రుడి దగ్గరకు చేరారు. కానీ వరందరినీ కాదని ధర్మరాజును పిలిపించు కొని అభ్యంతర మందిరానికి తీసుకు వెళ్ళాడు. అక్కడ......

"ధర్మజా! ఏడు అంగాలు కలిగిన రాజ్యాన్ని ధర్మబద్ధంగా నడపటం చాలా కష్టం. నాకు తెలిసినంతవరకు రాజ్యపాలానా విధానాన్ని చెపుతాను విను. పాండిత్యంలో గొప్పవారిని, నిరంతరం భగవంతుని సేవించేవారిని, తగిన విధంగా సన్మానించు. దానివలన నీవు చెప్పే పనులు రాజ్యపాలనా విషయంలో జాగ్రత్తగా వుంటారు.

1 - ఇంద్రియాలను అదుపులో వుంచుకో. దానివలన రాజ్యపాలనా సంగతులలో నీవు జాగ్రత్తగా వుండగలుగుతావు.

2 - ఆవిధంగానే, ఇంద్రియ నిగ్రహం కలవారిని మాత్రమే మంత్రులుగా నిర్ణయించుకో. తాత తండ్రుల దగ్గర నుంచి వస్తున్న వారికి ప్రాముఖ్యత నీయి.

3 - శత్రువులయొక్క, మిత్రులయొక్క నడవడిక తెలుసుకోవటానికి మంచి చారులను నియమించు.

4 - రాజధానిని రక్షించటానికి ఏర్పాట్లు కట్టుదిట్టంగా చేయి.

5 - నీ భోజనం, నిద్ర మొదలైన వాటిగురించి కూడా నిన్ను ప్రాణంగా చూసుకొనే వారిని నియమించుకో. ఆడవాళ్ళ రక్షణకు ఆత్మీయులను, వయసులో పెద్దవారిని నియమించు.

6 - ఏపని చేసినా మంత్రులతో ఆలోచించి చేయి. మంత్రులతో సమావేశానికి ఓ రహశ్య మందిరభవనం పైభాగం, అడవిప్రదేశం, తగిన ప్రదేశాలు. నీవు మంత్రులతో మాట్లాడు

తున్నప్పుడు అక్కడ కుంటి, గుడ్డి, బిచ్చగాళ్ళు, చెవిటివారు యెటువంటివారూ దరిదా పులలో వుండకూడదు.

7 - శుచులూ, శాస్త్రజ్ఞులూ అయిన వారి సహాయంతో తగువులు పరిష్కరించు. తప్పు చేసినవారిని శిక్షించేటప్పుడు వారు చేసిన తప్పుకు తగిన శిక్షను మాత్రమే విధించు. 359
తెల్లవారకముందే దేవతార్చన, బ్రాహ్మణ పూజ పూర్తిచేసుకొని, ఉదయ వేళలలో జమా కర్చులు చూడాలి, బాగా పొద్దెక్కేక భోజనం చేయాలి. ఏ పనికైనా సమయపాలన ముఖ్యం. సంపదలను న్యాయంగా సంపాదించాలి. పాలనను ధిక్కరించేవారిని, దేశ ద్రోహులను కఠినంగా శిక్షించాలి. తప్పకపోతే మరణదండనైనా వేయాలి. రాజ్యాభివృద్ధికి, నీ క్షేమం కృషిచేసేవారిని గమనించి వారికి అన్నిరకాలా సహకరించాలి. వారిని నలుగు రిలో మెచ్చుకోవాలి. పరాక్రమం, దేశభక్తి వున్నవారిని సేనాధిపతిగా నియమించుకో. సమీప రాజులతో స్నేహంగా మసులుకుంటూ వారిని నమ్మినట్లుగా భ్రమకలిపిస్తూ తగినంత జాగ్రత్తగా వుండు. శతృవులు, మిత్రులు, ఉదాసీనులు, అనే మూడు విధాలుగా వుండే రాజులుంటారు. అందరినీ గమనిస్తూ, సమయానుకూలంగా ప్రవర్తిస్తుండాలి. సమయానుకూలంగా సంధి చేసుకోవటమా, యుద్ధానికి సిద్ధమవటమా, ఆలోచించి నిర్ణయం తీసుకో.

8 - నీవే యెదుటి రాజ్యంపై దండెత్తాల్సివచ్చినపుడు ఏవిధమేన దండయాత్ర మంచిదో ఆలోచించు. హటాత్తుగా దాడి చేయటమా, సైన్యాన్ని రాజ్యం చుట్టూరా నిలిపి కదలనీకుండా చేసి శతృవును నిర్మూలించటమా! ఆలోచించి నిర్ణయంతీసుకో. ఏరాజ్యం లోనైనా మంత్రులకు, రాజుకు, వైరముంటే యేదోవొక విధంగా ఆ రాజ్యాన్ని సొంతం చేసుకో. దైవబలమున్న రాజుతో శత్రుత్వం పనికిరాదు. నీకు, శతృరాజుకు, సమానత్వం యేముంది, లోటు పాట్లేవి, తెలుసుకొని ముందడుగు వేయి. దండెత్తాలనుకున్నపుడు మూలశ్రేణి, మిత్ర, శత్రు, కానన, భృత్య శ్రేణులనే షడ్బలాలనూ పరిశీలించి పరిస్థితుల బట్టి వ్యూహం యేర్పాటు చేసుకోవాలి.

9 - ధర్మరాజా! మూలబలం, మిత్రబలం, మొదలైన ఆరువిధాలైన బలాలలో, కష్టసుఖా

లలో, ఒకేవిధంగా నిలబడగలిగినదేదో, నిలబడలేనిదేదో గ్రహించి, రాజబలగాన్ని,
శత్రురాజులను ఓడించి ఆ రాజ్యాన్ని వశం చేసుకొని ఆ తరువాత ఆ శత్రురాజ్యంలోని
ప్రజలు నీగురించి భయపడకుండా వుండే విధంగా నీవే వారిని రక్షించు. అపుడు నీవు
వారందరిచేతా పొగడబడతావు. ప్రజలమీద యెప్పుడూ నీవు దయతో వుండాలి. 360
రాజ్యాన్ని ధర్మమార్గంలో పరిపాలిస్తే ఈలోకంలో సుఖాలే కాకుండా, ప్రజలచేత మన్నన,
ఊర్ధ్వలోకాలలో గొప్ప సుఖాలు పొందుతారు. గొప్ప దక్షిణలు ఇచ్చి అశ్వమేధం మొదలైన
అనేక యజ్ఞాలు, యాగాలు చేసినదానికంటే అధికమని పెద్దలు చెపుతారు.
నీకు ఇంతకుముందే కృష్ణుడు, విదురుడు, భీష్ముడు, వ్యాసుడు, మొదలైన వారంతా
వివరంగా చెప్పేవుంటారు. కానీ నీమీదుండే ప్రేమతో చెప్పాలనిపించింది, చెప్పారు.
ధర్మసూక్ష్మాన్ని యెల్లపుడూ పాటిస్తూనే వుండు. పెద్దలను సేవిస్తూనే వుండు“ అన్నాడు.
“రాజశ్రేష్టా! ఇప్పుడు భీష్ముడు లేడు. కృష్ణుడు ద్వారకకు వెళ్ళాడు. ఎందరున్నా నీ తరు
వాతనే నాకు. నీవు చెప్పినట్లే నడచుకుంటాను“ అన్నాడు ధర్మరాజు.
కొడుకు మాటలకు ధృతరాష్ట్రుడు చాలా సంతోషించి.....
“ధర్మరాజా! ఇంక విశ్రాంతి తీసుకో. బాగా అలిసిపోయావు. నేనుకూడా అలిసిపోయాను.
పడుకుంటాను“ అని చెప్పి ధర్మరాజును పంపివేసి, తాను తన మందిరానికి పోయి
విశ్రాంతిగా కూర్చున్నాడు.
“రాజా! అరణ్యానికి యెప్పుడు వెడదాం?“ అని అడిగింది గాంధారి.
“నా తండ్రి అనుమతి లభించింది. మంచి రాజు ధర్మరాజు అనుమతికూడా దొరికింది.
త్వరలోనే అడవులకు బయలుదేరుదాం. నీ కొడుకులు మోసపు జూదమాడి పాపపు
పనులు చేసి సంపాదించిన పాపాన్ని నేను అరణ్యంలో తపస్సు చేసి పోగొడతాను.
మంచిలోకాలకు పంపుతాను. ఎప్పుడు బయలుదేరేది రేపు చెపుతాను. ఈనాటికి విశ్రాంతి
తీసుకో“ అన్నాడు ధృతరాష్ట్రుడు. గాంధారి మౌనంగా నిద్రకుప్రక్రమించింది.

ॐ

361

శ్రీమదాంధ్ర మహాభారత కథలు

ధృతరాష్ట్రుడి అరణ్యప్రయాణం

మరుసటిరోజు ధృతరాష్ట్రుడు కొడుకు ధర్మరాజును పిలిపించి అరణ్యాలకు పోయేముందు మరల దుర్యోధనాదులకు, కురువృధ్ధులందరికి శ్రాధ్ధకర్మ నిర్వహించాలని, చివరిసారిగా రాజ్య పౌరులతో మాట్లాడి, వారి దగ్గర వీడ్కోలు తీసుకొనాలన్న కోర్కెను చెప్పాడు. ధర్మరాజు పెదతండ్రి కోర్కె వినగానే అన్నింటికీ సంతోషంగా వప్పుకొని అందుకు కావాల్సిన యేర్పాట్లు చేయటానికి సిధ్ధమయాడు. అతి తక్కువ సమయంలోనే రాజ్యం లోని ప్రముఖులను పిలిపించాడు. బంధువులు, స్నేహితులు, ముఖ్యులైనవారంతా సభకు చేరారు. అందులో నానా వర్ణాలవారూ వున్నారు.

"కౌరవులతో మీరంతా చాలాకాలం పరస్పరం సహకరించుకుంటూ కలిసి మెలిసి వున్నారు. నాకు వయసు మీరిపోయింది. నేనే తపస్సు చేసుకోవటానికి అడవులకు పోవాలని నిర్ణయించుకున్నాను. ఇది నా వయసువారికి తగిన పని. మీ అందరి అనుమతి కోరి, మిమ్మల్ని పిలిపించాను. మీరందరూ సంతోషంగా మాకు అనుమతీ యండి. ఈ రాజ్యాన్ని చక్కగా పాలించిన సద్గుణవంతుడైన పాండురాజు అన్ననని, విచిత్రవీర్యుల కొడుకునని, భీష్మ, శంతనులకు మనుమడనని, గుర్తుతెచ్చుకొని, నా తపస్సుకు అనుమతీయండి" అన్నాడు ధృతరాష్ట్రుడు.

ఆ మాటలు మాట్లాడుతున్నపుడు ధృతరాష్ట్రుడి కంఠం దుఃఖంతో జీరపోయింది. సభలో నున్న ప్రతి వ్యక్తికి దుఃఖం వచ్చింది. కొంతసేపు మౌనంగా దుఃఖించి, కొంతసేపు ఒకరితో ఒకరు చర్చించుకొని, అందరూ కలిసి శంబుడు అనే ఆతడికి అందరి తరుపున ధృతరాష్ట్రుడికి చెప్పవలసిన మాటలు చెప్పి పంపారు.

ఆతడు ధృతరాష్రుడి దగ్గరకు పోయి భక్తిగా శ్రధ్ధగా నమస్కరించి.....

"మహారాజా! ఈ ప్రజలంతా కలిసి తమ మాటలుగా కొన్ని మీకు చెప్పమని నన్ను పంపారు. మీ వంశంలో అందరూ మచ్చలేని రాజులే. నిజానికి మీరు, మీ కొడుకులు, ప్రజలనుమటుకు బాగానే పాలించారు. మా విషయంలో యెటువంటి అశ్రద్ధ, నిరంకుశత్వం చేయలేదు. వ్యాసులవారు మీకు యేంచేయటానికి అనుమతినిచ్చారో ఆ పని చేయండి. మీరు మమ్మల్ని చాలా చక్కగా పాలించారు. నిజానికి దుర్యోధనుల వారు కూడా మమ్మల్ని ప్రేమగానే పాలించారు. మాయందు అకృత్యాలు యేమీ చేయలేదు. మీరు లేని రోజులు యేవిధంగా గడపాలా అని చింతిస్తున్నాము. మీ గుణాలను, మీ దాన శీలతను తలుచుకొని సంతోషంగా బ్రతికేస్తాము. మహారాజా! మీ తాత శంతనుడు, తండ్రి విచిత్ర వీరులు, పాండురాజు, దుర్యోధనుడు, అందరూ ప్రజారంజకంగా పరిపాలించారు. భీష్ముడు, ద్రోణుడు, కృపాచార్యుడు, అశ్వత్థామ, కృతవర్మ, శల్యుడు, భీముడు, అర్జునుడు, నకులుడు, సహదేవుడు, ద్రుపదుడు, విరటుడు, అందరూ కూడా విధిచేత ప్రేరేపింపబడి యుద్ధం చేశారు. యుద్ధమన్నతరువాత మరణాలు తప్పవు. కానీ క్షత్రియ వీరులంతా మరణించారు. క్షత్రియులకు యుద్ధమనేది ఉత్తమ కర్తవ్యం. యుద్ధంలో మరణించినవారంతా తప్పక స్వర్గం చేరుతారు. ఎప్పుడూ ధర్మమాచరించే స్వభావం కలిగిన మీకు కూడా ఉత్తమ లోకాలు లభిస్తాయి. మా అదృష్టవశాన దయాసాగరులైన పాండవులను మాకు రాజుగా ప్రసాదించారు. దేవలోకాలను పాలించగలిగిన వారి పాలనలో మేము సంతోషంగా వుంటాము. ధర్మరాజు చాలా ముందుచూపు గలవాడు. శత్రువుల యందుకూడా దయతో వుంటాడు. ఆతని తమ్ముళ్ళుకూడా ధర్మరాజు వంటివారే. కుంతీ దేవి, ద్రౌపదీ దేవికూడా ప్రజలను ప్రేమగా చూసుకుంటారు. ధర్మజుని మీద నమ్మక ముంచి, ధైర్యంగా తపోవనానికి బయలుదేరండి" చెప్పాడు శంబుడు. 362

ఆ తరువాత ధృతరాష్ట్రుడు పుర ప్రముఖులకు ఎవరి అర్హతలను బట్టి వారికి తన పద్ధతిలో వీడ్కోలు చెప్పి, బంధువులతోసహా అంతఃపురం చేరాడు. ఆ తరువాత బందువులంతా వారి త్రోవన వారిండ్లకు వెళ్ళిపోయారు. విదురుడిని పిలిచి.....

"యుద్ధంలో చనిపోయిన తన కుమారులకు, కురు వంశస్థులకు, స్నేహితులకు విశేషంగా శ్రాద్ధాలు పెట్టాలనుకుంటున్నాను. ఈ మాటను ధర్మరాజుకు చెప్పి తగిన ప్రయత్నాలు చేసి, కావల్సినవి సిద్ధం చేయమని చెప్పు" అని చెప్పాడు ధృతరాష్ట్రుడు. విదరుడు ధర్మరాజు దగ్గరకు పోయి, ధృతరాష్ట్రుడి కోరికను చెప్పాడు. ధర్మరాజు ఆనందంగా వప్పుకున్నాడు. భీముడు తప్ప మిగిలిన అందరూ ధృతరాష్ట్రుడి కోరిక సహజమైనది అనుకొని ఆనందించారు. భీముడు కోపంగా విదురుడితో మాట్లాడబోతుంటే అర్జునుడు ఆపి.....

"ధృతరాష్ట్ర మహారాజు ఒకప్పటి మన రాజు. మన పెదతండ్రి. శ్రాద్ధ కర్మలను చేయ టానికి నీవు జయించి తెచ్చిన ధనాన్ని అడుగుతున్నాడు. ధర్మరాజు వప్పుకున్న తరు వాత మనం కాదనకూడదు కదా! ఆయన కోరిక సహజమైనదేకదా! నీవుకూడా మౌనంగా వుండి ఆయస ఆజ్ఞలను పాటించటం మనకు మంచిది" అన్నాడు అర్జునుడు.

"ఆ ధృతరాష్ట్రుడు మనందరికీ చేసిన అవమానాలు మీరంతా మరిచిపోయారా? ఈ చుట్టాలందరూ ఆ దుర్యోధనాదులవలన జరిగినపుడు మనను ఆదుకున్నారా? అయినా భీష్మాదులకు శ్రాద్ధాదులు నిర్వహించటానికి మనం లేమా? అనవసరపు కర్చు! కర్ణుడికి చేయాలనుకుంటే అమ్మ కుంతీదేవి చేస్తుంది. అందుకు నేను కాదనను. ద్రౌపదిని అవమానించిన రోజున ఆయన మనకు తండ్రి కాదా?" కోపంగా విసుక్కున్నాడు.

"భీమా! గట్టిగా మాట్లాడకు. ధర్మరాజు వింటే బాధపడతాడు. ధృతరాష్ట్రుడు కోరిన విధంగా కావాల్సిన సంబారాలు, వస్తువులు, అన్నీ సమకూరుస్తామని చెప్పు" అని విదురిడికి చెప్పి పంపాడు అర్జునుడు.

ఆ తరువాత ధర్మరాజు, అర్జునుడు కలిసి మాట్లాడుతూ......

"విదురా! అరణ్యావాసంలో చాలా కష్టాలు పడినవాడు. కాస్త నోటి దురుసున్న వాడు. యేదో మాట్లాడాడు. భీముడు ఈ విధమైన మాటలు ఆయన వంటరిగా దొరికినపుడు చాలా మాట్లాడే వుంటాడు. ఆయనను కోపగించుకోవద్దని చెప్పు" చెప్పాడు ధర్మరాజు.

"ఈ రాజ్యాన్ని పట్టాభిషేకం ఆయన చేతనే చేయించుకున్నాడు ధర్మరాజు. ఎవరు

యేమనుకున్నా ఆయనంటే మాకు ప్రేమ, గౌరవం“ అన్నాడు అర్జునుడు.
“ధర్మరాజు కోరిన విధంగా తమ్ములు అందరూ సంతోషంగానే దానధర్మాలు చేయటానికి
ధనమివ్వటానికి వప్పుకున్నారని, అటువంటి కొడుకులుండటం నీ అదృషమని,
ధృతరాష్ట్రుడిని సంతోషపడేలా చెప్పాడు విదురుడు. ఓ శుభముహూర్తాన కొడుకులకోసం 364
కురు వంశస్తులకోసం, యుద్ధంలో చనిపోయిన దాయాదులకు, స్నేహితులకు, అతి
ముఖ్యులైన వారందరికీ శ్రార్ధ కర్మలు చేయటం ప్రారంభించిన ధృతరాష్ట్రుడు శ్రద్ధగా,
భక్తిగా, పదిహేను రోజులపాటు లెక్కలేనన్ని మణులు, మాణిక్యాలు, రత్నాలు, ముత్యాలు,
వస్త్ర, వాహనాలు, రధాలు, ఏనుగులు, గుఱ్ఱాలు, స్త్రీలను, దాస, దాసీలను, పొలాలు,
స్థళాలు, ఒకటేమిటి అవి, ఇవి అని తేడాలేకుండా విరామం లేకుండా దానధర్మాలు
చేశాడు. ఆ తరువాత ధృతరాష్ట్రుడు కొంత విశ్రాంతి తీసుకొని శుభముహూర్తంలో భార్యా
సమేతంగా తపస్సు చేసే ఉత్సాహంతో వానప్రస్థాశ్రమం తీసుకొని అడవులకు బయలు
దేరాడు. ఆ దంపతులతోపాటు కుంతీదేవి, మొదలైన కురువంశ స్త్రీలు కూడా బయలు
దేరారు. అడవులకు పోతున్న ధృతరాష్ట్ర దంపతులను చూడటానికి నగరంలోని
జనాలు, పల్లెలలోని స్త్రీలు, ఎన్నడూ బయటకురాని స్త్రీలు కూడా వీధులలోకి వచ్చారు.
అందరి ముఖాలలోనూ బాధ, వేదన, కన్నీరు. భవనాలు, ఇళ్ళు వున్నంతవకు స్త్రీలు,
వృధ్ధులు, పిల్లలు, ఇళ్ళపైన, మేడలమీద, చెట్లమీద నిలబడ్డారు, గోడలమీద, చెట్ళమీద
వేళ్ళాడారు. అంతా నగర పొలిమేరలకు చేరుకున్నారు.
ధృతరాష్ట్రుడు జనాలందరికీ వీడ్కోలు చెప్పి ముందుకు నడిచాడు.
“మహారాజా! మీరు వెళ్ళద్దు“ అంటూ గట్టిగా ఏడ్చేశాడు ధర్మరాజు. ధృతరాష్ట్రుడు
ధర్మరాజుని, కోడండ్రను, ఇతరులను అందరినీ తగిన మాటలాడి శాంతపరిచి, నచ్చ
చెప్పి, ముందుకు నడిచాడు. గాంధారి భర్తను అనుసరించింది. కుంతీదేవి వారిని
అనుసరించటం గమనించిన ద్రౌపది అత్తగారిని పట్టుకొని.....
“వెనక్కి రండి అత్తయ్యా“ అని అన్నది.
“అమ్మా! ద్రౌపదీ! నా కొడుకులను జాగ్రత్తగా చూసుకో. నేను ధృతరాష్ట్రులవారినీ,

గాంధారీ దేవినీ కడవరకు సేవించుకుంటాను. అందుకే వెడుతున్నాను" అన్నది కుంతీదేవి. ఆ మాటలు ధర్మరాజుకు వినిపించి ఆదుర్దాగా.....

"అమ్మా! యేమంటున్నావు? నీవేమిటి? అరణ్యానికి వెళ్ళటం యేమిటి? వద్దు! రాజుగారితో నేను వెడతాను సేవలు చేయటానికి అమ్మా! నీవు రాజ్యానికి తిరిగి వెళ్ళు" 365

దుఃఖపడుతూ చెప్పాడు ధర్మరాజు.

"ధర్మరాజా! నీవు అరణ్యానికి రావటానికి ధృతరాష్ట్రుడు వప్పుకోడు. గాంధారీదేవి, ధృతరాష్ట్రులవారు నాకు అక్క, బావగారు. కానీ వారిని నా అత్తమామల వలె పూజించు కుంటాను" అన్నది కుంతీదేవి.

ధర్మరాజు, అర్జునుడు, భీముడు, నకుల సహదేవులు అందరూ కలసి కుంతీదేవిని అరణ్యానికి పోకుండా వుండాలని అనేక రకాలుగా నచ్చచెప్పాలని ప్రయత్నించారు. కానీ కుంతీదేవి అందుకు అసలు వప్పుకోలేదు.

"ధర్మజా! ఎట్టిపరిస్థితులలోనూ వారిద్దరినీ శ్రమపడనీయను. మాటలతోనైనా నొప్పించను. ప్రేమతో చూసుకుంటాను. నీవు సహదేవుడిని జాగ్రత్తగా చూసుకో. కర్ణుడిని గుర్తు తెచ్చు కొని గౌరవించండి. ఆతడి పుట్టుక గురించి నీతో చెప్పకపోవటం నా తప్పే. అందుకు నేనెంతో బాధపడుతూనేవున్నాను. వుంటాను. ఆతడి పేరున దానధర్మాలు యెక్కువగా చేయి. కర్ణుడి మరణం తెలిసికూడా ఈవిధంగా బ్రతికే వున్నాను" బాధగా అన్నది.

"అమ్మా! నీవీవిధంగా మమ్మల్నందరినీ వదిలేసి అరణ్యానికి వెళ్ళటానికి వేరే కారణం యేమైనా వున్నదా? నీ కోరిక ప్రకారం ధర్మరాజు ఘోరమైన యుద్ధం చేసి విజయాన్ని సాధించాడు కదా! సుఖపడాల్సిన ఈ సమయంలో మాకు రక్షగావుండాల్సిన నీవు అరణ్యాలకు వెళ్ళిపోవటం యేమిటి?" అడిగాడు భీముడు.

ఆ మాటలకు అక్కడున్న వారందరికీ దుఃఖం పొంగుకొచ్చింది.

తమనే అనుసరించి వస్తున్న కొడుకులు, కోడళ్ళను చూసి కుంతి కఠినంగా మాట్లా డందే వీరంతా వెనుతిరగరని నిశ్చయించుకొని.....

"ఆనాడు మోసపు జూదంలో వోడిపోయి, ఇంటి కోడలు అవమానింపబడి, కొడుకులు,

కోడలు అరణ్యాలలో కందమూలాదాలు తింటూ, నార దుస్తులలో మృగాలమధ్య తిరుగుతూ వుంటుంటే కోపం, కసి, రోషం పుట్టుకొచ్చాయి. అందుకు ధర్మరాజాదులను యుద్ధానికి ప్రోత్సహించాను. భీముడు, ధర్మరాజు, నకులుడు, సహదేవుడూ వీరందరూ పరాక్రమం, శౌర్యం, వుండి, దేవతల అంశలతో పుట్టిన వీరంతా ఒకరి దాసులుగా వుండటం నాకు నచ్చలేదు. ఇంద్రుడి అర్ధసింహాసనమెక్కగలిగిన అర్జునుడు, మహా శివుని స్పర్శను పొందగలిగిన అర్జునుడు, చేతగాని వానిలాగా వుండిపోవటం నచ్చలేదు. అలాగే అందరి పరాక్రమంగల మీరు బలహీనులుగా మారి, ఒకరు దయతలిచి ఇచ్చిన భూమిని తీసుకొని, ఓ సామాన్య సామంతుల మాదిరిగా వుండటం నచ్చలేదు. అందుకే యుద్ధాన్ని జరిపించమని కృష్ణుడిని వేడుకున్నాను. పూజించ తగిన ఈ సుకుమారిని జుట్టుపట్టుకొని నిండుసభలో కట్టుకున్న చీర లాగుతున్నపుడు, అదంతా చూస్తూ మౌనంగా వున్న పెద్దలందరిమీదా నాకు కోపం వచ్చింది. పాండురాజు వంశం నాశనమయిపోతోందని క్రుంగిపోయాను. అందుకే యుద్ధం జరగాలన్నాను. స్త్రీని అవమానించిన వారు తప్పక నాశనం అవుతారని నిరూపించాలనిపించింది. అంతేకాని నాకు రాజ సుఖాలమీద కోరిక వుండి కాదు. ఇప్పుడు నా కోరికలన్నీ తీరిపోయాయి. సామాన్య స్త్రీలా కుటుంబ పెద్దలకు సేవలు చేసుకుంటాను. తపస్సుతో ఈశరీరాన్ని వదులుతాను. ఇక మీరు తిరిగి వెళ్ళండి!" చెప్పింది కుంతీదేవి. 366

ధృతరాష్ట్రుడు విదురురిడిని, సంజయుడిని పిలిచి.....

"ధర్మరాజు కోరికను తీర్చటం మంచిదని కుంతీదేవికి చెప్పండి" అని కబురు పంపాడు వారిద్దరూ ధృతరాష్ట్రుడి మాటను కుంతీదేవికి చెప్పారు. అయినా కుంతీదేవి తన అభిప్రాయం మార్చుకోలేదు. తమ వెంట వస్తున్న కొడళ్ళను, అంతఃపుర స్త్రీలను, అందరినీ ఒకసారి తేరిపార చూసి.....

"ఇంక మావెంట రాకండి. ఇళ్ళకు పోయి పిల్లాపాపలతో సుఖంగా వుండండి" చిరు నవ్వుతో చెప్పింది. అపుడు పాండవులు, భార్యలు, ఒక్కసారిగా పెద్దగా ఏడ్చేశారు. అందరూ కుంతీదేవికి ప్రదక్షణ చేశారు. పాదాభివందనం చేశారు. దుఃఖంతో వారి

శరీరాలు తూలిపోసాగాయి. పాండవులు మాత్రం గాంధారికి తల్లి మంచిచెడ్డలు చూసుకో
మని చెపుతూ మరికొంత దూరం నడచి, చివరకు మరోసారి పెదతండ్రికి, పెదతల్లికి,
తల్లికి, ప్రదక్షిణ నమస్కారాలు చేసి, వెనుతిరిగి స్త్రీ సమూహాలను కలుసుకొని దఃఖపడు
తూనే అతిమెల్లిగా హస్తినాపుర నగరానకి చేరారు. 367

నీతిః- దాయాదులతో పోట్లాడుకున్నా మాట్లాడుకున్నా, అప్పటికాలంలో యుద్ధాలు జరిగి ప్రాణాలు తీసుకున్నా, ఇప్పటి కాలంలో కోర్టుకెక్కి పోరాటం చేసినా, ఓడినా, గెలిచినా కలిగే ఆనందం, దుఃఖం అన్నీ సహజంగానే వస్తాయి. పగను మటుకు పెంచుకోకూడదు.

శ్రీమదాంధ్ర మహాభారత కథలు

ధృతరాష్ట్రుడి ఆశ్రమవాసం

368

పాండవులు, ద్రౌపది మొదలైన అతఃపుర స్త్రీలు, వెనుతిరిగి హస్తినవైపు వెళ్ళిపోయాక, ధృతరాష్ట్రుడు గాంధారే కాకుండా, కుంతి, విదుర, సంజయులుకూడా వెంటనున్నారన్న సంతోషంతో ఉత్సాహంతో అలసట అని అనకుండా ఆడవారికోసం అక్కడక్కడా కొంత సేపు విశ్రాంతి తీసుకుంటూ నడుస్తూనేవున్నాడు. తక్కువ సమయంలోనే గంగానది వడ్డుకి చేరారు. స్నానాదికాలు పూర్తిచేసి, బ్రాహ్మణులు యేర్పాటు చేసిన అగ్నులతో అగ్నికార్యక్రమాలు పూర్తిచేసి, విదురుడు యేర్పాటు చేసిన భోజనాలు అందరూ చేశారు. విదురుడు యేర్పాటుచేసిన ధర్భచాపలపై విశ్రాంతిగా కూర్చున్నారు. ధృతరాష్ట్రుడికి దగ్గరలోనే వారివారి అర్హతలనుబట్టి అందరూ కూర్చున్నారు. ఆ రాత్రికూడా అక్కడే గడిపి మరుసటిరోజున బయలుదేరి గంగానదిని దాటి కురుక్షేత్రంలో చేరారు. అక్కడ బాగా నీడనిచ్చే చెట్లక్రింద అనువైన చోట అందరూ అమరికగా కూర్చున్నారు.

ఆ సమయంలో కేకేయ వంశంలో శ్రేష్టుడు, గొప్ప తపస్వి, శతాయూపుడు అనే రాజర్షి ధృతరాష్ట్రుడు మొదలైన వారి రాకను తెలుసుకొని, వారందరినీ చూడటానికి వచ్చి గౌరవంగా పలకరించి, తనగురించి పరిచయం చేసుకున్నాడు. అర్ఘ్యం మొదలైన సత్కారాలు చేసి తమ ఆశ్రమంలో వారందరినీ వుండమని కోరుకున్నాడు. ధృతరాష్ట్రుడు శతాయూపుడి వలన నచ్చినదని చెప్పాక విదురుడు మొదలైనవారంతా చర్చించుకొని శతాయూపుడి ఆశ్రమానికి దగ్గరలోనే పర్ణశాలను తగిన యేర్పాట్లతో తక్కువ సమయం లోనే యేర్పాటు చేశారు. ఆతరువాత ధృతరాష్ట్రాదులు నార దుస్తులు ధరించి మిత ఆహారంతో తపస్సు, అగ్ని కార్యాలూ చేసుకుంటూ నియమబద్ధంగా వుండసాగారు.

ఈవిధంగా వుండగా ఒకరోజు ధృతరాష్ట్రాదులను చూడటానికి నారదుడు, పర్వతుడు,

దేవలుడు, మౌంజాయుడు, అనే మహర్షులు ఆశ్రమానికి వచ్చారు. ఆసంగతి తెలిసి శతాయూపుడు కూడా వచ్చాడు.ఋషులందరికీ కుంతి మొదలైన స్త్రీలందరూ అతిధి సత్కారాలు చేశారు. వారి ఆతిధ్యానికి తృప్తి పడ్డారు. తగిన స్థానాలలో అందరూ కూర్చున్నారు. అందరూ క్షేమసమాచారాలు మాట్లాడుకున్నాక..... 369

"పూర్వం శతాయూప మహరాజుకు తాత అయిన సహస్రచిత్యుడు అనే కేకేయరాజు తన పెద్దకొడుకైన శతచిత్యుడికి రాజ్యభారం అప్పగించి ఈ ఆశ్రమానికివచ్చి తపస్సు చేసి, ఇంద్రుడి స్నేహాన్ని సంపాదించాడు. వృషద్రుడు, భగదత్తుడి తాత పుకుత్సుడు, శైలాలయుడు, పురుకుత్సుడు, ఈ ప్రదేశంలో ఆశ్రమంలో తపస్సు చేసుకోవటం నాకు తెలుసు. ఇంద్రలోకంలో ఉత్తమ ఋషులందరికీ తెలుసు. నీకు ఈ ఆశ్రమ వాసానికి రావటమనే అదృష్టం. వ్యాస మహర్షి ఆశీస్సులవలన జరిగింది. ఈ ప్రాంతంలో ఆశ్రమ వాసులై తపస్సులు చేసుకొన్న వారివలెనే నీవూ పుణ్యలోకాలు పొందుతావు. ఇంద్రుడి దగ్గరవున్న పాండురాజు మేలు చేస్తాడు. ధర్మస్వరూపుడైన తన ఆత్మ కాబట్టి విదురుడు ధర్మరాజు శరీరంలో తగిన విధంగా ప్రవేశిస్తాడు. స్వర్గలోకం చేరి సుఖిస్తాడు" అన్నాడు నారదుడు. ఆ మాటలు విన్నవారందరూ సంతోషపడ్డారు.

"నారదా! నాకు ఓసందేహం వున్నది. దయతో నారు చెప్పమని కోరుతున్నాను" అడిగాడు శతాయూపుడు. "నీవు నన్ను యేమి అడగాలో అడుగు" అన్నాడు నారదుడు.

కురురాజుకు ఉత్తమ గతులు కలుగుతాయని అంటున్నారు. ఆ విషయం మీకు యే విధంగా తెలుసు?" అడిగాడు శతయూపుడు. "ఓ పుణ్యాత్మా! ఒకసారి నేను దేవేంద్రుడి వద్దకు వెళ్ళి మాట్లాడి నపుడు, ధృతరాష్ట్రుడుతపస్సు మూడు సంవత్సరాలు చేస్తాడు. ఆతరువాత ఆయన, గాంధారికూడా శరీరాలువిడిచి కుబేరుడి మైత్రి పొంది దివ్యమైన ఆభరణాలు ధరించి, పుష్పక విమానంలో తిరుగుతూ సంతోషంగా వుంటారు, అని ఇంద్రుడు పాండురాజుతో చెపుతుంటే విన్నాను" అని చెప్పాడు నారదుడు. ఈ విధంగా కురురాజు ఋషులు అందరూ కలిసి మంచి మాటలు మాట్లాడుకుంటూ ఆ రోజంతా గడిపి, మునులు, నారదుడు వారివారి నివాసాలకు వెళ్ళిపోయారు.

శ్రీమదాంధ్ర మహాభారత కథలు 370

విదుర నిర్యాణం

ధృతరాష్ట్రాదులను వనవాసానికి పంపి వెనుతిరిగి హస్తినాపురానికి చేరిన పాండవులు, అంతఃపుర స్త్రీలందరూ యెవరిపనులు వారు చేసుకుంటున్నా దిగులుతోనే రోజులు గడుపుతున్నారు. తమని వదిలి తల్లి యేవిధంగా వుంటుందన్న ప్రశ్న వారిని వేధిస్తోంది. విదురుడు, సంజయుడు కూడా సుకుమారులు. వారు ఎండను, గాలిని, దుమ్ముధూళిని యేవిధంగా తట్టుకుంటున్నారు? యివే ఆలోచనలు. నగర ప్రజలుకూడా సమయం దొరికితే ఈవిషయాలే మాట్లాడుకుంటున్నారు. ఇదేవిధమైన మాటలు ద్రౌపది మొదలైన అంతఃపుర స్త్రీలు కూడా మనసులో ఆలోచించటం, ఒక్కోసారి ధర్మరాజాదులతో ఆ ఆవేదనను పంచుకోవటం జరిగేది. ఒక్కోసారి అంతా ఒకచోట చేరి ధృతరాష్ట్రుడికి ఒక్క కొడుకును లేకుండా చేశాం, ఈ ముసలితనంలో ఆ దంపతులిద్దరూ వనాలపాలయారు. అన్నింటినీ త్యజించి కందమూలాలు తినవలసి వచ్చింది. కుంతీదేవి కూడా వారితోటి యేవిధంగా సర్దుబాటు చేసుకొని, తన కొడుకులనందరినీ వదిలి యేవిధంగా వుంటోంది. మహావీరుడైన కర్ణుడిని పోగొట్టుకున్నాం, అభిమన్యుని, ఘటోత్కచుని, ఈ విధంగా ఉపపాండవులను, మన అనుకొనే బంధుమిత్రులందరినీ బలిచేశాం... అంటూ రాగాలు పెట్టి ఏడవటం కూడా చేసేవారు. మరల యెవరిపనులపై వారు దీక్షపట్టి చేసేవారు. ఈవిధంగా కొంతకాలం గడిచింది. అందరికీ ధృతరాష్ట్రాదులను చూడాలనే కోరిక బల పడిపోయింది. ఒకరోజు అందరినీ ఓచోట కూర్చోపెట్టి తనకోరికను బయటపెట్టాడు. ముందుగా సహదేవుడు ధర్మరాజుకు నమస్కరించి.....

"నేను యెప్పటినుంచో చెప్పాలనుకుంటూనే ఆలస్యం చేశాను. కుంతీదేవిని చూడటానికి మనమందరం వెడదాం. ఉపవాసాలతో ఇప్పటికే ఆవిడ ఆరోగ్యం యేవిధంగా వున్నదో యేమో! ఆవిడ ప్రాణాలతో వున్నపుడే చూడటం మన కర్తవ్యం. అంతేకాదు ధృతరాష్ట్రాదులను కూడా చూసి రావటం మంచిది" అన్నాడు.

"మేం కూడా ప్రయాణానికి సిద్ధంగా వున్నాం" అన్నది ద్రౌపది.

వెంటనే ధర్మరాజు ఓ నిర్ణయానికి వచ్చి సేనాధిపతులను పిలిపించి ప్రయాణానికి రథ, గజ, తురగాలని సిద్ధం చేయమని, గుడారాలను, ఇతర సౌకర్యాలను యేర్పాటు చేయాల్సిన సామగ్రిని సిద్ధం చేయమని, ప్రయాణం రేపేనని చెప్పాడు. సేనాధిపతులు ధర్మరాజు చెప్పినట్లుగా సాయంత్రానికల్లా సిద్ధంచేసి, ధర్మరాజుకు విషయాన్ని చెప్పాడు. తామంతా లేనపుడు నగర రక్షణ కోసం యయుత్సుడిని, ధౌమ్యుడిని, కృపాచార్యుడిని, పురోహితుడు ధౌమ్యుడిని నియమించాడు ధర్మరాజు. భీముడిని గజబలంతోను, అర్జునుడిని రథబలంతోను, నకులుడిని అశ్వబలంతో, సహదేవుడిని రమ్మన్నాడు. అన్నింటితో మేళ, తాళాలతో తెల్లటి గుఱ్ఱాలను అమర్చిన రథంమీద సంతోషంగా బయల్దేరాడు ధర్మరాజు. కొంతమంది పౌరులుకూడా ధృతరాష్ట్రాదులను చూడాలని చిన్న చిన్న వాహనాలతో బయల్దేరారు. వెనుకనే అంతఃపుర స్త్రీలంతా పల్లకీలలో బయలుదేరు. అతి తక్కువ సమయంలోనే వనానికి చేరారు. శతయూపుడి ఆశ్రమం దగ్గరలో వున్న పెద్ద అరటి తోటను చూపించి, అదే ధృతరాష్ట్రులవారి ఆశ్రమమని చూపించారు అక్కడి ఆశ్రమవాసులు. వెంటనే ధర్మరాజు, తమ్ములు వచ్చి ముఖ్యులు, ద్రౌపది, అంతఃపుర స్త్రీలందరూ కూడా ధృతరాష్ట్రుని ఆశ్రమంవైపు వేగంగా నడిచారు.

"పూతండ్రి ధృతరాష్ట్రులవారెక్కడ?" ఆశ్రమంలోని శిష్యులను డగ్గుత్తికతో అడిగాడు.

"యమునలో స్నానం చేసి, పూలు, గంగాజలాన్ని, తెచ్చుకోవటానికి వెళ్ళారు" అని సమాధానమిచ్చి, యమునకు పోయే మార్గంకూడా చూపించారు. వీరంతా కొంతదూరం నడిచేసరికి ధృతరాష్ట్రాదులు కనిపించారు. అంతే, సహదేవుడు అతివేగంగా అందరినీ దాటుకొని తల్లి కుంతీదేవిని చేరి, ఆమె కాళ్ళను పట్టుకొని ఏడ్చేశాడు. కుంతి కొడుకును

అక్కున చేర్చుకొని ముద్దాడి, గాంధారికి సహదేవడు వచ్చాడని చెప్పింది. ధర్మరాజాదులు
ముందుగా ధృతరాష్ట్ర, గాంధారుల పాదాభివందనం చేసి, తల్లి పాదలపై పడిపోయారు.
కుంతీదేవి అందరిని చేరదీసుకొని ఆశీర్వదించింది.ఆ సమయంలో సంజయుడు ధర్మ
రాజును మిక్కిలి వినయంతో, పాండవులందరిని ప్రేమగాను, చూశాడు. పాండవులు 372
సంజయుడిని గౌరవించారు. ద్రౌపది, మిగిలిన భరతవంశ స్త్రీలందరూ ధృతరాష్ట్రుడి
తరువాత గాంధారిని, ఆ తరువాత కుంతిని చూచి గౌరవించి, వారు పట్టుకొస్తున్న నీటి
పాత్రలను అందుకొని, ఆశ్రమానికి తీసుకువచ్చారు. వీరందరినీ చూడటానికి అందరూ
వచ్చి గౌరవించి వారి ప్రేమను పొందారు. తనవారంతా దగ్గరే వుండటంవలన ధృతరా
ష్ట్రుడు హస్తినాపురంలో వున్నట్లే అనుకొని తృప్తిపడ్డాడు. మనస్సు ఉల్లాసంగా మారింది.
జనసందోహంగా వున్న ధృతరాష్ట్రుడి ఆశ్రమం పాండవులను చూడటానికి వచ్చిన తపో
ధనులతోటి, గ్రామీణ జనాలతోటి కలకలలాడిపోయింది. ధృతరాష్ట్రుడు, గాంధారి ఉన్న
తాసనాలమీద కూర్చోగా, మిగతావారందరూ పెద్దవారిని ఆశ్రయించుకొని, ప్రతి వొక్కరూ
స్పష్టంగా కనిపించేలా వారి స్థానాలలో కూర్చున్నారు. స్త్రీలందరూ వారి వారి స్థానాలలో
కూర్చున్నారు. "ధృతరాష్ట్రుడి బలగాన్నంతా యెవరు యేమిటో పరిచయం చేయండి"
ఓ ముని సంజయుడిని అడిగాడు.

"బంగారురంగులోవున్న సన్నటి శరీరంతో, తగిన యెత్తుతో, లావుతో, పొడుగాటి ముక్కు, విశాలమైన కళ్ళు, సింహపు చూపుగలవాడే ధర్మరాజు. ఎరుపురంగు శరీర ఛాయతో, ఎత్తైన భుజాలతో, విశాల వక్షస్థలంతో వున్నవాడు భీముడు. మెరుస్తున్న నల్లటి శరీరం గలవాడు, తామర కన్నులు గలవాడు, అర్జునుడు. సాటిలేని అందంతో కుంతి ప్రక్కన కూర్చున్న శ్రీమహావిష్ణువు, ఇంద్రులవంటివారు, నకులసహదేవులు. నల్లకలువల రంగు శరీరంతో చూడగానే ఆకర్షణీయమైన, గౌరవంకలిగేలా వున్న ఆమె ద్రౌపది. ద్రౌపది ప్రక్కనే ఎఱ్ఱని శరీరంతో చక్కటి ముఖంతో సూర్యతేజస్సుతో వున్న ఆమె, కృష్ణుని చెల్లె సుభద్రాదేవి. సుభద్ర, ద్రౌపదుల ప్రక్కన ప్రకాశిస్తూ కూర్చొని వున్న ఆ అమ్మలిద్దరూ ఒకరు నాగకన్య ఉలూపి, పాండ్యరాజు కూతురు చిత్రాంగద. వారిద్దరూ అర్జునుని

భార్యలే. తపస్సంపన్నులారా! నల్లకలువల కాంతితో పోటిపడే శరీర రంగుతో ఆమె భీముడి భార్య. కొత్త సంపంగి పూల దండలాగా గౌరవం కలిగించే ఆమె సహదేవుడి భార్య (జరాసంధుడి కూతురు). అప్పుడే విచ్చుకున్న కలువలాగావున్న ఆ పద్మదళనేత్రి నకులుడి భార్య. వారి ప్రక్కన పాపిట లేకుండా తెల్లటి బట్టలతో వున్న స్త్రీలు, ధృతరాష్ట్రుడి కోడళ్ళు. ఆ స్త్రీల లాగానే అలక్షణాలతో వున్న ఆమె ద్రోణుడిని, కర్ణుడిని ముప్పు తిప్పలు పెట్టిన అభిమన్యుడి భార్య, ద్రుపదరాజు కూతురు, ఉత్తర" అంటూ ప్రతి వొక్కరిని పేరు చెప్పి, వారి వివరాలుచెప్పాడు సంజయుడు. 373

"నాయనా ధర్మరాజా! నీవూ, నీ తమ్ములు, నీ మిత్రులు, రాజాధికారులు అంతా సుఖమే కదా! ప్రజలు సుఖంగా వున్నారా? కోశాగారంలోని ధనసంపద పెరుగుతోందా? శత్రువులు లేరుకదా! పితృదేవతలను పూజలతో తృప్తిపరుస్తున్నావుకదా! పిల్లలు, బలహీనులు, స్త్రీలు, వృధ్ధుల మనస్సులో భయంలకుండా వున్నారుకదా!" అడిగాడు ధృతరాష్ట్రుడు.

"మహారాజా! ఇపుడు నీవడిగిన విషయాలన్నీ నీవు చేసిన నీతిబోధలవలన యెవరికీ యేలోటూ రాకుండా, యే సమస్య రాకుండా చూసుకున్నాను. అదిసరే! కష్టాన్ని, శ్రమనూ ఓర్చుకోలేని నీవు ఈ అరణ్యంలో యేవిధంగా వుండగలుగుతున్నావు? మాతల్లి కుంతీదేవి దిగులు, ఉపవాసాల వలన వచ్చిన నీరసం, గతపు జీవితంవలన యేర్పడిన కోపం, దిగులు ఈవన్నీ వుండగా కూడా మీఇద్దరికి సేవలు సవ్యంగా చేయకలుగుతోందా? తపస్సు చేయకలుగుతోందా? సంజయుడు తపస్సు చేసే శ్రమను తట్టుకోకల్గుతున్నాడా? విదురుడేడి? కనిపించడేం?" చుట్టూరా విదురిడికోసం కళ్ళతో వెతుకుతూ అడిగాడు ధర్మరాజు.

"నేను మాత్రం తపస్సుచేసుకోటానికి అలవటు పడిపోయాను. కుంతి అలుపు లేకుండా సేవలు చేస్తున్నది. మీరు గుర్తువచ్చినపుడు మిమ్మల్ని ఆశీర్వదిస్తూ, మీ కీర్తి గురించి చెప్పుకుంటూ, మురిసిపోతూ వుంటుంది. గాంధారి కూడా తపస్సుచేసుకుంటూనే వున్నది. సంజయుడుకూడా బుధ్ధిమంతుడు. తపస్సును శ్రధ్ధగా చేస్తున్నాడు. విదురుడే హటాత్తుగా కనిపిస్తాడు, హటాత్తుగా మాయమవుతాడు" అంటూ ధృతరాష్ట్రుడు చెపుతూ వుండగానే

ధర్మరాజుకు విదురుడు దూరంగా కనిపించాడు. ఆయన వళ్ళంతా దుమ్ముకొట్టుకొని, జడలు కట్టుకున్న జుత్తుతో, దిగంబరంగా వున్నాడు. హటాత్తుగా ఆయన తిరిగి వెళ్ళిపో సాగాడు. ధర్మరాజు చటుక్కున లేచి విదురుడివైపు గబగబా నడపసాగాడు. తన వెంట రాబోతున్నవారిని ఆపి, తానొక్కడే విదురుడు వెళ్ళినవైపు పరిగెత్తాడు. విదురుడు ఓసారి 374
కనిపిస్తూ మాయమౌతూ ముందుకు సాగాడు. వెనుకనే 'విదురా' అని పిలుస్తూ ధర్మరాజు......ఆ విధంగా కొంతదూరం పోయాక విదురుడు ధర్మరాజుకోసం ఓ చెట్టు దగ్గర ఆగాడు. యోగైన విదురుడు కళ్ళు మూసుకొని నుంచున్నాడు.

"విదురా! నన్నుచూడు" అని దండంపెట్టి ప్రార్ధించాడు ధర్మరాజు.

విదురుడు మెల్లిగా కళ్ళు తెరిచి ధర్మరాజును చూస్తూ యోగశక్తితో తన ఇంద్రియాలను ధర్మరాజు ఇంద్రియాలలలోనూ, తన ప్రాణాలు కాంతిరూపంలో ధర్మరాజు శరీరంలోకి చేర్చాడు. విదురుడి శరీరం క్రింద పడిపోయింది. ధర్మరాజు శరీరం మరింత కాంతివం తమయింది. విదురుడి శవం ప్రాణం వున్నప్పటిలాగానే కాంతివంతంగా వుండటం గమనించిన ధర్మరాజు ఆశ్చర్యపడ్డాడు. విదురుడి శరీరానికి దహనసంస్కారాలు చేయా లనుకున్నాడు. అప్పుడే ఆకాశంలో మాటలు వినిపించాయి.....

"ధర్మరాజా! యతిధర్మంతో ప్రవర్తించిన ఆయనకు దహనం చేయకూడదు" అని.

అపుడు ధర్మరాజు తిరిగి ధృతరాష్ట్రుడి ఆశ్రమానికి చేరి, విదురుడి సంగతంతా అక్కడున్న వారందరికీ వివరించి చెప్పాడు. అందరూ ముందు ఆశ్చర్యం, తరువాత దుఃఖంలో మునిగిపోయారు. ఆ తరువాత కొంత సమయానికి అందరూ కోలుకొని విదురిడి గురించి ముచ్చటించుకొని, మరికొంతటి తరువాత మునులందరూ ధృతరాష్ట్రుడి దగ్గర శెలవు తీసుకొని, వారి వారి ఆశ్రమాలకు వెళ్ళిపోయారు. ఆతరువాత పాండవులు, అంతఃపుర స్త్రీలు, వారితో వచ్చిన పరివారం అందరూకూడా ధృతరాష్ట్టుడు యేర్పాటు చేసిన కందమూలాలు, పండ్లు ఆహారంగా తిని దర్భచాపలమీద నిద్రపోయారు.

ఓం

శ్రీమదాంధ్ర మహాభారత కథలు

రణమృతుల దర్శనం

సూర్యుడుదయించాడు. ధర్మరాజు, తమ్ములు ప్రాతఃకాలంలో ఆచరించాల్సిన ధర్మాలను ఆచరించి, ద్రౌపది, తమ్ములతో కలిసి కొంత పరివారం వెంటరాగా ఆశ్రమ ప్రాంగణ మంతా తిరిగి, అక్కడ నిష్టగా తపస్సు, యాగం, యోగం అన్నీ చేసే మునులను, అన్నిరకాల జంతువులు స్వేఛ్ఛగా తిరుగుతుండటం, రకరకాల పక్షులను చూసి, ఆనందంతో మురిసిపోయాడు. తపఃస్సు చేసుకొనే పరిస్థితులలో వుండే మనశ్శాంతి, సంతోషం రాచరికంలో యెక్కడుంది! అనుకొని నిట్టూర్చాడు. ఆ సమయంలోనే ధృతరాష్ట్రాదులను కలిసి మాట్లాడాలని శతయూపుడు మొదలైన మునులు వచ్చారు. వారందరికి తగిన మర్యాదలుచేసి విశ్రాంతిగా కూర్చోమని కోరాడు ధృతరాష్ట్రుడు. వారంతా రలిసి మాట్లాడుతూవుండగా సూర్యుడు నడినెత్తికి వచ్చాడు. మునులకు వీడ్కోలు చెప్పాడు ధృతరాష్ట్రుడు. ఆవిధంగా పెదతండ్రైన ధృతరాష్ట్రుడిని, పెదతల్లి గాంధారిని, తల్లి కుంతిని, సేవించుకుంటూ ఓ నెలరోజులు కాలాన్ని గడిపారు పాండవులు, అంతఃపుర స్త్రీలు. ఒక రోజు ధృతరాష్ట్రుడు శతయూపాది ముని బృందంతో ధర్మబద్ధమైన విషయాలను ఇష్టాగోష్టి చేస్తూ వుండగా అక్కడకు వ్యాసభగవానుడు వచ్చాడు. ఆయనకు తగువిధంగా ఆహ్వానించి, అర్ఘ్య, పాద్యాలిచ్చి, ఆయన అనుమతి తో యెవ్వరి స్థానాలలో వారు కూర్చున్నారు.

"కురువంశోద్ధారకుడా! ధృతరాష్ట్రా! నీ మనస్సు ఇక్కడి వాతావరణానికి, తపస్సుకు అలవాటు పడిందా? ముని ధర్మాలను సులువుగా ఆచరించకలుగుతున్నావా? నీ మనస్సులో, కొడుకులు, రాజ్యం దిగుళ్ళు, తీరాయా? గాంధారి దుఃఖాన్ని వదిలిందా?

కుంతి రాజ్యవైభవానికి, కొడుకులకు దూరంగా తన ధర్మాన్ని నిర్వర్తించటానికి వచ్చిందికదా! ఆమె సేవాభావాన్ని అర్థం చేసుకొన్నావా? ధర్మరాజాదులపై నీకు ప్రేమ కలిగిందా? శాంతి దొరికిందా? ధృతరాష్ట్రా! యెక్కువకాలం యెవరితోనూ విరోధభావం, కోపం వుండకూడదు. ఎదురెదురుగా కూర్చొని ఓపికగా మాట్లాడుకోవాలి. మాట్లాడే మాట, మనస్సులోని భావం వొకటే వుండాలి. చేతనైతే ఉపకారం చేయాలి. అపకారం చేయకూడదు. మహారాజా! విదురుడు శరీరాన్ని త్యజించిన విధానం తెలుసా? పూర్వం మాండవ్య మహర్షి ఇచ్చిన ఘోరమైన శాపం వలన శూద్రుడుగా పుట్టిన యమధర్మరాజే నిర్మలబుద్ధి, జ్ఞాన సంపద కలిగిన మహానుభావుడు విదురుడు. బ్రహ్మదేవుడి ఆజ్ఞ ప్రకారం నేను విచిత్రవీర్యమహారాజు ఆధీనంలో వున్న అంబిక దాసియందు వర్తించడం వలన విదురుడై శూద్రుడుగా పుట్టటం జరిగింది. ఈ ధర్మరాజు యమధర్మరాజు అంశ కనుక అది తెలిసిన సర్వజ్ఞుడు, యోగి, విదురుడు తన యోగబలంతో ధర్మరాజులో కలిసిపోయాడు. యమధర్మరాజు అంశలతో పుట్టిన ధర్మరాజు ఈవిధంగా పరిచారకుడు లాగా నీకు సేవలు చేస్తున్నాడు“ అన్నాడు వ్యాసమహర్షి. 376

“మహర్షీ! అరణ్యవాసం నాకేమీ బాధగా లేదు. తపఃధర్మాలను నా మనస్సుకు, శరీరానికి అలవాటయిపోయాయి. గాంధరికి పుత్రనాశనాన్ని మరిపింపచేశాడు ధర్మరాజు. ఆతడు దైవస్వరూపుడని నాకూ తెలుసు. ఆ విషయం ఆతడికర్థమయ్యేలాగా చేసే నా ప్రవర్తన ధర్మరాజుకర్థమయేవుంటుంది. ఇహ కుంతి మాకు చేసే సేవలు ఆశ్చర్యం, ఆనందం కలుగుతున్నాయి. నీదయవలన నాకు సంపూర్ణమైన జ్ఞానం, మనస్సు నిష్కల్మషమవటం పూర్తిగా సంభవిస్తుంది“ అన్నాడు ధృతరాష్ట్రుడు.

ఆ సమయంలోనే ద్రౌపది, సుభద్ర మొదలైన అంతఃపుర స్త్రీలందరూ వచ్చి వ్యాస మహర్షికి పాదాభివందనాలు చేసి, ఆయన అనుజ్ఞతో ఓ ప్రక్కకు కూర్చున్నారు.

“ధృతరాష్ట్ర మహారాజా! మీ చింతలన్నీ తీర్చేందుకు నేనేంచేయాలి? కోరుకుంటే చేస్తాను“ అన్నాడు వ్యాసమహర్షి.

“మీరు నా దగ్గరకు రావటమే గొప్ప వరం. మీ ప్రేమతో నా జన్మ పునీతమైంది. ఉత్తమ

లోకాలు దొరుకుతాయా లేదా అన్న ఆలోచనే పోయింది. కానీ మీరు నాకు వరమిచ్చారు కనుక చెడు నడతగల నాకొడుకు పాండవులను అవమానాలపాలు చేసి, నేలమీద గజ, అశ్వ బలాలతో సుక్షత్రియులనే వారు లేకుండా యుద్ధంలో నశించేలాగా చేశాడు. ద్రోణ, భీష్మ మొదలైన మహామహులను అంతమయేలా చేశాడు. ఆ మహామహులందరూ యేమయారు? కౌరవ వీరులు మరణానంతరం యేలోకాలు చేరారు? తెలియటం లేదన్నదే నా తీరని బాధ. ఈ నా బాధను పోగొట్టవలసినదిగా కోరుతున్నాను" అన్నాడు ధృతరాష్ట్రుడు. 377

ఆ మాటలు వినగానే అక్కడున్న వారందరికీ తమకు కావాల్సిన వారందరి వియోగం అప్పుడే కలిగినట్లు బాధలో మునిగిపోయారు.

"మునిశ్రేష్టా! యుద్ధంలో కొడుకులందరూ చనిపోయిన ఈ పదహారు సంవత్సరాలనుంచి ఆయన హృదయం శోకంతో వున్నది. కొడుకులను చేరుకోవాలని కోరికతోనే వున్నాడు. ఈ సృష్టిలోని లోకాలన్నింటినీ చూపించగల నీవు మా కొడుకులు యెక్కడ వున్నారో చూపించలేవా!" వేదనగా అడిగింది గాంధారి.

ఆమె మాటలతో ఆమె అక్కడ వున్న కౌరవుల కుల పత్నులందరి ముఖాలలోనూ తమ వారిని చూస్తే! అన్న ఆశ కనిపించింది. కుంతి మనస్సులో కర్ణుడిని తలుచుకుంది. ఆమె కళ్ళు నీటికుండలయ్యాయి.

"కుంతీ! నీ కోరికేమిటో చెప్పమ్మా!" అడిగాడు వ్యాసమహర్షి.

"దైవాలందరికీ నీవే దేవుడివి. అటువంటి నిన్ను మామగారిగా పొందాను. ప్రేమగా నా మాటలు వినండి. చిన్నతనంలో నన్ను పెంచిన తండ్రి, అతి కోపిష్టి దూర్వాస మహామునికి నన్ను సేవలు చేయమన్నాడు. చేశాను. నా సేవలకు ఆయన సంతోషించి నన్ను ఏదైనా కోరిక కోరుకోమని అన్నాడు. నాకేకోరికా లేదు. మీరు నా సేవలకు సంతోషిస్తే చాలు అన్నాను. కాదు, నీకు వరమీయందే ఇక్కడినుంచి వెళ్ళను అనటంతో, సరే నాకు మంచి వీరుడైన కొడుకు కావాలి అని అడిగాను. ఆ మహానుభావుడు నాకో మంత్రాన్ని ఉపదేసించి.....

"నీవు ఏ దేవతను తలచుకొని ఈ మంత్రాన్ని చదువుతావో ఆ దేవత నీవు కోరుకున్న కొడుకునిస్తాడు. ముఖ్యంగా నీవు యమధర్మరాజుకు తల్లివవుతావు" అని చెప్పి వెళ్ళి పోయాడు. నేను ఆ మంత్రాన్ని మరిచిపోకుండా రోజూ ఓసారి చదివేదాన్ని. ఒకరోజు ఉదయించే సూర్యుడికి మురిసిపోయి అనుకోకుండా ఆ మంత్రం చదివేశాను. 378
సూర్యుడు ప్రత్యక్షమయ్యాడు.

"ఏం వరం కావాలో కోరుకో" అన్నాడు సూర్యుడు.

"నాకేవరం వద్దు వెళ్ళిపోవచ్చు" భయంతో అన్నాను.

"అనవసరంగా నన్నెందుకు పిలిచావు? నీవు కన్నెపిల్లవని, నీకు విషయం వివరంగా చెప్పకుండా నీకు మంత్రోపదేశం చేసిన ఆ మునిని శపిస్తాను చూడు" అంటూ కోపంగా అన్నాడు. అంతటి తాపసి నా మూలాన శాపం పాలు కావద్దని.....నీవంటి తేజస్సుగల కొడుకు కావాలని అడిగాను. ఇస్తాను. పెండ్లి కాకుండా సంతానవతివి అయినా కూడా నీకు కన్యాత్వం పోదు అని చెప్పి సూర్యభగవానుడు వెళ్ళిపోయాడు. మహామునీ! నీకు అన్నీ తెలిసే వుంటాయి. ఆవిధంగా పుట్టిన బిడ్డని నదిలో వదిలేశాను. ఈ పొరపాటు వల్ల మరణానంతరం నేనే గతి పొందుతాను, తెలుసుకోవాలని వున్నది" అన్నది కుంతి.

"కోడలా! కుంతీ! నీవు అన్నీ నిజాలే చెప్పావు. కర్ణుడి పుట్టుక, పెరగటం, మరణం. అన్నీ ఆ విధంగా రాసి వున్నాయి. ఇందులో నీ తప్పేమీ లేదు. నీ కన్యాత్వానికి లోపం లేదని సూర్యుడు వరమిచ్చాడు కనుక కౌరవవంశంలో శ్రేష్టురాలివయ్యావు. నీ చరిత్రలో కళంకం లేదు" చిన్నవ్వుతో చెప్పాడు వ్యాసమహర్షి. కుంతి తృప్తిగా కళ్ళుతుడుచుకుంది.

"గాంధారీ! దుర్యోధనాదులైన నీ కొడకులను, శకుని మొదలైన నీ తమ్ములను నీవు, కుంతి కర్ణుడుని, చూస్తారు. అంతే కాదు. ఇక్కడున్న మీరంతా మీమీ వారిని చూడ గలరు. గాంధారీ! నీవు నీ కొడుకులగురించి, మనుమలగురించి యేమాత్రం బాధపడ వద్దు. వారంతా శక్తివంచన లేకుండా యుద్ధం చేశారు. తప్పక మరణించారు. స్వర్గలోక ప్రాప్తిని పొందారు. కేవలం భారత యుద్ధం కోసమే సాటిలేని మహిమలు గల దేవతలు ఈ మానవ జాతిలో పుట్టారు. గాంధారీ! నీ భర్త ధృతరాష్ట్రుడు గంధర్వ రాజు. మరుత్త

లనే దేవతల అంశలతో పుట్టినవాడు పాండురాజు. ధర్మరాజు ఆ యమధర్మరాజే.
వాయు దేవుడే భీముడు. నరుడు అనే పేరుగల ముని అర్జునుడుగాను, నారాయణుడు
కృష్ణుడుగాను, అశ్వనీ దేవతలు నకుల సహదేవులగాను పుట్టారు. కలిపురుషుడు
దుర్యోధనుడిగాను, రాక్షసులు నీ కొడుకులు దుశ్శాసనాదులుగాను పుట్టారు. కర్ణుడే 379
సూర్యుడు. చంద్రుడు అభిమన్యుడు తెలుసుకో. ఇంకా అగ్ని దేవుడు ద్రౌపదికి తోబుట్టువు
దృష్టద్యుమ్నుడు గాను, వాయుదేవుడి అంశతో శిఖండి, పుట్టారు. బృహస్పతి ద్రోణా
చార్యుడుగా పుట్టాడు. అష్టమ వసువే భీష్ముడుగా పుట్టాడు. ఇంకా యెంతోమంది దేవ,
రాక్షస అంశలతోపుట్టిన వారున్నారు. నాతో గంగానదికి వస్తే ఈ మానవజన్మలో మీకున్న
దిగుళ్ళన్నీ పోగొడతాను“ అన్నాడు వ్యాసమహర్షి. అంతే “వ్యాసమహర్షికీ జై!“ అన్న
కేకలు మిన్నుముట్టాయి. ధృతరాష్ట్ర, గాంధారి, కుంతి, పాండవులు, ద్రౌపది, సుభద్ర,
ఉత్తర, మొదలైన అంతఃపుర స్త్రీలు, శతాయూపుడు మొదలైన మునులుందరూ మృత
వీరులను చూసే ఉత్సాహంతో గంగానదికి చేరారు.

అక్కడ బస యేర్పాట్లు చేసుకున్నాక.....

“రేపు ప్రాతఃకాలాన సంధ్యావందనాది కార్యక్రమాలయాక వారందరినీ చూద్దాం“
అన్నాడు వ్యాసుడు.

చేసేదేమీ లేక ఆరాత్రికి అతికష్టంగా కాలాన్ని గడిపి మూడవ జాములోనే ఎవరికివారు
త్వరత్వరగా తమ పనులు చేసేసుకొని సిద్ధమయారు. వ్యాసమహర్షికూడా తన అనుష్ఠా
లను పూర్తి చేసుకొని నదీతీరానికి వచ్చి, అందదరినీ చిరునవ్వుతో చూసి, నదిలోకి దిగి
ఓ మునక వేసి, దుర్యోధనుడితో ప్రారంభించి ఒకొక్కరినీ పేర్లుపెట్టి ప్రేమగా పిలప
సాగాడు. అపుడు నదిలో పెద్ద చప్పుడు కాసాగింది. దుర్యోధనుడు, సోదరులు, ధృతరా
ష్ట్రుని కుటుంబానికి చెందిన వారు, పాండురాజు కుటుంబంవారు, బాహ్లికుడు, సోమ
దత్తుడు మొదలైన కురు వీరులు, ద్రుపదుడు, విరటుడు, దృష్టద్యుమ్నుడు, ఉత్తరుడు
మొదలైనవారు, కర్ణుడు, భీష్ముడు, ద్రోణుడు, మొదలైనవారు దివ్యంగా మెరిసిపోతున్న
శరీరాలతో దివ్య వస్త్రాలు, ఆభరణాలతో అందరికీ కనిపించారు. వ్యాసుడు ధృతరాష్ట్రుడికి
చూసేందుకు చూపునిచ్చాడు. అది తెలిసి గాంధారి కూడా కళ్ళగంతలు విప్పేసింది.

దుర్యోదనాదులు అహంకారం, క్రూరత్వం లేకుండా అందరితో నవ్వుతూ మాట్లాడుతూ ధృతరాష్ట్రాదుల దగ్గరకు వచ్చారు. ఆ సమయంలో గంధర్వ కన్యలు పాటలు పాడుతూ అనందింప చేస్తున్నారు. దుర్యోధనాధులు ఒక్కొక్కరిని ప్రేమతో పలకరిస్తూ ఆనందింప చేయసాగారు. మానవులుగా వున్నవారూ, మరణించిన తరువాత అక్కడకు వచ్చినవారు ఆ తేడా గుర్తించనంతగా కలిసిపోయి మాట్లాడుకోవటం, హాస్యసంభాషణలు చేసుకోవటం, ఆవిధంగా ఆ పగలురాత్రి ఒక్కక్షణం గడిచిందంతే అనుకొనే విధంగా గడిపేశారు. 380
తిరిగి తెల్లవారింది. వ్యాసుడి సూచనతో దుర్యోధనాదులందరూ వారివారి లోకాలకు వెళ్ళిపోవటానికి ఇరుపక్షాలవారూ ఒకరిదగ్గర ఒకరు వీడ్కోలు తీసుకొన్న తరువాత అమరవీరులు గంగా నదిలోకి దిగారు. అపుడు దేవతలచేతకూడా కొలవబడే వ్యాసుడు కూడా గంగలో దిగి.....

"భర్తతో దివ్యలోకాలకు పోవాలనుకొనే స్త్రీలు త్వరగా గంగలోకిరండి!" అని ఆహ్వానించాడు వ్యాసుడు.

బ్రతికివుండి భర్తలకోసం పరితపించే అంతఃపుర స్త్రీలు తమ ఇష్టాన్ని ఆనందంగా తెలిపి, గాంధారి, కుంతిల దగ్గర వీడ్కోలు తీసుకొని, గబగబా గంగలో దిగి మునిగి, ఈ శరీరాలను విడిచి దివ్య శరీరాలు, వస్త్రాలు, నగలతో వారివారి భర్తల దగ్గరకు చేరి నుంచున్నారు. ఒడ్డున నిలబడ్డవారంతా ఆశ్చర్యంగా చూస్తూ వుండగా అందరూ మాయమయ్యారు (ఈ సంఘటనను ఎవరైనా చెప్పగా విన్నా, చదివినా ఈ లోకంలోనూ, పరలోకంలో కూడా ఉత్తమమైన కోరికలు తీరుతాయి. రోగాలు పూర్తిగా తగ్గిపోతాయి. నిజమైన ఆనందం కలుగుతుంది. గొప్పగా చెప్పుకుంటే వారికి ఏవిధమైన కష్టమూ కలుగకుండా శుభాలు కలిగేలాగా దేవతలు చూసుకుంటారు. ఈ మాటలు వైశంపాయ నుడు జనమేజయుడితో చెప్పాడు).

ఆశ్చర్యకరమైన సంఘటనలు చూశాక అందరూ గాలిలో తేలిపోతూ ధృతరాష్ట్రుడి దగ్గర శెలవు తీసుకొని వారి ఆశ్రమాలకు వెళ్ళిపోయారు. వ్యాసమహర్షి, ధృతరాష్ట్రుడు మొద లైన వారందరూ కూడా ధృతరాష్ట్రుడి ఆశ్రమానికి వెళ్ళారు. అందరూ ఆహారసేవనం

తరువాత వ్యాసమహర్షి ధృతరాష్ట్రుడితో......
"ధృతరాష్ట్రా! నీ కొడుకులను, దాయాదులను, గురువులను, భీష్ముని అందరినీ చూశావు. అందరూ యెంతో సుఖంగా వున్నారు. ఇంక ఆ చింత వదిలేయి. మీ దంపతులను సేవిస్తూ పాండురాజు కుమారులు రాజ్యపాలన సంగతి వదిలేసి నెలరోజులుగా యిక్కడే వున్నారు. వారిని రాజధానికి వెళ్ళమని చెప్పు" అన్నాడు. 381
ధృతరాష్ట్రుడు వినయంగా వ్యాసమహర్షికి పాదాభివందనం చేసి తన అంగీకారాన్ని తెలిపాడు. పాండవులు, ధృతరాష్ట్రుడు, అందరూ కలసి తగిన విధంగా వ్యాసుడికి వీడ్కోలు చెప్పారు. ఆయన ధృతరాష్ట్రుల దంపతులను, పాండవులను, అంతఃపుర స్త్రీలను, అందరిని ఆశీర్వదించి అంతర్ధానమయాడు. ఆతరువాత ధృతరాష్ట్రుడు ధర్మరాజును పిలిపించి ప్రేమగా దగ్గర కూర్చోపెట్టుకొని.....
"నాయనా ధర్మజా! నీవు నా దగ్గరకు వచ్చి నెలరోజులయింది. మీరంతా నా దగ్గరుంటే హస్తినలో వున్నట్లే వుంది. కానీ తపస్సు ఇపుడు నా లక్ష్యం. నీకు రాజ్యపరిపాలన ముఖ్యం. భీష్మాదుల దగ్గర రాజనీతులు బాగా నేర్చుకున్నవాడివేకదా! నేను చెప్పేదే ముంది. ఇంక నీవు, నీ తమ్ములు, భార్య, అంతఃపుర స్త్రీలు, బయలుదేరి హస్తినకు చేరండి. రాజు ప్రతిరోజూ రాజదర్బారులో రాచకార్యాలలో పాల్గొనాలి. లేకుంటే అరాచ సులకూ బలమొస్తుంది. నా కొడుకులు నాకు దూరమయ్యారన్న బాధను తగ్గించావు. వ్యాసుని మహిమ వలన నా కొడుకులను, భీష్మాదులను, కౌరుల వీరులను చూశాక ఆ దిగులంతా పూర్తిగా పోయింది. మనస్సు తపస్సు మీదనే లగ్నమవుతోంది" అన్నాడు ధృతరాష్ట్రుడు.
"తండ్రీ! రాజ్యాన్ని రక్షించటానికి భీమాదులున్నారు. నేను ఇక్కడేవుండి మీకు, రాజు గార్కి, అమ్మకు సేవ చేసుకుంటాను" ఆర్తిగా అన్నాడు ధర్మరాజు.
"ధర్మజా! కురువంశాన్ని రక్షించాల్సింది నీవే. నీ తండ్రి పాండురాజు దగ్గరనుంచి అందరికీ శ్రాద్ధ కర్మలు నిర్వహించాల్సిన వాడివి నీవే. నీ తండ్రి చెప్పినట్లు చేయి. రాజ్యంలోని ప్రజలు భయపడకుండా చూసుకో" అన్నది గాంధారి.

"ఈవిధంగా మీరందరూ నన్నెంత వెంబడించినా మిమ్మల్ని వదిలిపెట్టి నేను వెళ్ళను. నాకు రాజ్యకాంక్ష లేదిప్పుడు" అన్నాడు ధర్మరాజు.

"అన్నా! నీవు రాజ్యపాలన చేసుకో. నేనిక్కడ వుండి వీరందరికీ సేవలు చేస్తూ తపస్సు చేసుకుంటాను" అన్నాడు సహదేవుడు.

కుంతి సహదేవుడిని దగ్గరికి తీసుకొని ముద్దాడి.....

"కొడుకులారా! మీరంతాకూడా రాజ్యపాలనా దక్షత వుండికూడా తల్లి తండ్రుల సేవ కోసం ఈ విధంగా మాట్లాడటం బాగాలేదు. మీరెవరు ఇక్కడవున్నా మా తపస్సులకు భంగమే. ఈసంగతి మీరు గ్రహించి రాజ్యానికి వెళ్ళిపోవటమే అన్నివిధాలుగా మంచిది" అన్నది కుంతి. ఇంక తల్లి నిర్ణయాన్ని యెదిరించ లేకపోయాడు ధర్మరాజు.

"మిమ్ములను సేవించి నాపాపాలన్నీ పోగొట్టుకున్నాను. మీ ఆజ్ఞను తలదాల్చి హస్తినకు వెడతాను తండ్రీ!" అన్నాడు ధర్మరాజు.

అపుడు ధృతరాష్ట్రుడు ధర్మరాజును ప్రేమతో ఆశీర్వదీస్తూ గుండెలకు హత్తుకున్నాడు. భీముడితోకూడా ప్రేమగా మాట్లాడి ఆశ్చర్యపరిచి మృదువుగా కౌగలించుకొని ఆశీర్వదించాడు. అర్జునుడిని పొగిడి కౌగలించుకొని ఆశీర్వదించాడు. నకుల, సహదేవులను గారాబంచేసి కౌగలించుకొని ఆశీర్వదించాడు. పాండవులు, ద్రౌపది, సుభద్ర, మొదలైన స్త్రీలు ధృతరాష్ట్రునికి, గాంధారికి, కుంతికి ప్రదక్షణ నమస్కారాలు చేసి ఆశీర్వచనాలు పొంది, నగర ప్రజలకు, గ్రామవాసులకు ఆనందం కలిగిస్తూ హస్తినకు చేరారు.

ॐ

శ్రీమదాంధ్ర మహాభారత కథలు

ధృతరాష్ట్ర నిర్యాణం

ధృతరాష్ట్రుని ఆశ్రమంలో వ్యాసమహర్షి దయతో ధృతరాష్ట్రాదులు, భీష్ముడు, దుర్యోధనాదులుగా ఏఏ దేవతలు, రాక్షసులు పుట్టారో ఈ కథంతటికీ మూలకారాణాలు, అన్నీ అందరూ తెలుసుకున్నారు. అంతేకాదు, భారత రణమృతులందరినీ ధృతరాష్ట్రాదులు గంగానదిలోంచి దివ్యరూపాలతో వచ్చినవారిని, సజీవులుగా వున్నవారందరితోటి సఖ్యతగా,సంతోషంగా గడిపి,సంతోషించటం, ఇష్టమైన స్త్రీలు భర్తలైన మృత వీరుల దగ్గరకు పోయి దివ్యత్వం పొందటం జరిగాక వ్యాసుని సూచనతో ధృతరాష్ట్రుడు, కుంతి, గాంధారి కూడా తమకు తపస్సే ముఖ్యమని అరణ్యంలోనే వుండి తల్లి, పెదతల్లి, పెదతండ్రికి సేవలు చేస్తూ, తానూ తపస్సు చేసుకుంటానని మొండికేసిన ధర్మరాజుకు ఆ ముగ్గురూ నచ్చచెప్పి, కురువంశస్తులకు శ్రార్ధ కర్మలు చేయాల్సిన బాధ్యత, కష్టపడి సాధించుకున్న రాజ్యరక్షణ అతిముఖ్యమని శతవిధాలా పోరగా, ఇష్టం లేకపోయినా బలవంతంగా అందరూ రాజ్యానికి తిరిగివెళ్ళి, క్రమేపీ రాజ్యరక్షణ కార్యక్రమంలో మునిగి పోయారు. కొంతకాలానికి ఒకరోజు......

పాండవుల దగ్గరకు నారదుడు వచ్చాడు. ఆయనకు అన్నదమ్ములందరూ తగిన మర్యాదలు చేశాక.....

"మహాత్మా! తమరు యెక్కడినుండి వస్తున్నారు? అన్నిలోకాల దేవతలు ఒకరికొకరు ఆనందంగానే వున్నారుకదా!" అడిగాడు ధర్మరాజు.

"పుణ్యతీర్థాలు సేవిస్తూ ధృతరాష్ట్ర మహారాజుగారి ఆశ్రమానికి పోయాను. అక్కడ గంగా నది తీరాన ధృతరాష్ట్రుల వారిగురించి ఓ విషయం విన్నాను" అనగానే.....

"ధృతరాష్ట్ర మహారాజు, గాంధారీదేవి, మాతల్లి కుంతి, సంజయుడు యెలా వున్నారు?

వారి తపస్సులు చక్కగా సాగుతున్నాయా?" ఆదుర్దాగా అడిగాడు ధర్మరాజు.
"చెపుతాను. నెమ్మదిగా, శాంతంగా వినండి. మీరంతా ఆయనను చూడటానికి పోయి నెలరోజులు వుండి వచ్చిన తరువాత కొద్దిరోజులకు ఈ సంఘటన జరిగిందట. ఒకరోజు నియమం ప్రకారంగా గాంధారి, కుంతి, సంజయుడూ అగ్నితో ఋత్వికులు ముందు నడుస్తుండగా వారంతా ఆశ్రమాన్ని వదిలిపెట్టి గంగానదీ తీరంలోని అరణ్యానికి పోయి అక్కడ కేవలం, గాలి, నీరు మాత్రమే ఆహారంగా తీసుకుంటూ అసాధ్యమైన తపస్సును ప్రారంభించారు. మాసోపవాసంతో నెలకోసారి భోజనం చేస్తూ, కుంతి ఏడుపూటలకోసారి భోజనం తీసుకుంటూ, సంజయుడు కూడా వీలైనంత ఉపవాసాలతో అక్కడ తపస్సు చేశారు. ఋత్విక్కులు హోమం చేసేవారు. ఒకరికొకరు కనులవలె ప్రవర్తించేవారట. ధృతరాష్టుడు వంటరిగా అడవంతా తిరిగేవాడట. ఒకరోజు వారంతా గంగాద్వారంలో స్నానం చేసి తిరిగి వస్తుంటే పేద్దసుడిగాలి, ఆవెంట చిటచిట పేద్దశబ్దాలతో అగ్ని చెలరేగగా జంతువులు పెద్దగా అరుస్తూ అడ్డదిడ్డంగా పరిగిడసాగాయి. చెట్లు, పుట్టలూ కూడా దహించుకుపోసాగాయి. ఆ అగ్ని ఆకాశంలో యెగిరే పక్షులనుకూడా దహించ సాగింది. ఆ విధంగా అగ్ని చెలరేగగా నిరాహారులుగా వున్న గాంధారి, కుంతి, ధృతరాష్ట్రుడు కూడా అక్కడినుంచి వేగంగా మరోచోటికి పోలేకపోయారు. 384
అపుడు ధృతరాష్ట్రుడు.....
"సంజయా! నీవు పరిగెత్తి సురక్షితమైన చోటికి పోగలిగితే పో!" అన్నాడు.
"మీఅందరిని నిస్సహాయంగా వదిలేసి యేవిధంగా పోయేది?" అన్నాడు సంజయుడు.
తప్పించుకోలేని పరిస్థితులలో బలవన్మరణం తప్పుకాదు. రక్షించుకొనే అవకాశం వున్నవారు తప్పించుకోవాలి. లేకపోతే అది మహాపాపం" అంటూ అనేక రకాలుగా చెప్పగా సంజయుడు అక్కడనుంచి వెళ్ళిపోయాడు. తరువాత ధృతరాష్ట్రుడు మనస్సును గట్టి చేసుకొని తూర్పుముఖంగా నిశ్చలంగా కూర్చున్నాడు. గాంధారి, కుంతి, ఆయనను అనుసరించారు. కొంతసేపటికి ఆ దావాగ్ని ఆ ముగ్గురిని తనలో కలుపుకుంది. అగ్ని

చల్లబడ్డాక ఆ ముగ్గురి విగత శరీరాలను దగ్గరలోని గ్రామవాసులు చూశారట. వారు ఉత్తమ లోకాలకు చేరారు. నీవు దిగులు పడవద్దు ధర్మజా!" అని ఓదార్చాడు నారదుడు. పాండవులందరూ తల్లికోసం,పెదతండ్రి, పెదతల్లికోసం బావురుమని ఏడ్చారు.
మెల్లిగా ఆ ముగ్గురి మరణవార్త పురప్రజలందరికీ తెలిసింది. వారంతాకూడా మరణిం 385
చిన వారి గుణగణాలను, ప్రవర్తనను, దానశీలతను తలచుకొని తలచుకొని దుఖించ సాగారు. రాజ్యమంతా విషాదంలో మునిగిపోయింది. దూరప్రాంతాలకు కూడా దావానంలా వ్యాపించింది. నారదుడు, బంధువులు అందరూ యెంతగానో చెప్పి ఓదార్చగా ఓదార్చగా చాలాసేపటికి పాండవులు రోదన నుంచి వేదనకు దిగారు.
"విశాల సామ్రాజ్యాన్ని తన అదుపు ఆజ్ఞలతో సుభిక్షంగా పాలించి, గొప్ప చక్రవర్తిగా పేరు సంపాదించి, వేయి ఏనుగుల బలవంతుడైవుండికూడా నిరాహారంగా తపస్సు చేస్తూ, కదిలి మరోచోటికి పోలేని స్థితిలో అగ్నికి ఆహుతయ్యాడు మా తండ్రి. భర్తను అనుసరించి మహాపతివ్రతగా వెళ్ళిపోయింది మా పెదతల్లి. ఐదుగురు కొడుకులుండి, రాజ్య ప్రాభవంలో ప్రకాశిస్తున్నా దిక్కులేనిదానిలాగా, దావాగ్నిలో కాలిపోయింది మా అమ్మ. ఈవన్నీ చూస్తూ బాధపడకుండా యేవిధంగా వుండగలము నారదా? మా అర్జునుడు తన వ్యాధి తగ్గటానికి ఖాండవ దహనం చేసి రక్షించాడు కదా! అటువంటి వాని తల్లిని యేవిధంగా దహనం చేయగలిగాడా అగ్నిదేవుడు? ఆయన కృతఘ్నుడు!" అన్నాడు ధర్మరాజు. ఓ లిప్తకాలం ఆగి......
"ధృతరాష్ట్రుడు దావాగ్నిలో మరణించాడుకదా! మరి ఆయకు చేయాల్సిన ఉత్తర క్రియలు యేవిధంగా చేయాలి?" అడిగాడు.
"నాయనా ధర్మజా! ఆ రాజు సంపూర్ణ విరక్తితో ముందరిరోజే తన అగ్నులకు ప్రత్యేక పూజలు చేసి ఆ అగ్నులనుండి సెలవు తీసుకొన్నాడట. ఋత్వికులు ఆ అగ్నులను అడవిలో వదిలేసి తమదోవన వెళ్ళిపోరట. ఆ అగ్నులవలనే అడవి అంటుకొని అడవిని కాల్చేయటంవలన వీరి మరణం జరిగిందని విన్నాను. ధృతరాష్ట్రుడు స్వీయాగ్నుల వలననే మరణించాడు" చెప్పాడు నారదుడు.

“ధర్మజా! మీ అన్నదమ్ములందరూ ద్రౌపది తోటి, అంతఃపుర కాంతలతోటి, గంగా నది
దగ్గరకు పోయి ధృతరాష్ట్రుడికి, గాంధారికి, కుంతికి, తిలోదక ప్రదానం చేయండి“
చెప్పాడు నారదుడు.

వెంటనే అన్నదమ్ములందరూ ఏకవస్త్రాలు ధరించి భార్య, ద్రౌపది, అంతఃపుర స్త్రీలు, 386
ముందర నడుస్తుంటే పురజనులు కూడా రాగా, అందరూ గంగానదీ తీరానికి చేరి
ఆ ముగ్గురికి తిలోదకాలు సమర్పించారు. ఆవిధంగా రోజూ చేయాల్సిన అగ్ని కార్య
క్రమాలు, దానధర్మాలు, క్రమం తప్పకుండా చేస్తూ మ్రుతాసౌచం పోయేవరకు హస్తినా
పుర పొలిమేరలలో గుడారాలలోవుంటూ చేస్తూన్న సమయంలో, గంగాద్వారంలో ధృతరా
ష్ట్రుని అస్థికలు కలపటానికి సమర్థులైన వారినెంచి, వారికి ఆ పనిని వప్పచెప్పి,
పంపించాడు. ఆ కార్యక్రమాలు జరిగిన పన్నెండు రోజులూ నారదుడు ధర్మరాజుతోనే
వుండి, ఆనందించి, ధర్మరాజును ఆశీర్వదించి, తన నివాసానికి వెళ్ళిపోయాడు.
మిగిలిన మునులుకూడా తమ నివాసాలకు చేరారు. ధర్మరాజు తన బంధువులు, అన్న
దమ్ములు, కుటుంబంతోసహా హస్తినకు చేరాడు. ఆతరువాత ధర్మరాజు ప్రజారంజకంగా
పరిపాలన చేస్తూ, దానధర్మాలు చేస్తూవుండగా, పదహారు సంవత్సరాలు గడిచిపోయాయి.

ఆశ్రమ పర్వం సమాప్తం

ॐ

శ్రీమదాంధ్ర మహాభారత కథలు

చతుర్థ భాగం

మౌసల పర్వం

కూర్పు - శ్రీమతి కె.వి. సత్యవతి
బి.ఎ. మ్యూజిక్ మరియు తెలుగు, ఆంధ్ర విశ్వ విద్యాలయం

శ్రీమదాంధ్ర మహాభారత కథలు 387

బలరామ నిర్యాణం

ధర్మరాజుకు రాజ్యపట్టాభిషేకం జరిగినతరువాత ముప్పదిఐదు సంవత్సరాలు ధర్మరాజు పాలనలో ప్రజలు కష్టమంటే యేమిటో తెలియకుండా సుఖంగా బ్రతికారు. ముప్పదిఆరవ సంవత్సరంలో ప్రారంభంలోనే భయంకరమైన ప్రకృతి వైపరిత్యాలు కలిగాయి. పగలు ఇసుకతోకూడిన గాలులు, మేఘాలు లేకుండానే పిడుగులు, ఆకాశంలో మొండాలు వేలాడుతున్నట్లు కనిపించటం, ఉల్కలు పడటం, మండు వేసవిలో పొగ మంచు, సూర్య, చంద్ర గ్రహణాలు రావటం, ఈవిధంగా చిత్ర విచిత్రాలు జరగసాగాయి. రోజుకో సమస్య. అదే సమయంలో.....ద్వారకలో.....

ఒక రోజు కణ్వుడు, నారదుడు, విశ్వామిత్రుడు, తమశిష్యులతో కృష్ణుడిని కలిసి మాట్లాడాలని ద్వారకకు వచ్చారు. ద్వారక వీధులలో నడుస్తూవుండగా శ్రీకృష్ణుడి కొడుకు విధి ప్రకారం వృష్టివంశానికి చెందిన కొందరు యుకులు సాంబుడనేవాడికి గర్భిణీగా వేషం వేసి వినయాన్ని నటిస్తూ మునులకు అడ్డంగా వెళ్ళి నమస్కారం చేసి.....

"అయ్యా! మీరు అన్నీ తెలిసినవారు కదా! ఈవెడ బభ్రుడి భార్య. ఈమెకు సంతానం యేం కలుగుతుంది? ఆడా? మగా? అని అడిగారు. మునులు తొలగి పోవాలని ప్రయత్నించినా అదే ప్రశ్నతో విసిగించారు. చివరకు దూర్వాస మునికి కోపం వచ్చి... కృష్ణుడి కొడుకైన ఈ సాంబడు యాదవ కులానికి నాశనంచేసే సమర్ధమైన ఓ రోకలిని కంటాడు. నిజం. బలరాముడు, శ్రీకృష్ణుడు తప్ప మిగిలిన యాదవులంతా ఆ రోకలికున్న విచిత్ర శక్తితో నశిస్తారు. బలరాముడు యోగనిష్టతో సముద్రంలోకి ప్రవేశిస్తాడు. శ్రీకృష్ణుడు నేలపై పడుకొని వుండగా "జర" అనే రాక్షసి ఆయనను చంపుతుంది. ఇక మీరు వెళ్ళండి!" అని వారికి చెప్పి కృష్ణుని చూసేసమయం కాదని నిర్ణయించుకొని

వారు తమ తమ ఆశ్రమాలకు వెళ్ళిపోయారు. ఈ విషయం తెలిసిన కృష్ణుడు విధిని మార్చలేమని తెలిసినవాడు గనుక మౌనంగా అయిపోయాడు. కొంతసేపటి తరువాత తనవారినందరిని పిలిచి.....

"ఈ విధంగా శాపం రావటానికి కారణం యాదవకుమారుల తెలివితక్కువ, పొగరువల్ల 388
మాత్రమే కాదు. అంతా విధికృతం. యెవ్వరమూ యేమీ చేయలేము" అన్నాడు. అందరూ మౌనంగా వుండిపోయారు. మరుసటిరోజే సాంబుడి కడుపులోంచి ఒక రోకలి బయటకు వచ్చింది. ఆ రోకలి చాలా భయంకరంగా, కఠినంగా వున్నదానిని చూసి యదుకుమారులు ఆ సంగతిని వసుదేవుడికి చెప్పారు. ఆయన ఆ మాట విని ఆశ్చర్య పడి, కొంతసేపాలోచించి, "ఆ రోకలిని వెంటనే పొడి చేసి సముద్రంలో కలిపేయండి!" అని ఆజ్ఞాపించాడు. మనుష్య ప్రయత్నంలో ఋషుల శాప శక్తిని తప్పించుకోలేమనే ఆలోచనే యెవరికీ రాలేదు. వసుదేవుడు చెప్పినట్లు రోకలిని పొడి చేసి సముద్రంలో కలిపేసి హమ్మయ్య అనుకున్నారు సాంబడు మొదలైన వారంతా. తన సంతానమంతా నష్టపోవటానికి శ్రీకృష్ణుడే కారణమని అనుకున్న గాంధారి యాదవ సంతానం కూడా నా సంతానంవలనే నశిస్తుందని శపించింది కదా! గుర్తుచేసుకున్నాడు కృష్ణుడు. అందరితో చెప్పాడు కూడా. యాదవుల వినాశనకాలం వచ్చేసరికి ద్వారకా నగరంలో ఉపద్రవాలు మొదలయ్యాయి. యముడు నలుపు, ఎఱుపు, మొదలైన అనేక రంగులతో భయంకరమైన రూపాలతో నగరమంతా అక్కడక్కడ కనిపించటం మొదలుపెట్టాడు. ప్రజలందరూ భయభ్రాంతులయారు. రాత్రి వేళల్లో చిలుకలు గుడ్లగూబల్లాగా అరవటం పగలే నక్కలు కూయటం, మంచివారు కూడా వెధవపనులు చేయటం ప్రారంభించారు. హోమకాలంలో అగ్ని భయంకరంగా మంటలు రాసాగాయి. ఆహారం వండి పొయ్యి మీదనుంచి క్రిందకు దింపుతుండగానే చిత్రమైన పురుగులు రావటం ప్రారంభించాయి.

"గాంధారి శపించినట్లుగానే ముప్పదిఆరు సంవత్సరాలకు జరుగుతోంది, ఇంక ఆగదు. అది జరగటానికి కూడా ఓ పుణ్యక్షేత్రమయితే బాగుంటుంది" అనుకున్నాడు కృష్ణుడు. అందరినీ పిలిచి సభ యేర్పాటుచేసి.....

"మన ద్వారకావాసులందరూ భక్తితో జాతర చేయాలి. తగినంతగా సిద్ధంకండి" అని చెప్పి, నగరమంతాకూడా చాటింపు చేయించాడు. ఆ రాత్రి నల్లగా భయంకరంగావుండే స్త్రీ ఇళ్ళలోకి ప్రవేసించి ఆడవాళ్ళను లాక్కుపోయింది. అంటే జ్యేష్టాదేవి యాదవ రాజ్యలక్ష్మిని అపహరించిందన్నమాట. ఆ సమయంలోనే సుగ్రీవం, శైబ్యం, వలాహకం, మేఘపుష్పకం, అనే నాలుగు గుఱ్ఱాలు కలిగిన శ్రీకృష్ణుడి రథంకూడా ఆకాశంలోకి యెగిరిపోయింది. అదేవిధంగా చక్రం మొదలైన ఆయుధాలన్నీ కూడా మాయమయ్యాయి. విచిత్రమైన శబ్దాలు వినిపించినా యాదవులు వాటిని గుర్తించలేదు. ద్వారకలో ప్రతి యింటిలోనూ మత్తుపానియాలు, మాంసాహారాలు వెలిశాయి. కృష్ణుడి ఆజ్ఞ ప్రకారం రకరకాలుగా అన్నం, కూరలు, పిండివంటలు తయారుచేసి ఆవన్నీ సర్దేసి, బండ్లకెత్తారు. స్త్రీలు చక్కగా అలంకరించుకొని బయల్దేరారు. రథసారథి మరోరథాన్ని తీసుకువచ్చాడు. చక్కగా అలంకరించారు. కృష్ణుడు కూడా నిర్వికారంగా రథమెక్కాడు. బలరాముడు కూడా నిర్లిప్తంగా బయల్దేరాడు. పాదచారిగానే బయల్దేరాడు. యాదవ స్త్రీలు పల్లకీలలో బయల్దేరారు. అంతా సముద్రతీరం చేరారు. ఆసమయంలో కృష్ణుడి మంత్రి, మహాజ్ఞాని అయిన ఉద్దవుడు తాను తపస్సు చేసుకోవటానికి అడవికి పోతానని అనుజ్ఞ ఈయమని అడిగాడు. కృష్ణుడికి జరిగేది తెలుసు. కనుక, ఉద్దవుడికి తపస్సుకు వెళ్ళటానికి చిరున వ్వుతో అంగీకరించాడు. ఉద్దవుడు తపస్సుకై బయల్దేరాడు. ఆయనవెంట బలరాముడు బయలుదేరి అడవిలో వెనకకు వచ్చి ఓ చెట్టుక్రింద కూర్చున్నాడు. కొంతసేపటికి ఆయన ముఖంలో దిగులు నశించింది. జ్ఞానజ్యోతి ప్రకాశించింది. బ్రాహ్మణ సంతర్పణ కు అని వండి తెచ్చిన రుచికరమైన వంటలన్నీ ఆడవారు అడ్డుపడుతున్నా ఆగకుండా యాదవులు చెలరేగి కోతులకు పంచిపెట్టారు. ఆ తరువా మంచిమంచి పాటలు, వాద్యాలు, చక్కటి నృత్యాలు సాగాయి. సముద్రానికి చక్కటి పూజలు చేశారు. బక్ష్య, భోజ్యాలు సముద్రానికి నైవేద్యాలు పెట్టారు. యాదవులందరూ బాగా తిని, మత్తుపదార్థా లు తాగి, తందనాలాడారు. విధికృతం వలన సాత్యకి, కృతవర్మ, చారుదేష్ణుడు, గదుడు, ప్రద్యుమ్నుడు, ఇంకా వీరాధివీరులంతా కూడా వృష్టి, భోజ, అంధక వంశాలకు చెందిన 389

వారంతా విజృంభించి ఇష్టం వచ్చినట్లు మద్యాన్ని తాగి మత్తులోకి జారిపోయి పరిహాసా లాడుకుంటూ చివరకు తిట్లకు దిగారు.

"కృతవర్మా! శత్రువులు నిద్రలో వుండగా చంపటం యెంత నీచం. నిద్రలో వున్నవారు సగం చచ్చినట్లేకదా! అటువంటి వారిని చంపుతావా? ఛీఛీ!" చీదరించుకున్నాడు సాత్యకి. 390

"పోనీలే బాబాయ్! ఆవిధంగా చేసినందుకు ఆయనను జనులందరూ బూతులు తిడుతూనే వున్నారు కదా! నీ లాంటివాడు ఆలాంటివాడి గురించి మాట్లాడి, పాపం చేసుకోవటం యెందుకు?" అన్నాడు ప్రద్యుమ్నుడు.

"ఎదుటివాడి తప్పెంచుతున్నావు. నీవే తప్పూ చేయలేదా! అర్జునుడు సోమదత్తుడి కొడుకు చేయినరికాక నీవు ఆయన తల నరకలేదా?" కోపంగా మండిపడుతూ అన్నాడు కృతవర్మ. ఆ మాటలకు కృష్ణుడు అక్కడవున్న వారందరినీ కోపంగా చూశాడు.

"కృతవర్మ తమ్ముడు శతధన్వుడు అనుచితమైన విధానంలో సత్రాజిత్తును శమంతక మణికోసం చంపలేదా?" అన్నాడు సాత్యకి.

ఈ మాటలు విన్న సత్యభామకు దుఃఖం వచ్చి కృష్ణుడి దగ్గరకు వచ్చింది. కృష్ణుడికి కోపం వచ్చింది. ఆయన కోపం చూసి సాత్యకికి ఆవేశం యెక్కువయి......

"ఈ కృతవర్మ ఆ అశ్వత్థామకు సహకరించి అతినీచంగా ఉపపాండవులను, దృష్టద్యుమ్నుడిని, ఆతడి అన్నదములను, తలలు తెగనరికాడు. ఈ నీచుడిని వాళ్ళ దగ్గరకు పంపటం న్యాయం!" అంటూ తన కత్తిని సర్రుమని లాగాడు సాత్యకి.

ఆ కత్తికి, అప్పటికే రోకటికున్న శక్తి వ్యాపించటం వలన అ కత్తి మెరిసిస మెరుపుకు కృతవర్మ కళ్ళు చలనాన్ని కోల్పోయాయి. ఆ కత్తితో సాత్యకి కృతవర్మ తల తెగనరికాడు. రక్తం అన్నివైపులా చిందింది. సాత్యకి అంతటితో ఆగకుండా భోజకులం మీద పడ్డాడు. అంతా గందరగోళం అయింది. కృష్ణుడికి ఆవేశం వచ్చినా పక్కనే పడివున్న తుంగపర కలను తీసుకొని ఒకరిమీద ఒకరు విసురుకున్నారు. తండ్రి, కొడు, అన్న, తమ్ముడు అని లేకుండా ఆ గడ్డిపరకలను ఒకరిపై ఒకరు విసురుకున్నారు. ఆ సమయంలో

భోజులు, అంధకులు, సంఖ్యాబలం యెక్కువగా వుండటంవలన వృష్ణి వంశమంతా నశించింది. చనిపోయిన అనిరుధ్ధుడిని, ప్రద్యుమ్నుడిని, సాత్యకి, గదుడిని చూసిన కృష్ణుడికి ఆవేశం పెరిగిపోయి మిగిలిన యాదవ వీరులను కూడా అదే తుంగపరకలతో కొట్టి చంపేశాడు. తరువాత జరిగేది తెలిసినవాడు కనుక మౌనంగా వుండిపోయాడు. 391
అందరూ ఆగకుండా కొట్టుకోవటం సాగింది. ఆయుధాలు విరిగి గాంధారి శాపం యెంత తీవ్రమైనది! అనుకుంటూ నుంచున్న కృష్ణుడి దగ్గరకు చావకుండా తప్పించుకున్న దారకుడు, బభ్రుడు వచ్చి......

"కృష్ణా! యాదవ కులమంతా నాశనమయింది. ఇంక ఇక్కడ చేయాల్సిందేముంది? పద బలరాముడు యెక్కడునాడో తెలుసుకోవటం ముఖ్యం" అన్నారు.

"సరే" అని వారిద్దరూ తనకిరువైపులా నడుస్తూ వుండగా అన్నను వెతుకుతూ నడిచాడు కృష్ణుడు. చాలాదూరం నడిచాక చెట్టునానుకొని కూర్చొనివున్న అన్న బలరాముడిని చూశాక దారకుని పిలిచి.....

"దారుకా! వెంటనే అతి త్వరగా పాండుకుమారుల దగ్గరకు పోయి ఇక్కడ జరిగినదంతా చెప్పి అర్జునుడిని తీసుకురా!" అని ఆజ్ఞాపించాడు.

దారకుడు బయలుదేరాక ఓ బోయవాడు తుంగపరకను విసరటంతో బభృుడు నేలకు ఒరిగాడు. ఓ ఋషి, ఓ పతివ్రతైన స్త్రీ శాపాల బలం ఇంతగా వుంటుందా? అని ఆశ్చర్యపోయాడు కృష్ణుడు.

"అన్నా! నేను మన వాహనాలను, స్త్రీలను, ద్వారకలో వదిలి వస్తాను. నువ్విక్కడే వుండు" అని చెప్పి, స్త్రీలు వున్నచోటికి (సర్వనాశయం అయిన చోటికి) వెళ్ళి, స్త్రీలను వాహనాల పై తీసుకుని పోయి, వారిని రాణుల మందిరాలలోకి పంపి, తండ్రి దగ్గరకు వెళ్ళి, ఆయన పాదాలకు భక్తిగా నమస్కరించాడు. అంతకుపూర్వమే ఉత్సవంలో జరిగిన ఘోరాలు, యాదవ నాశనం గురించి విని కదలలేని స్థితికి వెళ్ళగా.....

"బలరాముడు, నేను అడవిలోనే వుంటాము. ఇంక ఇక్కడి రాచకార్యాలు నీవే చూసు

కోవాలి. అర్జునుడికి కబురు పంపాను. రేపటికల్లా వచ్చేస్తాడు“ అన్న కృష్ణుడి మాటలు విని మరింత క్రుంగిపోయాడు వసుదేవుడు.

యేం జరుగుతోందనే భయాన్ని ఆపుకోలేక అప్పటి అంతఃపుర స్త్రీలందరూ అక్కడికి
వచ్చి వుండటం వలన కృష్ణుడి మాటలు విని ఘొల్లుమని ఏడ్చారు. కృష్ణుడు స్త్రీ జనా 392
లను ఓదార్చి, అర్జునుడు వస్తున్నాడని ధైర్యం చెప్పి, తండ్రికి పాదసేవ చేసుకుంటూ ఆయనకు కర్తవ్యబోధ చేశాడు. తరువాత కృష్ణుడు తండ్రికి వీడ్కోలు చెప్పి, అన్న దగ్గరకు పోయి, ఆయన పాదాలకు భక్తిగా నమస్కరించి.....

“మహాత్మా! మన తండ్రిగారి దగ్గర అనుమతి తీసుకొని వచ్చాను“ అని చెప్పాడు.

కొంతసేపటికల్లా బలరాముడి ముఖంలోంచి మణులతో ప్రకాశించే వేయి తలలతో, పర్వతంతో పోల్చగల్గిన పెద్ద ఆకారంతో బయటకు వచ్చి, మానవ దేహాన్ని వదిలిపెట్టి, ఆకాశమార్గంలో ఎగిరి సముద్రంలోకి చేరింది. ఆ ఆదిశేషుడికి, వరుణుడు ఇంకా చెప్పాలంటే నాగవర్గమంతా స్వాగతాలు పలికి అధిక వినయంతో పూజలు చేశారు.

ప్రహ్లాదుడు, వక్రదంతుడు, క్రోధుడు, శంఖుడు, పుండరీకుడు, మిశ్రి, అజేయుడు, ధృతరాష్ట్రుడు, మొదలైన నాగులంతా వచ్చి ఆదిశేషుడిని (బలరాముడిని) భక్తితో పూజించారు. అన్నింటిని దివ్యదృష్టితో చూడగల కృష్ణుడు చూస్తూండగానే పరబ్రహ్మ స్వరూపుడైన శ్రీమహా విష్ణువు మూర్తి బేధం (రూపం మాత్రమే వేరైన) ఆదిశేషుడిని తనలో లీనం చేసుకున్నాడు.

ॐ

శ్రీమదాంధ్ర మహాభారత కథలు 393

కృష్ణ నిర్యాణం

బలరాముడు అవతారం చాలించి వెళ్ళిపోయాక కృష్ణుడు ఆ చోటు వదిలిపెట్టి అనేక చోట్ల వంటరిగా తిరిగాడు. తాను ఈ లోకంలో ఏ ప్రత్యేక కార్యక్రమాలు చేయటానికి పుట్టాడో అవన్నీ చేశానా లేదా! పరిశీలించుకున్నాడు. తన పుట్టుక అవసరం తీరిపోయిం దని తెలుసుకున్నాడు. తన దేహ త్యాగానికి కారణం వెతక్కున్నాడు. దుర్వాస మహా మునిచ్చిన శాపం జ్ఞాపకం వచ్చింది. ఓ సారి దూర్వాసుడు కోరగా ఆయన శరీరాన్నంతా పాయసం పూశాడు కృష్ణుడు. ఒక్క ఆయన అరికాలును మర్చిపోయాడు.

"ఆ అరికాలిలోనే నీకు ప్రాణాపాయం కలుగుతుంది" అని చెప్పాడాముని.

ఆ విషయం గుర్తువచ్చిన కృష్ణుడు తన కర్మేంద్రియాలను అణచిపెట్టి నేలమీద పడుకున్నాడు. ఆ సమయంలోనే 'జర' నేలను కాలితో రాస్తూ అడవిలో ప్రవేశించింది. కొంతసేపటికి ఓ బోయవాడు విల్లు, బాణాలు పట్టుకొని ఆవైపు వచ్చాడు. వాడికి జర, కృష్ణుడి అరికాలును, లేడి చెవిలాగా కనపడేలాగా చేసింది. బోయవాడు దానికి గురి చూసి బాణం వదిలి, చచ్చిన లేడిని తీసుకుపోదామని కృష్ణుడు పడుకొని వున్న చోటికి వచ్చి, కృష్ణుడిని చూసి భయపడి, ఆయనను పరిశీలించి చూసి, కృష్ణుడి పాదాలమీద పడి గట్టిగా ఏడ్చాడు. మైకంలోవున్న కృష్ణుడు మెల్లగా కళ్ళుతెరిచి ఆతడిని ఓదార్చి, నెమ్మదిగా ఈ ఇహశరీరాన్ని వదిలి తన స్థానానికి వెళ్ళిపోయాడు. వైకుంఠంలో కృష్ణుడు వెళ్ళగా దివ్యులైన ముని శ్రేష్టులు, సిధ్ధులు, రుద్రులు, వసువులు, మరుత్తులు, అనేక దేవతలు, దేవేంద్రుడు, ఎదురు వచ్చారు. వినయంగా నమస్కారాలు చేశారు.

"ధర్మాన్ని నిలబెట్టటానికి నీవు భూలోకంలో పుట్టావు. కంసుడు మొదలైన దేవతా శత్రు సమూహాన్ని అంతంచేసి కురువంశానికి (భారత దేశానికి) పట్టిన మురికిని పోగొట్టావు.

పురుషోత్తమా! ప్రతీ యుగంలోనూ ఇదేవిధంగా అవతరించి ధర్మాన్ని నిలబెట్టు“ అన్నాడు ఇంద్రుడు.

ఆ సమయంలో బ్రహ్మదేవుడు వచ్చి కృష్ణుడి పాదాలకు నమస్కరించి, భక్తితో చూస్తూ... 394
‘బ్రహ్మసూక్తా‘లను శృతిపక్వంగా పఠించాడు. శ్రీకృష్ణుడు (శ్రీమన్నారాయణుడు) అనిరుద్ధ, ప్రద్యుమ్న, సంకర్షణ, వాసుదేవాత్మ, మొదలైన ప్రత్యేకమైన రూపాలలో ప్రత్యేకమైన స్థానప్రాప్తిని కల్గించుకున్నాను. కనుక మీ మంగళకరమైన అనుభూతిని స్వీకరిస్తున్నాను. మీరందరూ సంతోషంగా వుండండి!“ అన్నాడు.
దేవతలందరూ ఆనందించారు. నారాయణుడు తన నిజస్థానంలో కూర్చున్నాడు.
దేవతలందరూ ఆనందంతో వారి వారి నిజవాసాలకు వెళ్ళిపోయారు.

ॐ

శ్రీమదాంధ్ర మహాభారత కథలు
ద్వారక సముద్రంలో మునుగుట

అర్జునుడిని తీసుకురమ్మని కృష్ణుడు పంపిన దారకుడు హస్తినకు వెళ్ళి, పాండవులను కలిసి మహామునులు యిచ్చిన శాపం గురించి చెప్పి, ముసలం పుట్టటం, తరువాత సముద్రతీరంలో జరిగిన పూజలు, చిన్నమాటలతో మొదలైన గొడవ, తాగిన మత్తులో ముందర మాటలతో కొట్లాట, ఆయుధాలతో కొట్లాట, దర్భలతో కూడా మారణకాండ జరగటం, అన్నీచెప్పి, బలరామ కృష్ణులు అడవిలో వుండటం అన్నీ చెప్పి, అర్జునుడిని త్వరగా బయల్దేరమని హెచ్చరించాడు. విషయం అంతఃపుర స్త్రీలకుకూడా తెలిసిపోయింది. వారంతా దుఃఖంలో పడిపోయారు. ప్రజలకు కూడా కృష్ణుడి సంగతులన్నీ తెలిసి, నగరమే కాకుండా, గ్రామ గ్రామాలు కృష్ణుడికి వచ్చిన కష్టాన్ని తెలుసుకొని కుమిలిపోసాగారు. దారకుడు అర్జునుడిని త్వరపెట్టగా, అర్జునుడు ధర్మరాజు అనుజ్ఞ తీసుకొని తగిన ఆయుధాలతో ద్వారకకు బయలుదేరి, అతిత్వరగా ద్వారకకు చేరాడు. మొదటిసారిగా కృష్ణుడు లేని ద్వారకను చూసి దుఃఖపడ్డాడు. నగరవాసులు కన్నీటితో అర్జునుడిని చుట్టుముట్టి, తమ బాధలను వెళ్ళబోసుకున్నారు. అర్జునుడు వారిని తగినంతగా ఓదార్చి, నే వచ్చాకదా! అన్నీ సర్దుకుంటాయని ధైర్యం చెప్పి, కృష్ణుడి అంతఃపురంలోకి మెల్లిగాప్రవేశించాడు. అంతఃపురమంతా విషాదంలో మునిగిపోయి వున్నది. అంతఃపుర స్త్రీలందరూ పెద్దగా ఏడుస్తూ అర్జునుడి రథం దగ్గరకు చేరారు. వారందరి దుఃస్థితి చూసి అర్జునుడు రథం దిగి నేలమీద పడబోయాడు. ఆవిధంగా అర్జునుడిని చూస్తూ రుక్మిణీ మొదలైన రాణులు, రాణులను చూసి అర్జునుడు, ఏడుస్తూ వుండిపోయారు. కొంతసేపటికి అర్జునుడు తనను తానే ఓదార్చుకుంటూ దారకుడిని తీసుకొని వసుదేవుడి దగ్గరకు వెళ్ళాడు.

"అసలు శ్రీకృష్ణుడేమయ్యాడు?" అని ఆలోచిస్తూ కళ్ళతో కృష్ణుడిగురించి వెతికాడు. వసుదేవుడిని పలకరించాడు. వసుదేవుడు బావురుమని ఏడ్చాశాడు. ఆయన మెల్లగా లేచి కూర్చొని అర్జునుడిని కౌగలించుకొని, చనిపోయిన యాదవుల ఒక్కొక్క పేరు తలచు కుంటూ పెద్దపెద్దగా ఏడ్చాడు. మాట తడబడుతోంది. అయినా మాటలు కూడగట్టు 396
కుంటూ, దేవతలను కూడా ఓడించగల యాదవ కుమారులందరూ దైవ వంచనతో నిష్కారణంగా ఒకరినొకరు తిట్టుకొని పొడుచుకుకొని చచ్చిపోయారు. ముఖ్యంగా నీ శిష్యులు సాత్యకి, ప్రద్యుమ్నులే ఈ భయంకర యుద్ధంలో మొదటి పీనుగులయ్యారు. ఈ విషయం వినికూడా బ్రతికి వున్నాను. నేనే పెద్ద, గొప్ప వీరుడిని. కృష్ణుడు ఎంతటి అసాధ్యాన్నైనా సాధ్యం చేయగలడు కదా! కానీ చేయలేదు" అంటూ వసుదేవుడు చెపుతూనే వున్నాడు. వాసుదేవుడిని కృష్ణుడిగురించి ఏమని అడగాలి? ఏవిధంగా అడగాలి? ఏమంటే ఈయన మనస్సు కష్టపెట్టుకుంటాడో యేమో!" ఆలోచిస్తున్నాడు అర్జునుడు. ఆ విధంగా అందరూ తుంగపరకలకలతో చంపుకున్నాక కృష్ణుడొక్కడే ఏనుగులు, గుఱ్ఱాలు, రథాలను అంతఃపుర స్త్రీలను తీసుకువచ్చి, నన్ను ఓదార్చి.....

"అర్జునుడు వస్తాడు. నిన్ను శ్రద్ధగా సేవిస్తాడు. నీకు అతడు సేవచేస్తే నేను చేసినట్లే. అతడిని ఆధారం చేసుకొని వాహనాలను, అంతఃపుర స్త్రీలను, ప్రాణాలను రక్షిస్తాడు. చనిపోయిన యాదవులందరికీ తగిన విధంగా ఉత్తర క్రియలు చేస్తాడు. నేను, అన్నయ్య తపస్సు చేసుకుంటాము. మాకు ఆజ్ఞ ఈయి" అని చెప్పి మళ్ళీ ఏడ్చాడు వసుదేవుడు. ఆయన మాటలు విన్న అర్జునుడికి గుండె గుభెల్లుమన్నది. కానీ మనస్సును గట్టి చేసుకొని.....

"వసుదేవ మహారాజా! కృష్ణుడు చెప్పినట్లు అన్నీ నేను చేస్తాను" అన్నాడు అర్జునుడు. నా శ్రార్ధ కర్మలు కూడా నీవే చేస్తావని చెప్పాడు. ఉన్న సంపదలు, బలం, బలగం, అంతఃపుర స్త్రీల బాధ్యత నీదేనని కృష్ణుడు చెప్పాడు" అన్నాడు వసుదేవుడు.

"మా కుటుంబమంతా ఒకే మాటమీదుంటాము కదా! అందరం కలిసి ఓ నిర్ణయం తీసుకున్నాం. పిల్లలను, ఆడవారిని, ఉన్న ధనాన్ని ఇంద్రప్రస్థానికి చేరుస్తాను. ఈ

విషయాలన్నిటిగురించి మీరేమి దిగులుపడద్దు“ అని చెప్పి, దారకుడివైపు చూశాడు అర్జునుడు. దారకుడు దిగులుగా కూర్చొని వున్నాడు.

“దారాకా! మనిద్దరం కృష్ణుడు వెళ్ళిన దారిని వెళ్ళి ఆ అన్నదమ్ములనిద్దరినీ వెదుకుదాము. మనమెక్కడికి పోతున్నామో అందరికీ చెప్పి వెళ్ళటం మంచిది. అందరినీ ఓచోట చేర్చు“ అన్నాడు అర్జునుడు.

దారకుడు అతి వేగంగా అందరినీ ‘సుధర్మ‘ అనే సభామందిరంలో సభను యేర్పాటు చేశాడు. అందరూ అతివేగంగా సభలోకి వచ్చి అర్జునుడిని దీనంగా చూచి, మౌనంగా వుండిపోయారు.

“ద్వారకావాసులనందరినీ పిలవండి! అతిత్వరగా అందరం చేయాల్సిన పనులు చాలా వున్నాయి“ చెప్పాడు అర్జునుడు.

బ్రాహ్మణ, క్షత్రియ, మొదలైన వర్గాలలో అతిముఖ్యలను పిలుచుకువచ్చాడు దారకుడు. సింహాసనంమీద కూర్చొనివున్న అర్జునుడిని చూసి దీనంగా తలలు వంచుకున్నారు. అందరూ జాగ్రత్తగా వినండి. కొద్దిరోజులలోనే, అంటే సరిగ్గా నేటినుంచి ఏడవరోజున సముద్రం ద్వారకను ముంచివేస్తుంది. మనం వెంటనే ఈ నగరాన్ని అన్నివిధాలా ఖాళీ చేయాలి. అందరం ఇంద్రప్రస్తపురం చేరుదాం. అక్కడ వజ్రుడిని రాజుగా అభిషేకం చేస్తాను. ఆతడి రక్షణలో మీరంతా సుఖంగా వుందురుగాని. మీమీ ఇండ్లలోని అత్యావసరమైన సామాన్లు తేలికగా బండ్లమీద తీసుకుపోవటానికి మూటలు కట్టి సిద్ధంగా పెట్టుకోండి. ముసలివారు, పిల్లలు, స్త్రీలకోసం ఎడ్లబండ్లు, పల్లకీలు, గాడిదలు, గుఱ్ఱాలు, చెక్కబండ్లు, ఏనుగులను వీలైనవాటిని ప్రయాణానికి సిద్ధం చేయండి. ఎప్పటి మాదిరిగా మీరు వైభవంగా బ్రతికేలాగా నేను చేస్తాను. ఓర్పుగా శ్రద్ధగా ఆలోచించి మార్గమధ్యంలో ఇబ్బందులు పడకుండా వుండే విధానంగా నైపుణ్యంతో ప్రవర్తించండి. సమయం చాలా తక్కువగా వున్నది. అది గుర్తుంచుకొని యేర్పాట్లు చేయండి. మీక్షేమ, లాభాలన్నీ చక్రవర్తి ధర్మరాజు చూసుకుంటాడు. కృష్ణుడి మనమడైన వజ్రుడినే మీకు రాజును చేస్తాడు చక్రవర్తి. నమ్మకం కలిగిస్తూ చెప్పాడు అర్జునుడు.

అర్జునుడు చెప్పినట్లుగా అన్ని యేర్పాట్లు చేస్తామని చెప్పి, వచ్చినంత వేగంగా వెళ్ళి పోయారు ద్వారక పెద్దలు. తరువాత ఆ రాత్రంతా దైవపూజలతో గడిపాడు అర్జునుడు. ఆ తెల్లవారుఝామున కృష్ణుడి తండ్రి వసుదేవుడు పుణ్యలోకాలకు చేరుకున్నాడు. మందిరమంతా ఏడ్పులతో మర్మోగింది. ఆయన నలుగురు భార్యలూ భర్తతో సహగమ నానికి సిద్ధమయారు. రాచ మర్యాదలతో సందడిగా, సంబరంగా శవయాత్ర పూర్తిచేసే సరికి పట్టపు రాణులు పసుపు, కుంకుమ, నూతన వస్త్రాలు, పూలతో అలంకరించుకొని, పల్లకీలలో శవదహనం జరిగే చోటికి చేరారు. వారి వెనుక ద్వారక ప్రజలుకూడా చేరారు. వసుదేవుడిని మంచి గంధపుచెక్కలతోనూ, అవురు గడ్డితోనూ ఇతర మంచిచెక్కలతోనూ చితిని పేర్చి పడుకోబెట్టగా, ఆయన భార్యలు నలగురూ ఆ చితిపై భర్తతోపాటు కూర్చు నారు. చితి భగ్గున మండింది. జనాలందరూ ఘొల్లుమన్నారు. అందరూ జలతర్పణాలు చేశారు. శ్రార్ధకర్మలు చేసి చివరి రోజున, వృష్టి, భోజ, అంధకులు కొట్టుకొని మరణించిన చోటుకు బ్రాహ్మణులతోసహా బయల్దేరాడు అర్జునుడు. వెనకే ద్వారక ప్రజలు అంతాచేరి, పడివున్న ఆత్మీయుల శరీరాలను చూసి మూర్ఛపోయినవారు, నేలన పడి దొర్లి దొర్లి యేడ్చేవారు, అంతా దుఃఖ సముద్రమయింది. కొంతసేపు ప్రజలంతా ఘొల్లుఘొల్లుమని ఏడ్పులు ఏడ్చి, అలసి, సొమ్మసిల్లిన తరువాత అర్జునుడు అ వున్న శరీరాలన్నింటికీ సామూహిక అగ్ని సంస్కారాలు చేసి, తిలోదక కార్యక్రమాన్ని చేశాడు. ఆతడు ఆ కార్య క్రమాలన్నీ ఓర్పుగా, ఓపికగా, శ్రద్ధగా లోకాలన్నీ మెచ్చుకొనేలాగా చేశాడు. ఆ తరువాత అంతఃపుర స్త్రీలను, ద్వారక ప్రజలను మృదువైన మాటలతో అందరినీ ద్వారక చేరమని బలరామ కృష్ణులు తపస్సుచేసుకొనే చోటు చూసి వస్తాను అని నచ్చచెప్పి ఆప్తులైన కొంతమందిని తనవెంట తీసుకొని అడవిలోకి బల్దేరాడు.

ఆయన మనసులో..... కృష్ణుడేమో తండ్రి బాధ్యతను నాపై పెట్టి వెడితే నేను తండ్రి మరణవార్త చెప్పటానికి వెడుతున్నాను. నాకీ దురవస్త యేమిటి? అసలు తండ్రి చనిపో యాడనే మాటను తపస్సు చేసుకొనే వారికెందుకు చెప్పటం? వారిద్దరినీ చూసి ఆయన పనులుమాత్రం చేస్తాను... ఈ విధంగా ఆలోచించుకుంటూ వుంటే ఎన్నో సంఘటనలు

జ్ఞాపకం వచ్చాయి. ఆ జ్ఞాపకాలలో..... ఎవ్వరూ లేనిచోట దిక్కులేని చావు చస్తావని గాంధారి శపించిన శాపం గుర్తు రాగానే ఉలిక్కిపడ్డాడు. ఆయనకు చెమటలు పోశాయి. లిప్తకాలం నిలబడి మరల ముందుకు సాగాడు. ఆ విధంగా కొన్ని రోజులు అరణ్యంలో తిరుగగా తిరుగగా ఓరోజు, ఓ బోయవాడు అర్జునుడిని ఆపి "మీరెవరు? యెక్కడికి పోతున్నారు?" అని అడిగాడు. 399

"శ్రీకృష్ణుడు, బలరాముడు తపస్సుచేసుకునే చోటికి" అని సమాధానం చెప్పాడు.

"అయ్యా! ఒక రోజు ఆయనను ఒకచోట చూశాను. కానీ ఆయన ఇపుడు అక్కడ వున్నాడో లేదో తెలియదు. ఆయనను చూసిన చోటకు తీసుకుపోతాను" అన్నాడా బోయవాడు.

బోయవాడు త్రోవ చూపిస్తూవుండగా అంతా అడవిలో ముందుకు నడిచారు. కొంతసేపటికి కృష్ణుడి అందమైన శరీరం, జీవం లేకుండా కనపడింది. ఆ శరీరం కనపడగానే అర్జునుడు తెలివితప్పి పడిపోయాడు. ప్రక్కనున్నవారు సేవలు చేయగా తెప్పరిల్లి మూర్ఛనుంచి లేచి పెద్దగా ఏడుస్తూ ఆ కళేబరాన్ని కౌగలించుకొని ఏడ్చాడు. ప్రక్కనున్నవారు కొంత తేరుకొని, కళ్ళనీళ్ళను తుడుచుకుంటూ కృష్ణుడి శరీరాన్నంతా ప్రేమతో తడిమి చూశాడు. శరీరమంతా చక్కగా వాడని పూవులాగా వున్నది. ఎన్నో జ్ఞాపకాలు. వాటన్నిటినీ తప్పించుకుంటూ ద్వారకకు పోయి అందరినీ ఈస్థావరానికి తీసుకు రావటమా? ఈదేహాన్ని ద్వారకకు తీసుకు పోవటమా?" ఆ ఆలోచన రాగానే తన ఆలోచనను అక్కడున్న అందరితో చెప్పాడు. అందరూ ఆలోచనలో పడిపోయారు. అడవిలో యెన్నిరోజులు తిరిగారో అన్నీ గుర్తుచేసుకొంటే లెక్కతేలింది, ద్వారక మరుసటిరోజు ఉదయమే సముద్రంలో మునుగుతుంది అని. అర్జున్నుడు, ప్రజలు బాగా ఆలోచించి ఓనిర్ణయానికి వచ్చారు.

"బలరామ కృష్ణుల మరణవార్త ద్వారకలో యెవ్వరికీ చెప్పద్దు. మనం వారిద్దరినీ చూసి వచ్చామని చెబుదాం. అందరం ద్వారకను వదిలేసి హస్తిన చేరాక చెపుదాం!"

అన్నాడు అర్జునుడు. అర్జునుడి ఆలోచన అందరికీ నచ్చింది. వెంటనే శాస్త్రోక్తంగా కృష్ణుడికి, బలరాముడికి కూడా భక్తి, శ్రధ్ధలతో పితృయజ్ఞాన్ని చేశాడు అర్జునుడు. అందరూ తిరిగి ద్వారకకు పోయేటప్పుడు.....

"మనం ఈ వషయాన్ని రహస్యంగా వుంచకపోతే చాలా కష్టం. మనం నగరం చేరి చేయాల్సిన పనులన్నీ పూర్తి చేసేసరికి రాత్రి అవుతుంది. ఆ రాత్రికే ద్వారకను ఖాళీ చేయాలి. తెల్లవారితే ద్వారకను సముద్రం ముంచేస్తుంది" అన్నాడర్జునుడు. 400

ఆ తరువాత మౌనంగానే ప్రయాణం చేశారు. ద్వారక చేరారు. అంతఃపుర స్త్రీలకు, ద్వారకలోనే వున్న ప్రజలకు, బలరామ కృష్ణులను చూసినట్లు తపస్సులో వున్నారుకనుక వారు రారు. ద్వారక మునిగిపోతుంది కనుక అందరినీ రక్షించటానికి తిరిగి వచ్చేశామని అందరికీ నచ్చేలాగా, నచ్చేదాకా చెప్పి, అనుకున్న విధంగా అనుకున్న పనులన్నీ అతి వేగంగా పూర్తిచేసి, స్త్రీలను, ముసలివారిని, పిలల్లను, పశుసంపదను, సంపదలను, దినచర్యలకు కావాల్సిన సామాన్లను, అన్నిరకాల వాహనాలమీద యెక్కించి, అందరినీ సుఖవంతంగా తీసుకొని సూర్యోదయానికి పూర్వమే ద్వారక పొలిమేరలకు చేర్చాడు అర్జునుడు. కృష్ణుని అష్ట పట్టపురాణులు, పదహారువేలమంది గోపికలు, బలరాముడి నల్గురు భార్యలను, తగిన వాహనాలలో కూర్చోపెట్టాడు. స్త్రీలనే కారుండా వజ్రుడు మొదలైన వారిని కూడా గౌరవప్రదంగా ప్రయాణం చేయించాడు అర్జునుడు. అందరూ ద్వారక పొలిమేరలు చేరేసరికి సూర్యోదయమయ్యింది. అంతే! ద్వారకాపురి అంతటిని పెద్ద శబ్దం చేస్తూ సముద్రం ముంచేసింది. ఆ శబ్దానికి అంతా నగరంవైపు చూసి, పెద్దగా అరుస్తూ ఏడ్చేశారు. ఎవరెకి వారే పెద్దపెద్దగా మాటాడుతూ ఏడ్వసాగారు. అర్జునుడు బండ్లను సాగించి పంచవటమనే చోట విడిది చేయించాడు.

ఓం

శ్రీమదాంధ్ర మహాభారత కథలు

అర్జునుడికి వ్యాసుడి హితోపదేశం

401

అర్జునుడు, దారకుడు, మరికొంతమంది ద్వారకాపురి పెద్దలు కలిసి అరణ్యంలో బలరామ కృష్ణులను వెతుకుతూ పోతూవుండగా ఓ బోయవాడు కనిపించి, కృష్ణుడున్న చోటు చూపిస్తానని చూపించటం, అక్కడ కృష్ణుని మృతదేహాన్ని చూసి విలపించి, ఆయకు దహన క్రియలు జరిపాక, బలరాముడి మృతదేహం కనిపించటం, ఆయనకు కూడా దహనక్రియ చేసి, అర్జునుడు, కూడా వచ్చిన ద్వారకాపురి పెద్దలు అందరూ కలిసి బాగా ఆలోచించి బలరామ-కృష్ణుల మరణ వార్తను అంతఃపురంలోనూ, ద్వారకా నగరంలోనూ చెప్పకూడదని, సమస్త వస్తువులతో, సమస్త జనాలతో ద్వారక సముద్రం లో మునగక ముందే ద్వారక పొలిమేరలు దాటాలి, అది ముఖ్యమైన పని, అని నిర్ణయం తీసుకొని, అక్కడినుంచి బయల్దేరి, అందరినీ అన్నివిధాలా క్షేమంగా ద్వారక దాటించాక, ద్వారకను సముద్రం ముంచేసింది. చూసి ఆ దుఃఖాన్ని కూడా భరించి, అర్జునుడు ద్వారక ప్రజలను, అంతఃపుర స్త్రీలను 'పంచవటం' అనే చోట విడిది చేయించాడు. అంతకు దగ్గరలోనే ఓ దొంగల ముఠా వున్నది. ఆ బృందమంతా వీరందరినీ చూసి ఆడవారి దగ్గరి నగలను దొంగిలిచేందుకు నిర్ణయించుకున్నారు. ముందుగా ఒకరు గూఢచారిగా వచ్చి అర్జునుడు తప్ప గొప్ప యోధుడెవ్వరూ లేరనీ, ఆతడితో సహా అయినవారు మరణించటం వలన అందరూ దుఃఖంలో వున్నారనీ తెలుసుకొని, వీరందరినీ దోపిడీ చేయటం చాలా సులభమనీ నిర్ణయించుకొని, అనేక మంది ఒకేసారి వూకుమ్మడిగా పరాకుగా వున్న ఆడవారిమీద పడి వారిని బాధించి, నగనట్రా లాగేసుకోసాగారు. అది చూసి, అర్జునుడు.....

"నేను అర్జునుడను. మీ తలలు పగులకొడతాను!" అని అరుస్తున్నా, ముష్టియుద్ధం
చేసినా, గాండీవాన్ని తీసుకొని వాడైన బాణాలు వదిలినా, ఆ దొంగలు గుంపులుగుంపు
లుగా వచ్చి యాదవ పురుషులను కూడా కట్టేసి, తమ పని తాము చేసుకోసాగారు.
అర్జునుడికి బాణాలు వదిలేటప్పుడు మహత్తుగల మంత్రాలేవీ గుర్తురావటం లేదు. 402
అక్షయ తూణీరాలకు క్షయం వచ్చి ఖాళీ అయిపోయాయి. అర్జునుడి బాణాలవల్ల
వాళ్ళకు గాయాలేమీ కాలేదు. వాళ్ళు విసిరిన రాళ్లవల్ల, కఱ్ఱలవల్ల అర్జునుడికి దెబ్బలు
తగిలాయి. కాలం తిరగబడితే ఈవిధంగా వుంటుందా? అని ఆశ్చర్యపడ్డాడు అర్జునుడు.
అనేక రకాలుగా కష్టపడి కృష్ణుడి భార్యలను, బలదేవుడి భార్యలను, ఇంకొంతమంది
యాదవ స్త్రీలను రక్షించ కలిగాడు. మిగిలిన స్త్రీలను దొంగలు బాధించారు. రథాలు,
ఏనుగులు, గుఱ్ఱాలను తీసుకుపోవటం వారివల్ల కాక పారిపోయారు దొంగలు.
ఆ తరువాత ఈ జనసమూహాన్ని, సామన్లని, ఏనుగులు, గుఱ్ఱాలు, రథాలను తీసుకొని
మెల్లగా అర్జునుడు కురుక్షేత్రం చేరి, తనను చూడటానికి వచ్చిన వారితో జరిగిన
సంగతులు క్లుప్తంగా చెప్పాడు. పాండవులందరూ ఒకేమాటపై నడచి, కృతవర్మ
కొడుకును అన్ని సంపదలు గల మృత్తికావతపురం నగరానికి అభిషేకం చేసి,
ఆ కుటుంబాన్ని పంపించేశారు. సాత్యకి కుమారుడిని 'సరస్వతి' అనే నగరానికి
అభిషేకం చేసి పంపేశారు. మిగిలిన వారు... అంటే కృష్ణ, బలరాముల కుటుంబం
వారిని ఇంద్రప్రస్థపురానికి తీసుకుపోయి కృష్ణుడి మనుమడు 'వజ్రు'డికి పట్టాభిషేకం
చేసి, రథతురగాలను వప్పగించాడు. అక్రూరుడిని, కుటుంబాన్ని ఇంద్రపస్థంలోనే
వుంచమని వజ్రుడికి చెప్పాడు అర్జునుడు. వజ్రుడుకూడా అక్రూరుడి కుటుంబాన్ని
తమతో వుండమని కోరుకున్నాడు. కానీ కాదని వారు వెళ్ళిపోయారు. ఆవిధంగా
యాదవ కుటుంబాలను స్థిరపరిచారు పాండవులు. తరువాత తగిన సమయం
చూసుకొని కొంతమంది యాదవ ప్రముఖులను తీసుకొని బలరమ-కృష్ణుల భార్యలను
ఏకాంతంగా కలిసి, బలరామ-కృష్ణుల మృతదేహాలను ఏవిధంగా చూసిందీ, ఇన్ని
రోజులు యెందుకు రహస్యంగా దాచి వుంచిందీ వివరించి చెప్పి, ద్వారకతోపాటు ప్రజల

ందరూ సముద్రంలో మునిగి పోకుండా వుండటమే తన ధర్మంగా భావించానని, అది తప్పైతే క్షమించమని, దుఃఖిస్తూ ఆడవారి పాదాలపై పడిపోయాడు అర్జునుడు. రుక్మిణి, రేవతి మొదలైన రాణులు ముందు కొంతసేపు దుఃఖించి తమను తామే నిగ్రహించుకొని..... 403

"అర్జునా! ఇపుడు నీవు చేసిన తప్పేమీ లేదు. సమయానికి తగ్గట్టుగా ప్రవర్తించావు. జనులందరిని, పశుపక్ష్యాదులను రక్షించటమనేది చాలా పుణ్య కార్యము. ఇందువలన నీకు పుణ్యమే ప్రాప్తిస్తుంది" అని ఓదార్చి, రుక్మిణి, జాంబవతి మొదలైన స్త్రీలు, సహగమనం చేస్తామనే నిర్ణయాన్ని చెప్పి, అర్జునుడిని ఆయేర్పాట్లు చూడమన్నారు. సత్యభామ, మరికొందరు స్త్రీలు తపస్సు చేసుకుంటామని చెప్పి అడవిలోకి వెళ్ళిపోయారు. రుక్మిణీ, జాంబవతి మొదలైన స్త్రీల సహగమన కార్యక్రమాన్ని గంధపుచెక్కలు, ఆవురు గడ్డి, ఆడవారికి తగిన వస్త్రాభరణాలు, కార్యక్రమాన్ని సక్రమంగా చేయకలిగిన పురోహితులను యేర్పాటుచేసి, ఆకార్యక్రమాన్ని సక్రమంగా చేయించిన అర్జునుడు, బందువుల నందరినీ సంప్రదించి, వారి అనుజ్ఞతో వ్యాసుడి దగ్గరకు బయల్దేరి, ఆకాశగంగ ప్రాంతంలో ఓ కుటీరంలో వంటరిగా కూర్చొనివున్న ఆయనను చేరి, సాష్టాంగ నమస్కారం చేశాడు. ఆయన అర్జునుడిని చూసి......

"ఆ విధంగా వున్నావేమిటి? ఎవ్వరినైనా అనవసరంగా చంపావా? ఎవరి దగ్గరనైనా ఓడిపోయావా?" అడిగాడు.

"మహాత్మా! దేవకీ తనయుడైన ఆ శ్రీకృష్ణుడు, బలరాముడు ఇహ శరీరాలను వదిలి పెట్టారు. ఇంకా యేం చెప్పాలి! యాదవ వంశమంతా నశించిపోయింది" అంటూ ద్వారకలో సముద్రతీరంలో సందడిగా, పండుగగా మొదలైన ఉత్సవం, సరస సంభాషణలు యుద్ధానికి మారి, అతిబలువంతులైనవారు చివరకు తుంగపరకలతో ఒకరినొకరు చంపకొనటం మొదలైన సంగతులన్నీచెప్పి, అదంతా జరిగింది దైవనిర్ణయమనుకొని, ద్వారక సముద్రంలో మునగక ముందే ప్రజలను, పిల్లలను, పశుసంపదలను, రథ, గజ, తురగాదులను, పశువులను, దినచర్య సామాన్లు, అన్నీ తీసుకొని ద్వారకనుంచి

బయటపడి పొలిమేర చేరేసరికి ద్వారక సముద్రంలో మునిగిపోయింది. అందరినీ అతి కష్టంమీద 'పంచవటం' లో విశ్రాంతి ఏర్పాటుచేయగా అక్కడ దోపిడి దొంగలు గుంపులు గుంపులుగా స్త్రీలమీద దాడిచేశారు. నా గాండీవాన్ని అందుకొని మంత్రపూరి తంగా బాణాలు వేయబోయాను. అసలు విల్లు చేతితో పట్టుకోలేకపోయాను. ఏదో 404
విధంగా నారిని సంధించాక మంత్రపూరితంగా బాణాలు వేయాలనుకుంటే ఒక్క మంత్రం కూడా గుర్తురాలేదు. సరే పోనీలే మామూలు బాణాలు వేద్దామని బాణలు వేస్తుంటే గురితప్పుతున్నాయి. అమ్ముల పొదలలో బాణాలూ అయిపోయాయి. నేను యేమీ చేతకాని వాడినయాను. ఉక్రోషంతో ఆ గాండీవాన్నే కఱ్ఱలాగా వుపయోగించి రుక్మిణి, రేవతి, జాంబవతి మొదలైన రాణులను, మరికొంతమంది స్త్రీలను, వృధ్ధులను, పిల్లలను రక్షించగలిగాను. సాత్యకి కుమారుడిని 'సరస్వతి' నగరానికి అభిషేకం చేసి, పంపేశాను. మిగిలిన వారిని, అంటే కృష్ణ-బలరాముల కుటుంబం వారిని ఇంద్రప్రస్థ తీసుకుపోయి కృష్ణుడి మనుమడు 'వజ్రు'డికి పట్టాభిషేకం చేసి రథతురగాలను వప్పగించాను. అక్రూరుడిని, కుటుంబాన్నిఇంద్రపస్థంలోనే వుండమని వజ్రుడు చెప్పినా వినలేదు. వెళ్ళిపోయారు. కృష్ణుడి, భార్యలు సహగమనం చేశారు. సత్యభామ, మరికొంతమంది రాణులు తపస్సుచేసుకుంటామని వెళ్ళిపోయారు. ఇదంతా జరిగింది. ఎన్నడూ లేని ఆపదలు, అపజయం యెదురైతే నా ముఖం సవ్యంగా, ప్రసన్నంగా, ప్రశాంతంగా యేవిధంగా వుంటుంది? మీరు గొప్ప తపఃస్సపన్నులు కదా! చెప్పండి ఇంక మా కర్తవ్యమేమిటి?" ఆర్తిగా అడిగాడు అర్జునుడు.

ఋషులిచ్చిన బయంకరమైన శాపపు దెబ్బకు యాదవ వంశాలు నాశనమవుతాయని కృష్ణుడికి ముందే తెలుసు. విధికి యెదురు తిరగటం యెందుకని కృష్ణుడు మౌనంగా వుండిపోయాడు అంతే. దానికి దుఃఖించాల్సిన పనిలేదు. ముల్లోకాలను తారుమారు చేయగలిగిన శ్రీకృష్ణుడు దుర్వాసాది మునుల శాపాలను ఆపలేడా? ఈ నాశనమనేది తప్పనిసరి కనుక జరిగింది. అర్జునా! నీవు యుద్ధం చేసేటప్పుడు నీ మీద ప్రేమ, దయ, స్నేహంతో నీ దృష్టిలో కాలం నిలవటం వలన బాణం గురిని చేరగలిగేది.

ఇప్పుడు కాలాన్ని ఆయన యెదిరించలేదు కనుక నీ గురులు తప్పాయి అంతే. భూభారాన్ని తగ్గించటానికి అవతారమెత్తిన ఆయన కాలపరిమితి తీరగానే అవతారం చాలించాడు. దానికి మీవంటి జ్ఞానులు చింతించకూడదు. కృష్ణుడు అనుకున్న పద్ధతిలో, అనుకున్న సమయంలో, అనుకున్న పని పూర్తికాగానే పరాక్రమం నిన్ను వదిలి పోయింది. నీవు చేసిన యుద్ధానికి విష్ణువేకాదు, సకల దేవతలూ సంతోషించి నిన్ను ఆశీర్వదించారు. నీవు ధన్యుడవు. కాలం అనుకూలంగా వున్నపుడు బుద్ధి, శక్తి, రెట్టింపయి గుర్తింపబడతాయి. కాలం అనుకూలంలో లేనపుడు తెలివి, శక్తి, సామర్ధ్యం అన్నీ నసిస్తాయి. కనుక జ్ఞానులకు గర్వం, దుఃఖం వుండవు. వుండకూడదు. నీవు జ్ఞానివి. కనుక జ్ఞానులైన మీరు దేవతలు, పెద్దలందరూ మెచ్చుకొనేలాగా వికారాలకు నిలయమైన ఈ శరీరాలను వదిలి ఉత్తమ గతులు పొందండి" చెప్పాడు వ్యాసుడు. వ్యాస భగవానుని మాటలు విన్నాక అర్జునుడికి దుఃఖం, శోకం, మోహం, నసించిపోయాయి. పైగా ఆనందం ఆవహించింది. మహాత్ముడికి పాదాభివందనం చేసి ఆయన దగ్గర శెలవు తీసుకొని, ఉత్సాహంగా హస్తినాపురికి బయలుదేరాడు.

మౌసల పర్వం సమాప్తం

ॐ

శ్రీమదాంధ్ర మహాభారత కథలు

చతుర్థ భాగం

మహాప్రస్థాన పర్వం

కూర్పు - శ్రీమతి కె.వి. సత్యవతి
బి.ఎ. మ్యూజిక్ మరియు తెలుగు, ఆంధ్ర విశ్వ విద్యాలయం

406

శ్రీమదాంధ్ర మహాభారత కథలు

మహాప్రస్థానం

కురుక్షేత్రయుద్ధం ముగిశాక తన వంశ నాశనానికి కృష్ణుడే కారణమనే ఆవేశంలో గాంధారి....."సరిగ్గా ముప్పది ఆరు సంవత్సరాల తరువాత నీ వంశమంతా ఒకరితో ఒకరు కారణంలేకుండానే కొట్టుకు చస్తారని, బలరాముడు వంటరిగా చనిపోతాడని, నీవు దిక్కులేని చావు చస్తావు" అని కృష్ణుడికి శాపమిచ్చింది.

సరిగ్గా ముప్పది ఆరవ సంవత్సరంలో ఒకరోజు.....

ద్వారకలో కృష్ణుడిని చూద్దామని దూర్వాసాది ఋషులు వస్తూండగా, కృష్ణుడి కొడుకు సాంబడికి కడుపుతో వున్న స్త్రీలాగా వేషంవేసి ఆ అమ్మాయి బభ్రుడి భార్య అనీ, ఏ పిల్లను కంటుందో చెప్పమని, యాదవ యువకులు విసిగించగా, ఈ అమ్మాయి కృష్ణుడి కొడుకు సాంబుడు... మాతో సరసాలా? వీడికి ముసలం (రోకలి) పుడుతుంది. దానివల న యాదవకులమంతా నసిస్తుంది. బలరాముడు మాత్రం యోగనిష్టతో సముద్రంలోకి వెళ్ళిపోతాడు. కృష్ణుడు వంటరిగా కటిక నేలమీద పడుకొన్నప్పుడు జర అనే రాక్షసి చంపుతుంది. ఇది సత్యం" అని కోపంగా శాపమిస్తాడు దూర్వాసుడు.

కృష్ణుడిని కలుసుకోకుండానే ఋషులందరూ వెళ్ళిపోతారు.

కృష్ణుడికి విషయం తెలిసినా ఓ పతివ్రతైన స్త్రీ శాపం, ముని శాపం నిజమౌతోందని గ్రహించి, మౌనంగా వుండిపోతాడు. ముసలం (రోకలిబండ) పుట్టాక వసుదేవుడి సలహాతో రోకలిని పొడి చేసి సముద్రంలో కలుపుతారు యాదవ యువకులు. ద్వారకలో పగలు, రాత్రి తేడాలేకుండా ప్రకృతి వైపరీత్యాలు జరగసాగాయి. స్త్రీలు మాయమవటం, ఉన్నవారు యెవరినీ లెక్క చేయకుండా పొగరుగా ప్రవర్తించటం జరగసాగింది. శ్రీకృష్ణుడి రథం, గుఱ్ఱాలు, జెండా మాయమయిపోయాయి. యాదవుల అస్త్రాలు, శస్త్రాలు మాయమయాయి. బలరాముడి తాటి జెండా కూడా పోయింది. సముద్రపు వొడ్డున దేవతారాధన చేయాలని శాసించాడు కృష్ణుడు. అక్కడ చిన్న, చిన్న మాటల

యుద్ధం ప్రారంభమయి ముందుగా కత్తులతో, చివరకు గడ్డి పరకలతో కొట్టుకొని
యాదవ వంశాలన్నీ నసించి పోయాయి. ఉత్సవం ప్రారంభం కాకుండానే శ్రీకృష్ణుడి
మంత్రి, పురోహితుడు ఉద్ధవుడు తపస్సు చేసుకోవటానికి కృష్ణుని అనుమతి తీసుకొని
పోతున్నపుడు వారిని కొంతదూరం సాగనంపటానికి వెళ్ళిన బలరాముడు తిరిగిరాలేదు. 407
యాదవ వీరురందరూ మరణించాక అంతఃపుర స్త్రీలను, నగర స్త్రీలను ద్వారకకు
తీసుకుపోయి ఇళ్ళలో వదిలేసి, తండ్రి దగ్గర అనుమతి తీసుకొని, అర్జునుడు వచ్చి
అన్ని కార్యక్రమాలు చక్కబెడతాడని చెప్పి, అన్న బలరాముడిని వెతుక్కుంటు వెళ్ళి,
ఆయన యోగశక్తితో సముద్రంలో కలిసిపోవటం చూసి, అర్జునుడికొరకు దారకుడిని
పంపి, తాను యెందుకు పుట్టాడో అన్ని పనులూ పూర్తయాయని నిర్ధారించుకొని,
దూర్వాసముని, గాంధారీలిచ్చిన శాపాన్ని నిజం చేసి, ఓ బోయవాడు వేసిన బాణం
ఆయన కాలి అరికాలిలో గుచ్చుకోగా భూలోకాన్ని వదిలి బ్రహ్మ, శివాది దేవతా మూర్తులు,
యక్ష, గంధర్వాది దేవతలు, ఇంతెందుకు ఊర్ధ్వలోక నివాసులందరూ సంతోషపడేలాగా
వైకుంఠన్ని చేరాడు శ్రీకృష్ణుడు. ఆతరువాత యాదవుల నాశనం సమయంలో కృష్ణుడికి
అండగా వుందామని ద్వారక చేరిన అర్జునుడు, వసుదేవుడు, బలరాముడు, శ్రీకృష్ణుడు,
యాదవ వీరులందరికీ అంత్యక్రియలు జరిపించి, ద్వారక సముద్రంలో మునిగిపోక
ముందే అంతఃపుర స్త్రీలను, నగర ప్రజలను ద్వారక బయటకు సమర్ధవంతంగా
తీసుకువచ్చి, బందిపోటు దొంగలతో పరాభవింపబడినా, అంతఃపుర స్త్రీలను, ద్వారకా
నగర ప్రజలు రక్షించి హస్తినాపురం తీసుకు వచ్చి, ధర్మరాజు, భీముడు, నకుల సహదే
వులతో, ద్రౌపదితో చర్చించి, కృతవర్మ కొడుకును మృత్తికావత నగరానికి, సాత్యకి
కొడుకును సరస్వతీ నగరానికి, రాజ్యాభిషేకం చేసి, ఇందప్రస్థానికి కృష్ణుడి మనుమడు
వజ్రుడిని అభిషేకించి, అప్పుడు రుక్మిణీ మొదలైన అంతఃపుర స్త్రీలకు బలరామ,
కృష్ణుల నిర్యాణం గురించి చెప్పి, వారి క్షమాబిక్షను, అశీస్సులను పొంది, సహగమనం
కోరుకున్న అంతఃపుర స్త్రీలకు అందుకు కావలసిన యేర్పాట్లు చేసి, కార్యక్రమాలన్నీ
ముగిశాక మనశ్శాంతి కోసం అర్జునుడు వ్యాసమహర్షి దగ్గరకు వెళ్ళి, జరిగినదంతా
చెప్పి బాధపడగా.....

బలరాముడు, కృష్ణుడు, తమ, తమ అవతారాలను ముగించుకున్నారు. మీరు కూడా వారిని అనుసరిస్తే మంచిదని జ్ఞానబోధ చేయగా, అర్జునుడు తృప్తిపడి హస్తినాపురం

చేరి, అన్నదమ్ములతో వ్యాసభగవానుడి ఉపదేశం గురించి చెప్పగా......
"అర్జునా! వ్యాసమహర్షి చెప్పిన మాట నిజం. మనం కర్మను వదిలిపెట్టటం మంచి దనిపిస్తోంది" అన్నాడు ధర్మరాజు.
"నాకు కూడా అదే ధర్మమనిపిస్తోంది" అన్నాడర్జునుడు. 408
నకుల, సహదేవులు, భీముడుకూడా, ధర్మరాజు, అర్జునుడి అభిప్రాయంతో యేకీభవించారు. యుయుత్సుడికి కూడా విషయం వివరించి చెప్పిన ధర్మరాజు రాజ్యపాలనా విధానాం స్పష్టంగా వివరించి చెప్పి, బాధ్యతలు వప్పచెప్పాడు. పరీక్షిత్తును భారతభూమికి చక్రవర్తిగా పట్టాభిషేకం చేసి, ఆతడికి మంత్రిగాను, రక్షకుడుగాను యుయుత్సుడిని నియమించి, సుభద్రను పిలిచి.....
"అమ్మా సుభద్రా! నీ పౌత్రుడు పరీక్షిత్తు కురు రాజ్యభారాన్ని మోసేవాడయ్యాడు. యాదవ వంశ శ్రేష్టుడు వజ్రుడికి ఇంద్రప్రస్థానికి పట్టం కట్టాను. వీరిద్దరికీ నీ ధైర్య సాహసాలు, విద్యలు, గుణగణాలు నేర్పిస్తూ, అభిమన్యుడిని పెంచిన విధంగా సాహసవంతులుగా తీర్చిదిద్దు. వజ్రుడిని రక్షగా వుండటమనేది మనధర్మం" అంటూ బోధచేసి, ఆమె తమవెంట రాకుండా ఆమెకు బాధ్యతలు వప్పచెప్పి తృప్తిపడ్డాడు ధర్మరాజు. సంసార బాధ్యతలను మోయవలసి వచ్చినపుడు స్త్రీలు యెంతగా శ్రమపడి రక్షించుకుంటారో సత్యవతి, కుంతి, సుభద్రలను చూసి తెలుసుకోవచ్చు. ఆ తరువాత ధర్మరాజు కురుక్షేత్ర సంగ్రామంలో నశించిన వారికి, రోకటి పోరులో నసించిన యాదవ వంశస్థులకు, పుణ్యలోక ప్రాప్తికై అనేక స్థిర, చర, వస్తువాహనాలను, మణి, రత్న, కనక, ధనరాజులను, వాహనాలను బ్రాహ్మణులకు దానాలు చేసి, రాజగురువు కృపాచార్యుని, పురోహితుడు ధౌమ్యుడిని మన్నించి, గౌరవించి, ధన, కనక, వస్త్ర, వస్తు, వాహనాలను కానుకలుగా యిచ్చి, రాజ్యంలోని ప్రముఖులను, గ్రామాలలోని ప్రముఖులను పిలిపించుకొని పరీక్షిత్తును చూపించి.....
"మా ఐదుగురికీ బదులుగా మీరంతా ఈకుమారుడిని రాజుగా స్వీకరించి, తగిన పద్ధతిలో అన్ని పనులునూ నడుపుకుంటూ ఆతడిమీద ప్రేమను రోజురోజుకూ పెంచుకుంటూ

రాజ్యాన్ని సుభిక్షంగా వుంచండి. మేమంతా వానప్రస్థానికి బయల్దేరుతున్నాం. మాకు అనుమతీయండి“ చెప్పాడు. విషయం విన్న ప్రజలందరి ముఖాలు చిన్నబోయాయి. “ధర్మమే స్వభావంగా వున్న ధర్మరాజా! మమ్మలి ఈవిధంగా నిర్లక్ష్యం వెళ్ళిపోవటమేమిటి? తరతరాలుగా మిమ్మల్నే నమ్ముకొని వున్నాం. మమ్మల్ని అన్యాయం చేస్తారా?“ 409
దుఃఖంతో తలలు వంచుకున్నారు.

“మిమ్మల్ని కన్నబిడ్డలుగా చూసుకొనేందుకు సుభద్రాదేవి, యుయుత్సుడు వున్నారు. అందరూ మావారే. బాలుడు పెరిగేవరకే. పెంచేది సుభద్రాదేవి. కాబట్టి మనమంతా ఒకటే అంటూ వచ్చిన పెద్దమనుషులందరికీ నచ్చచెప్పి, తాము వానప్రస్థ ఆశ్రమానికి వెళ్ళటానికి అనుమతిని సంపాదించాడు. ఈ సభ జరిగిన సమయంలో ప్రజలమధ్య చిన్న చిన్న గొడవలు జరిగాయి. కూర్చున్న చోటు ఇరుకుగా వుందని, చెమటలు పోస్తు న్నాయని..... ఆ విషయం గమనించిన సహదేవుడు అన్నలతో చెప్పగా కలియుగ ప్రారంభలక్షణాలు అని చెప్పి నవ్వుకున్నారు. వానప్రస్థాశ్రమానికి పోతున్నామని అందరితో చెప్పి, అన్నదమ్ములు, ద్రౌపది కూడా నారబట్టలు కట్టుకొని, ఆశ్రమవాసులుగా అలంకరించుకొని బయలుదేరారు. ధార్మిక విధులను నిర్వహించి, అగ్నులను నీటిలో కలిపివేశారు. వారంతా అంతఃపురం బయటకు వచ్చేసరికి వారితోపాటు ఓ కుక్కకూడా కలిసింది. హస్తినాపురం ప్రజలందరూ - పిల్లలు, పెద్దలు, ముసలివారుకూడా పాండవు లతో కొంతదూరం నడిచి, చివరకు భక్తి, శ్రద్ధలతో దుఃఖాన్ని దాచుకుంటూ, పాండవుల మేలు కోరుతూ, ప్రదక్షిణలు చేసి నమస్కరించారు. పాండవులు చిరునవ్వుతో ఒక్కొక్కరి దగ్గరా వీడ్కోలు తీసుకున్నారు. తప్పనిసరిగా పాండవులను వదిలేసి, హస్తినాపురి ప్రజలు, పరిక్షిత్తు, అంతఃపుర స్త్రీలు, వెనుతిరిగి హస్తినాపురం చేరారు.

అర్జునుడి భార్యలు ఉలూచి తన నాగలోకానికి, చిత్రాంగద కొడుకు బబ్రువాహనుడి దగ్గరకు వెళ్ళిపోయారు. కృపుడు, ధౌమ్యుడు పరీక్షిత్తును యెన్నో విధాలుగా ఓదార్చి, ధైర్యం, రాజ్యపాలనయందు ఆసక్తి కలుగచేశారు. నగర ప్రజలను, పురప్రజలను, గ్రామ వాసులను, తరచుగా కలుసుకుంటూ వారికి రక్షగా తామున్నామని ధైర్యం చెపుతూ,

మామూలు జీవన విధానాన్ని గడిపేలాగా చేశారు. కాబట్టి తక్కువ కాలంలోనే హస్తినా పురం అన్నిరకాల సంపదలతోటి తులతూగ సాగింది. ఉపవాస దీక్షతో పాండవులు, ద్రౌపది, కుక్క, చాలాదూరం నడచి, నడిచి, గంగను, అక్కడినుంచి యోగశక్తితో
కొండలు, కోనలు, నదులు, అడవులు దాటి తూర్పుసముద్ర తీరానికి చేరాక హటాత్తుగా 410
భయంకరమైన ఆకారంతో వారికి అగ్నిదేవుడు ప్రత్యక్షమయి.....

“అర్జునా! శ్రీకృష్ణుడి చేతిలోని సుదర్శన చక్రం ఏనాడో స్వర్గం చేరిపోయింది. మరి నీవెందుకు గాండీవాన్ని వదలకుండా వున్నావు? దేవతలు సంకల్పించిన కార్యాన్ని సాధించటానికి నేనే స్వయంగా వరుణదేవుడి దగ్గరనుంచి ఈ ఆయుధాన్ని అడిగి తీసుకువచ్చి నీకిచ్చాను. ఆ ధనుస్సుని మరల వరుణదేవుడికిచ్చేయాలికదా! ఇచ్చేయి“ అని చెప్పగా నేఅర్జునుడు అన్నదమ్ములకు ఆ విషయం చెప్పి, వింటికి భక్తితో నమస్కరించి, దానిని వినయంగా సముద్రంలో వదిలాడు. అగ్నిదేవుడు మాయమయాడు. పాండవులు దక్షిణంవైపు సాగి భూమికి ప్రదక్షిణ మార్గంలో సముద్రానికి దగ్గరకు చేరారు. ఆ తరువాత ఉత్తరంవైపు ప్రయాణించి, మునిగిపోయిన ద్వారకకు దెగ్గెరగా చేరి, అటునుంచి హిమత్పర్వతం దాటి, అనేక అరణ్యాలు, భూములు, నదులు, కొండలు దాటి మేరుపర్వత భూభాగానికి చేరారు. పాండవులు, ద్రౌపది, యోగశక్తితో అతివేగంగా నడుస్తూవుండగా వున్నట్లుండి ద్రౌపది నేలమీద పడిపోయింది, ప్రాణాలు వదిలేసింది. అది చూసిన భీముడు ఆ విషయం ధర్మరాజుకు చెప్పి, “ఆమెందుకు ఆ విధంగా ప్రాణాలు కోల్పోయింది? ఆమెవలన యెప్పుడూ ధర్మహాని జరగలేదుకదా!“ అని బాధ పడుతూ అడిగాడు. ధర్మరాజు వెనుకకు తిరగకుండానే...“ఈమెకు అర్జునుడంటే ప్రత్యేకమైన ప్రేమున్నది. అందువల్ల ఆమెకా దురవస్థ“ అని చెప్పాడు.

ద్రౌపదిని వదిలేసి మిగిలినవారు ముందుకు సాగారు. మరికొంతదూరం నడిచాక సహదే వుడు చనిపోయి నేలమీద పడ్డాడు. “అందరిలోనూ మంచిమార్గంలో నడుస్తాడు కదా! మరి సహదేవుడి మరణానికి కారణమేమిటి?“ అన్నను అడిగాడు భీముడు.

“ఆతడు మనసులో తానే తెలివైనవాడిననే భావం వుంది, అందుకు“ చెప్పి ముందుకు నడిచాడు ధర్మరాజు. మరల మిగిలినవారంతా మరికొంతదూరం నడిచేసరికి నకులుడు ప్రాణాలువదిలి పడిపోయాడు. భీముడు ఏడుస్తూ, “అత్యంత అందగాడు, పరాక్రమము, వీరత్వము, మంచితనము కలవాడు, మంచి గుణాలు కలవాడు, కురు వంశస్థులలోనే మరొకరు లేరు. అటువంటివాడికీ దురవస్థ యేమిటి?“ అన్నను అడిగాడు. 411

“ఈ తడు తనకు దీటైనవాడు ఈ సృష్టిలోనే లేడని, సౌందర్యమంతా తనదేనని, యెప్పుడూ అనుకుంటూవుంటాడు. అందుకనే ఈవిధంగా జరిగింది“ ముందుకు నడుస్తూనే చెప్పాడు ధర్మరాజు.

ఇంకో కొంతదూరం పోయేసరికి, అర్జున, ఫల్గుణ, పార్ధ, కిరీటి మొదలైన బిరుదులు పొందిన సవ్యసాచి ప్రాణాలు వదిలి నేలమీద పడిపోయాడు. అదిచూసి భీముడు ఘొల్లుఘొల్లున ఏడుస్తూ.....

“అన్నా! ఈ పుణ్యచరిత్రుడు యేరోజూ ఒక్క అబద్ధం ఆడలేదుకదా! మరి యెందుకీ దురవస్త?“ అడిగాడు భీముడు.

“ఇతడు కౌరవులందరినీ ఒకేరోజు చంపేస్తానన్నాడు. ఆవిధంగా చేయలేదుకదా! అంతేకాదు, విల్లు పట్టుకున్న వారినందరినీ ఆక్షేపించేవాడు. అందురే యీదురవస్త“ అని ముందుకు సాగాడు ధర్మరాజు. భీముడు, కుక్క, ధర్మరాజును అనుసరించారు. మరి కొద్ది నిముషాలకే భీముడు అతిబలహీనపడిపోయి, నిలబడలేక నేలకు జారుతూ...

“ధర్మజా! నేనెందుకు ఈ విధంగా పడిపోతున్నాను?“ దీనంగా అడిగాడు.

“భీమా! నీ పరాక్రమం నిరుపమానం. కానీ నా తిండికూడా నిరుపమానమే. అసమానమైన బలంతో యెవ్వరినీ లెక్కచేయకుండా వ్యర్థపు మాటలు చాలాచాలా మాట్లాడుతుంటావు ఈ విధానాలే నీకీదశకు కారణాలు“ చెపుతూనే నిశ్చల బుద్ధితో ముందుకు సాగాడు ధర్మరాజు. మారు రూపంలో వున్న ధర్మరాజు తండ్రి యమధర్మరాజు ముందుకు నడక సాగించాడు. ఆ విధంగా ధర్మరాజు నడుస్తూవుండగా ఆ దివ్యదేహుడిని సులక్షణమైన సుశబ్దాలు మేరుపర్వత గుహలలో ప్రతిధ్వనిస్తుండగా, ఆ చుట్టుప్రక్కలనున్న సిద్ధసాధ్య

ముని గణాలు చేస్తున్న స్తోత్రాల ధ్వనులు అంతటా వ్యాపించగా, ఇంద్రుడు ధర్మరాజు దగ్గరకు వచ్చి నిలబడ్డాడు. ధర్మరాజు ఇంద్రుడికి వినయంగా పాదాభివందనాలు చేశాడు. ఇంద్రుడు సంతృప్తి చెంది......

"ధర్మజా! నీవీ రథాన్ని యెక్కు. స్వర్గద్వారాలు నీకోసం తెరిచి వున్నాయి!" తీయగా 412
మాట్లాడాడు ఇంద్రుడు.

"దయగల ఇంద్రా! సుకుమారవతైన ద్రౌపది దాహంతో బాధపడుతూ ప్రాణాలు కోల్పోయింది. నా తమ్ములందరూకూడా చివరిదాకా నాతో రాకుండానే ప్రాణాలు కోల్పోయారు. వారెవ్వరూ లేకుండా నేను స్వరాగనికి రాను. వారంతా ఇక్కడికి వచ్చేలా చేస్తే వారితో నేనూ వస్తాను" స్థిర నిశ్చయంగా అన్నాడు ధర్మరాజు.

"ధర్మరాజా! నీ తమ్ములు, ద్రౌపది, మానవ దేహాలు వదిలేశాక ఆత్మలు వాటిలో చేరవు. నీకు తెలుసుకదా! వారంతా నీకంటే ముందుగానే స్వర్గం చేరారు. వారిని అక్కడ చూద్దువుగాని పద" అన్నాడింద్రుడు.

"ఓ మహేంద్రా! ఈ కుక్క మేమంతా హస్తినాపురంలో బయలుదేరినపుడు రాజమందిర ద్వారం దగ్గర బయలుదేరిన దగ్గరనుంచి నాతో ఇక్కడివరకు యెటువంటి ఇబ్బందులూ లేకుండా నాతోపాటే వచ్చింది. చూడగా బహుపుణ్యాలు చేసినట్లుగా వున్నది. కనుక నాతోపాటే ఇది కూడా స్వర్గానికి దేవరథంలో రావాలి" ధృఢంగా అన్నాడు ధర్మరాజు.

ఇంద్రుడు చిరునవ్వు నవ్వి "ధర్మజా! నీవు చెప్పేది యెప్పటికీ జరుగదు. ఆ కుక్కను వదిలేసి రథమెక్కు" అన్నాడు ఇంద్రుడు.

"పుణ్యాత్మా! దేవపాలకుడవు. నీవంటివారికి అసాధ్యమైనదేమీ వుండదు. భక్తులను వది లేసి నేను రాను" ధృఢంగా చెప్పాడు ధర్మరాజు.

"అన్ని ధర్మాలను తెలిసిన వాడిడి, యజ్ఞదీక్షలోవుండగా కుక్కను తాకితేనే మైలపడ్డా డంటారు. అటువంటప్పుడు ఈకుక్క నీతో స్వర్గానికి రావటం యేవిధంగా కుదురుతుంది? కుదరదు. నీ అన్నదమ్ములను, ద్రౌపదిని, వదలటానికి వప్పుకున్నావు. ఈ కుక్కను వదలనంటావేమిటి?" అన్నాడింద్రుడు.

413

"అన్ని లోకాలకూ అధిపతివి నీవు. ధర్మాన్ని రక్షించేవాడివి నీవు. నీతో నాకు వాదమా! నా తమ్ములు, భార్య, చనిపోయారు కనుక వారిని వదిలేయాలి తప్పదు. ఈ కుక్క ప్రాణాలతో ఇక్కడిదాకా వచ్చింది. మరి స్వర్గానికి రావాలికదా! అంతేకాదు మహానుభావా! నా దృష్టిలో, శరణుకోరినవారిని స్వీకరించకపోవటం, మంచి మిత్రుడికి ద్రోహం చేయటం, బ్రాహ్మణధనాన్ని కాజేయటం, మొదలైన ద్రోహాలతో సమానం. ఆ పాపాన్ని నేను చేయను. నాలో ఇటువంటి ధర్మ ఆలోచన వుండేలాగా ఆశీర్వదించు. నాకు స్వర్గం అవసరం లేదు" ధృఢంగా అన్నాడు ధర్మరాజు.

ధర్మరాజు మాటలను వినగానే యమధర్మరాజు తన కొడుకు ధర్మవితరణకు మురిసి పోయి, కుక్కరూపాన్ని వదిలి, తన నిజరూపాన్ని ధరించి, ధర్మరాజుకు కనిపించి.....

"నాయనా! ధర్మజా! నీ దయాగుణం, భూతదయ నాకు చాలా బాగా నచ్చాయి. ఇంతకు ముందుకూడా ద్వైతవనంలో నీ దోషాలు లేని గుణాన్ని చూశాను. యక్షప్రశ్నల సంద ర్భంలో చనిపోయిన నీ తమ్ములలో నీ పినతల్లి మాద్రి సంతానంలో నకులుడిని బ్రతికించమని కోరి నా మనస్సును దోచావు. ఇంద్రుడికిదంతా తెలుసు. కానీ ఆయన నిన్ను పరీక్షించాడు. నీలాంటివారు స్వర్గలోకంలో యెక్కడున్నారు? నీవు నీ దేహంతోనే స్వర్గానికి చేరి, స్వర్గసుఖాలు అనుభవించు!" ఆనందంగా వరమిచ్చాడు యమధర్మరాజు. గంధర్వులు, దేవ ఋషులు, మరుత్తులు, అశ్వనులు, వసువులు, మిక్కిలి ఆనందంగా వచ్చి యముడు, ఇంద్రుడు అందరూ చేరి, ధర్మరాజును గౌరవంగా,గారాబంగా ఎత్తి, దివ్యరథంలో కూర్చోబెట్టి, ఆ రథం నడుస్తూవుండగా దేవతలందరూ తమతమ రథాలు నడుపుకుంటూ, సిధ్ధులు ప్రస్తుతిస్తూవుండగా ధర్మరాజు స్వర్గానికి బయలుదేరాడు.

మహాప్రస్థాన పర్వం సమాప్తం

ॐ

శ్రీమదాంధ్ర మహాభారత కథలు

చతుర్థ భాగం

స్వర్గారోహణ పర్వం

కూర్పు - శ్రీమతి కె.వి. సత్యవతి
బి.ఎ. మ్యూజిక్ మరియు తెలుగు, ఆంధ్ర విశ్వ విద్యాలయం

శ్రీమదాంధ్ర మహాభారత కథలు 414

స్వర్గలోకంలో ధర్మరాజు

బలరామ-కృష్ణుల నిర్యాణం, ద్వారకానగరం సముద్రంలో మునిగిన తరువాత అర్జునుడు, కృతవర్మ కొడుకుకు మృత్తికాపుర నగరాన్ని, సాత్యకి కొడుకుకు సరస్వతీ నగరాన్ని, పట్టాభిషేకాలు చేసి, హస్తినాపురానికి పరీక్షిత్తును, ఇంద్రప్రస్థానానికి కృష్ణుడి మనుమడు వజ్రుడిని, పట్టాభిషేకాలు చేసి, వారిద్దరి బాధ్యతను సుభద్రకు వప్పచెప్పి, పరీక్షిత్తుకు గురువుగా కృపాచార్యుని నియమించి, ద్రౌపది, తమ్ములతో కలసి వానప్రస్థానికని బయలుదేరాడు ధర్మరాజు.

అంతఃపుర ద్వారం దగ్గరనే ఓ కుక్కవారితో కలిసింది. మొత్తం ఏడుగురు కలిసి యెంతోదూరం పయాణించాక, ద్రౌపదితో మొదలుపెట్టి ఒక్కొక్కరు విగత జీవులైనారు. వారు మధ్యలోనే ఆవిధంగా రాలిపోవటానికి ఒక్కొక్క కారణం భీముడికి చెపుతూ వుంటాడు ధర్మరాజు. చివరకు భీముడుకూడా మరణిస్తాడు. కుక్క, ధర్మరాజు మాత్రమే నడుస్తూవుండగా ఇంద్రుడు రథం నడుపుతూ వచ్చి ధర్మరాజును స్వర్గానికి పోవటానికి ఆ రథమెక్కమంటాడు. కుక్కనుకూడా రథమెక్కనీయమని అడుగుతాడు ధర్మరాజు. ఆవిధంగా కుదరదని నిక్కచ్చుగా చెపుతాడు ఇంద్రుడు. అయితే తానుకూడా రథమెక్కి స్వర్గానికి రావటం జరగదని ఖచ్చితంగా చెపుతాడు ధర్మరాజు. అపుడు కుక్క రూపంలో వున్న యమధర్మరాజు, కొడుకైన ధర్మరాజుకు నిజరూపంలో కనిపించి, ధర్మగుణాన్ని, దయాగుణాలను పొగుడుతాడు. దేవరుషులు, యక్ష, గంధర్వాదులు, పసువులు, మరుత్తులు వచ్చి, ధర్మరాజును ప్రేమగా, గారాబంగా దేవరథమెక్కించి, రథం కదులుతూవుండగా ఆ ప్రక్కనే తమరథాలను నడుపుకుంటూ ధర్మరాజును సిద్ధులు పొగుడుతుండగా నారదమహర్షి కూడా వారిని అనుసరించగా, స్వర్గద్వారం చేరారు.

"ఎంతోమంది రాజులగురించి విన్నాం, చూశాం. నీ కీర్తి స్వర్గంలో వ్యాపించాక వారందరి కీర్తి మాయమయింది" అన్నాడు నారదుడు.

"నేను నా తమ్ములను, భార్యను, నావారందరినీ చూస్తేగానీ స్వర్గలోకంలోకి అడుగు పెట్టను" అనగా, ఇంద్రుడు ఒక దేవదూతను ధర్మరాజుకు ఆయన తమ్ములను చూపటానికి నియమించాడు. ధర్మరాజుతో నారదాది మునులుకూడా లోపలికి వెళ్ళారు. అడుగు ముందుకు వేయగానే ఉదయించే సూర్యబింబ కాంతితో, అప్సరసలు, ఇతర దేవకాంతలు, సేవలు చేస్తూండగా, సుఖాసీనుడైన దుర్యోధనుడు కనిపించాడు ధర్మరాజుకు. ఆయన ముఖంలో చిరునవ్వు మాయమయింది. 415

"ఓ పుణ్యాత్ములారా! అధిక లోభగుణం, దూరాలోచన లేకపోవటం వల్లనే అన్ని దేశాల రాజులూ నశించారు. సకల జంతుజాలమూ నశించింది. రాజసూయ యాగంచేసి పాపాలన్నీ పోగొట్టుకొని ఉన్న పరమపతివ్రత, ఉత్తమ గృహిణి, శీలవతి ద్రౌపదిని, నిండుసభలో కట్టుకొన్న చీరను లాగించి ఆనందించిన వాడితో నేను స్వర్గంలో వుండటమా? వుండను. నా తమ్ములు, ద్రౌపది, యెక్కడున్నారో నన్నక్కడికి..." అంటూ వెనక్కు తిరిగాడు.

"ఓ ధర్మరాజా! ఈ రాజు యుద్ధభూమిలో శరీరాన్ని వదిలేశాడు. కనుక దేవతలచేత గౌరవింపబడుతున్నాడు. ధర్మకర్ములందరూ ఈతడిని గౌరవిస్తారు. ఇతర రాజులను తన పరాక్రమంతోనే సంహరించాడుకదా! ద్రౌపదిని అవమానించటం మొదలైన సంగతులన్నీ యెందుకు గుర్తుంచుకుంటావు! ఇది పుణ్యలోకం. ఇక్కడ నీమనస్సులోని ఈర్ష్య, అసూయలు మొదలైన మనోవికారాలుండకూడదు. ఆ వికారాలనుంచి విముక్తి పొందు. జూదం, మోసం, వాటినీ గుర్తు తెచ్చుకోకు" అన్నాడు.

"ఓ మునీ! మంచివారికి అపకారం చేసేవాడు, వంశనాశకుడు ఈ రాజాధముడు దుర్యోధనుడు దేవతలకు పూజనీయుడా? స్వర్గంలో వుండటమా? సరే ఆతడెట్లావుంటే నాకేమిటి? నా తమ్ములను, ద్రౌపదిని, మిత్రులను, యెక్కడున్నారో దయచేసి చూపించండి చాలు" అని అక్కడున్న మునులందరికీ భక్తితో నమస్కరించి.....

"మునులారా! యుద్ధమంతా ముగిశాక బంధుమిత్రులకు తిలోదకాలిచ్చేటప్పుడు, మా అమ్మ కుంతీదేవి కర్ణుడుకూడా తన కొడుకేనని, నాకు అన్న అని, ఆతడి జన్మరహస్యమంతా చెప్పింది. అప్పటినుంచి ఆ మహావీరుడిని కనులారా చూసి ఆతడి పాదాలకు నమస్కరించి పూజించాలని గొప్ప కోరికగా వుంది. ఆతడు మేమైదుగురమూకలిస్తే 416
దేవతలైనా మమ్మల్ని యెదిరించలేరు. ఆతడు మా అన్న అని తెలియక చంపటానికి మా తమ్ముడు అర్జునిడిని రెచ్చగొట్టి పంపాను. ఆ పాపం నిరంతరం బాధిస్తోంది. ఆ మహానుభావుడెక్కడున్నాడో చూపించండి" ప్రేమతో అడిగాడు ధర్మరాజు.

"నీవేదికోరినా తీర్చమని దేవేంద్రుడు మాకు ఆజ్ఞ" అని చెప్పి, దేవదూతలు మర్యాద, మన్ననలతో దారి చూపిస్తూ ముందుకు పోతూవుంటే, వెనుకనే ధర్మరాజు అనుసరించాడు. ఆ త్రోవంతా తెగిన వెంట్రుకలు, రక్తమాంసాల గుట్టలు, ఈగలు, దోమలు, చీమలు, పురుగులు, శవాల దుర్గంధం, భయంకరమైన కేకలు, కాకుల, మనుష్యుల అరుపులు, చాలా దారుణంగా వుంది. ఆ దారిలో మరగ కాచిన నూనెలాంటి నీళ్ళు, పదునైన అంచులుగల ఆకులు.....

"మనం వెళ్ళాల్సిన ప్రదేశం ఇంకా యెంతదూరం వున్నది? ఈచోటు కూడా దేవతల ఆధీనంలోనే వుంటుందా?" అడిగాడు ధర్మరాజు.

"ఈచోటుకూడా దేవతల ఆధీనంలోనే వుంటుంది. ఇదే మనం రావాల్సిన చోటు" అన్నాడు దేవదూత. ధర్మరాజు అఘోరాన్ని చూడలేక మరలిపోదామనుకున్నాడు. ఇంతలో అనేక కంఠాలనుంచి ఆక్రందనలు వినిపించాయి.

"ఓ పుణ్యచరితా! నీ దేహానికున్న దివ్యపరిమళంతో కూడిన గాలి మాదాకా వచ్చి మా దుఃఖాలన్నీ పటాపంచలయ్యాయి. మేము ఆనందంగా వున్నాం. నిన్ను చూడటం వలన భయంకరమైన బాధలనుంచి విముక్తులమయాం. ఇంక కొంతసేపు ఇక్కడే వుండండి!" అని అర్థించారు వారు. అక్కడే నిలబడిపోయాడు ధర్మరాజు.

మరోసారి ఆక్రందనలు వినిపించాయి.

"మీరెవరు?" అడిగాడు ధర్మరాజు.

నేను కర్ణుడిని, భీముడిని, అర్జునుడిని, నకులుడిని, సహదేవుడిని, ద్రౌపదిని అంటూ
కేకలు వినపడ్డాయి. ఆ మాటలకు ధర్మరాజు మనసులో దడపుట్టింది.
వీరంతా నరకానికి రాతగ్గ తప్పులేంచేశారు? ఇంద్రాది దేవతలు దుర్మార్గులు సుమా!
లేకపోతే నా వారిని ఇంత కఠినంగా శిక్షిస్తారా! దుఃఖిఇంచాడు ధర్మరాజు. 417
“ఓ ధర్మమా! నీవు న్యాయం వదిలేశావా? మంచివారిచేత గౌరవింబడేవాడు,
గొప్ప నిష్టకలవాడు, దయాగుణ సంపన్నుడు, నిత్యదానశీలుడు, మిక్కిలిగా భూరిదక్షి
ణలతో యాగసముదాయాలచేత పవిత్రీకరించబడిన ఆత్మలు కలవారైనా, తగని కష్టాల
పాలయారు. ఒక్క విషయంలోకూడా ఎవరికీ మేలుచేయని దుర్యోధనుడు దేవతలకు
పూజనీయుడయ్యాడు. నావారైన వారు యెవ్వరికీ ఈగ కాలంత అపకారం చేయనివారే.
కానీ, వారికింతటి కష్టాలా? ఇది దేవతలు పన్నిన మాయనా! కలా! నిజమా! నేనేమీ
తెలుసుకోలేక పోతున్నాను“ అంటూ ఆలోచిస్తూ కొంతసేపు అక్కడే నిలబడిపోయిన
ధర్మరాజు కొంతసేపటికి తననుతాను ఊరడించుకొని.....
“ఓ పూజ్యుడైన దేవదూతా! నిన్ను యెవరు నియోగించారో వారిదగ్గరకు పోయి, నా
అన్న, తమ్ములు దుఃఖంలో వున్నపుడు నేను స్వర్గానికి రాను. ఇక్కడే శాశ్వతంగా
వుంటాను, అని వారితో చెప్పు“ అని వినయంగా కోరుకున్నాడు.
ఆ దేవదూత అతివేగంగా ఇంద్రుడి దగ్గరకు పోయి, ధర్మరాజన్న మాటలు చెప్పాడు.
వెంటనే ఇంద్రుడు, దేవఋషులు, ఇతర దేవతలతోనూ కలిసి ధర్మరాజున్నచోటికి
వచ్చాడు. కొడుకును ఓదార్చి రక్షించటానికి యమధర్మరాజుకూడా అక్కడకు వచ్చాడు.
ఆవెంటనే అక్కడ పాపకర్మలు చేసిన వారు, శిక్షలుపొందుతూ వున్నవారు, చెడ్డ వాసన,
గ్రద్దలు, చచ్చిన శవాల గుట్టలు, కత్తులవంటి ఆకులు, మాంసం గుట్టలు, నెత్తుటి
కాలువలు, అడవితో కూడిన వైతరిణీ నది, అన్నీ మాయమయ్యాయి. చల్లదనము,
సుగంధ వాసనలు, హాయినిగొలిపే గాలి, అన్నిదిక్కులలోనూ వ్యాపించింది. ఇంద్రుడు,
ఆయనతో వచ్చిన వసు, రుద్ర, ఆదిత్య, గరుడ, గంధర్వులు, సర్ప సమూహాలు,
సిద్ధులు, సంతోషం నిండిన మనసులతో వచ్చి ధర్మరాజు చుట్టూచేరి, ప్రియమైన

చూపులతో చూస్తూ, ధర్మరాజు గుణగణాలను ఒకరితో ఒకరు చెప్పుకుంటూ వుండగా, ఇంద్రుడు ధర్మరాజు చేయిని ప్రేమతో తీసుకొని.....

"ధర్మజా! నీవు ఇక్కడ వుండటం నచ్చని ఈ దేవతలందరూ నిన్ను తీసుకుపోవటానికి
వచ్చారు. కోపాన్ని వదిలిపెట్టు. నీకు యోగం ప్రాప్తించింది. నాశ రహితమైన బ్రహ్మలోక 418
ప్రాప్తి కూడా సిద్ధించింది. (ధర్మజుడికి అవ్యయలోక ప్రాప్తి కలిగింది. అంటే క్లుప్తంగా చెప్పాలంటే స్వర్గలోకంలో లాగా చేసుకున్న పుణ్యం అయిపోగానే మరల జన్మమనేది వుండదు. దానినే బ్రహ్మలోకమంటారు.) ధర్మరాజా! రాజన్నవాడు ప్రతి ఒక్కడూ నరకాన్ని చూడవలసిందే. ఇది వేదం చెప్పిన మాట. జాగ్రత్తగా విను. పుణ్యం, పాపం కలిసే వుంటాయి. మొదట స్వర్గ సుఖాలు అనుభవించినవాడు తరువాత నరకం అనుభవించాలి. మొదట నరకం అనుభవించిన వాడు స్వర్గసుఖాలు అనుభవిస్తాడు. నేను యిక్కడికి పంపింది నీకు భవిష్యంతా స్వర్గ సుఖాలు పొందటం కోసమే. నీవు పరాక్రమవంతుడైన కర్ణుడికోసం బాధపడుతుంటావు. ఆతడు స్వర్గంలో వున్నత స్థానాన్ని పొంది సుఖంగా వున్నాడు. ఓ ధర్మనందనా! దైవ శాసనంవలన ఇప్పటివరకు స్వల్పదుఃఖాన్ని అనుభవించావు. ఇంక నాతో వచ్చి సుఖంగా స్వర్గసుఖాలను అనుభవించు. రాజసూయ, అశ్వమేధ యాగాలు చేసిన ఫలితాలననుభవించు. ఉదాత్త శీలులైన మాంధాత, నలుడు, హరిశ్చంద్రుడు, దిలీపుడు, దుష్యంతుడు, భరతుడు, ఏవిధమైన స్థితిని పొందారో ఆస్థితిని పొందు. నిన్ను ప్రశంసించటానికి (పొగడటానికి) గంధర్వులు, గరుడులు, ఉరగులు, సిధ్ధులు, సాధ్యులు, కుతూహలంతో వచ్చారు" అంటూ వారందరినీ చూపించి పరిచయం చేశాడు.

ధర్మరాజు సర్వాంగాలను వినయంగా మార్చుకొని నిలబడి నమస్కరించాడు.

వారందరూ ప్రీతితో ధర్మనందుడిని సత్కరించారు.

"యశోవంతుడివైన ఓ ధర్మజా! ఇదిగో, ఆకాశగంగ. నీ పుణ్యమే ఈ నదిగా మారింది. ఈ నదిలో స్నానం చేసి స్వర్గసౌఖ్యాలను ఇంతకు ముందు చెప్పిన రాజులందరికంటే వెలుగొందు" అన్నాడు ఇంద్రుడు.

వెంటనే యమధర్మరాజు ధర్మరాజును అనునయంగా దగ్గరకు తీసుకొని......
"నిన్ను మొదటిసారిగా ద్వైతవనంలో అరణి సంగతిలోను, మేరుపర్వత ప్రాంతంలో నీకూడా వచ్చిన కుక్క విషయంలో, నీ వితరణ, ఇక్కడ నీ సోదరులకోసం స్వర్గసౌఖ్యాలు వదలుకోటానికి చూపించిన తెగువ, అన్నీ చూశాను. ప్రతిసారీ నిన్ను పరీక్షిస్తూనే 419
వున్నాను. నీ మనస్థితిలో మార్పేమీలేదు. నీవు ఇంక బాధను వదిలిపెట్టి ఈ గంగలో మునుగు. సంసార బంధాలు, వాటికి సంబంధించిన బాధలు, మానవ సంబంధాల భావ వికారాలన్నీ పోతాయి. అపుడు స్వర్గసౌఖాలు అనుభవిస్తున్న నీ సోదరులందరినీ, వారి వైభోగాన్ని, చూద్దువుగాని. పద! ఇంక పోదాం పద!" అన్నాడు యమధర్మరాజు.
దేవమునులు, యక్ష, గంధర్వాదులు వెంటరాగా ధర్మరాజును తీసుకొని బయల్దేరాడు. ఆకాశగంగ సమీపానికి వెళ్ళాడు. ఆ పుణ్యనదిలో ఆ మహానుభావుడు పెద్దల ఆశీస్సుల తో శుభప్రదమైన మంగళస్నానం చేశాడు. ఆ క్షణంలోనే మనుష్యదేహాన్ని వదిలిపెట్టి దివ్యరూపాన్ని పొందాడు. అప్పటివరకు ఆతడి మనస్సులో వున్న పగ, కార్పణ్యం, మాత్సర్యం, స్నేహం, చపలత్వం, గర్వం, దుఃఖం మొదలైన దుర్లక్షణాలన్నీ పోయాయి. అగ్నిదేవుడిలాగా మెరిసిపోతున్నాడు ధర్మరాజు. ధర్మరాజు నారదాది మహామునులతో దివ్యశక్తితో ముందుకుపోయి, ఓ అందమైన చోట, ఓ అందమైన బంగారు సింహాసనం మీద మెరిసిపోయే శంఖు, చక్ర, గదాయుధాలు, సుందరమైన ఆకారంతో, కిరీటాలతో కొలిచే దేవతలతో, శ్రీమహావిష్ణువు, ఆయనకు దగ్గరగా పూర్వపు రూపంతోనే అర్జునుడు, శ్రీమహావిష్ణువుకి నమస్కరిస్తూ కనిపించాడు. మరోప్రక్కన సూర్యకాంతితో ప్రకాశిస్తున్న కర్ణుడు, సద్గుణాల ప్రోవు భీముడిని, అశ్వనీ దేవతల సమీపంలో నకుల సహదేవులను, దివ్యాకృతితో ప్రకాశిస్తూ ఓ స్త్రీమూర్తి (ద్రౌపది)ని చూసి, తమ్ములందరినీ గుర్తుపట్టిన ధర్మరాజు ఆ స్త్రీమూర్తిని గుర్తుపట్టలేక, ఆమె యెవరని ఇంద్రుడిని అడిగాడు.
"నాయనా! ఆ స్త్రీమూర్తి శ్రీమహాలక్ష్మి. ద్రౌపది అన్న పేరుతో ద్రుపదుడి ఇంట అయోని జంగా మానవ రూపాన్ని పొందిన లీలావతారిణి. మీకు సర్వసుఖానుభవం అందించిం దామె. అదిగో అక్కడున్న ఐదుగురు గంధర్వ శ్రేష్టులు మీకు కలిగిన ఉపపాండవులు.

అక్కడ కనిపించే ఆతడే ముఖ్యమైన గంధర్వ నాయకుడు ధృతరాష్ట్రుడు. మీ పెద
తండ్రి. అడిగో మీ అన్న కర్ణుడు. సూర్యుడి మరోరూపమే ఆతడు. కుంతికి పుట్టి,
రాధాతనయుడుగా పెరిగాడు. అదిగో అక్కడ సిధ్ధ, సాధ్య విశ్వదేవ సమూహాలతో
కనిపిస్తున్న వారు ఆయా అంశాలతో పుట్టి శ్రీకృష్ణుడి సహచరులుగా ప్రవర్తించిన 420
సాత్యకి, కృతవర్మాది యదువీరులు. చంద్రుడివలె ప్రకాశిస్తున్న ఆతడిని చూశావా?
ఆతడే అభిమన్యుడు. చంద్రుడి అంశతోనే పుట్టాడు" అంటూ ఒక్కొరినీ విడివిడిగా
చూపించి చెప్పాడు ఇంద్రుడు.

"మీ తండ్రి పాండురాజు ఇతడే. మిక్కుటంగా రత్నాలు పొదిగిన దివ్యాభరణాలతో కుంతి, మాద్రి ప్రక్క కూర్చొని వున్నారు. అదిగో భీష్ముడు. వసువుల దగ్గర చేరి ఆనందంగా వున్నాడు. బృహస్పతి దగ్గర ద్రోణుడు సంతోషంతో మాట్లాడుతూవున్నాడు చూశావా? అదిగో గంధర్వ యక్ష గుహ్యక సమూహంలోవున్న దృపదుడిని, విరాటుడిని, వారి తమ్ములు, వారి కొడుకులు, కేకేయ పాండ్యాది నానారాజులను వేరువేరుగా చూపిస్తూవుండగా.....

"ఇంద్రా! వీరందరూ అందరిలాగానే పుణ్య పరిమితి అయిపోగానే భూలోకంలో పుడతారా?" అడిగాడు ధర్మరాజు.

"ఇది దేవ రహశ్యం. అయినా నీకు చెపుతాను. శ్రధ్ధగా విను. ప్రద్యుమ్నుడు సనత్కుమారిడిలో కలిశాడు. ధృతరాష్ట్రుడు భార్య గాంధారితో కలిసి ఇతరుకలకు ప్రవేశించటానికి వీలులేని కుబేరలోకంలో చేరాడు. పాండురాజు, కుంతి, మాద్రిలతో స్వర్గంలోనే నిలిచిపోయాడు. అభిమన్యుడు చంద్రుడిలో కలిసిపోయాడు. ద్రోణాచార్యుడు బృహస్పతిలో కలిసిపోయాడు. శకుని ద్వాపరయుగాధి దైవంతో కలిసిపోయాడు. దుర్యోధనుడు స్వర్గంలో ఉదారమైన సుఖస్థానంలో వున్నవాడు అతి హీనస్థితిలో నరకాన్ని అనుభవించి, చివరకు కలిపురుషుడిలో కలిసిపోయాడు. ఆతడి తమ్ముళ్ళు, దుశ్శాసనాదులు, రాక్షస గణాలలో కలిసిపోయారు. కర్ణుడు సూర్యుడి దగ్గరకు వెళ్ళిపోయాడు. భీష్ముడు వసువు కనుక అష్టవసువులతో కలిసిపోయాడు. ద్రుపదుడు, భూరిశ్రవణుడు, శల్యుడు, శంఖుడు,

ఉత్తరుడు, విశ్వదేవతలను చేరారు. దృష్టద్యుమ్నుడు అగ్ని దేవుడిలో కలిసిపోయాడు. ధర్మరాజులో చేరిన విదురుడి ఆత్మ యమధర్మరాజులో కలిసిపోయింది. బ్రహ్మదేవుడి ఆనతితో బలరాముడు అనంతునిలో కలిసిపోయాడు. తక్కిన వృష్ణి, భోజక వంశవీరు లంతా గుహ్యక గణంలో చేరిపోయారు. శ్రీకృష్ణుడితో రాసక్రీడలాడిన గోపికాంగనలంతా శాస్త్రం నిర్ణయించిన కాలంలో సరస్వతీ నదీజలాలో మునిగి తమతమ తపస్సరోభావాలను పొంది, సంతోషమతిశయించగా, నారాయణుడి సమీపంలోనే మసలుకుంటున్నారు. శ్రీకృష్ణుడితో పాటు సహగమనం చేసిన రుక్మిణీదేవి లక్ష్మీదేవిలో కలిసిపోయింది. సత్యభామాది ఏడుగురు భార్యలూ లక్ష్మీదేవి అంశలే కనుక, ఆమె దగ్గరకే చేరారు. ఇంద్రుడి సమాధానం విని ధర్మరాజు సంతృప్తుడయి, ఆనందించాడు. 421

స్వర్గారోహణ పర్వం సమాప్తం

ॐ

శ్రీమదాంధ్ర మహాభారత కథలు సంపూర్ణం

www.ingramcontent.com/pod-product-compliance
Lightning Source LLC
LaVergne TN
LVHW070906051026
849558LV00046B/584
9789374267851